നാനാർത്ഥ നിഘണ്ടു

Nanartha Nikhandu

Compailed
Sandhya Edavoor

CHINTHA PUBLISHERS
Thiruvananthapuram

First Edition
May 2023

Second Impression
October 2024

Published & Typesetting
Chintha Publishers, Thiruvananthapuram

Printed at
Repro India Ltd, Mumbai

Cover Design
Vinod Mangoes

ISBN : 978-93-94753-05-1

CO - 3214 / 7146

Email: chinthapublishers@gmail.com
Website: www.chinthapublishers.com

A version is available at National Libraries
Kolkata, Mumbai, Chennai and Delhi

Distribution
DESHABHIMANI BOOKHOUSE
H O Thiruvananthapuram 695035

Branch
Head Office Kunnukuzhi • Statue Thiruvananthapuram
Saphalyam Complex Thiruvananthapuram
Machingal Lane Thrissur • IG Road Kozhikode
Mavoor Road Kozhikode • NGO Union Building Kannur
Central Bus Terminal Complex Thavakkara Kannur

നാനാർത്ഥ നിഘണ്ടു

തയ്യാറാക്കിയത്
സന്ധ്യ ഇടവൂർ

ചിന്ത പബ്ലിഷേഴ്സ്
തിരുവനന്തപുരം-695 035

സന്ധ്യ ഇടവൂർ

കന്യാകുമാരി ജില്ലയിലെ തിരുവട്ടാറിനടുത്തുള്ള ഏറ്റക്കോട്ട് കവിയൂർ തെക്കേമഠത്തിൽ ജനിച്ചു. അച്ഛൻ: യശശ്ശരീര നായ എസ് ശങ്കരര്. അമ്മ: ശ്രീദേവി അന്തർജ്ജനം. മല യാളഭാഷയിലും വിദ്യാഭ്യാസത്തിലും ലൈബ്രറിസയൻ സിലും ബിരുദാനന്തരബിരുദം നേടി. ട്രിനിറ്റി കോളേജ് ഓഫ് ലണ്ടനിൽനിന്നും പിയാനോയിൽ എ ഗ്രേഡ് നേടിയിട്ടുണ്ട്.

നിരവധി തമിഴ്കഥകൾ മലയാളത്തിലേക്ക് വിവർത്തനം ചെയ്ത് ആനുകാലികങ്ങളിൽ പ്രസിദ്ധീകരിച്ചിട്ടുണ്ട്. റേഡി യോയിൽ നിരവധി തവണ, വിവിധ വിഷയങ്ങളിൽ പ്രഭാ ഷണം നടത്തിയിട്ടുണ്ട്. മഹാത്മാഗാന്ധി യൂണിവേഴ്സിറ്റി കോളേജ് ഓഫ് ടീച്ചർ എഡ്യൂക്കേഷൻ, ശ്രീ ആത്മാനന്ദ മെമ്മോറിയൽ സ്കൂൾ പത്തനംതിട്ട എന്നിവിടങ്ങളിൽ അദ്ധ്യാപികയായിരുന്നു. ഇപ്പോൾ തിരുവനന്തപുരത്ത് സര സ്വതി വിദ്യാലയത്തിൽ അദ്ധ്യാപികയായി ജോലിനോക്കുന്നു.

കൃതികൾ: *101 തിരുവാതിരപ്പാട്ടുകൾ പഠനവും സമാഹര ണവും, ദക്ഷിണേന്ത്യൻ പാചകം, പണം ഓഹരിയിലൂടെ.*

ഭർത്താവ് : യശശ്ശരീരനായ എൻ രാജേഷ്കുമാർ
മകൻ : ആർ നാരായണൻ.

ആമുഖം

ഭാഷാപഠനത്തിന് നിഘണ്ടുക്കൾ ഒഴിച്ചുകൂടാൻവയ്യാത്തവയാണ്. ഒരു ഭാഷയുടെ വ്യാപ്തി ആ ഭാഷയിലെ നിഘണ്ടുക്കളിലൂടെയാണ് നമുക്ക് മനസ്സിലാവുന്നത്. ഹെർമ്മൻ ഗുണ്ടർട്ടിന്റെ നിഘണ്ടുവിൽ തുടങ്ങി മലയാളഭാഷയിൽ ധാരാളം നിഘണ്ടുക്കൾ ഇന്ന് നിലവിലുണ്ട്. എന്നാൽ നാനാർത്ഥ നിഘണ്ടുക്കൾ തുലോം വിരളമാണ്.

അ ആ ഇ ഈ ഉ ഊ ഋ എ ഏ ഐ ഒ ഓ ഔ അം അഃ
ക ഖ ഗ ഘ ങ
ച ഛ ജ ഝ ഞ
ട ഠ ഡ ഢ ണ
ത ഥ ദ ധ ന
പ ഫ ബ ഭ മ
യ ര ല വ ശ
ഷ സ ഹ ള ഴ റ

എന്ന അക്ഷരമാലാ ക്രമത്തിലാണ് നാനാർത്ഥങ്ങൾ തയ്യാറാക്കിയിട്ടുള്ളത്. വിദ്യാർത്ഥികൾക്കു സഹായകമായ രീതിയിൽ വളരെ ലളിതമായ വാക്കുകൾ ഉപയോഗിക്കാൻ പ്രത്യേകം ശ്രദ്ധിച്ചിട്ടുണ്ട്. സ്കൂൾ കുട്ടികൾക്കും കോളേജുവിദ്യാർത്ഥികൾക്കും മറ്റു മലയാളഭാഷാ സ്നേഹികൾക്കും ഒരു റഫറൻസ് ഗ്രന്ഥമായി ഉപയോഗിക്കാൻ തക്ക വണ്ണം സരളവും അർത്ഥസമ്പുഷ്ടവും വിസ്തൃതവുമായ പദങ്ങൾ ഇതിൽ ഉൾക്കൊള്ളിച്ചിട്ടുണ്ട്.

സന്ധ്യ ഇടവൂർ

അവതാരിക

മലയാളം-ഇംഗ്ലീഷ് നിഘണ്ടു (ഗുണ്ടർട്ട്), *ശബ്ദതാരാവലി* (ശ്രീക ണ്ഠേശ്വരം ജി പദ്മനാഭപിള്ള), *നവയുഗഭാഷാനിഘണ്ടു* (ആർ നാരാ യണപ്പണിക്കർ), *മലയാളം ലക്സിക്കൺ-മലയാള മഹാനിഘണ്ടു* (കേ രള സർവ്വകലാശാല), *ശബ്ദസാഗരം* (ബി സി ബാലകൃഷ്ണൻ നായർ), *അഭിനവ മലയാള നിഘണ്ടു* (സി മാധവൻപിള്ള), *കേരളഭാഷാ നിഘണ്ടു* (കേരളഭാഷാ ഇൻസ്റ്റിറ്റ്യൂട്ട്) മുതലായവയാണ് മലയാളത്തിലെ പ്രധാന നാനാർത്ഥ നിഘണ്ടുക്കൾ.

പദങ്ങളുടെ ആഗമചരിത്രം, വ്യാകരണ സവിശേഷതകൾ, നാനാർത്ഥങ്ങൾ, പ്രയോഗരീതികൾ തുടങ്ങിയവയെല്ലാം മേല്പറഞ്ഞ നിഘണ്ടുക്കളിൽ വിവരിച്ചിരിക്കും.

ഒരു പദത്തിന്റെ നാനാർത്ഥങ്ങൾ മാത്രം വിവരിക്കുന്നവയാണ് മറ്റൊരിനം നാനാർത്ഥ നിഘണ്ടുക്കൾ. ഈ വിഭാഗത്തിൽപ്പെടുന്ന വള രെക്കുറച്ചു നിഘണ്ടുക്കളേ മലയാളത്തിലുള്ളൂ.

മലയാളഭാഷ കൈകാര്യം ചെയ്യുന്ന സകലർക്കും പലതരത്തിൽ പ്രയോജനപ്പെടുന്നവയാണ് നാനാർത്ഥ നിഘണ്ടുക്കൾ. വനത്തിന് വെള്ള മെന്നും കാടെന്നും അർത്ഥമറിയാത്തവർ 'വനജാക്ഷി' യുടെ പൊരുൾതേടി കാടുകയറേണ്ടിവരും. അംബുജാക്ഷിയുടെയും പങ്കജാ ക്ഷിയുടെയും സഹോദരിയാണ് 'വനജാക്ഷി' എന്നു മനസ്സിലാക്കാൻ 'വനജം' താമരയാണെന്നുള്ള തിരിച്ചറിവുവേണം.

കരിയുടെയും കളഭത്തിന്റെയും നാനാർത്ഥങ്ങൾ മനസ്സിലാക്കി പ്രയോഗിക്കാൻ കഴിഞ്ഞതുകൊണ്ടാണ് ഉണ്ണായിവാര്യരും രാജപ്രീതി നേടി സമ്മാനം വാങ്ങിയത് എന്ന ഐതിഹ്യം ഇവിടെ ഓർക്കുക (ക രിക്ക് ആന, കരിക്കട്ട എന്നും കളഭത്തിന് കുറിക്കൂട്ട്, ആനക്കുട്ടി എന്നും അർത്ഥം).

രണ്ടാമത്തെ വിഭാഗത്തിൽപ്പെടുന്ന ഒരു നാനാർത്ഥ നിഘണ്ടുവാണ് ശ്രീമതി സന്ധ്യ ഇടവൂർ രചിച്ച ഈ പുസ്തകം. ദീർഘനാളത്തെ അദ്ധ്വാനം ഈ നിഘണ്ടുവിന്റെ പിന്നിലുണ്ട്. മലയാളത്തിലെ പ്രസിദ്ധങ്ങളും അപ്രസിദ്ധങ്ങളും പ്രചാരലുപ്തങ്ങളുമായ ധാരാളം പദങ്ങൾ ഈ നിഘണ്ടുവിൽ ഉൾക്കൊള്ളിച്ചിട്ടുള്ളതാണ് ഇതിന്റെ മറ്റൊരു പ്രത്യേകത.

ഈ നാനാർത്ഥ നിഘണ്ടുവിനും സമാഹരണം നടത്തിയ ശ്രീമതി സന്ധ്യ ഇടവൂരിനും എന്റെ എല്ലാ ഭാവുകങ്ങളും നേരുന്നു.

പ്രൊഫ. വട്ടപ്പറമ്പിൽ ഗോപിനാഥൻപിള്ള

അ

അംശം - ഘടകം, ഭിന്നസംഖ്യ, പങ്ക്, തോൾ. ഒരു വൃത്തപരിധിയുടെ 360 ൽ ഒരു ഭാഗം അഥവാ ഡിഗ്രി, താലൂക്കിന്റെ ഒരു ഭാഗം, മുഴുവൻ ശക്തിയുമില്ലാത്ത ദേവതയുടെ ഒരു അവതാരം, അംശവടി- മെത്രാന്മാരുടെ സ്ഥാനചിഹ്നം, അശസ്വരം.

അംശുമാലി - സൂര്യൻ, പന്ത്രണ്ട് എന്ന സംഖ്യ.

അംഹതി - കഷ്ടത, രോഗം, ദാനം.

അംഹസ്സ് - ആധി, പാപം.

അകം - ഉള്ള്, മനസ്സ്, വീട്, ക്ഷേത്രം, ഒരു പരിധിക്കുള്ളിലുള്ള സ്ഥലം.

അകങ്കാൽ - കാലിന്റെ അകവശം, (ഉള്ളങ്കാൽ, കളരിപ്പയറ്റിലും മറ്റും കാൽകൊണ്ടുള്ള ഒരടവ്).

അകചൻ - മുടിയില്ലാത്തവൻ, തലയില്ലാത്തവൻ, കേതു എന്ന ഗ്രഹം.

അകടവികടം - കുസൃതിത്തരം, നേരമ്പോക്ക്, അടുക്കുംചിട്ടയുമില്ലായ്മ.

അകത്തമ്മ - അന്തർജ്ജനം, വീടിനുള്ളിൽ തന്നെ കഴിഞ്ഞുകൂടുന്ന സ്ത്രീ, വീട്ടമ്മ.

അകപ്പെടുക - അപകടത്തിൽപ്പെടുക, വന്നുഭവിക്കുക, ഉള്ളിലേക്ക് പ്രവേശിക്കുക.

അകമുടയാൻ - മാനസേശ്വരൻ, കാമുകൻ, ഭർത്താവ്, ഗൃഹനാഥൻ, വീട്ടുടമസ്ഥൻ.

അകമ്പടി - ഘോഷയാത്രയ്ക്കും മറ്റും പിന്നിൽ നടന്നുചെല്ലുന്നവൻ, തെയ്യക്കോലം കെട്ടുന്ന വണ്ണാൻ, നായന്മാരെ വിളിക്കുന്നപേര്, കൊട്ടാരങ്ങളിലെ ഭൃത്യജോലി.

അകലം - ദൂരം, വ്യത്യാസം, വിസ്താരം, വീതി.

അകൽ - ഇടിഞ്ഞിൽപോലുള്ള വിളക്ക്, ചട്ടി, മൺപാത്രം.

അകലുക - വേർപെട്ടുപോകുക, അടുപ്പമില്ലാതാകുക, ഒഴിഞ്ഞുപോകുക, നശിക്കുക.

അകവി - കവിയല്ലാത്തവൻ, മൂഢൻ, ബുദ്ധിയില്ലാത്തവൻ.

അകാണ്ഡ - തണ്ടില്ലാത്ത, അനവസരത്തിലുള്ള, യാദൃച്ഛയാ.

അകാല - കാലംതെറ്റിയ, വെളു ത്ത, കറുത്തതല്ലാത്ത.
അകാലം - അനവസരം, അശുഭ കാലം, രാത്രി വളരെയധികം ഇരു ട്ടിക്കഴിഞ്ഞ സമയം.
അകിഴ് - കയ്യാല, ചിറ, മൺകോട്ട, കിടങ്ങ്.
അകുണ്ഠ - മിടുക്കുള്ള, തടസ്സമി ല്ലാത്ത, ഉത്സാഹമുള്ള, വളയാത്ത.
അകുപ്യം - സ്വർണ്ണം, നീച ലോഹം (ഈയം).
അകുലൻ - കുലമില്ലാത്തവൻ, ശിവൻ.
അകൂപാരൻ - സൂര്യൻ, ആദി കൂർമ്മം.
അകൃഷ്ണം - കർപ്പൂരം, വെളു ത്തത്.
അകേതു - ആകൃതിയില്ലാത്തത്, കൊടിയടയാളമില്ലാത്ത.
അക്കം - സംഖ്യ, എണ്ണം, അട യാളം, പരൽ.
അക്കി - അക്കിക്കരപ്പൻ, ജഠരാ ഗ്നി, കൊടുവേലി, അക്കിപ്പൂ.
അക്കുളം - ഇക്കിളി, കക്ഷം.
അക്രമം - ക്രമമില്ലായ്മ, അന്യായം, അനീതി, മര്യാദകേട്, അനക്കമി ല്ലായ്മ.
അക്രിയൻ - പരബ്രഹ്മം, ക്രിയ കൾ അനുഷ്ഠിക്കാത്തവൻ.
അക്ഷം - അക്ഷരേഖ, അച്ചുതണ്ട്, ജ്ഞാനം, തേര്, ത്രാസിന്റെ കോല്, ചൂതുകുരു, പാമ്പ്, ഹൃദയം, കണ്ണ്, രുദ്രാക്ഷം, മാതളനാരകം, ഇന്ദ്രിയം, ധനം, അഞ്ച് എന്ന സംഖ്യ.
അക്ഷകം - തേരുമരം, തോളെല്ല്.
അക്ഷജം - വൈരക്കല്ല്, ഇടിവെ ട്ടൽ, ഇന്ദ്രിയജ്ഞാനം.
അക്ഷത - കർക്കടകശൃംഗി എന്ന ഔഷധി, കന്യക.
അക്ഷതം - ധാന്യം, നപുംസകം, അരിയും നെല്ലും കലർന്നത്, യവം, പൂജാധാന്യം, മലര്,നന്മ,കേടി ല്ലായ്മ.
അക്ഷത്രം - വണ്ടിച്ചക്രം, ചക്രവാ കപ്പക്ഷി, തല, ഇന്ദ്രിയങ്ങളെ ത്രാണനം ചെയ്യുന്നത്.
അക്ഷദർശകൻ - ന്യായാധിപൻ, ചൂതുകളിയിൽ മദ്ധ്യസ്ഥം വഹി ക്കുന്നയാൾ.
അക്ഷധരം - ഒരു മരം, ചൂതുപ ലക, വണ്ടിച്ചക്രം.
അക്ഷൻ - ഗരുഡൻ, കുരുടൻ, അക്ഷകുമാരൻ.
അക്ഷമാത്രം - കണ്ണടച്ചു തുറക്കു ന്നത്ര സമയം, പകിട.
അക്ഷമാല - ജപമാല, 'അ' മുതൽ 'ക്ഷ' വരെയുള്ള അക്ഷരമാല, അരുന്ധതി നക്ഷത്രം.
അക്ഷയ - ക്ഷയമില്ലാത്ത, നാശ മില്ലാത്ത, ബ്രഹ്മാണിയുടെ കുല ത്തിൽപ്പെട്ട ഒരു ദേവി, ഒരു തിഥി, വീടില്ലാത്ത, വ്യാഴചക്രത്തിലെ അറുപതാമത്തെ വർഷം.
അക്ഷരം - എഴുത്ത്, ലിപി, ഓം കാരം, മോക്ഷം, പരബ്രഹ്മം, ജലം, ആകാശം, ധർമ്മം, യാഗം, തപസ്സ്, വാക്ക്, പ്രസംഗം, പ്രമാണം.
അക്ഷരൻ - ബ്രഹ്മാവ്, വിഷ്ണു, ശിവൻ, പരമാത്മാവ്.
അക്ഷരമുഖൻ - പണ്ഡിതൻ, വിദ്യാർത്ഥി.
അക്ഷരസംഘാതം - അക്ഷരസ മൂഹം, അക്ഷരമാല, മുപ്പത്തിയാറു നാട്യാലങ്കാരങ്ങളിൽ ഒന്ന്.
അക്ഷവാടം - ചൂതുപടം, ചൂതുപ ലക, ഗോദ(ഗുസ്തി പിടിക്കാനുള്ള സ്ഥലം).
അക്ഷാഗ്രം - ചെടിയുടെ ഇലയും

തണ്ടും ചേരുന്ന ഭാഗം, അച്ചുതണ്ട്, അച്ചുതണ്ടിന്റെ അറ്റം.
അക്ഷാമ - ചടയ്ക്കാത്ത, ക്ഷാമ മില്ലാത്ത.
അക്ഷി - കണ്ണ്, കഴഞ്ചിക്കുരു, താന്നിമരം, കമ്പിപ്പാല, രണ്ട് എന്ന സംഖ്യ.
അക്ഷിതം - വെള്ളം, പതിനായിരം കോടി.
അക്ഷിബം - കടലുപ്പ്, മഞ്ഞ പ്പൂവുള്ള മുരിങ്ങ.
അക്ഷോഭം - ക്ഷോഭമില്ലായ്മ, കച്ച ക്കയർ, ആനയെ തളയ്ക്കുന്ന കുറ്റി, ഇളക്കമില്ലായ്മ.
അഖണ്ഡൻ- പരമാത്മാവ്, പരി പൂർണ്ണൻ, ഒരുതരം മൂർഖൻപാമ്പ്.
അഖേടികം - വൃക്ഷം, വേട്ടനായ്.
അഗം - വൃക്ഷം, പർവ്വതം, കുടം, പാമ്പ്, ഏഴ് എന്ന സംഖ്യ.
അഗദം - ഔഷധം, കൊട്ടം, ആരോഗ്യം.
അഗമം - വൃക്ഷം, പർവ്വതം.
അഗസ്തി - അഗസ്ത്യനക്ഷത്രം, അഗസ്ത്യമുനി, അകത്തിമരം, തെക്കേ ദിക്ക്.
അഗിരം - അഗ്നി, സ്വർഗ്ഗം, കൊടു വേലി.
അഗു - ഇരുട്ട്, രാഹു, ധനമില്ലാത്ത
അഗുരു - ശിംശപാവൃക്ഷം, ഇരു വുൾമരം, ലഘു, ഭാരമില്ലാത്തത്.
അഗൗകസ്സ് - ശരഭം, സിംഹം, പക്ഷി, മലയിൽ വസിക്കുന്നവൻ.
അഗ്നി - തീ, അഗ്നിദേവൻ, യാഗാ ഗ്നി, പിത്തം, സ്വർണ്ണം, മൂന്ന് എന്ന സംഖ്യ, കൊടുവേലി,ചേരുമരം, നാരകം, വെടിയുപ്പ്, ചൊവ്വഗ്രഹം.
അഗ്നികം - മിന്നാമിനുങ്ങ്, ഇന്ദ്ര ഗോപം എന്ന കീടം, ഒരിനം സർപ്പം, ചേരുമരം, കൊടുവേലി.
അഗ്നികർമ്മം - ഹോമം, ശവദാ ഹം, എരിയിക്കൽ.
അഗ്നിഗർഭകം - അരണി, സൂര്യ കാന്തം, അക്ലാരി, ചമത.
അഗ്നിചയം - ഇന്ധനം, തീക്കൂ മ്പാരം, ഹോമാഗ്നി നിർമ്മിക്കു മ്പോൾ ചൊല്ലാനുള്ള ഒരു മന്ത്രം.
അഗ്നിജം - സ്വർണ്ണം, അക്ലാരി, അഗ്നിയിൽ ഉണ്ടായത്.
അഗ്നിജൻ - വിഷ്ണു, സുബ്രഹ്മ ണ്യൻ.
അഗ്നിജ്വാല - തീനാക്ക്, താതിരി, നീർതിപ്പലി.
അഗ്നിധാനം - യാഗകുണ്ഡം, അഗ്നിഹോത്രിയുടെ വീട്.
അഗ്നിപ്രഭ - ഒരു വിഷകീടം, തീയുടെ പ്രകാശം, ഒരിനം മദ്യം.
അഗ്നിഭം - സ്വർണ്ണം, കാർത്തിക നക്ഷത്രം.
അഗ്നിഭൂ - സ്വർണ്ണം, വെള്ളം, സുബ്രഹ്മണ്യൻ, കാശ്യപൻ, ആറ് എന്ന സംഖ്യ.
അഗ്നിമണി - ചക്കുമുക്കി, തീക്കല്ല്, സൂര്യകാന്തക്കല്ല്
അഗ്നിമന്ഥം - അരണി, മുഞ്ഞ, ഒരു ഗുഹ്യരോഗം.
അഗ്നിമുഖം - കുങ്കുമം, മുട്ട, കുയു മ്പ മരം, കൊടുവേലി, ചേരുമരം, മേത്താന്നി.
അഗ്നിരജസ്സ് - സ്വർണ്ണം, മിന്നാമി നുങ്ങ്, ഇന്ദ്രഗോപം എന്ന കീടം.
അഗ്നിവാഹം - ആട്, പുക
അഗ്നിവീര്യം - ഉഷ്ണം, സ്വർണ്ണം
അഗ്നിശാല - ഹോമപ്പുര, അടു ക്കള
അഗ്നിശിഖം - വിളക്ക്, ശരം, വാണം, സ്വർണ്ണം, മഞ്ഞൾ, കുങ്കുമം.
അഗ്നിശേഖരം - സ്വർണ്ണം, കൂയൂ മ്പച്ചെടി, കുങ്കുമ വൃക്ഷം.

അഗ്നിസഖൻ - പുക, വായു, കാട്ടു പ്രാവ്.
അഗ്നിസംഭവം - അന്നസാരം, അക്ലാവി, കാട്ടുകൂയുമ്പ, സ്വർണ്ണം.
അഗ്നിഷ്ഠം - നെരിപ്പോട്, അടുപ്പ്, ഇരുമ്പുചട്ടി.
അഗ്രം - മുന, അറ്റം, മുകൾഭാഗം, ഊട്ട്, ഉദ്ദേശ്യം, ആരംഭം, കൊടുമുടി, ആകത്തുക.
അഗ്രജൻ - ജ്യേഷ്ഠൻ, ബ്രാഹ്മണൻ.
അഗ്രണി - അഗ്നി, മുമ്പൻ, ശ്രേഷ്ഠൻ, നേതാവ്.
അഗ്രൻ - പ്രധാനി, ജ്യേഷ്ഠൻ, നേതാവ്, മൂത്തവൻ.
അഗ്രയാനം - മഹായാനം (ബുദ്ധമതം), ശത്രുവിനെ നേരിടാൻ മുന്നോട്ടുപോകൽ, നയിക്കൽ.
അഗ്രഹസ്തം - വലതുകൈ, തുമ്പിക്കൈയുടെ അഗ്രം.
അഗ്രിമ - ശ്രേഷ്ഠമായ, മൂത്തവൾ, വ്ളാത്തിപ്പഴം, മുള്ളൻപഴം.
അഗ്രിയം - ആദ്യമുണ്ടാകുന്ന ഫലം, പ്രധാന പങ്ക്.
അഘം - ആപത്ത്, ദുഃഖം, പാപം, അശുദ്ധി, കുറ്റം.
അഘായു - ദുർഗ്ഗുണൻ, പാപമുള്ള, ഉപദ്രവിക്കുന്ന.
അഘോര - ഘോരമല്ലാത്ത, കന്നിമാസത്തിൽ കൃഷ്ണപക്ഷത്തിലെ പതിനാലാം തിഥി.
അഘോരം - ഉഗ്രം, ശിവന്റെ ഒരു മുഖം, ഒരു ശൈവമന്ത്രം, ജ്ഞാനം, ഉഷ്ണം.
അഘോരി - ശൈവന്മാരിൽ ഒരു വിഭാഗം, വിഷത്തിനുള്ള ഒരുപച്ച മരുന്ന്.
അഘ്ന്യൻ - കാള, ബ്രഹ്മാവ്, അവധ്യൻ.
അങ്കം - യുദ്ധം, ഒരു ഇനം നികുതി, ദ്വന്ദ്വയുദ്ധം, അടയാളം, ശരീരം, അക്കം, സ്ഥലം, അടുപ്പം, വളവ്, ആഭരണം, ഘടകം, കട്ടിൽ, മാല, പൂജ്യം, ദുഷ്ക്കർമ്മം, അലങ്കാരം.
അങ്കക്കാരൻ - യോദ്ധാവ്, മടിത്തട്ട്, വേദിക, വളർത്തമ്മ, ഒരു സുഗന്ധദ്രവ്യം
അങ്കലോദ്ധ്യം - ചിഞ്ചോടം, ഇഞ്ചി.
അങ്കി - എഴുന്നുള്ളിപ്പിനുള്ള ജീവത, തുടി, അടയാളമുള്ള, അങ്കിതമായ.
അങ്കിതം - തഴമ്പ്, അടയാളം, മറുക്.
അങ്കുരം - കുരു (പരു), ഒരു ഹസ്തമുദ്ര, വെള്ളം, രക്തം, രോമം, മുള, പ്രാരംഭം.
അങ്കുശം - തടസ്സം, ആനത്തോട്ടി, അല്പവിരാമം.
അങ്കുശധരൻ - ഗണപതി, ആനക്കാരൻ.
അങ്കുശപാണി - ആനപാപ്പാൻ, കാളി, ഗണപതി.
അങ്കുഷം - കീരി, അങ്കുശം (തോട്ടി).
അംഗം - കുടുംബംഗാം, ഒരുഘടകം, ശരീരം, അവയവം, മനസ്സ്, ആറ് എന്ന സംഖ്യ, പാമ്പ്.
അംഗജ - ശരീരത്തിൽനിന്നും ജനിച്ച അലങ്കാരരൂപമായ, മനോഹരമായ, മകൾ.
അംഗജം - രോഗം, ലഹരി, രോമം, രക്തം, കാമം.
അംഗജൻ - മകൻ, കാമദേവൻ.
അംഗന - സ്ത്രീ, സുന്ദരി, കന്നിരാശി, കറ്റാർവാഴ, ഞാഴൽ.
അംഗരക്ഷ - കവചം, ഉടുപ്പ്.
അംഗലോദ്ധ്യം - കാട്ടുവെള്ളരി, ഇഞ്ചി, ഒരിനം പുല്ല്.

അംഗാരകം - കരിക്കട്ട, തീക്കനൽ, നെരിപ്പോട്, കയ്യോന്നി, ഒരിനം മുൾക്കുറിഞ്ഞി, ഒരിനം കരപ്പൻ.
അംഗാരി - കൊല്ലൻ, നെരുപ്പോട്, പുളിയാരൽ.
അംഗാരിക - പ്ലാശിന്റെ മൊട്ട്, കരിമ്പിന്റെ തണ്ട്, നെരിപ്പോട്.
അംഗാരിത - വറുത്ത, തീച്ചട്ടി, നെരിപ്പോട്, പ്ലാശിന്റെ മൊട്ട്, കരിമ്പിന്റെ തണ്ട്.
അംഗു - പക്ഷി, കൈ.
അംഗുലം - നീളം അളക്കാനുള്ള ഒരു തോത്, അരയാൽ, തള്ളവിരൽ.
അംഗുലി - പെരുവിരൽ, നീളം അളക്കാനുള്ള ഒരു തോത്, പുരുഷലിംഗം, നെറ്റിയിൽ പുരികങ്ങൾക്കു മദ്ധ്യേയുള്ള സ്ഥാനം, ആനയുടെ തുമ്പിക്കൈയുടെ അറ്റത്തുള്ള വിരൽപോലത്തെ ഭാഗം.
അംഗൂഷം - കീരി, അസ്ത്രം.
അംഘ്രി - പാദം, വൃക്ഷങ്ങളുടെ വേര്, നാല് എന്ന സംഖ്യ.
അങ്ങാടി - ചന്ത, അങ്ങാടി മരുന്ന്.
അചതുര - സാമർത്ഥ്യമില്ലാത്ത, ചതുരമല്ലാത്ത, നാല് അല്ലാത്ത.
അചല - ചലിക്കാത്ത, പാർവ്വതി, ഭൂമി.
അചലം - ഏഴ് എന്ന സംഖ്യ, പാറ, പർവ്വതം, ഇളക്കമില്ലാത്തത്, ഒരു സൈന്യവ്യൂഹം.
അചലാധിപൻ - രാജാവ്, ഹിമവാൻ.
അച്ചൻ - അച്ഛൻ, ഒരു സ്ഥാനപ്പേര്, അമ്മാവൻ, ശ്രേഷ്ഠൻ.
അച്ചി - ഭാര്യ, അമ്മ, മൂത്തസഹോദരി, മുത്തശ്ശി, പരിചാരിക.
അച്ച് - കരു, മുദ്ര, അച്ചാണി, ഒരു പഴയനാണയം, കടച്ചിൽ യന്ത്രം, പിശാച്, ഒച്ച്, തെറ്റ്.
അച്ഛം - കരടി, സ്ഫടികം.
അച്ഛൻ - പിതാവ്, ശുക്രൻ, യജമാനൻ,പ്രസന്നൻ.
അച്ഛിദ്രം - ഛിദ്രമില്ലായ്മ, ആരോഗ്യം, തുടർച്ചയായി, കലഹമില്ലാതെ, ക്ഷേമം, ഐക്യം.
അജ - ജനിക്കാത്ത, പെണ്ണാട്, ഒരു പുണ്യദിവസം.
അജം - ആട്, ഒരിനംനെല്ല്, ജനനമില്ലാത്ത, മാക്കീരക്കല്ല്, മേടം രാശി, യജ്ഞപ്പശു, ബ്രഹ്മം, സൂര്യന്റെ രഥം.
അജട - ജടയില്ലാത്ത, കീഴാനെല്ലി,
അജതനയൻ - ജാംബവാൻ, വസിഷ്ഠൻ, നാരദൻ, ദശരഥൻ.
അജൻ - ബ്രഹ്മാവിഷ്ണുമഹേശ്വരന്മാർ, ചന്ദ്രൻ, ഒരുഋഷി, കാമദേവൻ, ഈശ്വരൻ, സൂര്യൻ, ഇന്ദ്രൻ.
അജപൻ - ചൊവ്വാഗ്രഹം, ആട്ടിടയൻ, ജപിക്കാത്തവൻ.
അജരം - നശിക്കാത്ത, കറ്റാർവാഴ, സരസ്വതീനദി, ചെറിയ മറിക്കുന്നി, ഗൗളി.
അജരം - കുതിര, സ്വർണ്ണം.
അജലോമി - നായ്ക്കുരുണ, കമ്പിളി, വെളുത്തകറുക.
അജശൃംഗി - കർക്കടകരാശി, ആടുതൊടാപ്പാല.
അജസുതൻ - വസിഷ്ഠൻ, ജാംബവാൻ, ദശരഥൻ.
അജാജി - കരിംജീരകം, ജീരകം, കാട്ടത്തി.
അജിത - ജയിക്കപ്പെടാത്ത, തൂവരിമണ്ണ്, ദുർഗ്ഗ.
അജിര - ഒരു നദി, ദുർഗ്ഗ, വേഗമുള്ള.
അജിരം - മുറ്റം, അങ്കണം, വിഷയം, ശരീരം, ചുണ്ടെലി, കാറ്റ്, തവള, യുദ്ധക്കളം.

അജൈകപാത്ത് - ഒരു ദേവത, ഏകാദശരുദ്രന്മാരിൽ ഒരാൾ, വിഷ്ണു, അഗ്നികളിൽ ഒന്ന്, സൂര്യൻ.

അജ്ഝലം - പരിച, തുകൽ, തീക്കനൽ.

അജ്രം - വയൽ, മൈതാനം.

അഞ്ചൽ - അലസത, പേടി, തപാൽ.

അഞ്ചിത - അലങ്കരിക്കപ്പെട്ട, തോറ്റുപോയ, വളഞ്ഞ.

അഞ്ചുക - പതറുക, കാഴ്ച മങ്ങുക, സംശയിക്കുക, നടുങ്ങുക.

അഞ്ജനം - കൺമഷി, ഒരു പർവ്വതം, ഒരുതരം പല്ലി, ഇരുട്ട്, നീലക്കല്ല്, അഗ്നി.

അഞ്ജലി - ഒരളവ്, തൊഴുകൈ (ഇരു കൈത്തലവും കൂട്ടിപ്പിടിച്ചത്), മുഴക്കോല്, ബഹുമതിചിഹ്നം, സ്തോത്രം.

അഞ്ജസ്സ് - ഊക്ക്, വേഗം, ശക്തി, കറിക്കൂട്ട്.

അട - അടയ്ക്കുക, അടപ്പ്, ഒരുപലഹാരം, പൂട്ട്, വിശ്രമം, അഭയം, വെറ്റില, വിളക്ക്, മറ, പണയം, ചുറ്റി നടക്കുക, ഒരു താളം.

അടക്കം - ക്ഷമ, വിനയം, കീഴടക്കൽ, രഹസ്യം, ശവസംസ്കാരം, ഒരുമർമ്മം, അറുതി, ഢക്ക.

അടക്കറി - കൂട്ടുകറി, അടപ്രഥമൻ.

അടക്കുക - ഉൾക്കൊള്ളിക്കുക, നശിപ്പിക്കുക, നിയന്ത്രിക്കുക, അടർത്തുക.

അടങ്ങുക - ക്ഷമിക്കുക, കബറടങ്ങുക, കീഴ്പ്പെടുക, ശമിക്കുക, ഉള്ളിൽ ഒതുങ്ങുക.

അടപ്പം - കരണ്ടകം, വെറ്റിലച്ചെല്ലം, ഒരു മർമ്മം, ക്ഷുരകന്റെ ഉപകരണങ്ങൾ വെയ്ക്കുന്ന പെട്ടി.

അടപ്പ് - മറവ്, തടസ്സം, മൂടി, മൂക്കടപ്പ്, അനുസ്വാരം.

അടയാളം - മറുക്, സൂചന, തെളിവ്, കൈയൊപ്പ്, അടയാളവാക്ക്.

അടൽ - യുദ്ധം, കരുത്ത്, കൊല.

അടവി - കാട്, അടച്ചുകെട്ടിയ സ്ഥലം, കഴുകൻ.

അടവ് - അഭ്യാസരീതി, സമ്പ്രദായം, പണം, അടയ്ക്കൽ, പരിപാടി, ഈട്, വേലിക്കുള്ളിലുള്ള സ്ഥലം, സാമർത്ഥ്യം, പറ്റുവരവ്, അടങ്കൽ, മറവ്, കാപട്യവിദ്യ, അടുപ്പം.

അടി - ലഹള, അടിക്കുക, തല്ല്, മുഴക്കം, അടിയുക, ചലിപ്പിക്കുക, പാദം, ശാസന, ഒരളവ്, അടിസ്ഥാനം, ഉത്സവവിശേഷം, കാഴ്ചദ്രവ്യം.

അടിക്കടി - വീണ്ടും വീണ്ടും, പകരത്തിനുപകരം.

അടിക്കിടാവ് - തല്ലുക, ഉറപ്പിക്കുക, പൂശുക, അച്ചടിക്കുക, അലക്കുക, തുന്നുക, നേടുക, തുടിക്കുക.

അടിപാട് - വണ്ടിവലിക്കൽ, വീഴ്ച, ശരീരാദ്ധ്വാനം.

അടിപ്പട - പടിക്കെട്ടിന്റെ താഴത്തെ പടവ്, അസ്തിവാരം.

അടിപ്പാട് - കീഴ്വശം, അടിയേറ്റുണ്ടായ പാട്, കാലുപതിഞ്ഞപാട്.

അടിമ - ഭൃത്യൻ, ഭക്തൻ, അടിമജന്മം.

അടിമരം - വണ്ടിയുടെ അച്ചുതണ്ടു താങ്ങുന്ന വലിയ തടി, മരത്തിന്റെ തായ്ത്തടി, മരങ്ങൾക്കു കീഴിൽ വളരുന്ന കുറ്റിച്ചെടി.

അടിയൻ - ദാസൻ, ഒരു ഗിരിവർഗ്ഗം.

അടിയന്തിരം - തിടുക്കം, അത്യാവശ്യകാര്യം, ഉത്സവം, സദ്യ.

അടിയളപ്പൻ - കാട്ടുപന്നി, ഒറ്റ

യാന്റെ പിന്നിൽ നടക്കുന്ന കുട്ടി ക്കൊമ്പൻ.
അടിയറ - കാഴ്ചദ്രവ്യം, തോല്വി, കാഴ്ചപ്പണം, സമ്പൂർണ്ണനാശം.
അടിയുക - ഉറയുക, അകപ്പെടുക, അധഃപതിക്കുക, തങ്ങുക, നമഃ സ്കരിക്കുക.
അടിവാരം - താഴ്വര, അസ്തി വാരം.
അടുക്കൽ - പക്കൽ, മുമ്പാകെ, അടുത്ത്, ചേർത്തു വെക്കുക, സമീപിക്കൽ.
അടുക്കളക്കൂട്ടൻ - ഒരിനംതവള, വീട്ടിലിരുന്നു വീമ്പുപറയുന്നവൻ.
അടുക്കള മിടുക്ക് - പെണ്ണുങ്ങ ളുടെ മുമ്പിൽമാത്രം കാണിക്കുന്ന മിടുക്ക്, സ്ത്രീജനങ്ങളുടെ മിടുക്ക്.
അടുക്ക് - പലപാളികളായി അടു ക്കിവെച്ചിരിക്കുന്നത്, ചിട്ട, കത്തി യുടെ പിടി.
അട്ട - ഒരു ചെറിയ ഇഴജന്തു, ചീഞ്ഞ, ഒരിനം പുഴു, വരണ്ട,
അട്ടം - ചന്ത, നേരിയതുണി, ചോറ്, അട്ടി, കൊത്തളം, എട്ട്, ബ്രഹ്മാ ഞ്ജലി, ഗോപുരം, മേട.
അട്ടഹാസം - അലർച്ച, പൊട്ടി ച്ചിരി, കുരുക്കുത്തി മുല്ല.
അണ - ചിറ,തലയണ, മെത്ത, തേപ്പുകട്ട, ഒരുരൂപയുടെ പതിനാ റിൽ ഒന്നു വിലയുള്ള ഒരു നാണ യം, കോഴി അടിയിരിക്കൽ, വായുടെ പാർശ്വം, വാഴക്കൈ, കത്തിതേ യ്ക്കുന്ന തടിക്കഷണം.
അണങ്ങ് - പ്രേതം, ഒരിനം ചെറിയ കൊതുക്, ഒരിനം വെളുത്ത ഈച്ച, തിറയാട്ടത്തിൽ കുട്ടികൾ കെട്ടുന്ന കോലം.
അണപ്പ് - കൗശലം, കിതപ്പ്, ആലിംഗനം.
അണയുക - കെടുക, വികാരം പൊലിയുക, നശിക്കുക, ആശ്ലേഷി ക്കുക, വന്നുചേരുക, അടുക്ക ലേക്കു നീങ്ങുക.
അണയ്ക്കുക - കെടുത്തുക, അടു പ്പിക്കുക, അർപ്പിക്കുക, കിതയ് ക്കുക, ഒരിടത്തുനിന്ന് മറ്റൊരിട ത്തേക്ക് കൊണ്ടു ചെന്നാക്കുക.
അണവ് - ചേർച്ച, ആലിംഗനം, മൈഥുനം.
അണി - നിര, അഴക്, അണിയു ന്ന, സൂചിയുടെ അഗ്രം, കൂട്ടം.
അണു - ആറ്റം, നിസ്സാരവസ്തു, ശിവൻ, ഒരിനം ഈച്ച, പഞ്ഞപ്പു ല്ല്, വാഴയിലയുടെ തണ്ട്.
അണുങ്ങ് - പ്രേതം, തിറയാട്ട ത്തിലെ ഒരു കോലം, ചെറിയ ഒരിനം കൊതുക്, കുറ്റീച്ച.
അണ്ട - വരമ്പ്, പൊത്ത്, അടുപ്പം, റാന്തലിൽ തിരി കടത്താനുള്ള വിടവ്, വൃഷണം, ചപ്പും ചവറും, മുട്ട.
അണ്ടൻ - തെണ്ടി, കുണ്ടളപ്പുഴു, കടത്തുകാരൻ.
അണ്ടർ - ഇടയർ, ശത്രുക്കൾ, ദേവന്മാർ.
അണ്ടി - കട്ടിത്തോടുള്ള വിത്ത്, വൃഷണം, വിളയാത്തത്.
അണ്ടുക - കടക്കുക, തേടുക, സമീപിക്കുക.
അണ്ടം - ബ്രഹ്മാണ്ഡം, താഴി കക്കുടം, മൃഗനാഭി, വൃഷണം. മുട്ട.
അണ്ഡജം - മത്സ്യം, സർപ്പം, ഗൗളി, പക്ഷി, ഉറുമ്പ്.
അണ്ഡനായകൻ - അരയന്നം, ഗരുഡൻ.
അണ്ണം - അണ്ണാക്ക്, അണ്ഡം.
അണ്ണൻ - അമ്മാവൻ, ജ്യേഷ്ഠൻ, ചങ്ങാതി.

അണ്ണൽ - വലുപ്പം, ദേവൻ, ഈശ്വരൻ, അണ്ണാൻ, രാജാവ്.

അണ്ണാച്ചി - തടിയൻ, അണ്ണൻ, തമിഴരെ മലയാളികൾ ബഹുമാനപൂർവം വിളിക്കുന്ന പദം.

അണ്ണാടി - അണപ്പല്ല്, ചെകിടെല്ല്, താടിയെല്ല്.

അണ്ണാവി - നട്ടുവൻ, ഗുരു, മൂത്ത സഹോദരൻ, പരദേശബ്രാഹ്മണൻ.

അണ്ണി - അണ്ണാൻ, അണ, ജ്യേഷ്ഠന്റെ ഭാര്യ.

അതനു - കാമദേവൻ, ചെറുതല്ലാത്ത.

അതപ - ചൂടില്ലാത്ത, പ്രവർത്തിക്കാത്ത, തപസ്സുചെയ്യാത്ത, അഹങ്കാരമില്ലാത്ത.

അതമ്പ് - ഒരിനം വൃക്ഷം (നീർപ്പേഴ്) ഒരിനം വള്ളി (പിലാച).

അതികൃച്ഛ്രം - ഒരുവ്രതം, വലിയ കഷ്ടത.

അതിക്രമം - ക്രൂരപ്രവൃത്തി, ആക്രമണം, അനീതി, അക്രമം, കുറ്റം, അതിരുകടക്കൽ.

അതിഗന്ധം - ഒരുതരം മുല്ല, ഗന്ധരാജൻ, ചെമ്പകം, ഗന്ധകം, ഇഞ്ചിപ്പുല്ല്.

അതിഗുണ - ഗുണമില്ലാത്ത, വിശേഷപ്പെട്ട, ഗുണങ്ങൾ വളരെയുള്ളത്, ഗുണങ്ങൾക്കതീതമായത്.

അതിഘം - ആയുധം, കോപം.

അതിചര - ചീനപ്പരുത്തി, ഓരിലത്താമര, ക്ഷണികമായ.

അതിചാരം - ആചാരങ്ങൾ, അക്രമം, അതിശയിക്കൽ, ചൊവ്വ തുടങ്ങിയ ഗ്രഹങ്ങൾ കാലമെത്തുംമുമ്പ് രാശിമാറൽ.

അതിച്ഛത്ര - കരിന്തുമ്പ, വയൽച്ചുള്ളി, കൂണ്, ആടുകൊട്ടപ്പാല, ശതകുപ്പ.

അതിച്ഛന്ദസ്സ് - വൈദികവിധിയെ ലംഘിക്കുന്നയാൾ, യജ്ഞവേദിയിലെ പ്രത്യേക പേരിലറിയപ്പെടുന്ന ഒരു ഇഷ്ടിക, ആശയറ്റ വ്യക്തി.

അതിതീഷ്ണ - ചെങ്കകുടക്, ഒരു തരംപുല്ല്.

അതിതീവ്ര - മീൻകണ്ണികറുക, വളരെ തീവ്രതയുള്ള.

അതിതൃഷ്ണ - അത്യാഗ്രഹം, വലിയദാഹം.

അതിഥി - വിരുന്നുകാരൻ, കന്മദം, ഒരു സൂര്യവംശരാജാവ്.

അതിദേശം - ഒന്നിനുപകരം മറ്റൊന്നു വയ്ക്കൽ, സ്ഥലംമാറ്റം, കൈമാറ്റം.

അതിനിദ്ര - ഉറക്കമില്ലാത്ത, അധികം ഉറങ്ങുന്ന.

അതിപാതം - എതിരിടൽ, ലംഘനം, കടന്നുപോകൽ.

അതിപ്രശ്നം - കടന്നചോദ്യം, ക്രമംവിട്ട ചോദ്യം.

അതിപ്രൗഢ - അഹങ്കാരമുള്ള, വളരെ മേന്മയുള്ള, വളരെ വളർന്ന, വിവാഹപ്രായം കഴിഞ്ഞ സ്ത്രീ.

അതിബല - ആനക്കുറുന്തോട്ടി, മഞ്ഞക്കുറുന്തോട്ടി, അധികംശക്തിയുള്ള, വിശപ്പും ദാഹവും മാറാനായുള്ള രണ്ടു മന്ത്രങ്ങൾ.

അതിബലം - അത്യധികമായ ശക്തി, വലിയ സൈന്യം, പവിഴം.

അതിബുദ്ധി - ദുഷ്ടബുദ്ധി, ബുദ്ധിശക്തി.

അതിഭൂമി - വിസ്താരമുള്ള ഭൂഭാഗം കവിഞ്ഞത്, മേന്മ, ആധിക്യം.

അതിമധുരം - ഇരട്ടിമധുരം, മനോഹരമായ, അധികം മധുരമുള്ള.

അതിമാനം - ദുരഭിമാനം, അതിരുകടന്ന ഗർവ്വം, വളരെ വ്യാപ്തിയുള്ളത്.

അതിര് - മതിൽ, അറ്റം, മര്യാദ യുടെ സീമ, അവസാനം, അതിർത്തി, ഔചിത്യം.

അതിരസം - ഉപ്പ്, ഒരു മധുരപല ഹാരം, അതിയായി മധുരം.

അതിരേകം - വ്യത്യാസം, മേന്മ, ആധിക്യം.

അതിരോമശം - കാട്ടാട്, കരിങ്കു രങ്ങ്.

അതിവികടൻ - ദുർബുദ്ധിമാൻ, കൊലയാന.

അതിവൃത്തി - അതിശയോക്തി, ലംഘനം, വലിയജോലി, വലിയ പ്രവാഹം.

അതിവേധം - ശക്തമായ എതിർ പ്പ്, ഏകാദശി, ദശമി എന്നിവയുടെ സന്ധി, അടുപ്പം കൂടിയത്, ശക്ത മായി തുളയ്ക്കുകയോ പിളർക്കു കയോ ചെയ്യൽ, വലിയ അടുപ്പം.

അതിശയം - ആശ്ചര്യം, ആധി ക്യം, ഉത്കർഷം.

അതിശയോക്തി - ഒരു കാവ്യാ ലങ്കാരം, ഒരുകാര്യത്തെക്കുറിച്ച് ഏറ്റിയോ കുറച്ചോ പറയുന്നത്.

അതിശോഭന - പാർവ്വതി, വളരെ ശോഭയുള്ളത്.

അതിസർഗ്ഗം - കൊടുക്കൽ, അനു വദിക്കൽ, തിരിച്ചുനല്കൽ, വേർപെ ടൽ.

അതിസർജനം - ചതി, കൊല, ദാനം ചെയ്യൽ, വേർപിരിയൽ.

അതുലം - എള്ള്, മയിലെള്ള്, തുല്യമല്ലാത്തത്.

അത്താൻ - മൂത്തസഹോദരിയുടെ ഭർത്താവ്, അപ്പച്ചിയുടെ മകൻ.

അത്തായം - ക്ഷീണം, വ്യസനം, അത്താഴം.

അത്താഴം മുടക്കി - നീർക്കോലി, കേവുവള്ളം, വിളിക്കാതെ രാത്രി യിൽ വന്നുകയറുന്ന വിരുന്നുകാ രൻ.

അത്തം - ഒരു നക്ഷത്രം, കൈ, മുഴം.

അത്നൻ - വായു, സൂര്യൻ, യാത്ര ക്കാരൻ.

അത്യന്തസുകുമാരം - വളരെ ഭംഗിയുള്ളത്, വളരെ മൃദുവായത്, ഒരു ധാന്യം.

അത്യമ്ലം - മരപ്പുളി, കോൽപ്പുളി, അമ്പഴം, കാട്ടുമാതളനാരകം.

അത്യയം - മരണം, കടന്നുപോ കൽ, അതിക്രമം, കുറ്റം, ശിക്ഷ.

അത്യഷ്ടി - പതിനേഴ് എന്ന സംഖ്യ, ഒരു ഛന്ദസ്സ്.

അത്യാധാനം - അതിക്രമം, കബ ളിപ്പിക്കൽ, ചുമത്തൽ.

അത്യായം - അതിക്രമം, ആധി ക്യം, അളവറ്റ ലാഭം.

അത്യാഹിതം - ലാഭം, വലിയഭയം, വലിയ ആപത്ത്, യാദൃച്ഛികമായ ആപത്ത്.

അത്യാർത്തി - വലിയദുഃഖം, വലിയ ആഗ്രഹം, വലിയ താല് പര്യം.

അത്യൂഹം - മയിൽ, നീർക്കാക്ക, ഗാഢമായ ധ്യാനം.

അത്രിജൻ - ദുർവ്വാസാവ്, ചന്ദ്രൻ, ദത്താത്രേയൻ, പ്രാചീന ബർ ഹിസ്സ്.

അഥർവണി - കുടുംബപുരോഹി തൻ, അഥർവവേദം അഭ്യസിച്ച ബ്രാഹ്മണൻ.

അദക്ഷിണ - ഇടത്ത്, വടക്ക്, ദയ യില്ലാത്ത, കഴിവില്ലാത്ത.

അദത്ത - അവിവാഹിത, കൊടു ക്കപ്പെടാത്ത.

അദല - കറ്റുവാഴ, ഇതളില്ലാത്ത.

അദലം - നീർക്കടമ്പ്, നീർപ്പേഴ്.

അദാവ് - ശിക്ഷ, വേദന.

അദാലത്ത് - കച്ചേരി, നീതി ന്യായം, സിവിൽ കോടതി.

അദിതി - ഭൂമി, മൃത്യു, കാലൻ, പാർവ്വതി, കശ്യപപത്നി, ദേവമാതാവ്, പുണർതം നക്ഷത്രം.

അദിതിജൻ - വാമൻ, ദേവൻ, സൂര്യൻ.

അദീർഘ - അല്പായുസ്സ്, നീളം കുറഞ്ഞത്.

അദൃഷ്ടം - കാണപ്പെടാത്തത്, വിധി, അവിചാരിത വിപത്ത്, ഭാഗ്യക്കേട്, ഒരുവിഷവസ്തു.

അത്ഭുതം - അത്ഭുതരസം, ഒരു മർമ്മം.

അദ്രി - പർവ്വതം, വൃക്ഷം, സൂര്യൻ, കല്ല്, ഇടിവാൾ, ഒരളവ്, ഒരു രാജാവ്, മേഘം, ഏഴ് എന്ന സംഖ്യ.

അദ്രിജം - കാവിമണ്ണ്, കന്മദം, തുമ്പൂണി.

അദ്രിജാതം - കാട്ടുതീ, കന്മദം.

അദ്രിതനയ - ഗംഗ, പാർവ്വതി.

അദ്രീശൻ - ശിവൻ, ഹിമവാൻ.

അദ്വൈതം - പരബ്രഹ്മം, ഏകാത്മവാദം, രണ്ടെന്നുള്ള ഭാവമില്ലായ്മ.

അധര - തെക്കുഭാഗം, നിന്ദ്യം, കീഴ്പ്പോട്ടു ചാഞ്ഞ.

അധരം - ചുണ്ട്, അരയ്ക്കുകീഴുള്ള ഭാഗം, കീഴ്ചുണ്ട്, താഴെയുള്ളവസ്തു.

അധർമ്മം - അനീതി, പാപം, ധർമ്മമില്ലായ്മ.

അധഃപതനം - വീഴ്ച; തോല്വി; നാശം; താഴുക.

അധശ്ചരൻ - കള്ളൻ, നശിച്ചുകൊണ്ടിരിക്കുന്നവൻ.

അധികം - ശേഷിച്ചത്, കൂടുതൽ, പെരുപ്പം, ഒരു അലങ്കാരം.

അധികരണം - ആശ്രയം, പ്രമേയം, അദ്ധ്യായം, ഖണ്ഡിക, നീതിന്യായക്കോടതി, അധിരോപണം, ഭരണവകുപ്പ്.

അധികരണി - ഇരുമ്പുപാത്രം, അടകല്ല്, മേൽനോട്ടക്കാരൻ.

അധികരിക്കുക - അധികമാക്കുക, ആധാരമാക്കുക, നിയന്ത്രിക്കുക, പുരസ്കരിക്കുക.

അധികാരം - അർഹത, മേൽക്കോയ്മ, ചുമതല, ആജ്ഞാശക്തി, അംശം.

അധികാരി - ഭരണാധിപൻ, പാർവ്വത്യകാർ, അവകാശി.

അധിക്ഷേപം - നിന്ദ, ഏറ്, പിരിച്ചുവിടൽ.

അധിഗമം - അറിവ്, ഭരണാധികാരി, ഉടമ, രാജാവ്, ഒരു മർമ്മം, പ്രാപ്തി, ലാഭം.

അധിക്ഷൂതം - ഭൗതികവസ്തു, പരമാത്മാവ്.

അധിരഥൻ - തേരാളി, കർണ്ണന്റെ വളർത്തച്ഛൻ.

അധിവക്താവ് - വാഗ്മി, അഭിഭാഷകൻ, പ്രഭാഷകൻ, ആശ്വാസവാക്കു പറയുന്നവൻ.

അധിവാസം - പാർപ്പിടം, അധിവസിക്കൽ, സുഗന്ധദ്രവ്യം, വിഗ്രഹത്തിൽ ദേവചൈതന്യം പ്രവേശിപ്പിക്കൽ.

അധിഷ്ഠാനം - ഇരിപ്പിടം, വീടിന്റെ അസ്തിവാരം, മുകളിൽ സ്ഥിതിചെയ്യൽ, അധികാരം, വണ്ടിയുടെ അച്ച്, ഒരു മർമ്മം, നഗരം, വീട്.

അധീര - മിന്നൽപ്പിണർ, ധൈര്യമില്ലാത്തവൾ, ഉരുളുന്നത്.

അധോഗതി - കീഴ്പോട്ടുള്ള പോക്ക്, അധഃപതനം.

അധോമർമ്മ - ഗുദം, യോനി.
അധോമാർഗ്ഗം - നാശത്തിലേക്കുള്ളവഴി, ഭൂമിക്കടിയിലൂടെയുള്ളവഴി, താഴോട്ടുള്ളവഴി, ദ്വന്ദ്വയുദ്ധത്തിലെ ഒരടവ്.
അദ്ധ്യക്ഷൻ - സാക്ഷി, സഭാനാഥൻ, ഭരണത്തലവൻ, നേതാവ്.
അധ്യണ്ഡ - കിഴുകാനെല്ലി, നായ്ക്കുരണ.
അദ്ധ്യവസായം - ഗ്രഹണം, നിശ്ചയം, പ്രയത്നം, നാട്യാലങ്കാരങ്ങളിലൊന്ന്.
അദ്ധ്യാത്മം - സൂക്ഷ്മശരീരം, പരമാത്മാവ്, ജീവാത്മാവ്.
അദ്ധ്വഗം - ഒട്ടകം, കോവർക്കഴുത.
അദ്ധ്വാരം - ആകാശം, സോമയാഗം.
അദ്ധ്വാനം - പ്രയത്നം, നിശ്ശബ്ദം.
അദ്ധ്വാന്തം - അസ്തമനശോഭ, വഴിയുടെ അവസാനം.
അനക്ഷ - അച്ചുതണ്ടില്ലാത്ത, കണ്ണില്ലാത്ത.
അനക്ഷരം - അക്ഷരത്തെറ്റ്, അക്ഷരസ്ഫുടതയില്ലായ്മ, ചീത്തവാക്ക്.
അനഘ - പരിശുദ്ധ, അതിവിടയം, ശാകദ്വീപിലെ ഒരു നദി.
അനഘൻ - വിഷ്ണു, ശിവൻ, ഒരു ഗന്ധർവ്വൻ, ഒരു പാഞ്ചാലരാജാവ്, കുറ്റമില്ലാത്തവൻ.
അനംഗം - വായു, ആകാശം, ഒരു താളം, അരൂപി, മനസ്സ്.
അനഞ്ജനം - പരബ്രഹ്മം, ആകാശം.
അനതി - അഹങ്കാരം, വളവില്ലായ്മ, അധികമല്ലാത്തത്, അവിനയം.
അനത്ത് - പാചകം, ചൂടാക്കൽ, മുഴുവനും, അടി.
അനൻ - പ്രാണൻ, ശ്വാസം.
അനന്ത - ഭൂമി, ഒന്ന് എന്ന സംഖ്യ, മുൾക്കുറുഞ്ഞി, പാർവ്വതി, ചെറുചീര, കൊടിത്തൂവ, മേത്തോന്നി, നറുനീണ്ടി, വെറ്റിലക്കൊടി, കൂപ്പമഞ്ഞൾ, തിപ്പലി, കറുക, ചിറ്റമൃത്, മുഞ്ഞ, നെല്ലി.
അനന്തം - മോക്ഷം, പരബ്രഹ്മം, അവസാനമില്ലാത്തത്, അഭയം, ആകാശം, സ്വർണ്ണം, നൊച്ചി, തിരുവോണനക്ഷത്രം, ആ എന്ന അക്ഷരം.
അനന്തകം - വേഴംപുല്ല്, മഹാകാശം, അവസാനമില്ലാത്തത്.
അനന്തദൃഷ്ടി - ഇന്ദ്രൻ, ശിവൻ.
അനന്തൻ - വിഷ്ണു, ശിവൻ, വാസുകി, ആദിശേഷൻ, ബലഭദ്രൻ.
അനന്തപുരം - തിരുവനന്തപുരം, വൈകുണ്ഠം.
അനന്വയം - ഒരു അലങ്കാരം, ബന്ധരാഹിത്യം.
അനപായം - നാശമില്ലായ്മ, ഒരു സംസ്കൃതവൃത്തം.
അനപ്പ് - ചൂട്, പാകം ചെയ്തത്.
അനംബരൻ - ശിവൻ, ജൈനഭിക്ഷു, ബുദ്ധഭിക്ഷു, നഗ്നൻ.
അനയം - ചൂതുകളി, ദുർഭരണം, അന്യായം, മോശമായ പെരുമാറ്റം, ആപത്ത്.
അനർത്ഥം - അർത്ഥമില്ലായ്മ, ഉപദ്രവം, ദൗർഭാഗ്യം,
അനൽ - ചൂട്, തീയ്.
അനല - കശ്യപന്റെ ഭാര്യ, കംഭീനസിയുടെ അമ്മ, വിഭീഷണന്റെ പുത്രി. രോഹിണിയുടെ പുത്രി.
അനലം - പിത്തം, സ്വർണ്ണം, ചേരുമരം, കൊടുവേലി, ചേരുമരം, തീയ്, കാർത്തികനക്ഷത്രം.
അനലൻ - അഗ്നിദേവൻ, അഗ്നി, പിത്തം, വിഷ്ണു, കാറ്റ്, അഷ്ടവ

സുക്കളിൽ അഞ്ചാമൻ, വിഭീഷണന്റെ മന്ത്രി.

അനലപ്രഭ - ഉഴിഞ്ഞ, ചെറുപുന്ന, അഗ്നിയുടെ പ്രകാശം, ഒരു ദേവസ്ത്രീ.

അനലി - അഗ്നി, സൂര്യൻ, നെരുപ്പ്, കൊക്കുമന്താരം, അകത്തിമരം.

അനവദ്യ - കന്യക, കുറ്റമില്ലാത്ത, ഒരു അപ്സരസ്ത്രീ.

അനവധാനത - ഉദാസീനത, അശ്രദ്ധ.

അനവസരം - അയുക്തസമയം, വിശ്രമമില്ലായ്മ, ദുർവൃത്തി, അവസാനമില്ലാത്ത.

അനവസ്ഥാനം - ദുർവൃത്തി, സദാചാരമില്ലായ്മ, ചഞ്ചലത.

അനവീകൃതം - പഴയത്, ഒരു കാവ്യദോഷം.

അനസൂയ - ശകുന്തളയുടെ തോഴി, അസൂയയില്ലായ്മ, അത്രി മഹർഷിയുടെ ഭാര്യ.

അനാക്രാന്ത - കണ്ടകാരിച്ചുണ്ട, ആക്രമിക്കപ്പെടാത്ത, ചെറുവഴുതിന.

അനാഗാരികൻ - സന്ന്യാസി, വീടില്ലാത്തവൻ, വീടുവിട്ടവൻ, ബുദ്ധഭിക്ഷു.

അനാധാരൻ - ബ്രഹ്മം, ആശ്രയമില്ലാത്തവൻ.

അനാപ്തൻ - അപരിചിതൻ, കിട്ടാത്തവൻ.

അനാമയം - മനസ്സുഖം, ആരോഗ്യം.

അനാമയൻ - വിഷ്ണു, ശിവൻ, രോഗവും ദുഃഖവുമില്ലാത്തവൻ.

അനായാസം - എളുപ്പം, അലസത.

അനാർജവം - ചതി, വക്രത.

അനാവശ്യം - ആവശ്യമില്ലാത്തത്, മോക്ഷം, ആവർത്തനം ഇല്ലായ്മ, തിരിച്ചുവരായ്ക, മര്യാദകേട്, സഭ്യമല്ലാത്തത്.

അനാശൻ - ഈശ്വരൻ, നാശമില്ലാത്തവൻ.

അനാസ്തിക്യം - നാസ്തിക്യം, ആസ്തിക്യം, ആദരവില്ലായ്മ, ശ്രദ്ധയില്ലായ്മ, പരിഗണിക്കാതിരിക്കൽ.

അനാഹത - അലക്കാത്ത വസ്ത്രം, അഹതമല്ലാത്ത നാദം, കൃത്രിമഭംഗിവരുത്താത്തത്.

അനിന്ദ്രിയം - പ്രജ്ഞ, ആത്മാവ്, മനസ്സ്.

അനിമകം - വണ്ട്, തവള, മധൂകവൃക്ഷം, താമരയല്ലി.

അനിമിത്തം - ദുഃശകുനം, കാരണമില്ലായ്മ.

അനിമിഷം - മീൻ, മീനം രാശി, കണ്ണിമയ്ക്കാത്തത്.

അനിമിഷൻ - വിഷ്ണു, കണ്ണിമയ്ക്കാത്തവൻ, അമരൻ.

അനിയമം - ക്രമക്കേട്, നിയമമില്ലായ്മ, മര്യാദയില്ലായ്മ, സംശയം.

അനിരുദ്ധൻ - ശിവൻ, വിഷ്ണു, ചാരൻ, ശ്രീകൃഷ്ണന്റെ പൗത്രൻ.

അനിർവൃതി - സുഖക്കേട്, സങ്കടം, അസംതൃപ്തി, ഉൽക്കണ്ഠ, ദാരിദ്ര്യം.

അനിലജൻ - ഭീമൻ, ഹനുമാൻ.

അനിലൻ - കാറ്റ്, വായുദേവൻ, ചോതിനക്ഷത്രം, വിഷ്ണു, അഷ്ടവസുക്കളിൽ അഞ്ചാമൻ.

അനിലാമയം - വായുകോപം, വാതരോഗം.

അനിഷ്ടം - വിപത്ത്, കുറ്റം, ദുശ്ശകുനം, ഇഷ്ടമല്ലാത്തത്, ഭാഗ്യദോഷം.

അനീകം - സൈന്യം, പംക്തി, മുന, യുദ്ധം.

അനീകസ്ഥം - അടയാളം, പെരുമ്പറ.
അനീകസ്ഥൻ - ആനപാപ്പാൻ, യോദ്ധാവ്, ആയുധപാണിയായ കാവല്ക്കാരൻ.
അനീതി - ആപത്തൊഴിഞ്ഞ സ്ഥിതി, അധർമ്മം, അന്യായം.
അനീശൻ - വിഷ്ണു, ശിവൻ.
അനീഹൻ - ഉദാസീനൻ, ആഗ്രഹമില്ലാത്തവൻ, ഒരു രാജാവ്.
അനു - കല്പന, പകർപ്പ്, അനുദ്രുഹു, പിന്നാലെ.
അനുകർഷണം - ആവാഹിക്കൽ, വണ്ടിയുടെ അച്ചുതണ്ട്, ഒരലങ്കാരം, ഒരായുധം, വലിച്ചിഴയ്ക്കൽ.
അനുകൂല - ഹിതമായ, യോജിക്കുന്നവ, വിശ്വാസമുള്ള, ചെറിയ ദന്തി.
അനുഖ്യാതി - ദർസനം, അനുഗമനം, ഉടന്തടിയേറ്റം.
അനുജ - ഇളയസഹോദരി, ബ്രഹ്മി, ഒരു വള്ളിച്ചെടി, പിന്നാലെ ജനിച്ച.
അനുജ്ഞ - അനുവാദം, മാപ്പ്, യാത്രാനുമതി, ഒരു അലങ്കാരം.
അനുതരം - ചരക്ക്, കടത്തുകൂലി.
അനുതർഷം - ആഗ്രഹം, മദ്യപാനം, ദാഹം, പാനപാത്രം.
അനുതാപം - സഹതാപം, ചൂട്, പശ്ചാത്താപം.
അനുനയം - വശത്താക്കൽ, ഉപചാരം, അഭ്യർത്ഥന, അച്ചടക്കം, നാടകത്തിലെ ഒരു ലക്ഷണം.
അനുപരത - മരിക്കാത്ത, തടയപ്പെടാത്ത, തീരാത്ത.
അനുപസ്ഥിതി - നിലവിലില്ലാത്ത, അടുത്തല്ലാത്ത,
അനുബന്ധം - ചേർച്ച, പിൻതുടർച്ച, തടസ്സം, കൂട്ടിച്ചേർത്തഭാഗം, രോഗലക്ഷണങ്ങളിൽ പ്രാധാന്യമില്ലാത്തത്.
അനുബന്ധി - ഇക്കിൾ, ദാഹം, ബന്ധമുള്ളത്.
അനുബോധം - സുഗന്ധദ്രവ്യം, ഓർമ്മ, സുഗന്ധംപൂശൽ.
അനുഭാവം - അനുകമ്പ, അന്തസ്സ്, രോമാഞ്ചം, വിയർപ്പ്.
അനുരക്തി - അനുരാഗം, ആസക്തി, ഭക്തി.
അനുരണനം - മാറ്റൊലി, വീണക്കമ്പിയും മറ്റും മീട്ടുമ്പോൾ പ്രകമ്പനം കൊണ്ടുണ്ടാകുന്ന ശബ്ദം, മൃദുവായ മണിനാദം, അനുസ്വാന ദ്ധ്വനി.
അനുരതി - അനുരാഗം, ആഗ്രഹം.
അനുരാഗം - പ്രണയം, വാത്സല്യം, ഭക്തി, ചെമപ്പുനിറം.
അനുരോധിക്കുക - നിർബ്ബന്ധിക്കുക, അപേക്ഷിക്കുക, അനുകൂലിക്കുക, അനുസരിക്കുക, ചുറ്റും വളയുക, തടുക്കുക.
അനുവചനം - പ്രസംഗം, അദ്ധ്യായം, കേട്ടുപറയൽ, കാണാപ്പാഠം ചൊല്ലൽ.
അനുവത്സരം - വർഷംതോറും, ആണ്ട്.
അനുവാദം - സമ്മതം, തർജ്ജമ, ആവർത്തിച്ചുപറയൽ, തുറന്നു പറയൽ.
അനുവിധൻ - അനുവർത്തിക്കുന്നവൻ, ഭക്തൻ.
അനുവൃത്തി - ഭക്തി, അനുസരിക്കൽ, ഒരു നാട്യാലങ്കാരം, തുടർച്ച.
അനുവേധം - സമ്പർക്കം, തടയൽ, തുളയ്ക്കൽ, കലർത്തൽ.
അനുശയം - കോപം, വെറുപ്പ്, പശ്ചാത്താപം, ദുഃഖം, വിരോധം, അടുത്തബന്ധം.

അനുശാസനം - നിയമം, നിർദ്ദേശം, ശിക്ഷിക്കൽ, ഭരണം, പഠിപ്പിക്കൽ.
അനുഷക്തി - ദയ, ഗാഢബന്ധം, അനുരക്തി, സമ്പർക്കം.
അനുഷ്ണ - ഒരു നദി, ചൂടില്ലാത്ത, കരിങ്കൂവളം.
അനുസന്ധാനം - ധ്യാനം, ചർച്ച, ക്രമീകരിക്കൽ, പദ്ധതി, അന്വേഷണം, വിചാരണ.
അനുസൃതി - ചേർച്ച, വേശ്യ, അനുസരണം.
അനൂകം - ഗോത്രം, ശീലം, നട്ടെല്ല്, ഒരുതരം യാഗപാത്രം, പൂർവജന്മം.
അനൂപം - നദീതീരം, കുളം, പോത്ത്, തവള, ആന, ചെളിപ്രദേശം.
അനൂരു - തുടയില്ലാത്ത, അരുണൻ.
അനൃതം - വഞ്ചന, കൃഷി.
അനേകമൂർത്തി - ശിവൻ, വിഷ്ണു, ഈശ്വരൻ.
അന്തം - അവസാനം, അതിര്, മരണം, അയൽപക്കം, ഒടുവിലത്തെ അഭിപ്രായം, വിഭാഗം, ആകത്തുക.
അന്തരം - ദൂരം, കുറവ്, ഭാഗ്യക്കേട്, വസ്ത്രം, വിഘ്നം, മദ്ധ്യഭാഗം, ഉൾവശം, ഉള്ളടക്കം, മനസ്സ്, ദ്വാരം, തക്കം.
അന്തരംഗം - മനസ്സ്, വിചാരം, രഹസ്യം, പ്രിയപ്പെട്ടത്.
അന്തരാ - വഴിമദ്ധ്യേ, ഉള്ളിലേക്ക്, നടുവിൽ, കൂടാതെ, അടുക്കൽ.
അന്തരായം - ക്ഷേത്രത്തിലെ നടുവരമ്പ്, മുടക്കം, തടസ്സം, ആവരണം.
അന്തരി - ഒരു ചർമ്മവാദ്യം, ദുർഗ്ഗ, ഒരു രാഗം, ഒരലങ്കാരപ്പണി.
അന്തരീക്ഷം - അഭ്രം, ചുറ്റുപാട്, വായുമണ്ഡലം.
അന്തരീപം - മുനമ്പ്, ദ്വീപ്.
അന്തരീയം - ഉടുമുണ്ട്, ഉള്ളുടുപ്പ്, അടിയിൽ ഉടുക്കുന്ന മുണ്ട്.
അന്തർദ്ധാര - അടിയൊഴുക്ക്, പെരുമഴ, രഹസ്യപ്രവർത്തനം.
അന്തര്യാമി - പ്രാണൻ, പരമാത്മാവ്, വിഷ്ണുവിന്റെ അഞ്ചുതരം രൂപങ്ങളിലൊന്ന്.
അന്തർവാഹിനി - മുങ്ങിക്കപ്പൽ, സരസ്വതീനദി, ഭൂമിയുടെ അടിയിലൂടെ ഒഴുകുന്ന നദി.
അന്തശയ്യ - മരണം, മരണശയ്യ, ചുടുകാട്, തറയിലുള്ള കിടക്ക, പ്രേതമഞ്ചം.
അന്തസ്താപം - മനോദുഃഖം, ഉള്ളിലെ ചൂട്.
അന്തസ്സത്ത - ആന്തരസത്യം, ഗർഭിണി, ചേർക്കുരു, ആത്മശക്തിയുള്ള.
അന്തസ്സ് - ഗമ, അഹങ്കാരം, മാന്യത, അഭിമാനം, പ്രൗഢി.
അന്തി - സന്ധ്യ, മൂത്തസഹോദരി.
അന്തിക - അപരാന്തിക, അടുപ്പ്, മൂത്തസഹോദരി, അടുത്തുള്ള.
അന്തിക്കട - വൈകുന്നേരം മാത്രം തുറക്കുന്ന കട, അന്തിച്ചന്ത.
അന്തിമൻ - ചണ്ഡാളൻ, അവസാനത്തെ ആൾ.
അന്തേവാസി - ഗുരുകുലത്തിലെ ശിഷ്യൻ, ചണ്ഡാളൻ, ഉള്ളിൽ വസിക്കുന്നവൻ, താമസക്കാരൻ.
അന്തേശയൻ - കാമദേവൻ, ഈശ്വരൻ.
അന്തഃകരണം - ആത്മാവ് മനസ്സാക്ഷി, ഹൃദയം, ഉള്ളിലുള്ള ഇന്ദ്രിയം.
അന്ത്യം - മരണം, അവസാനം, മീനംരാശി, മുത്തങ്ങ, നട്ടെല്ലിനു

കീഴിലുള്ള ഒരു മർമ്മം, ഒരു സംഖ്യ.

അന്ത്യവർണ്ണം - ഏറ്റവും താണ ജാതി, ഒടുവിലത്തെ അക്ഷരം.

അന്ദു - ചങ്ങല, കാൽത്തള, ആന ച്ചങ്ങല.

അന്ദോളനം - അസ്വസ്ഥത, ആട്ടം, ഇളക്കം.

അന്ധകം - ആന്ധ്രപ്രദേശം, ഒരു വൃക്ഷം, ബുദ്ധമതത്തിലെ ഒരു മാർഗ്ഗം.

അന്ധകാരം - ഇരുട്ട്, അജ്ഞാനം.

അന്ധകൂപം - പൊട്ടക്കിണറ്, ഒരു നരകം.

അന്ധത - വിവേകമില്ലായ്മ, അജ്ഞാനം, കാഴ്ചയില്ലായ്മ.

അന്ധതമസം - അജ്ഞാനം, കൂരിരുട്ട്.

അന്ധൻ - കുരുടൻ, വിവേകമില്ലാത്തവൻ, അജ്ഞൻ, ഭിക്ഷുക്കളിൽ ഒരു വിഭാഗത്തിൽപ്പെട്ടവൻ.

അന്ധസ്സ് - സോമരസം, ഭക്ഷണം, സോമലത.

അന്ധിക - കണ്ണുകെട്ടിക്കളി, രാത്രി, ഒരു നേത്രരോഗം.

അന്ധു - കിണറ്, പുരുഷലിംഗം.

അന്ന - പാർവതി, അമ്മ, ക്രിസ്തുവിന്റെ ദിവ്യത്വം ആദ്യമായി പ്രഖ്യാപിച്ച സന്ന്യാസിനി.

അന്നം - ആഹാരം, താറാവിന്റെ ജാതിയിൽപ്പെട്ട ഒരു പക്ഷി, ജലം, ഭൂമി, ധാന്യം, തീർത്ഥം.

അന്നകോഷ്ഠകൻ - സൂര്യൻ, വിഷ്ണു.

അന്നഗന്ധി - അതിസാരം, വയറുകടി, ഗ്രഹണി.

അന്നദാതാവ് - അന്നം കൊടുക്കുന്നവൻ, ശിവൻ, രക്ഷാകർത്താവ്.

അന്നനട - മനോഹരമായ നട. ഒരു ഭാഷാവൃത്തം.

അന്നപതി - ശിവൻ, സൂര്യൻ, വായു, അഗ്നി, ആഹാരത്തിന്റെ ഉടമസ്ഥൻ.

അന്നമലം - മദ്യം, അമേദ്ധ്യം.

അന്നരസം - ഭക്ഷണത്തിന്റെ സ്വാദ്, ആഹാരത്തിന്റെ സത്ത്, ആഹാരവും പാർപ്പിടവും.

അന്നൽ - ക്രൗഞ്ചപ്പക്ഷി, അരയന്നം.

അന്നവികാരം - ഉദരരോഗം, ശുക്ല സ്രാവം, ശുക്ലം, അന്നദഹനം.

അന്നാദൻ - പരമാത്മാവ്, വിഷ്ണു, അഗ്നി.

അൻപൻ - കാമുകൻ, സ്നേഹമുള്ളവൻ, ഭക്തൻ, ഭർത്താവ്.

അൻപ് - സ്നേഹം, വിശ്വാസം, ശ്രദ്ധ, ദയ, അനുഗ്രഹം, സന്തോഷം, ചേർച്ച, ഭക്തി.

അന്യത്ര - മറ്റൊരിക്കൽ, മറ്റൊരിടത്ത്.

അന്യൻ - ശത്രു, മറ്റൊരുവൻ, ഭർത്താവ്.

അന്വയം - വംശം, പരസ്പരബന്ധം, പിൻതുടരൽ, സാഹചര്യം.

അന്വാധി - ജാമ്യം, മദ്ധ്യസ്ഥത, മറ്റൊരാൾക്കു കൊടുക്കാൻവേണ്ടി ഏല്പിച്ചവസ്തു, പശ്ചാത്താപം.

അന്വാസനം - ശുശ്രൂഷ, പശ്ചാത്താപം, ഒരിനം സ്നേഹവസ്തി, മുഖ്യനായ ആൾ ഇരുന്ന ശേഷം ഇരിക്കൽ.

അന്വതി - ആഹാരം, അനുഗമനം.

അന്വീക്ഷ - ധ്യാനം, അന്വേഷണം, വിചാരം.

അപകടം - കുഴപ്പം, ആപത്ത്, ശല്യം.

അപകർഷം - നഷ്ടം, അവമാനം, തരം താഴ്ത്തൽ, താഴേക്കു വലിക്കൽ.

അപകൃതി - ഉപദ്രവം, അപരാധം, വിരോധം, നിന്ദ്യമായ പ്രവൃത്തി.

അപക്തി - ദഹനക്കേട്, പാകമാകാത്ത ആഹാരം.

അപക്ഷയം - കൃഷ്ണപക്ഷം, നാശം.

അപഗത - മരിച്ച, ഉള്ളിലേക്കു വലിഞ്ഞ, കഴിഞ്ഞ, ദുർഗ്ഗതി പ്രാപിച്ച.

അപഗമം - വിരഹം, മരണം, പിരിഞ്ഞുപോകൽ, കാണാതാകൽ.

അപത്രം - തൂതുവള, ഇലകൊഴിഞ്ഞമരം, മുളങ്കൂമ്പ്, ചിറകുമുളയ്ക്കാത്ത പക്ഷി, തളിര്.

അപദം - ചീത്തസ്ഥലം, സർപ്പം, പ്രകൃതി, അന്തരീക്ഷം, വീടില്ലായ്മ.

അപദേശം - വേഷംമാറ്റം, ലക്ഷ്യം, നിർദ്ദേശം, കീർത്തി, ദിക്ക്, നികൃഷ്ടമായ ദേശം, വ്യാജപ്രസ്താവന, ലാക്ക്, നിമിത്തം.

അപഭൂതി - നാശം, തോല്വി, നഷ്ടം.

അപഭ്രംശം - സ്ഥാനഭ്രംശം, അധഃപതനം, സംസ്കൃതം ഒഴികെയുള്ള ഭാഷ, അപശബ്ദം.

അപമർശം - പരാമർശം, സ്പർശം.

അപര - പരാശക്തിയുടെ മൂന്നു ഭാവങ്ങളിൽ ഒന്ന്, ആനയുടെ പിൻഭാഗം, പടിഞ്ഞാറ്, അപരാവിദ്യ, പൊക്കിൾക്കൊടി.

അപരൻ - ശത്രു, അന്യൻ.

അപരാജിത - വിഷ്ണുക്രാന്തി, മലയമുക്കി, നീരാരൽ, ദുർഗ്ഗാദേവി, തുവരപ്പയറ്, വെളുത്തനൊച്ചി.

അപരാധം - ശിക്ഷ, കുറ്റം, പാപം, അപവാദം.

അപരാന്തം - മരണം, ആനയുടെ പിൻകാൽ, അങ്ങേയറ്റം, പടിഞ്ഞാറേ അതിര്.

അപരിഗ്രഹം - ദാരിദ്ര്യം, ദാനം സ്വീകരിക്കാതിരിക്കൽ, സർവ്വം ത്യജിക്കൽ.

അപരിചിതം - അറിവില്ലായ്മ, പരിചയമില്ലായ്മ.

അപരോധം - നിരോധിക്കൽ, ഒഴിവാക്കൽ, പുറത്താക്കൽ.

അപവരകം - ഈറ്റില്ലം, ഉള്ളറ, കാറ്റുകടക്കാനുള്ള ദ്വാരം.

അപവർഗ്ഗം - ദാനം, എയ്യൽ, പരിപൂർത്തി, മോക്ഷം ഉപേക്ഷിക്കൽ, കാര്യസിദ്ധി.

അപവർജ്ജിക്കുക - കടംവീട്ടൽ, ദാനം, മോക്ഷം ഉപേക്ഷിക്കൽ.

അപവാദം - പ്രതിഷേധം, ദുഷ്പ്രവാദം, ആജ്ഞ, നിഷേധിക്കൽ, ഉത്സർഗ്ഗം, വിമർശസന്ധിയുടെ ഒരംശം, നായാട്ടുകാരുടെ ഒരു വാദ്യഘോഷം.

അപവൃത്തി - കടന്നുപോകൽ, അവസാനം.

അപശബ്ദം - അപവാദം, ചീത്തവാക്ക്, അസഭ്യഭാഷണം, അവ്യക്തമായി ഉച്ചരിക്കുന്ന വാക്ക്, വ്യാകരണനിയമപ്രകാരം തെറ്റായ വാക്ക്.

അപസർജ്ജനം - സംഭാവന, മോക്ഷം, ഉപേക്ഷിക്കൽ, ദാനം.

അപായം - ആപത്ത്, അനർത്ഥം, വ്യസനം, മരണം, നഷ്ടം, പുറപ്പാട്, മുറിവ്, അസ്തമയം.

അപേക്ഷ - ആശ്രയം, ആഗ്രഹം, അഭ്യർത്ഥന, ആകാംക്ഷ.

അപ്നസ്ഥൻ - ഉടമസ്ഥൻ, യജ്ഞാധികാരമുള്ളവൻ.

അപ്നസ്സ് - സന്തതി, പ്രവൃത്തി, ഉടമ, വസ്തുവക, ആകൃതി, യജ്ഞം.

അപ്പതി - സമുദ്രം, വരുണൻ.

അപ്പൻ - ഈശ്വരൻ, അച്ഛൻ, ആൺകുട്ടി, അച്ഛന്റെ സഹോദരൻ.

അപ്പാപ്പൻ - ചിറ്റപ്പൻ, അപ്പൂപ്പൻ, മുത്തച്ഛൻ.

അപ്പിത്തം - കൊടുവേലി, അഗ്നി.

അപ്പ് - വെള്ളം, ഇരുവേലി.

അപ്യയം - പ്രളയം, ലയിക്കൽ, അപ്രത്യക്ഷമാകൽ, ചേർച്ച, മൈഥുനം.

അപ്രീതി - വെറുപ്പ്, നീരസം, സന്തോഷമില്ലായ്മ.

അബലം - യവം, നീർമാതളം, ക്ഷീണം.

അബുധ്നം - അന്തരീക്ഷം, വായുമണ്ഡലം.

അബ്ജം - താമര, ശംഖ്, കർപ്പൂരം, ജലത്തിൽ ജനിച്ചത്, നീർക്കടമ്പ്, ജലരാശി.

അബ്ജൻ - ധന്വന്തരി, ചന്ദ്രൻ.

അബ്ജഭോഗം - കവടി, താമരക്കിഴങ്ങ്.

അബ്ജിനി - താമരപ്പൊയ്ക, താമരച്ചെടി, താമരക്കൂട്ടം.

അബ്ദം - മുത്തങ്ങ, ആണ്ട്, മേഘം, അഭ്രകം, പർവ്വതം.

അബ്ധി - ഏഴ് എന്ന സംഖ്യ, ഒരു വലിയ സംഖ്യ, സമുദ്രം.

അബ്ധിഡിണ്ഡീരം - കടൽനുര, കടൽനാക്ക്.

അബ്ഭക്ഷം - സർപ്പം, വെള്ളം മാത്രം ഭക്ഷിക്കുന്നത്.

അഭയൻ - ശിവൻ, ഭയമില്ലാത്തവൻ, ഇധ്മജിഹ്വന്റെ പുത്രൻ, കൗരവന്മാരിലൊരുവൻ.

അഭർത്തൃക - അവിവാഹിത, വിധവ.

അഭാവം - മരണം, ന്യൂനത, ഇല്ലായ്മ.

അഭികാമം - പ്രേമം, കാമം, ആഗ്രഹം.

അഭിക്ഷേപം - നിന്ദ, ഏറ്, വിക്ഷേപം.

അഭിഖ്യ - കീർത്തി, മാഹാത്മ്യം, സൗന്ദര്യം, സ്ഥാനപ്പേര്.

അഭിഗൂർത്തി - സ്തുതി, ആഗ്രഹം, പരിശ്രമം, നിരന്തരമായ ചിന്ത.

അഭിഘാതം - അടി, കൈയേറ്റം, ഏറ്റുമുട്ടൽ.

അഭിജനം - പൂർവ്വികർ, തറവാട്, ബന്ധുക്കൾ, ജന്മഭൂമി, പരിവാരം, വംശത്തിൽ പ്രധാനി, കുലത്തിലെ പിൻതലമുറക്കാർ.

അഭിജ്ഞ - വിവേകം, ഓർമ്മ, അടയാളം.

അഭിതാപം - മനഃക്ലേശം, കടുത്ത വേദന, വലിയചൂട്, കഠിനദുഃഖം.

അഭിധാനം - പേര്, പദം, നിഘണ്ടു, കഥനം, സൂചന.

അഭിധേയം - അർത്ഥം, പദം, പ്രതിപാദ്യവിഷയം.

അഭിധ്യാനം - ആഗ്രഹം, ഗാഢമായ ധ്യാനം.

അഭിനന്ദനം - പ്രശംസ, ആഹ്ലാദം, പ്രോത്സാഹനം.

അഭിനയം - കപടഭാവം, അനുകരിക്കൽ.

അഭിനിയോഗം - താല്പര്യം, കല്പന.

അഭിനിവേശം - സ്ഥിരോത്സാഹം, ദൃഢമായ അടുപ്പം, ശുഷ്കാന്തി, ഉല്ക്കടമായ അഭിലാഷം, കാര്യസാദ്ധ്യത്തിനുള്ള താല്പര്യം.

അഭിപീഡ - വേദന, ദുഃഖം, ഉപദ്രവം.

അഭിപ്രായം - ആഗ്രഹം, ഉദ്ദേശ്യം, അർത്ഥം, ആശയം, ഒരു നാട്യാലങ്കാരം.

അഭിപ്ലവം - മനഃക്ലേശം, ഉപദ്രവം, കവിഞ്ഞൊഴുകൽ, പരാജയം, ഒരു യജ്ഞച്ചടങ്ങ്.

അഭിഭംഗം - നാശം, മുടക്കം.

അഭിഭർത്സനം - ഭീഷണിപ്പെടുത്തൽ, ആക്ഷേപിക്കൽ, ശകാരിക്കൽ.

അഭിഭവം - പരാജയം, അവമാനം, നാശം, പീഡനം, കീഴടക്കൽ.

അഭിഭൂതി - ഉപദ്രവം, അവമാനം, പീഡനം, തോല്വി, ആക്രമണം.

അഭിമതം - സമ്മതം, ഇഷ്ടം.

അഭിമർദ്ദം - മദ്യം, യുദ്ധം, ഞെരിക്കൽ.

അഭിമർശനം - മൈഥുനം, സ്പർശിക്കൽ, പിടിക്കൽ.

അഭിമാതി - ഉപദ്രവി, ചതിയൻ, ശത്രു.

അഭിയാനം - ആക്രമണം, എതിരിടൽ, സമീപിക്കൽ, നേർക്കു ചെല്ലൽ.

അഭിയോക്താവ് - ശത്രു, വാദി.

അഭിയോഗം - ഹർജി, ആക്രമണം, പാണ്ഡിത്യം, അഭ്യാസം, എതിർപ്പ്, നിഷ്ഠ, പരിശ്രമം, പോർവിളി.

അഭിരതി - ആസക്തി. ആനന്ദം, തൃപ്തി.

അഭിരാമൻ - ശിവൻ, സുന്ദരൻ.

അഭിരുചി - ഇഷ്ടം, പ്രീതി.

അഭിരൂപൻ - വിദ്വാൻ, ചന്ദ്രൻ, സുന്ദരൻ, അനുരൂപൻ, വിഷ്ണു, കാമദേവൻ, ശിവൻ.

അഭിലാവം - കൊയ്ത്ത്, മുറിക്കൽ.

അഭിലിഖിതം - പ്രമാണം, എഴുത്ത്.

അഭിലുളിത - കുഴങ്ങിയ, ക്ഷോഭിച്ച.

അഭിവഹനം - ചുമക്കൽ, കൊണ്ടുപോകൽ.

അഭിവീക്ഷണം - കാഴ്ച, മേൽനോട്ടം, നിരീക്ഷണം.

അഭിവൃദ്ധി - പുരോഗതി, പുഷ്ടി, ഐശ്വര്യം.

അഭിശസ്തി - നിന്ദ, ശാപം, അപവാദം, കുറ്റംചുമത്തൽ, നിർബ്ബന്ധപൂർവ്വമായ അപേക്ഷ.

അഭിഷംഗം - ദൃഢബന്ധം, ആസക്തി, ദുഃഖം, ആവേശം, പെട്ടെന്നുണ്ടാകുന്ന ആഘാതം.

അഭിഷ്യന്ദം - വയറിളക്കം, ഒഴുക്ക്, കാഴ്ചക്കുറവ്, തിങ്ങിക്കൂടി പാർക്കൽ.

അഭിഷ്വംഗം - ആസക്തി, ചേർച്ച, സ്നേഹം.

അഭിസന്നാഹം - ചതി, യോജിപ്പിക്കൽ, സന്ധി, പ്രസ്താവന, താല്പര്യം, പ്രതിജ്ഞ.

അഭിസർജ്ജനം - വധം, ദാനം.

അഭിസാരം - ആക്രമണം, യുദ്ധം, പടപ്പുറപ്പാട്, ഒരുക്കം, കാമുകീകാമുകന്മാരുടെ സങ്കേതസ്ഥാനം, ഒരു രാജ്യം.

അഭിസാരി - സഹായി, അനുചരൻ, സങ്കേതസ്ഥലത്തേക്കു പോകുന്ന കാമുകൻ.

അഭിഹതി - പ്രഹരം, കൊല്ലൽ, ഗുണനം.

അഭിഹവം - നിവേദ്യം, ആവാഹനം, അടുക്കലേക്കു വിളിക്കൽ, മന്ത്രോച്ചാരണത്തോടുകൂടിയ ഹോമം.

അഭീകൻ - ഭർത്താവ്, കാമുകൻ, യജമാനൻ, കവി, ക്രൂരൻ.

അഭീശു - രശ്മി, കടിഞ്ഞാൺ, കൈവിരൽ, കൈയ്.

അഭീഷ്ട - പ്രിയതമ, വാൽമുളക്, വെറ്റില, ആഗ്രഹിച്ച.

അഭു - വിഷ്ണു, ജനനമില്ലാത്തവൻ.

അഭ്യാഗം - എണ്ണതേയ്പ്, തേച്ചുകുളി, എണ്ണ.

അഭ്യനുജ്ഞ - അനുവാദം, യാത്രാനുവാദം, അംഗീകാരം, കല്പന.

അഭ്യന്തരം - ഹൃദയം, വിടവ്, ഇടയ്ക്കുള്ള സമയം, ഉള്ള്.

അഭ്യയം - സൂര്യാസ്തമയം, പ്രവേശിക്കൽ, എത്തിച്ചേരൽ, സമീപിക്കൽ.

അഭ്യർഹണ - ആരാധന, ഭക്തി.

അഭ്യർഹൻ - പൂജ്യൻ, യോഗ്യൻ.

അഭ്യസൂയ - കോപം, അസൂയ.

അഭ്യാഗമം - സന്ദർശനം, നേരിടൽ, അയൽ പക്കം, ശത്രുത, എതിരേല്ക്കൽ, അടുത്തുവരൽ.

അഭ്യാഹനനം - കൊല, അടി, പീഡനം, നിരോധനം.

അഭ്യുത്ഥാനം - അഭിവൃദ്ധി, അന്തസ്സ്, ഉദയം, യാത്രപുറപ്പാട്, പരിശ്രമം, ബഹുമാനാർത്ഥം എഴുന്നേറ്റു നില്ക്കൽ.

അഭ്യുദയം - മേന്മ, ഉയർച്ച, വിജയം, ആരംഭം, ഗ്രഹങ്ങളുടെ ഉദയം.

അഭ്യുന്നതി - ഐശ്വര്യം, ശ്രേഷ്ഠത, ഉയർച്ച.

അഭ്രം - മേഘം, ആകാശം, അഭ്രകം, സ്വർണ്ണം, മുത്തങ്ങ, കർപ്പൂരം, വഞ്ചി, പൂജ്യം.

അഭ്രങ്കഷം - തേക്കുമരം, പർവ്വതം, വായു.

അഭ്രപുഷ്പം - ജലം, ആകാശകുസുമം, വഞ്ചി

അഭ്രി - ബലിക്കല്ല്, മൺവെട്ടി, തോണി കെട്ടാനുള്ള കുറ്റി, തോണി വൃത്തിയാക്കാൻ ഉപയോഗിക്കുന്ന കൂർത്ത അറ്റമുള്ള വടി.

അഭ്രിയം - മേഘങ്ങളുടെ കൂട്ടം, മിന്നൽ.

അഭ്രോത്ഥം - വജ്രം, ഇടിവാൾ.

അഭ്വം - മേഘം, വെള്ളം, അളവറ്റ ശക്തി, കടുത്തകോപം, ആപത്ത്, സന്താനം, അടുപ്പം.

അമ - അമാവാസി, ഈറ്റ, മുള, പേക്കരിമ്പ്.

അമം - ശക്തി, രോഗം, ഭയം, പോക്ക്.

അമംഗളം - ആവണക്ക്, അശുഭം, ഭാഗ്യക്കേട്.

അമട്ട് - ഇളക്കം, കൗശലം, ഭീഷണിപ്പെടുത്തൽ, അമിട്ട്.

അമതി - ചതിയൻ, അറിവില്ലായ്മ, കാലം, ചന്ദ്രൻ.

അമത്രം - ബലം, പാത്രം.

അമനി - മൃഗത്തിന്റെ കടിതടം, വഴി, മരംകൊണ്ടുനിർമ്മിച്ച ജലപാത്രം.

അമയടക്കം - ഒതുക്കം, ശാന്തത.

അമയുക - അണയുക, അടങ്ങുക, പാർക്കുക, യോജിക്കുക, മതിയാകുക, ഉണ്ടാകുക, സ്വാധീനപ്പെടുക.

അമര - അമരി, കരിങ്കറുക, പൊക്കിൾക്കൊടി, അമരാവതി, ഗർഭപാത്രം, തൂണ്, ചിറ്റമൃത്, ചതുരക്കള്ളി, കറ്റവാഴ, ആറ്റുപേരാൽ.

അമരം - ഭാരം, നിയന്ത്രണം, വള്ളത്തിന്റെ പിൻഭാഗം, ഉടുമുണ്ടിന്റെ കോന്തല, ആനയുടെ പിൻഭാഗം, കുന്തത്തിന്റെ മുനയില്ലാത്ത അറ്റം, രസം, സ്വർണ്ണം, അസ്ഥിക്കൂമ്പാരം, ചതുരക്കള്ളി, ഒരു നേത്രരോഗം, അമരകോശം.

അമരപുഷ്പകം - കല്പവൃക്ഷം, പൂക്കൈത, തേന്മാവ്, കുരുവിക്കരിമ്പ്.

അമല് - അധികാരം, അറിവ്, തികവ്, പൂർണ്ണത, ഭരണം, കരം പിരിവ്, വിചാരണ, ആചാരം, ലഹരി.

അമല - വെളുത്തത്, കലർപ്പില്ലാത്തത്, മഹാലക്ഷ്മി, പൊക്കിൾക്കൊടി, കിഴുകാനെല്ലി, ഒരു വൃത്തം.

അമലം - നൈർമ്മല്യം, അഭ്രകം, ചർമ്മലന്ത.

അമസം - വിഡ്ഢിത്തം, കാലം, രോഗം.

അമളി - ബഹളം, അബദ്ധം, അപകടം, കിടക്ക.

അമാനി - ജാമ്യം, പണയം, വിനയശീലൻ.

അമാന്തം - അമളി, ചുരുക്കം, ഉദാസീനത, കാലതാമസം, കറുത്തവാവിന്റെ അവസാനം.

അമി - നുകക്കയറ്, നുകം, വരിനെല്ല്.

അമീർ - ധനികൻ, കുലീനൻ, നേതാവ്, പ്രഭു.

അമൃത - മരണമില്ലാത്തത്, ചിറ്റമൃത്, നെല്ലി, തുളസി, കടുക്ക, തിപ്പലി, വെളുത്തുള്ളി, സൂര്യകിരണം, പാർവ്വതി, മദ്യം, ഒരു യോഗിനി, പരീക്ഷിത്തിന്റെ അമ്മ, യമന്റെ അമ്മ, കറുക, ഗംഗ.

അമൃതം - മരണത്തെ ഇല്ലാതാക്കുന്നത്, പാലാഴികടഞ്ഞപ്പോൾ കിട്ടിയ അമൃത്, വെള്ളം, കറന്നചൂടുള്ള പാല്, ചോറ്, മേഘം, നെയ്യ്, മോര്, സോമരസം, മദ്യം, രസം, സ്വർണ്ണം, ചിറ്റമൃത്, പന്നിക്കിഴങ്ങ്, ശുക്ലം, അമൃതഫലം, വിഷം.

അമൃതദ്യുതി - കർപ്പൂരം, ചന്ദ്രൻ.

അമൃതൻ - പ്രജാപതി, ധന്വന്തരി, ദേവൻ, പ്രജാപതി, ശിവൻ, വിഷ്ണു, സൂര്യൻ, ആത്മാവ്. മരണമില്ലാത്തവൻ, ദേവൻ.

അമൃതപൻ - ദേവൻ, മദ്യപൻ, വിഷ്ണു, ദൈത്യന്മാരിൽ ഒരുവൻ.

അമൃതഫലം - പേരയ്ക്ക, നെല്ലി, ഈത്തപ്പഴം, കയ്പൻ പടവലം.

അമോക്ഷം - ദാസ്യം, ബന്ധനം, അസ്വാതന്ത്ര്യം, നിയന്ത്രണം.

അമോഘ - കടുക്ക, കയ്പൻ പടവലം, പാർവ്വതി, വിഴാൽ മരം, പൂപ്പാതിരി, ശന്തനുമഹർഷിയുടെ പത്നി.

അമ്പലം - ഹിന്ദുദേവാലയം, ചന്ത, സഭ, പൊതുസദസ്സ്.

അമ്പറ - ആവനാഴി, ആയുധപ്പുര.

അമ്പാടി - ശ്രീകൃഷ്ണൻ വളർന്ന ഗോകുലം, പശുത്തൊഴുത്ത്, ഇടയന്മാർ പാർക്കുന്ന ഗ്രാമം.

അംബ - പാർവ്വതി, അമ്മ, പുളിച്ചിക്കീര, കൃത്തികകളിൽ ഒരുവൾ, ഒരപ്സര സ്ത്രീ.

അംബം - വെള്ളം, കണ്ണ്, ശബ്ദം.

അംബകം - ചെമ്പ്, വെള്ളം, കണ്ണ്, കൊക്കുമരം.

അംബരം - വസ്ത്രം, ആകാശം, പാപം, ചുണ്ട്, പഞ്ഞി, അഭ്രകം, ചിത്തിരനക്ഷത്രം, അമ്പർ, കുങ്കുമം, പത്താംഭാവം, സമുദ്രപ്പച്ച, ഒരു സുഗന്ധദ്രവ്യം.

അംബരതടിനി - ആകാശഗംഗ, അമ്പലപ്പുഴയാറ്, ഗംഗ.

അംഭരീഷം - വറപ്പുപാത്രം, തീക്കുണ്ഡം, ഒരുനരകം, അമ്പഴം, ആകാശം, ദുഃഖം, പുല്ല്, കഴുതക്കുട്ടി, കാരകിൽ, യുദ്ധം, പശ്ചാത്താപം.

അംബരീഷൻ - ഒരു രാജാവ്, ശിവൻ, സൂര്യൻ, ഗണപതി, വിഷ്ണു.

അംബഷ്ഠം - തിപ്പലി, അംബഷ്ഠന്റെ ഭാര്യ, പാടവള്ളി, കുറുമൊഴിമുല്ല. പുളിയാരൽ, പുളിച്ചിക്കീര.

അംബഷ്ഠൻ - ആനക്കാരൻ, ക്ഷുരകൻ, അംബഷ്ഠദേശക്കാരൻ.

അംബഷ്ഠിക - പുളിച്ചിക്കീര, പാടത്താളി, മാതാവ്, പാർവ്വതി ധൃതരാഷ്ട്രരുടെ അമ്മ.

അംബു - രക്തത്തിലെ ദ്രവാംശം, വെള്ളം, ഇരുവേലി, 5 എന്ന സംഖ്യ, നാലാംഭാവം.

അംബുകം - ആവണക്ക്, ഇലഞ്ഞി, കൊക്കുമന്താരം, വെള്ളെരുക്ക്.

അംബുജം - നീർക്കടമ്പ്, താമര, ശംഖ്, ആറ്റുവഞ്ചി, ചിപ്പി, കുങ്കുമം, കർപ്പൂരം, വണ്ടാരംകോഴി, ഉപ്പ്, ഒരുവലിയ സംഖ്യ, വജ്രായുധം, ഒരു ജലസസ്യം.

അംബുദം - മേഘം, മുത്തങ്ങ,

അംബുധരം - അഭ്രകം, മേഘം, മുത്തങ്ങ.

അംബുധി - നാല് എന്ന സംഖ്യ, സമുദ്രം.

അംബുഭൃത്ത് - സമുദ്രം, മേഘം, അഭ്രകം, മുത്തങ്ങ, വെള്ളം ചുമക്കുന്നവൻ.

അംബുവാഹം - മേഘം, പതിനേഴ് എന്ന സംഖ്യ, കായൽ, മുത്തങ്ങ.

അംഭസ്സ് - ശോഭ, ശക്തി, ആകാശം, വെള്ളം, ഇരുവേലി, പിതൃലോകം, നാല് എന്ന സംഖ്യ.

അഭോജം - കർപ്പൂരം, താമര, ശംഖ്, വണ്ടാരം, കോഴി.

അമ്മ - മാതാവ്, കന്യാസ്ത്രീ, സ്ത്രീ.

അമ്മം - പാല്, ചുണ്ട്, ഒരു കുറ്റിച്ചെടി.

അമ്മൻ - അച്ഛൻ, ഭഗവതി.

അമ്മരം - ആകാശം, ദേവലോകം, തെറി.

അമ്മാച്ചൻ - അമ്മാവൻ, പ്രായം ചെന്ന ആൾ, കടുവ.

അമ്മാഞ്ചി - മന്ദബുദ്ധി, അമ്മാവന്റെ മകൻ, ഒരു കറി.

അമ്ല - ഇഞ്ച, പുളിയിഞ്ചി, കോൽപുളി, പുളിയാരൽ.

അമ്ലം - വിനാഗിരി, മാതളനാരകം, പുളിരസം, പുളിയാരൽ.

അമ്ലകേസരം - വിനാഗിരി, ഞെരിഞ്ഞാമ്പുളി, വടുകപ്പുളിനാരകം, ഈന്തപ്പന, പുളിച്ചകാടി.

അമ്ലാനം - താമര, വാടാക്കുറിഞ്ഞി.

അമ്ലിക - പുളിപ്പ്, പുളിച്ചുതികട്ടൽ, പുളിമരം, പിണമ്പുളി, പുളിയാരൽ, പലാശിവള്ളി.

അയം - താഴ്വര, ചേറ്, ജലം, ഭാഗ്യം, ചൂതുകുരുവിന്റെ ശരിയായ നീക്കൽ, പൂർവ്വപുണ്യം.

അയനം - വഴി, സഞ്ചാരം, വാസസ്ഥലം. അർദ്ധവർഷം.

അയവ് - വിട്ടുവീഴ്ച, മുറുക്കമില്ലായ്മ, അയവിറക്കൽ, അലക്ക്, അലക്കുകാരൻ.

അയസ്സ് - ഉരുക്ക്, ഇരുമ്പ്, ലോഹം.

അയോമലം - തുരുമ്പ്, ഇരുമ്പിൻകിട്ടം.

അയ്യം - നിലവിളി, ദുഃഖം, യാചന, പരിഭ്രമം, പുരയിടം, നിന്ദ്യമായത്.

അയ്യൻ - അച്ഛൻ, ദൈവം, അയ്യപ്പൻ, അച്ഛനു തുല്യം ബഹുമാനം അർഹിക്കുന്ന ആൾ, യജമാനൻ, പാതിരി, ബുദ്ധഭിക്ഷു, ജ്യേഷ്ഠൻ.

അരം - പരുപരുപ്പ്, വേലിപ്പത്തൽ, ആരക്കാല്, പെട്ടെന്ന്.

അരക്കൻ - സാമർത്ഥ്യക്കാരൻ, ലുബ്ധൻ, രാക്ഷസൻ, ചെമപ്പുനിറമുള്ളത്.

അരണി - സൂര്യൻ, തീനാക്ക്, അഗ്നി, വാൽമുളക്, കടലാടി, മുഞ്ഞമരം, ചമത, അഗ്നി, കടഞ്ഞു തീയുണ്ടാക്കാൻ ഉപയോഗിച്ചിരിക്കുന്ന ഒരു ഉപകരണം.

അരണ്യശ്വാവ് - ചെന്നായ്, കുറുക്കൻ.

അരണ്യാനി - വനദേവത, കൊടുങ്കാറ്റ്.

അരതി - തൃപ്തിയില്ലായ്മ, സന്തോഷം ഇല്ലായ്മ, വെറുപ്പ്, രതിയില്ലായ്മ.

അരത്തൻ - ജളൻ, ദുഷ്ടൻ.

അരത്നി - മുഷ്ടി, 24 അംഗുലം, ഒരു കോൽ.

അരപ്പടം - ഉടുമുണ്ട്, അരക്കച്ച.

അരപ്പൂട്ട് - അരക്കെട്ട്, അരപ്പട്ട.

അരരം - വാതിൽ, ആവരണം, തുരക്കാൻ ഉപയോഗിക്കുന്ന ഉളി.

അരശ് - പൂവരശുമരം, രാജാവ്, രാജാധികാരം, അരയാൽ മരം, ഒരു തരം ചൂതുകളി.

അരൾച്ച - മുരടിക്കൽ, പരിഭ്രമം, പ്രകാശം കുറയൽ.

അരാതി - ശത്രു, ആറാംഭാവം, ആറ് എന്ന സംഖ്യ.

അരാളം - ചെഞ്ചല്യം, വളവ്, ഒരു കൈമുദ്ര, ഇരുവാച്ചിമുല്ല.

അരി - ധാന്യമണി, വിത്ത്, വൃഷണം, നെല്ലിന്റെ ഉമി കളഞ്ഞെടുക്കുന്ന മണി, ശത്രു, വാതരോഗം, ഒരിനം ഖദിരവൃക്ഷം, ആറ് എന്ന സംഖ്യ.

അരിത്രം - തുഴ, പങ്കായം, ചുക്കാൻ, മഞ്ഞൾ, സോമപാത്രം, വരട്ടുമഞ്ഞൾ.

അരിപ്പൻ - ലുബ്ധൻ, ദരിദ്രൻ, ഒരു തരം കൂറ, മണലരിച്ചു സ്വർണ്ണം എടുക്കുന്നവൻ.

അരിഷ്ടം - മോര്, പശക്കൊട്ടമരം, വേപ്പ്, കാക്ക, വെളുത്തുള്ളി, ഞാറപ്പക്ഷി, ഒരു ഔഷധമദ്യം, ഒരു പർവ്വതം, ദാരിദ്ര്യം, ദൗർഭാഗ്യം, അപശകുനം, ഭാഗ്യം, കുങ്കുമം, ഈറ്റില്ലം.

അരു - വക്ക്, സ്നേഹിതൻ, സൂര്യൻ, ചെമന്ന പൂവുള്ള കരിങ്ങാലി, ശ്രേഷ്ഠമായത്, പ്രയാസമുള്ളത്, ഭംഗിയുള്ളത്.

അരുചി - വിശപ്പില്ലായ്മ, ദുസ്വാദ്, ഒരുരോഗം, വെറുപ്പ്.

അരുണ - മഞ്ചട്ടി, മഹാശ്രാവണി, ചെമന്ന കുന്നി, നാല്ക്കോല്പക്കൊന്ന, ത്രികോല്പക്കൊന്ന, അതിവിടയം, സരസ്വതീനദിയുടെ ഒരു കൈവഴി.

അരുണം - കുങ്കുമം, സിന്ദൂരം, സ്വർണ്ണം, ചെമ്പ്, ഒരു തരം കുഷ്ഠരോഗം, ശർക്കരയുണ്ട, പുന്ന, എരിക്ക്, ചെമന്ന പൂവുള്ള കൊടുവേലി, ചെറു ചെങ്കുറുഞ്ഞി, പ്രഭാതസൂര്യന്റെ നിറം.

അരുണജൻ - അരുണാത്മജൻ, യമൻ, കർണ്ണൻ, ശനി, വൈവസ്വതമനു, സാവർണ്ണിമനു, സമ്പാതി, ജഡായു, സുഗ്രീവൻ.

അരുണി - പ്രഭാതം, ചെമന്ന പശു.

അരുമ - സ്നേഹം, മേന്മ, ഓമന, പ്രയാസം, കഴിവില്ലായ്മ.

അരുഷൻ - സൂര്യൻ, അഗ്നിജ്വാല.

അരുഷി - ജ്വാല, ഉഷസ്സ്, ഭൃഗുവിന്റെ പത്നി.

അരുൾ - കല്പന, കാരുണ്യം, മംഗളമാശംസിക്കുക.

അർക്കം - സൂര്യകാന്തക്കല്ല്, എരിക്ക്, സ്ഫടികം, രശ്മി, ചെമ്പ്, ഒരു സ്തോത്രം, ഉത്രം നക്ഷത്രം,

ഞായറാഴ്ച, പന്ത്രണ്ട് എന്ന സംഖ്യ, ചാരായം, വാറ്റുമരുന്ന്.

അർക്കകാന്ത - സൂര്യപത്നി, കാട്ടുകൂടങ്ങ്, തൊഴുകണ്ണി എന്ന ചെടി.

അർക്കജൻ - കാലൻ, ശനി, കർണ്ണൻ, സുഗ്രീവൻ, സാവർണ്ണിമനു, വൈവസ്വതമനു.

അർക്കൻ - സൂര്യൻ, ഇന്ദ്രൻ, വിഷ്ണു, അഗ്നി, മൃത്യുദേവത, ജ്യേഷ്ഠൻ, പന്ത്രണ്ട് എന്ന സംഖ്യ.

അർക്കപത്രം - എരിക്ക്, എരിക്കില.

അർക്കരാഗം - കുന്നിവള്ളി, സൂര്യകാന്തക്കല്ല്.

അർക്കവല്ലഭം - താമര, അമ്പരത്തി.

അർഗ്ഗളം - സാക്ഷ, പ്രതിബന്ധം, തിര, ഒരു നരകം.

അർഘം - പൂജാദ്രവ്യം, വില, ഒരു ധാരണം തൂക്കമുള്ള ഇരുപത്തഞ്ചു മുത്തുകൾ.

അർച്ചിഷ്മാൻ - സൂര്യൻ, കൊടുവേലി, അഗ്നി, ശോഭയുള്ളവൻ, മരീചിയുടെ പുത്രനായ ഒരു വാനരൻ.

അർജ്ജുനം - മരുത്, കണവിരം, സ്വർണ്ണം, വെള്ളി, വെളുത്തനിറം, മയിൽ, ഒരുതരം പുല്ല്, ഒരു നേത്രരോഗം.

അർണ്ണം - തിര, ജലം, പുഴ, തേക്കുമരം, അക്ഷരം, ഒരുദേശം, ഒരു ദണ്ഡകവൃത്തം.

അർണ്ണവൻ - ഇന്ദ്രൻ, സൂര്യൻ.

അർണ്ണസ്സ് - വെള്ളപ്പൊക്കം, തിര, സമുദ്രം, വെള്ളം.

അർണ്ണോദം - മേഘം, മുത്തങ്ങ.

അർത്ഥം - ധനം, ആശയവിനിമയം, മൂല്യം, പ്രയോജനം, ലക്ഷ്യം.

അർത്ഥപതി - കുബേരൻ, ധനികൻ, രാജാവ്.

അർത്ഥി - വാദി, ഭൃത്യൻ, യാചിക്കുന്നവൻ.

അർത്ഥിതം - ആഗ്രഹം, യാചന.

അർദ്ദന - കൊല, ഉപദ്രവിക്കൽ, നശിപ്പിക്കൽ, യാചിക്കൽ.

അർദ്ദ്യനി - അഗ്നി, രോഗം, യാചന.

അർഭകൻ - മൂഢൻ, ആൺകുട്ടി, അശക്തൻ.

അർമ്മം - ശ്മശാനം, ചപ്പുചവറ്, ജീർണ്ണിച്ചത്, ഒരുനേത്രരോഗം.

അര്യമാവ് - സൂര്യൻ, എരിക്ക്, സ്നേഹിതൻ.

അർവ്വം - കുതിര, ഇന്ദ്രൻ, ചൊട്ടച്ചാൺ, ചന്ദ്രന്റെ പത്തു കുതിരകളിലൊന്ന്.

അർവ്വതി - ദൂതി, പെൺകുതിര, അപ്സരസ്സ്, സ്ത്രീകളെ കൂട്ടിക്കൊടുക്കുന്നവൾ.

അർവ്വാവ് - ഇന്ദ്രൻ, കുതിര, ചന്ദ്രന്റെ പത്തുകുതിരകളിലൊന്ന്, നിന്ദ്യൻ.

അർശ് - മഞ്ചം, സിംഹാസനം.

അർശം - കേട്, അർശസ്സ് എന്ന രോഗം.

അർശോഘ്നം - ചേന, ചേരുമരം, മോര്, അർശസ്സിനെ നശിപ്പിക്കുന്നത്.

അർഹം - യോഗ്യത, വില.

അർഹന്തൻ - ബുദ്ധൻ, പൂജാർഹൻ, ശിവൻ, ബുദ്ധസന്ന്യാസി.

അലകം - ഞണ്ട്, സമുദ്രം.

അലക് - ചൂല്, കുടയുടെ കമ്പി, കമുക്, നെല്ലിന്റെ ഞാറ്, വണ്ടിയുടെ ആരക്കാല്, നൂറ് എന്ന സംഖ്യ, ആൺപന.

അലങ്കൽ - തളിർ, പൂമാല.

അലതാരി - ദുഃഖം, മുറവിളി, ആവശ്യമുള്ള സാമാനം.

അലതി - ഉപദ്രവം, കുഴപ്പം, തളർച്ച, അരിഷ്ടത.
അലച്ചൽ - ഉപദ്രവം, തളർച്ച, അലച്ചിൽ, പരിഭ്രമം, വെള്ളത്തിലിട്ട് ഉലച്ചുകഴുകൽ, മാറ്റം.
അലർക്കം - പേപ്പട്ടി, വെളുത്തപൂവുള്ള എരിക്ക്, എട്ടടി മാൻ, ഒരു തരം പുഴു.
അല്കുല് - നിതംബം, അരക്കെട്ട്, യോനി.
അല്പത - നീചമനോഭാവം, പോരായ്മ, നിസ്സാരമായ അവസ്ഥ.
അല്പൻ - നീചൻ, നിസ്സാരൻ.
അല്പരത്നം - വൈഡൂര്യം, പവിഴം, പുഷ്പരാഗം, ഗോമേദകം.
അല്ലിവെള്ളം - മധുരക്കള്ള്, കള്ള്.
അല്ലിയൻ - മോഴ, പിടിയാന, ഒറ്റയാൻ.
അവകാശം - അർഹത, അധികാരം, കാരണം, വിടവ്, ഇടയ്ക്കുള്ള സമയം.
അവകുണ്ഠനം - ചുറ്റൽ, ആകർഷണം, മൂടൽ, ആവരണം.
അവക്രയം - വില, വാടക, കരം, പാട്ടത്തിനു കൊടുക്കൽ.
അവക്രോശം - നിന്ദ, ശാപം, അഭിപ്രായവ്യത്യാസം, സ്വരചേർച്ചയില്ലായ്മ.
അവഗുണ്ഠനം - ചൂല്, തന്ത്രശാസ്ത്രപരമായ ഒരു ഹസ്തമുദ്ര, മൂടുപടം.
അവഗീതം - യുദ്ധം, ആക്ഷേപം, ദുഷ്ടത, അപവാദം, നിന്ദയുള്ള പാട്ട്.
അവഗ്രഹം - ആനത്തോട്ടി, ശകാരം, ശാപം, അപഹരണം, അറിവ്, ശിക്ഷ, ബന്ധനം, തെറ്റായ ബോധം, ആനയുടെ നെറ്റിത്തടം, വരൾച്ച, തടസ്സം.
അവടം - കുഴി, കിണറ്, ഗുഹ, ശരീരത്തിലെ പൊള്ളയായ ഭാഗം.
അവതംസം - മാല, ശിലോഭൂഷണം, കർണ്ണാഭരണം.
അവദംശം - കറി, ഗദായുദ്ധത്തിലെ ഒരടവ്, വറുത്തുപ്പേരി.
അവനതി - വിനയം, വണക്കം, കുനിയൽ, അസ്തമയം.
അവനി - ഭൂമി, വിരൽ, നദി, ഒരു സംസ്കൃതവൃത്തം.
അവപാതം - ഇറങ്ങൽ, വീഴ്ച, വാരിക്കുഴി.
അവബോധകൻ - ആചാര്യൻ, സൂര്യൻ, വൈതാളികൻ, ഉണർത്തുന്നവൻ.
അവഭാസം - മിഥ്യാബോധം, അറിവ്, ശോഭ, ദർശനം.
അവമാനം - ഘനയളവ്, അപമാനം.
അവരാഹകം - ശ്രാവ്, നീരാളി, ചീങ്കണ്ണി.
അവരോധം - അന്തഃപുരം, അതിര്, തടസ്സം, തടവ്, വേലി.
അവലക്ഷണം - ദുശ്ശകുനം, ലക്ഷണംകെട്ടത്, യോഗ്യതയില്ലാത്ത പെരുമാറ്റം.
അവലംബം - ഊന്നുവടി, തൂങ്ങൽ, ആശ്രയം.
അവലീഢ - നിന്ദ, അവഗണന, രുചിച്ചത്.
അവലുണ്ഠനം - കവർച്ച, ഉരുളൽ.
അവലേപനം - ഗർവം, കറിക്കൂട്ട്, പൂശൽ, ആഭരണം.
അവലോപം - ചുംബനം, തടസ്സം, കടിക്കൽ, മുറിക്കൽ.
അവലോകനം - പരിഗണന, നിരീക്ഷണം, കാഴ്ച.
അവശ്യായം - മഞ്ഞ്, അഹങ്കാരം.

അവഷ്ടാഭം - തൂണ്, ധൈര്യം, അഹങ്കാരം, അഭിമാനം, ആശ്രയം, തടസ്സം, ആരംഭം.

അവസ്ഥാനം - ഗ്രാമം, വീട്, വഴിയമ്പലം, വിദ്യാലയം.

അവഹിത്ഥ - വഞ്ചന, മറയ്ക്കൽ, സഞ്ചാരീഭാവങ്ങളിൽ ഒന്ന്, ഒരു സംയുതഹസ്തം.

അവഹേള - അവജ്ഞ, അനാദരം.

അവാലത്ത് - കടപ്പത്രം, ജാമ്യം.

അവിച്ചൽ - ദഹനം, വേവ്, ചൂടുകൊണ്ടു ശരീരത്തിനുണ്ടാകുന്ന അസ്വസ്ഥത, അവിഞ്ഞുപോകൽ.

അവിദ്യ - അജ്ഞാനം, മായ, പഠിപ്പില്ലായ്മ, ആത്മബോധമില്ലായ്മ.

അവിഷം - സമുദ്രം, ആകാശം.

അവേക്ഷണം - ശ്രദ്ധ, നോട്ടം, മേൽനോട്ടം.

അവ്യക്തൻ - കാമദേവൻ, ഈശ്വരൻ, ശിവൻ.

അവ്യഥ - വേദനയില്ലാത്തത്, ഓരിലത്താമര, കടുക്കാമരം.

അവ്യഥം - മഞ്ഞക്കുറിഞ്ഞി, പാമ്പ്.

അവ്യയൻ - ലുബ്ധൻ, ഒരുനാഗം, ഈശ്വരൻ.

അശടൻ - നീചൻ, മണ്ടൻ.

അശട് - മണ്ടത്തരം, നീചത്വം, അഴുക്ക്, ലജ്ജ, ഭയം.

അശനായ - ജലം, വിശപ്പ്.

അശനി - വജ്രായുധം, മിന്നൽ.

അശർമ്മം - ഭാഗ്യക്കേട്, അസുഖം.

അശുദ്ധി - പുല, പാപം, വൃത്തികേട്, തെറ്റായ ഭാഷാപ്രയോഗം.

അശേഷം - അല്പംപോലും, മുഴുവൻ.

അശോകം - ദുഃഖമില്ലായ്മ, കാട്ടുകക്ക, ഇലഞ്ഞി, കന്മദം, ഒരുമരം.

അശ്മ - മേഘം, കല്ല്, പാറ.

അശ്മശുഢം - ഒരായുധം, ഇടികല്ല്.

അശ്മന്തം - വയൽ, അശുഭം, മുളംപ്ലാശ്, മരണം, അടുപ്പ്, വെളിസ്ഥലം.

അശ്മന്തകം - മലയകത്തി, കല്ലൂർവഞ്ചി, അടുപ്പ്.

അശ്രീ - അമംഗളം, ജ്യേഷ്ഠാഭഗവതി, വാൾമുന, കോണ്.

അശ്രീകരം - ദാരിദ്ര്യം, ലക്ഷണക്കേട്, ഭാഗ്യക്കേട്.

അശ്വം - കുതിര, ഏഴ് എന്ന സംഖ്യ.

അശ്വഖുരം - കുതിരക്കുളമ്പ്, ഒരു സുഗന്ധദ്രവ്യം

അശ്വതരം - കോവർക്കഴുത, കുതിരക്കുട്ടി, ഒരു നാഗം.

അശ്വി - അശ്വതിനക്ഷത്രം, കുതിരപ്പടയാളി, കുതിരകളുള്ളവൻ.

അഷ്ടപാത്ത് - എട്ടടിമാൻ, എട്ടുകാലി.

അഷ്ടി - ഭക്ഷണം, അണി, പതിനാറ് എന്ന സംഖ്യ, ഒരു പാദത്തിൽ 16 അക്ഷരം വീതമുള്ള ഒരു ഛന്ദസ്സ്.

അസംഗൻ - വിരിഞ്ചൻ, പരമാത്മാവ്, ഒരു വാനരൻ, യുയുധായുടെ പുത്രൻ.

അസത്ത - അസത്യം, അഭാവം.

അസനം - വേങ്ങമരം, ഏറ്.

അസംബന്ധം - മണ്ടത്തരം, ചേർച്ചയില്ലാത്തത്.

അസ്സൽ - യഥാർത്ഥമായത്, മൂലമാതൃക, മൂലധനം, തനിസ്വഭാവം.

അസാധു - മോശപ്പെട്ടത്, അബദ്ധമായത്, തെറ്റായത്, ദുഷ്ടതയുള്ളത്.

അസി - കത്തി, വാൾ, ഗംഗയുടെ ഒരു പോഷക നദി.

അസിരാശ്മ - നീലക്കല്ല്, കരിങ്കല്ല്.

അസിപത്രം - കരിമ്പ്, വാളിന്റെ വായ്ത്തല, ഒരു നരകം.

അസിരം - അമ്പ്, കിരണം.
അസുഖം - സുഖക്കേട്, ദുഃഖം, വിരോധം, രോഗം.
അസുരം - ദേവനല്ലാത്തവൻ, രാഹു, സൂര്യൻ, ഒരു വാസ്തുദേവത.
അസൃക്ക് - ചൊവ്വാഗ്രഹം, കുങ്കുമം, ചോര.
അസ്തം - പതനം, നാശം, അസ്തമയം, വീട്, അസ്തമയപർവ്വതം, ഏഴാംഭാവം.
അസ്ത്രം - അമ്പ്, അസ്ത്രമന്ത്രം.
അസ്ഥാനം - അനവസരം, തെറ്റായ സ്ഥാനം.
അസ്ഥി - എല്ല്, കരണ്ടി, കുരു.
അസ്ഥിജം - ഇടിവാൾ, മജ്ജ.
അസ്രം - മുന, തലമുടി, കോണ്, കണ്ണുനീർ, ചോര.
അസ്വരസം - അരുചി, നീരസം.
അഹത - കോടിവസ്ത്രം, പതറാത്തത്, കൊട്ടാത്ത വാദ്യം, മുറിവു പറ്റാത്തത്.
അഹർഗ്ഗണം - യാഗത്തിനുള്ള ദിവസങ്ങൾ, മാസം.
അഹല്യ - ഉഴുതിട്ടില്ലാത്ത ഭൂമി, കൃഷിക്കു പറ്റാത്തസ്ഥലം, ഗൗതമമഹർഷിയുടെ പത്നി.
അഹസ്സ് - പകൽ, ഒരു ദിവസത്തെ ഉത്സവം, നിത്യവൃത്തി, ഒരു തീർത്ഥം, ഒരു ദിവസം.
അഹിച്ഛത്ര - ചതകുപ്പ, കരിമ്പ്, പഞ്ചസാര.
അഹിതം - തിന്മ, ശത്രുത, ഹിതമല്ലാത്തത്.
അഹിദ്വിട്ട് - മയിൽ, ഗരുഡൻ, കൃഷ്ണൻ, കീരി, ഇന്ദ്രൻ.
അഹിപതി - കാർക്കോടകൻ, വാസുകി, കാളിയൻ, സർപ്പങ്ങളുടെ രാജാവ്, അനന്തൻ, തക്ഷകൻ.
അഹിഭുക്ക് - കീരി, ചകോരം, ഗരുഡൻ, മയിൽ.
അളി - ജന്നൽ, അഴി, ചീങ്കണ്ണ്, സ്നേഹം, വണ്ട്, മദ്യം, തേൻ, വൃശ്ചികരാശി.
അളിനി - വണ്ടിൻകൂട്ടം, പൊൻവണ്ട്.
അളീകം - നെറ്റി, ശസ്ത്രം, സ്വർഗ്ഗം, വ്യാജം, അപ്രിയം.
അഴകൻ - സുന്ദരൻ, വിഷ്ണു, ഒരു തരം മരച്ചീനി.
അഴൽ - ദുഃഖം, ചൂട്, പൊള്ളൽ, പന്തം ഒഴിയൽ.
അഴി - സാക്ഷ, കടലും കായലും ചേർന്ന സ്ഥലം, നാശം, ചെലവ്.
അഴിനില - തടസ്സം, നഗ്നത, അവമാനം, നാശം.
അഴുത്തം - ഞെരുക്കം, കടുപ്പം, മിനുസം.
അറ - ജയിൽമുറി, ചെറിയ അമ്പലം, അലമാരയിലെ ചെറിയ കള്ളി, നെല്ലിടുന്ന പുര, ഭിത്തികെട്ടി തിരിച്ച ഭാഗം, അടി, വെട്ട്, നശിച്ചുപോകുന്ന രീതിയിൽ.
അറപ്പ് - മടി, മനസ്സിൽ ചിലതിനോടു തോന്നുന്ന വെറുപ്പ്, പിളർക്കൽ.
അറപ്പുര - നെൽപ്പുര, പ്രധാന കെട്ടിടം.
അറൽ - ഒഴുക്കുവെള്ളം, കറുത്ത മണൽ
അറിവ് - പരിചയം, പാണ്ഡിത്യം, ജ്ഞാനേന്ദ്രിയങ്ങൾ വഴിനേടുന്ന ബോധം, വിവേകം, വിജ്ഞാപനം.
അറുതി - അതിര്, തീരുമാനം, അവസാനം, പൂർത്തി, മരണം, നാശം.
അറുപ്പുകാരൻ - തടി അറക്കുന്നവൻ, കശാപ്പുകാരൻ.
അറുമ്പ് - പിശുക്ക്, ദുഷ്ടത, ക്ഷാമം, തോന്ന്യാസം.

ആ

ആകർഷം - ഇന്ദ്രിയം, ചൂതുകളി, കാന്തം, വില്ലുകുലയ്ക്കൽ, വലിച്ചടുപ്പിക്കൽ.

ആകലനം - ആഗ്രഹം, പ്രതിപാദനം, ഒത്തുചേരൽ, ബന്ധനം, പരിഗണന.

ആകല്പം - രോഗം, അലങ്കാരം, ആഭരണം, പ്രളയംവരെ.

ആകാരണം - ക്ഷണം, വെല്ലുവിളി.

ആകാശവല്ലി - അമൃതവള്ളി, മൂടില്ലാത്താളി.

ആകാശസലിലം - മഞ്ഞുവെള്ളം, മഴവെള്ളം.

ആകുഞ്ചനം - കുനിയൽ, ചുരുക്കൽ.

ആക്കം - വീര്യം, ബലം, ഐശ്വര്യം, ആഗ്രഹം, ആശ്വാസം, ഉറപ്പ്, തക്കം, കിണറിന്റെ പടവ്, ഏറ്റം.

ആക്രന്ദം - നിലവിളി, ഭീകരയുദ്ധം, പോർ വിളി, ഒരു യോഗം.

ആക്രീഡം - കളി, ആരാമം.

ആക്രുഷ്ടം - ആക്രോശം, പൂരുഷഭാഷണം.

ആക്രോശം - ഗർജ്ജനം, ശപഥം, അപവാദം, ശാപം, നിന്ദ.

ആക്ഷപാടികൻ - ചൂതുകളിയിലെ മദ്ധ്യസ്ഥൻ, ന്യായാധിപൻ.

ആക്ഷേപം - ദുഷിച്ചുപറയൽ, തടസ്സം, കുറ്റം, പരാമർശം, ദശകാരം, ചോദ്യം, വിരോധം, പിടിച്ചുവലി, ഒരു കാവ്യാലങ്കാരം.

ആഖു - എലി, പന്നി, കള്ളൻ, തുമ്പ, ദേവതാളി.

ആഖുപാഷാണം - എലിപ്പാഷാണം, കാന്തക്കല്ല്.

ആഖ്യാതി - കീർത്തി, പേര്, വിളംബരം, അറിയിക്കുന്നവൻ.

ആഗതം - സംഭവം, വരവം.

ആഗതി - നേട്ടം, ഉല്പത്തി, വരവ്, തിരിച്ചുവരവ്.

ആഗമം - ഉദ്ഭവം, വൈദികശാസ്ത്രം, ലിഖിതാപ്രമാണം, തന്ത്രഗ്രന്ഥം, ലാഭസ്ഥാനം, പരമ്പരാഗതജ്ഞാനം.

ആഗ്നേയം - നെയ്യ്, കോലരക്ക്, സ്വർണ്ണം, രക്തം, കാർത്തിക

നക്ഷത്രം, ഒരു പുണ്യതീർത്ഥം, ഭസ്മം, ആഗ്നേയതീർത്ഥം, അഗ്നിയെ സംബന്ധിച്ചത്,

ആഗ്നേയൻ - അഗസ്ത്യൻ, സുബ്രഹ്മണ്യൻ, അഗ്നിയെ ആരാധിക്കുന്നവൻ, പാപഗ്രഹം.

ആഘാടം - കൊല, കൈമണി, അതിര്, വലിയ കടലാടി.

ആഘാതം - ചവിട്ട്, അടി, കൊല, മുറിവ്, മൂത്രതടസ്സം, വെളുത്ത കടലാടി.

ആചാരം - മര്യാദ, ചടങ്ങ്, പ്രവൃത്തി, ധാർമ്മികചര്യ, പതിവു പണം, വിനയം, ഉപചാരം, നല്ലനടപടി.

ആചാര്യൻ - ആദ്ധ്യാത്മികഗുരു, പുരോഹിതൻ, അദ്ധ്യാപകൻ, ശാസ്ത്രസിദ്ധാന്ത ഉപജ്ഞാതാവ്, വ്യാഴഗ്രഹം, ശില്പകലാപരിജ്ഞാനമുള്ളവൻ, ഒമ്പതാംഭാവം.

ആച്ചൽ - ശീലം, ആശ്വാസം, സൗകര്യം.

ആച്ചി - അമ്മ, അച്ഛന്റെ അമ്മ, ഇടയസ്ത്രീ, ഭർത്തൃസഹോദരി.

ആച്ച് - ആശ്വാസം, അനുകൂലാവസരം, ആഘാതം.

ആച്ഛാദനം - വസ്ത്രം, മറ, മറയ്ക്കപ്പെട്ട.

ആജം - ഉരുക്കുനെയ്യ്, ആട്ടിൻപാൽ, കമ്പിളി, കഴുകൻ.

ആജാനം - ദേവലോകം, ജനനം, ഉന്നതകുലത്തിലെ ജനനം, ജന്മഭൂമി.

ആജ്ഞ - കല്പന, അനുവാദം, ആജ്ഞാചക്രം, പത്താംഭാവം.

ആടൽ - നൃത്തം, മനസ്സിനുണ്ടാകുന്ന ഇളക്കം, അങ്ങോട്ടുമിങ്ങോട്ടുമുള്ള ചലനം.

ആടി - കൊക്ക്, താറാവ്, ഒരു മത്സ്യം, ആടുന്നവൻ, കർക്കടകമാസം.

ആടുക - ചലിക്കുക, ഉലയുക, കളിക്കുക, നൃത്തം ചെയ്യുക, വീശുക, ഇടപഴകുക, തളരുക, അഭിഷേകം ചെയ്യുക, ആഘോഷിക്കുക.

ആഡംബരം - പകിട്ട്, കോലാഹലം, ഉദാരത, വാദ്യഘോഷം, അഹംഭാവം.

ആഢകം - ഒരിനംപയർ, ഒരു ധാന്യളവ്.

ആഢ്യൻ - ധനികൻ, ശ്രേഷ്ഠൻ, പ്രഭുകുടുംബത്തിൽ ജനിച്ച നമ്പൂതിരി, ആടുതൻ.

ആണ - കല്പന, ശപഥം, ശക്തി.

ആണി - അതിര്, കൈകാലുകളിലെ ഒരു പ്രത്യേക മർമ്മം, ചെറിയ വാതിൽ, ചെറിയതോട്, വീടിന്റെ മൂലപൊന്നാണി.

ആണ്ടി - സന്ന്യാസി, പരദേശി, പണ്ടാരം, ഭക്തൻ.

ആൺപിള്ള - സമർത്ഥൻ, ആട്ടിൻകുട്ടി.

ആതങ്കം - ദുഃഖം, ഭയം, ഒരുവാദ്യത്തിന്റെ നാമം, രോഗം.

ആതപം - വെയിൽ, ചൂട്, പ്രകാശം.

ആതുരൻ - പീഡിതൻ, രോഗി.

ആത്മഘോഷൻ - പൂവൻകോഴി, കാക്ക, ആത്മപ്രശംസ ചെയ്യുന്നവൻ.

ആത്മജയം - ആത്മസംയമം, സ്വന്തം ജയം.

ആത്മനീനൻ - വിഭൂഷകൻ, പുത്രൻ, ഭാര്യാസഹോദരൻ.

ആത്മയോനി - കാമൻ, വിഷ്ണു, ശിവൻ, ബ്രഹ്മാവ്.

ആത്മവീരൻ - പുത്രൻ, ശക്തൻ, ഭാര്യാസഹോദരൻ, നാടകത്തിലെ വിദൂഷകൻ.

ആത്മോദയൻ - കാമൻ, പുത്രൻ.

ആത്രേയൻ - ദുർവ്വാസാവ്, ശിവൻ, ഒരു ആയുർവ്വേദാചാര്യൻ, അത്രിയുടെ വംശത്തിൽ ജനിച്ചവൻ.

ആദാനം - കുതിരയുടെ അലങ്കാരക്കോപ്പ്, ഉത്തരായണം, സ്വീകരിക്കൽ, ബന്ധിക്കൽ.

ആദിത്യൻ - വാമനൻ, സൂര്യൻ, ദേവൻ, അദിതിയുടെ പുത്രൻ.

ആദിത്യപുത്രൻ - കർണ്ണൻ, ശനി, യമൻ, സുഗ്രീവൻ.

ആദിഷ്ടം - ഉപദേശം, ആജ്ഞ, ഉച്ഛിഷ്ടം.

ആദേവനം - ചൂതുകളി, ചുക്കിണി, ചൂതുപടം, കളിസ്ഥലം.

ആദ്യ - ദുർഗ്ഗ, ഭൂമി, ഒന്നാമതായി ഉണ്ടായ.

ആധാതാവ് - ആചാര്യൻ, നിക്ഷേപകൻ, അഗ്നിയെ ആധാനം ചെയ്യുന്നവൻ.

ആധാരം - താങ്ങ്, തെളിവ്, ഭാജനം, അധികാരം.

ആധിക്യം - സമൃദ്ധി, മഹത്വം, കോയ്മ, ഒരു കാവ്യ ദോഷം.

ആധീനം - ഉടമ, അധീനത.

ആധ്മാനം - വീക്കം, ഊതൽ, വീമ്പിളക്കൽ, തുരുത്തി.

ആൻ - കാള, പശു.

ആനകം - പെരുമ്പറ, ഇടിമുഴക്കുന്ന മേഘം, മൃദംഗം.

ആനനം - വായ്, മുഖം

ആനന്ദൻ - കൃഷ്ണൻ, ശിവൻ, ബലരാമൻ, ബുദ്ധന്റെ പ്രധാന ശിഷ്യന്മാരിലൊരാൾ.

ആനയനം - ഉപാനയനം, കൂട്ടിക്കൊണ്ടുവരൽ.

ആനറാഞ്ചി - ഒരുതരം പരുന്ത്, കാക്കത്തമ്പുരാട്ടി.

ആനാഹം - മലമൂത്രതടസ്സം, ബന്ധനം, വസ്ത്രത്തിന്റെ നീളം.

ആന്ത - മൂങ്ങ, ഓന്ത്.

ആന്തരം - വിചാരം, ഹൃദയം.

ആന്ത്രം - ഹെർണിയ, കുടൽ, ഗുദത്തിനല്പം മുകളിലുള്ള ഒരു മർമ്മം, വൃഷണം.

ആന്ദോളനം - പല്ലക്ക്, ഊഞ്ഞാൽ.

ആന്ദോളനം - പ്രക്ഷോഭണം, ഊഞ്ഞാലാട്ടം, ഒരുതരം ശൂലപ്രയോഗം.

ആന്ധ്യം - മൂഢത, അന്ധകാരം, അന്ധത.

ആപം - ജലം, വെളുത്തീയം.

ആപനം - നേട്ടം, കുരുമുളക്.

ആപാതം - ആക്രമണം, വീഴൽ, തത്സമയം, കാട്ടാനയെ പിടിക്കുന്ന വിധം.

ആപാനം - മദ്യവിരുന്ന്, മദ്യശാല.

ആപൂരം - സമൃദ്ധി, വെള്ളപ്പൊക്കം, ആധിക്യം.

ആപ്തൻ - വിശ്വസ്തൻ, ബന്ധു, ഉറ്റസുഹൃത്ത്, ചേർച്ചയുള്ളയാൾ, സമർത്ഥൻ, പ്രാമാണികൻ.

ആപ്തി - ഹരണഫലം, ലാഭം, പ്രാപ്തി, സ്നേഹം, സ്ത്രീസംഗം.

ആപ്യം - കൊട്ടം, ജലരാശി, ഒരു നക്ഷത്രം, സഖ്യം, പടിഞ്ഞാറെ ദിക്ക്, വെള്ളത്തിന്റെ രൂപാന്തരം.

ആപ്ളുതം - ചാട്ടം, കുളി, വാൾപ്പയറ്റിലെ ഒരടവ്, ഒരു കുതിരയോട്ടം.

ആബദ്ധം - നുകം, വിലങ്ങ്, മുറുക്കെയുള്ള കെട്ട്, ആഭരണം, വേഷ്ടി.

ആഭോഗം - പരിപൂർത്തി, സംതൃപ്തി, പാമ്പിന്റെ പത്തി, പ്രയത്നം,

വരുണന്റെ കുട, വിസ്താരം, തൃപ്തി, സുഖാനുഭവം.

ആമന്ത്രണം - കൂടിയാലോചന, ചോദ്യം ചെയ്യൽ, സ്വാഗതം, വിട പറയൽ, പറഞ്ഞുകേൾപ്പിക്കൽ.

ആമയം - ദുഃഖം, അസുഖം, ഒരു ചെടി, മനക്ലേശം, ചാണകം,

ആമിഷം - ഇര, മാംസം, ഭോഗ്യ വസ്തു.

ആമോദം - സുഗന്ധം, സന്തോഷം, ശതാവരിച്ചെടി.

ആമ്രം - മാങ്ങ, മാവ്, ഒരു തൂക്കളവ്, പുളിരസം.

ആമ്രാതകം - അമ്പഴമരം, വറ്റിച്ച മാങ്ങാസത്ത്, ഒരു പർവ്വതം, ആമ്രാതം.

ആയ - മുത്തശ്ശി, നഴ്സ്, വളർത്തമ്മ.

ആയം - ഉന്നം, ഉദ്യമം, ചായ്‌വ്, ഊക്ക്, വരവ്, നികുതി, ചൂതുകളിയിലെ കരു.

ആയതനം - പുണ്യസ്ഥലം, വീട്, യാഗാഗ്നി, ധാന്യപ്പുര, രോഗനിദാനം, പരിമാണം.

ആയതി - അന്തസ്സ്, പ്രഭുത്വം, സംയമം, പിന്തുടർച്ച, വ്യാപ്തി, സ്വീകാര്യം, കർമ്മം, മേരുവിന്റെ പുത്രി.

ആരം - മുത്തുമാല, പിച്ചള, കോണം, ആരക്കാൽ, ചാട്ട, ഒരു ഭസ്മം, വ്യാസാർദ്ധം.

ആരംഭി - ഉത്സാഹി, സമർത്ഥൻ.

ആരൻ - കുജൻ, ശനി, ശംഖുപുഷ്പം, കാർത്തിക നക്ഷത്രം, നീരാരൽ, ഒരു മത്സ്യം.

ആരു - ഞണ്ട്, പന്നി, കുടം, പൂമരുത്.

ആരോഹം - സപ്ത സ്വരങ്ങളുടെ ക്രമാനുഗതമായ കയറ്റം, ഉയർച്ച, നാമ്പ്, സ്ത്രീകളുടെ കടിപ്രദേശം, മുള, പൃഷ്ഠം.

ആരോഹണം - കോണിപ്പടി, കുതിരസവാരി, കയറ്റം, ഒരുതരം ജീവി, കഴുമരം, മുൻവാതിൽ, സംഗീത ഗമകങ്ങളിൽ ഒന്ന്.

ആർക്കം - രക്തം, ചന്ദനം, പിച്ചള.

ആർക്കി - കർണ്ണൻ, ശനിഗ്രഹം, സുഗ്രീവൻ, യമൻ, വൈവസ്വത മനു, അർക്കന്റെ പുത്രൻ.

ആർത്തി - ആഗ്രഹം, വേദന, നാശം, വില്ത്തല, രോഗം, ആഹാരത്തോടുള്ള വലിയ ആഗ്രഹം.

ആർദ്ര - ഈർപ്പമുള്ള, ദയവുള്ള, പഴുത്തുകിനിഞ്ഞ, മാർദ്ദവമുള്ള, തിരുവാതിരനക്ഷത്രം.

ആർദ്രകം - ഇഞ്ചി, നനവാർപ്പൻ രോഗം.

ആർദ്രത - മാർദ്ദവം, അലിവ്, ദയ, നനവ്.

ആർദ്രിക - പച്ചക്കൊത്തമല്ലി, ഇഞ്ചി.

ആര്യകൻ - മുത്തച്ഛൻ, മാന്യൻ, ഒരു വാസ്തുദേവത, ഒരു നാഗം.

ആര്യൻ - ആര്യവംശത്തിൽപ്പെട്ടവൻ, വ്യാഴഗ്രഹം, പൂയംനക്ഷത്രം, ഗുരു, ശാസ്താവ്, ശ്വശുരൻ, പുരുഷകഥാപാത്രം, ധർമ്മിഷ്ഠൻ.

ആലം - മഴ, സമുദ്രം, ജലം, വിഷം, അരിതാരം, ചീനക്കാരം, വിസ്തൃതി, പേഴ്‌വൃക്ഷം, ഭൂമി.

ആലബ്ധി - ലാഭം, വധം, സ്പർശനം.

ആലംബനം - രക്ഷ, താങ്ങ്, ആലംബം, കൈക്കൊള്ളൽ.

ആലംഭം - വധം, കൈക്കലാക്കൽ.

ആലയം - മന്ദിരം, അഭയകേന്ദ്രം, വീട്, ദേവാലയം, ആതുരാലയം.

ആലാപം - കളിവാക്ക്, സംഭാഷണം, രാഗവിസ്താരം.

ആലി - കാറ്റ്, ആലിപ്പഴം, ചിറ, കക്ക, പ്രഭു, മദ്യം, വരമ്പ്.

ആലിംഗനം - കെട്ടിപ്പിടിക്കൽ, തഴുതാമ.

ആലു - മൂങ്ങ, ചങ്ങാടം, കിണ്ടി, കരിന്താളി, ഒരിനം കിഴങ്ങ്. കരിന്താളിവൃക്ഷം.

ആലുകം - കണ്ണൻചേമ്പ്, കരിന്താളി.

ആലേപം - കറിക്കൂട്ട്, ലേപനം.

ആലോചന - കാര്യവിചാരം, വിവാഹാലോചന, വിചാരം.

ആവണം - ചന്ത, പ്രമാണം, കോഴി.

ആവണി - ചിങ്ങമാസം, ഒരു നക്ഷത്രം.

ആവപനം - ഭരണി, വിത, ക്ഷൗരം.

ആവരണം - വസ്ത്രം, മൂടുപടം, അടപ്പ്, ഉറയ്ക്കൽ, മായയുടെ ഒരു രൂപം, ഒരു ദിവ്യാസ്ത്രം, കോട്ട, തടവ്, ആവരണചിഹ്നം, കവചം.

ആവർത്തനം - രോമച്ചുഴി, നീർച്ചുഴി, കറങ്ങൽ, ഒരിനം രത്നം, നെറ്റിയിലെ ഒരു മർമ്മം, ഒരു പ്രളയമേഘം, വീണ്ടും വീണ്ടും വരുന്ന.

ആവർത്തകം - തലമുടിച്ചുരുൾ, ഒരു മേഘം, ഒരു വിഷജന്തു, നീർച്ചുഴി, ആവർത്തിക്കുന്നത്.

ആവൽ - വാവൽപക്ഷി, ആവിമരം, ആഗ്രഹം, ദുഃഖം.

ആവലി - കൂട്ടം, വംശപരമ്പര, നിര.

ആവാപം - വള, പാത്രം, ഒരു പാനീയം, ഒരു ഹോമദ്രവ്യം, വിതയ്ക്കൽ, കലർത്തൽ, ആക്രമണോദ്ദേശ്യം.

ആവാരം - മറ, വേലി, രക്ഷാസങ്കേതം.

ആവാസം - വീട്, ബാധ.

ആവി - മൂടൽമഞ്ഞ്, നീരാവി, പുക, ഹൃദയം, ചൂട്, നെടുവീർപ്പ്, കോട്ടുവാ, പുകയില, ഒരു വൃക്ഷം, പ്രാണൻ.

ആവൃതി - വേലി, ആവരണം.

ആവേഗം - കോപം, വിഭ്രമം, തിടുക്കം, ഒരു സഞ്ചാരീഭാവം.

ആവേദനം - നിവേദനം, അറിയിപ്പ്.

ആവേശനം - ബാധ, വീട്, പ്രവേശിക്കൽ, പണിപ്പുര.

ആവേഷ്ടനം - വേലി, കൂട്ടിക്കെട്ടൽ, തലപ്പാവ്, പൊതിയൽ.

ആശ - ദിക്ക്, പ്രതീക്ഷ, ദക്ഷന്റെ ഒരു പുത്രി, കാമം, പൊന്ന്, ആഗ്രഹം.

ആശയം - അർത്ഥം, ഉൾക്കൊള്ളുന്നത്, മനസ്സ്, ശരീരത്തിലെ ഏതെങ്കിലുമൊരു അറ, പ്ലാവ്, ഇരിപ്പിടം, കർമ്മവാസന, വയറ്, ഉറക്കറ.

ആശാൻ - ആചാര്യൻ, പുരോഹിതൻ, കുടിപ്പള്ളിക്കൂടത്തിലെ അദ്ധ്യാപകൻ, ഗുരു, പ്രമാണി, കേരളത്തിലെ ഒരു പഴയ നികുതി.

ആശി - വിഷപ്പല്ല്, അനുഗ്രഹം.

ആശിരം - സോമരസം കലർത്തിയ പാൽ, ഭൂതം, അഗ്നി, പിശാച്.

ആശുഗം - പക്ഷി, കാറ്റ്, അമ്പ്.

ആശുശുക്ഷണി - കൊടുവേലി, കാറ്റ്, അഗ്നി.

ആശ്രമം - വിദ്യാലയം, തപോവനം, സന്ന്യാസിമഠം, പർണ്ണശാല.

ആശ്രയം - താങ്ങ്, വിശ്രമസ്ഥലം, പ്രമാണം, സേവ, പരമാത്മാവ്.

ആശ്രിതൻ - വിധേയൻ, സേവകൻ, ആരാധകൻ.

ആശ്വിനം - തുലാമാസം, ആശ്വീന മാസം, കുതിരപ്പുറത്ത് ഒരു ദിവസം കൊണ്ടു സഞ്ചരിക്കാവുന്ന ദൂരം.

ആശ്വിനി - കുമ്പാരം, അശ്വതിന ക്ഷത്രം, ആശ്വിനം.

ആസഞ്ജനം - കൊളുത്ത്, അർപ്പ ണഭാവം, ഗാഢബന്ധം, പറ്റിച്ചേർ ന്നിരിക്കൽ.

ആസദനം - ലാഭം, സമ്പർക്കം, ഇരിപ്പിടം.

ആസനി - വാസം, കട, ഇരിപ്പിടം.

ആസാരം - പെരുമഴ, ആഹാരം, ആക്രമണം, വെളുത്തുള്ളി.

ആസ്തരം - പരവതാനി, പുതപ്പ്, പായ്.

ആസ്പദം - കാരണം, പത്താം ഭാവം, അധികാരം, ഇരിപ്പിടം, ആശ്രയം.

ആസ്ഫോത - വിഷ്ണുക്രാന്തി, കാട്ടുമുല്ല, ചേരിൻകുരു.

ആസ്രവം - ക്ലേശം, ഒഴുക്ക്, തിള യ്ക്കുന്ന കഞ്ഞിയുടെ പത, വേദന, അപരാധം.

ആഹതം - നിരർത്ഥഭാഷണം, പഴ ന്തുണി, മുറിവ്, ചർമ്മവാദ്യം, ചെണ്ട, ഒരു സംഗീതാലങ്കാരം.

ആഹനനം - അടി, തല്ല്, ചെണ്ട ക്കോൽ.

ആഹാര്യം - പാത്രം, ചമയം, പിടി ച്ചെടുക്കൽ.

ആഹാവം - തൊട്ടി, യുദ്ധം, ആഹ്വാനം, കാലികൾ വെള്ളം കുടിക്കുന്ന തൊട്ടി.

ആഹികൻ - പാണിനി, കേതു ഗ്രഹം.

ആഹേയം - പാമ്പിൻചട്ട, പാമ്പിന്റെ വിഷം.

ആഹ്വാനം - ക്ഷണിക്കൽ, സമൻസ്, പ്രേരണാരൂപത്തിലുള്ള അഭ്യർത്ഥന.

ആൾ - മനുഷ്യൻ, സേവകൻ, വ്യക്തി, ചുമതലക്കാരൻ, ഭടൻ, ചതുരംഗത്തിലുള്ള ഒരുകരു.

ആളി - തോഴി, കൂട്ടം, തേൾ, വണ്ട്, ഭരിക്കുന്നവൻ, യാളി (ഒരു സാങ്ക ല്പിക മൃഗം).

ആഴി - സമുദ്രം, ചക്രം, കല്പന, മോതിരം, അഗ്നികുണ്ഡം, ജലാ ശയം.

ആറുകാൽ - വണ്ട്, കയ്യോന്നി.

ആറ്റൽ - ജയം, ഓമനത്തം, ഉത്സാഹം, ശക്തി, വിശ്രമം, ചൂടാറ്റൽ, ആശ്വസിപ്പിക്കൽ, ശ്രദ്ധ, സത്യം.

ഇ

ഇക്ക് - ആപത്ത്, അരക്കെട്ട്, എനിക്ക്, മദ്ധ്യം, ഉപദ്രവം.

ഇക്ഷുഗന്ധ - ഞെരിഞ്ഞിൽ, ആറ്റുദർഭപ്പുല്ല്, കുരുവിക്കുരുമ്പ്, വയൽച്ചുള്ളി, പാൽമുതക്ക്.

ഇക്ഷൂദം - ഒരു സമുദ്രം, കരിമ്പിൻനീര്.

ഇംഗുദം - ഓടൽവള്ളി, നാട്ടുബദാം, ചെറുപുന്ന.

ഇചികിലം - ചെളി, കുളം, ചിറ.

ഇച്ചാച്ചൻ - ബന്ധു, സഹോദരൻ, മുത്തച്ഛൻ.

ഇച്ചൂളി - മീനിന്റെ ചെതുമ്പൽ, തുരുമ്പ്, ചൊറി, കക്ക.

ഇച്ഛകം - വള്ളിനാരകം, മുഖസ്തുതി, ഇഷ്ടസംഖ്യ.

ഇജ്ജലം - ഈ ജലം, നീർപ്പേഴുമര, നീർക്കടമ്പുവൃക്ഷം.

ഇൗജ്യ - ദാനം, പൂജ, പശു, യാഗം, വേശ്യ, പ്രതിരൂപം.

ഇജ്യൻ - വ്യാഴം, ഗുരു, വിഷ്ണുദേവൻ.

ഇടം - തറവാട്, സ്ഥലം, ഭാഗം, വിസ്താരം, ഇടതുവശം, അവസരം

ഇടക്കല്ല് - മുസ്ലീംസ്ത്രീകൾ കഴുത്തിലിടുന്ന ഒരാഭരണം, അസ്തിവാരം.

ഇടക്കെട്ട് - ഇടനാഴി, അരക്കെട്ട്, ഇരുമുടിക്കെട്ടിൽ മുൻ-പിൻകെട്ടുകൾക്കു നടുക്ക് കെട്ടുന്ന കെട്ട്.

ഇടങ്കേട് - തടസ്സം, ദാരിദ്ര്യം, ദുശ്ശാലം, താന്തോന്നിത്തം, വിരോധം.

ഇടത്തട്ടുകാരൻ - ജാരൻ, മദ്ധ്യവർത്തി, ദല്ലാളി.

ഇടനില - തടസ്സം, മദ്ധ്യസ്ഥത, ഇടയിലുള്ളത്, തായമ്പകയുടെ അഞ്ചംശങ്ങളിൽ ഒന്ന്.

ഇടർ - ഇടർച്ച, ദുഃഖം, വിപത്ത്, ദാരിദ്ര്യം, കഷ്ടത, തെറ്റ്, തടവ്, യുദ്ധം.

ഇടിഞ്ഞിൽ - മൺവിളക്ക്, ഇളിഞ്ഞിൽമരം.

ഇടിച്ചിൽ - കുറവ്, തോല്വി, ദുഃഖം, അധഃപതനം, തകർച്ച.

ഇടിയൻ - ഇടിച്ചക്ക, ഇടിതടി, ഇടികല്ല്, ഒരുജാതി.

ഇടിയുരൽ - സേവനാഴി, ഉരൽ. ഇടികല്ല്.

ഇടുക്ക് - ഇടവഴി, മൂല, ലുബ്ധ്, വിള്ളൽ, ദാരിദ്ര്യം, വിഷമം.
ഇട്ടി - ബ്രാഹ്മണകന്യക, ഒരു ആയുധം, ഉണ്ണി എന്ന ജാതിയിൽപ്പെട്ട സ്ത്രീ, ഒരു സ്ത്രീനാമം, അവിവാഹിത.
ഇഡ - സ്തോത്രം, പശു, ഭൂമി, ഭാഷണം, ദുർഗ്ഗാദേവി, സ്വർഗ്ഗം, പാർവ്വതി, ആഹാരം, മൂന്നുനാഡികളിൽ ഒന്ന് (ഇഡ, പിംഗള, സുഷുമ്ന)
ഇണക്കം - സ്നേഹം, പൊരുത്തം, സാമ്യം, ഭംഗി, സഹകരണം, സമ്മതം, മെരുക്കം.
ഇണർ - പൂങ്കുല, പൂമ്പൊടി, മീനിന്റെ മുട്ട, കുരുമുളകുവള്ളിയുടെ തണ്ട്, തുടർച്ച.
ഇണ്ട - നിര, താമര, തേനീച്ച, കൂട്ടം, പൂമാല.
ഇണ്ടന്തരി - അമളി, അലർച്ച, നിലവിളി.
ഇത - ചെറിയവേലി, തളിര്, നാമ്പ്, എലുക, ഇപ്പോൾ.
ഇതിവൃത്തം - കഥാവസ്തു, സംഭവം.
ഇത്വരൻ - ദരിദ്രൻ, വ്യഭിചാരി, വഴിപോക്കൻ.
ഇനജ - സൂര്യപുത്രി, യമുനാനദി, തപതീനദി.
ഇനജൻ - കർണ്ണൻ, സുഗ്രീവൻ, ശനി, മനു, യമൻ, സൂര്യപുത്രൻ.
ഇനൻ - രാജാവ്, സൂര്യൻ, യജമാനൻ, ശ്രേഷ്ഠൻ.
ഇന്ദു - ചന്ദ്രൻ, കർപ്പൂരം, മകയിരം നക്ഷത്രം, ഒരു വാസ്തുദേവത.
ഇന്ദുകലിക - പൂക്കൈതച്ചെടി, ചന്ദ്രക്കല.
ഇന്ദുരാമന്ദിരം - നീലോല്പലം, താമര.
ഇന്ദുകാന്ത - പൂക്കൈത, രാത്രി.
ഇന്ദുകാന്തം - ഒരിനം നെയ്യ്, ചന്ദ്രകാന്തം, ഒരു തരം മണ്ഡപം.
ഇന്ദുജനകൻ - സമുദ്രം, അത്രിമഹർഷി, ചന്ദ്രന്റെ പിതാവ്.
ഇന്ദ്രകീലം - മന്ഥരപർവ്വതം, ഇന്ദ്രന്റെ കൊടിക്കൂറ, കതകിന്റെ തഴുത്.
ഇന്ദ്രതൂലം - അപ്പൂപ്പൻതാടി, പഞ്ഞിക്കൂട്ടം.
ഇന്ദ്രദു - കാട്ടത്തി, നീർമരുത്, കുടകപ്പാല.
ഇന്ദ്രപദം - കിഴക്കുദിക്ക്, ദേവലോകം, ഇന്ദ്രപദവി.
ഇന്ദ്രലത - ഉഴിഞ്ഞ, സോമവള്ളി.
ഇന്ദ്രലുപ്തം - പുഴുക്കടി, കഷണ്ടി.
ഇന്ദ്രാണി - നൊച്ചി, കരുനൊച്ചി, പേരേലം, ഇന്ദ്രാണികം, ഇന്ദ്രപത്നി.
ഇന്ദ്രായുധം - വജ്രം, മഴവില്ല്.
ഇന്ദ്രാശനം - കഞ്ചാവ്, കുന്നി, നെല്ല്.
ഇന്നാങ്കം - തടസ്സം, കലഹം, ക്ലേശം.
ഇയോലി - ഈരുകൊല്ലി, താളി, ചീപ്പ്, ഒരു വൻ വൃക്ഷം.
ഇര - മീൻപിടിക്കാനായി ചൂണ്ടയിൽ കോർക്കുന്ന തീറ്റ, ആഹാരം, മണ്ണിര, മദ്യം, ഭൂമി, ജലം, ഒരു അപ്സരസ്സ്, രാത്രി, സരസ്വതി.
ഇരങ്കോൽ - തുഴയാനുള്ള കോൽ, നീണ്ടവടി, ഒരിനംമുള.
ഇടരുക - തെറ്റുക, തെന്നുക, സംശയംതോന്നുക.
ഇരണം - കടം, ഭാഗ്യം, വനം, ഉവർനിലം, ഒന്നും വിളയാത്തഭൂമി.
ഇരന്നൂൺ - കടത്തുകൂലി, ഇരന്നു കിട്ടുന്ന ആഹാരം, ഒരു പഴയകരം.
ഇരമ്മദം - ബഡവാഗ്നി, ഇടിത്തീ.
ഇരവ് - രാത്രി, ഇരപ്പ്, വായ്പ, മഞ്ഞൾ, ഇരുൾ.
ഇരാവാൻ - മേഘം, സമുദ്രം, അർജ്ജുനന്റെയും ഉലൂപിയുടെയും പുത്രൻ.

ഇരിണം - മരുഭൂമി, കുഴിക്കിണർ, ഉപ്പുമണ്ണ്.

ഇരിപ്പ് - പീഠം, വാസം, ഇരിക്കുന്ന അവസ്ഥ, കരുതിവച്ചിട്ടുള്ളത്, സഹവാസം, പരസ്പരബന്ധം.

ഇരുട്ട് - തമസ്സ്, അജ്ഞത.

ഇരുണ്ട - മങ്ങിയ, കറുത്ത, ഇരുളായ.

ഇരുത്തി - ഇരിപ്പിടം, വേലക്കാരി, കാട്ടുമുതിര.

ഇരുത്തുക - പ്രതിഷ്ഠിക്കുക, അമർത്തുക, താഴ്ത്തുക, കണക്കാക്കുക.

ഇരുളി - കരിഞ്ജീരകം, ഒരിനം ചിലന്തി, പന്നി, ഒരിനം വൃക്ഷം, ഊറാവ്.

ഇരേശൻ - വിഷ്ണു, വരുണൻ, ഗണപതി.

ഇലങ്കം - കളരി, ആരാധനാലയം, ജനക്കൂട്ടം.

ഇല്ലം - വീട്, നമ്പൂരിഭവനം, കുടുംബം, നായന്മാരിൽ ഒരു വിഭാഗം.

ഇല്ലത്തമ്മ - ചാക്യാർസ്ത്രീ, ഗൃഹനായിക.

ഇല്ലി - ശരപ്പുല്ല്, മുള, ചില്ല, ചെറിയദ്വാരം, കുടക്കമ്പി, നൂൽനൂല്പു ചക്രത്തിന്റെ ആരക്കാൽ, മലയുടെ ഒരു ദേവത.

ഇഷീക - ആനയുടെ നേത്രഗോളം, മഷിത്തൂവൽ, ഒരിനം ഞാങ്ങണം, തട്ടാന്മാർ ഉപയോഗിക്കുന്ന ഒരുതരം കോൽ.

ഈഷു - അഞ്ച് എന്ന സംഖ്യ, അമ്പ്.

ഇഷ്ടം - യാഗം, ആഗ്രഹം, സ്നേഹം, അഭിരുചി, പ്രിയം.

ഇസം - തത്ത്വസംഹിത, പ്രസ്ഥാനം, വ്യവസ്ഥ.

ഇള - ശബ്ദം, ദക്ഷന്റെ പുത്രി, പശു, മേഘം, ഭൂമി, ഒരുനദി, ഇഡ എന്ന നാഡി, വിശ്രമം, ഇളയനാമ്പ്, കശ്യപന്റെ ഒരു ഭാര്യ.

ഇളത് - മൂപ്പിക്കാത്തത്, വിളയാത്തത്, കുറവ്.

ഇളപ്പം - ചെറുപ്പം, മൃദുലത, മൂക്കാത്തത്, നിസ്സാരത, താഴ്മ.

ഇളമ - ചെറുപ്പം, ഇളംകൂറ്, താഴ്മ.

ഇളയ - ചെറിയ, വളർച്ച പ്രാപിക്കാത്ത, മുറ്റാത്ത, പ്രായം കുറഞ്ഞ, ആർദ്രതയുള്ള, മൃദുവായ.

ഇളവ് - ഒഴിവ്, നാശം, വിശ്രമം, കിഴിവ്.

ഇളി - വിഡ്ഢിച്ചിരി, അരക്കെട്ട്, കുതിരയുടെ കരച്ചിൽ, നാണം.

ഇളുമ്പ് - വിടവ്, വക്ക്, അറ്റം.

ഇഴ - ഒറ്റത്തലമുടി, ഒറ്റനൂൽ, തൂണുകളുടെ മുകളിൽ വെറുതെ വെക്കുന്ന തടി, ഇഴയുന്ന, മാലയുടെ ഒറ്റ മടക്ക്, പായ നെയ്യുന്നതിനുള്ള ഓല, ആഭരണം.

ഇഴിവ് - പതനം, അപകർഷം, കുറവ്.

ഇഴുക്കം - തേപ്പ്, പറ്റിച്ചേരൽ, മിനുസം.

ഇഴുവലി - ഇഴപ്പ്, അമാന്തം.

ഇറ - ഇമ, ക്ഷണനേരം, കെട്ടിടത്തിന്റെ ഇറുമ്പ്, മിച്ചവാരം, നികുതി, കാട്ടുമൃഗങ്ങൾ നടക്കാറുള്ള വഴി, വെള്ളം കോരിക്കളയൽ, മരിക്കുക.

ഇറക്കം - ശമനം, വേലിയിറക്കം, താഴോട്ടുള്ള പോക്ക്, വസ്ത്രത്തിന്റെ മുകളിൽനിന്നും താഴെവരെയുള്ളനീളം, കുറവ്, ക്ഷയം, അലിവ്.

ഇറമ്പ് - അരിക്, വരാന്ത, വീടിന്റെ മേല്ക്കൂരയുടെ കീഴറ്റം, വൃക്ഷത്തിന്റെ ചുവട്ടിലുള്ള സ്ഥലം.

ഇറയവൻ - ഈശ്വരൻ, ശ്രേഷ്ഠൻ, തലവൻ.

ഇറുക്കൻ - ചതിയൻ, പിശുക്കൻ.

ഇറുതി - അതിര്, അവസാനം.

ഈ

ഈക്ഷ - കാഴ്ച, വിചാരം.

ഈങ്ങ - ഈഞ്ച, ചീയക്കായ്മരം, പുലിതൊടക്കി.

ഈട് - ജാമ്യം, സമാധാനാവസ്ഥ, പുഷ്ടി, അന്തസ്സാരം, ബലം, അതിര്, സാമർത്ഥ്യം, തവണ, സമാപ്തി.

ഈട്ടം - ഈട്, സഞ്ചയം, ധാരാളിമ.

ഈയോലി - ഈരുകൊല്ലി, താളി.

ഈർ - ഈർക്കിൽ, ഈര്, നനവ്.

ഈരം - അഴുക്ക്, മൂത്രദ്വാരം, പെൺമൃഗത്തിന്റെ യോനി, ഔദാര്യം, സ്നേഹം, നനവ്.

ഈരൻ - കുടൽ, കരൾ.

ഈർച്ച - അസ്വസ്ഥത, അസഹിഷ്ണുത, ഒരിനം മുള, അറുത്തുകഷണമാക്കൽ.

ഈർമ്മം - വ്രണം, കൈയ്, ഈറൻതുണി.

ഈശൻ - അധിപൻ, ശിവൻ, ഈശ്വരൻ, ഭർത്താവ്, ശക്തൻ, തിരുവാതിര നക്ഷത്രം, പിതാവ്, ബ്രഹ്മാവ്.

ഈശാനം - പ്രകാശം, ശാല്മലി വൃക്ഷം, വടക്കുകിഴക്കുദിക്ക്, പതിനൊന്ന് എന്ന സംഖ്യ, ശിവന്റെ മുഖങ്ങളിൽ ഒന്ന്.

ഈശാനൻ - വിഷ്ണു, രുദ്രൻ, ഭരണാധിപൻ, സൂര്യൻ, വടക്കുകിഴക്കു ദിക്കിന്റെ അധിപൻ.

ഈശ്വരൻ - ദൈവം, പ്രഭു, രക്ഷിതാവ്, വിഷ്ണു, ശിവൻ, ധനവാൻ, രാജാവ്, കാമദേവൻ.

ഈശ്വരമൂലി - വലംപിരി നെയ്യുണ്ണി, കരണ്ടവള്ളി.

ഈഷിക - ശരപ്പുല്ല്, അസ്ത്രം, ചിത്രകാരന്റെ ബ്രഷ്, ആനയുടെ നേത്രഗോളം.

ഈള - കഫം, കണ്ണിലെ പീള, ഉമിനീർ, അഴുകിയ വൈക്കോൽ, പ്രശംസ.

ഈഴം - കള്ള്, സ്വർണ്ണം, ഈഴവൻ, ശ്രീലങ്ക, കള്ളിച്ചെടി.

ഈറ - ഈറ്റ, കോപം.

ഈറ് - അറ്റം, മോണ, കോപം, അതിര്.

ഉ

ഉക്കം - അരക്കെട്ട്, മുഖം, കാള, ഭാരമുള്ളവസ്തുക്കൾ കെട്ടിത്തൂക്കി എടുക്കാൻ ഉപയോഗിക്കുന്ന കയർ.

ഉക്കുടി - വീടിന്റെ പുറം മൂല, വരാന്ത.

ഉക്തി - വചനം, ലോകോക്തി, സാഹിത്യഗുണം.

ഉക്രാണം - അലർച്ച, അഹങ്കാരം, ശബ്ദം, നെടുവീർപ്പ്.

ഉക്ഷാവ് - കാള, ഇടവംരാശി.

ഉഗ്രം - കോപം, വായു, വത്സനാഭം, ഒരു നക്ഷത്രസമൂഹം, ഭീകരാകാരമുള്ള പ്രതിഷ്ഠാവിഗ്രഹം. കേരളം.

ഉഗ്രഗന്ധം - അയമോദകം, പെരുങ്കായം, ചമ്പകം, വെളുത്തുള്ളി, വേപ്പ്, ചെറുതുളസി, ചെറുകുമിഴ്.

ഉഗ്രൻ - വീരഭദ്രൻ, സൂര്യൻ, വിഷ്ണു, ശിവൻ, വെരുക്, കൗരവരിൽ ഒരുവൻ.

ഉഗ്രാണം - കലവറ, ഭണ്ഡാരം, ധാന്യപ്പുര, ഉല്കർഷം, അഹങ്കാരം, ക്ഷേത്രഭരണാധികാരികളുടെ ഓഫീസ്, അരിയും കോപ്പും.

ഉഗ്രാണി - കലവറ സൂക്ഷിപ്പുകാരൻ, ശിപായി, കരംപിരിവുകാരൻ.

ഉങ്കുണം - പേൻ, മുട്ട, ചെള്ള്.

ഉച്ചട - അഹങ്കാരം, ശീലം, പെരുമുത്തങ്ങ, കീഴാനെല്ലി, പെരുങ്കോരപ്പുല്ല്, സോമലത.

ഉച്ചാടകന്ദം - കുരുവിക്കിഴങ്ങ്, കീഴാർനെല്ലി.

ഉച്ചയം - സമ്പാദ്യം, സമൂഹം, ശേഖരിക്കൽ, മടിക്കുത്ത്, ഉന്നതി.

ഉച്ചാരം - മലം, ഉച്ചാരണം, മലവിസർജ്ജനം.

ഉച്ഛിഷ്ടം - തേൻ, എച്ചിൽ, അവശേഷിച്ചത്.

ഉച്ഛൂന - തടിച്ച, വർദ്ധിച്ച, വീങ്ങിയ.

ഉച്ഛ്റയം - ഉദയം, ഉന്നതപദവി, ഉയർച്ച, പൊക്കം, ഒരുതരം തൂൺ, ത്രികോണത്തിന്റെ കുത്തനെയുള്ള വശം.

ഉച്ഛ്വാസിക്കുക - ഊതുക, ശ്വാസം അകത്തേക്കു വലിക്കുക, നെടു

വീർപ്പിടുക, വിടരുക, ആശ്വസിക്കുക, ത്രസിക്കുക, വിശ്രമിക്കുക.

ഉച്ഛ്വാസം - നെടുവീർപ്പ്, ശ്വാസം, പ്രാണൻ, ആശ്വാസം, മരണം, അദ്ധ്യായം.

ഉജ്ജ്വലം - സ്വർണ്ണം, തിളക്കം, സ്നേഹം, വെണ്മ, ശൃംഗാരരസം, ആശ.

ഉട - ഉടയാട, വസ്ത്രധാരണം, ചമയം, കാളയുടെ വൃഷണം, വേഷം, അര.

ഉടക്ക് - ഏറ്റുമുട്ടൽ, വില്ലുകുലയ്ക്കൽ, തോട്ടിയുടെ കൊളുത്തിപ്പിടിക്കുന്ന തുമ്പ്, കുരുക്ക്, പിടിത്തം.

ഉടന്ത - ചേർച്ച, തുണ.

ഉടമ - ഉടമസ്ഥൻ, സൗഹാർദ്ദം, ശമ്പളം, ധീരത, വലുപ്പം, ആഭരണം, യോജിപ്പ്, ബന്ധുത്വം, സമ്പത്ത്.

ഉടമ്പാട് - ഉടമ്പടി, സമ്മതം, കീഴ്വഴക്കം.

ഉടയത - ബന്ധു, യജമാനൻ, ഉടമസ്ഥൻ, ഈശ്വരൻ.

ഉടയൻ - ഭർത്താവ്, രാജാവ്, യജമാനൻ, ഉടയവൻ.

ഉടയവർ - ബന്ധു, ഉള്ളവൻ, നാഥൻ, അവകാശി, ഉടമസ്ഥൻ, രാജാവ്, ഭർത്താവ്.

ഉടുപ്പ് - കുപ്പായം, വസ്ത്രം, ഉടുക്കൽ.

ഉടുമ്പൻ - ചേനത്തണ്ടൻ പാമ്പ്, ഉടുമ്പ്, ഒരിനം സ്രാവ്.

ഉഡി - നക്ഷത്രം, പക്ഷി, വെള്ളം.

ഉഡുപതി - വരുണൻ, ചന്ദ്രൻ.

ഉഡുംബരം - ചെമ്പ്, അത്തിമരം, ഒരുതൂക്കം, ഉമ്മറം, ഒരുതരം കുഷ്ഠരോഗം.

ഉണർച്ച - ഉത്സാഹം, ഉണർവ്വ്, ബോധം, ജാഗ്രത.

ഉണ്ട - വെടിയുണ്ട, മുഴ, വയ്ക്കോൽതുറു, ഉരുള, കട്ട, ഒരുതരം നെല്ല്.

ഉണ്ടി - ചുങ്കം, മുദ്ര, കൈമാറ്റച്ചീട്ട്, കാണിക്കപ്പെട്ടി, പണം പലിശയ്ക്കുകൊടുക്കൽ.

ഉണ്ഡുകം - വല, ഒരിനം കുഷ്ഠം, ശരീരത്തിന്റെ ഒരുഭാഗം.

ഉണ്ണൻ - അമിതമായി ഭക്ഷിക്കുന്നവൻ, ചെറുകിഴങ്ങ്.

ഉണ്ണി - കുഞ്ഞ്, ആൺകുട്ടി, ഉണ്ണുന്നവൻ, പിഞ്ച്, മുട്ടയുടെ മഞ്ഞക്കരു, ബ്രഹ്മചാരി, ഒരുജാതി, കന്നുകാലികളെ ബാധിക്കുന്ന ഒരു ക്ഷുദ്രജീവി.

ഉണ്മ - സ്നേഹം, സത്യം, തത്ത്വം, യാഥാർത്ഥ്യം.

ഉത - അടി, കുതിപ്പ്, താങ്ങ്, നെയ്തെടുത്ത.

ഉതട് - വക്ക്, മുറിവായ്, ചുണ്ട്.

ഉതൾ - ഉതളവൃക്ഷം, മുട്ടാട്, ആട്, മേടം രാശി.

ഉതളി - വയറ്, ഉല, നീർപ്പൊങ്ങേലം, വയലിൽ കൃഷിക്കായി തയ്യാറാക്കിയ മൺകൂന.

ഉല്ക്കടം - കോപം, ഇലവങ്ഗം, ചുവന്ന കരിമ്പ്, മദജലം.

ഉല്ക്കരം - കൂട്ടം, കൂമ്പാരം, ചപ്പും ചവറും.

ഉല്ക്കർഷം - മികവ്, ഉയർച്ച, ഐശ്വര്യം, ആധിക്യം, മേലോട്ടു വലിക്കൽ.

ഉല്ക്കീർത്തനം - നിലവിളി, വിളംബരം ചെയ്യൽ, ഒരു നാട്യാലങ്കാരം, പ്രസ്താവിക്കൽ.

ഉല്ക്കുണം - പേൻ, മുട്ട.

ഉല്ക്രമം - അഭിവൃദ്ധി, ക്രമക്കേട്, മരണം, കയറ്റം, അതിക്രമിക്കൽ.

ഉല്ക്ഷേപണം - വിശറി, മുറം, മോഷ്ടിക്കൽ, ഛർദ്ദി, ഉയർത്തൽ.

ഉത്തമം - ത്രിഫല, ഉത്തപ, മുഖക്കുരു, കിഴുകാനെല്ലി.
ഉത്തമകാരിണി - ഉമ്മത്ത് വേലിപ്പരുത്തി.
ഉത്തമൻ - ശ്രേഷ്ഠൻ, വിഷ്ണു, ധ്രുവന്റെ സഹോദരൻ, മൂന്നാമത്തെ മനു.
ഉത്തര - വടക്കുദിക്ക്, അഭിമന്യുവിന്റെ പത്നി, ഉത്രം നക്ഷത്രം, മെച്ചപ്പെട്ട.
ഉത്തരം - മറുപടി, വീടിന്റെ മേൽക്കൂരയ്ക്കോ തട്ടിനോ താങ്ങായി ചുവരിനോ തൂണിനോ മുകളിൽ ഉറപ്പിക്കുന്ന നീണ്ട തടി, ആനയുടെ പുറത്തിരുന്ന ചങ്ങല, ഒരു അലങ്കാരം. വടക്കുദിക്ക്, ഉത്രം നക്ഷത്രം.
ഉത്തരോഷ്ഠം - തൂണിന്റെ മുകൾഭാഗം, മേൽച്ചുണ്ട്.
ഉത്താനം - ഒരുവാതം, ഉദാസീനത, ഉയർന്ന സ്ഥലം.
ഉത്താപം - കഠിനചൂട്, കഠിനദുഃഖം.
ഉത്താരകൻ - രക്ഷകൻ, ശിവൻ.
ഉത്ഥാനം - ഉണർച്ച, എഴുന്നേൽപ്പ്, തന്ത്രം, ഉദ്യോഗം, സമാപ്തി, പൗരുഷം, യുദ്ധസന്നദ്ധത, സേന, ഉദിച്ചുയരൽ, പ്രത്യക്ഷപ്പെടൽ, ഉദ്യമം. ആവിർഭവിക്കൽ.
ഉത്ഥാപനം - ഛർദ്ദി, പ്രസവം, ഇഷ്ടസംഖ്യ കണ്ടുപിടിക്കൽ, ഉണർത്തൽ, എഴുന്നേല്പിക്കൽ, പൂർത്തിയാക്കൽ.
ഉല്പതനം - കയറ്റം, പറക്കൽ, ജനനം, മുകളിലേക്കുള്ള ചാട്ടം, ഒരു ഖരവസ്തു ദ്രവാവസ്ഥയിലാകാതെ വാതകമായിത്തീരൽ.
ഉല്പത്തി - ജനനം, ഉത്ഭവം, വയൽ.
ഉല്പലം - കരിങ്കൂവളം, കൊട്ടം, താമര, നൈതൽ പുഷ്പം, ചെങ്ങഴിനീർപ്പൂവ്, ഒരുതരം മീൻ, ഒരു വലിയ സംഖ്യ, (നീലോൽപ്പലം-നീലത്താമര).
ഉല്പവനം - പുണ്യാഹകർമ്മം, ശോധനയന്ത്രം, ശുദ്ധിയാക്കൽ, ഹോമകുണ്ഡത്തിൽ നെയ്യ് ഹോമിക്കുന്നത്.
ഉല്പാതം - മഹാവിപത്ത്, ദുർന്നിമിത്തം, പ്രക്ഷോഭം, കുതിച്ചുചാട്ടം, ഭൂകമ്പം, ഒരുരോഗം (ചെവിയിലുണ്ടാകുന്ന), ബാധ.
ഉല്പാദം - നിർമ്മിതി, ആവിർഭാവം, ജനനം.
ഉല്പാദിക - ചിതൽ, ചീര, അമ്മ.
ഉല്പ്രാസനം - ഫലിതം, പരിഹാസം, വീശിയെറിയൽ, പൊട്ടിച്ചിരി, ഒരു നാട്യാലങ്കാരം, സ്മരണ.
ഉല്പ്രേക്ഷ - ഉദ്ഭാവന, ഊഹം, ഒരലങ്കാരം.
ഉത്സംഗം - കൊടുമുടി, ചരിവ്, മുകൾഭാഗം, മടി, ആലിംഗനം, സംയോഗം, അകം, ഒരു ഹസ്തമുദ്ര.
ഉത്സർഗ്ഗം - സാമാന്യനിയമം, മലവിസർജ്ജനം, ത്യാഗം, ദാനം കൊടുക്കൽ, പുറത്തേക്കുതള്ളൽ, ചെലവഴിക്കൽ.
ഉത്സവം - ആനന്ദം, സന്തോഷാവസരം, ആഘോഷം, ക്ഷേത്രത്തിലെ ഉത്സവം.
ഉത്സാദനം - സുഗന്ധം പൂശൽ, കയറ്റം, ഉയർത്തൽ, ശരീരത്തിലെ അഴുക്കുകളയൽ, തിരുമ്മൽ, നശിപ്പിക്കൽ.
ഉത്സാഹം - താല്പര്യം, പ്രയത്നം, സ്ഥിരനിശ്ചയം, ശക്തി, വീരരസത്തിന്റെ സ്ഥായീഭാവം, അഭിനിവേശം (കാര്യനിർവ്വഹണത്തിനായി).

ഉത്സുകം - ഉൽകണ്ഠ, ആഗ്രഹം, അഭിരുചി.
ഉത്സേകം - അഹങ്കാരം, തേകൽ, തളിപ്പ്.
ഉദകം - ഇരുവേലി, ജലം, ഭൂമി, ഉദകക്രിയ ചെയ്യൽ, ഇരുവേലി.
ഉദകാധാരം - കിണറ്, നീർ ത്തൊട്ടി.
ഉദകീര്യം - ഉങ്ങ്, മരവെട്ടി, ആവി മരം.
ഉദജം - താമര, യുദ്ധത്തിനു സേനയെ നയിക്കൽ.
ഉദഞ്ചനം - അടപ്പ്, തൊട്ടി, മേലോ ട്ടെറിയൽ.
ഉദധി - മേഘം, കായൽ, സമുദ്രം
ഉദയം - ഉല്പത്തി, അഭിവൃദ്ധി, പ്രതിഫലം, ഉദയഗിരി, ഉഷസ്സ്, വരവ്.
ഉദരഥി - സൂര്യൻ, സമുദ്രം.
ഉദരശയ - ഉഭ്രൂണം, ഗർഭപാത്രം.
ഉദർക്കം - പൊക്കം, ഉയർച്ച, അവ സാനം, ഭാവികാലം, ഒരിനം മരം.
ഉദർച്ചിസ്സ് - ശിവൻ, അഗ്നി, കാമൻ.
ഉദാത്തം - ശ്രേഷ്ഠമായത്, പെരു മ്പറ, ദാനം, ഭാഷാഭൂഷണം, ഒരു കാവ്യാലങ്കാരം.
ഉദാരത - ദയ, മാന്യത, ദാനശീലം, ഒരു കാവ്യഗുണം.
ഉദിതി - വാക്ക്, സൂര്യോദയം, ഒരു വാസ്തുദേവത.
ഉദീച്യം - ഇരുവേലി, തലമുടി, രാമച്ചം, വടക്കൻ പ്രദേശം.
ഉദുംബരം - ഉമ്മറം, അത്തിമരം, അത്തിക്കരപ്പൻ (രോഗം) ചെമ്പ്, ഒരു ദേശം, ഒരു തൂക്കം, ചെംകു ഷ്ഠം.
ഉദൂഖലം - (ഉരൽ) ഉലൂഖലം, ഗുൽ ഗുലു.
ഉദ്ഗമം - പുറപ്പാട്, ജനനം, സൃഷ്ടി, മുള, ഛർദ്ദി, ഉത്ഭവസ്ഥാനം, ഉദിക്കൽ, ഉയർച്ച, പുറത്തുകള യൽ.
ഉദ്ഗാരം - ഛർദ്ദി, തുപ്പൽ, തിക ട്ടൽ, പ്രവഹിക്കൽ, ഉച്ചരിക്കൽ, ഏമ്പക്കം, ചീറ്റൽ.
ഉദ്ഘം - മാതൃക, മേന്മ, അഗ്നി, കൈക്കുമ്പിൾ, സൗഖ്യം.
ഉദ്ഘർഷണം - ഗദ, കുറുവടി, അടി, തിരുമ്മൽ.
ഉദ്ഘാടനം - പ്രകാശനം, സമാ രംഭം, തുറക്കൽ.
ഉദ്ഘാതം - മുറിവ്, അടി, ആരംഭം, ഗദ, അദ്ധ്യായം.
ഉദണ്ഡത - അഹങ്കാരം, ബലം, ക്രൂരത.
ഉദ്ദണ്ഡൻ - ദുരഹങ്കാരി, ദുഷ്ടൻ, ബലവാൻ, വിദ്വാൻ, ഉദ്ദണ്ഡശാസ്ത്രി കൾ, പാണ്ഡിത്യഗർവ്വുള്ളവൻ.
ഉദ്ദംശം - പേൻ, മൂട്ട, കൊതുക്.
ഉദ്ദാനം - അരക്കെട്ട്, ബന്ധനം, കെട്ടുകുറ്റി, ബന്ധവാഗ്നി, മടി.
ഉദ്ദാമൻ - യമൻ, വരുണൻ.
ഉദ്ദാലകം - ഒരു പർവ്വതം, ഒരു തരം തേൻ, കാട്ടുവരക്, ഒരു കഠി നവ്രതം.
ഉദദ്ദീപകം - ചൂട്ടുറുമ്പ്, ഒരുതരം പക്ഷി.
ഉദ്ദേശം - സംശയം, ഉന്നം, അഭി പ്രായം, ഏകദേശം.
ഉദ്ദേശകം - ചോദ്യം, ദൃഷ്ടാന്തം, പ്രശ്നം.
ഉദ്ധതി - അഭിമാനം, മുട്ടാളത്തം, ഉയർച്ച, അഹങ്കാരം.
ഉദ്ധരണം - മോക്ഷം, കടംവീട്ടൽ, ഉരിഞ്ഞു മാറ്റൽ, പൊക്കൽ, വലി ച്ചൂരിയെടുക്കൽ.
ഉദ്ധരണി - കൊടിൽ, സ്പൂൺ, തീർത്ഥജലമെടുക്കുന്ന ചെറു കരണ്ടി, ഒരു ചിഹ്നം.

ഉദ്ധർഷം - ഉത്സവം, സന്തോഷം, ധൈര്യം.
ഉദ്ധവം - ഉത്സവം, യാഗാഗ്നി, സന്തോഷം.
ഉദ്ധാനം - അടുപ്പ്, ഛർദ്ദി, സേനാവിന്യാസക്രമങ്ങളിൽ ഒന്ന്.
ഉദ്ധാരം - വിഭജനം, കടം, ഉയർച്ച, മോചനം, ഉയർത്തൽ, അടുപ്പ്.
ഉദ്ധൂഷണം - രോമാഞ്ചം, തമര്, തുരപ്പണം.
ഉദ്ഭടം - മുറം, ആമ, എരിക്ക്.
ഉദ്ഭടൻ - സൂര്യൻ, സമർത്ഥൻ.
ഉദ്ഭവം - ഉല്പത്തി, ജനനം.
ഉദ്ഭിത്ത് - നീരുറവ, മുളച്ചുണ്ടാകുന്നത്.
ഉദ്ഭിദം - കഴമ്പ്, ചെടിയുടെ മുള, നീരുറവ, കറിയുപ്പ്.
ഉദ്ഭേദനം - ഊറ്റ്, രോമാഞ്ചം, വളർച്ച, പ്രത്യക്ഷപ്പെടൽ, പൊട്ടിപ്പുറപ്പെടൽ.
ഉദ്യമം - പരിശ്രമം, തുടക്കം, നാട്യാലങ്കാരങ്ങളിൽ ഒന്ന്.
ഉദ്യാമം - കയറ്, ഉയർത്തൽ, വലിച്ചു നീട്ടൽ.
ഉദ്രേകം - ഉൽകൃഷ്ടത, ആധിക്യം, മേന്മ.
ഉദ്വപനം - ദാനം, കുലുക്കുഴിയൽ, സമ്മാനം.
ഉദ്വർത്തനം - വീങ്ങൽ, ഇടിക്കൽ, അഭിവൃദ്ധി, ഉയരൽ, ഉത്സാദനം, ശരീരത്തിൽ പുരട്ടാനുള്ള ഒരു സുഗന്ധദ്രവ്യം.
ഉദ്വഹൻ - ഉദാനവായു, ഒരസുര രാജാവ്, മൂത്തപുത്രൻ, അഗ്നിയുടെ ഏഴു ജിഹ്വകളിൽ ഒന്ന്.
ഉദ്വാപം - ഉയർത്തൽ, ക്ഷൗരം, പുറത്താക്കൽ, നീക്കിക്കളയൽ.
ഉദ്വാഹനി - കവടി, കയറ്.
ഉദ്വിഗ്നത - വ്യഗ്രത, ഭയം, ദുഃഖിതാവസ്ഥ.
ഉദ്വൃത്ത - വീണ, വർദ്ധിച്ച, തുറന്ന, അടക്കമില്ലാത്ത, ക്ഷുബ്ധമായ, ഛർദ്ദിക്കപ്പെട്ട, ഉയർന്ന.
ഉദ്വേഗം - ഭയം, അടയ്ക്ക, വിപ്രതിപത്തി, ഉൽക്കണ്ഠ, അമ്പരപ്പ്.
ഉന്തി - വയറ്, പൊക്കിൾ, കുരുക്ക്, തള്ളിനീക്കുക.
ഉന്ദുരം - പെരുച്ചാഴി, ചുണ്ടെലി, എലി.
ഉന്നം - ധ്യാനം, ലക്ഷ്യം, ചടച്ചിമരം, ഇലവുമരം.
ഉന്നതി - മേന്മ, ഉയരം, ഐശ്വര്യം, ഗരുഡന്റെ ഭാര്യ.
ഉന്നൻ - ഒരിനം പഴം, ഉന്നമരം.
ഉന്നാഹം - ധിക്കാരം, ഉദയം, പുളിച്ചകാടി, ആധിക്യം, മുഴ.
ഉന്മത്തം - ഉന്മാദം, ഉമ്മത്ത്, ഭ്രാന്ത്, കാമന്റെ ശരം, ഒരു ആഭരണം.
ഉന്മഥനം - കലക്കൽ, വധം, മർദ്ദനം, മല്ലയുദ്ധത്തിലെ ഒരു അടവ്.
ഉന്മദം - ഭ്രമം, ഭ്രാന്ത്, ലഹരി, അഹങ്കാരം, കാമന്റെ ഒരസ്ത്രം.
ഉന്മന്ഥനം - തല്ല്, വധം, കടയൽ, വ്യാകുലപ്പെടുത്തൽ.
ഉന്മാഥം - കെണി, വധം, കഠിനവേദന, പീഡനം.
ഉന്മാനം - ഉയരം, തൂക്കം, അളവ്, ദ്രോണം, വ്യാസം.
ഉന്മേഷം - വികാസം, ശോഭ, അദ്ധ്യായം, ഉണർവ്വ്, കണ്ണുതറക്കൽ.
ഉപകാരം - നന്മ, സേവനം, സഹായം, ഉപയോഗം.
ഉപകാര്യ - കൂടാരം, കൊട്ടാരം.
ഉപകുല്യ - തിപ്പലി, ചാല്, കൈത്തോട്.
ഉപക്രമം - തുടക്കം, ചികിത്സ, സമീപിക്കൽ, അദ്ധ്യക്ഷൻ നട

ത്തുന്ന പ്രസംഗം, സമാധാനാദി ഉപായം.

ഉപക്ഷേപം - സൂചന, ചോദ്യം, കുറ്റം, ചുമത്തൽ, പ്രാരംഭം, നിയമസഭയിൽ അവതരിപ്പിക്കപ്പെടുന്ന ഒരു പ്രമേയം.

ഉപഗതി - അറിവ്, സമീപിക്കൽ, കൈപ്പറ്റൽ, നേട്ടം.

ഉപഗമനം - സ്വീകരിക്കൽ, ഉടമ്പടി, അറിവ്, സമുദായം, ഒരുവലിയ സംഖ്യ, നേട്ടം, സമീപിക്കൽ, മൈഥുനം.

ഉപഗ്രഹം - തടവ്, ഒരുതരം സന്ധി, അലിവ്, ധൈര്യം, തോല്വി, പ്രോത്സാഹനം, അപ്രധാനഗ്രഹം, പരിധി,

ഉപഘാതം - നാശം, കേട്, അടി, അപമാനിക്കൽ, തടസ്സം, അതിക്രമം.

ഉപചയം - സഞ്ചയം, വർദ്ധന, അഭിവൃദ്ധി.

ഉപചര്യ - പൂജ, ചികിത്സ, ശുശ്രൂഷ.

ഉപചിത്ര - അത്തം നക്ഷത്രം, ചെറിയ ദന്തി, ചോതിനക്ഷത്രം, ഒരുചെടി.

ഉപജിഹ്വിക - ചെറുനാക്ക്, ചിതൽപ്പുറ്റ്, ഒരിനം ഉറുമ്പ്.

ഉപതാപം - പീഡനം, രോഗം, ഉഷ്ണം, ദുഃഖം.

ഉപദ - കാഴ്ചദ്രവ്യം, കാണിക്ക, സമ്മാനം, കൈക്കൂലി.

ഉപദംശം - കടി, കറി, മുരിങ്ങ.

ഉപദർശകൻ - സാക്ഷി, ദ്വാരപാലകൻ, വഴികാട്ടി.

ഉപദ്രവം - ശല്യം, വേദന, ലഹള, നാശം, ആപത്ത്, ക്ഷുദ്രദേവതകളുടെ ബാധ.

ഉപധാനം - തലയണ, സത്ഗുണം, സ്നേഹം, വ്രതം, മായം ചേർക്കൽ, അസ്തിവാരം, വ്യാജം, മേന്മ.

ഉപധ്മാനം - ഊതൽ, ശ്വസനം, ചുണ്ട്.

ഉപനിഷത്ത് - വേദത്തിന്റെ ജ്ഞാനകാണ്ഡം, ധർമ്മം, ആദ്ധ്യാത്മികവിദ്യ, ധ്യാനം, നിഗൂഢാർത്ഥം, വിജനസ്ഥലം, ബ്രഹ്മചാരികൾ അനുഷ്ഠിക്കേണ്ട ഒരു വ്രതം.

ഉപപത്തി - അറിവ്, സിദ്ധി, തുണ, പ്രത്യക്ഷമാകൽ, ബന്ധം, നാട്യാലങ്കാരങ്ങളിൽ ഒന്ന്, ജനനം, സമാധി, ഔചിത്യം.

ഉപപാതം - ആപത്ത്, ദൗർഭാഗ്യം, അപകടം.

ഉപപാർശ്വം - മറുവശം, വശം, തോൾ.

ഉപപ്രദാനം - കൈക്കൂലി, സമ്മാനം, വിശ്വസിച്ച് ഏല്പിക്കൽ.

ഉപപ്ലവം - നാശം, ആപത്ത്, അപകടം, തടസ്സം, ദുർനിമിത്തം, കലഹം, ഉപദ്രവം, രാഹു, ആക്രമണം, അരാജകത്വം.

ഉപമന്ത്രണം - പ്രേരണം, ക്ഷണം, അഭിസംബോധനം ചെയ്യൽ.

ഉപയാമം - ഒരു മന്ത്രം, വിവാഹം, ഒരുയാഗപാത്രം.

ഉപരതി - വിരക്തി, വിരാമം, മരണം, വലിയ സന്തോഷം.

ഉപരോധനം - എതിർപ്പ്, സംയമനം, തടസ്സം, ഉപദ്രവം, ആവരണം.

ഉപലകം - രത്നം, കല്ല്, കൽക്കണ്ടം.

ഉപലക്ഷ്യം - ഊഹം, ചിഹ്നം, രക്ഷാസ്ഥലം, അവലംബം, കാണത്തക്കത്.

ഉപവാകം - കുടകപ്പാലയരി, സംഭാഷണം, സ്തുതി.

ഉപവാസം - സാമീപ്യം, പട്ടിണി കിടപ്പ്, ആഹാരം കഴിക്കാതെ വ്രതമിരിക്കൽ.

ഉപവി - ലാഭം, സന്തോഷം, സ്നേഹം, ഔദാര്യം, ചായ്പ്.

ഉപശമം - ശമിക്കൽ, ക്ഷമ, ശാന്തത, മനസ്സമാധാനം.

ഉപസംഗ്രഹണം - വണക്കം, ഉപകരണം, പ്രീതിപ്പെടുത്തൽ, സമ്പർക്കം, അടുപ്പം.

ഉപസത്തി - ശുശ്രൂഷ, ദാനം, യോജിപ്പ്.

ഉപസംഹാരം - പറഞ്ഞുനിർത്തൽ, അവസാനം, മരണം, നശിപ്പിക്കൽ, അവസാനിപ്പിക്കൽ.

ഉപസ്കരം - പലവ്യഞ്ജനം, കളിപ്പാട്ടം, അലങ്കാരം, ഗൃഹോപകരണം, അപരാധം, പിഴ, അലങ്കാരം.

ഉപസ്കരണം - അലങ്കരണം, കൊല, ദോഷാരോപണം, ശേഖരണം.

ഉപസ്തരണം - ആവരണം, തലയണ, പുല്ലുവിതറൽ, നെയ്യ്, വിരിപ്പ്.

ഉപസ്ഥം - ഗുദം, മടിത്തട്ട്, ഗുഹ്യപ്രദേശം.

ഉപസ്ഥാനം - ഓർമ്മ, പൂജ, സ്വീകരണസ്ഥലം, സാമീപ്യം, പരിശുദ്ധം, ഇരിപ്പിടം, സ്വീകരണശാല.

ഉപസ്ഥായകൻ - ബുദ്ധഭിക്ഷു, ഭൃത്യൻ.

ഉപസ്ഥിതി - ലാഭം, അടുപ്പം, സമീപിക്കൽ, സേവ, ഓർമ്മ, പാണ്ഡിത്യം.

ഉപസ്പർശം - കുളി, തൊടീൽ, ആചമനം, കൂട്ടിത്തൊടീൽ.

ഉപഹതി - അടി, കൊല, പീഡനം, കേട്.

ഉപഹവം - ഹോമദ്രവ്യം, ക്ഷണം.

ഉപഹാരം - പൂജാദ്രവ്യം. കാഴ്ചദ്രവ്യം, നിവേദ്യം, യാഗം, അതിഥികൾക്കു വിളമ്പുന്ന ആഹാരം, ബലി, യാഗം.

ഉപഹാസം - പരിഹാസച്ചിരി, തമാശ, മൈഥുനം, ആക്ഷേപം.

ഉപാഗമം - അടുത്തുവരവ്, പ്രതിജ്ഞ, സമ്മതം, സംഭവം, അംഗീകാരം.

ഉപാദാനം - പരാമർശം, കൈപറ്റൽ, അസംസ്കൃതവസ്തു, സംസാരബന്ധം.

ഉപാധി - അടയാളം, ലക്ഷണം, ഇരട്ടപ്പേര്, വ്യവസ്ഥ, ഉപായം, അവസ്ഥ, വിഭാഗം.

ഉപഹാരം - പാപം, അടുപ്പം, അപരാധം.

ഉപാരൂഢ - പ്രാപിച്ച, വർദ്ധിച്ച, പുറത്തുകയറിയ.

ഉപാസംഗം - സാമീപ്യം, ആവനാഴി.

ഉപാസന - ധ്യാനം, ശുശ്രൂഷ, ആരാധന.

ഉപേക്ഷ - നിന്ദ, തള്ളിക്കളയൽ, മടി. അനാസ്ഥ.

ഉപ്പ - അമ്മ, അച്ഛൻ.

ഉപ്പാപ്പ - മൂത്തസഹോദരൻ, മുത്തച്ഛൻ, ഇളയച്ഛൻ.

ഉപ്പുതെളിയൽ - മരമഞ്ഞൾ, ഉപ്പുതാളി.

ഉഭയം - ഇരട്ട, വഴിപാട്, ആദായം, വയൽ, വസ്തുവിന്റെ അനുഭവം.

ഉമ - പരാശക്തി, പാർവ്വതി, ചണച്ചെടി, മായ, ശോഭ, മഞ്ഞൾ, ശാന്തി, കീർത്തി, രാത്രി, മാഘമാസത്തിലെ തൃതീയ.

ഉമം - നഗരം, തുറമുഖം.

ഉമ്പിക്ക - കുഞ്ഞ്, ചെറുത്.

ഉമ്മം - ഉമ്മത്ത്, ചുംബനം, തൊങ്ങല്.

ഉമ്മൻ - കൂമൻ, ഊമൻ, മരം കൊത്തി.
ഉമ്മി - ഒരു മർമ്മം, മീൻ, അമ്മ, അക്ഷരാഭ്യാസമില്ലാത്തവൾ.
ഉയക്കം - ദുഃഖം, കഷ്ടപ്പാട്.
ഉയിര് - ജീവൻ, ചുണ, ശ്വാസം.
ഉരം - തോൾ, നെഞ്ച്, വളം, ശക്തി, ഉറപ്പ്, നിശ്ചയം.
ഉരഗം - പാമ്പ്, ഈയം, ആയില്യം നക്ഷത്രം.
ഉരഗാരി - മയിൽ, ഗരുഡൻ, കീരി.
ഉരണകം - വെള്ളി, തകര, ആട്, മേഘം.
ഉരപ്പൻ - കുതിരച്ചീപ്പ്, കരപ്പൻ, പാക്ക്.
ഉരശ്ഛദം - കവചം, കുപ്പായം.
ഉരു - ആന, അടയാളം, ഉരുപ്പടി, ആകൃതി, ശരീരം, തവണ, ആവൃത്തി, കപ്പൽ, വേട്ടമൃഗം.
ഉരുക്കം - അലിവ്, മനോവേദന, ഉഷ്ണം, ഉരുകൽ.
ഉരുത - മഹത്വം, വിസ്താരം, വലുപ്പം.
ഉരുവ് - ശരീരം, കപ്പൽ, ആകൃതി, സാമഗ്രി, തവണ, പാത്രം, വേട്ടയാടിക്കിട്ടുന്ന ജന്തു.
ഉർവ്വടം - ആണ്ട്, കന്നുക്കുട്ടി.
ഉർവ്വര - ചുരുണ്ട തലമുടി, ഭൂമി, അപ്സരസ്ത്രീ, ഫലഭൂയിഷ്ഠമായ സ്ഥലം.
ഉർവ്വശി - ഒരു അപ്സരസ്ത്രീ, ആഗ്രഹം, ഒരുവൃത്തം, ഉത്സാഹം.
ഉർവ്വി - നദി, ഭൂമി, ഒരു സിരാ മർമ്മം.
ഉർവ്വീഭൃത്ത് - രാജാവ്, പർവ്വതം.
ഉലം - ഉരുണ്ടകല്ല്, ഒരു കാട്ടുജന്തു, അച്ചിങ്ങാ മെഴുക്കുപുരട്ടി.
ഉലണ്ട - പട്ടുനൂൽ, പട്ടുനൂൽപ്പുഴു.
ഉലർച്ച - ലഹരി, ഉണക്ക്.
ഉലുമ്പ് - ദുസ്സ്വാദ്, ദുർഗ്ഗന്ധം.
ഉലൂകം - ഒരു രാജ്യം, ആനയുടെ ചുവടുഭാഗം, മൂങ്ങ.
ഉലൂകൻ - കണാദമുനി, ഇന്ദ്രൻ, ശകുനിയുടെ പുത്രൻ.
ഉലൂലി - കുരവ, ആർപ്പുവിളി.
ഉല്ക്ക - പ്രകാശം, കരി, കൊള്ളി മീൻ, തീക്കൊള്ളി.
ഉല്ക്കാമുഖൻ - ശിവൻ, ഒരു രാക്ഷസൻ, ഒരു പിശാച്, ഒരു കുരങ്ങ്.
ഉല്ലാഘവം - അപമാനം, മെയ്വഴക്കം, ധാരാളമായി.
ഉല്ലാപം - ഭാഷണം, സൂചന, നിന്ദാവാക്ക്, അനുനയനഭാഷണം, കൊഞ്ചിപ്പറയൽ, ഉച്ചത്തിൽ വിളിക്കൽ.
ഉല്ലാസം - തിളക്കം, ആഹ്ളാദം, വികസനം, പ്രത്യക്ഷപ്പെടൽ.
ഉല്ലേഖനം - വിവരിക്കൽ, എഴുത്ത്, ചിത്രരചന, ചിത്രീകരണം, ഉല്ലേഖ പ്രയോഗം.
ഉവാ - വാവ്, തികവ്, കടൽ.
ഉശിർ - ജീവൻ, ഉത്സാഹം, ധൈര്യം, ചുണ.
ഉഷ - പ്രഭാതം, ഉഷസ്സിലെ പൂജ, രാത്രി, ഒരു നാഡി, പ്രഭാതദേവത, ബാണപുത്രി.
ഉഷം - ശുഗ്ഗുല, ഉവർമണ്ണ്, ഉഷസ്സ്.
ഉഷണം - തിപ്പലിമൂലം, ചുക്ക്, എരിവ്, കുരുമുളക്, ഇഞ്ചി.
ഉഷ്ടം - എരിവ്, ചൂട്, കോപം, വേനൽക്കാലം, വാശി
ഉഷ്ണകം - വേനൽ, പനി, അടയ്ക്ക.
ഊഷ്മം - ഉത്സാഹം, കോപം, ചൂട്, വേനൽക്കാലം.
ഉസ്ര - പശു, ഭൂമി, പ്രഭാതം, തെളിഞ്ഞ ആകാശം.

ഉസ്രം - രശ്മി, കാള, ദിവസം.
ഉസ്രിയ - പശു, പ്രകാശം, പാൽ, കന്നുകുട്ടി.
ഉൾ - അകം, മനസ്സ്, ഹൃദയം.
ഉൾക്കട്ടി - സാന്ദ്രത, ധൈര്യം, ഉൾക്കനം, അന്തസ്സാരം, മനസ്സിന്റെ ഉറപ്പ്.
ഉൾത്തിരക്ക് - ശത്രുത, മത്സരം, മനക്ഷോഭം.
ഉള്ളളവ് - വണ്ണം, വ്യാപ്തം, വിസ്തൃതി, ഉള്ളിലെ അളവ്.
ഉള്ള് - ഗോള്, പരസ്പരധാരണ, മനസ്സ്, അകം, രഹസ്യം.
ഉഴ - മാൻ, സ്ഥലം, മധ്യമസ്വരം.
ഉഴല - ചക്കിൻകണ, വലിയദാഹം, മരത്തിന്റെ കേട്, ഉരുണ്ട.
ഉഴവ് - കലപ്പകൊണ്ട് ഉഴുതുമറിക്കൽ, അദ്ധ്വാനം, കൃഷിപ്പണി, ഒരു ഭൂവുടമ, സമ്പ്രദായം.
ഉഴുവ - കടുവ, പുലി, ഒരിനം മീൻ.
ഉറ - പാമ്പിന്റെ പുറംചട്ട, സഞ്ചി, ആവരണം, മൂടി, ഇരുപതുപറ കൂടിയ അളവ്, ഇരിപ്പിടം, നൂറ് എന്നസംഖ്യ, ക്ഷാരം, പാല് തൈരാകാൻ ചേർക്കുന്ന മോര്, ആർദ്രമാവുക, കട്ടിയാവുക.
ഉറവി - ഉറുമ്പ്, ഊറ്റ, ഉയിർ.
ഉറവ് - സ്നേഹം, ഊറ്റ്, ഉറവിടം, വിശ്വാസം, ഉണർവ്വ്.
ഉറുതി - നിശ്ചയം, ബലം, വിശ്വാസം, വാക്കുറുതി, ഉപദേശവചനം.
ഉറുമി - ഒരുതരം വാൾ, ഒരുതരം ചെണ്ട, തുർക്കിക്കാരൻ.
ഉറുമ്പൽ - മുഴക്കം, ഗർജ്ജനം.

ഊ

ഊക്കം - ശക്തി, സത്യം, ഉയർച്ച, മനശക്തി.

ഊടാട്ടം - അയവ്, ഉൾക്കാഴ്ച, നടുവിലൂടെ കടന്നുപോകൽ.

ഊട് - ഊന്ന്, ആചാരം, രഹസ്യം, ഉള്ള്, അറിവ്, ഊഴം.

ഊടുപോക്ക് - ഊടുവഴി, ഒരു പഴയനികുതി, ഊടുപാട്.

ഊട്ട് - അന്നദാനം, സദ്യ, ഊട്ടുപുര, ക്ഷേത്രത്തിലെ ചടങ്ങ്.

ഊതി - തുന്നൽ, നെയ്ത്ത്, തുന്നൽക്കൂലി, ആഗ്രഹം, പ്രീതി, കളി, ഭോഗം, സംരക്ഷണം, സുഖം, കർമ്മവാസന, ഊതുക.

ഊധസ്സ് - സ്തനം, അകിട്, സ്നേഹിതന്മാർക്കുമാത്രം പ്രവേശിക്കാവുന്ന രഹസ്യസ്ഥാനം.

ഊനം - തടസ്സം, കുറവ്, ദോഷം.

ഊപ്പ - നിസ്സാരൻ, ചെറിയമീൻ, മോശപ്പെട്ടത്.

ഊമൻ - ഊമ, കൂമൻ, മലരി (പൊരി) നടിയിലെ നെല്ല്.

ഊരൽ - ഇഴയൽ, ചൊറിച്ചിൽ.

ഊർജ്ജിതം - പ്രാബല്യം, ഉന്മേഷം, ശക്തി.

ഊർണ്ണം - കമ്പിളി വസ്ത്രം, ആടിന്റെ രോമം.

ഊർദ്ധ്വരേതസ്സ് - ശിവൻ, ഭീഷ്മർ, സന്ന്യാസി.

ഊർമ്മി - ഒഴുക്ക്, മടക്ക്, തിര, പ്രകാശം.

ഊർവ്വം - മേഘം, ബഡവാഗ്നി, സമുദ്രം.

ഊവ്വ് - വേദന, അസുഖം, അതെ.

ഊഷം - പ്രഭാതം, ശുക്ലം, ഉപ്പുമണ്ണ്, വിടവ്.

ഊഷകം - ഉപ്പ്, പുലരി, ഓരുമണ്ണ്, കുരുമുളക്.

ഊഷണം - തിപ്പലി, കുരുമുളക്, ചുക്ക്, കൊടുവേലി.

ഊഷ്മം - വേനൽ, ചൂട്, ഉത്സാഹം.

ഊഹം - അനുമാനം, പരിഗണന, ഗ്രഹിക്കൽ, സങ്കല്പിക്കൽ, ഒരു സഞ്ചാരീഭാവം.

ഊളൻ - കുറുക്കൻ, കൗശലക്കാരൻ, ഭോഷൻ, ഭൃത്യൻ.

ഊളി - എരുമക്കിടാവ്, തീരെച്ചെറിയ, മുക്കിളി, കൂക്കുവിളി.
ഊഴത്തം - അബദ്ധം, വിഡ്ഢിത്തം, നാണം, ചങ്ങാത്തം.
ഊറീം - മരണം, വെളിപാട്.
ഊറ്റം - ഉത്സാഹം, വീറ്, മഹിമ, വമ്പ്, അഹങ്കാരം, കൈയൂക്ക്, ബലം.
ഊറ്റക്കാരൻ - സമർത്ഥൻ, കരുത്തൻ, അഹങ്കാരി, ധനികൻ.

ഋ

ഋക്ഷം - ജന്മനക്ഷത്രം, നക്ഷത്രം, ഒരു രാശി, മൃഗങ്ങളുടെ പേര്, സസ്യങ്ങളുടെ പേര്, കുലപർവ്വതങ്ങളിൽ ഒന്ന്, ഒരിനം മാൻ, കരടി.

ഋക്ഷര - നദി, അരുവി, ഒഴുക്ക്.

ഋക്ഷി - പെൺകുരങ്ങ്, പെൺകരടി.

ഋചീഷം - വറപ്പുചട്ടി, ഒരു നരകം.

ഋജുക്രതു - ഇന്ദ്രൻ, സത്യസന്ധൻ.

ഋണം - ബാദ്ധ്യത, കടം, ജലം, ഭൂമി, കോട്ട, അഷ്ടമഭാവം.

ഋതം - ധർമ്മം, നിയമം, സത്യം, വിശുദ്ധകർമ്മം, മോക്ഷം, സൂര്യൻ, ജലം, ധനം, യാഗം, ശപഥം.

ഋതു - ക്ലിപ്തകാലം, സ്ത്രീരജസ്സ്, ആറ് എന്ന സംഖ്യ, പ്രകാശം, സന്തോഷം, ഒരു ഋഷി.

ഋതി - അസൂയ, ഗതി, ഐശ്വര്യം, ശാസനം, വേദന, വെറുപ്പ്, സംരക്ഷണം, സ്മരണ.

ഋതീയ - കോപം, കാരുണ്യം, നിന്ദ, ഭീതി, വെറുപ്പ്.

ഋതു - ആർത്തവകാലം, സ്ത്രീരജസ്സ്, തിളക്കം, ധാതുദ്രവ്യം, നിയതക്രമം, ആറ് എന്ന സംഖ്യ, പന്ത്രണ്ടാമത്തെ മനു.

ഋദ്ധം - സമൃദ്ധി, വിസ്തീർണ്ണം, ധാന്യശേഖരം, അഭിവൃദ്ധി.

ഋദ്ധി - വിസ്തീർണ്ണം, കാട്ടുകുതിര, ലക്ഷ്മി, അഭിവൃദ്ധി, സമ്പത്ത്, പലിശ, മഹത്ത്വം, അലൗകികശക്തി, കാട്ടുഴുന്ന്, കാട്ടുമുതിര, കുബേരന്റെ പത്നി.

ഋഭു - ചിത്രകാരൻ, കൊല്ലൻ, ദേവൻ, രഥംപണിയുന്നവൻ, വിവേകമുള്ളവൻ.

ഋഭുക്ഷം - വജ്രായുധം, സ്വർഗ്ഗം.

ഋശ്യം - ലംഘനം, ഹിംസ, കലമാൻ.

ഋഷഭം - കാള, ഇടവം രാശി, ഒരു ആൺമൃഗം, കർണരന്ധ്രം, ജൈനന്മാരുടെ ചിഹ്നം, സപ്തസ്വരങ്ങളിൽ രണ്ടാമത്തേത്, ഒരു പർവ്വതം.

ഋഷി - ചന്ദ്രൻ, രശ്മി, വേദം, മന്ത്രം, ഏഴ് എന്ന സംഖ്യ, ജ്ഞാനി, ആത്മജ്ഞാനി.

ഋഷ്വൻ - ഇന്ദ്രൻ, അഗ്നി.

എ

എകിറ് - തേറ്റ, പല്ല്, ചിറക്, മുളയുടെ ചില്ല.

എക്കം - ചൂട്, തക്കം, മടി, അയവ്, കമ്പോളനിലവാരം.

എച്ചി - തെണ്ടി, എച്ചിൽ, പിശുക്കൻ, മകരസ്രാവിന്റെ കുഞ്ഞ്.

എടുപ്പ് - അന്തസ്സ്, അഹംഭാവം, ഗ്രഹം, തവണ, ശ്രുതി ഉയർത്തൽ, നികുതി, കെട്ടിടം, അരക്കെട്ട്, ഒരു രോഗം.

എണ്ണം - തുക, വിചാരം, ഉരുപ്പടി, സംഗതി, വിശ്വാസം.

എതം - തക്കം, തൃപ്തി, ആരോഗ്യം, സുഖം.

എതക്കേട് - അസൗകര്യം, അസുഖം, അതൃപ്തി.

എതിര് - എതിരാധാരം, തുല്യത, വിരോധം, തടസ്സം, എതിർക്കുന്നത്.

എത്ത് - പൊടിപ്പ്, ചില്ല, ചെന്നുചേരൽ.

എന്ത്രം - യന്ത്രം, രക്ഷാബന്ധനം.

എമൻ - കാലൻ, ഹിന്ദുസ്ഥാനി സംഗീതത്തിലെ ഒരു രാഗം.

എയിൽ - നഗരം, കോട്ട, മതിൽ.

എരട് - ചർക്ക, കരട്.

എരി - കോപം, എരിവുരസം, തീയ്, വാൽ, നക്ഷത്രം, ഉഷ്ണം, വാശി.

എരിച്ചിൽ - ആധി, എരിവ്, തീകത്തൽ, വെറുപ്പ്, വയറുകത്തുന്നതായി തോന്നൽ, ചൂട്, കോപം.

എരുന്ത് - കിളിഞ്ഞിൽമരം, ഉരൽ.

എരുമ്പാവ് - കറി, മുളക്.

എരുവ - പരുന്ത്, കഴുകൻ, കഴുത, ഒരിനം കോരപ്പുല്ല്.

എല്ല - അവസാനം, അതിര്, പ്രകാശം, അവസരം, അവധി.

എഷ്ടി - വടി, ബുദ്ധിശൂന്യൻ, ഇരട്ടിമധുരം.

എസ്റ്റേറ്റ് - നാണ്യവിളത്തോട്ടം. ഭൂസ്വത്ത്, വലിയതോട്ടം.

എളവ് - ശല്യം, ഇളവ്.

എളിമ - താഴ്മ, ദരിദ്രൻ, അവസ്ഥ, വിനയം.

എളിയവൻ - ബലഹീനൻ, ദരിദ്രൻ, നിസ്സാരൻ, താണനിലയിലുള്ളവൻ.

എളുപ്പം - കുറുക്കുവഴി, ലാഘവം, പ്രയാസക്കുറവ്.

എള്ള് - ഒരു പഴയഅളവ്, ചെറിയ മറുക്, ഒരു ചെറിയ ധാന്യം, എള്ളു വിത്തുവിളയുന്ന ചെടി.

എഴൽ - ഉദയം, പുറപ്പാട്, ദുഃഖം, ചകിണി.

എഴിൽ - ഐശ്വര്യം, ആകൃതി, ഗാംഭീര്യം, ശോഭ.

എഴു - തൂണ്, വലിപ്പം, ഉയരം, മുതലെടുപ്പ്, എഴുക്, ഗദ.

എഴുത്ത് - അക്ഷരം, കത്ത്, ചിത്രരചന, എഴുതൽ, സാഹിത്യരചന, എഴുതിയത്.

എറിച്ചൽ - തൂവാനം, എറിക്കൽ.

എറ്റ് - കുരുക്ക്, അലക്, ഏറ്, വെള്ളം, ഏറ്റൽ.

ഏ

ഏകം - ഒന്ന്, ഒന്നായ അവസ്ഥ, ഏകതാളം.

ഏകത - ഒരുമ, ഒറ്റയ്ക്ക്, ഒരുവശത്ത്, ഒന്നുതന്നെയായ അവസ്ഥ.

ഏകൻ - കേവലൻ, ഒരാൾ, പരമാത്മാവ്, ശ്രേഷ്ഠൻ, വിഷ്ണു.

ഏകപക്ഷം - ഒരുകക്ഷി, ഒരുവശം, ഒരുചിറക്.

ഏകപത്രി - ഓരിലത്താമര, നറുമഞ്ഞൾ, തുളസി, ഒറ്റയടിപ്പാത.

ഏകപാത്ത് - അജൻ, മുടന്തൻ, വിഷ്ണു, ശിവൻ.

ഏകസൂത്രം - ഉടുക്ക്, ഒരു നൂലിട.

ഏകാക്ഷൻ - ശുക്രാചാര്യർ, ഒറ്റക്കണ്ണൻ, ശിവൻ.

ഏകാംഗം - ചന്ദനം, ഉത്തമാംഗം, ഒരു അവയവം, ഒരു അംഗം.

ഏകാന്തം - ഏകാഗ്രത, രഹസ്യസ്ഥലം, ഏകത്വം, സ്വകാര്യമായി ആധിക്യം.

ഏകായനം - ഏകാഗ്രത, ഒറ്റയടിപ്പാത, ഏകാന്തസ്ഥലം, ഏകവിഷയം, വിചാരൈക്യം.

ഏകാഷ്ഠീലം - കൊക്കുമന്താരം, അകത്തിക്കീര, വെള്ളെരുക്ക്, ചുവന്ന പൂവുള്ള മന്ദാരം.

ഏക്കം - നെടുവീർപ്പ്, ഏങ്ങൽ, കൂലി, ആധി, വിശപ്പ്, കമ്പോളനിലവാരം, വിശപ്പ്, വർദ്ധനവ്.

ഏക്കൽ - ഇരക്കൽ, ചുരുക്കൽ, ഏക്കം.

ഏക്കറ - ലുബ്ധൻ, തെണ്ടി, അത്യാർത്തി, കൊതിയൻ.

ഏക്ക് - ഗർഭിണിയുടെ ആഗ്രഹം, ശാസനം, പഞ്ഞികടയൽ, യാക്ക്, അനുസരണ, ദോഹദം.

ഏടം - ഇടം, സമയം, നിത്യവൃത്തി, അവസ്ഥ, ഈടം, വലിയ തറവാട്.

ഏടാകൂടം - കുഴപ്പം, ശല്യം, അലങ്കോലം, തടസ്സം, ഭോഷത്തം, അപകടം.

ഏട് - പൂവ്, ഇതൾ, പുസ്തകം, എഴുത്തോല.

ഏണ് - അരക്കെട്ട്, മുഴ, വക്ക്, ബലം.

ഏണം - കൃഷ്ണമൃഗം, മകരം രാശി, ഉറപ്പ്, ഭംഗി.

ഏതം - ദുഃഖം, കുറ്റം, ഒരിനം മാൻ, മാന്തോൽ, കുറവ്, നാനാവർണ്ണം.

ഏതനം - നാശം, ഒരിനം മത്സ്യം, ശ്വസനം.

ഏത്തം - സ്തുതി, പ്രണാമം, ഏത്തമിടൽ, വെള്ളം കോരാനുള്ള ഉപകരണം.

ഏധസ്സ് - ഐശ്വര്യം, വിറക്, സന്തുഷ്ടി.

ഏനം - കഴിവ്, സൗകര്യം, ഉപകരണം, ഇവനെ, ഒരുക്കം,

ഏനക്കേട് - ശല്യം, അസുഖം, അസൗകര്യം.

ഏമം - ആഹ്ലാദം, കാവൽ, ഉന്മാദം, രാത്രി, യാമം, ആഘാതം, സ്വർണ്ണം.

ഏരം - മരക്കൊമ്പ്, ഉയരം, ഏരകം.

ഏരൽ - ഒച്ച്, നത്തയ്ക്ക, കിളിഞ്ഞിൽ മരം.

ഏരാളൻ - മല്ലൻ, കൃഷിക്കാരൻ. വീരൻ, ഏറനാട്ടിലുള്ളവൻ.

ഏരി - വരമ്പുതിട്ട, കാളയുടെ പൂഞ്ഞ്, വലിയകുളം, ഒരിനം മത്സ്യം.

ഏൽ - അംഗീകാരം, സുഖം, പ്രാപ്തി, പൊരുത്തം, ശ്രദ്ധ. സ്വീകരിക്കുക.

ഏലം - ലേലം, ഏലക്കായ്

ഏല് - മിടുക്ക്, സുഖം, ശക്തി, സൗകര്യം, ചുണ.

ഏലകം - ആട്ടുരോമം, കറിയാട്. ആട്ടുകൊറ്റൻ.

ഏറ്റം - കയറ്റം, കടുംകൈ, വേലിയേറ്റം, അഭിവൃദ്ധി, ഏത്തം.

ഐ

ഐന്ദ്രം - കിഴക്കുദിക്ക്, കാട്ടിഞ്ചി, കേട്ടനക്ഷത്രം, ഒരു സംസ്കൃത വ്യാകരണം, ഒരുയോഗം.

ഐന്ദ്രൻ - ബാലി, ജയന്തൻ, അർജ്ജുനൻ, ഇന്ദ്രപുത്രൻ.

ഐന്ദ്രി - ശചീദേവി, ദുർഗ്ഗ, കേട്ടനക്ഷത്രം, പേരേലം, ഉഴിഞ്ഞ, കാട്ടുവെള്ളരി, ദൗർഭാഗ്യം.

ഐരം - സമുദ്രം, ചേറ്റുകൂന, ശബ്ദം, കൊഴുത്ത കഞ്ഞി.

ഐരാണി - കാട്ടുകുരന്നുചെടി, കാട്ടുപിണ്ണാക്ക്, ഇന്ദ്രാണി.

ഐരാവതം - മധുരനാരകം, മേത്തോന്നി. അയിനി, ഒരുതരം മഴവില്ല്, പാമ്പ്, നിലഞാവൽ, ഇന്ദ്രവാഹനമായ ആന.

ഐരാവതി - മിന്നൽ, ചെറുനാരകം, വടപത്രി, റാവി നദി.

ഐശ്വര്യം - സമ്പത്ത്, പ്രഭുത്വം, അണിമാദികളായ എട്ട് ഐശ്വര്യങ്ങൾ.

ഒ

ഒക്ക് - തറ്റുടുക്കുമ്പോൾ എളിയുടെ ഭാഗത്തു വയ്ക്കാറുള്ള പുടവയുടെ ഞൊറി, അരക്കെട്ട്, മടിത്തട്ട്.

ഒട - വൃഷണം, ഉട, വസ്തിപ്രദേശം.

ഒടമ്പ് - അർശ്ശസ്സ്, ഗുദം, ശരീരം.

ഒടാപിടി - ബലാൽക്കാരം, നിർബ്ബന്ധം.

ഒടി - മറപ്പുര, ഒടിവ്, ചുളിവ്, നടുവ്, ഒടിവിദ്യ, വേട്ടക്കാരന്റെ മാടം, ക്ഷുദ്രകർമ്മം, വശം.

ഒടിച്ചിൽ - മെലിവ്, വളവ്, ഒടിയുക.

ഒടിവ് - എളി, ഉടവ്, പുരയുടെ കഴുക്കോൽ, ഒടിയൽ.

ഒട്ടം - ഏണ്, അറപ്പുവാളിന്റെ കൈപ്പിടി, വശം, പന്തയം, തോട്, വിവാദം, പോരാട്ടം, അതിര്, സന്ധി.

ഒട്ട് - ചേർപ്പ്, ഒട്ടിപ്പ്, ചുളിവ്, പശ, അരിക്, അല്പം.

ഒട്ടുപ്പൊരി - കെണി, വക്ക്.

ഒതുക്കം - തീരുമാനം, അടക്കം, മറവ്, അവസാനം, ദുർമേദസ്സില്ലായ്മ.

ഒതുക്ക് - ഇടവഴി, അഭയസ്ഥാനം, പടവ്, ഒതുക്കൽ.

ഒപ്പം - നിരപ്പ്, ഒന്നിച്ച്, തുല്യത, സമീപത്ത്.

ഒപ്പന - തെളിവ്, ഒത്തിരിപ്പ്, യോജിപ്പ്, താരതമ്യം, ഒരു സംഘനൃത്തം, ആഭരണം.

ഒപ്പാരി - ഭംഗി, മുഖസ്തുതി, ഉപമ, മരിച്ചയാളിന്റെ ഗുണഗണങ്ങൾ ചൊല്ലിയുള്ള വിലാപം.

ഒപ്പിക്കുക - ശരിയാക്കുക, ചതിക്കുക, തുല്യമാക്കുക, അലങ്കരിക്കുക, ബോദ്ധ്യപ്പെടുത്തുക, വഴിപാടുകഴിക്കുക.

ഒയ്യാരം - കൊഞ്ചൽ, നാട്യം, കുണുങ്ങിനടക്കൽ, പൊങ്ങച്ചം.

ഒരുക്കം - ആരംഭം, വേഷവിധാനം, സന്നദ്ധത, സജ്ജീകരണം, ഉദ്യമം,

ഒല്ലി - കയറ്റുവല, ഉൾക്കട്ടിയില്ലാത്ത തേങ്ങ, മെലിഞ്ഞവൻ, പുതപ്പ്.

ഒളി – മറവ്, രഹസ്യം, ഒളിസ്ഥലം, ഒളിക്കുക, കാന്തി, പ്രകാശം, സൂര്യൻ, ചന്ദ്രൻ, കീർത്തി.

ഒഴിച്ചിൽ – അവസരം, ഉപായം, വയറ്റിളക്കം, വേർപാട്, നിവൃത്തി.

ഒഴുക്കം – ഭംഗി, ക്രമം, ഒഴുക്ക്, മുറ, മിനുസം.

ഒഴുക്ക് – ഗതി, തടസ്സമില്ലായ്മ, പ്രവാഹം, ഒഴുകൽ.

ഒറ – ആവരണം, തൈരുണ്ടാക്കാൻ പാലിലൊഴിക്കുന്ന മോര്, നൂറു ചേർന്ന ഒരു ഗണം.

ഒറുപ്പ് – ശിക്ഷ, വെറുപ്പ്.

ഒറ്റ – ജോഡിയിൽ ഒന്ന്, രണ്ടു കൊണ്ടു ഹരിക്കാനാവാത്ത സംഖ്യ, പൂർണ്ണസംഖ്യയുടെ ഒടുവിലത്തെ അക്കം.

ഒറ്റയാൻ – കൂട്ടം തെറ്റിയ കൊമ്പനാന, കാട്ടുപന്നി, ബന്ധുക്കൾ ആരും ഇല്ലാത്തവൻ.

ഓ

ഓകം - വീട്, രക്ഷാകേന്ദ്രം, പക്ഷി.

ഓഘം - കൂട്ടം, വെള്ളപ്പൊക്കം, ശിക്ഷണം, ഭൂതകാലം.

ഓട - കിടങ്ങ്, നെറ്റിയിൽ അണിയുന്ന ഒരാഭരണം, ആനയുടെ നെറ്റിപ്പട്ടം, ചക്കിന്റെ ഒരുഭാഗം, ഈറൽ മരം, ഒരുതരം മുള, വെള്ളം ഒലിച്ചുപോകുന്ന ചാല്, ഭിക്ഷാപ്പാത്രം, മൺപാത്രം ഉടഞ്ഞുള്ള കഷണം.

ഓട് - കുപ്പിച്ചില്ല്, വീടുകളുടെ കൂരമേയാനായി മണ്ണിൽ വാർത്തെടുത്ത ഒരുതരം പലക, ഉടഞ്ഞ പാത്രക്കഷണം, ഒരുതരം വറപ്പുചട്ടി, ഭിക്ഷപാത്രം, നെയ്ത്തറിയിലെ ഊട്.

ഓതുക - പറയുക, ഊതുക, ബാധയകയറ്റാൻ മന്ത്രം ചൊല്ലുക, മന്ത്രം ഉച്ചരിക്കുക.

ഓത്ത് - ചട്ടം, മന്ത്രം, വേദോച്ചാരണം, ഒരുതരം മന്ത്രവാദം.

ഓയ്വ് - വിശ്രമം, ഒഴിവ്, അവസാനം.

ഓലം - നിലവിളി, കടൽ, ഒച്ച.

ഓലക്കെട്ട് - താളിയോലഗ്രന്ഥം, ഓലമേയൽ, ഓലകളുടെ കെട്ട്, പുരമേയൽ.

ഓലി - കുറുനരി, ഊറ്റുകുഴി, ചെറിയകുളം, ഒലിവുമരം, നിലവിളി, കുറുനരി പുറപ്പെടുവിക്കുന്ന ശബ്ദം.

ഓവി - യോജിപ്പ്, സ്നേഹം, ഒരുതരം പ്രബന്ധം.

ഓഷം - പാചകം, ചൂട്, എരിച്ചിൽ, ആവേശം, ദഹിക്കൽ, ആവേശത്തോടെ.

ഓളാങ്കം - കാമഭ്രാന്ത്, ഡംഭം, ഉല്ലാസം.

ഓളി - ഓരി, ഒരിനം പക്ഷി, വിഷയാസക്തൻ, വീതികുറഞ്ഞ നീണ്ട പറമ്പ്, ഒരുതരം ഇത്തിൾ.

ഔ

ഔഡുംബരം - ചെമ്പ്, അത്തിപ്പഴം, അത്തിത്തടി, ഒരുതരം കുഷ്ഠം.

ഔദുംബരം - ചെമ്പ്, അത്തിപ്പഴം, ഒരുതരം കുഷ്ഠം, ഒരുദേശം.

ഔന്നത്യം - സ്വഭാവമഹിമ, ഉയരം, ഉന്നതമായ അവസ്ഥ, മഹത്ത്വം, മാനം.

ഔപാസനം - പിണ്ഡം, ഗാർഹപത്യാഗ്നി, ഉപാസനം.

ഔർജ്ജിത്യം - ഉറപ്പ്, ചുറുചുറുക്ക്, ഒരു രചനാഗുണം, പ്രാബല്യം.

ഔവ്വ - സരസ്വതി, അമ്മ, ഒരു തമിഴ് കവയിത്രി (ഔവ്വയാർ), ആദിമാതാവ്.

ഔശീരം - രാമച്ചം, പീഠം, വെഞ്ചാമരത്തിന്റെ പിടി, കിടക്ക, മെത്ത.

ഔഷണം - കുരുമുളക്, എരിവ്.

ഔഷ്ട്രം - ഒട്ടകപ്പാൽ, ഒട്ടകജാതി, ഒട്ടകത്തിന്റെ സ്വഭാവം.

ക

കംസം - ഒരളവ്, വെള്ളോട്, വെള്ളം എടുക്കാനുള്ള ഓട്ടുപാത്രം.

കംസകം - പാത്രം, വെള്ളോട്, ഒരുതരം കൺമഷി.

കകുത്ത് - കാളയുടെ പൂഞ്ഞ്, പർവ്വതത്തിന്റെ കൊടുമുടി, ദക്ഷന്റെ പുത്രി, ഒരു രാജചിഹ്നം.

കുകുദ്മാൻ - പർവ്വതം, കാള, ഇടവകം, പോത്ത്.

കകുപ്പ് - ശോഭ, ദിശ, കൊടുമുടി, ഒരു വൃത്തം, ചെമ്പകപ്പൂമാല, ഒരു സംഗീതശൈലി, അഴിച്ചിട്ടിരിക്കുന്ന തലമുടി.

കുകുഭം - നീർമരുത്, തിത്തിരിപ്പുള്ള്, തിളക്കം, ഭംഗി, കുടകപ്പാല, പിശാച്.

കക്ഷം - കൈക്കുഴി, പക്ഷം, ആറ്റിന്റെ കര, ഉണക്കമരക്കാട്, കാള, പോത്ത്, മുണ്ടിന്റെ അറ്റം, അന്തപ്പുരം, പാപം, പടിവാതിൽ, ഒളിസ്ഥലം, ഒരു ക്ഷുദ്രരോഗം, വസ്ത്രാഞ്ചലം.

കക്ഷ - അരഞ്ഞാൺ, ആനയുടെ കച്ചക്കയറ്, കച്ചി, കുന്നിച്ചെടി, ഉത്തരീയം, തുലാസ്, കെട്ടിടത്തിന്റെ ഒരു നില, വിഭാഗം, ചുറ്റുമതിൽ, ഗ്രഹങ്ങളുടെ അയനപഥം, വിരൽ, ഇടമുറ്റം.

കങ്കടം - കവചം, അതിര്, കുപ്പായം, അങ്കുശം.

കങ്കണം - ഒരായുധം, കൈവള, മുടിയിൽ ചൂടുന്ന ഒരാഭരണം, ജലകണം.

കങ്കൻ - ക്ഷത്രിയൻ, യമൻ, ബ്രാഹ്മണ വേഷം ധരിച്ച അബ്രാഹ്മണൻ, വിഷ്ണു, ഒരു യാദവരാജാവ്.

കങ്ഗുണി - തിന, ചെറുപുന്ന, വലിയ വാലുഴവം.

കചം - തഴമ്പ്, തലമുടി, നാട, ഉടയാടയുടെ വക്ക്, ഇരുവേലി, മേഘം.

കചില്ലകം - പാവൽ, വെളുത്ത തഴുതാമ, ചെറുതുളസി.

കചു - ചേമ്പ്, കാച്ചിൽ, ചേന.

കച്ചി - വയ്ക്കോൽ, ഗോലി, മാങ്ങാത്തിര, ചവറ്, കച്ചില, ഗോലി.

കച്ഛം - തീരപ്രദേശം, പൂവരശ്, ചതുപ്പുനിലം, ഒരിനം കുഷ്ഠം, തറ്റുടുത്ത വസ്ത്രത്തിന്റെ അറ്റം, താണനിലം.

കച്ഛകം - തറ്റുടുപ്പ്, പടുകരണ, പൂവരശ്.

കച്ഛൂര - ചെങ്കൊടിത്തൂവ, നായ്ക്കുരണ, ചെറുകച്ചോലം, ചൊറിയുള്ള, ദാരിദ്ര്യക്ലേശം അനുഭവിക്കുന്ന, പാതിവ്രത്യമില്ലായ്മ.

കച്ഛൂരി - ചൊറിയണം, നായ്ക്കുരണ, കച്ചോലം, കച്ഛൂരിക്കിഴങ്ങ്.

കജം - മത്സ്യം, താമര.

കജ്ജലം - അഴുക്ക്, എണ്ണക്കരി, മുത്തങ്ങ, മേഘം, ഇരുട്ട്.

കഞ്ചൽ - അഴുക്ക്, ചവറ്.

കഞ്ചുകം - ജാക്കറ്റ്, കവചം, കടല, ഉമി, ഉടുപ്പ്.

കഞ്ചുകി - കടല, കാരകിൽ, രാജസേവകൻ, പാമ്പ്, കടല, കാമാസക്തൻ, ഹരിക്കാരൻ.

കഞ്ജം - രോമം, അമൃതം, താമര, പാദത്തിലെ ഒരു രേഖ.

കഞ്ജരം - വയറ്, മയിൽ, ആന, എരിക്ക്.

കട - പീടിക, കലക്കുക, ചുവട്, അഗ്രം, പിൻഭാഗം, കിണറ്റിൽ നിന്നും വെള്ളം കോരാനുള്ള മരം കൊണ്ടുള്ള ഒരു ഉപകരണം.

കടം - അമ്പ്, അരക്കെട്ട്, ആനയുടെ കവിൾ, ശവം, പുൽപ്പായ്, ബാദ്ധ്യത, വായ്പ, ശ്മശാനം, ശവമഞ്ചം.

കടകം - അരഞ്ഞാൺ, ചരട്, കൊളുത്ത്, കങ്കണം, ചക്രം, പാളയം, രാജധാനി, കടലുപ്പ്, പാർപ്പിടകം, പുൽപ്പായ്, പീഠഭൂമി, താഴ്വര, കടവം, കാക്ക, കുറുക്കൻ, കണ്ണാടിപ്പാത്രം.

കടഖാദകം - സ്ഫടികപ്പാത്രം, കാക്ക, കുറുനരി.

കടങ്കടം - സ്വർണ്ണം, അഗ്നി, കൊടുവേലി.

കടച്ചാണി - കടിഞ്ഞാൺ, അരക്കെട്ട്, നാഭി, ഓലമടലിന്റെ അഗ്രം, അച്ചുതണ്ടിൽ ഉറപ്പിക്കുന്ന ആണി.

കടച്ചി - കൈതനാര്, പുലയസ്ത്രീ, പശുക്കുട്ടി.

കടംഭരം - ഒരു പച്ചമരുന്ന്, പെരുങ്കടമ്പ, പിടിയാന, മഞ്ഞക്കുറുന്തോട്ടി, കടുകുരോഹിണി, വെളുത്ത തഴുതാമ.

കടാരൻ - തുകൽപ്പണിക്കാരൻ, പൗരൻ, കാമാസക്തൻ.

കടാഹം - പാത്രവിശേഷണം, വലിയവാർപ്പ്, വറക്കാനുള്ള കിടാരം, എരുമക്കുട്ടി, ആമത്തോട്, കൂമ്പാരം, കിണറ്, നരകം.

കടി - ദംശനം, ചൊറിച്ചിൽ, ചതി, വഴക്ക്, പാനീയത്തോടൊപ്പം കഴിക്കാനുള്ള പലഹാരം, ആനയുടെ ചെന്നി, അരക്കെട്ട്, തിപ്പലി, കടുകുരോഹിണി.

കടില്ലം - ചെറുതുളസി, പാവൽ ചെടി, വെളുത്ത തഴുതാമ.

കടീരം - പിൻഭാഗം, പൃഷ്ഠഭാഗത്തുള്ള കുഴി, ഗുഹ, കടീതടം, ഒരിനം ഔഷധച്ചെടി.

കടു - എരിവുള്ള, ചുക്ക്, തിപ്പലി, കടുക്, കർപ്പൂരം, മണിത്തക്കാളി, മൂർച്ച, കൊഴിഞ്ഞിൽ, ഞാവൽ, ചൂടുള്ള, പരുപരുത്ത.

കടുകം - കൈപ്പൻ പടവലം, എരിക്ക്, കുരുമുളക്, കരിങ്കടുക്, കടുകപ്പാലമരം.

കടുകി - വെറ്റിലക്കൊടി, കടുകു രോഹിണി, ഞാഴൽ, പേച്ചുര.

കടുപ്പം - പ്രയാസം, പരുഷത, ദാർഢ്യം, രൂക്ഷത.

കടുഫലം - കുമ്പിൾ വൃക്ഷം, തക്കോലം, കൈപ്പൻ പടവലം, കൂവളത്തിന്റെ കായ്.

കടുരവം - പുരുഷശബ്ദം, തവള.

കട്ടാരി - ഒരുതരം മരപ്പാത്രം, കഠാരി, മോഷ്ടിച്ചത്, മെതിയടി, മുളയരി, പട്ടട.

കട്ടി - ലോഹക്കട്ട, കനം, സാന്ദ്രത, ഉറപ്പ്, ഭാരം.

കട്ടിത്തം - സാന്ദ്രത, കടുപ്പം, തടിപ്പ്, കനം.

കട്ഫല - കുമിഴ്, ചെറുവഴുതിന, ദേവതാളി, മണിത്തക്കാളി.

കഠിനം - കടുപ്പം, മൺപാത്രം, എഴുത്തുകല്ല, കാട്ടത്തി.

കണ - കുട്ടികൾക്കുണ്ടാകുന്ന രോഗം, ഇല്ലിക്കമ്പ്, അമ്പ്, പിടി, നിറവ്, പൂരം നക്ഷത്രം, ചക്കുലക്ക, കുറ്റി, ചക്കയുടെ അല്ലി, മടിക്കുത്ത്, ആനയുടെ ശിശ്നം, ഒരുതരം ഈച്ച, തിപ്പലി, ജീരകം,

കണം - മൺതരി, അണു, തുള്ളി, ശകലം, ധാന്യമണി, തീപ്പൊരി, കൂട്ടം, ക്ഷണം.

കണക്ക് - വിഹിതം, എണ്ണം, ചെലവ്, ക്രമം, കണക്കെഴുത്തുകാരൻ, പരിഗണന, ഗണിതശാസ്ത്രം.

കണിക - അതിസൂക്ഷ്മമായ വസ്തു, മുഞ്ഞ, ജീരകം, തിപ്പലി, തുള്ളി, നെല്ലിട, പൊടിയരി.

കണിച്ചി - ഉളി, മഴു, കൂന്താലി, ഒരിനം വെറ്റില.

കണിശം - അന്തസ്സ്, നിശ്ചയം, ധാന്യക്കതിര്.

കണ്ടകം - തടസ്സം, മുള്ള്, രോമാഞ്ചം, മുന, വിരൽനഖം, ലഗ്നം, കണ്ടകൻ, മകരമത്സ്യം, ഉദയം, പണിപ്പുര, തീവ്രമായ വേദന.

കണ്ടകി - ചക്ക, മുൾച്ചെടി, കൂവളം, മുള, ഇലവ് തുടങ്ങിയ വൃക്ഷങ്ങൾ.

കണ്ടി - ഒരു അളവുകോൽ, തൂക്കത്തിന്റെ ഒരളവ്, വിടവ്, ചണ്ടി, ചാരായം, പൃഷ്ഠം, ആനപ്പിണ്ടം, പറമ്പ്, വാതിൽ, കട്ടിയായത്, കൊണ്ടമീൻ.

കണ്ഠം - തൊണ്ട, കഴുത്ത്, മലങ്കാരച്ചെടി, സ്വരം, ഗർഭദ്വാരം.

കണ്ഠാലം - ഒട്ടകം, തൂമ്പ, വള്ളം, ചേന, സഞ്ചി, യുദ്ധം, തൈരു കടയാനുള്ള കലം.

കണ്ഠേഡാലം - ഒട്ടകം, കുട്ട, കലവറ, പത്തായം

കണ്ഠേഡാഷം - തേൾ, കമ്പിളിപ്പുഴു, ചിലന്തി.

കണ്ണി - കുരുക്ക്, കെട്ട്, ചങ്ങലക്കണ്ണി, പുഴവക്ക്, കണ്ണീർ, അടുപ്പിന്റെ കോൺ, കൈവിരലിലെ സന്ധി, ഒരുതരം മത്സ്യം, ചേർപ്പ്.

കണ്ണേറ് - ദൃഷ്ടിദോഷം, പാടം, കടാക്ഷം.

കതിരം - ഉപ്പിലിട്ടുണക്കിയ മാംസക്കഷണം, അഴക്, അമ്പ്, ശോഭ.

കതിര് - ധാന്യക്കുല, രശ്മി, പ്രകാശം.

കദംബം - മഞ്ഞൾ, കൂട്ടം, മേഘം, നീർക്കടമ്പ്, മാക്കീരക്കല്ല്, കടമ്പു വൃക്ഷം.

കദരം - വെൺ കരിങ്ങാലി, തൈര്, ആനത്തോട്ടി, അറപ്പുവാൾ, പാദത്തിലുണ്ടാകുന്ന ഒരു രോഗം.

കദല - കദളിവാഴ, ഓരിലച്ചെടി, ഇലവുമരം, ബ്രാഹ്മി, വാഴ, പലകപ്പയ്യാനി.

കനം - ഗൗരവം, ഘനം, വണ്ണം, ആധിക്യം, തീക്ഷ്ണത, വലുപ്പം, ഭാരം.

കനകം - സ്വർണ്ണം, ചെമ്പകം, പ്ലാശ്, പൊന്നാവീരം, മലയകത്തി, കണഗുഗ്ഗുലു, പീതചന്ദനം, ഉമ്മത്ത്, മഹാമേരു താഴ്വരയിലുള്ള ഒരു വനം.

കനിഷ്ഠൻ - അനുജൻ, ശിവൻ, ഇളയസഹോദരൻ, അത്യല്പൻ, നികൃഷ്ടൻ.

കന്തു - കാമദേവൻ, മനസ്സ്, ധാന്യപ്പുര.

കന്ദം - വെള്ളുള്ളി, കിഴങ്ങ്, കർപ്പൂരം, അടിസ്ഥാനം, ചണ്ണമുള്ളങ്കി, മേഘം, താമരക്കിഴങ്ങ്, നീര്.

കന്ദരം - ഇഞ്ചി, ഗുഹ, ആനത്തോട്ടി, മലഞ്ചരിവ്, ഒരു പർവ്വതം.

കന്ദളം - ചുക്ക്, താമര, മുള, സ്വർണ്ണം, കവിൾത്തടം, ശകാരം, വാഴ, യുദ്ധം, കൂണ്, ശകുനം, ചേന, തർക്കം, ചെന്നിത്തടം.

കന്ദുകം - തലയണ, പന്ത്, അടയ്ക്ക.

കന്ധരം - മേഘം, കഴുത്ത്, ചെറുചെഞ്ചീര.

കന്നം - ചെവി, കുതന്ത്രം, കവർച്ച, ഒരായുധം, കന്നക്കോൽ, മോഹാലസം, പാപം, കരിങ്കൂവളപ്പൂവ്, കറുപ്പുനിറം, ഭവനഭേദനം.

കന്നൽ - ശർക്കര, കരിമ്പ്, കല്ക്കണ്ടം, കുരുവി, കരിങ്കൂവളം, മത്സ്യം, ഒരു ചടങ്ങ്.

കന്യ - വിവാഹം കഴിച്ചിട്ടില്ലാത്തവൾ, പുത്രി, ദുർഗ്ഗ, കന്യാകുമാരി, കറ്റുവാഴ, ഞാഴൽ, കാട്ടുപാവൽ, പേരേലം, കന്നിരാശി, പന്നിക്കിഴങ്ങ്.

കന്ന് - വാഴത്തൈ, കെട്ട്, എരുമ, പശുക്കുട്ടി.

കപാലം - കൂട്ടം, തലയോട്, ഭാഗ്യം, പരന്ന അസ്ഥി, ആമത്തോട്, മൂശ, ഉടഞ്ഞകലം, മുട്ടത്തോട്, ഒരു തരം കുഷ്ഠം, ഭിക്ഷാപാത്രം.

കപി - സൂര്യൻ, കുരങ്ങ്, ആന, രക്തചന്ദനം, പന്നി, നെല്ലി, വിഷ്ണു, അറബിക്കുന്തുരുക്കം.

കപിലം - അഗ്നി, ചെമ്പിച്ചനിറം, പിച്ചള, മഹാമേരുവിന്റെ പടിഞ്ഞാറു വശത്തെ ഒരു പർവ്വതം, നായ്, അഗ്നി, സംഖ്യാശാസ്ത്രം, കുരാൽനിറം.

കപീതനം - പൂവരശ്, അമ്പഴം, കല്ലാൽ, നെന്മേനിവാക, കൂവളം, അരയാൽ, ഇത്തി, കവുങ്ങ്.

കപ്പ - കപ്പവാഴ, മരച്ചീനിച്ചെടി, ഓമ, മധുരക്കിഴങ്ങ്, കൊള്ളിക്കിഴങ്ങ്.

കബന്ധം - ജലം, വാൽനക്ഷത്രം, തലയില്ലാത്ത ശരീരം, രാഹുകാലം, വീപ്പ, മേഘം, വയർ, രാഹു.

കമലം - ജലം, ഇരുവേലിച്ചെടി, താമര, ചെമ്പ്, വണ്ടാരം കോഴി, ഒരുതരം മാൻ, ഇരുവേലി, ഔഷധം,താമരവളയം, വലത്തെ ശ്വാസകോശം.

കമ്പം - വെടിക്കെട്ട്, തൂണ്, വിറയൽ, സംഭ്രമം, ഭൂമികുലുക്കം, ഭ്രമം, വിഭ്രാന്തി, വിളക്കിൻതണ്ട്, കമ്പവെടി, സംശയം.

കമ്പനം - സ്തംഭനം, കുലുക്കം, ശിശിരകാലം, ത്രാസം, ഇളക്കൽ, വിറയലോടുകൂടിയ പനി.

കമ്പിളി - ആട്ടിൻരോമം, ഭോഷൻ, കരിമ്പടം, കുഴപ്പം.

കമ്പ് - ഒരിനം ധാന്യം, മരത്തിന്റെ ചില്ല, ഒരളവുകോൽ, വടി, മുട്ട്, കമ്പം, നുറുക്കരി.

കംബളം - ചുവർ, കമ്പിളി, വെള്ളം, കരിമ്പടം, കമ്പിളിപ്പുഴു, കന്നുകാലികളുടെ താട, ഉത്തരീയം.

കംബു - കച്ചോലം, ശംഖ്, ആന, ശംഖുവള, കഴുത്ത്, കമ്പപ്പയർ, വേഴൽ, കക്ക, കൊള്ളക്കാരൻ.

കമ്മൽ - അസുരൻ, പോരാളി, ചെമ്മണ്ണ്, ദുഷ്ടൻ, ജോലിക്കാരൻ, ബലവാൻ, ഒരു കർണ്ണാഭരണം.

കയ്യ് - ചുമതല, കൈ, ഊഴം, അടവ്.

കരം - തുമ്പിക്കൈ, കൈ, വ്യാസാർത്ഥം, രശ്മി, ഒരുകോൽ, അളവ്.

കരകം - കൈ, കമണ്ഡലു, ചിരട്ട, ആലിപ്പഴം, ഇലഞ്ഞി, മാവ്, മലകത്തി, തലയ്ക്കുമുകളിലെ അസ്ഥി, പ്ലാശ്, താളിമാതളം, കരീരം, കുടുക്ക, ഒരിനം പക്ഷി, ആലിപ്പഴം, കിണ്ടി, നെൽക്കൂന, മുളയുടെ ഇനത്തിൽപ്പെട്ട ഒരു ചെടി.

കരകാമ്ലം - അമ്പഴം, മാതളം.

കരങ്കം - ചെല്ലം, തലയോട്, കമണ്ഡലു, എല്ല്, തലയോട്, നല്ക്കരിമ്പ്, പഞ്ജരം.

കരജം - ഉങ്ങുമരം, കൈനഖം, പുലിച്ചുവടി, ആവിവൃക്ഷം, ഒരു ആയുധം, വിരൽ.

കരടം - കൂവളം, കാക്ക, കേടുള്ള പവിഴം. കുങ്കുമപ്പൂവ്, ആനയുടെ കവിൾത്തടം, ആണ്ടുബലി, ഒരു തരം വാദ്യം, കുയുമ്പമരം.

കരണം - സാധനം, ഉപകരിക്കുന്ന അവയവം, ഇന്ദ്രിയം, വയൽ, പ്രമാണം, പരമാത്മാവ്, ഉപകരണം, ശരീരം, രതിബന്ധം, ജോനകനാരകം, ആഗ്രഹം, ചെകിട്.

കരണ്ഡം - പെട്ടകം, കരൾ, കരണ്ടകം, കാരണ്ഡവം, തേനീച്ചക്കൂട്, ഒരിനം അരയന്നം, ഇരുണ്ടപ്പക്ഷി, വാൾ, പെരുമരം.

കരപ്പ് - ഒറ്റാൽ, മറയ്ക്കൽ, മോഷണം, മത്ത്.

കരഭം - ഒട്ടകക്കുടി, ആനക്കുട്ടി, നാഗുണം, ആനയുടെ തുമ്പിക്കൈ, ശരീരമദ്ധ്യം.

കരഭി - തേക്കിട, പെണ്ണൊട്ടകം, പിടിയാനക്കുട്ടി.

കരംഭം - ഒരുതരം പലഹാരം, ഉമ്മത്ത്, ചെളി, ചെറുതേക്ക്, ഞാഴൽ, ശതാവരി, വറുത്തധാന്യം.

കരവീരം - പാവൽ, ശ്മശാനം, നീർമരുത്, കാരി, കണവീരം, ഒരു വിഷം, കൈപ്പ.

കരഹാടം - പേരീത്ത, മലങ്കാര, താമരക്കിഴങ്ങ്, ഒരുനഗരം.

കരാർ - കണിശം, ഉടമ്പടി, വ്യവസ്ഥ, പരസ്പരമുള്ള ഉറപ്പ്.

കരാളം - കോപം, കസ്തൂരിമൃഗം, കരിഞ്ചീരകം, കുന്തുരുക്കം, കൃഷ്ണതുളസി, ഒരു ദന്തരോഗം, ഒരു നരകം.

കരാളികം - വാൾ, ഒരുവൃക്ഷം.

കരി - കൊമ്പനാന, എട്ട് എന്ന സംഖ്യ, ചാൽ, വിഷം, ഉമിക്കരി, കൺമഷി, കറുത്തത്, കഥകളിയിലെ കരിവേഷം, കല്ക്കരി, കലപ്പ്, തരിശുപാടം.

കരിക - നഖക്ഷതം, കാര, അപ്പക്കാര, പാടത്തുണ്ടാവുന്ന കള.

കരിണി - ഗുഹ, പിടിയാന, ഹസ്തപിപ്പലി.

കരിവി - ആയുധം, കലപ്പ, ക്ഷൗരക്കത്തി, പണിയായുധം, കവചം, ഒരു തരം വള്ളി.

കരീരം – നാമ്പ്, മുളങ്കൂമ്പ്, ഒരു മുൾമരം, അഗസ്തി വൃക്ഷം, കുടം, കുംഭംരാശി, തൂതുവള.

കരു – അസ്തമിക്കുക, മൃത്തിക, ഉറവ, ബീജം, കരുങ്കാലി, ഇരുമ്പിറക്കി മരം, കരുമരം, കരിമരുത്, പകിട, മൂശ, പണിക്കോപ്പ്.

കരുക്ക് – കരിക്ക്, പല്ലിന്റെ വക്ക്, അരം, ഈർച്ചവാളിന്റെ പല്ല്.

കരുതൽ – ഗണനന, സമ്പാദ്യം, ശ്രദ്ധ, താല്പര്യം.

കരുത്ത് – ധൈര്യം, കഴിവ്, വളക്കൂറ്, ഹൃദയം, സാമർത്ഥ്യം, നിശ്ചയം, ആഗ്രഹം.

കരുമ – മൂർച്ച, ക്രൂരത, ശക്തി, വിഷം, കറുപ്പ്.

കരുമന – ഉപദ്രവം, കറുത്ത, ദുഃഖം, കഠിനയത്നം, വിലാപം, ക്രൂരത, അപകടം, കന്നുകാലികളുടെ ശൃംഗാരചേഷ്ട, രാജകോപം, ബഹളം.

കരേണു – പിടിയാന, കർണ്ണികാരം, ആന, ഒരിനം ഔഷധച്ചെടി.

കർക്കം – വെള്ളക്കുതിര, ചിരട്ടപ്പാത്രം, ഞണ്ട്, അഗ്നി, കർക്കടകരാശി, മുഖക്കണ്ണാടി, വെള്ളം ഒഴിച്ചുവെക്കുന്ന ഭരണി, കുടം, മുള്ള്.

കർക്കടകം – കൊല്ലവർഷത്തിലെ അവസാനത്തെ മാസം, കരിമ്പ്, ഞണ്ട്, കൊളുത്ത്, കർക്കടകരാശി, ഒരായുധം, കൂവളം, കീലം, താമരക്കിഴങ്ങ്, മയ്യാരം.

കർക്കടി – വലിയവെള്ളരി, പാമ്പ്, ലന്തമരം, കർക്കരി, ദേവതാളി, പെൺഞണ്ട്, നായ്ക്കുരണ, ഇലവ്, കാട്ടിലന്ത. ഒരു രാക്ഷസി.

കർക്കരം – ചുറ്റിക, എല്ല്, കണ്ണാടി, തുകൽവാറ്, ചരൽ, ഒരിനം പുള്ള്.

കർക്കാരുകം – കുമ്പളങ്ങ, തണ്ണിമത്ത, കുമ്പളം.

കർച്ചൂരം – സ്വർണ്ണം, കച്ചോലം, അരിത്താരം, മഞ്ഞൾ.

കർണ്ണം – ചെവി, കോടി, ചുക്കാൻ, കാത്, വൻകൊന്ന, പുത്രകർണ്ണം, വൃത്തത്തിന്റെ വ്യാസം, കമ്പിയുടെ അറ്റത്തുള്ള കൊളുത്ത്, രണ്ടു ഗുരുമാത്രമുള്ള ഗണം.

കർണ്ണജളൗകസ്സ് – പഴുതാര, ചേരട്ട, കർണ്ണകീടം, കാട്ടെരുമ.

കർണ്ണപൂരം – കർണാഭരണം, അശോകം, നെന്മേനിവാക, നീലത്താമര, കറുത്ത ആമ്പൽ.

കർണ്ണി – കഴുത, ചുക്കാൻ പിടിക്കുന്നവൻ, വൻകൊന്ന, ചെവിക്കടുത്തുള്ള കഴുത്തിന്റെ ഭാഗം, ഗർഭപാത്ര സംബന്ധമായ ഒരുരോഗം. വർഷഗിരികളിൽ ഒന്ന്.

കർണ്ണിക – സ്ത്രീകളുടെ കർണ്ണാഭരണം, ചേമന്തി, താമരയല്ലി, പേരേലം, ആട്ടുകൊട്ടപ്പാല, ആനയുടെ തുമ്പിക്കൈയുടെ അറ്റം, മുഞ്ഞ, എഴുത്താണി, വ്യഭിചാരിണി, എലിവിഷം, കാൽച്ചുണ്ണാമ്പ്.

കർണ്ണികാരം – കണിക്കൊന്ന, വേങ്ങ, കൊങ്ങ്, പഴമൂൺപാല, ഇരുപതു തൂണുള്ള നെടുമ്പുര.

കർത്തം – ഗുഹ, ദ്വാരം, കീറൽ, മുറിവ്.

കർത്തരി – ചെറിയവാൾ, കത്തി, കത്രിക, ഒരു തരം നൃത്തം.

കർത്താവ് – പ്രഭു, സ്രഷ്ടാവ്, രചയിതാവ്, ശിവൻ, ബ്രഹ്മാവ്, അവകാശി, കത്തനാർ. ഈശോമിശിഹാ.

കർദ്ദടം – താമരക്കിഴങ്ങ്, ചെളി, ജലത്തിൽ ഉണ്ടാകുന്ന സസ്യം.

കർദ്ദമം - പാപം, അഴുക്ക്, ചെളി, നിഴൽ, മാംസം, ഒരുതരം വിസർപ്പം.

കർപ്പരം - പാത്രം, തലയോട്, അത്തിയാൽ, പുഷ്ഠഭാഗത്തെ അസ്ഥി, ആമയുടെ പുറന്തോട്, ഓട്ടിൻകഷണം.

കർപ്പ് - ധ്യാനം, പാതിവ്രത്യം, മുല്ല, ജ്ഞാനം, ആജ്ഞ.

കർബ്ബുരം - നാനാവർണ്ണം, സ്വർണ്ണം, ഇരുവേലി, ചെറുകച്ചോലം, ആറ്റമര, ഉമ്മത്ത്, പുണ്ഡരീകക്കരിമ്പ്, പാപം.

കർമ്മം - തൊഴിൽ, കൃത്യം, കടമ, പ്രവർത്തനം, അനുഷ്ഠാനം, ജ്ഞാനേന്ദ്രിയം, ശേഷക്രിയ, ചലനം, യാഗം, ദൗർഭാഗ്യം, വിധി, പഞ്ചേന്ദ്രിയം.

കർമ്മകരി - ദാസി, കുരുമ്പ, നല്ല കോവ, പെരുങ്കുരുമ്പ.

കർമ്മജം - പേരാൽ, കലിയുഗം, അരയാൽ, സുഖദുഃഖാദികൾ.

കർവ്വരം - സിന്ദൂരം, പാപം, കടുവ, ഒരു ഔഷധം.

കർവ്വരി - ദുർഗ്ഗ, രാക്ഷസി, രാത്രി, പെൺകടുവാ, കറിക്കായം.

കർവ്വുരം - ജലം, കച്ചോലം, സ്വർണ്ണം, ചെറുകച്ചോലം.

കർഷം - ആകർഷം, കോപം, ഉഴവുചാൽ, ഉരകല്ല്, താന്നിമരം, തോണി, കൃഷി.

കർഷു - ചെറിയ നദി, കൃഷി, കുഴി, ഉപജീവനം, ഉഴവുചാൽ.

കലക്കം - വഴക്ക്, കാലുഷ്യം, ബഹളം, തെളിവില്ലായ്മ.

കലനം - ചിതറൽ, ഗണിക്കൽ, ആറ്റുവഞ്ചി, അടയാളം, ഗ്രഹണം, കുറ്റം, സങ്കലനം.

കലംബം - അമ്പ്, കടമ്പ്, മയിൽ, പേച്ചുര, ചീരയുടെയും മറ്റും തണ്ട്.

കലവറ - വ്യഞ്ജനപ്പുര, ഒളിവ്, നിക്ഷേപസ്ഥാനം, വച്ചുപൂട്ടുമുറി, നീക്കിവയ്പ്.

കലവി - ക്രീഡ, ശൃംഗാരം, ആലിംഗനം, കാമലീലാവിനോദം, ആഘോഷം, കൂട്ടം, ജ്ഞാനം.

കലവിങ്കം - അടയാളം, കലപിംഗം, കറ.

കലശം - കുടം, ധൂമക്കുറ്റി, ചെറിയകുടം, പതിമുകം, തൈർ കടയാനുള്ള പാത്രം, നാലിടങ്ങഴി, ക്ഷേത്രത്തിനു മുകളിലുള്ള സ്തൂപിക, കടൽ, പാൽ, ഒരളവ്, മന്ഥം, ബിംബശുദ്ധി വരുത്തുന്ന ഒരു കർമ്മം.

കലശി - കലശം, ഓരില, മത്ത്, ഒരു പുണ്യതീർത്ഥം.

കലാപം - വഴക്ക്, കുഴപ്പം, പടയോട്ടം, കർപ്പൂരം, അരിമണി, മയിൽപ്പീലി, ബഹളം, ശണ്ഠ, വിപ്ലവം, ആവനാഴി, കെട്ട്, മുത്തുമാല, അസ്ത്രസമൂഹം, ജട, സമൂഹം, അരഞ്ഞാൺ, ഒരേവൃത്തത്തിലെഴുതിയ കവിത.

കലാപിനി - പെൺമയിൽ, രാത്രി, പെരുമുത്തങ്ങ.

കലി - ഒരു ദേവൻ, പാപി, കലിദിനം, കോപം, കലഹം, തീ, ഒരു ചൂതുകുരു, താന്നിമരം, ദാരിദ്ര്യം, ശിവൻ, അമ്പ്, ശനി, മൊട്ട്, കലിയുഗം. സൂര്യൻ, ശിവൻ.

കലിംഗം - ഒരു പുരാതനദേശം, നെന്മേനി വാക, ഇത്തിയാൽ, കുടുമച്ചാത്തൻ, കുടകപ്പാല, ആവിമരം.

കലുക്ക - കൊള്ളിമീൻ, മദ്യശാല.

കലുഷം - പാപം, തെളിവില്ലായ്മ, കലങ്ങിയത്, മാലിന്യം, കോപം, പോത്ത്.

കല്ക്കം - പാപം, വഞ്ചന, ചൂർണ്ണം, അഴുക്ക്, ശാഠ്യം, താന്നി, മലം, അറ ബിക്കുന്തുരുക്കം, മലം, ചെവി ക്കായം, വാൻകോഴി.

കല്പം - പ്രളയം, ശാസ്ത്രവിധി, നീതിന്യായം, ബ്രഹ്മാവിന്റെ ഒരു പകൽ, കല്പവൃക്ഷം, കർത്തവ്യം, ഔഷധനിർമ്മാണം, ഉപദേശം, ന്യായം, തീരുമാനം, പ്രഭാതം, ഒരു കാവ്യവിഭാഗം, ഒരിനം മദ്യം.

കല്പന - ശാസന, ഭാവന, അഭ്യൂഹം, തീരുമാനിക്കൽ, അവ ധി, ഭരണം, ഉത്തരവ്, കപ്പം, പ്രവൃത്തി.

കല്പിതം - കല്പിക്കപ്പെട്ടത്, വിധി, യുദ്ധത്തിനു ചമയിച്ച ആന, നുണ, ആജ്ഞ, കെട്ടുകഥ.

കല്മഷം - പാപം, കളങ്കം, ദുഷ് ടത, കൈപ്പടം, കള്ളം, ഹീനത, ഒരു നരകം.

കല്യം - നാളെ, ഉഷസ്സ്, ഉണർച്ച, അനുമോദനം, മദ്യം, ലഗ്നം, കല്പി തമായത്, ശുഭവാർത്ത.

കല്യത - ഒരുക്കം, മംഗളം, ശക്തി, ആരോഗ്യം, ശ്രേഷ്ഠത, ഭംഗി, സാമർത്ഥ്യം.

കല്യാണം - വിവാഹം, മംഗളം, വിശിഷ്ടഗുണം, വേങ്ങ, പയിൻമ രം, സ്വർഗ്ഗം, സൽസ്വഭാവം, ആഘോഷം.

കല്യാണി - മനയോല, പശു, സൗഭാഗ്യവതി, ഒരു വൃത്തം, ഒരു രാഗം, പശു, കാട്ടുഴുന്ന്, സുന്ദരി, സുമംഗലി, ഒരു പേര്.

കല്ല് - കരിങ്കല്ല്, പാറക്കഷണം, പാറ, രത്നം, അലക്കുകല്ല്, ചെങ്കല്ല്, കഠിനവസ്തു, വെട്ടുകല്ല്, പരൽ, നാഴികക്കല്ല്.

കവചം - ഢക്കാ, കുപ്പായം, ഭേരി, പടച്ചട്ട, രക്ഷാമന്ത്രം എഴുതിയ തകിട്, പർപ്പടകപ്പുല്ല്, കവചമന്ത്രം, പുറന്തോൽ, പൂവരശ്, ആവരണം.

കവട്ട - വേലിയിലുള്ള വാതിൽ, ചാമ, മരക്കൊമ്പ്, കടമ്പ, കവട, ഗുഹ്യഭാഗം.

കവരം - മരക്കൊമ്പ്, കവട്ട, കോപം, തൂണിന്റെ കപ്പ്, പുളി, ഉപ്പു രസം, തൊടുകാര, പിന്നിയ തല മുടി.

കവളിക - കെട്ട്, വെറ്റിലക്കെട്ട്, വെച്ചുകെട്ട്, പുസ്തകക്കെട്ട്.

കവി - കവനം ചെയ്യുന്നവൻ, കവി യുക, സാഹിത്യകാരൻ, ഋഷി, വിദ്വാൻ, ശുക്രന്റെ അച്ഛൻ, ബ്രഹ്മാവ്, വാല്മീകി, പക്ഷി, സൂര്യൻ, കടി യിരുമ്പ്, ബുദ്ധിമാൻ, കുരങ്ങ്.

കവ്വ - കൊതി, പ്രവൃത്തി, മട, ജീവിതം.

കശ - ചമ്മട്ടി, ബഹളം, കയറ്, കടി ഞ്ഞാൺ, വായ്, മാംസരോഹിണി, കോഴിയുടെ പൃഷ്ഠഭാഗം.

കശട്ട് - മുഴ, കേട്, അസൂയ, ഹീനത.

കശിപു - ചോറ്, വസ്ത്രം, കിട ക്ക, തലയണ, ഉണ്ണാനും ഉടു ക്കാനും ഉള്ളത്.

കശ്മലം - പാപം, മോഹാലസ്യം, മാലിന്യം, നൈരാശ്യം, ഭയം, ലജ്ജാവഹത്വം.

കശ്യം - കുതിരയുടെ മദ്ധ്യപ്ര ദേശം, മദ്യം.

കഷം - ചാണ, ഉരകല്ല്, പരീ ക്ഷണം, പോറൽ.

കഷായം - ചവർപ്പുരസം, മരുന്നു കൾ നാലുമടങ്ങോ എട്ടുമടങ്ങോ വെള്ളംചേർത്ത് നാലിലൊന്നുവരെ വറ്റിച്ചെടുത്ത ഔഷധം, മെഴുക്, വൃക്ഷപ്പശ, കുന്തുരുക്കം, കുഴമ്പ്, വിഷയാസക്തി, വികാരകലുഷത,

കലിയുഗം, പലകപ്പയ്യാനി, കവി, തവിട്ടുനിറം, ബുദ്ധിഹീനത.

കഷായി - അയനി, മരുത്, ഈത്തപ്പന, ചവർപ്പു രസമുള്ളത്.

കഷ്ടം - ദുഃഖം, ക്ലേശം, ദുർഗ്ഗമമായ ദേശം, ശരീരപീഡ, ലജ്ജ, ദോഷം, ദുർഘടം, തളർച്ച.

കഷ്ടത - ദുഃഖം, അദ്ധ്വാനം, ശരീരക്ലേശം, ദുരിതം, ആപത്ത്, ബുദ്ധിമുട്ട്.

കളം - കളപ്പുര, യാഗശാല, യുദ്ധരംഗം, വളപ്പ്, ആവൃത്തി, കളിസ്ഥലം, രംഗം, മൃദുവായ ശബ്ദം, സന്തോഷം, നാലുമാത്രകൾ കൂടിയകാലം, ശുക്ലം, മനോഹരമായത്, ചെളി, കളത്രം, ഒരു പിതൃവർഗ്ഗം.

കളകം - ഒരു ജാതിമത്സ്യം, കാക്കപ്പനച്ചി, അരയന്നം, പെരുച്ചാഴി, ചമരികം, നെൽക്കിര്, ചുണ്ണാമ്പുചാന്ത്.

കളങ്കം - അപവാദം, മാലിന്യം, കറുപ്പ്, ദോഷം, ന്യൂനത, ദുഷ്കീർത്തി.

കളത്രം - ഭാര്യ, അരക്കെട്ട്, യോനി, പെൺമൃഗം, ഒരു വൃത്തം, നിതംബം, ഏഴാമെടം, കുറുക്ക്, രാജാവിന്റെ കോട്ട.

കളദ്ധ്വനി - അവ്യക്തമധുരമായ ശബ്ദം, മാടപ്രാവ്, അരയന്നം, കുയിൽ, മയിൽ.

കളരവം - മാടപ്രാവ്, കുയിൽ, കുരുവി, മൃദുലമധുരമായ ശബ്ദം.

കളവ് - പൊളി, മോഷണം, കാപട്യം.

കളാചികം - കോളാമ്പി, വെറ്റിലത്തട്ടം, കരണ്ടി.

കളി - വിഹരിക്കുക, വിനോദം, ആട്ടം, മദ്യം, ആനയുടെ മദം, പഴച്ചാറ്, ചെളി, കുഴമ്പ്, കഞ്ഞി, തേൻ, കറ, ലേപനദ്രവ്യം, ഒരു പലഹാരം, കുമ്മായം കലക്കിയത്.

കളിപ്പ് - കളി, ചെളി, വിനോദം, ഉല്ലാസം, ചതിവ്, അഹങ്കാരം.

കളിര് - ആൺപന്നി, കൊമ്പനാന, ആൺസ്രാവ്.

കളേബരം - ശവം, ശരീരം, കുന്തുരുക്കം, പിത്തം.

കള്ളം - വഞ്ചന, വ്യാജം, മോഷണം, കൗശലം, മടി.

കള്ളി - തന്ത്രം, കക്കുന്നവൾ, ചതുരംഗക്കള്ളി, രഹസ്യം, ലക്ഷ്യം, ഒരുമുൾച്ചെടി, കള്ളിപ്പാല, അറ, അണി, കുതിരപ്പന്തി, തടം, തൊഴുത്ത്.

കഴ - വേദന, വള്ളം ഊന്നുന്ന കോൽ, കഴപ്പ്, ചാല്, കരിമ്പ്, ഒരു അളവ്.

കഴകം - ക്ഷേത്രത്തിലെ പരിചാരകവൃത്തി, സഭ, യോഗം, വിദ്വത്സദസ്സ്, ദേവാലയം, ചുങ്കസ്ഥലം, പയറ്റുസ്ഥലം, കളരി, ചൂതുകളിസ്ഥലം.

കഴനി - വയൽ, തിരശ്ശീല, പാഴ്നിലം, വിളനിലം, ചേറ്, ഒരു വൃക്ഷം.

കഴപ്പ് - തളർച്ച, അസ്വസ്ഥ, തരിപ്പ്, കാമവികാരം, സന്ധി.

കഴൽ - കാൽച്ചുവട്, പാദം, വേര്, അഴിവാതിൽ, തണ്ട്, വാൽ, അക്ഷം, കരിമ്പിൻതണ്ട്, വാൽ.

കഴി - അവസാനിക്കുക, നുകച്ചാല്, തൂമ്പാക്കൈ, വേലിയേറ്റപ്പുഴു, സാക്ഷ, കയറ്, ഉപ്പളം, കയം, ഓരുമണ്ണ്, ചെളിവെള്ളം.

കഴിവ് - പ്രാപ്തി, മിച്ചം, അവസാനം, നിവൃത്തി, സാദ്ധ്യത, ജീവിതമാർഗ്ഗം, ഒഴികഴിവ്, സാമർത്ഥ്യം.

കഴുത - ഒരുമൃഗം, ഭാരം ചുമക്കുന്നവൻ, മൂഢൻ, ഒരുതരം ചീട്ടുകളി.

കഴുത് - വണ്ട്, പിശാച്, കാവൽ മാടം.

കഴുത്തെടുപ്പ് - ദൃഢനിശ്ചയം, കഴുത്തു നീട്ടൽ, വമ്പ്, നീണ്ട കഴുത്ത്.

കറവ് - കറവ, കറവപ്പശു, ഗർവ്വം, വിദ്വേഷം, കോപം, കുറ്റം.

കരാർ - കണിശം, ഉടമ്പടി, സ്ഥിരത.

കറി - കൂട്ടാൻ, കവിൾ, എരിവ്, വിളർച്ച, പച്ചക്കറി, പിത്തം, കോപം.

കറുപ്പ് - കോപം, കളങ്കം, അനിഷ്ടം, കറുത്ത നിറം, കറുത്ത വസ്ത്രം, ഒരു ലഹരിമരുന്ന്, രൂക്ഷത.

കറ്റ - പഠിച്ച, കറുത്ത, പൈതൽ കന്ന്, രശ്മി, ഒരുകെട്ട്, കൊയ്ത ധാന്യം, സമൃദ്ധമായത്, പുൽക്കെട്ട്, തലമുടിക്കെട്ട്, ചൂട്ട്, കെട്ട്, ചെറുത്, കറ്റക്കിടാവ്.

കറ്റ് - ചതി, കൗശലം, പൊളി, വൃഷണം, കരുത്ത്, കന്ന്, തർക്കുത്തരം, അല്പജ്ഞാനം.

കാ - ദുർഗ്ഗ, സരസ്വതി, ഭൂമി, സൂക്ഷിക്കുക, കായ്, കാവ്, എവൾ.

കാകണി - കുന്നിക്കുരു, ചുക്കിണി, ഒരുപണത്തിന്റെ നാലിലൊന്ന്, മുഴം, തുലാത്തണ്ട്.

കാകൻ - നിന്ദ്യൻ, കാക്ക, കറുമ്പൻ, മുടന്തൻ, ഒരിനം രുദ്രാക്ഷം, ധിക്കാരി.

കാകപീലു - കാക്കപ്പനച്ചി, പനച്ചി, ചെമന്നകുന്നി.

കാകളി - കത്രിക, ചുവന്നകുന്നി, ഒരു സംഗീതോപകരണം, ഒരു ദ്രാവിഡ വൃത്തം.

കാകിണി - മുഴം, തുലാത്തണ്ട്, ഒരുപഴയ നാണയം, ചെമന്ന കുന്നി.

കാകു - നാക്ക്, ശബ്ദത്തിന്റെ ഇടർച്ച, പിറുപിറുക്കൽ, ചോദ്യചിഹ്നം, പടുകരുണ, ബലപ്പെടുത്തൽ, രഹസ്യം, വ്യംഗ്യം.

കാകോളം - പന്നി, പാമ്പ്, ഒരുതരം വിഷം, കാവതിക്കാക്ക, നരകത്തിലെ ഒരു ഭാഗം.

കാക്ക - കാകൻ, കോങ്കണ്ണൻ, കറുപ്പൻ, കറുത്തനിറമുള്ള ഒരു പക്ഷി, അമ്മയുടെ സഹോദരൻ.

കാക്ഷി - തുവര, പടിക്കാരം, തുവരപ്പയറ്, ഇരുവേലി, ഞവര.

കാങ്ക - വെമ്പൽ, ചൂട്, ആശ, പന്നി.

കാങ്കേയൻ - ആശാരി, ഭീഷ്മർ, ഇടയൻ, സുബ്രഹ്മണ്യൻ.

കാചം - പൊന്ന്, മെഴുക്, കാക്കപ്പൊന്ന്, കാരുപ്പ്, ലെൻസ്, ചരട്, സ്ഫടികം ഉണ്ടാക്കുന്നതിനുള്ള മണൽ, കാഴ്ചക്കുറവു വരുത്തുന്ന ഒരു നേത്രരോഗം, ത്രാസിന്റെ ചരട്, ഉറി.

കാചിഘലം - ചുണ്ടെലി, പൊന്ന്, ഒരു സസ്യം.

കാചൂകം - ചക്രവാകം, പൂവൻ കോഴി.

കാച്ച് - വസ്ത്രത്തിലുള്ള ചായക്കുറി, കാച്ചൽ, ഭക്ഷണം, തടമ്പ്, അടി, വാറ്റ്, ചൂടാക്കൽ, കാത്ത്.

കാഞ്ചനം - ധനം, സ്വർണ്ണം, മഞ്ഞൾ, ഗോരോചന, പുന്ന, ഉമ്മത്ത, മല്ലിക, ചമ്പകം, പ്രകാശം, നാകപ്പൂവ്, താമരയല്ലി, ഒരിനം പക്ഷി.

കാഞ്ചനാഹ്വം - താമരയല്ലി, ഉമ്മത്ത്, നാകപ്പൂവ്.

കാഞ്ചി - അരഞ്ഞാണം, കാഞ്ചീപുരം, കാടി, ചെമന്ന കുന്നി, ഒരു

വൃക്ഷം, മുളഞ്ചൊട്ട, മഹത്ത്വം, തോക്കിന്റെ കൊത്തി.

കാടൻ - അപരിഷ്കൃതൻ, കുറുക്കൻ, കാട്ടിൽ പാർക്കുന്നവൻ, കാട്ടുപൂച്ച, കാട്ടുപന്നി, ആൺകടുവ, കാട്ടുനായ്.

കാട്ടം - വില, കാഷ്ഠം, ആവശ്യം.

കാട്ടാളൻ - അപരിഷ്കൃതൻ, കാടൻ, നായാടി.

കാണം - മുതിര, നികുതി, പ്രതിഫലം, സംഭാവന, വസ്തു, ചക്ക്, ഒരു പഴയ തൂക്കം, കഴിവ്, ചക്കിൽ കൊള്ളുന്നത്, കാക്ക, ഒറ്റക്കണ്ണുള്ളത്.

കാണി - കാഴ്ചദ്രവ്യം, കണ്ണ്, ഒരടയാളം, ദാനം, കാണിക്ക, ഭൂമി, അല്പം, ഒരു പഴയനാണയം, ഒരു ഭാരയളവ്, കൈവശാവകാശം, ഒരിനം തയ്യൽ, ഒരു ചമയോപകരണം, മുളയുടെ മുട്ട്, പൊന്നാങ്കാണി.

കാണുകം - കാക്ക, തൂക്കണാംകുരിൽ, പൂവൻകോഴി, ഒരിനം പാത്ത.

കാണധം - കുതിര, പൂക്കളുടെ തണ്ട്, വെള്ളം, തായ്ത്തടി, അവസരം, അവസാനം, പേക്കരിമ്പ്, സ്വകാര്യസ്ഥലം, വേഴാൽ, മുഖസ്തുതി, ചൂരൽ, ഇരുവേലി, അസ്ത്രം.

കാതൽ - സത്ത്, ഉള്ള്, ഇരിപ്പിടം, ഉൾക്കട്ടി, ആഗ്രഹം, പ്രേമം, സംബന്ധം, ഭക്തി, ശ്രദ്ധ.

കാത് - ചെവി, കിണറ്, കുഴ, സൂചിയുടെ ദ്വാരം, ശ്രവണേന്ദ്രിയം.

കാദംബം - കളഹംസം, കാരന്നം, അമ്പ്, കടമ്പ്, കരിമ്പ്.

കാദംബരം - തൈർപ്പാട, മദജലം, ഗൗഡമദ്യം, കടമ്പിൻപൂവിൽ നിന്നെടുക്കുന്ന മദ്യം

കാദംബരി - മദജലം, സരസ്വതി, മദ്യം, മൈന, കുയിൽപ്പേട, മയിൽപ്പേട, മൈന, പഞ്ചവർണ്ണക്കിളി.

കാന് - വാസന, കാറ്റ്, കാനം, പൂവ്, ഓട, കൈത്തോട്.

കാനം - വാസന, കാട്, ഗാനം, ഒരു വലിയ സംഖ്യ.

കാനനം - കാവ്, വനം, വീട്, ബ്രഹ്മാവിന്റെ മുഖം.

കാനൽ - ചൂട്, മരുഭൂമി, മൃഗതൃഷ്ണ, വെയിൽ, തിളക്കം, മണൽപ്രദേശം, നടക്കാവ്, ഉപ്പളം, ചോല, കാട്, മരക്കൂട്ടം, വള്ളിച്ചെടി, മരങ്ങളുടെ തണൽ.

കാനീനൻ - വേദവ്യാസൻ, കന്യകയുടെ പുത്രൻ, കർണ്ണൻ.

കാന്ത - ഭാര്യ, സുന്ദരി, ഞാഴൽ, പേരേലം, അരേണുകം, ത്രിസന്ധി, പെരുമുത്തങ്ങ, അതൃഷ്ടിഛന്ദസ്സിലെ ഒരു വൃത്തം.

കാന്തം - വസന്തം, കുങ്കുമം, മാവ്, പയിൻമരം, ചക്രവാകം, ഒരിനം ഇരുമ്പ്, പടു, ശിവൻ, കാമുകൻ, ശ്രീകൃഷ്ണൻ, ഭർത്താവ്, സുബ്രഹ്മണ്യൻ, സുന്ദരൻ, ചന്ദ്രൻ.

കാന്താരം - കൊടുങ്കാട്, കരിന്താളി, കാട്, മലയകത്തി, കാട്ടുപാത, മുള, ദ്വാരം, കാന്തിരക്കരിമ്പ്, രോഗനിദാനം, ഛേദിക്കൽ, താമര, ഗാന്ധാരം.

കാന്തി - ലക്ഷ്മീദേവീ, തിളക്കം, ദുർഗ്ഗ, സൗന്ദര്യം, ചന്ദ്രന്റെ പത്നി, സുന്ദരി, ആഗ്രഹം.

കാപേയം - കുരങ്ങുവർഗ്ഗം, ചാപല്യം, കുരങ്ങന്റെ കളി.

കാപ്പ് - ജപിച്ചു കെട്ടുന്ന ചരട്, കൈവള, മതിൽക്കെട്ട്, ചന്ദനച്ചാർത്ത്, ഈശ്വരഭജനം, കാവൽ, വാതിൽ, അഭിഷേകം, വിഭൂതി.

കാമം - യഥേഷ്ടം, വേണ്ടുവോളം, കാമവികാരം, ഫലകാംക്ഷ, സ്നേഹം, ഇച്ഛ, പന്തയവസ്തു, ഒരു പുണ്യതീർത്ഥം.

കാമചാരി - ഗരുഡൻ, കുരികിൽ, ദുർമ്മാർഗ്ഗി, കാമാസക്തൻ.

കാമജിത്ത് - മാക്കീരക്കല്ല്, ബുദ്ധൻ, സ്കന്ദൻ, ശിവൻ.

കാമദൂതി - നാഗദന്തി, കുയിൽപ്പേട, പാതിരിമരം.

കാമൻ - കാമദേവൻ, അഗ്നി, വിഷ്ണു, ശിവൻ, പരമാത്മാവ്, ബലരാമൻ.

കാമരം - അടുപ്പ്, അകിൽ, അത്തം നക്ഷത്രം, ആല്, സംഗീതം, കാവടിത്തണ്ട്, ഫലവൃക്ഷം.

കാമലം - മരുഭൂമി, വസന്തം, കാമില, മഞ്ഞപ്പിത്തം.

കാമസഖം - തേന്മാവ്, ചൈത്രമാസം, വസന്തം.

കാമാട്ടി - കല്ലാശാരി, കൂലിക്കാരൻ, മൂഢൻ.

കാമാന്ധം - പരുന്ത്, കുയിൽ.

കാമി - കുരുവി, ചക്രവാകം, കാട്ടുപ്രാവ്, കാമുകൻ, ഇടവകം, ചന്ദ്രൻ, പരമാത്മാവ്, ശിവൻ.

കാമുകം - അശോകം, മലവേപ്പ്, ഞാഴൽ, കാട്ടുപ്രാവ്, വില്ല്, ചക്രവാകം, കുരുക്കുത്തിമുല്ല.

കാമ്പ് - കാതൽ, ഉൾഭാഗം, സത്ത്, മുലഞെട്ട്, ശിബിരം, കൂടാരം, അമ്പിന്റെ ചിറക്.

കാംബോജം - പുന്ന, വെങ്കരിങ്ങാലി, ആന, ശംഖ്, ഒരു ദേശം.

കാംബോജി - ഒരുരാഗം, പീനാറി, പെരുങ്കായം, മഞ്ഞൾ, കാർകോകിൽ, കാട്ടുഴുന്ന്.

കായം - കറിക്കായം, ലക്ഷ്യം, വാസസ്ഥലം, ശരീരം, വീണയുടെ തണ്ട്, സ്വഭാവം, പ്രധാനഗരം, മൂലധനം, ചത, മുറിവ്, ആകാശം, സ്ഥിരമായത്, കാചം.

കായൽ - ജലാശയം, അഴിമുഖം, കരയ്ക്കുള്ളിലേക്കു തള്ളിക്കിടക്കുന്ന കടലിന്റെ ഭാഗം, കൂട്ടം, മുള, ഒരിനം വൃക്ഷം, ചൂടുപിടിക്കൽ.

കായസ്ഥ - തുളസി, കാകോളി, കടുക്ക, പേരേലം, നെല്ലി, ചിറ്റേലം.

കാരം - ശബ്ദം, ഒരു ക്ഷാരവസ്തു, കോഴിയുടെ കാഷ്ഠം, ക്രിയ, എരിവ്, തപസ്സ്, നിശ്ചയം, ശക്തി, ആലിപ്പഴം, ചാരം, അലക്കുകാരം, പൊൻകാലം, സ്വർണ്ണം, പടിക്കാരം, പപ്പടക്കാരം.

കാരണം - നിമിത്തം, പ്രമാണം, ഉദ്ദേശ്യം, പഞ്ചഭൂതം, കാരണശരീരം, പൂർവ്വവാസന, ജ്ഞാനേന്ദ്രിയം, സാധനം, ഉപകരണം.

കാരണവൻ - ജ്യേഷ്ഠൻ, അച്ഛൻ, അമ്മാവൻ, കുടുംബത്തിലെ പ്രായം കൂടിയ ആൾ, വൃദ്ധൻ, ഒരു സ്ഥാനപ്പേര്.

കാരവി - തൃച്ഛട, നെയ്പാവൽ, ശതകുപ്പ, ഉലുവ, അയമോദകം, കറിക്കായം, കരിംജീരകം.

കാരിക - തീവ്രവേദന, വ്യാപാരം, പലിശ, കാര, പദ്യം, സൂത്രവാക്യം, നടി, ക്രിയ, കഠിനവേദന, കണ്ടകാരിച്ചുണ്ട, ഭൂഷണം, പലഹാരം, സ്ത്രീ, അഴക്.

കാരുജം - നാകപ്പൂവ്, ശില്പം, ചിതൽപ്പുറ്റ്, നുര, യന്ത്രം, കാട്ടെള്ള്, പ്രായമെത്താത്ത ഒട്ടകം, കുന്ന്.

കാർപ്പടികൻ - തീർത്ഥാടകൻ, വഞ്ചകൻ, ഭിക്ഷു, വിശ്വസ്തനായ അനുയായി, ലോകപരിചയം ഉള്ളവൻ.

കാർപ്പണ്യം - ദാരിദ്ര്യം, പിശുക്ക്, ദയ, ദൈന്യം, മനോലാഘവം.

കാര്യപുടൻ - ഭ്രാന്തൻ, ധിക്കാരി, മടിയൻ, നാണമില്ലാത്തവൻ.

കാർപ്പാസം - കടലാസ്, പഞ്ഞി, പരുത്തിച്ചെടി.

കാമുകം - പരുന്ത്, ചക്രവാകം, കോഴി.

കാർമ്മുകം - മഴവില്ല്, മുള, കരിങ്ങാലി, വില്ല്, നീർക്കടമ്പ്, ധനുരാശി, പഞ്ഞികടയുന്ന വില്ല്.

കാര്യം - ഗംഗതി, കടമ, ലക്ഷ്യം, നാടകത്തിലെ അർത്ഥ പ്രകൃതികളിലൊന്ന്, പതിനാററടിയന്തിരം, വസ്തു, നടവടി, ഉല്പത്തി, ഉദ്യമം, പരിണാമം, ഫലം, കാരണം, തർക്കം, പ്രക്രിയ, ആവശ്യം.

കാർശ്യം - ദാരിദ്ര്യം, മെലിവ്, അല്പത്വം, കുറവ്, അയനി, പെരുമരുത്, കച്ചോലം.

കാർഷ്ണി - പ്രദ്യുമ്നൻ, അഭിമന്യു, കാമദേവൻ, ദേവഗന്ധർവ്വൻ.

കാല് - ഒരു അവയവം, നാലിലൊന്ന്, കോൽ, ഊന്ന്, ചാല്, തൂണ്, കതിർ, മരയ്ക്കാൽ, പാവുനൂല്, മരത്തിന്റെ വേട്, സ്ഥലം.

കാലകൃത്ത് - മയിൽ, സൂര്യൻ, പരമാത്മാവ്, എരിക്ക്.

കാലം - സമയം, അവസരം, താളം, മരണം, വിധി, കറുപ്പ്, ഇരുമ്പ്, ദുർഭിക്ഷം, കുയിൽ, കാരീയം, ശീതോഷ്ണഭേദം, കൃഷ്ണമണി, സംവത്സരം.

കാലംചൊല്ലി - പല്ലി, കാക്ക.

കാലാഗ്നി - അഞ്ചു മുഖമുള്ള രുദ്രാക്ഷം, ഒരു തന്ത്രഗ്രന്ഥം, സംഹാരാഗ്നി, പ്രളയാഗ്നി, രുദ്രൻ.

കാലാനുനാദി - വേഴാമ്പൽ, വണ്ട്, കപിഞ്ജലം, പിതാരിപ്പുള്ള്.

കാലാപം - പാമ്പിന്റെ പത്തി, തലമുടി.

കാലിംഗം - പാമ്പ്, ആന, കുടകപ്പാലയരി, തണ്ണിമത്തങ്ങ, ചെറുകുമ്പളം, ഒരുതരം ഇരുമ്പ്.

കാലീയകം - കുങ്കുമം, മരമഞ്ഞൾ, പീതചന്ദനം, ഒരിനം അകിൽ.

കാലുഷ്യം - ദുഷ്ടത, കോപം, മനഃപ്രയാസം, പിണക്കം.

കാലേയകം - കുങ്കുമം, മരമഞ്ഞൾ, പീതചന്ദനം, കസ്തൂരിമഞ്ഞൾ, കൃഷ്ണചന്ദനം, ചൊവ്വള്ളി, താമരവിത്ത്, കരിമ്പിത്തം.

കാല്യം - പ്രഭാതം, കച്ചോലം, അരോഗാവസ്ഥ, ശുഭമായത്, ഉചിതമായ കാലത്തുള്ളത്.

കാവി - കാഷായം കള്ള്, കപ്പലിന്റെ തലപ്പായ്, വലിയ പൊങ്ങുതടി, ഒരിനം ചെറിയപക്ഷി.

കാവ് - അരക്കൂട്ടം, കുഞ്ഞ്, പൂങ്കാവ്, ചെറിയകാട്, മതിൽ, ബ്രാഹ്മണ കന്യക, നെറ്റിയിലെ കറുപ്പടയാളം.

കാശം - ആകൃതി, കുരുവിക്കുരുമ്പ്, ദശാഭ, ആറ്റുദർഭ, പ്രകാശം.

കാശ് - നാണയം, പണം, സമ്പത്ത്, സ്വർണ്ണം, കാഞ്ഞിരക്കുരു, രൊക്കം.

കാശി - ഒരു പുണ്യസ്ഥലം, ആറ്റുദർഭ, പ്രകാശം, ചുമ, സൂര്യൻ, സാദൃശ്യമുള്ള.

കാശ്മീരം - ഇന്ത്യയിലെ ഒരു സംസ്ഥാനം, കുങ്കുമം, കുമിഴ്, പുഷ്കരമൂലം, ഓരിലത്താമര.

കാശ്യപൻ - ഒരു മഹർഷി, കണാദമുനി, അരുണൻ, കശ്യപൻ.

കാശ്യപി - ഭൂമി, ഗരുഡൻ, അരുണൻ, വിഭാണ്ഡകമുനി.

കാഷ്ഠം - തടികൊണ്ടുള്ള, ദക്ഷന്റെ ഒരു പുത്രി, ദിക്ക്, അടയാളം, ചന്ദ്രന്റെ ഒരു കല, ഭൂവിഭാഗം, പാത, വായു, ശ്രേഷ്ഠത, ഭാഗ്യം, അങ്ങേയറ്റത്തെ, പതിനെട്ടു നിമിഷകാലം.

കാഷ്ഠകം - കാഷ്ഠാഗുരു, കാഷ്ഠദാരു, ചെറുകുറിഞ്ഞി, ചെന്നിനായകം.

കാസം - ചുമ, കരിമുരിങ്ങ, ജലദോഷം, വലിവ്, കുരുവിക്കുരുമ്പ്, ഏങ്ങൽ.

കാള - ഋഷഭം, കറുത്ത, ശ്രീപാർവ്വതി, അമുക്കുരം, നാല്ക്കോല്പക്കൊന്ന, കരിഞ്ചീരകം, തിപ്പലി, മഞ്ചട്ടി, അമരി, ഭോഷൻ.

കാളം - കറുപ്പുനിറം, ഇരുമ്പ്, സൗവീരാഞ്ജനം, തക്കോലം, പീതചന്ദനം, കുയിൽ, ചെഞ്ചല്യം, കൊടുവേലി, പൊന്നാവീരം, പനച്ചി, വിഷം, പാമ്പ്, നവമേഘങ്ങളിലൊന്ന്, കാഞ്ഞിരം, അമരി, കാലം, കണ്ണിലെ കൃഷ്ണമണി, ശൃംഗവാദ്യം, കോളം.

കാളകണ്ഠം - നത്ത്, നീർക്കാക്ക, വേങ്ങ, മയിൽ, ഊർക്കുരികിൽ, കുയിൽ, വാലാട്ടിപ്പക്ഷി.

കാളകം - മറുക്, കറുപ്പുനിറം, ജലസർപ്പം, കൃഷ്ണമണി, യകൃത്, അജ്ഞാത സംഖ്യ, ചേരുമരം, പടവലം.

കാളകൂടം - മഹാപഞ്ചവിഷങ്ങളിലൊന്ന്, കാഞ്ഞിരം, കാക്ക, ഒരു നരകം.

കാളമേശി - കരിംജീരകം, നാല്ക്കോപ്പക്കൊന്ന, മഞ്ചട്ടി, കാർകോകിൽ.

കാളൽ - ജ്വാല, എരിച്ചിൽ, നിലവിളി, പനി.

കാളസ്കന്ദം - വേങ്ങ, പനച്ചി, അത്തിയാൽ, പീനാറി, തമാലവൃക്ഷം, അത്തിയാല്.

കാളാഞ്ചി - വെറ്റിലത്തളിക, കോളാമ്പി, കപ്പലിൽ കയറാനുള്ള ഗോവണിപ്പടി, തൊങ്ങൽ, ഒരു വാതരോഗം.

കാളി - വ്യാസമാതാവ്, ഭയങ്കരി, രാത്രി, വേശ്യ, പാർവ്വതി, മഷി, കറുപ്പുനിറം, പാൽപ്പുഴു, കരിംജീരകം, ഒരുതരംവാഴ, മണിത്തക്കാളി, കാർമേഘനിറം.

കാളിക - അമരി, കറുപ്പുനിറം, കരിഞ്ചീരകം, മഷി, തേക്കിട, കറുത്തവൾ, കയ്പൻ പടവലം, മഴക്കാറ്, മദ്യം, മേഘമാല, കരൾ, തേൾ, പെൺകാക്ക, കരിങ്കുയിൽ, കൃഷ്ണമണി, മൂടൽമഞ്ഞ്.

കാളികം - മരമഞ്ഞൾ, മഷി, കൊക്ക്, കറുപ്പുനിറം, കരിചന്ദനം, മണിത്തക്കാളി, മേഘം, ഉപപുരാണം.

കാളിന്ദം - ഏലം, കാലിന്ദം, പാമ്പ്, തണ്ണിമത്ത.

കാളിന്ദി - യമുനാനദി, ശ്രീകൃഷ്ണപത്നിമാരിലൊരുവൾ, ഒരുതരം തേക്ക്, വാക, നീർപ്പശു, ഒരു വൈഷ്ണവവിഭാഗം, സോമവംശത്തിലെ ത്രസ്നുവിന്റെ ഭാര്യ.

കാളിമ - ദ്വേഷം, കറുപ്പ്, മ്ലാനഭാവം, കളങ്കം, ഇരുട്ട്, മഷി, പുകയറ.

കാഴ്ച - ഉപഹാരം, ദൃശ്യം, പരസ്പരസന്ദർശനം, വീണ്ടുവിചാരം.

കാർ - മേഘം, കറുപ്പുനിറം, അഴക്.

കാറ്റാടി - വിശറി, പട്ടം, ചൂളമരം, കാറ്റാടിയന്ത്രം.

കാറ്റ് - പ്രാണൻ, വായു, വായുദേവൻ, ബാധ.

കിങ്കിണി - ചണ, കിങ്കണി, ആറ്റു ഞാവൽ, വയ്യങ്കതക്.

കിങ്കിരം - കുയിൽ, രക്തവർണ്ണം, കുതിര, ആനയുടെ കുംഭം.

കിടങ്ങ് - തടവുമുറി, ആഴമുള്ള കുഴി, കോട്ടമതിൽ, കോട്ടയ്ക്കു ചുറ്റുമുള്ള വീതിയും ആഴവുമുള്ള ചാൽ, മദ്യവില്പനശാല, പണ്ടക ശാല.

കിടാലം - കിട്ടം, ചെമ്പുപാത്രം.

കിടി - പന്നക്കിഴങ്ങ്, കാട്ടുപന്നി, ഇടുക്കി.

കിടിഭം - മുട്ട, പേൻ, ഒരുതരം കുഷ്ഠം.

കിടുമൻ - സാക്ഷ, മുടക്കൻ, കൊണ്ടി.

കിണം - മുഴ, തഴമ്പ്, മറുക്, തടി പ്പുഴു.

കിണ്ടം - അമളി, നാശം, ചതി, അബദ്ധം.

കിതവം - ഉമ്മത്ത്, ചതി, അടവി ക്കച്ചോലം, ചൂതുകളി.

കിതവൻ - ചതിയൻ, ധൂർത്തൻ, ഭ്രാന്തൻ, ചൂതുകളിക്കാരൻ, വ്യാജ മുള്ളവൻ.

കിരകൻ - പന്നി, ഗുമസ്തൻ, എഴു ത്തുകാരൻ.

കിരണം - കടിഞ്ഞാൺ, പ്രകാശ രശ്മി, പൊടി, ഒരു ശൈവാഗമം.

കിരാതൻ - കാട്ടാളൻ, ക്രൂരൻ, സംസ്കാരമില്ലാത്തവൻ, ശിവൻ, കുതിരക്കാരൻ, ഗിരിവാസി, മുണ്ടൻ.

കിരീടി - ഇന്ദ്രൻ, അർജ്ജുനൻ, രാജാവ്, നീർമരുത്, ശംഖുപുഷ്പം.

കിർമ്മി - കെട്ടിടം, പ്ലാശ്, സ്വർണ്ണ വിഗ്രഹം.

കില്ബിഷം - അക്രമം, പാപം, രോഗം, ശത്രുത, ചതി, അത്യാ ഹിതം.

കില്ല് - ക്ലേശം, സംശയം.

കിഷ്കപർവ്വം - മുള, വേഴൽ, കരിമ്പ്.

കിസ്മത്ത് - ഓഹരി, ഭാഗ്യം, സേവനം.

കിള - മൊട്ട്, ശാഖ, കൂട്ടം, തൂമ്പാ പ്പണി, മീൻകിള.

കിഴി - താഴുക, പണസഞ്ചി, നാട്ടു വൈദ്യന്മാർ ചെയ്യുന്ന ഒരുതരം ചികിത്സ, പണച്ചുമതല വഹിക്കു ന്നയാൾ.

കിറി - ചിറി, ചുണ്ട്.

കീകസം - എല്ല്, മാറെല്ല്, അലക്.

കീടം - പുഴു, തേൾ, വണ്ട്, കൃമി, നന്ദ്യവ്യക്തി, ഇരുമ്പുകിട്ടം, പല്ലിലെ ഇത്തിൾ.

കീനാശൻ - ലുബ്ധൻ, യമൻ, കൃഷിക്കാരൻ, ക്ഷുദ്രൻ, കശാപ്പു കാരൻ, കുരങ്ങൻ.

കീരം - കാശ്മീർ, മാംസം, തത്ത.

കീരൻ - വ്യാധൻ, ചീര, ചീവീട്, ഒരുതരം മത്സ്യം.

കീരേഷ്ടം - നീരിരിപ്പ, മല ഉക മരം, വേപ്പ്, മാവ്.

കീർത്തി - ശബ്ദം, കേൾവി, വിസ് താരം, പ്രകാശം, ആഖ്യാനം, യശസ്സ്, ചെളി, ആനുകൂല്യം, ദക്ഷന്റെ ഒരു പുത്രി, ധർമ്മന്റെ ഭാര്യ.

കീൽ - പൃഷ്ടം, ദശ, ശരീരസന്ധി, ഉപസ്ഥം, മുള, ആണി, ശരീരസ ന്ധി, ചുഴിക്കുറ്റി.

കീലം - കുന്തം, തീജ്ജ്വാല, ഓടാ മ്പൽ, കൈമുട്ട്, കുറ്റി, അണു, അരി മ്പാറ, യോനിയിൽ സ്തംഭിച്ചു നില്ക്കുന്ന ഗർഭം, മൂക്കുത്തി, പൂവിന്റെ ഉള്ളിൽക്കൂടി നീണ്ടുകാ ണുന്ന തണ്ട്.

കീലകം - തൂണ്, അർബുദരോഗം, അരിമ്പാറ, ഒരു ഉഗ്രമന്ത്രം, ആപ്പ്, പശുവിനെക്കെട്ടുന്ന കുറ്റി.

കീലനം - തടസ്സം, ബന്ധനം.

കീലാലം - മൃഗം, വെള്ളം, തേൻ, രക്തം, കാടിവെള്ളം.

കീശം - പക്ഷി, കുരങ്ങ്.

കീശൻ - പക്ഷി, സൂര്യൻ, കുടിയാൻ, വാനരൻ.

കീഴ്ക്കൂറ് - കീഴിലുള്ള രാജാവ്, കിരീടാവകാശി, ഒരുതരം കാരാണ്മ.

കീറൽ - കീറിയെടുത്ത കഷണം, നിലവിളി, വേദന.

കുകൂണകം - ഒരു മർമ്മം, ഒരു നേത്രരോഗം.

കുകൂലം - ഉമി, ആവി, കവചം, ഉമിത്തീ.

കുക്കുടം - പൂങ്കോഴി, തീപ്പൊരി, തീക്കൊള്ളി, ഒരു പർവ്വതം, നായ്, ചൂട്, മയിൽക്കോഴി.

കുക്കുടാണ്ഡം - കോഴിമുട്ട, ഒരിനം നെല്ല്, ദീർഘവൃത്തം.

കുക്കുടി - ഇലവ്, പിടക്കോഴി, പല്ലി, കപടഭക്തി.

കുക്കുഭം - വാർണീഷ്, പൂവൻ, കാട്ടുകോഴി.

കുക്ഷി - വയറ്, ഗർഭപാത്രം, വാളുറ, താഴ്വര, ഗുഹ, മഹാബലി, ഉൾക്കടൽ.

കുചന്ദനം - രക്തചന്ദനം, ചപ്പങ്ങം, കുങ്കുമം, ചെംമഞ്ചാടി.

കുചേലൻ - ദരിദ്രൻ, ശ്രീകൃഷ്ണസുഹൃത്ത്, ചീത്തവസ്ത്രം ധരിച്ചവൻ.

കുച്ചി - കുറ്റി, പുരയുടെ കൊടി, പുരുഷലിംഗം, അധോവായു.

കുച്ച് - തുണ്ട്, ചകിരി, വയ്ക്കോൽത്തുണ്ട്, കുടിൽ, കുഞ്ഞ്, ബ്രഷ്, കുഞ്ചം.

കുജ - സീത, ദുർഗ്ഗ, തിപ്പലി.

കുഞ്ചം - തിരുപ്പൻ, ബ്രഷ്, പട്ടുതൊങ്ങൽ, കതിർക്കറ്റ, പൂങ്കൊത്ത്, കുന്നി.

കുഞ്ചി - ചിറ്റമ്മ, പറവക്കുഞ്ഞ്, കരിഞ്ചീരകം, പിൻകഴുത്ത്, മുടി, താക്കോൽ, എട്ടുമുഷ്ടി അടികൾ കൂടിയ ഒരളവ്.

കുഞ്ചിതം - കുരുമുളക്, തകരം, ചുരുണ്ടത്, കുഞ്ചിതപാദം, കുഞ്ചിതബാഹു, കുഞ്ചിതജാനു, കുഞ്ചിതദൃഷ്ടി.

കുഞ്ജം - വള്ളിക്കുടിൽ, ആനക്കൊമ്പ്, ഗുഹ, കീഴ്ത്താടിയെല്ല്, പല്ല്, ഒരു വാദ്യോപകരണം.

കുഞ്ജര - പിടിയാന, പാതിരിമരം, താതിരിമരം.

കുഞ്ജരം - ആന, എട്ട് എന്ന സംഖ്യ, ഒരിനം ആഭരണം, നൃത്തത്തിലെ ഒരു കാൽവെയ്പ്, താന്നിമരം, വടവൃക്ഷം, അശ്വത്ഥം, ശ്രേഷ്ഠമായത്, അത്തം നക്ഷത്രം, രോമം, ഒരു ദേശം.

കുഞ്ജിക - താക്കോൽ, ഈഞ്ച, കരിഞ്ചീരകം.

കുഞ്ഞകം - തുളസി, ചെറിയമുറി.

കുഞ്ഞി - ഇളയ, പൈതൽ, കല്യാണംകഴിക്കാത്ത ബ്രാഹ്മണസ്ത്രീ, മുസ്ലീങ്ങളുടെ ഒരു സ്ഥാനപ്പേര്.

കുഞ്ഞിരിക്ക - കടമ്പ്, ശതമൂലി, ആനച്ചുവടി.

കുടം - വെള്ളം കോരുന്നതിനുള്ള പാത്രം, മൊട്ട്, കുംഭംരാശി, ആനയുടെ തലയിൽ ഇരുഭാഗത്തുമുള്ള മുഴ, താഴികക്കുടം, ഒരു അളവ്, വീർത്ത വൃഷണം, യോനി, ഒരുദേശം, വൃക്ഷം, ചുറ്റിക, പർവ്വതം, കോട്ട, ഗൃഹം, നഗരം, കൊടുവേലി.

കുടകം - ഒരു വിഷദ്രവ്യം, കൊഴുവ്, കുടകുമല, കടകോലു ബന്ധി

ക്കുന്ന കുറ്റി, കുടങ്ങൽ, ഒരു ദേശം.

കുടപം - താമര, ഒരു ധാന്യ അളവ്, കുഡവം, ഗൃഹത്തിനടുത്തുള്ള തോട്ടം, നിഷ്കുടം.

കുടരം - കുതിര, കടകോൽത്തണ്ട്, തൂതപ്പാത്രത്തിന്റെ അടപ്പുപലക.

കുടവൻ - ഇടയൻ, കൂടങ്ങൻ, അടിയാൻ, കുടനാട്ടുകാരൻ.

കുടി - മദ്യപാനം, വീട് (കുടിൽ) വംശം, കുടിയാൻ, നവവധു, പ്രദേശം, വളവ്, ശരീരം, മരം, കുടപ്പായൽ.

കുടിനീർ - ഉമിനീർ, കഷായം, വെള്ളം.

കുടിപതി - ഭരണാധികാരി, ഭാര്യയുടെ അച്ഛൻ, ഗിരിവർഗ്ഗക്കാർ.

കുടില - വക്രബുദ്ധിയായ സ്ത്രീ, സരസ്വതീനദി, ജോനകപ്പുല്ല്, പ്രണവം, മായ, 'വളഞ്ഞ.'

കുടിലം - ചതി, ഒരു സുഗന്ധദ്രവ്യം, ഒരുതരം സസ്യം, തകരം, ശംഖ്, ഒരിനം മുട്ടാട്, ശൂന്യാകാശം.

കുടിലഗതി - വളഞ്ഞ പോക്ക്, ചന്ദ്രികാവൃത്തം.

കുടില് - ചെറിയവീട്, ആശ്രമം, കട, കൊടിൽ.

കുടീരം - അസ്ഥിമാടം, സ്ത്രീസംഗം, ഞണ്ട്, പർണ്ണശാല.

കുടുക്ക - ഒരുതരം പാത്രം, തലയോട്, വീണയുടെ കുടം, ഒരുതരം ഉടുക്ക്, ഞൊണൽ.

കുടുക്കം - മുഴക്കം, ഇളക്കം, ഞെരുക്കം, കിലുക്കം.

കുടുംഗകം - വള്ളിക്കുടിൽ, മരത്തിൽ ചുറ്റിക്കേറുന്ന വള്ളി, മേൽക്കൂര, കുടിൽ, ധാന്യപ്പുര.

കുടുമ - പണ്ട് പുരുഷന്മാർ ക്ഷൗരം ചെയ്യിക്കുമ്പോൾ മിച്ചമാക്കി നിർത്തുന്ന മുടി, മുകൾ ഭാഗം, അഗ്രം.

കുടുമി - പാമ്പാട്ടി, കുടുമ, പാമ്പുവിഷത്തിനുള്ള ഔഷധം വില്ക്കുന്നയാൾ, ശിഖ.

കുടുംബം - തറവാട്, ഭാര്യ, സന്താനം, സമൂഹം, വീട്ടുഭരണം, ബന്ധുജനം, പേര്, കൂട്ടം.

കുടുംബി - കുടുംബമുള്ളവൻ, ഗൃഹസ്ഥൻ, കുടുമിച്ചെടി, കൃഷിക്കാരൻ, തീരപ്രദേശത്തു താമസിക്കുന്ന ഒരു ജാതിക്കാരൻ.

കുടുവ - ചെറിയ കുടുക്ക, പനങ്കള്ള് പകർന്നെടുക്കുന്ന പാത്രം, ഒരിനം ചെണ്ട, ഇടുങ്ങിയ വായുള്ള പാത്രം.

കുട്ട - കുറുക്കൻ, പെൺപന്നി, വസ്ത്രം, ചൂരലുകൊണ്ടുണ്ടാക്കിയ ഒരു പാത്രം, ഒരിനം നീർപ്പാമ്പ്, കുളം, ചെടി.

കുട്ടകം - വലിയ വാവട്ടവും ആഴവുമുള്ള ഒരുതരം ചെമ്പുപാത്രം, ചുറ്റി, ഒരുതരം ആട്, കുഴവി, പൊന്മാൻ, ഗുണകാരം.

കുട്ടൻ - കുട്ടി, ആണാട്, കുറുക്കൻ, പണിയരുടെ മൂപ്പൻ, ഒരിനം മത്സ്യം, കാളക്കുട്ടി, ആൺപന്നി.

കുട്ടി - കുഞ്ഞ്, അമരി, ഒരിനം നെല്ല്, ഒരുതരം മത്സ്യം, ചുറ്റിക.

കുട്ടിമം - കെട്ടിട നിർമ്മാണത്തിനായി ഒരുക്കിയ തറ, രത്നഖനി, താളിമാതളം, ചെറുകുടിൽ.

കുഠാരം - കോടാലി, കട്ടാരി, നാശഹേതു, ഒരുവൃക്ഷം, ഒരിനം തുമ്പ.

കുഠാരു - കുരങ്ങ്, വൃക്ഷം, പടച്ചട്ടയും ആയുധവും ഉണ്ടാക്കുന്നവൻ.

കുണക്ക് - വളവ്, എതിർപ്പ്, കിഴക്ക്, അത്യാസന്നനായ രോഗി.
കുണപം - മൃതദേഹം, കുനതം, ദുർഗ്ഗന്ധം, ഓടമരം, ചുടുകാട്ടിലുള്ള പിശാച്.
കുണി - ഒരു രോഗം, പൂവരശ്, പടുകരണ.
കുണുക്ക് - വിഴുപ്പു നാറ്റം, ഒരു തരം കർണ്ണാഭരണം, ഒരു പലഹാരം, കുണുങ്ങിയുള്ള നടപ്പ്.
കുണ്ട - മീൻകുട്ട, ചുവട്, കൂന, ദാസി, അടിമ, വേശ്യ, കറ്റ.
കുണ്ടം - കുറ്റി, കൂമ്പാരം, കൂന, കൂടം, കുഴി.
കുണ്ടൻ - ആഴമുള്ള, ഇടുങ്ങിയ, നിന്ദ്യൻ, മൂരിക്കുട്ടൻ.
കുണ്ടി - ആസനം, ഒരുതരം പാത്രം, പറങ്കിമാങ്ങ, യോനി, ലിംഗം.
കുണ്ടിക്കായ് - പറങ്കിമാമ്പഴം, വൃക്ക, ഹൃദയം, പൃഷ്ഠഭാഗം.
കുണ്ട് - കുഴി, പന്ത്, പീരങ്കിഉണ്ട, ത്രാസുകോൽ.
കുണ്ഡം - കുഴി, കുടം, തീച്ചട്ടി, ഹോമകുണ്ഡം, ഭിക്ഷാപാത്രം, കിണർ, കുളം, സമൂഹം.
കുണ്ഡലം - ഒരു തരം കർണ്ണാഭരണം, ആകാശം, ഒരുചെടി, വിലങ്ങ്, കയർച്ചുരുള്, ഒരുതരം താളം.
കുണ്ഡലി - ശിവൻ, പാമ്പ്, മയിൽ, വരുണൻ, പുള്ളിമാൻ, മഹാവിഷ്ണു, അർദ്ധവൃത്തം, നായ്ക്കുരണച്ചെടി, വൻകൊന്ന, കാക്കപ്പനച്ചി, നാഗതാളി.
കുണ്ഡലീശൻ - അനന്തൻ, തക്ഷകൻ, വാസുകി, കർണ്ണൻ, നാഗരാജാവ്.
കുണ്ഡി - കുഴി, ശിവൻ, കിണ്ടി, കുതിര, ജാരജാതൻ, ചെറിയ പൊയ്ക, കിണറ്.
കുത - കിണറ്റിന്റെ തൊടി, കുതിചാട്ടം, ഉപ്പൂറ്റി.
കുതനം - തേങ്ങാപ്പീര, ഇഞ്ചയുടെ പുറം തൊലി, എച്ചിൽ.
കുതപം - കാള, മദ്ധ്യാഹ്നം, ഒരു തരം കമ്പിളി, വെളുത്ത ദർഭപ്പുല്ല്, ഒരു തരം വാദ്യം.
കുതപൻ - അതിഥി, ബ്രാഹ്മണൻ, സൂര്യൻ, മകളുടെ മകൻ.
കുതൽ - ഈർപ്പം, തറുതലപറയൽ, കൊഞ്ചൽ.
കുതറുക - തർക്കിക്കുക, തെറ്റിമാറുക, കുത്തുക.
കുതി - ചാട്ടം, ഉപ്പൂറ്റി, ചെരുപ്പിന്റെ പുറകിലത്തെ ഭാഗം.
കുതിപ്പ് - ചാട്ടം, ഗർവ്വം, ഒരിനം മത്സ്യം, തിളച്ചു പൊങ്ങൽ, ഇല.
കുതിര - ഒരു മൃഗം, നുകം, നാടൻ തോക്കിന്റെ കാഞ്ചി, ചതുരംഗക്കരുവിന്റെ പേര്.
കുതിരമുഖം - ഒരു മർമ്മം, ആയുധാഭ്യാസത്തിലെ ഒരുതരം അടവ്, കുതിരയുടെ മുഖം, മുഴങ്കാലിലെ അസ്ഥി.
കുതിരവാലി - ഒരു തരം മത്സ്യം, ഒരിനം കുരുമുളകുവള്ളി, കുതിരവാൽപ്പുല്ല്.
കുതു - ആഗ്രഹം, തുരുത്തി, ചെറിയതോൽക്കുടം, കൊതുക്.
കുത്തൽ - വേദന, നീർച്ചാട്ടം.
കുത്തി - ഒരിനം മർമ്മം, കുത്തുക, ഒരിനം നെല്ല്.
കുത്തിത്തിരിപ്പ് - തടസ്സമുണ്ടാക്കൽ, കൈത്തറിയിൽ പടമരം മുറുക്കാൻ അതിന്റെ ഒരറ്റത്തെ തുളയിൽ ഘടിപ്പിച്ചിട്ടുള്ള ഒരു കോൽ.

കുത്തിപ്പിടിക്കുക - ഊന്നിപ്പിടിക്കുക, താല്പര്യംപൂർവ്വം പ്രവർത്തിക്കുക, തുന്നിക്കെട്ടുക.

കുത്ത് - കുത്തുക, തുളയ്ക്കൽ, ധാന്യങ്ങളുടെ പുറം തോടുകളയൽ, അടയാളപ്പെടുത്തൽ, തിരുകിവയ്ക്കൽ, വേദനയുണ്ടാക്കുന്ന വാക്ക്, എതിർക്കൽ, പൂർണ്ണവിരാമചിഹ്നം, ഒഴുക്ക്, തർജ്ജമ, കിഴുക്കാംതൂക്ക്, അടുക്ക്, കൈകൊണ്ട് കോരിയെടുക്കുന്ന ഒരളവ്, പതിനെട്ടു മുഴം, വെള്ളച്ചാട്ടം.

കുത്തുകാരൻ - തയ്യൽക്കാരൻ, കുന്തക്കാരൻ, വള്ളം ഊന്നുകാരൻ.

കുത്തുപാര - വലിയപാര, കന്നക്കോല്.

കുത്തുപാള - ഭിക്ഷപ്പാത്രം, കോട്ടിയപാള.

കുത്തുപുള്ളി - വളരെ ചെറിയ പുള്ളി, പലവക കണക്കുകൾ എഴുതുന്ന പുസ്തകം, തടിയിലിടുന്ന അടയാളം.

കുത്തുമുറി - നാലെണ്ണം ചേർന്ന വസ്ത്രം, കുത്തുകൊണ്ടുണ്ടായ മുറിവ്.

കുത്സം - മിന്നൽ, വജ്രായുധം, കൊട്ടം.

കുത്സിതം - നന്ദ്യകർമ്മം, വലിയ നാന്മുകപ്പുല്ല്, കൊട്ടം, നിന്ദാവാക്ക്.

കുഥം - വീരാളിപ്പട്ട്, കുശ (വെളുത്ത ദർഭ) ചെമ്പാരിപ്പട്ടം, പുരാണപ്രസിദ്ധമായ ഒരു ദേശം.

കുദ്ദാലം - കുന്താലി, ചെപ്പുകുടം, മലയകത്തി, കോദ്രവം.

കുനാഭി - വായു, ചുഴലിക്കാറ്റ്, കുബേരന്റെ നിധി.

കുനി - പക്ഷികളുടെ ചുണ്ട്, വില്ല്, കുനിപ്പ്, ഉയർന്നവയൽ, വളവ്.

കുനിപ്പ് - ഒരിനം നൃത്തം, വളവ്, അക്ഷരങ്ങളുടെ മുകളിലോ താഴെയോ ചേർക്കുന്ന ചിഹ്നം, വീണവായനയിലുള്ള ഒരിനം ഹസ്തവ്യാപാരം.

കുന്തം - ഒരായുധം, ഒരിനം ധാന്യം, ഒരു നേത്രരോഗം, കഴുത്തിൽ കെട്ടുന്ന ഒരു ചെറിയസ്വർണ്ണാഭരണം, വിഷമം, പ്രയോജനമില്ലാത്ത കാര്യം.

കുന്തക്കോൽ - ശല്യം, മരക്കുന്തം, കുന്തത്തിന്റെ പിടി, നീണ്ടുമെലിഞ്ഞയാൾ.

കുന്തളം - കലപ്പ, ഇരുവേലി, ഒരുതരം ശിരോവസ്ത്രം, ഒരു രാഗത്തിന്റെ പേര്, തലമുടിക്കെട്ട്, പാനപാത്രം, ഒരു സുഗന്ധദ്രവ്യം, യവം.

കുന്തളി - മുടിയൻ ചീര, നെയ്ത്തവി, വെണ്ണക്കത്തി.

കുന്താണി - അങ്കവാല്, മുനകൂർത്ത ഇരുമ്പുവടി, ഒരു കാട്ടുമരം, ഞാണൊലി, ഉരൽപ്പെട്ടി.

കുന്തി - പാണ്ഡവരുടെ മാതാവ്, മുഴ, കുമ്പാരം, ഗുഗ്ഗുലു, കുന്തുരുക്കം, ബ്രാഹ്മണന്റെ ഭാര്യ, യാദവൻ, ഈന്ത്.

കുന്തിക്കുക - പൊങ്ങച്ചംനടിക്കുക, കാൽവിരൽകുത്തി പൊങ്ങിനില്ക്കുക.

കുന്തിരി - നെട്ടോട്ടം, കുസൃതി, ശല്യം.

കുന്ദകം - കുരുക്കുത്തിമുല്ല, കുന്തുരുക്കം, കണവീരം.

കുന്ദിനി - താമരപ്പൊയ്ക, മുല്ലപ്പൂക്കളുടെ കൂട്ടം.

കുന്ദു - ചുണ്ടെലി, കുന്തുരുക്കം.

കുന്നൻ - അപരിഷ്കൃതൻ, കണ്ടൻപൂച്ച, ഒരിനം വാഴ, കുന്തുന്നവൻ, കുന്നിൻപുറത്തു ജീവിക്കുന്നവൻ.

കുന്നി - അല്പം, ഒരു ഔഷധ വള്ളിച്ചെടി, നൂറ്റിരുപതു ഗജം, ചെവിയുടെ മേൽഭാഗം, ഒരുചെറിയപ്രാണി, കണ്ണിലെ കൃഷ്ണമണി, മലമഞ്ചാടി.

കുപഥം - ദുർമ്മാർഗ്ഗം, പുരാണ പ്രസിദ്ധമായ ഒരുദേശം, വൈദിക വിരുദ്ധ സിദ്ധാന്തം.

കുപ്പ - അടിച്ചുകൂട്ടിയ ചവറ്, കൂട്ടം, ചാണകക്കൂട്ടം, മേട്, വിരൂപ.

കുപ്പം - കാട, കൂമ്പാരം, ഗ്രാമം.

കുപ്പി - സ്ഫടികം കൊണ്ടുള്ള കഴുത്തിടുങ്ങിയ പാത്രം, കാളക്കൊമ്പിന്റെ അഗ്രത്തുള്ള പിച്ചളക്കെട്ട്, കണ്ണാടി, വീണയുടെ മുറുക്കാണി, കൊമ്പുകൂട്.

കുപ്യം - നീചലോഹം, (പിച്ചള, ചെമ്പ്, നാകം) വെള്ളി, വനവിഭവങ്ങൾ.

കുബേരകം - പൂവരശ്, തെങ്ങ്, പടുകരണ.

കുബേരാക്ഷി - കഴഞ്ചി, പൂപ്പാതിരി, വെൺപാതിരി, കൊടിക്കഴല.

കുബ്ജ - വളഞ്ഞ, ത്രിവക്ര, (കംസന്റെ ഭാര്യ), മന്ഥര (കൈകേയിയുടെ ദാസി), ഒരു ചെടി, ഒരു നദി, കടലാടി.

കുബ്ജം - വലിയ കടലാടി, വളഞ്ഞവാൾ, മുള്ളുചേമന്തി, കൂന്.

കുബ്ജിക - ഒരു വീണ, എട്ടുവയസ്സായ കന്യക, ദുർഗ്ഗാദേവിയുടെ ഒരവതാരം, ഒരു വിഷ്ണുക്രാന്ത തന്ത്രം.

കുമ്പ്രം - കടുക്കൻ, മോതിരം, വനം, ചരട്, യാഗാഗ്നികുണ്ഡം.

കുഭൃത്ത് - രാജാവ്, പർവ്വതം.

കുമാരം - തത്ത, ശുദ്ധിയാക്കിയ സ്വർണ്ണം, ഒരു ദ്വീപ്, നീർമാതളം.

കുമാരകം - കൃഷ്ണമണി, നീർമാതളം.

കുമാരൻ - യുവരാജാവ്, മകൻ, അഗ്നി, സനൽക്കുമാരൻ, യൗവനം പ്രാപിച്ചിട്ടില്ലാത്ത ആൺകുട്ടി.

കുമാരി - കന്യക, പുത്രി, രാജകുമാരി, ദുർഗ്ഗ, കന്യാകുമാരി ക്ഷേത്രത്തിലെ പ്രതിഷ്ഠ, ഒരു നദി, കുടമുല്ല, കുറുഞ്ഞി, മൈന, സീത, കാട്ടുപാവൽ.

കുമിഴ് - മൊട്ട്, കുമ്പിൾമരം, കുമിൾ, കുമിളിന്റെ ആകൃതിയിലുണ്ടാക്കുന്ന വസ്തു.

കുമിഴി - അരുവി, കുമിള, കുമിൾ, കൂൺ.

കുമുദ - കുടപ്പായൽ, മൂവില, ദുർഗ്ഗ, വെള്ളി, താതിരി, കുമിഴ്.

കുമുദം - വെളുത്ത ആമ്പൽ, ചെന്താമര, വെള്ളി, കർപ്പൂരം, കരിങ്കുരങ്ങ്, പാമ്പ്, ഒരു നേത്രരോഗം, തെക്കുപടിഞ്ഞാറു ദിക്കിലെ ആന, ഒരു സൈന്യവിഭാഗം, കൃഷ്ണമണിയിൽ ഉണ്ടാകുന്ന ഒരുരോഗം.

കുമുദൻ - കുറുനരി, ഒരിനം എലി, വിഷ്ണു.

കുമുദിനീപതി - കർപ്പൂരം, ചന്ദ്രൻ.

കുമ്പ - കുടവയറ്, ഒരു തരം പാത്രം.

കുമ്പം - ഇടങ്ങഴി (പ്പാത്രം), കുടം, ഒട്ടം, പലവ്യഞ്ജനാദികൾ ഇട്ടുവെയ്ക്കുന്ന വള്ളക്കാരുടെ പാത്രം.

കുമ്പൽ - സമൂഹം, കുമ്പിൾ, ഉൾച്ചൂട്, പുകച്ചിൽ.

കുമ്പി - കാനൽജലം, ചൂടുള്ള ചാമ്പൽ, ചൂട്, ചോറ്, വയറ്, പൃഷ്ഠം, പുരുഷലിംഗം, കൂമ്പാരം, മരീചിക.

കുമ്പിൾ - കൈക്കുമ്പിൾ, ഇല കോട്ടിയുണ്ടാക്കുന്ന പാത്രം, ഉമിത്തേക്ക്, കുമ്പിൾമരം, കുമിൾ.

കുമ്പ് - കൂട്ടം, പാമരം, ചുരുക്കൽ, നമസ്കരിക്കുക.

കുംഭ - വേശ്യ, നാഗദന്തി, വെൺകുന്നി, കുടവയറ്.

കുഭം - കുടം, ആനയുടെ മസ്തകം, ഒരളവ്, ഒരു മാസം, നെറ്റി, വണ്ടിച്ചക്രത്തിന്റെ കുടം, ഗുഗ്ഗുലു, ശിവത (ചെടി), നെറ്റി, ഒരുതരം ഹൃദ്രോഗം.

കുംഭകം - കുടം, ആനയുടെ മസ്തകം, തൂണിന്റെ അടിഭാഗം, ഒരുതരം പാഷാണം, ഒരുയോഗമുറ.

കുംഭകാരം - കാട്ടുകോഴി, സർപ്പം.

കുംഭകാരി - മനയോല, കാട്ടുമുതിര, കുലത്ഥാഞ്ജനം, കുശവസ്ത്രീ.

കുംഭി - ആന, ചെറുദന്തി, ഒരു ധാന്യ അളവ്, കുടം, ഒരുനരകം, കുമ്പിൾമരം, പാതിരിമരം, കുടപ്പായൽ, ഒരുനരകം, ചെറുകുമിഴ്, മുതല, ഗുഗ്ഗുലു, പർപ്പടവൃക്ഷം, വയറ്, ഒരു വിഷജന്തു, ചീങ്കണ്ണി.

കുംഭിനി - പിടിയാന, ഭൂമി.

കുംഭീരം - മുതല, പാമ്പ്, ഒരു ചെടി.

കുമ്മട്ടി - ഒരു വാദ്യോപകരണം, കാട്ടുവെള്ളരി, തണ്ണിമത്തൻ, ഭദ്രകാളിയൂട്ട്.

കുയിൽ - മധുരമായി പാടുന്ന ഒരു പക്ഷി, ചെറുഞ്ഞണ്ട്, തുള, മേഘം, തവി.

കുര - നായ പുറപ്പെടുവിക്കുന്ന ശബ്ദം, ചുമ, ഒരുതരം ഇലസസ്യം

കുരഗം - രണഗീതപ്പക്ഷി, കുരാൻമാൻ, ചന്ദ്രനിലെ കളങ്കം.

കുരംഗി - പെൺമാൻ, ചന്ദ്രൻ.

കുരംഗിക - കാട്ടുപയറ്, പേടമാൻ.

കുരട് - കടവായ്, കൊടിൽ, ചെറിയ മരക്കഷണം, ദ്വാരംവലുതാകാനായി കാതിലിടുന്ന മരക്കഷണം, മെതിയടി, കുടൽ, ചെരുപ്പ്, കുടൽമാല.

കുരട്ട - അണ്ടി, കൂർക്കം, കൈകാൽമുട്ട്, കൂർക്കം.

കുരണ്ട - കരിങ്കുറിഞ്ഞി, പുളിയുള്ള ഒരു വന്യഫലം.

കുരണ്ടി - ഇരിക്കാനുള്ള പലക, ഒരു മരുന്നു ചെടി, അണ്ടി, കരിമ്പനയുടെ കായ്.

കുരരി - പെണ്ണാട്, ഞാറപ്പക്ഷി.

കുരൽ - ശബ്ദം, സ്വരം, കണ്ഠം, കതിർ, പൂങ്കുല, തലമുടിച്ചുരുൾ, കഴുത്ത്, കുറുനിര.

കുരവ - വിശേഷാവസരങ്ങളിൽ സ്ത്രീകൾ ഒന്നിച്ചുകൂടി വായകൊണ്ട് പുറപ്പെടുവിക്കുന്ന ശബ്ദം, കടൽ, കുരവപ്പൂവ്.

കുരവകം - കറുത്തവരിനെല്ല്, വെളുത്തമന്ദാരം, ചെങ്കുറുഞ്ഞി.

കുരാൽ - ഒരിനം നെല്ല്, തവിട്ടുനിറം, കുരാൽമാൻ.

കുരിച്ചിൽ - മണ്ണെര ഇളക്കിക്കൂട്ടുന്ന മണ്ണ്, വട്ടി, പാകൊണ്ടുള്ള ഒരു സഞ്ചി, വെറ്റിലപ്പാട്ടി, മീൻകൂട്.

കുരു - കായ്കളുടെ അകത്തുള്ള ബീജം, കൊക്ക്, പരു, കുരുക്കുത്തിമുല്ല, മസൂരി, കൗരവൻ, കണ്ടകാരിച്ചുണ്ട, നിറം, ഒരു സോമരാജാവ്, ഒരു രാജ്യം, ചോറ്, പുരോഹിതൻ, ഗുരു.

കുരുക്കുക - കുരുങ്ങുക, മുളയ്ക്കുക, മസൂരി ദേഹത്തു പൊങ്ങുക.

കുരുടുൻ - നീളം കുറഞ്ഞവൻ, അന്ധൻ, ഇരുതലപാമ്പ്.

കുരുട് - കാഴ്ചയില്ലാത്ത, ചെറിയ, വക്രമായ, വളർച്ച മുരടിച്ച, മടയൻ.

കുരുണ്ടി - മരപ്പാവ, ബ്രാഹ്മണന്റെ ഭാര്യ, ഗുരു പത്നി.

കുരുതി - മഞ്ഞളും ചുണ്ണാമ്പും കലക്കിയ വെള്ളം, രത്നം, വധം, ബലി, നിണം.

കുരുന്ന് - തളിര്, ശൈശവാവസ്ഥയിലുള്ള, ഒരുതരം താളി, കുന്ദം.

കുരുപ്പ് - തേങ്ങയുടെ പൊങ്ങ്, പരു, മുള, മസൂരി.

കുരുമ്പ - ഒരിനം നെല്ല്, മധുരക്കള്ള്, ഇളനീർ, ഒരു ഔഷധച്ചെടി.

കുരുവിന്ദം - മുഖകണ്ണാടി, മുത്തങ്ങ, പൂമൊട്ട്, ഉഴുന്ന്, മാണിക്യം, കാരുപ്പ്, ചാടില്യം.

കുർക്കുടം - കോഴി, ചവറ്.

കുർവ്വൻ - ചെരുപ്പുകുത്തി, ഭൃത്യൻ.

കുല - വാഴക്കുല, വിൽഞാൺ, ഒരു ഞെട്ടിൽ ഒരുമിച്ചു നില്ക്കുന്ന പൂവ്, കായ് തുടങ്ങിയവ, മലയോല.

കുലം - വംശപരമ്പര, രാജ്യം, ശരീരം, ത്രിപുടി, മുള, ക്ഷേത്രം, തറവാട്, ഉല്ക്കൃഷ്ട കുടുംബം, കൂട്ടം, നീലക്കല്ല്, ശക്തി.

കുലകം - സമൂഹം, ഒരിനം എലി, കയ്പൻ പടവലം, കർപ്പൂരതുളസി, ചിതൽപ്പുറ്റ്, കാക്കപ്പനച്ചി, പച്ചനിറമുള്ള ഒരുതരം പാമ്പ്.

കുലജം - വംശത്തിൽ ജനിച്ച, കുലീനമായ, പുളിച്ച കഞ്ഞി, പുളിച്ചകാടി.

കുലട - വ്യഭിചാരിണി, ഭിക്ഷയ്ക്കുവേണ്ടിമാത്രം വീടുതോറും നടക്കുന്ന പതിവ്രത.

കുലത്ഥ - കാവിമണ്ണ്, മുതിര, ചെങ്കല്ല്.

കുലത്ഥിക - മുതിര, ഒരുചെടി, ചെങ്കല്ല്, കാട്ടുമുതിര, കുലത്ഥാഞ്ജനം, ചെറുവിട്ടക്കോൽ.

കുലൻ - കുലീനൻ, കുലത്തിലുള്ളവൻ, കാട്ടുജാതിക്കാർ ആരാധിക്കുന്ന ഒരു ദേവത.

കുലവ് - മനസ്സിന്റെ ചഞ്ചലത, വിഷണം, പ്രകാശം, ഇണക്കം, അടുപ്പം, വളവ്.

കുലി - കൈ, കുടുംബം, പർവ്വതം, കണ്ടകാരിച്ചുണ്ട പുത്തരിച്ചുണ്ട, മലയകത്തി, ചെറുവഴുതിന, ഭാര്യയുടെ ജ്യേഷ്ഠത്തി.

കുലികം - ഇരിപ്പമരം, ചെമപ്പ്, ചായില്യം.

കുലികൻ - ബന്ധു, ശില്പികളുടെ തലവൻ, കുലശ്രേഷ്ഠൻ, സംഘത്തിലെ മുഖ്യൻ, വേടൻ, ഗുളികൻ.

കുലിഗം - പക്ഷി, കട്ടുമച്ചാത്തൻ, കുരികിൽ, ചുണ്ടെലി, ഉങ്ങ്, സർപ്പം.

കുലിശം - വജ്രായുധം, ചങ്ങലംപരണ്ട, കോടാലി, വൈരക്കല്ല്, ഒരിനം മത്സ്യം, മുന.

കുലീന - തറവാടിത്തമുള്ളവൾ, ഒരു മാത്രാവൃത്തം, ആര്യാവൃത്തങ്ങളിൽ ഒന്ന്.

കുലീനസം - ഇരുവേലി, വെള്ളം.

കുലുക്കം - വിറയൽ, ചലിക്കൽ, മനസ്സിന്റെ ചഞ്ചലത.

കുലുങ്ങുക - വിറയ്ക്കുക, ഇളകുക, വിഷമിക്കുക.

കുലേശ്വരൻ - ശിവൻ, കുടുംബനാഥൻ.

കുല്മാഷം - കാടി, പടുതോര, വലിയ ഉഴുന്ന്, കാട്ടുമുതിര, പെരുമ്പയറ്, കുമ്മായം, ഒരുരോഗം.

കുല്യ - കിടങ്ങ്, കൈത്തോട്, കുലത്തിലുള്ള.

കുല്യം - മുറം, മാംസം, അസ്ഥി, ഒരു ധാന്യഅളവ്, സഞ്ചയനം കഴിഞ്ഞ് അസ്ഥികൾ സൂക്ഷിക്കുന്ന പാത്രം, കുടുംബക്ഷേമാന്വേഷണം.

കുല്ല - കഞ്ചാവ്, കാട്ടുതുളസി, തുളസി, ചെറിയ നീർച്ചാൽ.

കുവം - ആമ്പൽ, താമര, ശകാരം, പുഷ്പം.

കുവട് - മരക്കൊമ്പ്, പർവ്വതം, കൊടുമുടി.

കുവലം - ലന്തക്കായ്, ആമ്പൽ ജലം, മുത്ത്, ലന്തമരം, സർപ്പത്തിന്റെ വയറ്.

കുവവ് - കൂന, കൂട്ടം, പെരുമ, സമൂഹം, കുന്ന്.

കുവേണി - മത്സ്യം പിടിച്ചിടുന്ന പാത്രം, ഭംഗിയില്ലാത്ത തലമുടിക്കെട്ട്.

കുവേലം - താമര, കഴഞ്ഞി, കരിങ്കൂവളം.

കുശ - ദർഭപ്പുല്ല്, കയറ്, കടിഞ്ഞാണ്, ചീളി (ഒടിഞ്ഞ എല്ല് കൂടിച്ചേരാനായി വെച്ചുകെട്ടുന്ന കനംകുറഞ്ഞ തടിക്കഷണം) മൂടുപലക, മധുര മാതളനാരങ്ങ.

കുശം - ദർഭ, ദർഭപ്പുല്ലുകൊണ്ടുണ്ടാക്കിയ കയറ്, വെള്ളം, ഒരുതരം വൃക്ഷം, ഇരുവേലി, ഒരു ദ്വീപ്.

കുശയം - കമ്പളം, പാനപാത്രം, കൂവളം.

കുശൽ - കുശലം, ഏഷണി, വഞ്ചന, ഉപായം, തന്ത്രം, സുഖം, സാമർത്ഥ്യം, നല്ലവാക്ക്.

കുശലം - ക്ഷേമം, സാമർത്ഥ്യം, കൗശലം, ധർമ്മശീലം, സൽഗുണം, ത്രാണി.

കുശലി - മൂളംപ്ലാശ്, സമർത്ഥൻ, താണജാതിക്കാരൻ.

കുശവൻ -മടയൻ, കളിമണ്ണുപയോഗിച്ച പാത്രം ഉണ്ടാക്കുന്നവൻ.

കുശാണ്ടം - വിക്ക്, കുഴപ്പം, ഏഷണി.

കുശി - കലപ്പക്കൊഴുവ്, പച്ചിരുമ്പ്, വെൺമരുത്, മൂങ്ങ, ഒരുനഗരം, ഒരുതരം തവി, ഫാലം, പരുത്തിക്കായ്.

കുശികം - താന്നി, പെരുമരുത്, കൊഴുവ്, കുരുവിക്കുരുമ്പ്, എണ്ണക്കിട്ടം.

കുശുംഭം - കുടം, ഒരു പർവ്വതം, കുമണ്ഡലു.

കുശേശയം - ആമ്പൽ, താമര, ചെറുകൊന്ന, സാരസപ്പക്ഷി, ഒരു പർവ്വതം, വണ്ടാരംകോഴി.

കുഷാകു - സൂര്യൻ, അഗ്നി, കുരങ്ങ്, കൊടുവേലി, ചെമന്നപൂവുള്ള എരുക്ക്.

കുഷ്ഠം - ഒരു തരം ത്വക് രോഗം, കൊട്ടം, കിരീടം. ഒരുതരം വിഷം.

കുഷ്ഠഘ്നം - ഗന്ധകം, ഹിതാവലി, കൈപ്പൻപടവലം, കരിങ്ങാലി.

കുഷ്ഠനാശനം - പന്നിക്കിഴങ്ങ്, നെന്മേനിവാക, വെൺകടുക്.

കുഷ്മാണ്ഡി - പാർവ്വതി, വലിയ കുമ്പളം.

കുസീദം - പലിശ, രക്തചന്ദനം, പലിശയ്ക്കു വാങ്ങിയ പണം.

കുസുമം - പൂവ്, ഫലം, ഒരു നേത്രരോഗം, ആർത്തവരക്തം.

കുസുമാകരം - പൂച്ചെണ്ട്, പൂന്തോട്ടം, വസന്തം, ഒരുരാഗം.

കുസുമാവലി - പൂമാല, പൂക്കളുടെ കൂട്ടം, ഒരു ജന്യരോഗം.

കുസുമേഷു - പൂവമ്പ്, കാമന്റെ വില്ല്, കുസുമബാണൻ, കാമദേവൻ.

കുസുംഭം - കിണ്ടി, സ്വർണ്ണം, കുങ്കുമം, കുയുമ്പ വൃക്ഷം, കുശുംഭം, ഒരു പർവ്വതം, കപട സ്നേഹം.

കുസൃതി - വികൃതിത്തരം, കൃത്രിമം, ദുർമ്മാർഗ്ഗം, ഇന്ദ്രജാലം, വഞ്ചന, കപടതന്ത്രം.

കുഹ - മഞ്ഞുകട്ടി, കടുകുരോഹിണി, ലന്തമരം.

കുഹകം - കൂവുന്ന ശബ്ദം, ഒരു തരം തവള, വഞ്ചന, ഇന്ദ്രജാലം.

കുഹൻ - ചതിയൻ, കുബേരൻ.

കുഹന - വാസ്തവമല്ലാത്ത, അസൂയയുള്ള, വഞ്ചന, കപടഭക്തി, അസൂയ.

കുഹനം - എലി, സ്ഫടികപ്പാത്രം, സർപ്പം, മൺപാത്രം.

കുഹരം - തൊണ്ട, ചെവി, ഗുഹ, മാളം, അടുപ്പം, മൈഥുനം, കണ്ഠ്യ സ്വരം.

കുഹളി - വെറ്റില, തെങ്ങിൻപൂക്കുല.

കുഹം - ഒരു നദി, കുയിലിന്റെ ശബ്ദം, കറുത്തവാവു ദിവസം, മനുഷ്യ ശരീരത്തിലെ ഒരു പ്രധാന നാഡി.

കുളകം - ആഴക്ക് എന്ന ഒരളവു പാത്രം, സമൂഹം, കർപ്പൂരതുളസി, കാക്കപ്പനച്ചി, കൈപ്പൻ പടവലം, ചിതൽപ്പുറ്റ്.

കുളപ്പായൽ - ഒരുതരം പായൽ, ഒരിനം നെല്ല്.

കുളമ്പ് - നാല്ക്കാലികളുടെ കാലിലെ നഖം, ശ്രീലങ്കയുടെ തലസ്ഥാനം, ജലം ശേഖരിപ്പ്, തീരം.

കുളർച്ച - കൊഞ്ഞ, വിക്ക്.

കുളവാഴ - ഒരിനം നെല്ല്, ഒരു ചെറുമരം, ഒരു പച്ചനിറമുള്ള സസ്യം.

കുളിര് - കുളിര്, സുഖപ്രദമായ രോമാഞ്ചം, ചന്ദനം, ആശ്വാസം, സന്തോഷം.

കുളിരി - നീർച്ചേമ്പ്, വെറ്റിലക്കഞ്ഞി, മയിൽപ്പീലികൊണ്ടുള്ള വിശറി.

കുളിർക്കല്ല് - കുളിർമയുള്ള കല്ല്, ചന്ദ്രകാന്തം.

കുള്ളൻ - കൗശലക്കാരൻ, മുണ്ടൻ.

കുഴ - നൂൽ, തൂമ്പയുടെ കൈപ്പിടിദ്വാരം, ചെമ്പ്, വാർപ്പ്, മതുലായവയുടെ കാത്, കാത്, ദ്വാരം, താഴിടുന്ന ദ്വാരം, കാതിലണിയുന്ന ഒരാഭരണം, തളിര്, ഇലക്കൊത്ത്.

കുഴപ്പം - വിഘ്നം, കുരുക്ക്, കലഹം, കുഴപ്പം.

കുഴമ്പ് - തൈലം, കുറിക്കൂട്ട്, കൊഴുത്തദ്രാവകം.

കുഴയുക - ഒരു വൃക്ഷം, സമനില തെറ്റുക, കൂടിക്കലരുക, അവിയുക, വിഷമിക്കുക, നിവർന്നു നില്ക്കാനുള്ള ശക്തി നഷ്ടപ്പെടുക, രതിഭാവം കാട്ടുക.

കുഴൽ - നീണ്ടുരുണ്ട അകംപ്പൊള്ളയായ വസ്തു, തട്ടാന്മാരുടെ ഊന്തുക്കുഴൽ, തോക്ക്, ദൂരദർശിനി, ഒരു കണ്ഠാഭരണം, തൊണ്ട, ചുരുണ്ട തലമുടി, ഒരുതരം മത്സ്യം, കിരീടം, പാമ്പിന്റെ പത്തി.

കുഴി - താണസ്ഥലം, ആഴം, കുളം, അപകടം, ദേഹഖണ്ഡം.

കുഴിക്കാണം - ശവക്കുഴി വെട്ടുന്നതിനുള്ള കൂലി, ദേഹദണ്ഡം ചെയ്യാനുള്ള അവകാശം, സെമി

ത്തേരിയിൽ ശവം അടക്കുന്നതിനു പള്ളിക്കു കൊടുക്കേണ്ട പണം, ഒരു ഭൂവുടമ സമ്പ്രദായം.

കുഴിനരി - കുഴിയാന, കുറുക്കൻ, കൊമ്പൻ, വലിയ ചതിയൻ.

കുഴിയൻ - നിസ്സാരൻ, കള്ളൻ, ചെറുമൻ, കുഴിത്തവി, തുടം, ഒരു തരം പിഞ്ഞാണം.

കുറ - അപമാനം, കുറവ്, പോരായ്മ, കാര്യം, മനോവിഷമം.

കുറക് - തുട, തുടയിറച്ചി, കുറവ്, കുറ്റം.

കുറട് - മെതിയടി, ചവണ, കുറ്റിക്കാട്, ചെറിയ തടിക്കഷണം, തിണ്ണ.

കുറട്ട - കാട്ടുപടവലം, ഒരിനം എലി.

കുറമാനം - അളവിലോ തൂക്കത്തിലോ വരുന്ന കുറവ്, അപമാനം.

കുറൾ - തിരുക്കുറൾ, സംക്ഷേപം, മുണ്ടൻ, ഒരു തമിഴ്ഗ്രന്ഥം, കുരൾ.

കുറളി - മായാവി, പൊക്കം കുറഞ്ഞവ ൾ, വേശ്യാസ്ത്രീ, കുട്ടിച്ചാത്തൻ.

കുറി - ഹിന്ദുക്കൾ നെറ്റിയിലിടുന്ന അടയാളം, ലാക്ക്, എഴുത്ത്, ചില വസ്ത്രങ്ങൾ നെയ്യുമ്പോൾ കരയോടു ചേർത്തിടുന്ന അടയാളം, സങ്കേതം, സഭ, തവണ, ചിട്ടി, ഒരു അളവ്, നിശ്ചയം, ലിംഗം, ശണ്ഠ കൂടൽ, സംഘംചേരൽ, പേര്.

കുറിക്കുക - മുൻകൂറായി പറയുക, രേഖപ്പെടുത്തുക, അടയാളം വെക്കുക, ഉദ്ദേശിക്കുക, സൂചിപ്പിക്കുക.

കുറിഞ്ചി - ഒരു മരുന്നുചെടി, മലമ്പ്രദേശം, പത്തുപാട്ടുകളിൽ ഒന്ന്.

കുറിഞ്ഞി - ചക്കിപ്പൂച്ച, മലവാരം, വെള്ളം കയറ്റാനുപയോഗിക്കുന്ന ചക്രം, ഒരു രാഗം, ഒരിനം പാമ്പ്, ഒരുചെടി.

കുറുക - ഒരിനം നെല്ലുവിത്ത്, ചുരുക്കത്തിൽ, വേഗത്തിൽ.

കുറുക്കുക - ജലാംശം വറ്റിച്ചെടുക്കുക, ചെറുതാക്കുക, കൂവുക, മരം വെട്ടി വീഴ്ത്തുക.

കുറുന്തടി - ചെണ്ടക്കമ്പ്, കുറുവടി.

കുറുന്തൂവൽ - കുറ്റിക്കാട്, ധാന്യങ്ങളുടെ തണ്ട്, കുറിയ തൂവൽ.

കുറുമ - ഒരിനം കറി, ചുരുക്കം, കുറവ്, അടുപ്പം, കുറുകിയ അവസ്ഥ.

കുറുമ്പൻ - കുസൃതിക്കാരൻ, പൊക്കം കുറഞ്ഞവൻ, ആട്ടിടയൻ, ഒരു പട്ടികജാതി.

കുറുമ്പ് - കാവരക്, അഹന്ത, അസൂയ, കുസൃതി, ചവറ്, ചെറുത്.

കുറുവ - ഒരിനം നെല്ല്, ഒരിനം മത്സ്യം.

കുറുവട്ടി - കടലാവണക്ക്, ചെറിയ വട്ടി.

കുറുമ്പ് - അഹങ്കാരം, ദുഷ്ടത, വൈഷമ്യം, പയ്യൻ, കരട്, കസേര.

കുറ്റി - കട (വൃക്ഷഭംഗം മുറിച്ച ശേഷമുള്ളത്), നിലത്തു തറയ്ക്കുന്ന നീളംകുറഞ്ഞ കമ്പ്, ഒരു ധാന്യയളവ്, ചെറിയകഷണം, കതിന, തെളിവ്, ചെവിയുടെ കട, അതിരു സൂചിപ്പിക്കുന്ന കല്ല്, വാതിൽ അടച്ചു വെക്കാനുള്ള കൊണ്ടി, മരവി, കുടിശ്ശിക, അതിര്, മാങ്ങാ ഉപ്പിലിടുന്ന മരപ്പാത്രം, എണ്ണപ്പാത്രം.

കൂക്കിരി - കൂകി വിളിക്കുന്നവൻ, പേടിത്തൊണ്ടൻ.

കൂചിക - ചെറിയബ്രഷ്, താക്കോൽ, പാലിൽ മോരൊഴിച്ചെടുക്കുന്നത്.

കൂട - മീൻകൊട്ട, തേങ്ങാപ്പുര, ചെറിയ വല്ലം, ഏറ്റവും ഉയർന്ന, അരുത്, വിത്തുകൊട്ട, കുടിൽ, ആകെ, ചതിയുള്ള, ജംഗമമല്ലാത്ത.
കൂടം - ഗോപുരം, കൊടുമുടി, കെട്ടിടം, വരാന്ത, മണ്ഡപം, കൊഴുവ് (കലപ്പ), വടിവാൾ, ഉയർന്നിരിക്കുന്നത്, കടംകഥ, ശരീരം, ചൂത്, കൊമ്പ്, വഞ്ചന, കൂമ്പാരം, മായ, സമൂഹം, കെണി, കൊമ്പൊടിഞ്ഞ കാള, ആനക്കല്പട, കൊല്ലന്റെ മുട്ടിക, മുഖ്യഭാഗം, കഴുക്കോൽ ഘടിപ്പിക്കുന്നിടം, നിശ്ചല വസ്തു.
കൂടകം - ചതി, ഉയരം, പിന്നിയിട്ട തലമുടി, ഒരു പർവ്വതം, ഒരു സുഗന്ധദ്രവ്യം.
കൂടകൃത്ത് - ചതിക്കുന്നവൻ, കായസ്ഥൻ, ശിവൻ, കൈക്കൂലി കൊടുക്കുന്നുവൻ.
കൂടരചന - കൗശലം, കെണി.
കൂടശാലമലി - ഒരു നരകം, ചെമ്മരം, കണ്ടിലവ്, കാട്ടുപൂള്.
കൂടസ്ഥൻ - സ്ഥാപകൻ, പരമാത്മാവ്.
കൂട് - പക്ഷികളുടെ വാസസ്ഥാനം, കാരാഗൃഹം, ലക്കോട്ട്, മൃഗങ്ങളെയും ജന്തുക്കളെയും മറ്റും വളർത്തുന്ന സ്ഥലം, ഉറ, ശരീരം, സമൃദ്ധി.
കൂടുക - ഒതുങ്ങിപ്പറ്റിയിരിക്കുക, വർദ്ധിക്കുക, ഏർപ്പെടുക.
കൂട്ടം - സമ്മേളനം, ജാതി വർദ്ധനവ്, കുഴപ്പം, ബഹളം, ഇനം, കാര്യം, ചിട്ടി, വർഗ്ഗം, യോജിപ്പ്, കൂമ്പാരം.
കൂട്ടൽ - സങ്കലനം, കറി, കൂട്ടിവയ്ക്കൽ.
കൂട്ടാല - തേങ്ങാപ്പുര, ക്ഷേത്രമുതൽ സൂക്ഷിക്കുന്ന സ്ഥലം.
കൂട്ടിമുട്ടുക - കണ്ടുമുട്ടുക, എതിർക്കുക, കൂട്ടിയിടിക്കുക.
കൂട്ട് - കറിക്കൂട്ട്, സഹവാസം, മേല്ക്കൂര, കറിക്കുള്ള അരപ്പ്, മിശ്രിതം, കൂട്ടം, സാദൃശ്യം.
കുണികം - ആണി, മൃഗത്തിന്റെ കൊമ്പ്, വീണയിൽ തന്ത്രികൾ കെട്ടുന്ന കമ്പ്.
കൂണ്ട് - വിളക്കു ചിമ്മിനിയുടെ കൂട്ട്, കാളവണ്ടിയുടെ മേല്ക്കൂര.
കൂത്തൻ - ഭർത്താവ്, നടൻ, കൊതുകിൽ മുട്ട വിരിഞ്ഞുണ്ടാകുന്ന പ്രാണി.
കൂത്താടി - കൊതുകിൽ മുട്ടവിരിഞ്ഞുണ്ടാകുന്ന പ്രാണി, താന്തോന്നി, കൂത്ത് ആടുന്നവൻ.
കൂനി - കൂനുള്ളവൾ, മന്ഥര, ത്രിവക്ര.
കൂന്ത - കുടില്, പനയുടെ പുറംതൊലി, മുഴച്ചിരിക്കുന്ന പൊക്കിൾ, കുട്ടികൾക്കു വരുന്ന ഒരു ജാതി ആന്ത്രവീക്കം.
കൂന്തൽ - ഉലട്ടി, മയിൽപ്പീലി, തലമുടി.
കൂന്താണി - കൂന്താലി, വലിയ ഉരൽ, ഒരു വൃക്ഷം.
കൂപം - തോലുകൊണ്ടുണ്ടാക്കിയ എണ്ണപ്പാത്രം, കിണറ്, ഗുഹ, കപ്പൽ കരയ്ക്കടുപ്പിക്കുവാൻ കെട്ടുന്ന കുറ്റി.
കൂപമണ്ഡൂകം - കിണറ്റിലെ തവള, ലോകപരിചയമില്ലാത്തവൻ.
കൂപകം - ചിത, ചെറിയകുളം, പാമരം, തോണി കെട്ടുന്ന കുറ്റി.
കൂപി - പൊക്കിൾ, കുപ്പി, ചണ്ടിപ്പയറ്.
കൂബര - സുന്ദരമായ, കൂനുള്ള.
കൂമ്പൻ - സങ്കോചം, അടയൽ, നുണ, മരച്ചീനിയും മറ്റും നടുന്നതിന് കൂമ്പാരമായി കൂട്ടിയ മണ്ണ്.

കൂമ്പ് - നാമ്പ്, പൂമൊട്ട്, ഹൃദയം, വാഴക്കൂമ്പ്, പായ്മരം, കൊടിഞ്ഞി.

കൂര - ഒരു ജാതി മത്സ്യം, ചായ്ച്ചു കെട്ടിയ പുര, വീട്, കെട്ടിടത്തിന്റെ മേല്ക്കൂര, ഒരുതരം നെല്ല്.

കൂരൻ - കൂരൻ പുല്ല്, നായ്, മുണ്ടൻ, ഒരിനം നെല്ല്, ഒരു ജാതി പന്നി.

കൂരാച്ചി - കഥയില്ലാത്ത പറച്ചിൽ, വളർച്ച മുരടിച്ചയാൾ, കൊയ്ത്തു കഴിഞ്ഞ നെൽക്കുറ്റിയിൽ നിന്ന് മുളച്ചുണ്ടാകുന്ന ചെടി.

കൂർക്ക - പടവിളി, ഒരു കിഴങ്ങു ചെടി, ഒരിനം കക്ക, കൂർക്ക, പനിക്കൂർക്ക.

കൂർച്ചം - മുന, ചൂല്, അറ്റം കെട്ടിയ ദർഭപ്പുല്ല്, താടിമീശ, ബ്രഷ്, വെളുത്ത ദർഭ, ശിരസ്സ്, കലവറ, മുള, ചതി, കപടഭക്തി, മയിൽപ്പീലി, ശിരസ്സ്, കുല, ഒരു മർമ്മം.

കൂലി - പ്രതിഫലം, വാടക, വേതനം, കൂലിക്കാരൻ, സ്റ്റാമ്പിന്റെ വില, വരവ്.

കൂവ - ഒരു കിഴങ്ങ്, മാങ്ങ ഉപ്പിലിട്ടു വെച്ചിരുന്നാൽ അതിലുണ്ടാകാറുള്ള പുഴു, പരുന്ത്, 'ഹേ' എന്ന സംബോധനാശബ്ദം.

കൂശ്മാണ്ഡം - കുമ്പളങ്ങാ, ഒരു മന്ത്രം, വികൃതഗർഭം.

കൂളം - ചണം, പതിര്.

കൂളൻ - വിട്ടിൽ, തെമ്മാടി, പോത്തിൻകന്ന്, പനങ്കൂളൻ എന്ന പക്ഷി, കുള്ളൻ.

കൂളി - കൊള്ളരുതാത്തവൻ, ഒരു പിശാച്, വിത്തുകാള, ഒരു തരം മീൻ, കുള്ളൻ, പശുക്കുട്ടി.

കൂഴ് - സംശയിക്കുക, ചീഞ്ഞ, പാച്ചോറ്, വിളവ്, എള്ള്, ധനം, കൂത്ത്, വർദ്ധന.

കൂഴ - ഒരിനം പ്ലാവ്, കാക്ക, പരുന്ത്, ചളി, പഴുത്തളിഞ്ഞത്, പാച്ചോറ്,

കൂഴം - എള്ള്, ഉമി, ഉണക്കലരി.

കൂറ - പേൻ, പാറ്റ, ഉടുപ്പ്, പതാക, മുടിഞ്ഞ വസ്ത്രം, തുണി, മാറാപ്പ്.

കൂറ് - സ്നേഹം, കക്ഷി, വശം, രാജ്യവിഭാഗം, അവകാശം, ഓഹരി, സമയം, ചന്ദ്രലഗ്നം, വർഗ്ഗം, സ്ഥാനം, വില, പ്രകൃതി, നന്മ, പങ്കാളിത്തം, സാരം.

കൃകലാസം - ഓന്ത്, പല്ലി.

കൃകവാകു - ആൺമയിൽ, ഓന്ത്, പല്ലി, കോഴി.

കൃത - ഒരു ഹസ്തരേഖ, നിർമ്മിക്കപ്പെട്ട.

കൃതം - കർമ്മം, ചെയ്യപ്പെട്ടത്, കൃതയുഗം, മതി, ഫലം, നാല് എന്ന സംഖ്യ, ഒരു തീർത്ഥം, നേർച്ച.

കൃതമാലം - കൊന്നമരം, പുള്ളിമാൻ.

കൃതശോഭ - നിപുണത, ഭംഗിയുള്ള.

കൃതാഞ്ജലി - കൂപ്പുകൈ, മുക്കുറ്റി.

കൃതാന്തം - ശനിയാഴ്ച, ഭരണി നക്ഷത്രം, അമംഗള കർമ്മം, കാലം, കർമ്മഫലം.

കൃതാന്തൻ - ശനിദേവൻ, യമൻ, ചീത്തലക്ഷണങ്ങളുള്ള കുതിര.

കൃതാന്നം - വേവിച്ച അന്നം, ദഹിച്ച ഭക്ഷണം, മലം,

കൃതി - പ്രവൃത്തി, സാഹിത്യസൃഷ്ടി, വർഗ്ഗം, വിഷ്ണുസാമർത്ഥ്യമുള്ള, അറിവുള്ള, നഹുഷന്റെ പുത്രൻ, ഹിംസ.

കൃത്തി - മരത്തോൽ, കാർത്തിക നക്ഷത്രം, ചർമ്മം, ഭുർജ്ജവൃക്ഷം.
കൃത്നു - സമർത്ഥൻ, ശില്പി.
കൃത്യ - മന്ത്രവാദിനി, വാവൽ, പകർച്ചവ്യാധി, ഒരു മരണദേവത, പ്രവൃത്തി.
കൃത്യം - ജോലി, നിയമം, നടപ്പ്, ഭൂതങ്ങളെ പൂജിക്കൽ.
കൃത്രിമം - അടവ്, വിളയുപ്പ്, രസാഞ്ജനം, സ്വതേയുള്ളതല്ലാത്തത്, ചീനക്കർപ്പൂരം, പച്ചപ്പുഴു, രസാഞ്ജനം, കള്ളത്തരം, ഉപായം, അറബിക്കുന്തുരുക്കം.
കൃത്സം - പാപം, വെള്ളം, സമൂഹം.
കൃത്സ്നം - വയറ്, വെള്ളം, പാർശ്വം.
കൃദരം - മടി, പത്തായപ്പുര, വീട്, കലവറ.
കൃപാണി - വാൾ, കത്രിക, കഠാരി, കത്തി.
കൃപീടം - സമുദ്രം, കാട്, വെള്ളം, വയറ്, വിറക്.
കൃമി - എട്ടുകാലി, അരക്ക്, പുഴു, കഴുത, നിസ്സാരൻ.
കൃമിഘ്നം - വലിയ വെള്ളുള്ളി, മുരുക്ക്, വിഴാൽ, മാതള നാരകം, ലന്തവേര്.
കൃശ - മെലിഞ്ഞ, നിസ്സാരമായ.
കൃശൻ - പാവപ്പെട്ടവൻ, ഒരു മുനി, ശിവൻ, ഒരു നാഗം, മെലിഞ്ഞവൻ.
കൃശനം - സ്വർണ്ണം, മുത്ത്, ആകൃതി, ഒരു ദിവ്യാസ്ത്രം.
കൃഷ്ണ - പാഞ്ചാലി, കറുത്ത, ഭദ്രകാളി, തിപ്പലി, യമുനാനദി, കരിംജീരകം, അമരി, കൂവരക്, കടുകുരോഹിണി, കറുത്ത നറുനീണ്ടി, കരിങ്കടുക്, കാകോളി, അഗ്നിയുടെ ഒരു ജിഹ്വ, കറുത്ത തഴുതാമ.
കൃഷ്ണകന്ദം - ചെന്താമര, ശർക്കര.
കൃഷ്ണം - ഒരു നരകം, കറുപ്പു നിറം, കരിംജീരകം, ഇരുമ്പ്, കാരീയം, അഞ്ജനക്കല്ല്, കൃഷ്ണമൃഗം, കാക്ക, കുയിൽ, കാരകിൽ, കറുത്തപക്ഷം.
കൃഷ്ണഗന്ധ - വയമ്പ്, തുമ്പ, കരിമുരിങ്ങ.
കൃഷ്ണത - ദുഷ്ടത, കറുപ്പ്, മലിനത, ശുദ്ധികേട്.
കൃഷ്ണൻ - ശ്രീകൃഷ്ണൻ, വേദവ്യാസൻ, അർജ്ജുനൻ, ശൂദ്രൻ, കളങ്കമുള്ളവൻ.
കൃഷ്ണബീജം - ചെമ്മുരിങ്ങ, തണ്ണിമത്തൻ.
കൃഷ്ണമൂലി - കറുത്ത നറുനീണ്ടി, തുളസി.
കൃഷ്ണവർത്മാവ് - രാഹു, കൊടുവേലി, അഗ്നി, ദുർന്നടപ്പുകാരൻ.
കൃഷ്ണാവൃന്ത - പൂപ്പാതിരി, കുമിഴ്, കാട്ടുഴുന്ന്.
കൃഷ്ണസഖി - ജീരകം, കൊത്തമല്ലി.
കൃഷ്ണസാരഥി - അർജ്ജുനൻ, ദാരുകൻ, നീർമരുത്.
കൊച്ചിതം - ആരോഗ്യം, ഉത്സാഹം, മുഴക്കം.
കെടുക - ശക്തിനശിക്കുക, അണയുക, ചീയുക, കുറയുക.
കെടുതി - കേട്, ബുദ്ധിമുട്ട്, കഷ്ടത, ക്ഷീണം.
കെടുമ്പ് - അസൂയ, ദുർബുദ്ധി, ദുസ്സ്വാദ്, നാശം, ദുഷിച്ച അവസ്ഥ, ദുർഗ്ഗന്ധം, അരിമ്പാറ.
കെട്ട് - ഭാണ്ഡം, ചരടുകൊണ്ടോ കയറുകൊണ്ടോ കെട്ടുക, ശബരിമലക്കെട്ട്, കുരുക്ക്, കുത്തിക്കെട്ട്,

ഒരു ക്ഷുദ്രപ്രയോഗം, ഒരു വഴിപാട്, വിവാഹം, മതിൽ.

കെട്ടുക - രചിക്കുക, വിവാഹം കഴിക്കുക, വീടുനിർമ്മിക്കുക, പണം അടയ്ക്കുക.

കെട്ടുപാട് - സംഘടന, ബന്ധനം, വിവാഹബന്ധം, കൂട്ടുകെട്ട്, ഘടന. പ്രതിബന്ധം, ശൂദ്രപത്നി.

കെണ്ട - താടി, കവിൾത്തടം, കൈക്കുഴ, ഒരുതരം കായൽമീൻ, കഴുത്തിൽ കെട്ടുന്ന രക്ഷ.

കെല്ലൻ - തടിയൻ, സമർത്ഥൻ, വലിയവൻ.

കെറുവ് - പരിഭവം, അഹങ്കാരം.

കേകയം - മയിൽ, വില്ല്, ഗൗരിപാഷാണം, പ്രാചീന ഭാരതത്തിലെ ഒരു രാജ്യം.

കേകര - നാട്യദൃഷ്ടികളിൽ ഒന്ന്, കോങ്കണ്ണുള്ള.

കേടൻ - ദുഷ്ടൻ, വൃദ്ധൻ, കള്ളൻ, കേടുള്ളവൻ.

കേട് - കുറവ്, അപകടം, നാശം, തകരാറ്, രോഗം, മോശപ്പെട്ട സ്ഥിതി.

കേഡി - തെമ്മാടി, കുപ്രസിദ്ധ കുറ്റവാളി.

കേണി - തല്ക്കാല ജലാശയം, കിണറ്, ഖനി, തൊട്ടിൽ, കിടങ്ങ്.

കേതകം - കൊടിക്കൂറ, പൂക്കൈതപ്പൂവ്.

കേതനം - കൊടിമരം, വീട്, കൊടിക്കൂറ, കൊടിചിഹ്നം, പാർപ്പിടം, രഹസ്സംവാദം, ക്ഷണം.

കേതു - നവഗ്രഹങ്ങളിലൊന്ന്, ഒരസുരൻ, അടയാളം, പകൽ, രോഗം, ധൂമകേതു, കൊടിമരം, പ്രകാശം, ആകൃതി, ദീനം, ശത്രു, ജ്വാല, ശിവൻ, വ്യക്തത.

കേദാരം - വിളഭൂമി, മൈതാനം, ഒരു രാഗം, ആലവാലം, വയൽ, ഒരു യോഗം.

കേമം - ക്ഷേമം, ആരോഗ്യം, പൊടിപൂരം, മെച്ചം, കനം.

കേമദ്രുമം - ഒരു അശുഭയോഗം, ദാരിദ്ര്യം.

കേയൂരം - തോൾവള, ഒരു രതിബന്ധം.

കേരളി - ഒരു സംസ്കൃതവൃത്തം, ഒരു മണിക്കൂർ സമയം, കേരളീയസ്ത്രീ, ഒരു വൃത്തം, ഹോര.

കേവല - പൂർണ്ണമായ, ഒറ്റയായ, ശുദ്ധമായ, സ്വാർത്ഥതയുള്ള, പരാശക്തി.

കേവലൻ - ഈശ്വരൻ, സാധാരണ മനുഷ്യൻ, കൈവല്യപ്രാപ്തിക്കായി പ്രയത്നിക്കുന്നവൻ.

കേവ് - ആദായം, തോണിക്കൂലി, കേവുവഞ്ചി, നല്ല ആദായം.

കേശം - തലമുടി, സിംഹം, സൂര്യരശ്മി, ഇരുവേലി, ഒരു സുഗന്ധദ്രവ്യം, രോമം, സിംഹം, കുതിര, യോനി, വിശ്വം.

കേശടം - മുട്ട, പേൻ, ആട്, പലകപ്പയ്യാനി, ശോഷണാസ്ത്രം.

കേശമുഷ്ടി - വലിയ വേപ്പ്, ഒരു ഔഷധി, ഒരു ചുരുളൻ മുടി.

കേശരാജൻ - ഒരു പക്ഷി, കയ്യോന്നി, ആൺവണ്ട്.

കേശവൻ - ധാരാളം മുടിയുള്ളവൻ, വിഷ്ണു, പരമാത്മാവ്, ബ്രഹ്മാവ്.

കേശശൂല - വേശ്യം, തലമുടിയെ ബാധിക്കുന്ന ഒരു രോഗം.

കേശാന്തം - കുടുമ, മുടിയുടെ അറ്റം, സമാവർത്തനത്തിനുശേഷം മുടി വടിച്ചു കളയുന്ന കർമ്മം, നെറ്റിക്കു മുകളിൽ മുടി തുടങ്ങുന്ന ഭാഗം.

കേശി - കുതിരി, രുദ്രൻ സിംഹം, ഒരു അസുരൻ, നല്ല തലമുടിയുള്ള, വിഷ്ണു, ദുർഗ്ഗ, നറുമാഞ്ചി, അമരി, വലിയ ശതാവരി.

കേശിനി - ദുർഗ്ഗ, ഒരു അപ്സര സ്ത്രീ, മാഞ്ചി, കാട്ടുപാവൽ, ഒരു പുണ്യതീർത്ഥം, അഗ്നിജ്ജ്വാല, ചണ്ണക്കൂവ്, പാർവ്വതിയുടെ ഒരു സഖി, ധാരാളം തലമുടിയുള്ളവൾ.

കേസരം - കുങ്കുമം, പെരുങ്കായം, പുന്ന, മാതളനാരകം, ചായില്യം, ഇലഞ്ഞിമരം, നാകപ്പൂവ്, താമര യല്ലി, സിംഹം, സ്വർണ്ണം.

കേസരി - സിംഹം, കുതിര, ഹനുമാന്റെ പിതാവ്, ശ്രേഷ്ഠൻ, നാകപ്പൂവ്, ചെമ്മുരിങ്ങ, മാതളനാരകം, പുന്ന, ഒരു ശുഭയോഗം, ഒരു പലഹാരം.

കേസ് - വ്യവഹാരം, സംഗതി, രോഗിയുടെ പ്രശ്നം, സൂട്ട്കേസ്.

കേളി - കളി, നേരമ്പോക്ക്, പ്രസിദ്ധി, കേളികൊട്ട്, പരിഹാസം, ഭൂമി, കടമ്പ്.

കേളിതം - കീർത്തി, കളി.

കേൾക്കുക - ശ്രവിക്കുക, ചോദിക്കുക, ചെവിക്കൊണ്ടറിയുക, പഠിക്കുക, അനുസരിക്കുക, അറിയുക.

കേൾവി - അറിവ്, പ്രസിദ്ധി, ചോദ്യം, പകുതിക്കച്ചേരി, കേൾക്കൽ.

കൈ - കരം, ശരീരാവയവങ്ങളിലൊന്ന്, പാർശ്വം, ശക്തി, സ്വാധീനം, പ്രവൃത്തി, ഇല, ആയുധങ്ങളുടെ പിടി ചങ്ങാതി.

കൈകാര്യം - പെരുമാറ്റം, ഉപയോഗം, പ്രയോജനം, നടത്തിപ്പ്.

കൈക്കണക്ക് - കണക്കുകുറിച്ചുവെക്കാനുള്ള പുസ്തകം, കുറിമാനം, കൈകൊണ്ടുചെയ്യുന്ന ഗണനം, കരംതീർപ്പ് രസീത്.

കൈക്കാരൻ - പള്ളിരക്ഷകൻ, സമർത്ഥൻ, കാര്യസ്ഥൻ, ധനവാൻ, ശക്തൻ, ചതിയൻ, തൊഴിലാളി, കൈയാൾ, പ്രധാന പാചകക്കാരൻ, മൂത്തവൻ.

കൈക്കോട്ട് - കൈക്കുമ്പിൾ, ഒരു കൃഷി ആയുധം.

കൈക്രിയ - അടി, ആംഗ്യം.

കൈച്ചീട്ട് - രസീത്, ഉടമ്പടി, കുറ്റക്കാരനിൽനിന്നും എഴുതി വാങ്ങുന്ന കുറ്റസമ്മതം, കടപ്പത്രം.

കൈഡര്യം - കറിവേപ്പ്, ആവിമരം, ചെറുകുമിഴ്, മലങ്കാര.

കൈതവം - കള്ളം, ചതി, ചൂതുകളി, വൈഡൂര്യം, ഉമ്മത്ത്.

കൈത്തരിപ്പ് - കൈയൂക്ക്, പെരുപ്പ്, ശാരീരികപ്രയത്നത്തിനുള്ള തീവ്രമായ ആഗ്രഹം.

കൈദാരം - തത്ത, പാടശേഖരം, വയലിൽ വിളയുന്ന ധാന്യങ്ങൾ.

കൈനീട്ടം - ആദ്യമായി ലഭിക്കുന്ന ദാനം, കൈക്കൂലി, കൈയുടെ നീളം, ആദ്യത്തെ വില്പന.

കൈനീട്ടുക - യാചിക്കുക, അടിക്കുക, കൈക്കൂലി വാങ്ങുക.

കൈപ്പണം - സ്ത്രീധനം, രൊക്കം പണം കൊടുക്കൽ, കൈവശമുള്ള പണം.

കൈപ്പട - കൈയക്ഷരം, കൈപ്പഴക്കം, നനവുള്ള ഭൂമി, കൈവേല.

കൈപ്പാട് - സ്വാധീനം, കൈയുടെ വശം, കൈനഷ്ടം, കൈപതിഞ്ഞ അടയാളം.

കൈപിടിക്കുക - കല്യാണം കഴിക്കുക, ഹസ്തദാനം ചെയ്യുക, വാക്ക് ഉറപ്പിക്കുക, പിണക്കം തീർക്കുക.

കൈപ്പിഴ - അവിചാരിതമായു ണ്ടായ തെറ്റ്, കൈമോശം, പിശക്, സ്വരൂപം, നായന്മാരിൽ ഒരു വിഭാഗം.
കൈപ്പ് - ഷഡ്രസങ്ങളിൽ ഒന്നായ കൈപ്പുരസം, അരുചി, നീരസം, ഒരുതരം ചെറിയമീൻ, പിത്താശയം.
കൈമടക്ക് - കൈക്കൂലി, കൈമ ടക്കി വച്ചത്, കൈമുട്ടിന്റെ അക വശം.
കൈമണി - ഇലത്താളം, ഓടുകൊ ണ്ടുണ്ടാക്കിയ ചെറിയ മണി, സേവ പാടിക്കുന്നവൻ.
കൈമിടുക്ക് - കൈയൂക്ക്, പ്രവൃ ത്തിയിലുള്ള സാമർത്ഥ്യം.
കൈരവം - കൊട്ടം, വെള്ളാമ്പൽ.
കൈരവൻ - ശത്രു, ചതിയൻ, ചൂതാളി.
കൈരവി - ഉലുവ, നിലാവ്, ചന്ദ്രൻ.
കൈരളി - വിഴാൽ, കേരളഭാഷ, കേരളത്തിലെ സ്ത്രീ.
കൈരാതം - നീലവേപ്പ്, മഹാഭാര തത്തിലെ ആരണ്യപർവ്വത്തിലുള്ള ഒരു ഉപസർഗ്ഗം, കിരാത ചന്ദനം.
കൈലം - സന്തോഷം, വിനോദം, കൈലാസം.
കൈലി - ലുങ്കി, കയിലിമീൻ.
കൈവെക്കുക - തൊടുക, ദേഹോ പദ്രവം ചെയ്യുക, തലയിൽ തൊട്ട നുഗ്രഹിക്കുക.
കൈവർത്തി - കുഴിമുത്തങ്ങ, കൈത്തിരി.
കൈവലയം - കൈരണ്ടും ഉപ യോഗിച്ച് ചുറ്റിപ്പിടിക്കുക, കൈവള, ബലമുള്ള സ്വാധീനം.
കൈവല്യം - നിർവൃതി, മോക്ഷം, ശുദ്ധി, ദാരിദ്ര്യം, നിസ്സഹായ, ഒരു ഉപനിഷത്ത്.
കൈവാക്ക് - കൈച്ചുറുക്ക്, കൈകൾക്ക് സൗകര്യമായി, നിന്ദി ച്ചുകൊണ്ടുള്ള വാക്ക്.
കൈവില - മൊത്തവില, നിലവി ലുള്ള വില.
കൈശികം - കേശസമൂഹം, കാമം, ശൃംഗാരം, ഒരുരാഗം, തല മുടിക്കെട്ട്.
കൊക്ക - അഗാധമായ കുഴി, പൂട്ട്, കൈപ്പിടി, ഏഷണി, ചൂണ്ട.
കൊക്കൻ - ഒരിനം നെല്ല്, കൊക്ക്.
കൊക്കര - വല, വില്ല്, വളവ്, നിന്ദ, വലംപിരിശംഖ്.
കൊക്കി - കൊരൽ മുഴ, തൊണ്ട, തൊട്ടി, കൊളുത്ത്, ഒരാഭരണം.
കൊക്ക് - കൊറ്റി, കൊക്ക്, പക്ഷി ച്ചുണ്ട്, മുന, മൂലംനക്ഷത്രം, മാനിന്റെ നിലവിളി.
കൊങ്കി - തോട്ടി, അരിവാൾ, കുങ്കി.
കൊങ്ങൻ - ഭോഷൻ, കോഴി, വെള്ളപ്പൊക്കം, കൊങ്ങു ദേശക്കാ രൻ.
കൊങ്ങ് - ഇലവ്, കമ്പകം, വിദൂര സ്ഥലം, കൊന്നമരം, കൊങ്ങുനാട്.
കൊച്ചമ്മ - കുഞ്ഞമ്മ, യജമാന ത്തി, മസ്ക്യാമ്മ, ഒരു സ്ഥാനപ്പേര്.
കൊച്ചി - നെരിപ്പ്, ബാലിക, ഒരു സ്ഥലം.
കൊച്ചിച്ചൻ - ജ്യേഷ്ഠൻ, കൊച്ച ച്ഛൻ.
കൊട - കുട, ദാനം, ഒരു ഉത്സവം, ഒരു പിതൃപൂജ.
കൊടൽ - കുടൽ, ഒരു വൃക്ഷം.
കൊടി - കൊടിമരം, പതാക, വള്ളി, അടയാളം, കാക്ക, മിന്നൽ, കയറ്, നീളം, കാറ്റാടിപ്പട്ടം, ആധി പത്യം, ഇടിവാൾ.
കൊടിച്ചി - വേശ്യ, പെൺപട്ടി, വാലിൽ കൊടിയുള്ള പശു.
കൊടുങ്കൂരം - കോപം, കാഠിന്യം, ഭയം.

കൊടുക്കുക - അടിക്കുക, നല്കുക, പ്രയോഗിക്കുക.
കൊടുമ - ക്രൂരത, അനീതി, കുസൃതി, പരുപരുപ്പ്, പാപം.
കൊടുമുടി - ഗിരിശൃംഗം, കുണ്ടാമണ്ടി.
കൊടുമ്പിരി - കോപം, തെറ്റായ പിരി, ദുർഘടം.
കൊടൂരം - ക്രൂരവാക്ക്, കഠിനത.
കൊട്ട - വിത്ത്, ആവണക്ക്, അജാഗളസ്തനം, വൃഷണം, ഒരു ജാതി ചെറുമരം, തൊഴുത്ത്, കുട്ട.
കൊട്ടകാരം - കൊട്ടാരം, കലവറ, നെൽപ്പുര.
കൊട്ടണം - നെല്ലുകുത്ത്, ഉണക്കച്ചോറ്, തവിടുകളയാത്ത അരി.
കൊട്ടൻ - ഉണങ്ങിയ, അണ്ണാരക്കൊട്ടൻ, മെലിഞ്ഞവൻ.
കൊട്ടാരം - രാജഭവനം, കുതിരാലയം, നെല്പുര, അമ്പലത്തിനോടു ചേർന്നുള്ള വീട്.
കൊട്ടി - കൊട്ടുന്നവൻ, ഒരുതരം ഗദ, ചുറ്റിക, എറപ്പ, കൊട്ടുവടി, ഒരാഭരണം, ഒരു ജലസസ്യം, ഒരു തരം നൃത്തം.
കൊട്ടിൽ - തൊഴുത്ത്, ആല, പന്തൽ, കുടിൽ.
കൊട്ട് - വടികൊണ്ടുള്ള അടി, കിഴുക്ക്, ചെണ്ട, മദ്ദളം, മൃദംഗം മുതലായവ വായിക്കുമ്പോഴുണ്ടാകുന്ന ശബ്ദം, വാദ്യശബ്ദം, വലിയ എല്ല്, അരമാത്രക്കാലം, ചൊരിച്ചിൽ, മുട്ടുകൾ തമ്മിൽ തട്ടൽ.
കൊട്ടുവടി - അലക്കുകാർ അലക്കാനുപയോഗിക്കുന്ന വടി, നാടൻ ചാരായം, കൊട്ടുകോൽ, ആശാരിമാരുടെ ഒരു പണിയായുധം.
കൊണിച്ചം - കൊളുത്ത്, മൂല, അല്പം.
കൊണിതം - കുഴപ്പം, അരിക്, കട്ടിളയുടെ അരികിലുള്ള കൊത, കൊക്കിപോലെ വളച്ചെടുത്ത കമ്പി.
കൊണ്ട - വളയുന്ന അഗ്രം, ഒരു തരം അളവുപാത്രം, മുടിക്കെട്ട്, നാരുവളയം.
കൊണ്ടൽ - മഴ, മഴക്കാറ്, കിഴക്കൻ കാറ്റ്, കൊണ്ടൽ കൃഷി, കന്നി - തുലാമാസത്തിലെ വിത.
കൊണ്ടാട്ടം - വറ്റൽ, ഒരു കറി, ആഘോഷം, സ്തുതി.
കൊണ്ടി - കൊളുത്ത്, ഏഷണി, കൊള്ള, കപ്പം, വേശ്യ, കതകിന്റെ കുറ്റിയും വിജാഗിരിയും, ഒരു തരം ക്ഷുദ്ര പ്രയോഗം.
കൊണ്ടോട്ടി - നുണയൻ, ഓടാമ്പൽ, സൂചി, ചാല്.
കൊതിയൻ - ആഹാരപ്രിയൻ, ലുബ്ധൻ, ഒരിനം മത്സ്യം, കൊതിയുള്ളവൻ.
കൊതുമ്പ് - കുടിൽ, തെങ്ങിൻ പൂക്കുല പൊതിഞ്ഞിരിക്കുന്ന ആവരണം, നെൽക്കതിരിന്റെ ആവരണം.
കൊത്തമല്ലി - ഭദ്രകാളി, ഒരിനം പൊങ്ങൻ പനി, ഒരു ഏകവാർഷികച്ചെടി അതിന്റെ വിത്ത്.
കൊത്തൽ - കൊത്തുന്ന പ്രവൃത്തി, കൊത്തുപണി, കിള, വരാൽ മീൻ, കൊഞ്ഞ.
കൊത്തല - ഇളംകോഴിയുടെ തൂവൽ, കൊഞ്ഞ (വിക്ക്).
കൊത്തളം - മരത്തൊട്ടി, കൊട്ടത്തളം, തെരുവുമണ്ഡപം, പീരങ്കി വയ്ക്കുന്നതിനുള്ള പഴുത്.
കൊത്തി - ഏഷണിക്കാരൻ, ഒരിനം മത്സ്യം, കൂന്താലി,

തോക്കിൻ കൊത്തി, തടികൊണ്ടുള്ള ഒരുതരം കൊളുത്ത്.

കൊത്ത് - കിളയ്ക്കൽ, ദംശനം, കൊത്തുപണി, കഷണം, പിശക്, ആണിക്കൊത്ത്, മദ്യപിക്കൽ, കൂട്ടം, കൂലി, തുണിക്കഷണം, ഒരു പിടി.

കൊത്തുവാൽ - വിചാരിപ്പുകാരൻ, നഗരത്തിലെ പൊലീസ് തലവൻ.

കൊത്തുവാൾ - ചന്ത, പൊലീസ് സ്റ്റേഷൻ, ചാവടി.

കൊന്തൻ - കോപം, കിരിമ്പിൻ കൊത്ത്, പക്ഷികൾ കൊത്തിയ പഴം, മിഥുനം കർക്കടകമാസങ്ങളിലെ മഴയും കാറ്റും തണുപ്പും ചേർന്ന കാലാവസ്ഥ.

കൊന്ത് - ഞെട്ട്, ചുള്ളിക്കമ്പ്, കൊത്ത്.

കൊപ്പ - പപ്പായമരം, പല്ലില്ലാത്തവൻ, ഒരു കർണ്ണാഭരണം.

കൊപ്പം - കെണി, ആനക്കെണി, അപകടം.

കൊപ്പരം - അപകടം, കൈമുട്ടി, കാൽമുട്ട്, ഒരുതരം വലിയ പാത്രം.

കൊപ്പുൾ - കുമള, പൊക്കിൾ, തൊലിമേൽ നീരു നിറഞ്ഞുണ്ടാകുന്ന കുമിള.

കൊമ - തല്ല്, കൂമ്പാരം, കവിൾത്തടം.

കൊമ്പൻ - കൊമ്പനാന, മുയൽ, കൊമ്പുള്ള ഒരുതരം മത്സ്യം, സമർത്ഥൻ, കോളറ, ഒരു കർണ്ണാഭരണം, കൊമ്പുള്ളത്.

കൊമ്പി - സ്ത്രീ, ഒരിനം മത്സ്യം, കൊമ്പുള്ള പെൺമൃഗം.

കൊമ്പ് - ആനക്കൊമ്പ്, മരക്കൊമ്പ്, വളഞ്ഞ ആകൃതിയിലുള്ള ഒരു സുഷിരവാദ്യം, പാമരം, പല്ലക്കിന്റെ തണ്ട്, നാരായം, കോല്, പർവ്വതനിര, കപ്പൽമുളക്, വള്ളത്തിന്റെ തല, ഒരു വശം, മുണ്ടിന്റെ കോന്തല, നെല്ലിനെ നശിപ്പിക്കുന്ന ഒരു പ്രാണി.

കൊമ്മ - അമ്മ, വട്ടം, കുമ്മട്ടി, തുണിസഞ്ചി, കൊമ്മി, അഴക്, മുളകൊണ്ടുണ്ടാക്കിയ കൂട, ഓലക്കാലു കൊണ്ടുണ്ടാക്കിയ പൂക്കൊട്ട.

കൊയ്ത്ത് - വിളവെടുപ്പ്, നല്ല കാലം.

കൊരവ് - ചതുപ്പുനിലം, ഉറയ്ക്കാത്ത ഭൂമി, ചളിപ്രദേശം.

കൊലപാതകം - കൊടിയ അപരാധം, കൊലക്കുറ്റം.

കൊലവിളി - ഉച്ചത്തിലുള്ള നിലവിളി, കൊല്ലപ്പെടുന്നവന്റെ ആർത്തനാദം, കൊലയാന കൊല നടത്തിയ ശേഷം വിജയോന്മത്തനായി വിളിക്കുന്ന വിളി.

കൊലുവ് - ദർബാർ, രാജശുശ്രൂഷ, ഐശ്വര്യം, ഉല്ലാസമണ്ഡപം.

കൊല്ല - ചിറ, ചെറിയ തോട്, വരമ്പിലുള്ള മട, പിൻമുറ്റം, കൃഷി ചെയ്യാത്ത ഭൂമി, മലം പ്രദേശം, മറപ്പുര.

കൊല്ലം - ആണ്ട്, ഒരു പട്ടണം.

കൊല്ലി - കൊല്ലുന്നവൻ, കയറ്റുവലക്കുട്ട, ചങ്ക്, ചെവിക്കുറ്റി, കഴുത്ത്, പണം ഇടുന്ന മടിശ്ശീല, മലയിടുക്ക്, ഓണം കേറാമൂല, കൃഷിക്കാരുടെ ഒരു ഗാനരീതി.

കൊവ്വൽ - വെന്തുപാകമാകാത്ത ചോറ്, മൺകുന്ന്.

കൊശി - രുചി, കൊതി, തൃപ്തി.

കൊസറൻ - മണ്ടൻ, ഉപദ്രവിക്കുന്നവൻ.

കൊളുന്ത് - വെറ്റിലച്ചെടിയുടെ കിളുന്ത്, തേയിലച്ചെടിയിൽനിന്നും

നുള്ളിയെടുക്കുന്ന കിളുന്നും തിരിയും ചേർന്ന ഭാഗം, കൊളുന്തു ചെടി.

കൊള്ള - കോളറ, കവർച്ച, ആധിക്യം.

കൊള്ളാക്കടം - തിരിച്ചു കിട്ടാത്ത കടം, വാങ്ങാത്തകടം.

കൊള്ളി - കൊള്ളിമീൻ, കോല്, കത്തുന്ന വിറകുകമ്പ്, മരച്ചീനി, കടുത്ത ആക്ഷേപവാക്ക്, കലഹമുണ്ടാക്കുന്നവൻ.

കൊള്ളിവയ്ക്കുക - നശിപ്പിക്കുക, ചിതയിൽ മങ്കൊള്ളിവയ്ക്കുക, തീവയ്ക്കുക.

കൊള്ള് - മുതിര, വരമ്പ്, മൂല, കയ്യാല, വാങ്ങൽ.

കൊള്ളുക - കൈയടക്കുക, വഹിക്കുക, ഏല്ക്കുക, എത്തുക, പിടിക്കുക.

കൊഴി - കൊഴിക്കൽ, കൊണി, തൊലിനീക്കിയ കുരുമുളക്, കൊള്ളരുതാത്തത്, കയറുപിരി.

കൊഴു - കൃഷി, കട്ടിയായ, കലപ്പയിലെ കൊഴുവ്, ജന്മിക്കു നല്കുന്ന പാട്ടം.

കൊഴുപ്പ് - ധിക്കാരം, കൊഴുത്തിരിക്കുന്ന അവസ്ഥ, ജന്തുക്കളുടെ വസയിലുള്ള നെയ്യ്, പുഷ്ടി.

കൊറി - മേടംരാശി, കുറിയാട്.

കൊറുക്ക - ചുഴലി, താടിയെല്ല്, ചുരുണ്ട, ഞണ്ടിന്റെ കാല്, ഒരിനം മത്സ്യം.

കൊറ്റം - വീര്യം, ജയം, അധീശത്വം.

കൊറ്റൻ - ആൺകുരങ്ങ്, ആൺപന്നി, വൃദ്ധൻ, തലവൻ, ആണാട്, എണ്ണയുടെ കക്കൻ, കൊത്തൻ, താണ ജാതിക്കാരൻ.

കൊറ്റവൻ - തലവൻ, രാജാവ്, വിജയശാലി, നാഥൻ.

കൊറ്റി - പെരുച്ചാഴി, പശു, പെണ്ണാട്, പെൺപൂച്ച, കുഞ്ഞ്, ഒരിനം വണ്ട്, കൊക്ക്, ശുക്രനക്ഷത്രം, പ്രഭാതനക്ഷത്രം.

കൊറ്റ് - ആഹാരം, നക്ഷത്രം, ജീവനോപായം, കൊത്തൻ, കല്പണി.

കോകം - പല്ലി, കുയിൽ, ചക്രവാകം, തവള, ചെന്നായ്, കാട്ടീച്ച, കാട്ടീന്ത.

കോകിലം - തീക്കൊള്ളി, കുയിൽ, ഒരു ജന്യരാഗം.

കോക്കലം - വലിയ കലം, ഓട്ടുപാത്രം.

കോക്കാമരം - കഴുമരം, കടലിൽ നാട്ടുന്ന ഒരു സ്തംഭം, ഒരുതരം ചങ്ങാടം.

കോങ്കൽ - മലയിടുക്ക്, കോണ്, മലഞ്ചരിവിലുള്ള ചതുപ്പുനിലത്തിന്റെ തലയറ്റം.

കോച്ചൽ - വശം, കൊളുത്ത്, പടിഞ്ഞാറുവശം.

കോച്ചിൽ - മുതിര, ചുറ്റിക്കമ്പുകൾ കൊണ്ടുണ്ടാക്കുന്ന ചൂല്, മുരിങ്ങയിലത്തണ്ട്, കുരുമുളക്.

കോച്ച് - തീവണ്ടി മുറി, കായികാഭ്യാസങ്ങൾ പരിശീലിപ്പിക്കുന്നവൻ, നാലുചക്രങ്ങളുള്ള ഒരിനം കുതിരവണ്ടി.

കോട - മഴക്കാറ്, വെയിൽ, തണുപ്പ്, വേനൽക്കാലം, പടിഞ്ഞാറ്, മഴക്കാറ്, ചുക്ക, കാറ്റ്, പുളിപ്പിച്ച കള്ള്, ഒരളവ്.

കോടം - കൊട്ടാരം, കോട്ടവാതിൽ, താടി, വളവ്, കുടിൽ, കോട്ടം.

കോടൻ - കുരങ്ങൻ, ഒരു ഗിരിവർഗ്ഗം, കോടൻ ചമ്പാ.

കോടര - ഒരു പിശാച്, ദുർഗ്ഗ.

കോടരം - പൊത്ത്, മരം, ദുർഗ്ഗത്തിനു സമീപമുള്ള കൃത്രിമ വനം, മരക്കൊമ്പ്.

കോടരി - നഗ്ന, ദൈത്യരുടെ ദേവത, ദർഗ്ഗ.

കോടാങ്കി - വിദൂഷകൻ, ഒരു ജാതി, ഉടുക്ക്, പുള്ളിപ്പുടവ.

കോടി - തുണി, പുതുമ, പുതിയ വസ്ത്രം, അഗ്രം, അതിര്, അരഞ്ഞാണം, കോടിക്കഴുക്കോൽ കൂട്ടം, വളവ്, വശം, ഒരുമരം, ജോനകപ്പുല്ല്, നൂറുലക്ഷം, മൂല.

കോടീരം - കീരി, ചുക്ക്, കിരീടം, ജട, തലമുടിക്കെട്ട്.

കോട് - അറ്റം, കറ്റ, കുവട്, കവിൾ, കൊമ്പ്, പക്കം, പ്രദേശം, വൃക്ഷശിഖരം, കാലവട്ടം, ഗുഹ, പെരുമാറ്റച്ചട്ടം, വളവ്, കവിൾത്തടം.

കോട്ട - എണ്ണം, ഒരു ധാന്യ അടിവ്, വൈക്കോൽക്കെട്ട്, നിലത്തിന്റെ ഒരു അളവ് വരമ്പ്, ശക്തികേന്ദ്രം, മലബാറിലെ ഒരു നദി.

കോട്ടം - ചരിവ്, നഷ്ടം, ദുഃഖം, വളവ്, പരാജയം, നഷ്ടം, കോട്ടം, തടവറ, ദുർഗ്ഗം, അമ്പാട്, ക്ഷുദ്രദേവതകളുടെ ഒരമ്പലം, ഒരിനം കളി, മരവിപ്പ്, അമ്പാടി, ചെറിയ അമ്പലം.

കോട്ടപ്പടി - കോട്ട, കോട്ടവാതിൽ, ഇറക്കുമതിചെയ്ത തോക്കും മറ്റു വെടിയായുധങ്ങളും.

കോട്ടാരം - ചുക്ക്, കുളക്കടവ്, ശക്തികേന്ദ്രം, രാജധാനി, പുഷ്കരിണി, കിണർ.

കോട്ടി - സഭ, കൂട്ടം, ചുള്ളി, സമ്മേളനസ്ഥലം, കുട്ടിയും കോലും കളിയിലെ നീളം കൂടിയ കമ്പ്, കളിയാക്കൽ, കോക്കിറി, ഭ്രാന്ത്, ഗോഷ്ഠി.

കോട്ട് - മേൽക്കുപ്പായം, പൂച്ച്, സന്നിരോഗം, ഒരുപകരണം.

കോണം - മൂല, വടി, ഒരിനം ചെണ്ട, ചെണ്ടക്കോൽ, വശം, കുന്നുകളുടെ ഇടയ്ക്കുള്ള വീതി കുറഞ്ഞ തടം, കോണകം.

കോണൻ - കുജൻ, കൂനൻ, ശനി.

കോണി - പടി, കൈത്തറിയിൽ ഉപയോഗിക്കുന്ന ഒരുപകരണം, വരമ്പു മുറിച്ച് വെള്ളം വിടുന്നതിനുള്ള ഒരു ചാൽ, ചാക്ക്, എട്ടുമരയ്ക്കാൽ ചേർന്ന ഒരളവ്, ശവമഞ്ചം, വീട്ടുമൂല, ഒരു അളവ്, വളഞ്ഞ.

കോണ് - മുക്ക്, അഗ്രം, വായ്ത്തല, പക്ഷം, ചരിവ്, കോണം

കോത - പൂമാല, ഒരസംപുഷ്ട ഭാഷ, ഭംഗി, ഒരു സ്ത്രീനാമം, സ്ത്രീകളുടെ മുടി, കാറ്റ്, ഉടുമ്പ്, ഒരു വാദ്യവിശേഷം, മരയ്ക്കാൽപ്പറ, പെണ്ണ്, ഒരു സംജ്ഞാനാമം.

കോത - വെറ്റിലക്കാമ്പ്, കുറവ്, മരക്കമ്പ് വെട്ടിവൃത്തിയാക്കൽ, വള്ളത്തിന്റെ രണ്ടറ്റത്തുമുള്ള അകത്തെ ഭാഗം.

കോത്ത - പഴുത്, കരച്ചിൽ, കുറ്റം, അലഞ്ഞുതിരിയൽ.

കോത്തിരി - മെഴുകുതിരി, പന്തം.

കോഥം - മഥനം, അഴുകൽ, വ്രണം, ഒരു നേത്രരോഗം.

കോദണ്ഡി - ശ്രീരാമൻ, വില്ലാളി, ശിവൻ.

കോൻ - ദേശപ്രമാണി, ഇടയന്മാരുടെ ഒരു സ്ഥാനപ്പേര്, രാജാവ്, അധിപതി.

കോന്തൻ - ബുദ്ധിശൂന്യൻ, വിരൂപൻ, ഗോവിന്ദൻ.

കോന്തി - കുരങ്ങ്, പ്രഭു.

കോപന - തിരുവട്ടപ്പശ, ചുമന്ന കണവീരം, കോപിച്ചവൾ.

കോപ്പ് - (വെടിക്കോപ്പ്, കളിക്കോപ്പ്, ആട്ടക്കോപ്പ്, പണിക്കോപ്പ്, കുതിരക്കോപ്പ്) സാധന സാമഗ്രികൾ, ഭംഗി, ഭാണ്ഡം, വിരുന്ന്, ചൂതിന്റെ കരു, കഴിവ്, ആഭരണം, പുരുഷലിംഗം, സാഹചര്യം, ക്രമം.

കോമട്ടി - ഒരു വൃക്ഷം, വിഡ്ഢി, നീണ്ട ജാതി.

കോമരം - വെളിച്ചപ്പാട്, മൂർത്തി, തുള്ളുന്നവൻ, ആചാര്യൻ, താഴ്ന്ന ജാതിക്കാരുടെ ക്ഷുരകൻ.

കോമൽ - കഠിനമായ കോപം, ബാധ.

കോമളം - മനോഹരം, പ്രസന്നത, പട്ട്, കളിമണ്ണ്, ഭൂമി, ജാതിക്ക, ജലം, ഒരിനം മാണിക്യം, സംഗീതത്തിലെ മന്ത്രസ്വരങ്ങൾ.

കോമാൻ - ജ്യേഷ്ഠൻ, രാജാവ്, ആത്മീയാചാര്യൻ, പന്നി.

കോമാളം - ഇന്ദ്രജാലം, വികൃതി, കൂത്താട്ടം.

കോമാളി - വിഡ്ഢി, വിദൂഷകൻ.

കോയഷ്ടി - കള്ളൂർകോണിപ്പക്ഷി, വെള്ളമുണ്ടി, നീർക്കോഴി.

കോയിൽ - കൊട്ടാരം, ക്ഷേത്രം, രാജാവ്, വീട്, പുലയർ നായന്മാരെ സംബോധന ചെയ്തിരുന്ന പദം.

കോര - ക്ഷുരകൻ, ചിപ്പി, തെയ്യം കെട്ടാൻ വ്രതമിരിക്കുന്ന തീയ്യൻ, കോരൻ പുല്ല്, കുവരക്.

കോരം - രോമം, പുല്ല്, ഓരം, പലകയുടെ ഓരത്തുണ്ടാകുന്ന വെട്ട്, പൂമൊട്ട്, തക്കോലം, ശരീരത്തിലെ ഒരു സന്ധി.

കോരകം - പൂമൊട്ട്, പൂർണ്ണ വളർച്ച വരാത്ത വസ്തു, താമരവളയം, തക്കോലപ്പുട്ടിൽ, അടവിക്കച്ചോലം.

കോരുക - മുക്കിയെടുക്കുക, വാരുക, കുട്ട ഉപയോഗിച്ച് മീൻ പിടിക്കുക, നനയ്ക്കുക, വാരിക്കളഞ്ഞു വൃത്തിയാക്കുക.

കോർക്കുക - മാലകെട്ടുക, ഉടക്കുക, വഴക്കിടുക, ദ്വാരത്തിലൂടെ.

കോർട്ട് - കളിസ്ഥലം, കോടതി.

കോല - തിപ്പലി, ചെവിയം, ഒരു മത്സ്യം, ലന്തമരം, കയ്യാല, ഒരിനം മാങ്ങ, ഭംഗി, സുപ്രസിദ്ധം.

കോലം - വേഷം, ശരീരം, അഴക്, തുണിയിലും വൈക്കോലിലും മറ്റുമുണ്ടാക്കുന്ന വികൃതരൂപം, കോവിലകം, തിപ്പലി, ഇലന്തമരം ചങ്ങാടം, കൊടുവേലി, പന്നി, നെഞ്ച്, മുല, തുട, മടി, നിതംബം, ആലിംഗനം, ഒരു രൂപാ തൂക്കം.

കോലകം - നറുവരി, അഴിഞ്ഞിൽ, കുരുമുളക്, തക്കോലപ്പൂട്ടിൽ, കൊട്ടാരം.

കോലാ - വരാന്ത, ഒരിനം മത്സ്യം.

കോലി - നീർപ്പാമ്പ്, സ്വഭാവശുദ്ധിയില്ലാത്ത സ്ത്രീ, ഒരിനം മത്സ്യം, ഒരിനം നെല്ല്, ലന്തമരം, തിപ്പലി.

കോല് - കുന്തം, മടി, 28 ഇഞ്ച് നീളം ബ്രഷ്, അമ്പ്, തുലാക്കോൽ, തീപ്പെട്ടിക്കൊള്ളി, ചെണ്ടക്കോല്.

കോൽത്തളം - രംഗസ്ഥലം, കോലിറക്കം.

കോൽത്തിരി - മെഴുകുതിരി, വലിയതിരി, ചെറിയ പന്തം.

കോവിൽ - അമ്പലം, കൊട്ടാരം, രാജാവ്.

കോവിൽപൂച്ച - അമ്പലത്തിൽ ചുറ്റിപ്പറ്റി വളരുന്ന പൂച്ച, എവിടെയും കടന്നു ചെല്ലുന്നവൻ.

കോശം - കലവറ, ഭണ്ഡാരം, ആവരണം, ആത്മാവിന്റെ ആവരണം,

സെൽ പുഴുക്കളുടെ കൂട്, സമൂഹം, അനേകം കവികളുടെ സൂക്തികൾ ചേർത്തുണ്ടാക്കിയ കൃതി, ശപഥം, ഉപസ്ഥം, മുട്ട, പുരുഷലിംഗം, പാനപാത്രം, അലമാര, തൊട്ടി, വിത്തുപാത്രം, തൊലി, പുറന്തോട്, ജാതിക്ക, വീട്, മേഘം, ഗോളം, ഒരു ഗൃഹയോഗം.

കോശകം - വൃഷണം, മുട്ട.

കോശകാരം - പട്ടുനൂൽപ്പുഴു, കരിമ്പ്, ഒരു പർവ്വതം, പട്ടുനൂൽപ്പുഴുവിന്റെ കൂട്.

കോശാകാരൻ - പട്ടുണ്ടാക്കുന്നവൻ, നിഘണ്ടുകാരൻ, വാളുര ഉണ്ടാക്കുന്നവൻ, ഒരു മഹർഷി.

കോശഫലം - ജാതിക്ക, വൃഷണസഞ്ചി, താക്കോലം.

കേശാതകം - ഇരുവേലി, തലമുടി, പുട്ടൽപ്പീരം, വരിപ്പീച്ചിൽ.

കോശാതകി - ബഡവാഗ്നി, കച്ചവടക്കാരൻ, കാട്ടുപീച്ചിൽ, കയ്പ്പു കുറഞ്ഞ പടവലം, തൊഴിൽ, പിച്ചകം, പീരച്ചെടി.

കോശി - ചെരുപ്പ്, കലപ്പക്കൊഴു, മൊട്ട്, മാവ്.

കോഷ്ഠം - നെല്ലറ, പുറന്തോട്, ഖജനാവ്, ചതുരംഗക്കള്ളി, രാത്രി, മതിൽ, സ്വത്ത്, ബ്രാക്കറ്റ്, ക്ഷേത്രം, ആശ്രമം.

കോഷ്ഠകം - ദേവാലയം, ധാന്യപ്പുര, വേലി, കോട്ട, ബ്രാക്കറ്റ്, ചുറ്റുമതിൽ, വാതിൽ, മുറി.

കോഷ്ടാകാരം - ഖജനാവ്, കലവറ, മകം നക്ഷത്രം.

കോഹലം - ഒരിനം മദ്യം, ഒരു സംഗീതോപകരണം.

കോള - ക്രൂരത, ശക്തി, തിപ്പലി, കറുപ്പും ചുമപ്പും കൂടി കലർന്ന നിറം.

കോളാര് - വഴക്ക്, വരവ്, മാർഗ്ഗം.

കോളാൻ - നാവികൻ, ജാമ്യക്കാരൻ, രക്ഷിതാവ്, അടിമ.

കോളി - അത്തി, ആൽമരം, ഒരിനം ഇത്തിൾ, ലന്തമരം.

കോള് - ലാഭം, വിലക്കയറ്റം, കച്ചവടം, വില, നികുതി, ഉള്ളളവ്, ലാക്ക്, ആധിക്യം, നേട്ടം, വിവേകം, വിശ്വാസം, അനുഭവം, ലക്ഷണം, സ്വഭാവം, കാർമേഘം, തിര, കടൽക്ഷോഭം, സമയം, സൗകര്യം, ഗുണം, ഇഷ്ടം, മൂർച്ച, വശം, മുതിര, പുഞ്ചക്കൃഷി.

കോഴ - സങ്കോചം, ഭയം, ദുഃഖം, കുറ്റം, തളർച്ച, കൈക്കൂലി, സംഭാവന, വിറകുകൊള്ളി, കോവയ്ക്ക.

കോഴിപ്പൂവൻ - പൂവൻകോഴി, ഒരിനം മരച്ചീനി, ഒരിനം പാമ്പ്.

കോഴിമുട്ട - കോഴിയുടെ മുട്ട, പൂജ്യം.

കോറ - മുത്താറി, ഒരിനംപുല്ല്, വെളുപ്പിക്കാത്ത തുണി, പാകമാകാത്തത്, കൊട്ടടയ്ക്ക, മൂത്ത പാക്ക്.

കൗകൃത്യം - പശ്ചാത്താപം, പാപകർമ്മം, ദുഷ്ടത.

കൗക്ഷേയം - കഠാരി, വാൾ.

കൗടം - കള്ളം, ചതി, ഒരിനം രത്നം.

കൗടില്യം - മുടിയുടെ ചുരുള്, കുടിലത, വളവ്, വലിയ മുള്ളങ്കി, അർത്ഥശാസ്ത്രം.

കൗണ്ഡിത്യം - തുമ്പച്ചെടി, തേൾ.

കൗതുകം - വിനോദം, ഉത്സവം, ആഗ്രഹം, ജിജ്ഞാസ, സന്തോഷം, പാട്ട്, നൃത്തം, കാത്തിരിപ്പ്, മംഗളകർമ്മം, മംഗല്യസൂത്രം, രക്ഷാബന്ധനം, അഭിവാദന സമ്പ്ര

ദായം, പ്രദക്ഷിണം, ആറാട്ടിന് എഴുന്നള്ളിക്കുന്ന ബിംബം.

കൗപീനം - കീറത്തുണി, കോണകം, ഗുഹ്യപ്രദേശം.

കൗബേരം - വടക്കുദിക്ക്, കൊട്ടം, ചൈത്രരഥമെന്ന വനപ്രദേശം.

കൗമാരി - കന്യക, കന്യകയായ ഭാര്യ, ആദ്യഭാര്യ, സപ്തമാതൃക്കളിൽ ഒരാൾ, പാർവ്വതി, പന്നിക്കിഴങ്ങ്.

കൗമാരികൻ - പെൺമക്കളെ ഇഷ്ടപ്പെടുന്ന പിതാവ്, പെൺമക്കൾ മാത്രമുള്ളവൻ.

കൗമുദി - നിലാവ്, ഉത്സവം, ദീപക്കാഴ്ച, കാർത്തിക മാസത്തിലെ വെളുത്തവാവ്, ഒരു സംസ്കൃത വ്യാകരണഗ്രന്ഥം.

കൗർമ്മം - ഒരു കല്പം, ഒരു രതിബന്ധം, ഉപപുരാണങ്ങളിലൊന്ന്, അഷ്ടാദശ പുരാണങ്ങളിലൊന്ന്, ഔഷധമായി ഉപയോഗിക്കാവുന്ന ഒരു വിഷം.

കൗലീനം - അപവാദം, കുലീനത, യുദ്ധം, ഗുഹ്യപ്രദേശം, ഭിന്നകുലത്തിൽപ്പെട്ട ജീവികൾ തമ്മിലുള്ള യുദ്ധം, ആക്ഷേപാർഹമായ പ്രവൃത്തി.

കൗലേയം - വേട്ടനായ്, ഒരിനം മുത്ത്, കുലത്തെ സംബന്ധിച്ചത്.

കൗശിക - പാനപാത്രം, പട്ടുകൊണ്ടുണ്ടാക്കിയത്, ഉറയുള്ളവാൾ, ദുർഗ്ഗയുടെ ഒരു ഭാവം.

കൗശലം - പട്ട്, സാമർത്ഥ്യം, സൂത്രം, ഭാഗ്യം, സൂത്രപ്പണികളിലുള്ള സാമർത്ഥ്യം.

കൗശല്യം - അമ്പത്താറു തൂണുള്ള മണ്ഡപം, ഭാഗ്യം, സാമർത്ഥ്യം.

കൗശികം - പട്ടുവസ്ത്രം, ഒരു ഉപപുരാണം, പെരുമരുത്, വിശ്വാമിത്രന്റെ ഗോത്രം, ശൃംഗാരരസം, മൂങ്ങ, ഗുഗ്ഗുലു.

കൗശികൻ - ശിവൻ, പാമ്പാട്ടി, നിഘണ്ടുകാരൻ, ഖജനാവിന്റെ ചുമതലക്കാരൻ, ഇന്ദ്രൻ, മൂങ്ങ, വിശ്വാമിത്ര മഹർഷി, ഒരു സന്ന്യാസി.

കൗശികി - സത്യവതി, ഭൂമീദേവി, ഒരു പുണ്യനദി, കൈശികീവൃത്തി.

കൗഷാകം - കീരി, കൂമൻ, പെരുമരുത്, ഗുഗ്ഗുലു.

കൗഷീതകി - ഒരു ഉപനിഷത്ത്, ലോപാമുദ്ര, ഋഗ്വേദത്തിന്റെ ഒരു ശാഖ, ബ്രാഹ്മണ്യങ്ങളിൽ ഒന്ന്.

കൗസീദ്യം - അധികപ്പലിശ വാങ്ങൽ, അലസത, മടി.

കൗസുമം - പൂമ്പൊടി, പിച്ചള നീറ്റിയുണ്ടാക്കിയ ഭസ്മം, പുഷ്പമയം, ഒരുതരം അഞ്ജനം.

കൗസുംഭം - പുഷ്പാഞ്ജനം, കാട്ടുകുയുമ്പ്, കുയുമ്പില.

കൗസ്തുഭം - വിഷ്ണുവിന്റെ മാറിടത്തിലെ ഒരുരത്നം, ശബ്ദകൗസ്തുഭം, കടുകെണ്ണ, തന്ത്രവിധിപ്രകാരമുള്ള ഒരു ഹസ്തമുദ്ര, ഒരു വ്യാകരണഗ്രന്ഥം.

ക്രകചം - ഒരു അശുഭയോഗം, ഒരിനം മുൾമരം, ഒരുതരം വാദ്യം, ഒരു നരകം, ഈർച്ചവാൾ.

ക്രകചപത്രം - തേക്കുമരം, പൂക്കൈത.

ക്രകചപാദം - ഓന്ത്, പല്ലി.

ക്രകരൻ - ദരിദ്രൻ, കൃകരൻ.

ക്രതു - വിഷ്ണു, ജ്ഞാനം, ആരാധന, ശക്തി, ബുദ്ധി, ആലോചന, അവയവം, യോഗ്യത, ഒരു

പുണ്യതീർത്ഥം, സങ്കല്പം, യാഗം, ബ്രഹ്മാവിന്റെ മാനസപുത്രന്മാരിൽ ഒരാൾ, ആഷാഢമാസം, ഇന്ദ്രിയം.

ക്രഥനം - ഛേദനം, കൊല.

ക്രന്ദനം - പൂച്ച, പോരിനുവിളി, നിലവിളി.

ക്രമം - പൂർവ്വാപരസംബന്ധമായ നിയമം, നീതി, ഒരു അലങ്കാരം, ന്യായമായത്, മുറ, ചുവട്, ഭംഗിയുള്ള അവസ്ഥ, പ്രതി, പാരമ്പര്യം, ഒരുക്കം, തുടക്കം, ശക്തി.

ക്രമക്കേട് - മര്യാദകേട്, ചിട്ടയില്ലായ്മ, ന്യായമില്ലാത്തത്.

ക്രമണം - കുതിര, കാലടി, സഞ്ചാരം.

ക്രമികണ്ടകം - കൊടുവേലി, വിഴാല്, അണിയാല്.

ക്രമുകം - പാക്ക്, കവുങ്ങ്, കമ്പിളിമരം, പെരുമുത്തങ്ങ, വെളുത്ത പാച്ചോറ്റി, അടയ്ക്ക.

ക്രവ്യാദം - സിംഹം, കഴുകൻ, പരുന്ത്, ചിതാഗ്നി, ജടാമാഞ്ചി, ഹിംസ്രമൃഗം.

ക്രാക്ക് - ഭ്രാന്ത്, ഭ്രാന്തൻ.

ക്രാന്തി - പാദവിന്യാസം, ആക്രമിക്കൽ, അപക്രമം, ക്രാന്തിമണ്ഡലം, ഗതി, കടന്നുപോകൽ.

ക്രിയ - പ്രവൃത്തി, പ്രായശ്ചിത്തം, പ്രയത്നം, ചടങ്ങ്, ഗണിതം, കൗശലപ്രവൃത്തി, ഉത്സാഹം, ആരംഭം, തെളിവെടുപ്പ്, ദക്ഷപുത്രി, ശക്തി, ശുശ്രൂഷ, വിചാരം, ക്രതുവിന്റെ പത്നി.

ക്രീഡ - ലീല, കാമകേളി, ഒരു താളം, പരിഹസിക്കൽ.

ക്രാഞ്ച - ഒരു തരം വീണ, പെൺ അന്നിൽ പക്ഷി.

ക്രൂരം - പരുന്ത്, വ്രണം, ചോറ്, ക്രൂരരാശി, കങ്കപ്പക്ഷി, ഭൂതാങ്കുശം, ചെമന്ന അരളി.

ക്രൂരൻ - കഴുകൻ, ഒരിനം എലി, ദുഷ്ടൻ, ഒരു ദേവൻ.

ക്രോഡം - ഉദരം, പന്നി, നെഞ്ച്, ഗുഹ, മരത്തിലെ പൊത്ത്, പന്നിക്കിഴങ്ങ്, ഭിത്തികൾക്കിടയിലെ ഭാഗം, ഉൾഭാഗം.

ക്രോഡി - പെൺപന്നി, പന്നിക്കിഴങ്ങ്.

ക്രോധി - കാണ്ടാമൃഗം, നായ്, പോത്ത്, കോപിച്ചവൻ.

ക്രോഷ്ടു - ക്രോഷ്ടാവ്, യവനൻ.

ക്രോഷ്ടി - നീർത്തിപ്പലി, പെൺ കുറുക്കൻ, മുതക്ക്, കരു മുതക്ക്, പാൻ മുതക്ക്.

ക്രൗഞ്ചം - ഒരു സേനാവ്യൂഹം, കുതിരപ്പക്ഷി, ഒരു പർവ്വതം, ഒരു ദ്വീപ്, ഒരു തരം അസ്ത്രം.

ക്രൗഞ്ചാദനം - തിപ്പലി, താമര നൂല്, തണ്ണാമ്പൽ.

ക്ലാച്ചിൽ - ക്ലാവ്, വിരാൽ മത്സ്യം.

ക്ലാവ് - ഒരു വൃക്ഷം, ഒരിനം കറ, അഴുക്ക്.

ക്ലിഷ്ടത - ദുഃഖം, മനസ്സിലാക്കാനുള്ള വിഷമം.

ക്ലീബം - ഭീരു, നപുംസകം.

ക്ലേദം - വിയർപ്പ്, പഴുപ്പ്, കഫം, നനവ്, ഉപദ്രവം.

ക്ലേശം - കോപം, ഉപദ്രവം, പ്രയത്നം, പാപം, വേദന.

ക്ലോമം - കരൾ, ശ്വാസനാളം, മൂത്രാശയം, അന്നനാളം, കരളിനോടു ചേർന്ന ഒരു ഗ്രന്ഥി.

ക്വണം - വാദ്യസംഗീതോപകരണങ്ങളുടെ നാദം, ശബ്ദം, ആഭരണങ്ങൾ കൂട്ടിമുട്ടിയുണ്ടാകുന്ന ശബ്ദം, ആയുധങ്ങൾ കൂട്ടിമുട്ടുന്ന ശബ്ദം.

ക്വഥിതം - വീര്യമുള്ള ഒരിനം മദ്യം, വെന്തത്.

ക്വഥനം - കഷായം, ഹിംസ, തിളപ്പിക്കൽ.
ക്വാഥം - വേദന, കഷായം, കഷായക്കൂട്ട്.
ക്ഷണം - ഉടനെ, മുഹൂർത്തം, ഉത്സവം, സന്ദർഭം, വിശ്രമസമയം, ആശ്രയം, മദ്ധ്യഭാഗം, നാല്പത്തെട്ടു മിനിട്ടു സമയം.
ക്ഷണദം - വെള്ളം, നിശാതിമിരം.
ക്ഷണനം - ഹിംസ, മുറിവേല്പിക്കൽ, വിരുന്നിനു വിളിക്കൽ.
ക്ഷതം - മുറിവ്, വ്രണം, ന്യൂനത, ആപത്ത്, ആറാംഭാവം.
ക്ഷതജം - ചലം, രക്തം.
ക്ഷതി - ചതവ്, നഷ്ടം, നാശം, അസൗകര്യം, ദൂഷ്യം.
ക്ഷത്താവ് - സേവകൻ, ദാസീപുത്രൻ, കൊത്തുപണി ചെയ്യുന്നവൻ, തേരാളി, ബ്രഹ്മാവ്, തേരിലിരുന്നു യുദ്ധം ചെയ്യുന്നവൻ, ശൂദ്രന് ക്ഷത്രിയ സ്ത്രീയിൽ ജനിച്ച പുത്രൻ, കോശാദ്ധ്യക്ഷൻ, ദ്വാരപാലകൻ, മുറിക്കുന്നവൻ.
ക്ഷത്രം - ശക്തി, രാഷ്ട്രം, ക്ഷത്രിയവർഗ്ഗം, സമ്പത്ത്, ജലം, ഭരണകൂടം, ശരീരം.
ക്ഷത്രി - ധനം, ശരീരം, ജലം, ക്ഷത്താവ്, ക്ഷത്രിയസ്ത്രീ.
ക്ഷപ - ഇരുട്ട്, രാത്രി, മഞ്ഞൾ, കരിക്കുമ്പ, ഒരുദിവസം.
ക്ഷപണം - ഉപവാസം, വ്രതം, ഇടവേള, ക്ഷയം, അശുദ്ധി, ഉച്ചാടനം.
ക്ഷപണകൻ - സന്ന്യാസി, ഒരു കവി, പാമ്പാട്ടി, മാന്ത്രികൻ, ദിഗംബരൻ.
ക്ഷപണി - കഴുക്കോൽ, വല, തുഴ, വള്ളം ഊന്നുന്ന കഴ.
ക്ഷമ - ഭൂമി, രാത്രി, ദുർഗ്ഗ, ഒരുനദി, മാപ്പുകൊടുക്കൽ, ഒരു വൃത്തം, സഹിഷ്ണുത, ഒന്ന് എന്നസംഖ്യ, കരിങ്ങാലി, ഒരു വൃത്തം.
ക്ഷമം - കരിങ്ങാലി, യുദ്ധം, യോഗ്യത, ഔചിത്യം.
ക്ഷയം - നാശം, വിട്ടുമാറൽ, അവസാനം, കുലം, വീട്, ക്ഷയരോഗം, രോഗം, ലോകാവസാനം, ഋണചിഹ്നം, ആനയുടെ കാൽമുട്ടിന്റെ ഒരു ഭാഗം.
ക്ഷയഥു - ചുമ, തുമ്മൽ, ജലദോഷം, ക്ഷയം, തൊണ്ടയടപ്പ്.
ക്ഷരം - മേഘം, വെള്ളം, നശിക്കുന്നത്, ശരീരം, മൂഢത, പ്രകൃതി, പരബ്രഹ്മം, അജ്ഞാനം, ജീവാത്മാവ്.
ക്ഷരണം - കലഹം, വാറ്റ്, വിയർപ്പ്, ഒഴുക്ക്.
ക്ഷവം - ഭൂതാങ്കുശം, ചെങ്കടുക്, വലിയ കടലാടി, തുമ്മൽ, ചുമ, കരിങ്കടുക്, ജലദോഷം.
ക്ഷാന്തി - സഹിഷ്ണുത, ക്ഷമയോടുകൂടിയ കാത്തിരുപ്പ്, മദ്ധ്യമസ്വരത്തിലുള്ള ഒരു ശ്രുതി.
ക്ഷാമം - ഇല്ലായ്മ, വരൾച്ച, ദാരിദ്ര്യം, മെലിവ്.
ക്ഷാരം - ചാമ്പൽ, ഒരു രസം, കാരം, ഒരിനം ഭസ്മം, കല്ലുമണി, ചാറ്, പതിയൻ ശർക്കര, ചുണ്ണാമ്പ്, കണ്ണാടി, ജലം, കാരുപ്പ്, പക്ഷി.
ക്ഷാരകം - രസം, കാരം, മീൻവല, പുതിയമൊട്ട്, പക്ഷിയുടെയും മത്സ്യത്തിന്റെയും മറ്റും കൂട്.
ക്ഷിതി - ഭൂമി, ക്ഷയം, പാർപ്പിടം, ഗോരോചന, കരിങ്ങാലി, ലോകാവസാനം, ഒന്ന് എന്ന സംഖ്യ.
ക്ഷിതിജം - ഞാഞ്ഞൂൽ, വൃക്ഷം, ചക്രവാളം, ഭൂനാഗം.

ക്ഷിതിഭൃത്ത് - രാജാവ്, പർവ്വതം.

ക്ഷിപണു - ഏറ്, നിന്ദനം, അയപ്പ്.

ക്ഷിപണി - ആചാര്യൻ, അമ്പ്. ചമ്മട്ടി കൊണ്ടുള്ള അടി, വല, വള്ളത്തിന്റെ തുഴ, ഒരുതരം ആയുധം, പുരോഹിതൻ.

ക്ഷിപ്തം - ക്ഷേപിക്കപ്പെട്ടത്, വെടിയേറ്റുണ്ടായ വ്രണം, ശരം കൊണ്ടുള്ള മുറിവ്, ചിത്തപഞ്ചനിലകളിലൊന്ന്.

ക്ഷിയ - ക്ഷയം, നഷ്ടം ആചാര വിരുദ്ധകുറ്റം.

ക്ഷീണ - ക്ഷയിച്ച, ചെറിയ, ബലമില്ലാത്ത, ദരിദ്രമായ, തേഞ്ഞുമാഞ്ഞുപോയ, പൊടിഞ്ഞ, സൂക്ഷ്മമായ.

ക്ഷീരം - വെള്ളം, പാല്, പാൽച്ചോറ്, ദ്രവ പദാർത്ഥം, മരക്കറ.

ക്ഷീരജം - താമര, മുത്ത്, അമൃത്, തൈര്, കടലുപ്പ്.

ക്ഷീരവൃക്ഷം - ഇരിപ്പമരം, അത്തി, ഇത്തി, അരയാൽ, പേരാൽ, പഴമൂൺപാല.

ക്ഷീരസാരം - പാൽപ്പാട, വെണ്ണ.

ക്ഷീരി - പേരാൽ, ചിറ്റരയാൽ, കൂവനൂറ്, കോതമ്പ്, കല്ലാൽ, ചുതരക്കള്ളി, എരിക്ക്, ദുഗ്ദ്ധപാഷാണം.

ക്ഷീരിണി - പാൽച്ചുര, നന്നാറി, എരുമക്കള്ളി, കുമിഴ്, ക്ഷീരകാകോളി, കുടുംബിനി, പഴമൂൺപാല, ഒരു ഭക്ഷണ പദാർത്ഥം.

ക്ഷുതം - ചുമ, തുമ്മൽ, കരിങ്കടുക്.

ക്ഷുദ്ര - ചെറിയ, നിസ്സാരമായ, ദരിദ്രമായ, ക്രൂരമായ.

ക്ഷുദ്രാ - ചെറിയവൾ, നിന്ദ്യയായവൾ, അംഗവൈകല്യമുള്ളവൾ, ലുബ്ധുള്ളവൾ, ക്രൂര, വഴക്കുകാരി, വേശ്യ, തേനീച്ച, കൊതുക്, പുത്തരിച്ചുണ്ട, പുളിയാരൽ, ചിറ്റരയാൽ, മാഞ്ചി, അഞ്ചുവിധം ഇക്കിളിൽ ഒന്ന്.

ക്ഷുദ്രം - ദുർമ്മന്ത്രവാദം, നീചമായത്, കടന്നൽ, ചെറുകീര, ധാന്യമണി, ഒരിനം തേനീച്ച.

ക്ഷുദ്രൻ - പിശുക്കൻ, അധമൻ, ക്രൂരൻ, മരണസമയത്തെ ഒരു ശ്വാസം.

ക്ഷുദ്രിക - കിങ്ങിണി, ചെറിയ കാട്ടീച്ച.

ക്ഷുധുനൻ - കാട്ടാളൻ, ദുഷ്ടൻ, മൂർഖൻ, മ്ലേച്ഛൻ.

ക്ഷുബ്ധ - ക്ഷോഭിച്ച, കലങ്ങിമറിഞ്ഞ, കുഴങ്ങിയ, സങ്കടപ്പെട്ട.

ക്ഷുമ - ചണവിത്ത്, അമരി, ചണം കൊണ്ടുണ്ടാക്കിയ അങ്കി, നീലയമരി.

ക്ഷുരം - കുളമ്പ്, കട്ടിളക്കാലിന്റെ ചുവട്, കത്തി, ഒരിനം അമ്പ്, വയൽച്ചുള്ളി, ഞെരിഞ്ഞിൽ.

ക്ഷുരിക - ഒരു മന്ത്രം, ചുരിക, ചെഞ്ചീര, ഒരു ഉപനിഷത്ത്, ക്ഷൗരക്കത്തി, വാൾ.

ക്ഷുല്ലകം - നത്തയ്ക്ക, ഛക്ക, തരംതാണത്, അല്പമായത്.

ക്ഷേത്രം - കോവിൽ, ശരീരം, തീർത്ഥം, ഗൃഹം, ഭാര്യ, ഉല്പത്തിസ്ഥാനം, ഭൂവിഭാഗം, ഭൂസ്വത്ത്, ഉപരിതലം, പ്രവൃത്തി മണ്ഡലം, വ്യക്തമായ അതിരുകളുള്ള സ്ഥലം.

ക്ഷേത്രജ - ഭൂമിയിൽനിന്നുണ്ടായ, ശില്പിക, ഗോമൂത്രിക, ചെവിയം, കാട്ടുവെള്ളരി, വെളുത്ത കണ്ടകാരിച്ചുണ്ട, ശരീരത്തിൽ നിന്നുണ്ടായ.

ക്ഷേത്രജ്ഞൻ - കൃഷിക്കാരൻ, ശിവൻ, ആത്മാവ്, സാക്ഷി, അഭിജ്ഞൻ, വേശ്യാസംഗം ചെയ്തു നടക്കുന്നവൻ.

ക്ഷേപം - ഏറ്, ഡംഭം, താമസം, നിന്ദിക്കൽ, നേരമ്പോക്ക്, ചെണ്ട്, വീഴ്ച, ചായം പൂശൽ, കഴിച്ചു കൂട്ടൽ, കുറ്റം, പ്രഹരിക്കൽ.

ക്ഷേപണി - തുഴ, കവണ, മല, ഒരാധുനികായുധം, ഒരു ഉപദേവത.

ക്ഷേമം - ഐശ്വര്യം, നക്ഷത്രം, മുക്തി, ഗൃഹം, അടവിക്കച്ചോലം.

ക്ഷോദം - പൊടി, പൂഴിമണ്ണ്, പൊടിക്കൽ, വെള്ളം, ആട്ടുകല്ല്, ആലോചന.

ക്ഷോദസ്സ് - വെള്ളം, ജലപ്രവാഹം.

ക്ഷോഭം - കോപം, ചാഞ്ചല്യം, നാട്യാലങ്കാരങ്ങളിൽ ഒന്ന്.

ക്ഷൗദ്രം - വെള്ളം, ക്ഷുദ്രത, ചെറുതേൻ, കൊടിയുടെ ഏറ്റവും ചെറിയകണിക, ചമ്പകം, പൊടിക്കഷണം.

ക്ഷൗമ - മച്ച്, നേരിയ വസ്ത്രം, അഗശി.

ക്ഷ്വേഡം - എരിക്ക്, വിഷം, ശബ്ദം, ത്യാഗം, ഒരു കർണ്ണരോഗം, വരീപ്പീച്ചിൽ.

ക്ഷ്വേള - മുള, അലക്, പോർവിളി, സിംഹഗർജ്ജനം.

ഖ

ഖഗം - പക്ഷി, വിട്ടിൽ, ഗ്രഹം, നക്ഷത്രം, അമ്പ്, വായു, മേഘം, സൂര്യൻ, എരിക്ക്.

ഖഗൻ - ദേവൻ, സൂര്യൻ, ശിവൻ, ഒരു നാഗപ്രമുഖൻ, വായു.

ഖഗാധിപൻ - സൂര്യൻ, ഗരുഡൻ.

ഖഗേന്ദ്രൻ - ഗരുഡൻ, കഴുകൻ, പക്ഷിശ്രേഷ്ഠൻ.

ഖചരം - അമ്പ്, പക്ഷി, മേഘം, വായു, നക്ഷത്രം, ഗ്രഹം.

ഖചരൻ - രാക്ഷസൻ, സൂര്യൻ, ഗന്ധർവ്വൻ, ദേവൻ.

ഖജാജിക - മഥനം ചെയ്യുന്നത്, ചട്ടുകം, കരണ്ടി, തവി, കടകോൽ.

ഖഞ്ജനം - കുതിര, കരിംകൂരുകിൽ, വഴുക്കലുള്ള സ്ഥലം, മുടന്ത്.

ഖടം - കഫം, ഉളി, കലപ്പ, കൈക്കോടാലി, നാൻമുഖപ്പുല്ല്, പൊട്ടക്കിണർ, ചുരുട്ടിയ മുഷ്ടി.

ഖടഖാദകൻ - കുറുക്കൻ, കാക്ക, വയറൻ.

ഖടിക - കുമ്മായം, ചോക്ക്, രാമച്ചം, ചെവിയുടെ പുറമേയുള്ള ദ്വാരം.

ഖട്ട - ആസനം, ഇരിപ്പിടം, ഒരുതരംപുല്ല്.

ഖട്വ - കട്ടിൽ, ചണ്ടിപ്പയർ, തൂക്കുമഞ്ചം.

ഖഡം - പൊടിക്കൽ, വിഭജനം, കാച്ചിയമോര്.

ഖഡ്ഗം - വാൾ, പോത്തിൻ കൊമ്പ്, ഇരുമ്പ്, അടവിക്കച്ചോലം, കാണ്ടാമൃഗം.

ഖഡ്ഗി - വാൾ ധരിച്ചവൻ, വിഷ്ണുവിന്റെ പത്താമത്തെ അവതാരം, കാണ്ടാമൃഗം.

ഖഡ്ഗാരീടം - അസിധാരാവ്രതം, കവചം, ഖഡ്ഗധാര.

ഖണ്ഡം - ഭൂഖണ്ഡം, ഭാഗം, വയൽ, രത്നത്തിന്റെ (പൊട്ടൽ) ഒരു ദോഷം, 9 എന്ന സംഖ്യ സമൂഹം, കല്ക്കണ്ടം, പരിപ്പ്, കരിമ്പ്, വിളയുപ്പ്.

ഖണ്ഡകൻ - നഖമില്ലാത്തവൻ, നശിപ്പിക്കുന്നവൻ.

ഖണ്ഡജം - കല്ക്കണ്ടം, യവാസ ശർക്കര, ശർക്കര.

ഖണ്ഡനം - എതിർവാദം, വഞ്ചിക്കൽ, നശിപ്പിക്കൽ, എതിർപ്പ്, മുറിക്കൽ, അസാധുവാക്കൽ, പ്രതികൂലവിമർശനം.
ഖണ്ഡപരശു - കൊമ്പുമുറിഞ്ഞ ആന, രാഹു, ശിവൻ, പരശുരാമൻ, വിഷ്ണു.
ഖണ്ഡിക - അമരപ്പയർ, കക്ഷം, മലങ്കടല, ഒരു ഗദ്യവിഭാഗം, വാക്യങ്ങൾ ചേർന്നത്.
ഖണ്ഡികം - പയറ്, കക്ഷം, ഒരു രോഗം, മലങ്കടല.
ഖതമാലം - മേഘം, മുത്തങ്ങ, പുക.
ഖദിര - മുക്കുറ്റി, ചുണ്ട.
ഖദിരൻ - ഇന്ദ്രൻ, ചന്ദ്രൻ.
ഖദിരി - ഗണികാരി, മുക്കുറ്റി.
ഖനകം - ഖനി, എലി.
ഖനകൻ - കള്ളൻ, ഖരിവേലക്കാരൻ, കുഴിക്കുന്നവൻ, എലി, ഭൂതത്ത്വശാസ്ത്രം അറിയുന്നവൻ, ഭവനഭേദി.
ഖനി - ഗുഹ, വിളഭൂമി, രത്നാദി ലോഹാദികൾ കുഴിച്ചെടുക്കുന്ന സ്ഥലം.
ഖപുരം - കടം, കവുങ്ങ്, കുന്തുരുക്കം, പെരുമുത്തങ്ങ, വെളുത്തുള്ളി, പുലിച്ചുവടി, ആകാശത്തിൽ സ്ഥിതി ചെയ്യുന്ന ഒരു നഗരം.
ഖരം - കാക്ക, പ്രാപ്പിടിയൻ, അഴുകുരൽ, കോവർ കഴുത, ദേവതാളി, വെൺകൊടിത്തൂവ, 22 എന്ന സംഖ്യ, ചൂട്, ഒരു തരം ഉരുക്ക്, വെളുത്ത ദർഭ.
ഖരച്ഛദം - ശാഖോടം, തേക്കുമരം, കൂന്ദരപ്പുല്ല്.
ഖരപാത്രം - കർപ്പൂരതുളസി, തേക്കുമരം, പച്ചനിറമുള്ള ദർഭ, നീറ്റു ശരക്കോൽ.
ഖരബുസം - കരൂമ്പ, വലിയകടലാടി, പെരുന്തൂമ്പ, ചെറുതുളസി, കർപ്പൂര തുളസി.
ഖരരുചി - രാജാവ്, സൂര്യൻ.
ഖർജ്ജു - ഉമ്മത്ത്, ഈന്ത, ചൊറി, ഒരിനം പുഴു.
ഖർജ്ജൂരം - തേൾ, അരിതാരം, വെള്ളി, ഈന്തപ്പന.
ഖർപ്പരം - ഉടഞ്ഞകലം, ഭിക്ഷാപാത്രം, കുട, മൺചട്ടി, തലയോട്.
ഖലം - മണ്ണ്, ഉമ്മത്ത്, ചവറ്, യുദ്ധം, മുക്കുടി, കളപ്പുര, സ്ഥാനം, പച്ചിലമരം, ധാന്യം പൊടിക്കുന്ന യന്ത്രം.
ഖലകം - കുടം, ഗുഗ്ഗുലു, കിണ്ടി.
ഖലതികം - സൂര്യൻ, ഒരു പർവതം.
ഖല്ലം - വേഴാമ്പൽ, ഇടുങ്ങിയ അരക്കെട്ട്, തോട്, തിരുകല്ല്, കുഴി, തുകൽസഞ്ചി.
ഖല്വം - അമ്മിക്കല്ല്, കടല, കഷണ്ടി, ഗുളികക്കല്ല്, മുതിര, അമര.
ഖാ - നദി, ഊറ്റ്, കിണറ്.
ഖാടി - മറുക്, മൂഢത, താന്തോന്നിത്തം, ശവക്കട്ടിൽ.
ഖാണ്ഡം - ഭൂഖണ്ഡം, വിടവ്, ഒടിവ്, വിടവുള്ള അവസ്ഥ, ചതവ്.
ഖാണ്ഡവം - കൽക്കണ്ടം, മധുരപലഹാരം, കുരുക്ഷേത്രത്തിലെ ഒരു വനം.
ഖാതകം - കിഴങ്ങ്, കുഴി, കിടങ്ങ്.
ഖാത്രം - വനം, പൊയ്ക, നൂല്, ഭയം, മൺവെട്ടി.
ഖാദനം - പല്ല്, ആഹാരം, ചവയ്ക്കൽ.
ഖാനം - തുരങ്കം, കുഴി, കേട്.
ഖദിരൻ - ഇന്ദ്രൻ, ചന്ദ്രൻ, ദരിദ്രൻ, സന്ന്യാസി.

ഖിലം - തരിശുനിലം, സംഗ്രഹം, അനുബന്ധം, വിടവ്, മരുഭൂമി, അപ്രയുക്തം.

ഖുരം - പുലച്ചുവടി, നാഗൂണം, കുളമ്പ്, ക്ഷൗരക്കത്തി, പുലിച്ചുവടി, കട്ടിൽക്കാല്.

ഖുരാളികം - തലയണ, കത്തിക്കൂട്, ഇരുമ്പുകൊണ്ടുള്ള അമ്പ്.

ഖേചരം - മേഘം, പക്ഷി, കുതിര, രസം, കാറ്റ്, രാശി, ഒമ്പത് എന്ന സംഖ്യ.

ഖേചരൻ - ശിവൻ, സൂര്യൻ, രാക്ഷസൻ, ദേവൻ, വിദ്യാധരൻ, വായു.

ഖേടം - കുതിര, പല്ല്, തോല്, കഫം, വേട്ട, പരിച, ബലരാമന്റെ ഗദ, ഗ്രഹം.

ഖേടകം - പരിച, ഉപഗ്രാമം, ബലരാമന്റെ ഗദ, ഗ്രഹം, വിമാനം.

ഖേടി - വിടൻ, പൗരൻ, ധൂർത്തൻ.

ഖേദം - ദുഃഖം, രോഗം, ദാരിദ്ര്യം, ക്ഷീണം.

ഖേലനം - കളി, ഇളക്കം, ഉല്ലാസം.

ഖോലം - തൊപ്പി, കറിച്ചട്ടി, പുറ്റ്, അടയ്ക്കാത്തോട്.

ഖ്യാതി - ജ്ഞാനം, കീർത്തി, ബിരുദം, പ്രശംസ, ആഖ്യാനം, അഭിപ്രായം, ഭൃഗുവിന്റെ പത്നി.

ഗ

ഗഗനം – ആകാശം, സ്വർഗ്ഗം, അഭ്രകം, പൂജ്യം, ചരിഞ്ഞ മേൽക്കൂര, പത്താംഭാവം.

ഗഗനചരം – ഗ്രഹം, രാശിചക്രം, ചന്ദ്രരാശി, പക്ഷി, മേഘം.

ഗഗനചാരി – പക്ഷി, രാക്ഷസൻ, ദേവൻ, ഗന്ധർവ്വൻ, യക്ഷൻ, ഗ്രഹം, മേഘം, മുത്തങ്ങ.

ഗഗനധ്വജം – എരിക്ക്, മേഘം, മുത്തങ്ങ.

ഗഗനവിഹാരി – ചന്ദ്രൻ, സൂര്യൻ, ദേവൻ, ഗ്രഹങ്ങൾ.

ഗംഗാംബു – ശുദ്ധജലം, ഗംഗാജലം.

ഗജം – ആന, എട്ട് എന്ന സംഖ്യ, ഒരു വാര, ഗജപുഷ്ടം, ഗജയോനി.

ഗജദന്തം – മുടമ്പല്ല്, ആനക്കൊമ്പ്, ഒരു ഹസ്തമുദ്ര, വസ്ത്രങ്ങൾ തൂക്കിയിടുന്ന ആണി, പല്ലുമുളച്ച കുതിര.

ഗജദ്വിട്ട് – സിംഹം, ഏഴിലംപാല.

ഗജബന്ധം – ആളാനം, ഒരുതരം മൈഥുനം, ആനക്കുഴി.

ഗജഭക്ഷകം – കരിമ്പന, അരയാൽ.

ഗജാരി – സിംഹം, ശിവൻ.

ഗജേന്ദ്രൻ – ഐരാവതം, ആനത്തലവൻ.

ഗജേഷ്ട – വാഴ, മുതക്ക്.

ഗഞ്ജ – മദ്യം, ഖനി, തൊട്ടി, കുടിൽ, മദ്യശാല, കഞ്ചാവ്, പാനപാത്രം.

ഗഞ്ജം – തൊഴുത്ത്, ഖനി, ധാന്യവില്പനശാല, ഖജനാവ്, ചന്ത, അനാദരം.

ഗഞ്ജനം – നാശം, അവജ്ഞ, തിരസ്കാരം, പീഢ, അഷ്ടതാളങ്ങളിലൊന്ന്.

ഗഡം – മറവ്, തട്ടി, തടസ്സം, കിടങ്ങ്, വേലി, ഒരിനം മത്സ്യം, മേരുപ്പ്.

ഗഡു – തവണ, പിൻപുറത്തുള്ള കൂന്, കൂനൻ, ചാട്ടുകുന്തം, കുടം, ഞാഞ്ഞൂൽ, കഴുത്തിലെ മുഴ, ഉപയോഗശൂന്യമായ വസ്തു, പ്രയോജനമില്ലാത്ത വളർച്ച.

ഗണം - കൂട്ടം, ജാതി, സമൂഹം, സമാജം, ജാതി, ഒരു സേനാവിഭാഗം, അനുചരസംഘം, അടവിക്കച്ചോലം, നക്ഷത്രസമൂഹം, നാലു മാത്രകൾ കൂടിയത്, കല്പന, സമാജം, സംഖ്യ.

ഗണനായകൻ - ശിവൻ, ഗണപതി, വീരഭദ്രൻ, സേനാനായകൻ.

ഗണിക - വേശ്യ, പിടിയാന, എരിക്ക്, കുറുമുഴി മുല്ല, ഗണികാരി.

ഗണിതം - കണക്ക്, ജ്യോതിഷം, സംഖ്യ, നൂറുകോടി.

ഗണേരു - വേശ്യ, പിടിയാന, ചെറുകൊന്ന.

ഗണ്ഡം - മൂത്രാശയം, കുമള, അടയാളം, കവിൾത്തടം, പരു, ഒരു രോഗം, കാണ്ടാമൃഗം.

ഗണ്ഡക - പന്ത്, കട്ട, ഒരു നദി.

ഗണ്ഡകം - പരു, വേർപാട്, നിലവിളക്ക്, കുട്ടികൾക്കുണ്ടാകുന്ന ഒരു രോഗം, അടയാളം, കാണ്ടാമൃഗം, പരൽ മീൻ, തടസ്സം, സന്ധി, നാലു കവിടി വിലയുള്ള ഒരു നാണയം, ജ്യോതിശാസ്ത്രം.

ഗണ്ഡിക - കൃകഗ്രന്ഥി, അടകല്ല്, ചരൽക്കല്ല്, ഒരു പാനീയം.

ഗണ്ഡീരം - മാങ്ങാനാറി, വലിയ ചേന, ചതുരക്കളി, വാതക്കൊടി.

ഗാണ്ഡീരി - മഞ്ചട്ടി, കരിമ്പ്.

ഗണ്ഡു - സന്ധി, തലയണ, എണ്ണ, എല്ല്, മുഴ.

ഗണ്ഡൂഷം - ഗുളിക, കുലുക്കുഴിയൽ, തുമ്പിക്കൈയുടെ അറ്റം.

ഗതം - ചലനം, പോക്ക്, ഉൾക്കൊണ്ടത്, സംഭവം, പ്രചാരം, ഗദായുദ്ധത്തിലെ ഒരു പ്രയോഗം.

ഗതി - ഒഴുക്ക്, ഗമനം, മാർഗ്ഗം, പോംവഴി, ഉപജീവന മാർഗ്ഗം, അനുഭവം, രക്ഷ, ദശ, ഇട,

ഗദം - രോഗം, പ്രഭാഷണം, വാക്യം, ദുഃഖം, ഇടിമുഴക്കം, കൊട്ടം, ഒരുതരം വിഷം.

ഗദി - കൃഷ്ണൻ, രോഗി, ഗദ ധരിച്ച വിഷ്ണു.

ഗൻ - വിഷ്ണു, സ്രഷ്ടാവ്, ജനയിതാവ്, ഗന്ധർവ്വൻ, ഗണപതി, നേതാവ്.

ഗന്ധ - മൂവില, മണമുള്ള, ചെറുകച്ചോലം, ആരാമ, ശീതള, ചമ്പകമൊട്ട്, നച്ചെലി.

ഗന്ധം - മണം, ഗന്ധകം, മുരിങ്ങ, ഗർവ്വം, ഒരു ക്ഷുദ്രപ്രയോഗം, അല്പമായ അറിവ്, ലാഞ്ഛന, സാമീപ്യം, ബന്ധം,

ഗന്ധകാളി - സത്യവതി, കരിങ്ങാലി, പടർച്ചുണ്ട.

ഗന്ധദാരു - ചന്ദനം, അകിൽ, കറ്റാർവാഴ.

ഗന്ധനകുലം - വെരുക്, നച്ചെലി.

ഗന്ധനം - ഉത്സാഹിപ്പിക്കൽ, അറിയിക്കൽ, സ്ഥിരപരിശ്രമം, ഹിംസ, വിചാരം, സൂചന, ഗന്ധമുള്ള തൃണം, നറുപാണ്ടിനെല്ല്.

ഗന്ധനാകുലി - കുരുമുളക്, പേരരത്ത, അത്തിപ്പലിവേര്, ചിറ്റരത്ത.

ഗന്ധപത്രം - കാട്ടുതുളസി, കർപ്പൂരതുളസി, ഞാവൽ, വിളാർമരം, കൂവളം, നാരകം.

ഗദന്ധമാദനം - പുരാണപ്രസിദ്ധമായ ഒരു പർവ്വതം, വലിയവണ്ട്, ഗന്ധകം, ഗന്ധമാദനപർവ്വതത്തിലെ ഒരു വനം.

ഗന്ധമാദിനി - അരക്ക്, മുരാമാഞ്ചി.

ഗന്ധമൂല - അരത്ത, ഈന്തിൽ, ചെറുകച്ചോലം.

ഗന്ധമൃഗം - വെരുക്, കസ്തൂരിമാൻ.

ഗന്ധരാജം - പിച്ചി, ചന്ദനം, കണ ഗുഗ്ഗുലു, ആരമ്പൂളി, പച്ചപ്പുഴുക്ക്.

ഗന്ധർവ്വം - കുയിൽ, കുതിര, കസ്തൂരിമാൻ, വെളുത്താവണക്ക്, യാതനാശരീരം, ജ്ഞാനം, ഒരു സ്വരം.

ഗന്ധർവ്വൻ - ദേവഗായകൻ, സൂര്യൻ, പരേതാത്മാവ്, ഗായകൻ കുതിര, കസ്തൂരിമാൻ, സൂര്യൻ, രമിച്ചവരുടെ ആത്മാവ്, ആൺ കുയിൽ, ഭക്തൻ, ജ്ഞാനി.

ഗന്ധലോലുപ - വണ്ട്, കൊതുക്, ഈച്ച.

ഗന്ധവതി - കസ്തൂരി, മദ്യം, മുരാമാഞ്ചി, ഭൂമി, വായുദേവന്റെ നഗരം, സത്യവതി.

ഗന്ധശേഖരം - പുഴുക്, കസ്തൂരി.

ഗന്ധസാരം - കച്ചോലം, തേക്ക്, ചന്ദനം, വൈരപ്പുളി, പിച്ചി, പനിനീർ, ഗുഗ്ഗുലു, മുദ്ഗരം.

ഗന്ധാഢ്യ - മഞ്ഞക്കുറുമുഴി, മുരാമാഞ്ചി, നറുമഞ്ഞൾ, ചന്ദനമരം.

ഗന്ധാഢ്യം - നാരകം, വെരുകിൽപുഴു, ചന്ദനം.

ഗന്ധി - ജീരകം, പുൽകുങ്കുമം, മൂട്ട.

ഗന്ധോദി - പെരുമുത്തങ്ങാ, ചുക്ക്, ചെറുകച്ചോലം, കടന്നൽ, ചെറിയ വാൾ.

ഗഭസ്തി - സൂര്യരശ്മി, കൈത്തണ്ട്, വണ്ടിക്കാല്, ചുവന്ന പൂവുള്ള എരിക്ക്, സ്വാഹ.

ഗഭീക - കുടുക്ക, കുമിഴ്.

ഗഭീരിക - ചേങ്ങില, പെരുമ്പറ.

ഗഭീരിമ - കുലീനത്വം, മഹത്ത്വം, ഗാംഭീര്യം.

ഗമനം - മാർഗ്ഗം, പഞ്ചകർമ്മങ്ങളിലൊന്ന്, യാത്ര, കട്ടിള, ധ്വനനം, സംഭോഗം.

ഗംഭീരം - അഗാധജ്ഞാനം, ആഴമേറിയപ്രദേശം, ആഴം, വാളൻപുളി, താമര, ഒരു രോഗം.

ഗയം - ഭവനം, കുടുംബം, ധനം, സന്തതി, ആകാശം, പ്രാണൻ, ഗയാതീർത്ഥം.

ഗരം - രോഗം, പാനീയം, വത്സനാഭം, കൂട്ടുവിഷം, വിഷത്തിനുള്ള മറുമരുന്ന്, വിഴുങ്ങൽ.

ഗരണം - തളിക്കൽ, വിഷം, വിഴുങ്ങൽ, പ്രതിവിഷം.

ഗരളം - വത്സനാഭം, സർപ്പവിഷം, വിഷം, പുല്ലുകെട്ട്.

ഗരിമ - തൂക്കം, വലിപ്പം, ഗൗരവഭാവം, കനം, ആത്മപ്രശംസ, മാഹാത്മ്യം, ഗുരുത്വം, മഹത്ത്വം.

ഗരുഡി - പെൺപരുന്ത്, സ്വാഹാദേവി, വീരന്മാരുടെ സ്മാരകം.

ഗരുത്ത് - വിഴുങ്ങൽ, ചിറക്.

ഗരുത്മാൻ - കഴുകൻ, ഗരുഡൻ, പരുന്ത്, പക്ഷി, ശിവൻ, സൂര്യൻ, അഗ്നി.

ഗർജ്ജനം - അലർച്ച, യുദ്ധം, കോപം, മുഴക്കം, ശബ്ദം, ഒരു പുണ്യതീർത്ഥം.

ഗർത്തം - കുഴി, മരത്തിലെ പോട്, ഗുഹ, കുകുന്ദരം, ഒരു രാജ്യം, ഒരു രോഗം, ഓമൽച്ചുഴി, സിംഹാസനം, രഥം, ഗൃഹം, ശവക്കുഴി, ഒരു നരകം, ത്രിഗർത്തം.

ഗർദ്ദഭം - കഴുത, ഗന്ധം, വിഡ്ഢി, സുഗന്ധദ്രവ്യം, വെള്ളാമ്പൽ.

ഗർഭം - ഉദരത്തിലെ ഭ്രൂണം, ഉൾവശം, കാർമേഘം, ദുഷ്ട്, താമരയുടെ പുഷ്പകോകം, വർഷാരംഭം, ആധാനകാലം, അഗ്നി, ദ്വാരം, ആഹാരം, ചക്കമുള്ള്, നദീതടം, പഞ്ചസന്ധികളിലൊന്ന്.

ഗർഭയോഷ - ഗർഭിണി, കരകവിഞ്ഞൊഴുകുന്ന ഗംഗ.

ഗർഭാഗാരം - ഉള്ളറ, ഗർഭപാത്രം, ക്ഷേത്രങ്ങളിലെ ഗർഭഗൃഹം, ഈറ്റില്ലം.

ഗർമ്മുത്ത് - കാട്ടമര, സ്വർണ്ണം, വേൽ, അരച്ചിപ്പുല്ല്, ഒരുതരം തേനീച്ച.

ഗർഹ - ആക്ഷേപം, നിന്ദ, വെറുപ്പ്.

ഗലന്തി - മൺകിണ്ടി, അടിയിൽ സുഷിരമുള്ള പാത്രം, ചെറിയ കുടം.

ഗലി - ഇടവഴി, കാളക്കുട്ടി, മടിയൻകാള, തെരുവ്.

ഗല്ഭം - അഹങ്കാരം, ധൈര്യം.

ഗലർക്കം - മാണിക്യം, സ്ഫടികം, വൈഡൂര്യം, ഇന്ദ്രനീലക്കല്ല്, സ്ഫടികപ്പാത്രം.

ഗവാടി - ശംഖുപുഷ്പം, ശഖോട വൃക്ഷം, ചെറുകുമ്മട്ടി, പേക്കുമ്മട്ടി, വള്ളിമുല്ല.

ഗവാശനൻ - ചെരുപ്പുകുത്തി, ചണ്ഡാലൻ.

ഗവേസു - മേഘം, കാട്ടുകോതമ്പ്, മുത്തങ്ങ.

ഗവ്യം - പശുക്കൂട്ടം, മേച്ചിൽ സ്ഥലം, ഗോരോചന, വില്ലിന്റെ ഞാൺ, പഞ്ചഗവ്യം, മഞ്ഞച്ചായം.

ഗളം - കഴുത്ത്, ഒരുതരം വാദ്യം, കയറ്, സാലവൃക്ഷത്തിന്റെ കറ, ഭിത്തിയിൽചെയ്യുന്ന അലങ്കാരപ്പണി.

ഗാംഗൻ - സുബ്രഹ്മണ്യൻ, ഭീഷ്മർ.

ഗാംഗം - ഗ്വർണ്ണം, നീർമുത്തങ്ങ.

ഗാണ്ഡി - ഞാൺ, ഗ്രന്ഥി, കാണ്ടാമൃഗം.

ഗാതു - ഗായകൻ, വണ്ട്, ഗന്ധർവ്വൻ, പാട്ട്, ആൺകുയിൽ, ഭൂമി, ഗതി, വഴി, ഐശ്വര്യം.

ഗാത്രാവരണം - കവചം, പരിച.

ഗാത്രിക - അരപ്പട്ട, മുലക്കച്ച.

ഗാധം - ആഗ്രഹം, അടിത്തട്ട്, കാമം, ലോഭം, സ്ഥാനം, ആഴമില്ലാത്ത സ്ഥലം.

ഗാനം - പാട്ട്, വാദ്യം, സ്തുതി, ഗമനം, ശബ്ദം.

ഗാന്തു - പാട്ടുകാരൻ, വഴിപോക്കൻ.

ഗാന്ധർവ്വം - കുതിര, ഗന്ധർവ്വാസ്ത്രം, ഒരു രാഗം, ഗാനം, എട്ടുതരം വിവാഹങ്ങളിലൊന്ന്.

ഗാന്ധർവ്വി - ദുർഗ്ഗ, ഭാഷണം.

ഗാന്ധാരം - സിന്ദൂരം, നവുംപശ, കന്ദഹാർ, ഒരു പ്രാകൃതഭാഷ, സപ്തസ്വരങ്ങളിലെ 'ഗ' എന്ന സ്വരം.

ഗാംഭീര്യം - അഗാധജ്ഞാനം, മഹത്ത്വം, വലിപ്പം, അചഞ്ചലത, അക്ഷോഭ്യത, ഗൗരവം, കാഴ്ച.

ഗായത്രി - ഒരു മന്ത്രം, ഗംഗ, ദുർഗ്ഗ, സൂര്യന്റെ ഏഴു കുതിരകളിലൊന്ന്, കരിങ്ങാലിമരം, ഒരു വൈദിക വൃത്തം.

ഗാരുഡം - വിഷവൈദ്യം, സ്വർണ്ണം, മരതകം, ഒരു ഉപനിഷത്ത്, ഒരിനം അരി, ഒരു കല്പകാലം, ഒരു സൈന്യവ്യൂഹം, ഗരുഡപുരാണം, ഒരു മന്ത്രം.

ഗാരുഡികൻ - വശീകരണക്കാരൻ, പാമ്പാട്ടി, വിഷവൈദ്യം, വിഷഹരമായ ഔഷധം വില്ക്കുന്നവൻ.

ഗാലവം - പാച്ചോറ്റി, പനച്ചി, കറുത്ത പാച്ചോറ്റി.

ഗാലിബ് - കരുത്തൻ, വിജയി.

ഗിന്ദുകം - പനച്ചി, കളിപ്പന്ത്.

ഗിരി - പർവ്വതം, മേഘം, വിഴുങ്ങൽ, എട്ട് എന്ന സംഖ്യ, പന്ത്, ചുണ്ടെലി.

ഗിരിചരൻ - കള്ളൻ, കാട്ടാളൻ.

ഗിരിജ - ഗംഗാനദി, പാർവ്വതി, കാട്ടുവാഴ, കാര, അരത്ത, കാട്ടു മാതള നാരകം, വള്ളിമുല്ല.

ഗിരിജം - കാവിമണ്ണ്, ഇരുമ്പ്, കൻമദം, അഭ്രം, ചേലേയം, മലയ കത്തി

ഗിരിയകം - പന്ത്, പനച്ചി.

ഗിരിസാരം - ഇരുമ്പ്, വെളു ത്തീയം, തകരം, മലയപർവ്വം, ഒരു വൃത്തം.

ഗിരീന്ദ്രൻ - ഹിമവാൻ, ശിവൻ, പർവ്വതശ്രേഷ്ഠൻ.

ഗിലം - സ്രാവ്, മുതല, ഭക്ഷ്യം, ജോനകനാരകം, മാതളം.

ഗീഥ - പാട്ട്, ഭാഷണം.

ഗുഗ്ഗുലം - ചെമ്മുരിങ്ങ, ഗുഗ്ഗുലു.

ഗുച്ഛം - നെയ്യ്, പൂങ്കുലക്കെട്ട്, കുഴ, മയിൽപ്പീലിക്കെട്ട്, ഉറുഞ്ചിപ്പാറ, ചാമരം.

ഗുച്ഛപുഷ്പം - ഉങ്ങ്, കറിഞ്ഞൊട്ട, ഉറുഞ്ചിമരം, ഏഴിലംപാല.

ഗുഞ്ജ - ഉപ്പുപടന്ന, ധ്യാനം, പെരുമ്പറ, കുന്നി, മദ്യം വില്ക്കുന്ന സ്ഥലം. ത്ധകാരം.

ഗുടിക - ഗുളിക, പാനപാത്രം, ഗോലി, മുത്ത്, കീടകോശം, ഒരത്ഭു തസിദ്ധി.

ഗുഡ - ഗുളിക, വലിയ മുന്തിരി, കുരുപ്പരുത്തി, ചതുരക്കള്ളി.

ഗുഡകം - പന്ത്, ഉരുള, ശർക്കര ചേർന്ന ഒരു മരുന്ന്.

ഗുഡാക - മടി, ഉറക്കം.

ഗുണം - സ്നായു, വീണക്കമ്പി, വില്ലിന്റെ ഞാൺ, നേട്ടം, ചരട്, മൂന്ന് എന്ന സംഖ്യ, മടങ്ങ്, കറി, അപ്രധാനം, ധർമ്മം, ഒന്നിന്റെ സവിശേഷത.

ഗുണനൻ - ഭീമൻ, പാചകക്കാരൻ, ഗുണത്തോടുകൂടിയവൻ.

ഗുണ്ട് - വെടിയുണ്ട, ഉരുണ്ടവ സ്തു, തൂക്കുകട്ട, മണിക്കായ്, കടു വാവേഷക്കാർക്കു ചരിക്കാനുള്ള ശകടം.

ഗുപ്തി - മറവ്, രക്ഷണം, ഒളിപ്പിടം, നിലവറ, കാരാഗൃഹം, വടിവാൾ, തടസ്സം, ത്രികരണങ്ങളാലും ഉള്ള അടക്കം, കോട്ടകൊത്തളാദി രക്ഷാ മാർഗ്ഗം.

ഗുരു - ആചാര്യൻ, വർഗ്ഗനേതാവ്, നായിക്കുരണ, ദീർഘാക്ഷരം, പൂയം നക്ഷത്രം, ഭാരമുള്ള, ശ്രേഷ്ഠമായ, ബലമുള്ള, ദഹി ക്കാൻ പ്രയാസമായ, രണ്ടുമാത്രയു ള്ള, പൂർവ്വികൻ, ദ്രോണാചാര്യർ.

ഗുരുക്കൾ - കണിയാൻ, ആചാ ര്യൻ, കളരി ആശാൻ, കുരുക്കൾ.

ഗുരുത്വം - ഗരിമ, ബഹുമാനം, ഭാരം, വലിപ്പം, ഗുരുവിന്റെ അനു ഗ്രഹം, അന്തസ്സുള്ള പെരുമാറ്റം, ശ്രേഷ്ഠത.

ഗുരുനാഥൻ - ആചാര്യൻ, പിതാ വ്, സുബ്രഹ്മണ്യൻ.

ഗുരുഭം - വില്ല്, ധനുരാശി, പൂയം നക്ഷത്രം.

ഗുർവ്വധീരൻ - ബുദ്ധൻ, മഹാഗുരു.

ഗുലാൻ - അടിമ, അടുത്തച ങ്ങാതി, പരിചാരകൻ, ഒരു കളി ച്ചീട്ട്.

ഗുല്മം - കോട്ട, മരക്കൂട്ടം, കുറ്റി ക്കാട്, ഒരു സൈന്യവിഭാഗം, പുൽ ക്കട്ട, കോട്ട, ഗാട്ടുപുര, ഒരു ഉദര രോഗം, കസബാസ്റ്റേഷൻ.

ഗുല്മി - കുറ്റിക്കാട്, നെല്ലി, കൂടാരം, ചിറ്റേലം.

ഗുഹ - മൂവില, ഇരുട്ടറ, ഹൃദയം, ഓരില, ഒളിവ്.

ഗുഹം - ഗുഹ, കുതിര, ബുദ്ധി.

ഗുഹാശയം - സിംഹം, വരയമ്പുലി, കരടി, കടുവ, പരമാത്മാവ്, എലി, പെരുച്ചാഴി, ഗുഹയുടെ ഉൾഭാഗം.

ഗുഹ്യം - ഗുദം, ആമ, വഞ്ചന, രഹസ്യം, ജനനേന്ദ്രിയം.

ഗുളി - ഗുളിക, മസൂരി.

ഗൂഢം - രഹസ്യം, രഹസ്യസ്ഥലം, ശരീരത്തിലെ ഗുഹ്യഭാഗം.

ഗൂഢൻ - ഈശ്വരൻ, ചാരൻ, വേഷപ്രച്ഛന്നൻ.

ഗൂഢപഥം - മനസ്സ്, ഊടുവഴി, രഹസ്യമാർഗ്ഗം.

ഗൂഢപുരുഷൻ - ചാരൻ, ജാരൻ.

ഗൂഢസ്ഥൻ - ആത്മാവ്, ഈശ്വരൻ.

ഗൃഞ്ജനം - കഞ്ചാവ്, ചുവന്നുള്ളി, വെളുത്തുള്ളി, മഞ്ഞമുള്ളങ്കി.

ഗൃദ്ധ്രപതി - ഗരുഡൻ, ജടായു, സമ്പാതി.

ഗൃഷ്ടി - കുമിഴ്, പന്നിക്കിഴങ്ങ്, ലന്തമരം, നിലപ്പന, ഒരുകുട്ടി മാത്രമുള്ള സ്ത്രീ, പ്രായം കുറഞ്ഞ പിടിയാന.

ഗൃഹം - വീട്, വംശം, ഭാര്യ, രാശി, കുടുംബജീവിതം, ക്ഷേത്രം, ചതുരംഗപ്പലകയിലെ കളി.

ഗൃഹപതി - അഗ്നി, യാഗം ചെയ്തവൻ, ഗൃഹനാഥൻ.

ഗൃഹബലിഭുക്ക് - കൊക്ക്, കാക്ക, കുരികിൽ.

ഗൃഹസ്ഥൻ - മാന്യൻ, ഗൃഹനാഥൻ, ഗൃഹസ്ഥാശ്രമി.

ഗൃഹ്യം - ഗൃഹ്യസൂത്രം, ഗാർഹപത്യാഗ്നി, വീട്ടിൽ വളർത്തുന്ന പക്ഷി, മൃഗം തുടങ്ങിയവ, ഗുദം.

ഗേഷ്ണു - നർത്തകൻ, ഗായകൻ, നടൻ.

ഗേഹ്യം - ഗൃഹകാര്യം, പണം.

ഗോവ് - പശു, കാള, ഒൻപത് എന്ന സംഖ്യ, ഗായകൻ, സ്വർഗ്ഗം, ഇടിവാൾ, ആകാശം, രോമം, അമ്പ്, ഗോമേധം, വാക്ക്, ഭൂമി, അമ്മ, സരസ്വതി, വജ്രം, ജലം, കണ്ണ്, ദിക്ക്, സൂര്യൻ, ചന്ദ്രൻ, നക്ഷത്രം, രശ്മി.

ഗോകണ്ടകം - കുളമ്പടിപ്പാട്, പശുക്കുളമ്പ്, വയ്യങ്കതക്, ഞെരിഞ്ഞിൽ, പശുക്കൾക്ക് മേച്ചിലിനു കൊള്ളാത്ത സ്ഥലം.

ഗോകർണ്ണം - പശുവിന്റെ ചെവി, സർപ്പം, പ്രാചീനകേരളത്തിന്റെ വടക്കെ അതിർത്തി, ഒരു പുണ്യക്ഷേത്രം, പെരുച്ചെവിമാൻ, വെട്ടിക്കുതിര, ഒരുതരം ശരം.

ഗോകിലം - ഉലക്ക, കലപ്പ.

ഗോകുലം - തൊഴുത്ത്, പശുക്കൂട്ടം, ഇടവംരാശി. അമ്പാടി, മധുരയ്ക്കടുത്തുള്ള ഒരു സ്ഥലം.

ഗോഘ്നൻ - ആതിഥേയൻ, അതിഥി, ഉത്തമബ്രാഹ്മണൻ, പശുവിനെ കൊല്ലുന്നവൻ.

ഗോചരം - വിഷയം, ഗ്രാമം, കുലം, ചക്രവാളം, മേച്ചിൽസ്ഥലം, താമസസ്ഥലം, സഞ്ചാരസ്ഥലം.

ഗോണി - ചാക്ക്, പഴന്തുണി, വാക്ക്, നാലുദ്രോണം കൂടിയ അളവ്, ഒരു ശൂർപ്പം കൂടിയ അളവ്.

ഗോത്രം - കുലം, ആവനാഴി, വർദ്ധനവ്, സന്തതി, പർവ്വതം, പേര്, വഴിക്ഷേത്രം, പശുക്കൂട്ടം, ശക്തി, വനം, വയൽ, വെള്ളം, തൊഴുത്ത്, കിരീടം, വെൺകൊറ്റക്കുടി, സമ്പത്ത്, കൂട്ടം, പർവ്വതം.

ഗോത്രൻ - ഇന്ദ്രൻ, രാജാവ്, ദിക്പാലൻ, ശൂദ്രൻ, പശുക്കളെ രക്ഷിക്കുന്നവൻ.

ഗോഭൃത്ത് - പർവ്വതം, രാജാവ്.
ഗോദം - മൂത്രാശയം, തലച്ചോറ്.
ഗോദാരണം - തൂമ്പ, കലപ്പ.
ഗോദുഹൻ - കറവക്കാരൻ, ഇടയൻ.
ഗോധ - മുതല, ഉടുമ്പ്, സ്നായു, വില്ലാളിയുടെ കൈയുറ.
ഗോധി - നെറ്റി, ഉടുമ്പ്, മുതല.
ഗോനർദ്ദം - കൊക്ക്, കുഴിമുത്തങ്ങ, കാക്കത്തമ്പുരാൻ.
ഗോനാഥൻ - രാജാവ്, കാള, കന്നുകാലികളുടെ ഉടമ.
ഗോപതി - സൂര്യൻ, ശിവൻ, ഇടയൻ, കാള, ഇന്ദ്രൻ, ശ്രീകൃഷ്ണൻ, ചന്ദ്രൻ, രാജാവ്, വരുണൻ, പ്രമാണി, ഒരു ഔഷധച്ചെടി, പശുക്കളുടെ ഉടമസ്ഥൻ, ശിബിയുടെ ഒരു പുത്രൻ.
ഗോപദളം - കവുങ്ങ്, വെറ്റിലക്കൊടി.
ഗോപൻ - രക്ഷിതാവ്, ഗ്രാമത്തലവൻ, രാജാവ്, ഇടയൻ, കറവക്കാരൻ, ഗ്രാമാധിപതി, ഒരു ഗന്ധർവ്വൻ.
ഗോപനം - പ്രകാശം, രക്ഷണം, അസൂയ, തിടുക്കം, ഒരു മരം, ഉൽക്കണ്ഠ, മറച്ചുവയ്ക്കൽ.
ഗോപഭദ്രം - താമരക്കിഴങ്ങ്, കുമിഴ്.
ഗോപാലൻ - ശ്രീകൃഷ്ണൻ, ശിവൻ, ഇടയൻ, രാജാവ്.
ഗോപുച്ഛം - പശുവിന്റെ വാല്, ഒരിനം മുത്തുമാല, ഒരു വാദ്യം, ഒരമ്പ്, കരിംകുരങ്ങ്.
ഗോപുരം - പട്ടണം, മുഞ്ഞ, സ്വർഗ്ഗം, കോട്ടവാതിൽ, കുഴിമുത്തങ്ങ, ക്ഷേത്രത്തിന്റെ വലിയവാതിൽ.
ഗോഭണ്ഡീരം - നീർപ്പാമ്പ്, നീർക്കോഴി.
ഗോഭൃത്ത് - പർവ്വതം, രാജാവ്.
ഗോമതി - സരസ്വതി, ദുർഗ്ഗ, ഒരു വൈദികമന്ത്രം, പശുക്കളുള്ളവൾ, ഐശ്വര്യവതി, ഒരു നദി.
ഗോമായു - ഒരിനം തവള, കുറുക്കൻ, ഒരു ഗന്ധർവ്വൻ.
ഗോമുഖം - മുതല, സ്രാവ്, പശുവിന്റെ മുഖം, സുഗന്ധലേപനം, ഒരു യോഗാസനം, ഒരിനം ശംഖ്, ഒരു വാദ്യം, ഗംഗയുടെ ഉല്പത്തിസ്ഥാനം, കവർച്ചക്കാർ തുരന്നുണ്ടാക്കുന്ന ദ്വാരം.
ഗോമേദകം - നവരത്നങ്ങളിൽ ഒന്ന്, കാകോളം, കാക്ക, പീതചന്ദനം, പച്ചില, ഒരു മത്സ്യം, സുഗന്ധലേപം, സപ്തദീപുകളിലൊന്ന്.
ഗോരക്ഷണം - ഇടവകം, മധുരനാരകം, ഗോരോചന.
ഗോരങ്കു - ദിഗംബരൻ, നീർക്കോഴി, തടവുകാരൻ.
ഗോരസം - നയനഭംഗി, വാഗ്വിലാസം, ഇന്ദ്രിയസുഖം, പാൽ, തൈര്, വെണ്ണ, ചാണകം, എന്നിവ.
ഗോല - കാവടി, നല്ല കോവ, മനയോല, ഗോദാവരി.
ഗോലാസം - നയനഭംഗി, കുമിൾ, കൂൺ.
ഗോലോമി - കൊഴുപ്പ, വയമ്പ്, ജടാമാഞ്ചി, വേശ്യ, കരിങ്കറുക, വെൺകറുക.
ഗോവിന്ദൻ - ഇടയൻ, വിഷ്ണു ബൃഹസ്പതി, തത്ത്വജ്ഞാനി.
ഗോവൈദ്യൻ - മുറിവൈദ്യൻ, മാട്ടുവൈദ്യൻ.
ഗോഷ്ടി - ഭ്രാന്തി, കോക്കിറി, നേരമ്പോക്ക്, കോപ്രായം, അഭംഗി.
ഗോഷ്ഠം - അമ്പാടി, ഗോകുലം, അഭിപ്രായം, തൊഴുത്ത്, പശുക്കൂട്ടം.

ഗോഷ്ഠി - സമൂഹം, ബന്ധു, സംഘം, സഭ, സംവാദം, ഒരൊറ്റ അങ്കമുള്ള ഒരു രൂപകം.

ഗോഷ്പദം - പശുവുണ്ടാക്കുന്ന കുഴിയിൽ വെള്ളം നിറഞ്ഞത്. പശു മേയുന്ന സ്ഥലം, പശുക്കുളമ്പ്.

ഗോസം - പ്രഭാതം, ഉഷ്ണകാലം, നറുംപശ.

ഗോസ്തനം - പൂങ്കുല, പശുവിന്റെ അകിട്, വലിയ മുന്തിരി, നാലിഴയുടെ മുത്തുമാല.

ഗോളം - ഉരുണ്ടവസ്തു, പന്ത്, മണ്ഡലം, സൂര്യാദിഗ്രഹങ്ങളിലൊന്ന്, ജ്ഞാനേന്ദ്രിയം, മനയോല, നറുംപശ, മലങ്കര, മങ്ങലി, പീരങ്കിയുണ്ട, ഒരു ഗ്രഹയോഗം, പോളവാർപ്പൻ.

ഗൗ - ആന, പശു, വെള്ളം, പാക്ക്, രശ്മി, കണ്ണ്, രോമം, സ്വർഗ്ഗം, ഇടവം.

ഗൗതമി - ദുർഗ്ഗ, ഗോദാവരി, ഗോരോചന, കർപ്പൂരം, കുങ്കുമം, വെങ്കടുക്, വേങ്ങ, ബംഗാളദേശം, വെളുപ്പ്, മഞ്ഞനിറം, ചെമപ്പ്, സ്വർണ്ണം, ഒരിനം പോത്ത്.

ഗൗരവം - ഗുരുവിന്റെ ഭാവം, എരിവ്, പ്രാധാന്യം, ഭാരം, പ്രൗഢി, ദേഷ്യം, എതിരേല്പ്, ആദരവ്, ഗുരുവിന്റെ സ്ഥാനം, അക്ഷരത്തിന്റെ ദൈർഘ്യം.

ഗൗരി - തുളസി, ഗംഗ, മഞ്ചെട്ടി, ഞാഴൽ, വെൺകറുക, ആകാശമാഞ്ചി, ശ്രീപാർവ്വതി, ഭൂമി, ശബ്ദത്തിന്റെ അധിഷ്ഠാന ദേവത, മരമഞ്ഞൾ, പൊൻകദളി, ഗോരോചന, എട്ടുവയസ്സുള്ള പെൺകുട്ടി, ഒരു വൃത്തം, പതിനാറു മാതൃക്കളിൽ ഒരുവൾ.

ഗൗല്യം - മദ്യം, ശർക്കര കുറുക്കിയത്, മാധുര്യം, പാനകം.

ഗ്രഥിനം - കൂട്ടം, കുടുമ, ചേർപ്പ്.

ഗ്രന്ഥം - പുസ്തകം, എഴുതിയ താളിയോലക്കെട്ട്, ഗ്രന്ഥഭാഗം, ധനം, അദ്ധ്യായം, സിഖുകാരുടെ മന്ത്രഗ്രന്ഥം, ഭാഗം.

ഗ്രന്ഥി - മുഴ, കുല, കെട്ട്, കുരുക്ക്, മുട്ട്, മണി, കരിഞ്ചണ്ണ, വക്രത, പെരുമുത്തങ്ങ, ഗ്രന്ഥകർത്താവ്, ശരീരത്തിലെ സന്ധി, ശർക്കര, കള്ളം, പിണ്ടാളൻ ചേമ്പ്, ഒരു രോഗം.

ഗ്രന്ഥികം - തിപ്പലിവേര്, ഗുഗ്ഗുലു, മുള, ഒരു കർണ്ണരോഗം, കരിഞ്ചണ്ണ.

ഗ്രന്ഥിമൂലം - വെളുത്തുള്ളി, ചണ്ണമുള്ളങ്കി.

ഗ്രന്ഥിലം - ഇഞ്ചി, തിപ്പലിവേര്, തൂതുവള, ചെറുചീര, ഒരിനം ചേമ്പ്, വയ്യങ്കത, അടവിക്കച്ചോലം, പിണ്ടാളൻചേമ്പ്.

ഗ്രഹം - നവഗ്രഹങ്ങൾ, ഒരു ദുർദ്ദേവത, ഒൻപത് എന്ന സംഖ്യ, ചീങ്കണ്ണി, കവർച്ചമുതൽ ഗ്രഹണം, ശാഠ്യം, പ്രയോഗം, അറിവ് മുതല, ഇന്ദ്രിയം,

ഗ്രഹണം - മനസ്സിലാക്കൽ, സ്വീകരിക്കൽ, തടവിലാക്കൽ, പ്രസ്താവം, സൂര്യഗ്രഹണം, ചന്ദ്രഗ്രഹണം, വിവാഹം കഴിക്കൽ, സമ്മതം, മാറ്റൊലി.

ഗ്രഹപതി - സൂര്യൻ, ശനി, എരിക്ക്, ചന്ദ്രൻ.

ഗ്രാമ - അഗ്രഹാരം, ദേശം, ഭവനങ്ങളുടെ കൂട്ടം.

ഗ്രാമണി - ഗ്രാമത്തലവൻ, വിഷ്ണു, വിടൻ, നേതാവ്, വ്യഭിചാരിണി, അമരി, ക്ഷുരകൻ.

ഗ്രാമീണം - നാട്ടിൻ പുറത്തുണ്ടാകുന്നത്, കാക്ക, നായ്, നാട്ടുപന്നി.

ഗ്രാവം - മേഘം, കല്ല്, പർവ്വതം.

ഗ്രാസം - ആനയ്ക്കു കൊടുക്കുന്ന ഉരുള, ഗ്രഹണം, കുമ്പളം, ഭക്ഷണം, രാഹുവിനാൽ ഗ്രസിക്കപ്പെട്ട ഭാഗം, അക്ഷരങ്ങൾ വിഴുങ്ങിക്കൊണ്ടുള്ള ഭാഷണം.

ഗ്രാഹം - പെരുമ്പാമ്പ്, മുതല, വാങ്ങൽ, കോൾ മുതൽ.

ഗ്രാഹിണി - മുക്കുറ്റി, ഒരിനം ഗൗളി, ഗ്രഹിക്കുന്നവൾ, ചെറിയ കൊടിത്തൂവ.

ഗ്രീവം - പിടലി, കഴുത്ത്, ഒരലങ്കാരപ്പണി.

ഗ്ലാനം - രോഗം, വാട്ടം.

ഗ്ലോബ് - ഭൂമി, ഗോളം, ഭൂമിയുടെ മാതൃക.

ഗ്ലൗ - ഭൂമി, ചന്ദ്രൻ, കർപ്പൂരം.

ഘ

ഘടം - മൺകുടം, ശരീരം, തല, ഞമ, അതിര്, ഘടവാദ്യം, കുംഭം രാശി, കുംഭമാസം, നഘനക്ഷത്രം, ആനകളുടെ കൂട്ടം, ഒരു ദ്രാവക അളവ്.

ഘടന - ശ്രമം, സംഭവം, ആനകളുടെ നിര, ശത്രുത, സാഹിത്യരചനാ രീതി, മൈഥുനം, ചേർച്ച.

ഘടി - നാഴികവട്ടക, മൺകുടം, 24 മിനിറ്റ്, അവസ്ഥ, ചേങ്ങില.

ഘടിക - അവസരം, ജപമാല, ഒരളവുപാത്രം, നെരിയാണി, ഒരുനാഴിക, മൺകുടം, കുംഭരാശി.

ഘടോദ്ഭവൻ - ദ്രോണർ, അഗസ്ത്യൻ.

ഘട്ടം - സോപാനം, അവസരം, സന്ദർഭം, ഏറ്റുമുട്ടൽ, വള്ളക്കടത്ത്, കുളിക്കടവ്.

ഘട്ടി - ഉറപ്പ്, കനം, സാമർത്ഥ്യം, ചെറിയ കടവ്.

ഘണ്ട - പ്രകാശിക്കുന്ന, വെൺപാതിരിവൃക്ഷം, ഊരകം, കിലുകിലുപ്പ്, ഒരു മണിക്കൂർ സമയം, നാക്കുള്ള മണി, ചേങ്ങില, പ്ലാശ്.

ഘണ്ടു - ചൂട്, മണിച്ചങ്ങല, വെളിച്ചം.

ഘനം - ഭാരം, നിബിഡത, മേഘം, ബഹുമാനം, സമൂഹം, ഇരുമ്പുഗദ, കഫം, മുത്തങ്ങ, അഭ്രം, ഉറച്ച ശരീരം, ശരീരം, ചേങ്ങല, മണി, ഇരുമ്പ്, ഇലത്താളം, തൊലി, വെളുത്തീയം.

ഘനത - സാന്ദ്രത, കാഠിന്യം, മഹത്വം.

ഘനരവം - മയിൽ, വെള്ളം, പാൽക്കുരുമ്പ, കഷായം.

ഘനരസം - കർപ്പൂരം, വെള്ളം, പാൽക്കുരുമ്പ, കഷായം.

ഘനസാരം - ജലം, കർപ്പൂരം, രസം, ഒരിനം വൃക്ഷം.

ഘനാഘനം - മദയാന, പോത്ത്, കൂട്ടിമുട്ടൽ, വർഷിക്കുന്ന മേഘം.

ഘരം - കുതിര, വീട്.

ഘർഗ്ഘരം - ആഹ്ലാദം, വാതിൽ,

ചുരം, താറാവ്, മൂങ്ങ, ഒരു ഘന വാദ്യം, മേഘ ഗർജ്ജനം, മറ, പിറുപിറുപ്പ്, മലമ്പാത, ഉമിത്തീ.

ഘർമ്മം - ഉരുളി, ഉഷ്ണം, വെയില്, പകൽ, പശുവിൻ പാല്, വേനൽക്കാലം, രസം, ചൂടുള്ള ദിവസം.

ഘർഷണം - പൊടിക്കൽ, ഉരസൽ, തലോടൽ.

ഘസ്രം - കുങ്കുമം, വെയിൽ, പകൽ, രശ്മി, സൂര്യൻ.

ഘസ്രൻ - സൂര്യൻ, ശിവൻ.

ഘാതം - കാതം, അമ്പ്, ശക്തി, മരണശിക്ഷ, പീഡനം, കൊല, അടി, ആയുധം, ഗുണനഫലം, കായം.

ഘാതി - മുറിവ്, കൊല, അടി, പക്ഷിപിടുത്തം, കെണി.

ഘാസം - പുല്ല്, പയറ്, പുൽത്തകിടി, അന്നം.

ഘുടിക - ഗുളിക, ജപമാല, ഘുടം, നരിയാണി.

ഘുരിതം - കരച്ചിൽ, മുരൾച്ച, ശബ്ദം, കൂർക്കം.

ഘൃണ - ഭയം, നിന്ദ, കരുണ, തണ്ണിമത്തൻ, രോഷം, ലജ്ജ.

ഘൃണി - ദയ, കോപം, ശോഭ, രശ്മി, പകൽ, ജ്വാല, സൂര്യൻ, തിര, ജലം.

ഘൃതം - നെയ്യ്, ജലം, പാട, എണ്ണ, അമൃതം, കൊഴുപ്പ്.

ഘൃതാചി - സ്വർഗ്ഗം, പേരേലം, നെയ്തുള്ള, സരസ്വതി, ഒരപ്സരസ്സ്.

ഘൃതാഹവനൻ - വിഷ്ണു, ഇന്ദ്രൻ, അഗ്നി, മിത്രൻ, വരുണൻ.

ഘൃഷ്ടി - രശ്മി, ശോഭ, ബ്രഹ്മി, മലയമുക്കി, പന്നിക്കിഴങ്ങ്, മത്സരം, നിലപ്പന, പൊടിക്കൽ.

ഘോടം - താടിമീശ, കുതിര.

ഘോരം - വിഷം, കുങ്കുമം, മന്ത്രം, ക്രൂരകർമ്മം, ഒരു ആയുധം.

ഘോഷം - ഇടയഗ്രാമം, വിളംബരം, ആർപ്പുവിളി, ആഡംബരം, കേട്ടുകേൾവി, തീരം, കൊതുക്, പീച്ചിൽ, വെള്ളോട്.

ഘോഷൻ - ഇടയൻ, ശിവൻ, ഒരസുരം, കായസ്ഥൻ.

ഘ്രാതി - മണം, മൂക്ക്.

ച

ചകട് - വണ്ടി, രോഹിണിനക്ഷത്രം, മുഴുവനും.

ചക്കി - കക്കി, ഒരു ദേവത, പെൺ പൂച്ച, ദാസി, പെൺപന്നി.

ചക്രം - തിരികല്ല്, ജനനം, സമൂഹം, നാഡീചകം, സേന, കുലാലചക്രം, വൃത്തരേഖ, ചക്, കടൽ, നീർച്ചുഴി, പരിധി, ദിക്ക്, ചക്രവാളം, ഭൂമി, ചുണങ്ങ്, ഒരു പർവ്വതം, മണ്ഡലം, പരിധി, കുടിലതന്ത്രം, കടൽ, വകുപ്പ്, ആധിപത്യം.

ചക്രകം - വാൾപ്പയറ്റിലെ ഒരടവ്, ചക്രവാകപ്പക്ഷി, യുക്തിരഹിതമായ വാദം, ഒരിനം സർപ്പം.

ചക്രഗ്രഹണം - കിടങ്ങ്, കോട്ടമതിൽ.

ചക്രചരൻ - കുശവൻ, ചെപ്പടി വിദ്യക്കാരൻ, നാടോടി.

ചക്രധരൻ - ചക്രവർത്തി, വിഷ്ണു, ചെപ്പടി വിദ്യക്കാരൻ.

ചക്രപാദം - വണ്ടി, ആന.

ചക്രപാലം - വൃത്തം, ചക്രവാളം.

ചക്രബാലം - കൂട്ടം, ചക്രവാളം, വൃത്തം, ചക്രവാകപ്പക്ഷി.

ചക്രവർത്തിനി - ചക്രവർത്തിയുടെ ഭാര്യ, കരിങ്കച്ചോലം, ജടാമാഞ്ചി, കോലരക്ക്, സാമ്രാജ്യം ഭരിക്കുന്ന സ്ത്രീ.

ചക്രവാടം - വിളക്കുതണ്ട്, അതിര്.

ചക്രവാൻ - ചക്രവർത്തി, വിഷ്ണു, ചക്കാട്ടുന്നവൻ, കുശവൻ, ഒരു പർവ്വതം.

ചക്രവാളം - വൃത്തപരിധി, വൃത്തം, ആകാശവും ഭൂമിയും തമ്മിൽ തൊടുന്നതായി തോന്നുന്ന ദിഗ്വലയം, ചക്രവാളയമകം, ചക്രവാളപ്രബന്ധം, ലോകാലോകപർവ്വതം, കൂട്ടം.

ചക്രാംഗം - തേര്, ചെറിയ കുട, അരയന്നം, ചക്രവാകപ്പക്ഷി.

ചക്രാംഗി - മഞ്ചട്ടി, കർക്കടകശൃംഗി, സുദർശനാവള്ളി, അരയന്നപ്പിട, ചക്രവാകപ്പക്ഷി, കടുകുരോഹിണി.

ചക്രാഹ്വയം - തകരം, ചക്രവാകപ്പക്ഷി.

ചക്രി - ചക്ക്, തകര, ആട്, പുലി ച്ചുവടി, രഥം, വിഷ്ണു, ശിവൻ, ലോകാധിപതി, ചക്കാട്ടുന്നവൻ, ഗ്രാമപുരോഹിതൻ, ചാരൻ, വഞ്ച കൻ, പാമ്പ്, അരയന്നം, കഴുത.

ചക്രികം - ചതി, കൂട്ടം, ചക്രത്തോ ടുകൂടിയത്, ഇലക്കുമ്പിൾ, വെളുത്ത കുന്നി, കൂമ്പാരം.

ചക്ഷണം - സംസാരം, കാഴ്ച, മദ്യപാനത്തിന്റെ കൂടെ ഉപദംശം ഭക്ഷിക്കൽ.

ചക്ഷസ്സ് - കണ്ണ്, ആചാര്യൻ, പ്രകാശം, കാഴ്ച, വ്യാഴം.

ചക്ഷുഷ്യം - രസാഞ്ജനം, സൗവീരാഞ്ജനം, കർപ്പരീതുത്ഥം, വരൾത്താമര, കരിമുരിങ്ങ, പൂക്കൈ ത, കാഴ്ചയ്ക്കു നല്ല വസ്തു, നീല ക്കല്ല്.

ചക്ഷുസ്സ് - കണ്ണ്, കാഴ്ച, ശോഭ, പ്രകാശം, ഒരു മരത്ത്, ഒരു ഋഷി, ഗംഗയുടെ ഒരു പോഷകനദി.

ചങ്ക് - ഗളം, നെഞ്ച്, ഹൃദയം, ശംഖ്, കഴുത്തിന്റെ മുൻഭാഗം.

ചഞ്ചം - ഒരു നദി, മിന്നൽ, തിപ്പലി, ഐശ്വര്യദേവത, ഒരുതരം ഉന്മാദം.

ചഞ്ചലം - കാറ്റ്, അസ്ഥിരത, പതർച്ച, സംശയം, ഇളകുന്നത്.

ചഞ്ച് - ആചാരം, നല്ലത്, ഭംഗി.

ചട - ജട, പരന്ന തലപ്പ്, ഒരുചെടി.

ചടകം - തിപ്പലിവേര്, കുരുകിൽ, കളരിപ്പയറ്റിലെ ഒരു അഭ്യാസം.

ചടക്കം - മല്ല്, ശാഠ്യം, അടവ്.

ചടയൻ - ശിവൻ, ഒരിനം സ്രാവ്, ഒരുതരം പുല്ല്, വൃത്തികെട്ടവൻ, രോമനിബിഡമായത്.

ചടു - വയറ്, കൂന്, നിലവിളി, ചാടു വാക്ക്.

ചട്ട - ഉടുപ്പ്, ചട്ടക്കൂട്, തൊലി, ശരീരം, തോൾപ്പലക, പടച്ചട്ട, പാശ്ചാത്യരീതിയിലുള്ള വസ്ത്രം, പുസ്തകത്തിന്റെ കവർ, പതിര്.

ചട്ടം - ശീലം, നിബന്ധന, കല്പന, തിട്ടം, സമയം, ഒരിനം വരകോൽ, അച്ച്, ജീവിതവൃത്തി, നികുതിക്ക ണക്ക്.

ചട്ടകം - പ്രേതം, മെത്ത, ആകൃതി, ശരീരം, ചട്ടക്കൂട്, ചട്ടുകം.

ചട്ടൻ - ക്ഷേത്ര ഭരണക്കാരൻ, മുട ന്തൻ, ശിഷ്യൻ.

ചട്ടമ്പി - പ്രമാണി, തെമ്മാടി, ഗുരു, ചട്ടമ്പിള്ള.

ചണ്ടി - മട്ട്, പതിര്, ഒരിനംപായൽ, കൊത്ത്, ഉണങ്ങിയ ഇല, ഒരിനം വണ്ട്, മലിനവസ്തു, ദുശ്ശീലമുള്ള യാൾ, വിലക്ഷണം.

ചണ്ട് - പതിര്, കച്ചിപ്പൊടി, ഈർപ്പം, എലി, അണിയം.

ചണ്ഡം - ഉഗ്രത, കോപം, ചൂട്, ചരളം, ചെമന്നഅരളി, വാളമ്പുളി, അടവിക്കച്ചോലം, ഒരു നരകം.

ചണ്ഡൻ - അതികോപശീലൻ, ശിവൻ, സുബ്രഹ്മണ്യൻ, പിശാച്, കുബേരന്റെ പുത്രൻ, ശ്രീരാമസൈ നികനായ ഒരു കുരങ്ങ്, സൂര്യൻ, യമൻ, ഒരു ദുർദ്ദേവത.

ചണ്ഡാംശു - സൂര്യൻ, സൂര്യ രശ്മി, എരുക്ക്.

ചണ്ഡാംശുജൻ - ശനി, കണ്ണൻ, സുഗ്രീവൻ, യമധർമ്മൻ.

ചണ്ഡിലൻ - ക്ഷുരകൻ, ശിവൻ.

ചത - ചതവ്, മാംസം, മർദ്ദനം.

ചതവൽ - വിലക്കുറവ്, പെരുമ, അഴക്, അതിര്.

ചതുക്ക് - അടി, ദ്രവിപ്പ്, ചതവ്, മുടന്ത്, ഞണുക്കം, ചതുപ്പ്, ഒഴിവ്.

ചതുരത - ഭംഗി, സാമർത്ഥ്യം.

ചതുർഭുജൻ - ഗണേശൻ, വിഷ്ണു, നാലുകൈകളുള്ളവൻ, ഒരു ദാന വൻ.

ചതുർമ്മുഖം - നാലുനിലക്കെട്ടിടം, ഒരു തീർത്ഥം, മുഖ്യതാളങ്ങളിൽ ഒന്ന്, ഒരിനം പ്രബന്ധം, ഒരുതരം ഓടക്കുഴൽ.

ചതുഷ്കം - നാലുകൂട്ടം, നാല് എന്ന സംഖ്യ, നാല്ക്കവല, നാലു തൂണുള്ള മണ്ഡപം, ഇടുക്കുവഴി, നാലിഴകളുള്ള മാല, ചതുരമായ മുറ്റം.

ചതുഷ്ടയം - ചതുരം, നാലിരട്ടി, വൃത്തകേന്ദ്രം, നാലു വസ്തുക്കളുടെ കൂട്ടം.

ചതുസ്സമം - ഒരു കുറിക്കൂട്ട്, സമചതുരം, നാല് ഔഷധങ്ങൾ ചേർന്ന ഒരു യോഗം.

ചദിരം - പാമ്പ്, ആന, കർപ്പൂരം.

ചന - കന്നുകാലികളുടെ ഗർഭം, തളിര്, പഴുക്കാറായ അവസ്ഥ, മരത്തിന്റെ ശാഖ.

ചനസ്സ് - സുഖം, ആഹാരം, തൃപ്തി.

ചന്ദിരം - കർപ്പൂരം, ആന.

ചന്ദ്ര - ചിറ്റേലം, കർക്കടകശൃംഗി, ചിറ്റമൃത്, ഒരുനദി.

ചന്ദ്രം - കർപ്പൂരം, സ്വർണ്ണം, ജലം, വൈരക്കല്ല്, കമ്പിപ്പാല, ചന്ദ്രകാന്ത, മണി, പീലിക്കണ്ണ്, മകയിരം നക്ഷത്രം, ഒന്ന് എന്ന സംഖ്യ, വിസർഗ്ഗ ചിഹ്നം, ഒരു വൃത്തം.

ചന്ദ്രകം - പീലിക്കണ്ണ്, നഖം, ഒരിനം മത്സ്യം, കർപ്പൂരം, പൊൻവണ്ട്, വെളുത്ത മുളക്, കുരുമുളക്.

ചന്ദ്രക്കല - ചെണ്ട, ചന്ദ്രക്കല, ഒരു താളം, ഒരു ജന്യരാഗം.

ചന്ദ്രകാന്തം - ചന്ദ്രകാന്തക്കല്ല്, ഒരു രാഗം, പീതചന്ദനം, വെളുത്ത ആമ്പൽ, പത്തുനിലയുള്ള പ്രാസാദം, കണ്ണട.

ചന്ദ്രകാന്തി - വെള്ളി, നിലാവ്, നവമി ദിവസത്തെ ചന്ദ്രബിംബം, ഒരിനം പൂച്ചെടി, ഒരു രാഗം.

ചന്ദ്രദ്യുതി - ചന്ദനം, നിലാവ്.

ചന്ദ്രനാഗം - ഒരുതരം കറുത്ത സർപ്പം, പെരുമ്പാമ്പിന്റെ തല, രാഹു,

ചന്ദ്രബാല - ചിറ്റേലം, പേരേലം, നിലാവ്, കർപ്പൂരം.

ചന്ദ്രമനസ്സ് - മാസം, കർപ്പൂരം, ചന്ദ്രൻ.

ചന്ദ്രമുഖി - ഒരുരാഗം, സുന്ദരി, ഒരു സംസ്കൃതവൃത്തം, യോനിയിലുള്ള ഒരു രക്തവാഹിനി.

ചന്ദ്രരോഗി - ഭ്രാന്തൻ, കുഷ്ഠരോഗി.

ചന്ദ്രലേഖ - ഒരു സംസ്കൃതവൃത്തം, ചന്ദ്രക്കല, കാർകോകിൽ, ഒരു പ്രബന്ധം.

ചന്ദ്രവല്ലി - മുക്കുറ്റി, ചന്ദ്രവല്ലരി, കുരുക്കുത്തിമുല്ല.

ചന്ദ്രശാല - നിലാവ്, ഒരുതരം ജനൽ, മട്ടുപ്പാവ്, നിലാമുറ്റം.

ചന്ദ്രഹാസം - വെള്ളി, രാവണന്റെ വാൾ, ഒരുതരം വാൾ.

ചന്ദ്രാംശു - വിഷ്ണു, ചന്ദ്രരശ്മി.

ചന്ദ്രാതപം - പന്തൽ, നിലാവ്, മേൽക്കെട്ടി.

ചന്ദ്രാഹ്വയം - കമ്പിപ്പാല, കർപ്പൂരം.

ചന്ദ്രിക - നിലാവ്, പ്രകാശം, പീലിക്കണ്ണ്, കഷണ്ടി, ഏകതാളീപ്രബന്ധങ്ങളിൽ ഒന്ന്, ഏലം, ചിറ്റേലം, ഉലുവ, വള്ളിമുല്ല, തിങ്കൾമീൻ, വെളുത്തനൊച്ചി, കാർകോകിൽ, ചന്ദ്രഭാഗ, സർപ്പഗന്ധി.

ചന്ദ്രിലൻ - ക്ഷുരകൻ, ശിവൻ.

ചന്നം - കുറുങ്കുഴൽ, പൊടി, നേർമ്മ, പൊടിരത്നം.

ചന്നത്തട്ട് - തമാശ, കന്നത്തം, വിനയമില്ലായ്മ.

ചപല - മിന്നൽ, മദ്യം, ലക്ഷ്മി, വേശ്യ, നാക്ക്, അഗശി, തിപ്പലി, നദി, ചലിച്ചുകൊണ്ടിരിക്കുന്ന.

ചപലം - മാൻ, വേഴാമ്പൽ, ഒരിനം കൃമി, കുരങ്ങ്, കാറ്റ്, വ്യാകുലത, രസം, മത്സ്യം, പെരുമ്പയറ്, ഒരു ജാതി എലി, ഒരു തരം കല്ല്, ക്ഷയ രോഗം.

ചപേടം - ഉള്ളങ്കൈ, അടി.

ചപ്പടാച്ചി - നുണ, കഴമ്പില്ലാത്ത വർത്തമാനം, കളിവാക്ക്, പിത്ത ലാട്ടം, ഭീഷണിപ്പെടുത്തൽ.

ചപ്പട്ട - പതിര്, ചിറക്, വൃക്ഷങ്ങ ളുടെ തൊലി, സ്വാദില്ലാത്ത, മസൂ രിയിൽ ഒരിനം, മടിയുള്ള, മണ്ട നായ.

ചപ്പാണി - വികലാംഗൻ, മടയൻ, പൊങ്ങൻപനി, കൈകൊട്ടൽ.

ചപ്പ് - ഉപയോഗശൂന്യമായത്, പുകയില, കാട്, ഇല, അടിച്ചുകൂട്ട്, തേയിലച്ചെടിയുടെ കിളുന്ത്, കരി യില.

ചമത - പ്ലാശുവൃക്ഷം, വിറക്.

ചമതാട് - കഠാരി, ഉടവാൾ.

ചമല്ക്കരണം - കാവ്യഭംഗി, അദ്ഭു തം, ഉത്സവാഘോഷം.

ചമല്ക്കാരം - സാമർത്ഥ്യം, വലിയ കടലാടി, അലങ്കാരം, കാവ്യഭംഗി, ആനന്ദം, അദിഭുതം.

ചമയൽ - പാചകം, ആഭരണം, അണിഞ്ഞൊരുങ്ങൽ.

ചമയം - ഉടുപ്പ്, ആഭരണം, ചന്തം, ഇമിവെപ്പ്, ഒരുക്കം, എലുക, ഒറ്റി ക്കാരൻ വച്ചിട്ടുള്ള കെട്ടിടം, കോപ്പ്.

ചമരി - മുള, പൂമൊട്ട്, പൂങ്കുല, പെൺ ചമരമൃഗം, വെഞ്ചാമരം.

ചമു - ശവക്കുഴി, സൈന്യം, സോമ രസം കുടിക്കാനുള്ള പാത്രം, ഒരു സേനാവിഭാഗം.

ചമ്പ - ചീഞ്ഞമാംസം, ഉണക്കമീൻ, പ്രായപൂർത്തിയായ, മിന്നൽ, ചമ്പാൻ, ചമ്പാനഗരം.

ചമ്പകം - ചമ്പകത്തിന്റെ പൂവ്, ഒരി നംവാഴ, ഒരു വൃക്ഷം.

ചമ്പാൻ - ഒരിനം വള്ളം, ഒരിനം കപ്പൽ, മത്സ്യം, ചമ്പാനെല്ല്.

ചമ്പ് - ഇറച്ചി, താണതരം പുക യില, കരിയില, മത്സ്യം, നികൃ ഷ്ടൻ.

ചമ്മൽ - കുഴപ്പം, വൈഷമ്യമുള്ള സംഗതി, ഇരുളടഞ്ഞ പകൽ.

ചമ്മല - ശല്യം, വഴക്ക്, ചവറ്, ഭിക്ഷാപാത്രം.

ചയം - ഭവനം, ചാരുമതിൽ, സമൂഹം, മൂടി, നാൽക്കാലി, കോട്ട മതിൽ, വിറകിന്റെ അട്ടി, കൊത്തളം, പർപ്പടകപ്പുല്ല്.

ചയനം - തെരഞ്ഞെടുപ്പ്, ശേഖ രിക്കൽ, വിറകുശേഖരിക്കൽ, യാഗാഗ്നി ഒരുക്കൽ.

ചരം - കാറ്റ്, കവടി, ആകാശം, സ്വർഗ്ഗം, ലോകം, ഒരുതരം ചൂതു കളി, എക്കൽ ചര നക്ഷത്രം, ചൊവ്വാഴ്ച, ചൊവ്വാഗ്രഹം, വാലാ ട്ടിപ്പക്ഷി, ചലിക്കുന്നത്.

ചരകൻ - ഭിക്ഷു, ഒരു ആയുർവ്വേ ദാചാര്യൻ, ചാരൻ, വഴിപോക്കൻ.

ചരക്ക് - കച്ചവടസാധനം, സ്ത്രീ, ജവുളി, ഫലവൃക്ഷം, സാമർത്ഥ്യം.

ചരട് - മംഗല്യസൂത്രം, നൂല്, ഞാൺ, നൂലുപിരിച്ചുണ്ടാക്കുന്ന വസ്തു.

ചരണം - കാല്, നാലിലൊന്ന്, തൂണ്, വേര്, ഒരു ഗണം, സഞ്ചാരം, മര്യാദ, മേച്ചിൽ, വർഗ്ഗം.

ചരണായുധൻ - പൂവൻകോഴി, മൂങ്ങ.
ചരതം - വ്യക്തത, അഴക്, സൂക്ഷ്മം, നിശ്ചയം, സമ്പ്രദായം, ദുരാശ, മാനം, കളിവാക്ക്.
ചരഥം - ജീവൻ, ഗമനം, മാർഗ്ഗം.
ചരൻ - കുജൻ, ദൂതൻ, ചാരൻ.
ചരമം - മരണം, പടിഞ്ഞാറ്, അവസാനത്തേത്.
ചരയുക - ചുരുളുക, ക്ലേശിക്കുക, ദഹിക്കുക, അയയുക, കുറയുക, ദുർബ്ബലമാവുക.
ചരവ് - നാണക്കേട്, അയവ്, കുറവ്, ചുളിവ്.
ചരാചരം - സ്വർഗ്ഗം, പ്രപഞ്ചം, ആകാശം, കവടി, സ്ഥാവരജംഗമങ്ങൾ.
ചരിതം - ആചാരം, അനുഷ്ഠാനം, ഗതി, വൃത്താന്തം, വിധി.
ചരിത്രം - സംഭവം, ആചാരം, പാദം, നല്ലനടപ്പ്, പെരുമാറ്റം, ഇതിവൃത്തം, ചരിത്രം.
ചരിയുക - ചാവുക, ചരിഞ്ഞുകിടക്കുക, വളയുക, നീങ്ങുക.
ചരു - നിവേദ്യം, മേഘം, ചരിവ് മൃഗങ്ങൾക്കു മേയുവാനുള്ള സ്ഥലം, ഒരിനം പാത്രം, പിണ്ഡം.
ചരുക് - വെറ്റില, കരിയില, ഒരിനം ചെറിയ മീൻ, ഗുണം കുറഞ്ഞ പുകയില.
ചർച്ച - ഒരു വിഷയത്തെപ്പറ്റി പലർ കൂടി നടത്തുന്ന ആശയവിനിമയം, അന്വേഷണം, വ്യഭിചാരിണി, ദുർഗ്ഗസ സുഗന്ധലേപനം, കഥനം, ദുർഗ്ഗ, വിവാദം, അഭ്യസനം.
ചർച്ചരി - സ്തുതി, ചുരുണ്ട തലമുടി, ഒരു സംസ്കൃതവൃത്തം, ഉത്സവം, തൗര്യത്രികം.
ചലജിഹ്വം - ഒട്ടകം, നായ്.
ചർപ്പടകം - പപ്പടം, കുമിളകളുടെ കൂട്ടം, കൈപ്പടം.
ചർമ്മജം - ചോര, രോമം, ചർമ്മവാദ്യദ്ധ്വനി.
ചർമ്മി - വാഴ, ഭൂർജ്ജമരം, തൊലിയുള്ളത്, പരിച കൈയിലുള്ളവൻ.
ചര്യ - ദുർഗ്ഗ, യാത്ര, സന്ദർശനം, ഭക്ഷിക്കൽ, ആചാരം, ചെയ്യേണ്ടത്.
ചര്യം - ആചാരം, ഗതി.
ചർവ്വണം - ചവയ്ക്കൽ, തേനീച്ച, അണപ്പല്ല്, ആസ്വാദനം.
ചല - മിന്നൽ, ലക്ഷ്മീദേവി, അറബിക്കുന്തുരുക്കം, വ്യഭിചാരിണി, ഭൂമി.
ചലം - ഇളക്കം, പഴുപ്പ്, മുള, ചമ്പകം, പരമാത്മാവ്, ജലം, ഉപ്പുകാരം, നറുംപശ, വിറയൽ.
ചലട - അരിപ്പ്, വലിയമുറം.
ചലനം - ഗതി, കാല്, മാൻ, ഉപേക്ഷിക്കൽ, സഞ്ചാരം, ഇളക്കം.
ചലപത്രം - അരയാൽ, കരിങ്ങാലി.
ചലി - ഒരുതരം ഉടുപ്പ്, കൂട്.
ചലിപ്പ് - ചലനം, അലട്ട്, ഭയം, അരുചി, വെറുപ്പ്, ക്ഷീണം.
ചല്ലം - ചങ്ങാടം, കടത്തുവള്ളം, പന്നിമുള്ള്, മുളം കഴുക്കോൽ, വെറ്റിലപ്പെട്ടി.
ചല്ലരി - ചേങ്ങില, ചല്ലരിപ്പറ, ഒരുതരം സസ്യം.
ചല്ലി - ജലത്തിലുണ്ടാകുന്ന ഒരുതരം പുല്ല്, അല്പൻ, ചെമ്പുകാശ്, കനംകുറഞ്ഞ കയറ്, ചെറിയ കഷണം, ക്ലിപ്പ്, കള്ളം, മോഷ്ടിക്കുന്നവൻ.
ചല്ലിക്കോഴി - കൊക്ക്, മൂങ്ങ.
ചവടി - അരഞ്ഞാണം, ഒരു കണ്ഠാഭരണം, ചീവീട്.
ചവർ - കടൽയാത്ര, ചവറ്, കാരം, വിളയാത്തഭൂമി.

ചവല - പതിര്, പൊള്ള, മെലിച്ചിൽ, ലോഹാദികളിൽ വരുന്ന പൊട്ട്, സംഭ്രമം, മിന്നൽ.
ചവര് - കുപ്പ, വെറ്റിലക്കൊടി, ചകിരിച്ചോറ്, കണ്ണിലെ പീള, അഴുക്ക്, പച്ചിലപ്പടർപ്പ്.
ചവളം - ശംഖുപാഷാണം, ഒരുതരം കുന്തം. ഒരുതരം മത്സ്യം, ചോളം, ചൗളം.
ചവികം - കാട്ടുമുളകുകൊടി, ചെവിയം, കാട്ടുതിപ്പലി.
ചവിട്ടി - ചിന്തേര്, ചവിട്ടുപടി, ചവിട്ടുമെത്ത.
ചവിട്ട് - ഉതപ്പ്, കാലുകൊണ്ടുള്ള അമർത്തൽ, നിന്ദ, കീഴ്വഴക്കം, ചവിട്ടുമെത്ത, ഇണചേരൽ, കാലുകൊണ്ട് ചക്രം തിരിക്കൽ, നൃത്തം.
ചവിട്ടുപടി - പാദപീഠം, ഉയർച്ചയ്ക്കുള്ള പടി, ചവിട്ടിക്കയറാനുള്ള പടി.
ചവുക്ക - ചുങ്കസ്ഥലം, പൊലീസ് സ്റ്റേഷൻ, കാവൽപ്പുര, ചതുരത്തിലുള്ള പെട്ടി, വടക്കുനോക്കിയന്ത്രം.
ചവ്യ - കരിങ്കറുക, കാട്ടുമുളക്, വയമ്പ്, കുരുപ്പരുത്തി, ചെവിയം.
ചഷകം - തേൻ, മദ്യം, നിമിഷം, പാനപാത്രം.
ചഷാലം - പന്നിയുടെ തേറ്റ, കടന്നൽക്കൂട്, തേനീച്ചക്കൂട്.
ചളുക്ക് - അടി, ചളുക്കം.
ചളുങ്ങ - ചളുങ്ങമരം, ചണക്കയറ്, തൂക്കുകയറ്.
ചള്ള - വൃത്തികെട്ടത്, വഴക്ക്, ഉപദ്രവം, ചെളിക്കെട്ട്, ചളി, പയറിന്റെ തോട്.
ചറുക്ക് - തെന്നൽ, കൗശലം, പരാജയം, തടസ്സം, രഥചക്രത്തിന് അടകൊടുക്കുന്ന മരക്കഷണം.
ചാക്കടി - ചാക്കുടി, കരണം, ഒരുതരം കളി.
ചാക്കാണി - ഒരിനം മത്സ്യം, പഴുതാര.
ചാക്രികൻ - ഗായകൻ, ഘോഷകൻ, കൂട്ടുകാരൻ, കുശവൻ വണ്ടിക്കാരൻ, ചക്കാട്ടുന്നവൻ.
ചാച്ചൻ - അളിയൻ, അപ്പൂപ്പൻ, അച്ഛൻ, മൂത്തസഹോദരൻ.
ചാഞ്ചല്യം - അനക്കം, പാരവശ്യം, ദ്രുതഗതി, അസ്ഥിരത.
ചാട - ജാട, അടയാളം, പതിര്, ചായ്വ്, സമ്മതം, അല്പം.
ചാടൻ - വിട്ടിൽ, വഞ്ചകൻ, കറുത്തആകോലി, മത്സ്യം.
ചാടി - ഉഴവുചാൽ, കല്ലറ, ഭരണി, കുംഭംരാശി.
ചാട് - വണ്ടി, ചക്രം, മരംകൊണ്ടുള്ള കപ്പി, കയറുപിരിക്കാനുള്ള റാട്ട്.
ചാട്ടം - അഹങ്കാരം, കുതിപ്പ്, തെറ്റിപ്പോകൽ, രക്ഷപ്പെടൽ, തെറ്റിപ്പോകൽ, പാച്ചിൽ.
ചാട്ടക്കാരൻ - കുരങ്ങ്, വിട്ടിൽ, വഴക്കാളി, ചാടുന്നവൻ.
ചാട്ട് - ദുഷ്ടത, എറിയുന്ന കുന്തം, ഏറ്, അവകാശം, വാഹനം, പോക്ക്.
ചാട്ടുമാട്ട് - തർക്കം, വഞ്ചന.
ചാണം - ചാണകം, തഴമ്പ്, ചാണക്കല്ല്, അമ്മിക്കല്ല്.
ചാതകാനന്ദം - മഴക്കാലം, മേഘം.
ചാതുര്യം - അഴക്, സാമർത്ഥ്യം, വാചാലത, സ്നേഹം, സൗശീല്യം.
ചാന്ത് - കുറിക്കൂട്ട്, കളിമണ്ണ്, ടാർ, ഒരു കുറ്റിച്ചെടി, സിമന്റും മണലും ചുണ്ണാമ്പുമുപയോഗിച്ചുണ്ടാക്കുന്ന ഒരു കൂട്ട്, സമാവർത്തനം.
ചാന്ദ്രം - ചാന്ദ്രമാസം, ചന്ദ്രവർഷം, ചന്ദ്രകാന്തക്കല്ല്, മകയിരം

നക്ഷത്രം, ഇഞ്ചി, ചാന്ദ്രവ്യാകരണം, വെളുത്തപക്ഷം.
ചാന്ദ്രകം - ചുക്ക്, തേൻ.
ചാന്ദ്രി - നിലാവ്, ബുധൻ, കാർകോകിൽ, വെളുത്ത കണ്ടകാരിച്ചുണ്ട.
ചാന്നായ്മ - ചാന്നാർസ്ഥാനം, ശ്രേഷ്ഠത.
ചാപം - വില്ല്, മഴവില്ല്, ധനുരാശി, ഒരിനം മുള.
ചാപലം - അവിവേകം, അസ്ഥിരത, ചാപല്യത.
ചാപി - ശിവൻ, വില്ലാളി, ധനുരാശി.
ചാപ്പ - മുദ്ര, തോക്കിന്റെ കൊത്തി, പുല്പ്പായ്, ചെറിയ പീടിക, ചാരായഷാപ്പ്, കീശ, തുണിക്കണ്ടം.
ചാമരം - ചമരിമൃഗത്തിന്റെ വാല്, കഥകളിക്കാരുടെ വെച്ചുകെട്ടുന്ന മുടി, രസം, മാവ്, ഒരുരാഗം, ഒരു സംസ്കൃത വൃത്തം.
ചാമരപുഷ്പം - പൂക്കൈത, കവുങ്ങ്, മാവ്, കുരുവിക്കുരുമ്പ്.
ചാമീകരം - ഉമ്മത്ത്, സ്വർണ്ണം.
ചാമ്പേയം - ഉമ്മത്ത്, ചമ്പകം, നാഗപ്പൂമരം, താമരയല്ലി, സ്വർണ്ണം.
ചായ് - ഊന്ന്, അഴക്, ചാഴി, കോരപ്പുല്ല്.
ചായിപ്പ് - ചായ്ച്ചുകെട്ടിയ മുറി, കുടിൽ, തവണ, ചരിവ്, നിലംതല്ലി.
ചായ്വ് - ഇറക്കം, ചരിവ്, വളവ്, താല്പര്യം.
ചാരം - മുളമരം, ചാമ്പൽ, സഞ്ചാരം, ചാരവൃത്തി, ആചാരം, കാരാഗൃഹം, ഒരു കൃത്രിമവിഷം, വിലങ്ങ്, ക്ഷാരരസം., ഇലുപ്പ, സമീപം.
ചാരകം - കാരാഗൃഹം, വിഷം വിലങ്ങ്, മുരൾമരം, തേൻ, ഇന്തുപ്പ്.
ചാരകൻ - തലവൻ, ഇടയൻ, ചാരൻ, കുതിരക്കാരൻ, സ്നേഹിതൻ.
ചാരണൻ - നാട്യക്കാരൻ, വഴിയാത്രക്കാരൻ, പ്രതിദ്ധ്വനി, ചാരൻ, സിദ്ധൻ, നടൻ, ഗായകൻ.
ചാരി - സഞ്ചാരി, ചാരൻ, ഭൃത്യൻ, കാലാൾ, പടയാളി, ഒരു അലങ്കാരം.
ചാരിത്ര്യം - പാതിവ്രത്യം, ചരിതം, ആചാരം, കുലധർമ്മാനുഷ്ഠാനം, സ്വഭാവം, നല്ല നടത്ത.
ചാരുകസേര - ചേമന്തി, പെരുമുത്തങ്ങ, വെളുത്ത പൂവുള്ള കുറിഞ്ഞി.
ചാരുശില - രത്നം, ഭംഗിയുള്ള ശില.
ചാർച്ച - ബന്ധുത്വം, സൗഹൃദം.
ചാർജ്ജ് - കൂലി, ആക്രമണം, കുറ്റപത്രം, ചുമതല, ബാറ്ററിയിൽ വൈദ്യുതി കടത്തിവിടുക.
ചാർത്ത് - എഴുത്ത്, ചന്തം, കന്നുകാലികളുടെ നെറ്റിയിലെ ചുട്ടി, അലങ്കാരം, രേഖപ്പെടുത്തൽ, സമൂഹം, ചേർപ്പ്, തുറമുഖം, ചായിപ്പ്.
ചാർമ്മണം - പരിചക്കൂട്ടം, തോൽക്കൂട്ടം.
ചാർവ്വി - ശോഭ, സുന്ദരി, ബുദ്ധി, ചന്ദ്രിക, സാമർത്ഥ്യം, കുബേരന്റെ ഭാര്യ, നിലാവ്,
ചാലം - വീടിന്റെ മേല്ക്കൂര, കരിംകുയിൽ, മുകുളം, കൊട്ടാരം, ജാലവിദ്യ.
ചാലനം - അനക്കം, ഇളക്കം, വ്യായാമം, അരിപ്പ, വ്യായാമം, അരിക്കൽ, ദൂരെ എറിയൽ.
ചാല് - മാർഗ്ഗം, ഉഴവുചാല്, വെള്ളം ഒഴുകുന്ന വഴി, തോട്, ഭൂമി, വലിയപാത, കുംഭം രാശി, തുറമുഖം, നിറവ്, വരി, ഊഞ്ഞാൽ.

ചാവടി - ചുവക്ക, കാര്യാലയം, നടപ്പുര, കുതിരാലയം, ഊട്ടുപുര, സത്രം, വിശ്രമസ്ഥലം.

ചാവൽ - ആൺപക്ഷി, പൂവൻ കോഴി, കേടുള്ള ഞാറ്, പ്ലാവിലെ കള, മുള്ള്, അമി.

ചാവി - താക്കോൽ, പതിര്, ചാവി യാണി, ചാഴി, കൃഷിക്കുണ്ടാകുന്ന കരിവ്.

ചാവ് - മൃതദേഹം, മരണം, എട്ടാമെടം, പരേതാത്മാവ്, ഒരു കാട്ടുകിഴങ്ങ്.

ചാഷം - കരിമ്പ്, ഉരുൾ, എലി, കാട്ടുകാക്ക.

ചാഴി - പതിര്, ഒരു ചെറിയജീവി, ഭരണി.

ചാറ് - കള്ള്, ദ്രാവകം, സത്ത്, കറികളിലെ ദ്രവാംശകം, ചതച്ചു പിഴിഞ്ഞെടുക്കുന്ന നീര്, പഴക്കുല.

ചികുരം - പാമ്പ്, തലമുടി, പർവ്വതം, വളർത്തുകീരി, നച്ചെലി, വെരുക്.

ചിക്ക - അടയ്ക്ക, ചുണ്ടെലി, മുദ്ര, പതിഞ്ഞമൂക്ക്.

ചിക്കണം - പശ, അടയ്ക്ക, കമുക്, മെഴുമെഴുപ്പ്, പശ.

ചിക്കണി - കടുക്ക, പാക്ക്, അടയ്ക്കാമരം.

ചിക്ക് - കുരുക്ക്, തലമുടിയിലുള്ള അഴുക്ക്, മയിൽപ്പീലി, വേഗത.

ചിങ്കം - ചിങ്ങം, സിംഹം, ചിങ്ങം രാശി,ശൃംഗാരം.

ചിങ്കൻ - കുറവൻ, സിംഹം, ചിങ്ങൻവാഴ.

ചിങ്കളം - വിരൂപി, ഒരിനം കുരങ്ങ്, ശ്രീലങ്ക, സിംഹള ഭാഷ.

ചിങ്കാരം - ഭംഗി, ആഭരണം, ശൃംഗാരരസം.

ചിങ്കി - കൈമണി, വിഷം, ഒരു നൃത്തം, സിംഹി.

ചിങ്ങം - ചിങ്ങമാസം, ചിങ്ങക്കൂറ്, സിംഹം, ചിങ്ങംരാശി.

ചിഞ്ച - വാളമ്പുളി, വാളമ്പുളിമരം, കുന്നി.

ചിഞ്ചിണി - പിണറ്, പുളിമരം.

ചിട്ട - നിയമം, സ്നേഹം, കൃത്യനിഷ്ഠ, ഭംഗി.

ചിത - പട്ടട, ചമയിക്കപ്പെട്ട, കൂമ്പാരം, ശവദാഹത്തിനു കൂട്ടുന്ന വിറക്.

ചിതം - കെട്ടിടം, സുഖം, യോഗ്യം, ഭംഗി.

ചിതർ - പൊടി, പൂമ്പൊടി, തുള്ളി.

ചിതാചൂഡകം - ചുടലക്കുഴി, ചുടലത്തീ.

ചിതി - കൂട്ടം, പട്ടട, യാഗവേദിക, ശേഖരിക്കൽ, അറിവ്, ചൈതന്യം, പ്രജ്ഞാനം, ഗ്രഹണം, ചിത്തം.

ചിതിക - പട്ടട, കൂമ്പാരം, അരഞ്ഞാണം.

ചിത്തം - മനസ്സ്, ബുദ്ധി, ഹൃദയം, ഉദ്ദേശ്യം, ധാരണാശക്തി.

ചിത്തനാകം - ഒരു വൃത്തം, തുത്തനാകം.

ചിത്തരൂപം - ചേതന, ബ്രഹ്മം.

ചിത്തി - ജ്ഞാനം, ധാരണ, ഭക്തി, ചിന്തനം, ഉദ്ദേശ്യം, ഖ്യാതി, ജ്ഞാനി, അഥർവന്റെ പത്നിമാരിലൊരാൾ.

ചിത്തിര - മേടമാസം, പതിനാലാമത്തെ നക്ഷത്രം, ഒരിനം മൈന.

ചിത്തോത്ഥം - കാമം, ഏഴാംരാശി, അഹങ്കാരം, ചിത്തസമുന്നതി.

ചിത്ര - മായ, ഒരു നദി, മീൻകണ്ണി കറുക, എലിച്ചെവിയൻ, വലിയ ദന്തി, മഞ്ചട്ടി, കടലാവണക്ക്, മേടമാസം, സുഭദ്ര, ചിത്തിര നക്ഷത്രം.

ചിത്രം - അത്ഭുതം, തൊടുകുറി, അടയാളം, തിളങ്ങുന്ന ആഭരണം, പുള്ളിമാൻ, സന്ധികളിൽ ഒന്ന്, ചീവൽപക്ഷി, അശോകം, തണ്ണിമത്തൻ, കൊടുവേലി, ആകാശം, വെളുത്തകുഷ്ഠം, പുലി, കൊടുവേലി, സിംഹം.

ചിത്രകം - ചിത്രകാവ്യം, പൊട്ട്, ചിത്രം, ഒരുവനം, സിംഹം, പുലി, കിരീയം, ഒരു വൃക്ഷം, കൊടുവേലി.

ചിത്രകാരൻ - നടൻ, ചിത്രകാരൻ.

ചിത്രകർമ്മം - ജാലവിദ്യ, അത്ഭുതകൃത്യം. ചിത്രം, തൊടുകാര, അലങ്കാരം.

ചിത്രകായം - പുലി, കടുവ, സിംഹം.

ചിത്രകൂടം - ചിത്രശാല, ക്രീഡാപർവ്വതം, അയോദ്ധ്യക്കടുത്തുള്ള ഒരു പർവ്വതം, സർപ്പത്തെ പ്രതിഷ്ഠിക്കാനായി കല്ലുകൊണ്ടുണ്ടാക്കുന്ന ഒരു പണി.

ചിത്രപർണ്ണ - ഓരില, നീർത്തിപ്പലി, തുമ്പ, മഞ്ചട്ടി, കാനഫോഡി.

ചിത്രഭാനു - അഗ്നി, സൂര്യൻ, ചന്ദ്രൻ, ശിവൻ, എരിക്ക്.

ചിത്രതണ്ഡുലം - ആവണക്ക്, വിഴാൽ.

ചിത്രദണ്ഡകം - കുരുപ്പരുത്തി, ചേന.

ചിത്രപക്ഷം - ഒരിനം കാട, തിത്തിരിപ്പുള്ള്, ഒരിനം പ്രാവ്.

ചിത്രപട്ടം - തുണിലുള്ള ചിത്രപ്പണി, ചിത്രപടം.

ചിത്രപത്രകം - പ്ലാശ്, മയിൽ.

ചിത്രപത്രിക - തുമ്പ, ഓരില.

ചിത്രപൗർണ്ണി - ഓരില, തുമ്പ, മഞ്ചെട്ടി, നീർത്തിപ്പലി, കാനഫോഡി.

ചിത്രഫല - കാട്ടുവെള്ളരി, ചെറിയ വെള്ളരി, തക്കാരി, വഴുതിന, ശീവവള്ളി.

ചിത്രബർഹി - ചിത്രബർഹൻ, മയിൽ.

ചിത്രഭാനു - സൂര്യൻ, അഗ്നി, ചന്ദ്രൻ, കൊടുവേലി, ചുവന്ന പൂവുള്ള എരിക്ക്.

ചിത്രയോധി - അർജ്ജുനൻ, ചിത്രയോധൻ, രാവണന്റെ ഒരു മന്ത്രി, നീർമരുത്, ധൃതരാഷ്ട്രരുടെ ഒരു പുത്രൻ.

ചിത്രലേഖ - ഒരു സംസ്കൃത വൃത്തം, ചിത്രം, ബാണപുത്രി ഉഷയുടെ തോഴി, ചിത്രമെഴുത്തുകോൽ.

ചിത്രവല്ലി - മഞ്ചട്ടി, വെളുത്ത ചെറിയ വെള്ളരി, വലിയതരം കാട്ടുവെള്ളരി.

ചിത്രസേനൻ - ധൃതരാഷ്ട്രരുടെ ഒരു പുത്രൻ, യക്ഷന്മാരിൽ പ്രധാനിയായ ഒരുവൻ, ഒരു ഗന്ധർവ്വൻ, കർണ്ണന്റെ ഒരു പുത്രൻ, ദ്രുപദന്റെ ഒരു പുത്രൻ.

ചിത്രാംഗം - ചായില്യം, അരിതാരം, വട്ടച്ചാവൽ, ചുവന്ന കൊടുവേലി, ഒരിനം പാമ്പ്.

ചിത്രാംഗി - മഞ്ചട്ടി, വഞ്ചകി, ഒരു കീടം, ദുർമ്മദന്റെ പത്നി.

ചീന - ചിനപ്പ്, ഗർഭം, നിലവിളി, മാനിന്റെ കൊമ്പ്, ഒരുതരം വള്ളം.

ചിനം - അഹങ്കാരം, കോപം, തീയ്, യുദ്ധം.

ചിന്ത - ധ്യാനം, ആലോചന, ആശങ്ക.

ചിന്താമണി - ബ്രഹ്മാവ്, ഒരു ദിവ്യരത്നം, ഒരു മന്ത്രം, കഴുത്തിൽ ഒറ്റച്ചുഴിയുള്ള കുതിര.

ചിന്തിതം - വിചാരം, അഭീഷ്ടം.

ചിന്നം - ചിന്നംവിളി, അടയാളം, ഒരു വാദം, കഷണം, ഭാഗം, ഒരു ചെടി, ചെറിയത്.

ചിപ്പം - ഉരുട്ടിക്കെട്ടിയ ചുമട്, പുകയിലക്കെട്ട്, മൂട, കൊത്തുപണി, ഈന്തപ്പഴം, പൊതി, കുഴിനഖം.

ചിമ - അയണിപ്പിലാവ്, ഇമ, പേക്കുമ്മട്ടി.

ചിമിട്ട് - മിടുക്ക്, കണ്ണിവയ്ക്കൽ, ഭംഗി, ചെറുത്.

ചിമിലി - നൂലുറി, കുടുമ, എള്ളുണ്ട, കരിവണ്ട്, ചീവീട്.

ചിമുക്കം - ശക്തി, ഭയം, ഇടി, സംഭാഷണം, അനക്കം.

ചിരജീവി - കാക്ക, വിഷ്ണു, ദേവൻ, വേങ്ങ, ജീവകം, മരണമില്ലാത്തവൻ, ശാല്മലി.

ചിരായുസ്സ് - കാക്ക, കരിമ്പന, ഇലവ്, ഒരു രാജാവ്.

ചിലന്തി - എട്ടുകാലി, ഒരു വൃക്ഷം, ഒരു പച്ചമരുന്ന്, കവിളിലുണ്ടാകുന്ന ഒരുതരം കുരു, അജഗല്ലകം.

ചിലമിലിക - മിന്നൽ, മിന്നാമിനുങ്ങ്, ഒരിനം കണ്ഠാഭരണം.

ചിലമ്പം - വീണവായന അഭ്യസിക്കൽ, പയറ്റ്, സൂത്രം, ഭയപ്പെടുത്തൽ.

ചിലുക് - ഉപദ്രവം, വക്കാണം, ദുഃഖം, ദോഷം, തടസ്സം, കുഴപ്പം.

ചിലുക്ക് - ഇരുമ്പുകൊക്കി, ചാട്ടുളി, ഇരുമ്പുവളയം, ഈർച്ചവാളിന്റെ പല്ല്.

ചില്ലം - ചീങ്കണ്ണ്, തേറ്റമരം, ചെറിയ കഷണം, അളിക്കൺകുരുവി, ചിന്നപ്പരുന്ത്.

ചില്ലി - പുരികം, ചെറിയ, ചില്ലിക്കാശ്, കണ്ണാടി, കലത്തിലും മറ്റും ഉണ്ടാകുന്ന ചെറിയ ദ്വാരം, ചീവീട്, നാണയം.

ചില്ല് - കണ്ണാടി, സ്ഫടികഫലം, വട്ട്, ഭിന്നസംഖ്യ, ജലകണം, തുട്ട്, കുറഞ്ഞത്.

ചിറ - അതിര്, കാരാഗൃഹം, വലിയകുളം, അണക്കെട്ട്, മതിൽ.

ചിറകൻ - കൊക്ക്, മയിൽ.

ചിറക് - വശം, വാതിൽപ്പലക, പണം, ഒരു അളവ്, പക്ഷികളുടെ പക്ഷം.

ചിറപ്പ് - ഐശ്വര്യം, ഒരു വഴിപാട്, അലങ്കാരം, സന്തോഷം, ആഡംബരം, മഹത്ത്വം.

ചിറ്റൻ - ചെറിയവൻ, ആൺകുട്ടി.

ചിറ്റാണി - മരയാണി, ചെറിയ ആണി.

ചിറ്റായ്മ - സാമന്തവൃത്തി, സേവനം, അടിയായ്മ.

ചിറ്റാൾ - ബാലൻ, ചിറ്റാളൻ, കൈയാൾ.

ചിറ്റ് - ചിട്ടി, ചുറ്റ്, ചെറുത്, ചിറ്റ, ഒരു കർണ്ണാഭരണം.

ചീക്ക - അഴുക്ക്, ചീഞ്ഞ, കുതിർന്ന നെല്ല്, ചിരങ്ങ്.

ചീട്ട് - ടിക്കറ്റ്, കുറിപ്പ്, ആജ്ഞാപത്രം, രസീത്, കഷണം, കുറി.

ചീനം - ചൈന, ചീനപ്പട്ടി, ഒരിനം നൂല്, ഒരിനം മാൻ, കൊടി, പടിക്കാരം, ചീനക്കരപ്പൂരം.

ചീനപിഷ്ടം - സിന്ദൂരം, കാരീയം.

ചീനാകം - ചീനക്കർപ്പൂരം, വട്ടച്ചുര, ചീനവെള്ളരി.

ചീനി - നങ്കൂരം, വാൽമുളക്, ഇലവ്, ഒരു സുഷിരവാദ്യം, പഞ്ചസാര, മരിച്ചീനി, മധുരക്കിഴങ്ങ്.

ചീരം - ഒരിലക്കറി, ഒരിനം നെല്ല്, മറുക്കാൻ വയ്ക്കുന്ന തുണിസഞ്ചി, വസ്ത്രം, മരവുരി, കീറപ്പഴന്തുണി, വര, കാരീയം.

ചീര് - സൗന്ദര്യം, ക്രമം, കീർത്തി, സമൃദ്ധി, വലിപ്പം, പ്രാധാന്യം, ശബ്ദം, നന്മ, യോജിപ്പ്, കാഴ്ചദ്ര വ്യം, തുലാംരാശി.

ചീർണ്ണപർണ്ണം - ഈത്ത, വേപ്പ്.

ചീർപ്പ് - രോമാഞ്ചം, തടിപ്പ്, പരുപരുപ്പ്, ചീപ്പ്.

ചീർമ്മ - ഐശ്വര്യം, ഭാരം, മഹിമ, ഭംഗി, സദാചാരം, കീർത്തി.

ചീല - മടിശ്ശീല, ശീല, മൃഗങ്ങളുടെ ആമാശയം.

ചീളി - മുള, തുണ്ടുതുണി, ചീന്തു തുണി.

ചീള് - ആപ്പ്, കഷണം, പൂള്.

ചീറ്റം - ഊറ്റം, കോപം, സീൽക്കാരം.

ചുക്കിരി - ചഷകം, ചെറിയ ചിരട്ട, ചെറിയവസ്തു, കള്ളുകോപ്പ.

ചുങ്കം - നികുതി, ചവുക്ക, ദല്ലാൾ, മോഷണം.

ചുഞ്ചു - വെരിക്, പക്ഷികളുടെ കൊക്ക്, നീർച്ചീര, ധനം, നച്ചെലി.

ചുടർ - ജ്വാല, ദീപം, അഗ്നി, ചന്ദ്രൻ, സൂര്യൻ, ആണ്ട്.

ചുട്ടി - ഒരു ആഭരണം, കഷണ്ടി, അടയാളം, വസ്ത്രങ്ങളിലിടുന്ന അടയാളം, സാമർത്ഥ്യം.

ചുണങ്ങ് - പുറന്തോട്, പൊരികണ്ണി, നായിക്കുരണ, മീൻ ചെതുമ്പൽ, ഒരുതരം വസ്ത്രം.

ചുണ്ട - കൂർത്ത, ചെറിയ കിണറ്.

ചുണ്ടൻ - ചുണ്ടൻ വള്ളം, ഒരിനം പ്രാവ്, പുരുഷലിംഗം, ഒരുതരം തുമ്പ, തടിച്ച ചുണ്ടുള്ളവൻ.

ചുന - കറ, ഉറവ, കറയുടെ ചുവ.

ചുര - ആയുധങ്ങളുടെ മൂർച്ചയുള്ള ഭാഗം, കുളമ്പ്, മോഷണം, ഒരു വള്ളിച്ചെടി.

ചുരിമുഖം - ഒച്ച്, ശംഖ്, കക്ക, നത്ത.

ചുരുക്കം - ചുരുങ്ങിയ അവസ്ഥ, സംക്ഷേപം, വൈരള്യം.

ചുരുട്ട് - പുകയില തെറുത്തത്, ഉപായം, ചുരുട്ടപ്പം, ചുരുൾ.

ചുരുൾ - തിരമാല, ചുരുണ്ടിരിക്കുന്നത്, കാതിലോല.

ചുല്ലി - പട്ടട, അടപ്പ്.

ചുവ - ദുസ്സ്വാദ്, രസം, ഉപദ്രവം, സവിശേഷത, ചിത്തിര നക്ഷത്രം.

ചുവട് - കാലടിപ്പാട്, പാദം, അടിഭാഗം, അസ്തിവാരം, കാലൊച്ച, രഹസ്യം, ഒരു ധാന്യ അളവ്. ഉത്ഭവം, മരത്തിന്റെ നിഴൽ.

ചുവണം - ശകുനം, പക്ഷി, ഗരുഡൻ.

ചുളുക്കം - ചെളിക്കുണ്ട്, കൈക്കുമ്പിൾ, ഒരു കവിൾവെള്ളം, ഒരു ചെറിയപാത്രം.

ചുഴലി - നീർച്ചുഴി, ചുഴലിക്കാറ്റ്, ഒരു ഞരമ്പുരോഗം.

ചുഴറ്റി - മീൻവല, യന്ത്രത്തിന്റെ കൈപ്പിടി, വീശാനുള്ള ഉപകരണം.

ചുഴി - ചുഴിക്കുറ്റി, ചുഴലിച്ച, ഒരു മർമ്മം, ചെറിയ ദ്വാരം, വളവ്, നുണക്കുഴി, പൊക്കിൾക്കുഴി, നീർച്ചുഴി.

ചുറ്റം - അടുപ്പം, വൃത്താകാരം, പരിസരം, ഒളിസേവ.

ചുറ്റൽ - വലയം, ഭ്രമണം, ബുദ്ധിമുട്ടൽ, തടവ്, വിരോധം, അടഞ്ഞുതിരിയൽ.

ചുറ്റ് - വട്ടം തിരിയൽ, ചുറ്റളവ്, പിണയൽ, ആലിംഗനം, ഒരുതരം കർണ്ണാഭരണം, വിഷമത, വളപ്പ്, വസ്ത്രധാരണം, കുഴിനഖം.

ചൂടി - വസ്ത്രം, കിരീടം.

ചൂട് - ഉഷ്ണം, കോപം, വേദന, പുകച്ചിൽ.

ചൂഡ - കുടുമ, ചന്ദളകർമ്മം, കിരീടം, തല, അഗ്രഭാഗം, കിണറ്, വെളുത്ത കുന്നി.

ചൂഡാലൻ - മയിൽ, പൂവൻകോഴി, കുടുമ്മയുള്ളവൻ.

ചൂഡാലം - തല, മയിൽ.

ചൂതം - ഗുദം, മാവുവൃക്ഷം, പവിഴമല്ലി, ദ്യൂതം.

ചൂത് - ചൂതുകളി, ചതിവ്, പകിട.

ചൂര് - അരുചി, വെറുപ്പ്, ഗന്ധം, ദുർഗ്ഗന്ധം, ഒരു വ്യാധി, വെറുപ്പ്, അനർത്ഥം, ശത്രു, വാൽമുളക്.

ചൂർണ്ണം - ചൂർണ്ണകം, ചുണ്ണാമ്പ്, പൊടി.

ചൂർണ്ണി - ഒരു തുക, പൊടി, നൂറു കവടി കൂടിയത്, മഹാഭാഷ്യം, ജട, പെരിയാറ്.

ചൂല് - തുറപ്പ, ചീത്ത മനുഷ്യൻ, ഗർഭം.

ചൂള - വലിയ അടുപ്പ്, വേശ്യ, കാറ്റാടിമരം, ചുളുക്കുയിൽ.

ചൂളി - തലമുടി, ഉമി, കക്കൂസ്, ചൂളുക, ഗോപുരം.

ചൂളിക - കുമിള, കോഴിയുടെ പൂവ്, നിലാമുറ്റം, ഗോപുരം, ആനയുടെ കർണ്ണമൂലം.

ചൂഴൽ - കൂട്ടം, ചുറ്റുപാട്, കുറിപ്പ്.

ചൂഴി - ഉച്ചി, മേൽരോമം, കടൽ.

ചെകിട് - ചെവിക്കുറ്റി, ചെവി, ബാധിര്യം.

ചെകുതി - തോല്വി, നാശം.

ചെങ്കല്ല് - ഇഷ്ടിക, ചെമന്ന നിറമുള്ള വെട്ടുകല്ല്, മാണിക്യം, കാവിമണ്ണ്, ഒരിനം പാറ.

ചെച്ച - ആട്ടിൻകുട്ടി, ചുമപ്പ്, ഓലപ്പുര, ഒരിനം ചിലങ്ക, തല്ക്കാലം നിർമ്മിച്ച വീട്.

ചെഞ്ചാറ് - കോലരക്ക്, ചാഞ്ചല്യം.

ചെഞ്ചുടർ - അഗ്നി, സൂര്യൻ.

ചെടി - മലം, അഴുക്ക്, വളം, പാപം, ശോഭ.

ചെണ്ടപ്പട - ശബ്ദകോലാഹലം, ആധിക്യം, മത്സരച്ചെണ്ട.

ചെക്ക് - പൂങ്കുല, പൂച്ചെണ്ട്, ശക്തി, നൂൽപ്പന്ത്, ചമ്മട്ടി, ഭംഗി, പൊടിപ്പ്.

ചെതുക്ക് - പെൺകുരങ്ങ്, പിശാച്, അഴുക്ക്, ചീത്തത്തം, ദ്രവിക്കൽ.

ചെത്തൽ - പല്ലിലെ പുഴുക്കേട്, വാടിവീണ തേങ്ങ, ചെതുമ്പൽ, ചണങ്ങ്, ജീർണ്ണിച്ചത്, ചെത്തുക, ഭക്ഷണം.

ചെപ്പം - ഭണ്ഡാരം, വഴി, ചൊവ്വാഗ്രഹം, നിഷ്പക്ഷത, മനപ്പൊരുത്തം.

ചെമ്മ - ഭംഗി, ചെമപ്പ്, അല്പം, സന്തോഷം.

ചെമ്മ് - ഭാഗ്യം, ശുദ്ധി, ഭംഗി, ചുമപ്പുനിറം, സ്വത്ത്.

ചെയ്യവൻ - സൂര്യൻ, ശിവൻ, കുജൻ.

ചെരുപ്പടി - അസ്തിവാരം, ഉള്ളംകാല്, ചെരിപ്പിന്റെ അടിഭാഗം, നിലപ്പൂള്ളടി.

ചെല്ലം - ചെല്ലപ്പെട്ടി, വാത്സല്യം, ഭണ്ഡാരം, കൊഞ്ചൽ.

ചെല്വം - മഹിമ, ഐശ്വര്യം, സൗന്ദര്യം, പ്രസിദ്ധി, നിക്ഷേപം.

ചെളുക്ക - മത്സ്യത്തിന്റെ ചെതുമ്പൽ, ചെകിളി, കീറിയ പായ്.

ചെഴിക്കുക - വലുതാവുക, അഴകുണ്ടാവുക, വിളയുക, പൂർണ്ണമാവുക, ക്ഷീണിക്കുക, മറയുക.

ചെറിവ് - നിറവ്, കൂട്ടം, ഞെരുക്കം, ബന്ധുത്വം, കല്ലുപ്പ്.

ചെറുമൻ - കുട്ടി, അടിമ, പുലയൻ.

ചെറ്റ - നികൃഷ്ടൻ, ജലപാദം, മറ, ചെറ്റക്കുടിൽ, തീക്കൊള്ളി, വയ്ക്കോൽ, ചീഞ്ഞളിഞ്ഞ വസ്തു.

ചെറ്റം - പക, എതിർപ്പ്, വെറുപ്പ്.

ചേകം - ശമ്പളം, ചേകവം.

ചേകവൻ - ഈഴവൻ, ഭടൻ, സേവകൻ.

ചേകു - അടയാളം, മറുക്, കുറ്റം, ചെമപ്പുനിറം.

ചേക്ക - പട്ടട, അടുപ്പം, അഭയസ്ഥാനം, ഒരുജാതിപ്പുല്ല്.

ചേടൻ - യുവാവ്, ഭൃത്യൻ, ജാരൻ, ഒരുജാതിപ്പേര്.

ചേടി - ഇടയത്തെരുവ്, തോഴി, വെളുത്ത കളിമണ്ണ്.

ചേട് - ചെറുപ്പം, അഴക്, പെരുമ.

ചേട്ട - മൂതേവി, ജ്യേഷ്ഠത്തി, വൃത്തികേട്, ഒരിനം പാമ്പ്.

ചേണ് - അഴക്, ശക്തി, അകലം, സ്വർഗ്ഗം, ആകാശം, മീൻപിടിക്കാനുള്ള ഉപകരണം.

ചേതന - ജീവൻ, അറിവ്, ബുദ്ധി, ചേതിസ്വഭാവം, സംഭവം, ചെറുതിണ്ണ.

ചേതം - ഹാനി, ഉപദ്രവം, കുറച്ചിൽ, ആപത്ത്.

ചേപ്പ - തുടയിലെ ഇറച്ചി, മുടന്തൻ, കലഹം.

ചേപ്പ് - കീശ, ചെമപ്പ്, ഭംഗി.

ചേരി - ഗ്രാമം, ഭാഗം, അയൽപക്കം, ജനക്കൂട്ടം, തെരുവ്, തിണ്ണ, തിരുപ്പൻ, ചകിരി, താഴ്ന്നസമുദായക്കാർ കൂട്ടമായി പാർക്കുന്ന ഇടം.

ചേരുമാനം - ശേഖരം, താണതരം സർക്കാരുദ്യോഗം, സംബന്ധം, കൂട്ട്, ചേർന്നിരിക്കുന്ന വസ്തു.

ചേർച്ച - അടുപ്പം, സംബന്ധം, ഒന്നിപ്പ്.

ചേല - ശിഷ്യൻ, വസ്ത്രം, നിന്ദ്യമായ, സുന്നത്തുകർമ്മം, വള്ളത്തിലുറപ്പിക്കുന്ന പലക.

ചേല് - അഴക്, രീതി, ഒഴുക്ക്, നിരപ്പ്, നല്ല കനമുള്ള കയർ.

ചേവകക്കാരൻ - പടയാളി, ഭൃത്യൻ.

ചേഷ്ട - ആംഗ്യം, പ്രവൃത്തി, ശരീരത്തിന്റെ ഏതെങ്കിലും ഭാഗത്തിന്റെ ഇളക്കം.

ചേള - ചെകിള, ചെള്ള, മുറം, ഒരിനം മീൻ.

ചേറ് - അഴുക്ക്, കുഴമ്പ്, ചേരു.

ചൈതന്യം - ജീവൻ, ബോധാവസ്ഥ, ഊർജ്ജം, പ്രഭാവം, പരമാത്മാവ്, വീര്യം, ഉന്മേഷം.

ചൈത്യം - ക്ഷേത്രം, യാഗശാല, ദൃശ്യം, അരയാൽ, ധ്യാനം, കല്ക്കെട്ട്, ഗൃഹം, ദുർദ്ദേവതാക്ഷേത്രം, ആരാധനാസ്ഥലം, സ്മാരകസ്തൂപം, ജീവാത്മാവ്.

ചൈത്രം - വസന്തകാലം, ക്ഷേത്രം, ഒരു പർവ്വതം, സ്മാരകമന്ദിരം, ചിത്തിരമാസത്തിലെ വെളുത്തവാവ്.

ചൊക്കൻ - ശിവൻ, സുന്ദരൻ, ഒരുതരം പട്ടുതുണി, കുരങ്ങ്, മൂഢൻ, കയ്യാൾ, പട്ടി.

ചൊക്കി - പെൺപൂച്ച, പെൺപട്ടി, പെൺകുരങ്ങ്, ചെണ്ടുമല്ലിക.

ചൊക്ക് - കുരങ്ങൻ, ഭംഗി, മയക്കം, വശപ്പെടുത്തൽ.

ചൊടി - ഉത്സാഹം, ചൂട്, കോപം, വീറ്, എരിവ്, ചുണ്ട്.

ചൊട്ട - തെങ്ങ്, കഠാര, ചെറുപ്പം, വിരിയാത്ത പൂങ്കുല, കുട്ടിയും കോലും കളി, പരിഹാസം, ഉടുതുണി, കത്തിയുടെയും മറ്റും പിടി, കഷണ്ടി, ദ്വാരം, ഞൊട്ട.

ചൊട്ട് - തുള്ളി, നിസ്സാരമായത്, കിഴുക്ക്, കുറവ്, തിലകം.
ചൊല്പ്പടി - വരുതി, ഉച്ചാരണ രീതി.
ചൊല്ല് - പറച്ചിൽ, കീർത്തി, ഉപദേശം, ഭാഷ, ലോകോക്തി, വായ്ത്താരി, മദ്യം, ശാപം, നെല്ല്.
ചൊല്ലുക - പറയുക, ഉരുക്കഴിക്കുക, ഉപദേശിക്കുക, ആജ്ഞാപിക്കുക, വാഗ്ദാനംചെയ്യുക, പാടുക, ഉരുക്കഴിക്കുക.
ചൊവ്വ - ഒരു ഗ്രഹം, ചുവപ്പ്, ഒരിനം മത്സ്യം, ചൊവ്വാഴ്ച.
ചൊള്ള് - മസൂരിത്തഴമ്പ്, കൊള്ളരുതാത്ത ആൾ, പാകംവരാത്ത കായ്, പുഴുക്കേടുള്ള ധാന്യം.
ചൊറി - ചൊറിച്ചിൽ, കോപം, ഒരു ത്വഗ്രോഗം, കടൽച്ചൊറി.
ചോപം - പട്ടം, കറുവാപ്പട്ട, മൃഗത്തിന്റെ തോല്, തേങ്ങ, പനയുടെ കായ്, വാഴപ്പഴം.
ചോട് - ഇണ, ചുമട്, ചുവട്.
ചോദകം - ക്ഷണം, നിർദ്ദേശം, പ്രേരിപ്പിക്കൽ.
ചോദ്യം - ശിക്ഷ, അത്ഭുതം, ചിന്താവിഷയം, ഉത്തരം ആരായൽ.
ചോരം - ചോറ്, അടവിക്കച്ചോലം.
ചോരപുത്രൻ - ജാരപുത്രൻ, കള്ളന്റെ മകൻ.
ചോരി - മഴ, ചോര.
ചോല - തണൽ, കാട്ടരുവി, നിഴൽ, നടക്കാവ്, ഉദ്യാനം, കാറ്റാടിമരം, ചെടികളുടെ കൊഴുത്തു വളരുന്ന ഭാഗം.
ചോലകി - കൈക്കുഴ, മുളയുടെ നാമ്പ്, കവചം ധരിച്ച ഭടൻ, നാരകം.
ചോറ് - അരിവേവിച്ചത്, തലച്ചോറ്, ഉപജീവന മാർഗ്ഗം.
ചോറ്റി - പാച്ചോറ്റി, വീശൽ.
ചൗര്യ - മോഷണം, രഹസ്യം, ചതി.
ച്യവനം - ചലനം, നഷ്ടം, നശിക്കൽ, പതനം, ഇറ്റിറ്റുവീഴൽ.
ച്യപം - കാറ്റ്, പാലം, മുഖം.
ച്യുതി - നഷ്ടം, അധഃപതനം, ഗുദം, കർത്തവ്യവിമുഖത, ദ്രുതചലനം, വേർപാട്.
ച്യൗത്നം - ബലം, ഭരണം.

ഛ

ഛഗല - മറിക്കുന്നി, പെണ്ണാട്.

ഛഗലം - ആട്, മറിക്കുന്നി, നീല വസ്ത്രം, ഒരു ദേശം.

ഛഗലി - മറിക്കുന്നി, പെണ്ണാട്.

ഛട - പ്രകാശം, കൂട്ടം, അഗ്രം, മിന്നൽ, നിര.

ഛത്ര - കാട്ടുശതക്കുപ്പ, ശതക്കുപ്പ, കുണ്ടപ്പുല്ല്, കണ്ടിവെണ്ണ, മഞ്ചട്ടി, നിലപ്പന, കൂൺ.

ഛത്രം - കുട, കൂണ്, ഛത്ര യോഗം, രാജാധികാരം.

ഛത്രഭംഗം - വൈധവ്യം, പാതിത്യം, ആശ്രയം, അരാജ കത്വം.

ഛത്രി - ക്ഷുരകൻ, കുടപിടിക്കു ന്നവൻ, ഏഴിലം പാല.

ഛദം - ഇല, ചിറക്, ഉറ, തൊലി, പച്ചില, ഇതൾ, കരിഞ്ചണ്ണ, ഇലവ ങ്ങം, തൂവൽചുണ്ട്.

ഛദനം - മറ, ചിറക്, ഇല, പച്ചി ല. ഇലവങ്ങം.

ഛദ്മം - ചതി, മേല്പുര, പ്രച്ഛന്ന വേഷം.

ഛദ്മിക - ചിറ്റമൃത്, മഞ്ചട്ടി.

ഛന്ദം - ഉദ്ദേശ്യം, അഭിപ്രായം, ആഗ്രഹം, ആനന്ദം, ആകൃതി, ഛന്ദ പ്രസാദം, വിഷം.

ഛന്ദനം - ഇല, ചിറക്, മുടി, വാളുറ.

ഛന്ദസ്സ് - ആറുശാസ്ത്രങ്ങളിൽ ഒന്ന്, ആഗ്രഹം, തന്നിഷ്ടം, ചതി, വൃത്തശാസ്ത്രം, സമൂഹം.

ഛന്നം - രഹസ്യം, ഛന്നമേളം, വിജനപ്രദേശം, ഒളിവ്.

ഛർദ്ദനം - മലങ്കാര, വേപ്പ്, ഛർദ്ദി.

ഛലം - ചതി, വീഥി, വ്യഭിചാര ദോഷം, കെട്ടുകഥ, കോപം, ഉദ്ദേശ്യം, ദുഷ്ടത, യുദ്ധമര്യാദയിൽ നിന്ന് തെറ്റൽ.

ഛവി - സൗന്ദര്യം, നിറം, ശരീര ശോഭ, പ്രകാശം, രശ്മി, ത്വക്ക്.

ഛാഗം - ആട്ടിൻപാൽ, നിവേദ്യം, കോലാട്.

ഛാദം - പുരമേയാനുള്ള സാധനം, മൂടി, വസ്ത്രം, മേല്പുര, വമ്പുപ റഞ്ഞു ഭീഷണിപ്പെടുത്തൽ.

ഛാദനം - മറ, മറവ്, ഉറ, ചിറക്, ഇല, വസ്ത്രം, കരിങ്കുറുഞ്ഞി.
ഛായ - സാദൃശ്യം, പ്രതിബിംബം, നിഴൽ, പ്രകാശം, അനുകരണം, ദുർഗ്ഗ, മണവാട്ടി, ഇരുട്ട്, അഭയസ്ഥാനം, കൈക്കൂലി, നിറം, കൂട്ടം, ഒരു ശ്രുതി.
ഛായാപഥം - ആകാശം, ആകാശഗംഗ.
ഛായാവൃക്ഷം - കല്ലാല്, സുരപുന്നാഗം, തണൽമരം.
ഛിദി - കോടാലി, വജ്രായുധം, ഛേദനം.
ഛിദിരം - വാൾ, കോടാലി, കയർ, അഗ്നി.
ഛിദ്രം - ഗുഹ, ദ്വാരം, ദോഷം, കലം, അവസരം, ഗർഭം അലസിക്കൽ.
ഛുപം - സ്പർശം, വായു, കുറ്റിക്കാട്, യുദ്ധം.
ഛുര - മാതളനാരകം, ചുണ്ണാമ്പ്, ചൂർണ്ണം.
ഛുരണം - ലേപനം, വ്യാപനം.
ഛുരിക - കത്തി, പശുവിന്റെ മൂക്ക്, മച്ചിപ്പശു.
ഛേകം - തേനീച്ച, ഛേകാനുപ്രാസം, വളർത്തു പക്ഷി.
ഛേദം - മുറിപ്പാട്, മുറിവ്, നഷ്ടം, വിരാമം, നീക്കം ചെയ്യൽ.
ഛേദി - തച്ചൻ, വജ്രായുധം, മുറിക്കുന്നവൻ.
ഛോരണം - ത്യാഗം, വേർപാട്.

ജ

ജകുടം - അലയപർവ്വതം, നായ്.

ജഗതി - ജനസമുദായം, ഭൂമി, പ്രപഞ്ചം, പശു, പുരവയ്ക്കാനുള്ള തറ.

ജഗത്ത് - സംസാരം, വായു, ലോകം, ജീവലോകം.

ജഗത്സാക്ഷി - സൂര്യൻ, പരമാത്മാവ്.

ജഗദാധാരം - വായു, ആകാശം, കാലം, ലോകത്തിന് താങ്ങായിട്ടുള്ളത്.

ജഗദ്യോനി - ഭൂമി, പരമാത്മാവ്, ബ്രഹ്മാവ്, വിഷ്ണു, ശിവൻ.

ജഗനു - പ്രാണി, അഗ്നി.

ജഗന്മോഹിനി - ദുർഗ്ഗ, മായ, ലക്ഷ്മി, ഒരു ജന്യരാഗം.

ജഗലം - കവചം, മലങ്കാര, ചാണകം, ഒരിനം മദ്യം.

ജഘന്യജൻ - ഒടുവിൽ ജനിച്ചവൻ, ശൂദ്രൻ, അധമൻ.

ജംഘ - കണങ്കാൽ, തൂണ്, തുട.

ജംഗലം - മരുഭൂമി, വിജനപ്രദേശം, കാട്, മാംസം.

ജംബാലം - അണ, ചെളി, പൂക്കൈത, കരിമ്പായൽ, നീർവാളം, കടലാവണക്ക്.

ജംബു - ചാമ്പക്ക, പലകപ്പയ്യാനി, കുറുക്കൻ, ജംബൂനദി, ഞാവൽ.

ജംബൂകം - ഞാവൽ, ചാമ്പ, പൂക്കൈത, കുറുക്കൻ.

ജംഭം - കോട്ടുവാ, പല്ല്, കടവായ, ആവനാഴി, വ്യാഖ്യാനം.

ജംഭഭേദി - വജ്രായുധം, ഇന്ദ്രൻ.

ജട - മാഞ്ചി, ശതാവരി, തൃച്ചടി, നായ്ക്കുരണ, മരക്കൊമ്പ്, നാകം, ശാഖ.

ജടാലം - ഗുഗ്ഗുലു, കച്ചോലം, പ്ലാശ്, പേരാൽ, മുഷ്കവൃക്ഷം.

ജടി - ശിവൻ, താപസൻ, പേരാൽ, സമൂഹം, ജട, ഒരു സർപ്പം.

ജടിലം - ജടപിടിച്ചത്, വേര്, കോലാട്, കുതിര, സിംഹം, മക്കിപ്പൂവ്, തിപ്പലി, എള്ള്.

ജഠരം - വയറ്, ഗുഹ, ഉദരരോഗം, ശരീരം, ഉൾഭാഗം, കഠിനവസ്തു.

ജഠരാഗ്നി - കായാഗ്നി, വിശപ്പ്.

ജഠരാമയം - പ്രമേഹം, മഹോദരം, വയറ്റിലെ ദീനം, നീരൊഴിവ്.

ജഡം - കാരീയം, വെള്ളം, മാംസം, വിറകുമുട്ടി, ശവശരീരം, ശരീരം.

ജഡത - തണുപ്പ്, മൂകത, മൂഢത, മയക്കം, മടി.
ജഡൻ - മൂഢൻ, പൊട്ടൻ, മടിയൻ.
ജതു - ചെഞ്ചായം, കോലരക്ക്, വാവൽ.
ജതുക - അരക്ക്, വാവൽ, പാറ്റ, കരിങ്കച്ചോലം.
ജതുകം - മറുക്, അരക്ക്, പെരുങ്കായം.
ജനത - ജനക്കൂട്ടം, ജനനം, ഒരു താളം.
ജനനി - അമ്മ, ശിവശക്തി, ദയ, കുറുമുഴി, കരിങ്കച്ചോലം, മഞ്ചട്ടി, വാവൽ, കടുകുരോഹിണി, മാഞ്ചി, കറുത്ത അരക്ക്.
ജനപ്രിയം - കരിമുരിങ്ങ, കൊത്തമ്പാലരി, ജനപ്രീതി.
ജനിത്രം - ഭവനം, ജനനസ്ഥലം, ഉല്പത്തി.
ജനേഷ്ട - മഞ്ഞൾ, പിച്ചകം, വൃദ്ധി, കരിങ്കച്ചോലം, ജനങ്ങൾക്കു പ്രിയമുള്ളത്.
ജന്തകംബു - കൃമിശംഖ്, ഒച്ച്, ഒച്ചിന്റെ തോട്.
ജന്തുഘ്നം - ഒച്ച്, വിഴാൽ, മാതളനാരകം, വിഴാൽ, പെരുങ്കായം.
ജന്തുവൃക്ഷം - അത്തിയാല്, കൂരിരുട്ട്.
ജന്മകൃത്ത് - അതുലാളൻ, ജന്മി, പിതാവ്.
ജന്മം - ജനനം, ജീവിതം, ജനിച്ച കൂറ്, ജന്തു, ജനനസ്ഥലം, തരം.
ജന്മി - ജന്മാവകാശമുള്ളവൻ, മനുഷ്യൻ, മുതലാളൻ.
ജന്യ - നവവധു, സുഖം, സ്നേഹം, അമ്മ.
ജന്യൻ - അച്ഛൻ, തോഴൻ, ജനങ്ങൾക്കു ഹിതംചെയ്യുന്നവൻ, വധുവിന്റെ ഭൃത്യൻ, ഭർത്താവിന്റെ സ്നേഹിതൻ, വാഹകൻ, സാധാരണക്കാരൻ.
ജന്യം - ചന്ത, യുദ്ധം, ശ്രുതി, ഉണ്ടാക്കപ്പെട്ടത്, ജനിച്ചവസ്തു, ശരീരം, ശകാരം, രാഷ്ട്രം, ചന്തക്കൂട്ടം, കാര്യം, ജനനം, കുറ്റം, ജനത.
ജന്യു - അഗ്നി, ജനനം, പ്രാണി, ബ്രഹ്മാവ്.
ജമ - ഗമ, നികുതി, മൂലധനം, ജനസംഘം.
ജമാൽ - അഴക്, അഴകുള്ളവൻ, ഒരു പുരുഷനാമം.
ജയ - ജയിക്കട്ടെ, പാർവ്വതി, പതാക, മുഞ്ഞ, കടുക്ക, ചെറുവന്നി, മഞ്ഞൾ, കരിങ്കറുക, മഹാഭാരതം, ഒരിനംനെല്ല്, വിഷ്ണുക്രാന്തി, കഞ്ചാവ്.
ജയൻ - വിഷ്ണു, സൂര്യൻ, അർജ്ജുനൻ, ധർമ്മപുത്രർ, ജയന്തൻ.
ജയന്തി - ജന്മദിനം, കൊടിക്കൂറ, നായ്ക്കുരുണ, ഇത്തിക്കണ്ണി, തഴുതാവൽ, ദുർഗ്ഗ, മുഞ്ഞ.
ജയഭദ്രൻ - ഗണേശൻ, ചന്ദ്രൻ, സൂര്യൻ, സ്കന്ദൻ.
ജര - ഒരു രാക്ഷസി, വാർദ്ധക്യം, ദഹനം, ദീപനം.
ജരാൻ - വൃദ്ധൻ, പാണ്ഡു, കഠിനൻ.
ജരണം - ജീരകം, കരിഞ്ജീരകം, വാർദ്ധക്യം, കൊട്ടം, കൊടുവേലി, പൊന്നാവീരം.
ജരിത - ജീർണ്ണിച്ച, ഒരു പക്ഷി.
ജർജ്ജരം - ഇന്ദ്രന്റെ കൊടി, കരിമ്പായൽ, ചെമന്നുള്ളി, പഴക്കംചെന്നത്.
ജർണ്ണം - വൃക്ഷം, കർപ്പൂരം.
ജർത്തു - ആന, യോനി.

ജലം - വെള്ളം, മൂത്രം, പശുവിന്റെ ഗർഭം, ഇരുവേലി നാലാമിടം, പൂരാടം നക്ഷത്രം.

ജലകം - കക്ക, ശംഖ്.

ജലകരങ്കം - കക്ക, ശംഖ്, കിണറ്, തേങ്ങ, മേഘം, തിര, താമര.

ജലകൂപി - കുളം, നീർച്ചുഴി, ഉറവ്, കൊക്കരണി, കിണറ്.

ജലചരം - ജലയാനം, കുളക്കോഴി, മീൻ.

ജലജ - നീരട്ട, ലക്ഷ്മി, ചിപ്പിയിലെ മുത്ത്.

ജലജം - മുത്ത്, ശംഖ്, താമര, മത്സ്യം, കക്ക, ചന്ദ്രൻ, കൗസ്തുഭരത്നം, നീർക്കടമ്പ്, പനച്ചി, പവിഴം, കരിമ്പായൽ, ആറ്റുവഞ്ചി.

ജലജിഹ്വം - ഒട്ടകം, നായ്, മുതല.

ജലദം - മുത്തങ്ങ, മേഘം, കർപ്പൂരം, ജലവായു.

ജലധരം - സമുദ്രം, മേഘം, ശംഖ്, തൊടുകാര, മുത്തങ്ങ.

ജലനിർഗ്ഗമം - ഊറ്റ്, ഓവ്, വെള്ളത്തിലെ ചുഴി, വെള്ളച്ചാട്ടം.

ജലപുഷ്പം - താമര, ആമ്പൽ, ആവി, മീൻ.

ജലപ്രിയം - പന്നി, മീൻ, വേഴാമ്പൽ.

ജലബില്പം - ആമ, ഞണ്ട്, പൊയ്ക.

ജലഭൃത്ത് - കുടം, മേഘം, കർപ്പൂരം, മുത്തങ്ങ.

ജലരങ്കു - കൊക്ക്, കുളക്കോഴി.

ജലരണ്ഡം - പാമ്പ്, നീർച്ചുഴി, വെള്ളം തളിക്കൽ.

ജലസൂചി - ചീങ്കണ്ണി, നീരട്ട, കടൽപ്പന്നി, കാക്ക, വൻകൊട്ട, കോലാമീൻ.

ജലാധാരം - കുടം, ജലാശയം, വൻകൊട്ട, ഒരിനം രാമച്ചം.

ജലാശയം - സമുദ്രം, കടൽമീൻ, രാമച്ചം, കിണറ്, കുളം.

ജല്പം - പിണക്കം, സംഭാഷണം, വാദിക്കൽ, പിറുപിറുക്കൽ.

ജവി - കുതിര, ഒട്ടകം, വേഗമുള്ളവൻ.

ജസു - ആയുധം, ക്ഷീണം.

ജഹകം - സമയം, പൈതൽ, പാമ്പിന്റെ പടം.

ജളത - അന്ധത, അറിവില്ലായ്മ, അപമാനം.

ജാഗരം - ദിവാസ്വപ്നം, കവചം, ബോധാവസ്ഥ.

ജാഘനി - വാല്, തുട.

ജാംഗലം - മാംസം, ജാംഗലദേശം, ഊഷരദേശം, വിഷഹരണമന്ത്രം, പിതാരിപ്പുല്ല്.

ജാംഘികം - കുതിര, ഒട്ടകം, മ്ലാവ്.

ജാതം - സത്യം, കൂട്ടം, ജനനം, പ്രാണി, ശിശു.

ജാതി - ഇനം, ഉത്തമം, ജനനം, വർഗ്ഗം, പിച്ചകം, നെല്ലി, തേക്കുമരം, കമ്പിപ്പാല.

ജാതൃം - മേന്മ, ഇമ്പം, ദീർഘചതുരം, ആഭിജാത്യം.

ജാപകം - സാമ്പ്രാണി, ചൊവ്വള്ളി, വെളുത്ത ചന്ദനം.

ജാബവം - സ്വർണ്ണം, ഞാവൽക്കായ്.

ജായാ - ഏഴാമിടം, ഭാര്യ, പുഴ, മുഞ്ഞ.

ജാലം - ചിലന്തിവല, സമൂഹം, ജാലവിദ്യ, വല, അഹങ്കാരം, കവചം, വഞ്ചന, വനം.

ജാലകം - വല, കിളിവാതിൽ, പൂമൊട്ട്, അഹങ്കാരം, വാഴയ്ക്ക, കൂട്, മായ, വഞ്ചന, കൂട്ടം.

ജാലി - പിച്ചകം, ചണ, പടവലം, വല, കാട്ടുപീച്ചിൽ.

ജാലിക - വാഴ, അട്ട, വിധവ, എട്ടുകാലി, ഇരുമ്പ്, മൂടുപടം, പടച്ചട്ട, വല.

ജാലികം - എട്ടുകാലി, കുരങ്ങ്.

ജാഹകം - ഓന്ത്, കിടക്ക, കുളയട്ട, പൂച്ച, മരപ്പട്ടി.

ജാഗീഷ - ജൈനസന്ന്യാസി, സൂര്യൻ, വൃദ്ധൻ, വിഷ്ണു, ബുദ്ധൻ, ജയിക്കുന്നവൻ.

ജാഹ്മം - കാപട്യം, വളഞ്ഞത്, ഒരു വൃക്ഷം.

ജിഹ്വ - നാക്ക്, വാക്ക്, അഗ്നിജ്വാല.

ജിഹ്വാപം - പൂച്ച, കടുവ, പുലി, നായ്, കരടി.

ജീതി - നഷ്ടം, വാർദ്ധക്യം, ജയം, ക്ഷയിക്കൽ.

ജീമൂതം - പർവ്വതം, മേഘം, ദേവതാളി, മുത്തങ്ങ, ഇടിവെട്ട്, പിടിയാന.

ജീരം - വാൾ, അണു, ജീരകം, കേസരം.

ജീർണ്ണം - വൃക്ഷം, ജീരകം, ദ്രവിച്ചത്, ചേലേയം, കുന്തുരുക്കം, വാർദ്ധക്യം.

ജീർണ്ണി - ദഹനം, ബലക്ഷയം, വാർദ്ധക്യം.

ജീർവ്വി - ജന്തു, കോടാലി, വണ്ടി, ശരീരം.

ജീവ - വയമ്പ്, അടപതിയൻ, ജലം, ഭൂമി, ഞാൺ, കാലക്ഷേപമാർഗ്ഗം, ആഭരണങ്ങളുടെ കിലുക്കം, ജീവിതം.

ജീവം - ജീവിതം, ജീവി, ആത്മാവ്, വലിയവേപ്പ്, ചീവൽപ്പക്ഷി.

ജീവകൻ - ജന്തു, യാചകൻ, പാമ്പാട്ടി, ഭൃത്യൻ, ബുദ്ധസന്ന്യാസി.

ജീവഥം - മേഘം, ആമ, മയിൽ, ജീവൻ, നന്മ.

ജീവൻ - പ്രാണൻ, കർണ്ണൻ,ഓജസ്സ്, വിഷ്ണു, ജീവി, കാന്തം, ജീവാത്മാവ്, കർണ്ണൻ.

ജീവനം - ജീവിതം, ജീവൻ, വേതനം, വെള്ളം, വെണ്ണ, പുത്രൻ, വായു, ജീവി, പരമാത്മാവ്.

ജീവനി - കുറുമുഴി, പെരുംകുരുമ്പ, ഡോഡി, കാകോളി, പെരുംകുരമ്പ, മേദ.

ജീവന്തി - മേദ, കടുക്ക, കാകോളി, ഖന്നി, ഇത്തിക്കണ്ണി, ചിറ്റമൃത്.

ജീവന്തിക - കടുക്ക, തണ്ടൻചീര, ഇത്തിക്കണ്ണി, ചിറ്റമൃത്, ആയുധം.

ജീവസ്ഥാനം - ഹൃദയം, സന്ധി, മർമ്മം.

ജീവിക - ശമ്പളം, വെള്ളം, ജാതിക്ക, ജീവിതം.

ജീവിതേശൻ - കാലൻ, പരമാത്മാവ്, ഭർത്താവ്, സൂര്യൻ, ചന്ദ്രൻ.

ജുഗുപ്സ - നിന്ദ, ആക്ഷേപം, തെറി, അപവാദം, അസൂയ, ബീഭത്സരസത്തിന്റെ സ്ഥായീഭാവം.

ജുഹുവാനം - വൃക്ഷം, അഗ്നി.

ജൂടിക - കിരീടം, ജൂടം, തലയിലെ അടയാളം.

ജൂതി - താല്പര്യം, വേഗത, പ്രേരണ, ഒഴുക്ക്, ഒരു ഋഷി.

ജൂർണ്ണി - സൂര്യൻ, തീജ്വാല, ആഗ്നേയാസ്ത്രം, ശരീരം, വേഗത, ബ്രഹ്മാവ്.

ജൃംഭ - വിടരൽ, ആലസ്യം, കോട്ടുവാ.

ജൈത്രം - മേന്മ, വിജയം, രസം, ഹരിശ്ചന്ദ്രന്റെ രഥം, ധൃതരാഷ്ട്രരുടെ ശംഖ്.

ജൈവാതൃകൻ - പുത്രൻ, ചന്ദ്രൻ, കൃഷിക്കാരൻ, സന്ന്യാസി, വൈദ്യൻ, ദീർഘായുസ്സുള്ളവൻ.
ജോഷം - മൗനം, സുഖം, തൃപ്തി, സ്വച്ഛന്ദം.
ജ്ഞപ്തി - ഓർമ്മ, പ്രശംസ, ബോധനം, ബുദ്ധി, ഗ്രഹണം.
ജ്ഞാനം - വേദം, വിഷ്ണു, ബുദ്ധി, പരമാത്മാവ്, അറിവ്.
ജ്ഞാപകം - ബുദ്ധി, ഓർമ്മ, കുറിമാനം.
ജ്യാനി - നഷ്ടം, ബലക്ഷയം, വാർദ്ധക്യം, ഉപേക്ഷിക്കൽ, നദി.
ജ്യേഷ്ഠൻ - വൃദ്ധൻ, ശിവൻ, പരമാത്മാവ്, മൂത്തസഹോദരൻ.
ജ്യോതിഷ്കം - കൊടുവേലി, ഗണികാരി, ഒരുമരം, പ്രകാശമുള്ളത്.
ജ്യോതിഷ്മതി - ഒരു ഉപനിഷത്ത്, ഉഴിഞ്ഞ, ചെറുപുന്ന, കിള്ളിത്തിന്നിപ്പത്തി.
ജ്യോതിസ്സ് - പ്രകാശം, ഉലുവ, തേജസ്സ്, ഗ്രഹം, മിന്നൽ, സൂര്യൻ, നക്ഷത്രം, അഗ്നി, ചന്ദ്രൻ, ബ്രഹ്മചൈതന്യം, ബുദ്ധി, വിഷ്ണു, നെയ്യ്, മിന്നാമിനുങ്ങ്.
ജ്യോത്സ്ന - പടവലം, നിലാവ്, നിലാവുള്ള രാത്രി, അരേണുകം.
ജ്വലനം - ക്ഷാരം, കൊടുവേലി, എരിയൽ, പ്രകാശം, കാർത്തിക നക്ഷത്രം.
ജ്വാല - ചൂട്, തീനാമ്പ്, പ്രകാശം, ഒരു വൃത്തം, തക്ഷന്റെ ഒരു മകൾ.
ജ്വാലാമുഖൻ - ശിവൻ, അഗ്നി, ഒരു ഭൂതം.

ഝ

ഝര - ഉറവ, നദി, പ്രവാഹം, കൂട്ടം, വെള്ളം വീഴുന്ന സ്ഥലം.
ഝരസി - മൂവില, തകര.
ഝർജ്ഝരം - ഒരു വാദ്യം, കൈമണി, ചൂരൽവടി, കലിയുഗം, ഇരുമ്പുചട്ടുകം, ഒരു ചർമ്മവാദ്യം.
ഝർജ്ഝരീകം - ചിത്രം, ദേഹം, രാജ്യം.
ഝല - പ്രകാശം, പെൺകുട്ടി, സൂര്യപ്രകാശം, ചീവീട്.
ഝല്ലരി - ഈർപ്പം, കൈമണി, കുറുനിര, കുറിയാട്, പരിശുദ്ധി.
ഝഷം - ചൂട്, കാട്, മണൽക്കാട്, മീൻ, മീനംരാശി.
ഝാലരി - കുഴിത്താളം, ഒരു വൃക്ഷം, ഒരിനം ചർമ്മവിദ്യ.
ഝിംഗിനി - പന്തം, കാരിലവ്, ഒരിനം വെള്ളരി.
ഝില്ലി - കൈമണി, ചീവിട്, ശോഭ, സൂര്യപ്രകാശം, തോൽക്കടലാസ്, ദില്ലി.
ഝുണി - വൃക്ഷം, കുറുംകാട്, ദുശ്ശകുനം, ഒരിനം പാക്ക്.

ഞ

ഞമഞ്ഞിക്ക - മുത്തുച്ചിപ്പി, കക്ക.
ഞമിലി - നായ്, കള്ള്, മയിൽ.
ഞാൺ - കയറ്, വില്ലുവലിച്ചുകെട്ടുന്ന കയറ്, വീണക്കമ്പി, അരഞ്ഞാൺ.
ഞായർ - സൂര്യൻ, സൂര്യവാരം, സൗരമാസം.
ഞാലി - ഞാലിപ്പൂട്ട്, വെറ്റിലക്കൊടി, ഞാത്ത്, ഒരാഭരണം, വൃക്ഷത്തിന്റെ കൊമ്പിൽനിന്നും ഞാന്നുകിടക്കുന്ന വേര്.
ഞെകിഴി - വിറക്, തീ, നൂപുരം.
ഞെരുക്കം - നിബിഡത, പ്രയാസം, ആവശ്യം, ഉപദ്രവം, ഞെരുങ്ങിയിരിക്കുന്ന സ്ഥിതി.
ഞെളിവ് - വളവ്, അഹങ്കാരം, ശരീരത്തിന്റെ പുറകോട്ടുള്ള വളവ്.
ഞെഴുക് - കുറ്റിക്കാട്, കൈനാറി, ഞള്ള് എന്ന വൃക്ഷം.
ഞൗഞ്ഞി - ഒരിനം ഞണ്ട്, ഞവഞ്ഞി, കോവർ കഴുത.

ട

ടങ്കം - മൺവെട്ടി, കോടാലി, നാണയം, ഉളി, ഡംഭം, വാൾ, കോപം, വാളുറ, കാൽ, സൗന്ദര്യം, വിടവ്, ജംഘ, മലഞ്ചെരിവ്.

ടങ്കാരം - നിലവിളി, കീർത്തി, കുപ്രസിദ്ധി, ഞാണൊലി, ആശ്ചര്യം.

ടങ്കിക - ഉളി, മഴു.

ടട്ടരി - കളിവാക്ക്, കള്ളം, ഒരു വാദ്യം.

ടാങ്കരൻ - വിടൻ, കാമുകൻ, വിവാഹദല്ലാൾ.

ഠ

ഠക്കുരം - വിഗ്രഹം, ദേവത.

ഠാണാ - കാവൽസ്ഥലം, പൊലീസ്സ്റ്റേഷൻ, ഇരിപ്പുമുറി.

ഠിക്കാനം - ഇരിപ്പിടം, സ്ഥാനം, അതിര് ഉറപ്പിക്കൽ.

ഡ

ഡമരം - അഹങ്കാരം, കലഹം, അമളി, നാശം, ദുർന്നിമിത്തം, പേടിച്ചോടൽ.

ഡംബരം - സമൂഹം, അഹംഭാവം, ആഘോഷം, മോടി, സൗന്ദര്യം, സാദൃശ്യം, വാചാലത, ആഡംബരം.

ഡയനം - പല്ലക്ക്, പറക്കൽ.

ഡലകം - കുട്ട, ഉറി.

ഡാമരം - ലഹള, ബഹളം, ഭംഗി, അത്ഭുതകരമായ കാഴ്ച, തന്ത്രത്തിലെ ഒരു വിഭാഗം.

ഡിംഗരൻ - നീചൻ, ഭൃത്യൻ, തടിയൻ, കള്ളൻ.

ഡിമിക്കി - തന്ത്രം, ഒരുവാദ്യം.

ഡിംബം - ഗർഭപാത്രം, ശരീരം, പ്ലീഹ, മുട്ട, കലഹം, പന്ത്, ലഹള, ഭയാക്രാന്തം, പെരുമഴ, പ്രളയം, വെളുത്താവണക്ക്.

ഡിംബിക - വേശ്യ, കുമിള.

ഡോള - പല്ലക്ക്, ഊഞ്ഞാൽ, അമരിച്ചെടി, മനയോല.

ഢ

ഢൗനകം - കൈക്കൂലി, അർച്ചന, സമ്മാനം.

ഢൗലള - ഒരു വലിയ വാദ്യം, തബല.

ത

തക - സ്നേഹം, അഴക്, പൊരുത്തം, സദ്ഗുണം, മാല.

തകർ - കൊമ്പനാന, ആട്, അടി.

തകർച്ച - നാശം, നഷ്ടം, ഉടവ്.

തകഴി - പിഞ്ഞാണം, ചെറിയ അരി, മുറിവിനുള്ള മരുന്ന്, ഒരു ദേശം.

തകൃതി - ആധിക്യം, ബഹളം, ആഡംബരം, സമ്പൂർണ്ണത, പൊങ്ങച്ചം.

തക്കം - തരം, സമയം, യോഗ്യത, സൗകര്യം, സാമർത്ഥ്യം, ഔചിത്യം.

തക്കിടി - വഞ്ചന, കള്ളത്തൂക്കം, തുലാക്കോൽ.

തഗരം - മലങ്കാര, ആവര, നന്ത്യാർവട്ടം, തകരം.

തങ്കം - ഉളി, ദുഃഖം, വസ്ത്രം, ഭയം.

തക്ഷകൻ - അഷ്ടനാഗങ്ങളിലൊന്ന്, സർപ്പം, ദേവകളുടെ ശില്പി, സൂത്രധാരൻ, ആശാരി, ലക്ഷ്മണന്റെ ഒരു പുത്രൻ.

തഞ്ചം - തക്കം, വിശ്രമം, സഹായം, നില, അടവുകളിലൊന്ന്, സൗകര്യം.

തട - തടസ്സം, തവണ, പ്രാവശ്യം, ചേമ്പിന്റെയും മറ്റും തണ്ട്, വാഴമാണം, വിരോധം, മറുത്തുനില്പ്, വേലികെട്ടിയടയ്ക്കൽ, കുഴി, ഉതൈപ്പ്, വരമ്പ്, ത്രാസിന്റെ ബന്ധം, പ്രാവശ്യം, താങ്ങ്.

തടം - വയൽ, മലയിടുക്ക്, തിട്ട, നദീതടം, താഴ്ന്നസ്ഥലം, അളവ്, താവളം, ആകാശം, തെരിക, മല, മലഞ്ചരിവ്, വഴി, വിസ്താരം.

തടവ് - വിഘ്നം, തടുക്കൽ, കാലതാമസം, ജയിൽ, മതിൽ, ആവൃത്തി, തടവുക, ധൂപമുട്ടി.

തടസ്ഥം - മദ്ധ്യസ്ഥത, ഉദാസീനഭാവം, തടസ്സം.

തടാക - അടി, പ്രകാശം, കര.

തടി - ഉടൽ, മാംസളത, വടി, അളവുകോൽ, മരം അറുത്തെടുക്കുന്ന ഭാഗം, പാടത്തിന്റെ ഒരുഖണ്ഡം, ഒരുതരം വഴിപാട്, യമൻ, തീരം, താഴ്വര.

തടിത്ത്വാൻ - മുത്തങ്ങ, മേഘം.
തടിപ്പ് - പുഷ്ടി, നീര്, തഴമ്പ്.
തട്ട് - മച്ച്, ആഘാതം, വേദി, അലമാര, ചരിവുള്ള പ്രദേശം, പരന്ന പാത്രം, അടച്ചൂറ്റി, മരവി, പരിച, തകിട്, പറന്ന്, വിഷൂചിക, ആകാശം, തടസ്സം, ആപത്ത്, വഞ്ചന.
തട്ടം - പരന്നപാത്രം, ഉറക്കറ, മുഖംമൂടി.
തട്ടുകേട് - ഞെരുക്കം, അമളി, കുഴപ്പം, നഷ്ടം.
തട്ടുമുട്ട് - തടസ്സം, വീട്ടുസാമാനം, കൈയേറ്റം.
തഡാക - കര, അടി, ശോഭ.
തഡിത്ത് - കൊല, മിന്നൽ.
തസിത്വാൻ - മുത്തങ്ങ, മേഘം.
തൺ - അഴക്, ജലം, കാരുണ്യം.
തണുപ്പ് - ശൈത്യം, ശാന്തത, ആശ്വാസം, ജലദോഷം.
തണ്ട - പരിച, കരം, ആയുധം, സേന, വാല്, കേടകം, കാലിലിടുന്ന ഒരുതരം ആഭരണം.
തണ്ടൻ - അഹങ്കാരി, തണ്ടൻപയറ്, തണ്ടൻചീര, ഒരുതരം മത്സ്യം.
തണ്ടൽ - ശിക്ഷ, കപ്പലിലെ ഒരു ഉദ്യോഗസ്ഥൻ, കരം പിരിവുകാരൻ.
തണ്ടായം - തവണ, കാവ്, ഒരിനം കൊടിൽ, തണ്ടു വലിക്കുന്നതിലുള്ള ഊക്ക്, കാവ്.
തണ്ടാരിതൾക്കണ്ണൻ - രാമൻ, വിഷ്ണു, കൃഷ്ണൻ, താമരയിതൾ പോലുള്ള കണ്ണുള്ളവൻ.
തണ്ടി - കരം പിരിവുകാരൻ, ഒരു ആയുധം, യോജിപ്പ്, വീണ.
തണ്ട് - പല്ലക്ക്, കമ്പ്, കാണ്ഡം, കുടയുടെ കൈപ്പിടി, ഒരു സംഗീതോപകരണം, ഒരു സൈന്യവിഭാഗം, ചാളത്തടി, മിഥുനം രാശി, തണ്ടൽ, വരമ്പ്, സന്ന്യാസിമാരുടെ ദണ്ഡ്.
തണ്ഡകം - കരിങ്കുരികിൽ, തായ്മരം, പത, ഒരുക്കം, അലങ്കാരം, ഒരു രോഗം, വിയർപ്പ്, തൂണ്, ഒരു രചനാരീതി.
തണ്ഡുരീണം - അരിക്കാടി, പുഴു, കാട്ടുതുളസി.
തണ്ഡുല - വിഴാൽ, തിപ്പലി, വലിയ കുറുന്തോട്ടി.
തണ്ഡൂലം - വിഴാൽ, നെല്ല്, ഉമി നീക്കിയ ധാന്യം.
തണ്ണി - പൊങ്ങുരാടി, മദ്യം, പച്ചവെള്ളം, ഒരു സംഗീതോപകരണം.
തൺമ - മനശ്ശാന്തി, കുളിര്, കെടുതി, തന്മ.
തതം - വിസ്താരം, കാറ്റ്, പരന്നത്, സന്താനം, ഗദായുദ്ധത്തിലെ ഒരടവ്, പിരിവ്.
തതൻ - പുത്രൻ, പിതാവ്.
തതി - വിസ്താരം, കൂട്ടം.
തത്ത്വം - ആദർശം, സത്യം, സാരം, ശരീരം, പെരുമാറ്റം, പ്രപഞ്ചത്തിന്റെ പരംപൊരുൾ, മഹാവാക്യങ്ങളിൽ ഒന്ന്.
തത്പദം - ബ്രഹ്മം, ആസ്ഥാനം, ആ വാക്ക്.
തല്പുരുഷൻ - ഭൃത്യൻ, പരമാത്മാവ്, ഒരു സമാസം.
തല്ഫലം - വെള്ളാമ്പൽ, കൊട്ട, അടവിക്കച്ചോലം, കറുത്ത ആമ്പൽ, അതിന്റെ ഫലം.
തല്ഭാവം - അതായിത്തീരൽ, ആ ഭാവം, അതിന്റെയോ വ്യക്തിയുടെയോ ഭാവം.
തൻ - കള്ളൻ, ബുദ്ധദേവൻ, ഹീനൻ.
തനയ - കറ്റുവാഴ, പുത്രി, വംശത്തിൽ ജനിച്ചവൾ.

തനയം - പുത്രൻ, വംശജൻ, അഞ്ചാംഭാവം.

തനിമ - മാറ്റ്, പ്രത്യേകത, കലർപ്പില്ലായ്മ, ഏകത്വം.

തനു - മെലിഞ്ഞ, കട്ടികുറഞ്ഞ, ചെറിയ, വിരളമായ.

തനുച്ഛദം - വസ്ത്രം, കവചം.

തനുത്രം - ഉടുപ്പ്, കവചം.

തനുരുഹം - തൂവൽ, രോമം.

തനുവ്രണം - മുഖക്കുരു, മന്ത്.

തനൂനപം - വെണ്ണ, നെയ്യ്.

തനൂനപാത്ത് - നെയ്യ്, കൊടുവേലി, അഗ്നി.

തന്ത - വൃദ്ധൻ, അച്ഛൻ, ഉപ്പുതത്ത.

തന്തി - തംബുരു, നൂല്, പശു, വരി, വിസ്താരം, നെയ്ത്തുകാരൻ.

തന്തു - ചരട്, ചിലന്തിവല, സന്തതി, നേർത്ത ലോഹക്കമ്പി, താമരവളയം, പരമാത്മാവ്, മത്സ്യം, തിര, വരി, വിസ്താരം.

തന്തുനാഗം - മുതല, തന്തൂണം.

തന്തുനിര്യാസം - ചൂണ്ടപ്പന, കരിമ്പന.

തന്തുവാപം - തറി, നെയ്ത്ത്.

തന്തുവായം - ചിലന്തി, നെയ്ത്ത്.

തന്ത്രം - പാവുനൂൽ, നെയ്ത്തുതറി, കൗശലം, നൂൽ മാതൃക, വ്യവസ്ഥ, നിയമം, ദർശനം, ശാസ്ത്രം, ശാസ്ത്രഗ്രന്ഥം, നയം, തന്ത്രശാസ്ത്രം, ചതി, മുഖ്യ പ്രതിവിധി, ഔഷധം, സഹായം, ആശ്രയത്വം, ഭാഗ്യം.

തന്ത്രി - വീണക്കമ്പി, നൂല്, വില്ലിന്റെ ഞാൺ, വാൽ, ഞരമ്പ്, ചിറ്റമൃത്, തന്ത്രി, ഭടൻ, പാട്ടുകാരൻ, സൂത്രശാലി.

തന്ദ്രി - ക്ഷീണം, ഉറക്കം, മടി, ആലസ്യം.

തന്നാരം - തെറിപ്പാട്ട്, താരാട്ട്.

തന്യുതം - കാറ്റ്, രാത്രി, മിന്നൽപ്പിണർ, ഇടി.

തന്വി - മൂവില, കറിക്കായം, സുന്ദരം.

തന്റേടം - ഓർമ്മ, ധൈര്യം, അഹങ്കാരം, കഴിവ്, സ്വന്തം കാര്യം.

തപം - ചൂട്, തപസ്സ്, വേനൽക്കാലം.

തപനം - കാമാവേശം, ധൂമം, എരിച്ചിൽ, ഗ്രീഷ്മം, വേദന, ദുഃഖം, വെള്ളരിക്ക, ചെറുമുഞ്ഞ, ചേരുമരം, വെരുക്, സ്വർണ്ണം, അത്തം നക്ഷത്രം.

തപനച്ഛദം - കുട, സൂര്യകാന്തി, ചെറിയ തൊഴുകണ്ണി.

തപനതനയൻ - ശനി, യാമൻ, കർണ്ണൻ, സുഗ്രീവൻ.

തപനൻ - സൂര്യൻ, ശിവൻ, അഗ്നി, അഗസ്ത്യൻ.

തപനി - തപതീനദി, ചൂട്, ഗോദാവരീനദി.

തപസൻ - ചന്ദ്രൻ, സൂര്യൻ.

തപസ്യം - കാട്ടുമുല്ല, കാട്ടുമുല്ലപ്പൂവ്, മീനമാസം.

തപസ്വി - ദരിദ്രൻ, താപസൻ, നാരദൻ, ഒരിനം മത്സ്യം, മക്കിപ്പൂവ്, കുരികിൽപ്പക്ഷി.

തപസ്വിനി - ദരിദ്ര, താപസി, പതിവ്രത, മാഞ്ചി, ശ്രാവണി, കടുകുരോഹിണി.

തപസ്സ് - തപോലോകം, കാമത്യാഗം, ധർമ്മം, ഒരു കല്പം, ഹേമന്തകാലം, ശിശിരകാലം.

തപു - അഗ്നി, സൂര്യൻ, ശത്രു, കൊടുവേലി, എരിക്ക്.

തപ്പര - ചതി, കള്ളം, തെറ്റ്, ചൂത്, തെറിവാക്ക്.

തപ്പ് - വിടവ്, പിഴ, കുറവ്, സംശയം, അടി, ഒരു ചർമ്മവാദ്യം, തകരപ്പാത്രം, വീപ്പ.

തമ - മഞ്ഞൾ, രാത്രി, ഇരുട്ട്, തമാലവൃക്ഷം.

തമം - തമാലവൃക്ഷം, ഇരുട്ട്, തമോഗുണം, കാലിന്റെ അറ്റം, നവമേഘങ്ങളിൽ ഒന്ന്.

തമരകം - ഉടുക്ക്, വെളുത്തീയം.

തമര് - സ്നേഹിതന്മാർ, ഉടമസ്ഥൻ, സ്വന്തം നാട്, ഭൃത്യന്മാർ.

താമസം - പാപം, ഇരുട്ട്, പട്ടണം, കിണർ.

തമസ്സ് - അന്ധത, മായ, ദുഃഖം, പാപം, ചേറ്, ഒരു നരകം, മരണം, ഇരുട്ട്, അജ്ഞാനം.

തമാലം - വാൾ, പീനാറി, പുകയില, പച്ചിലമരം, നീർമാതളം, ചന്ദനക്കുറി, സമുദ്രപ്പച്ച.

തമാലി - കീഴാനെല്ലി, താമ്രവള്ളി.

തമി - മഞ്ഞൾ, രാത്രി, മയക്കം.

തമ്രിസ - മഞ്ഞൾ, ഇരുട്ട്, രാത്രി.

തമിസ്രം - അജ്ഞാനം, ഇരുട്ട, കോപം, കൃഷ്ണപക്ഷം.

തമോഘ്നം - ദീപം, ജ്ഞാനം, കൊടുവേലി, അഗ്നി.

തമോഘ്നൻ - ചന്ദ്രൻ, സൂര്യൻ, അഗ്നി, ശിവൻ, വിഷ്ണു, ബുദ്ധൻ.

തമോനുത്ത് - സൂര്യൻ, ചന്ദ്രൻ, അഗ്നി, വിളക്ക്, പ്രകാശം.

തമോനുദൻ - ചന്ദ്രൻ, സൂര്യൻ, അഗ്നി, ഈശ്വരൻ.

തമോപഹൻ - ഈശ്വരൻ, ബുദ്ധൻ, സൂര്യൻ, ചന്ദ്രൻ, അഗ്നി.

തരം - തുല്യത, മേന്മ, അവസരം, ലാഭം, പ്രാവശ്യം, സ്വഭാവം, വരി, കൂട്ടം, ക്ലാസ്, കൈപ്പിടി, അഗ്നി, കടത്തുകൂലി, കടത്ത്, കടത്തുവഞ്ചി, വീഥി.

തരംഗം - അല, തുണി, ചാട്ടം.

തരണം - കടക്കൽ, പാലം, തുഴ, തോണി, തരുക.

തരണി - തോണി, സൂര്യൻ, പ്രകാശരശ്മി, എരിക്ക്, ചെമ്പ്, നദി, കടൽ, ന്യായവാദി, വൈദ്യൻ, കറ്റാർവാഴ, ഓരിലത്താമര, കടത്ത്, രശ്മി,

തരത്ത് - വഞ്ചി, കുളക്കോഴി.

തരന്തം - തവള, മഴ, സമുദ്രം.

തരസ്വി - പരുന്ത്, ധീരൻ, വായു, ഗരുഡൻ, ശിവൻ, സന്ദേശവാഹകൻ.

തരസ്സ് - കടത്തുകടവ്, ചങ്ങാടം, പരാക്രമം, വേഗം, കുരങ്ങ്, ഒരു രോഗം.

തരള - മദ്യം, കഞ്ഞി, കാടി, തേനീച്ച, ഇളകുന്ന.

തരളം - ഇരുമ്പ്, അടിത്തട്ട്, സമതലം, ഉമ്മത്ത്, പ്രകാശം, മാണിക്യം, മുത്ത്, വജ്രം, പ്രകാശം, മാല, ഇളകുന്നത്.

തരി - അല്പം, ചെറുകുമിള, ചെറിയ തുള്ളി, നനവുള്ള നിലം, കപ്പൽ, തരിശ്, വൃഷണം.

തരിത്രം - തോണി, പങ്കായം.

തരീഷം - ചങ്ങാടം, സമുദ്രം, ആകാശം, വള്ളം, അലങ്കരണം, തീരുമാനം, തൊഴിൽ.

തരു - വൃക്ഷം, മീനിന്റെ ചെകിള, കല്പവൃക്ഷം, സോമരസം എടുക്കുന്ന തവി.

തരുണം - പെരുഞ്ചീരകം, മൃദുവായത്, വെളുത്താവണക്ക്, മുള, പുതിയ മദ്യം, തരുണാസ്ഥി.

തരുണി - കറ്റവാഴ, പെരുഞ്ചീരകം, ചീഡാദേവതാരം, ചെറിയ ദന്തിയുവതി.

തരുനഖം - മുൾച്ചെടി, മുള്ള്.

തരുരാഗം - മുള, പൂവ്, തളിരില.

തരുരാജൻ - പാരിജാതം, കരിമ്പന.

തർക്കം - വാഗ്വാദം, സംശയം, അഭിപ്രായവ്യത്യാസം, ആറെന്ന സംഖ്യ.
തർക്കകൻ - അന്വേഷകൻ, വാദി, താർക്കികൻ.
തർക്കാരി - മുഞ്ഞ, പുഴമൂഞ്ഞ, ദേവതാളി, പച്ചക്കറി.
തർജ്ജന - കോപം, നിന്ദ, ഭയപ്പെടുത്തൽ, ഹസ്തകർമ്മങ്ങളിലൊന്ന്.
തർപ്പണം - ആഹാരം, പൂർണ്ണത, തൃപ്തി, യാഗത്തിനുള്ള വിറക്, ഋഷികൾ ഇരുകൈകളും കൂടി വെള്ളം കോരിപ്പിടിക്കുന്നത്.
തർഷം - കടൽ, തോണി, ദാഹം, അതിയായ മോഹം.
തല - ആരംഭം, ഒരവയവം, അറ്റം, ഭാഗം, വാളിന്റെ മൂർച്ചയുള്ള ഭാഗം, തലമുടി, ബുദ്ധി, വ്യക്തി.
തലം - മുറി, തട്ട്, താണസ്ഥിതി, കുഴി, കീഴ്ഭാഗം, ഉള്ളംകൈ, വാളിന്റെ പിടി, കരിമ്പന, കാരണം, കാട്, പരന്ന പ്രദേശം, കുളം, കൈകൊണ്ടുള്ള അടി.
തലക്കനം - അഹങ്കാരം, ഉറപ്പ്, മണ്ടയുടെ കനം, തലയ്ക്ക്. ഭാരം പോലെ തോന്നൽ.
തലക്കെട്ട് - ശീർഷകം, തലേക്കെട്ട്, തലമുടിക്കെട്ട്, മുൻവശത്തെ കെട്ടിടം.
തലച്ചൻ - നായർ പ്രമാണി, മൂത്ത പുത്രൻ, നായന്മാരിൽ ഒരു വിഭാഗം.
തലപ്പ് - മുന, തലവാചകം, തുമ്പ്, മേലത്തെ അറ്റം.
തലമണ്ട - തലയോട്, തലച്ചോറ്, തല.
തലമുറിയൻ - കുടുമ കളഞ്ഞവൻ, കുറ്റവാളി, ഒരിനം നെല്ല്.
തലയെടുപ്പ് - ഗർവ്വം, ഉന്നതി, ആനയുടെ തലപ്പൊക്കം, ഗാംഭീര്യം.
തലവാരണം - വാൾ, തലത്രം.
തലിനം - കട്ടിൽ, കിടക്ക.
തലിമം - കട്ടിൽ, കിടക്ക, മേല്ക്കട്ടി, വാൾ, തിണ്ണ.
തലോദരി - ഭാര്യ, സുന്ദരി, കുടവയറുള്ളവൾ.
തല്പം - കിടപ്പുമുറി, മാളിക, കട്ടിൽ.
തല്ലം - കുഴി, കുളം.
തല്ലജം - താമര, ശ്രേഷ്ഠം, മേന്മ, സുഖം.
തല്ലി - യുവതി, വള്ളം, വരുണന്റെ ഭാര്യ, തള്ള, ഒരു വൃക്ഷം.
തവണ - അവധി, പ്രാവശ്യം, ജോലി ചെയ്യാനുള്ള ഊഴം.
തവ്വ് - ഉത്തരം, തർക്കം, പണമടയ്ക്കാനുള്ള തവണ, അവസരം, ചാട്ടം, തഴുത്.
തസ്കരം - കളവ്, ചെവി, മലങ്കാര, അടവിക്കച്ചോലം.
തസ്ക്കരി - കള്ളി, അധികം കാമമുള്ളവൾ, കോപമുള്ളവൾ.
തള - വിലങ്ങ്, ഒരാഭരണം, തളപ്പ്, കയറ്, ബന്ധനം, ഒരിനം ലോഹവളയം, തളമീൻ.
തളവാടം - പണിക്കോപ്പുകൾ ഇട്ടിരിക്കുന്ന സ്ഥലം, പണിക്കോപ്പ്, സൈന്യസങ്കേതം.
തളി - ശിവക്ഷേത്രം, വിളക്കുതണ്ട്, പടപ്പാളയം, വെള്ളം കുടഞ്ഞു ശുദ്ധിയാക്കൽ.
തളിമം - തളം, തറ, വാൾ, മേല്ക്കട്ടി, കട്ടിൽ, അഴക്.
തളിരം - ദർഭ, വിറക്, കട്ടിൽ, തളക്കല്ല്, കനത്തിൽ അറുത്ത പലക.
തള്ള - വൃദ്ധ, വലുത്, അമ്മ.
തള്ളിച്ച - തള്ളൽ, അഹങ്കാരം.

തള്ള് - ഞെരുക്കം, ഉന്ത്, അഹങ്കാരം, നിന്ദ.

തഴ - പീലിക്കുട, ഇല, തളിർ, ഒരിനം കൈത, മയിൽപ്പീലി, മുറിവിനുള്ള മരുന്ന്, തഴപ്പ്, വെൺകൊറ്റക്കുട.

തഴങ്ങ് - എഴുതാത്ത, ഓല, എഴുതാത്ത കടലാസ്.

തറ - അടിത്തറ, ഗ്രാമ ഭൂമിയുടെ ഉപരിതലം, ബലിപീഠം, പോർക്കളം, കുടിൽ.

തറി - കുറ്റി, തൂണ്, നുറുക്ക്, കമ്പ്, ജാതി, യന്ത്രത്തറി.

താക്കരി - പോക്കിരി, പെരുംകള്ളൻ.

താക്ക് - അവസരം, ലക്ഷ്യം, മുട്ട്, കമ്പിവലയുടെ ഒരുഭാഗം.

താടി - കഥകളിയിലെ ഒരുവേഷം, ചിബുകം, പുരുഷന്മാരുടെ മുഖത്തും കവിളിലും താടിയിലും മറ്റും വളരുന്ന രോമം, കഴുക്കോലിന്റെ അറ്റം.

താഡം - അടി, കറ്റ, ശബ്ദം, പർവ്വതം.

താതൻ - അച്ഛൻ, ഗുരു, പൈതൽ, പ്രിയപ്പെട്ടവൻ, പൂജ്യൻ, നൂൽ, സ്വരവിസ്താരം, ദാനം, സ്ഥാനം.

താന്തവം - വല, നെയ്ത്, നെയ്ത വസ്ത്രം.

താന്ത്രികൻ - കൗശലക്കാരൻ, ശാക്തേയൻ, തന്ത്രം പഠിച്ചവൻ.

താപം - ചൂട, ദുഃഖം, പഴുപ്പിക്കൽ.

താപകം - അടുപ്പ്, രജോഗുണം.

താപനം - സൂര്യകാന്തക്കല്ല്, ചേരുമരം, മന്ദാരം, കാമദേവന്റെ പഞ്ചശരങ്ങളിൽ ഒന്ന്, വേനൽക്കാലം, പൊള്ളിക്കൽ, പീഡിപ്പിക്കൽ, സ്വർണ്ണം, ഒരു നരകം.

താപസം - കൊക്ക്, തപോവാടം, താപസേക്ഷി, താപസപത്രം, ഒരു ദേശം. ആശ്രമം.

താപസി - ഒരു ഗ്രഹം, മാഞ്ചി, മഞ്ഞൾ, സന്ന്യാസിനി, താപസപത്നി.

താപി - യമുനാനദി, തപതീനദി, ചൂടുള്ള, ദുഃഖിപ്പിക്കുന്ന.

താപിഞ്ഛം - ആവണക്ക്, പച്ചിലമരം, മാക്കീരക്കല്ല്.

താപ്പ് - അളവ്, തക്കസമയം, സുഖം, താമ്പ്, കയറ്, കീഴാക്കൽ.

താമം - ഉൽക്കണ്ഠ, കുറ്റം, തളർച്ച, ഭയജനകമായ വസ്തു.

താമരം - നെയ്യ്, വെള്ളം, ചാരായം.

താമരസം - ചെമ്പ്, താമര, സ്വർണ്ണം, ഒരു സംസ്കൃത വൃത്തം.

താമസം - പച്ചില, പാമ്പ്, മൂങ്ങ, അമാന്തം, പാർപ്പ്, ഒരുദേശം, ഒരു ദിവ്യാസ്ത്രം, ഇരുട്ട്.

താമസി - ഇരുട്ട് അധികമുള്ള രാത്രി, ദുർഗ്ഗ, ഒരു മായാശക്തി, തമോഗുണത്തോടുകൂടിയവൾ, നിരൃതിയുടെ ഭാര്യ, ഉറക്കം.

താമ്പ് - കയറ്, നിയന്ത്രണം, കിണറ്റുപാള.

താമ്ര - ചുവന്ന, ചെമ്പുകൊണ്ടുണ്ടാക്കിയ, ദക്ഷപുത്രി, മലന്തിപ്പലി, മഞ്ചട്ടി, ചെമന്ന കുന്നി, കശ്യപന്റെ ഒരു പത്നി.

താമ്രതുണ്ഡൻ - ചെമന്ന മുഖത്തോടുകൂടിയവൻ, കിളി.

താമ്രപത്രം - ചെമ്പുതകിട്, ജീവന്തകം, ഒരിനം വൃക്ഷം, തണ്ടൻ ചീര, മുളംപ്ലാശ്

താമ്രപർണ്ണി - കുളം, കുഴിത്തുറയാറ്, ഒരു പട്ടണം.

താമ്രപുഷ്പം - ചീര, മലയകത്തി, കാട്ടുചെമ്പകം.

താമ്രമൂല - മഞ്ചട്ടി, മൂക്കുറ്റി, ചെങ്കൊടിത്തൂവ.

താമ്രവൃക്ഷം - മുതിര, രക്തചന്ദനം.

താമ്രാക്ഷം - ഉപ്പൻ, കുയിൽ, കാക്ക.

തായം - പകിട, തക്കം, സൂത്രം, വിജയം, കളരിപ്പയറ്റിലെ ഒരടവ്.

തായാട്ട് - നിന്ദ, കുറ്റം, ദുഷ്ടത, ധിക്കാരം, കള്ളം, തന്റേടം.

താര - ഓവ്, വഴി, അടയാളം, അതിര്, വരഞ്ഞെടുത്ത രേഖ, മികച്ചത്, ധാര, ബാലിയുടെ ഭാര്യ, ഗ്രഹം, നക്ഷത്രം, ഒരുതരം മിന്നൽ, കണ്ണ്, മുത്ത്, കൃഷ്ണമണി, ഒരു ജൈനദേവത.

താരം - നക്ഷത്രം, വെള്ളി, മുത്ത്, തരണം, പ്രണവം, പ്രകാശം, നദിയുടെ കര, കണ്മണി, ഓങ്കാരം, കൊള്ളിമീൻ, സിനിമാനടി, രക്ഷ.

താരകം - കണ്ണ്, കൃഷ്ണമണി, പ്രണവം, നക്ഷത്രം, തോണി, ഉച്ചശ്രുതി.

താരണൻ - ശിവൻ, വിഷ്ണു, ഈശ്വരൻ.

താരണം - ചങ്ങാടം, ജയം, ഉദ്ധാരണം, മറുകരകടത്തൽ, ചാരണം.

താരദൻ - വിടൻ, തോന്ന്യാസി, ചപലൻ.

താരത്ത് - താറാവ്, ചങ്ങാടം.

താരഹാരം - മുത്തുമാല, നക്ഷത്രമാല, ഭംഗിയുള്ള മാല.

താരാപതി - ബാലി, സുഗ്രീവൻ, ശിവൻ, ചന്ദ്രൻ, ബൃഹസ്പതി.

താരാമണ്ഡലം - കൃഷ്ണമണി, രാശിചക്രം, നക്ഷത്രസമൂഹം.

താരി - താളം, രീതി, വഴി, ഝങ്കാരം, മൂർച്ഛ, ഒരായുധം, വഞ്ചി, സഖിത്വം, ധരിക്കുന്നവൻ.

താരിണി - ഭൂമി, ദുർഗ്ഗ, ഇലവുമരം.

താരിപ്പ് - ശീലം, നിരക്ക്, ചരക്കുകളുടെ തീരുവ.

താര് - പുഷ്പം, നൂലുണ്ട, തറ്റ്, സൈന്യം, കിങ്ങിണിപ്പാല.

താർക്ഷ്യൻ - ഗരുഡൻ, അരുണൻ, ശിവൻ, കുതിര.

താർക്ഷ്യം - രഥം, സ്വർണ്ണം, മരതകരത്നം, പക്ഷി, പരുന്ത്, മരുത്, പാമ്പ്, കുതിര, രസാഞ്ജനം, വിഷഹാരി, മാക്കീരക്കല്ല്.

താലം - കുടപ്പന, ചാൺ, കൈത്തലം, താളം, തവുത്, ദുർഗ്ഗയുടെ സിംഹാസനം, തേൻ, പനന്തേങ്ങ, താലീസപത്രം, അരിതാരം.

താലപർണ്ണി - നിലപ്പന, ചിറ്റീന്തൽ, കാട്ടുശതകുപ്പ, മുരാമാഞ്ചി.

താലാങ്കൻ - ബലരാമൻ, ശിവൻ, ഭീഷ്മർ, ശുഭലക്ഷണം തികഞ്ഞവൻ

താലാങ്കം - ഗ്രന്ഥക്കെട്ട്, എഴുത്തോല, ഈർച്ചവാൾ.

താലി - താലിമാല, കുടപ്പന, നിലപ്പന, കീഴാനെല്ലി, കള്ള്, താക്കോൽ, താമ്രപല്ലി, പാത്രം, ശിവൻ.

താലികം - മുദ്ര, ഉള്ളങ്കൈ, കൈകൊട്ട്, ഗ്രന്ഥത്തിന്റെ പുറംചട്ട.

താലിതം - കയറ്, വാദ്യം, നിറംപിടിച്ച വസ്ത്രം, കെട്ട്.

താലുജിഹ്വം - മുതല, ചീങ്കണ്ണി, ഉണ്ണാക്ക്.

താലൂരം - നീർച്ചുഴി, ചുഴലിക്കാറ്റ്.

താവടി - പോര്, യാത്ര, ഒരിനം പടയണി.

താവിഷം - സ്വർഗ്ഗം, സ്വർണ്ണം, സമുദ്രം.

താവീഷി - പുഴ, ഭൂമി, ഇന്ദ്രപുത്രി.

താളാണ്മ - ഉന്നതി, ബലം, താഴ്മ, സ്ഥിരോത്സാഹം.

താള് - കടലാസ്, ഇതൾ, പാദം, വയ്ക്കോൽ, താഴ്, ചേമ്പിന്റെയും മറ്റും തണ്ട്.

താഴി - മറവി, ഭരണി നക്ഷത്രം, നന്നങ്ങാടി, അരിതാരം, പട്ടട.

താഴ്ച - കുറവ്, തോല്വി, കുണ്ട്, ആഴം, താണനിലം, ഹീനത, വണക്കം.

തികിരി - മല, സൂര്യൻ, ചക്രം, ചക്രായുധം.

തിക്തം - കയ്പുരസം, പർപ്പടകപ്പുല്ല്, നീർവേപ്പ്, കുടകപ്പാല, കയ്പൻ പടവലം, നീർമാതളം.

തിക്തകം - കരിങ്ങാലി, ഓടമരം, വേപ്പ്, നിലവേപ്പ്.

തിഗ്മം - അത്യുഷ്ണം, തീക്ഷ്ണത, മൂർച്ച, കയ്പ്, വജ്രായുധം, തിപ്പലി, വജ്രം.

തിങ്കൾ - ചന്ദ്രമാസം, തിങ്കളാഴ്ച, ചന്ദ്രൻ, ഒരു മത്സ്യം.

തിടം - ശക്തി, ധൈര്യം, തിടമ്പ്, ഉറപ്പ്,

തിടൽ - വരമ്പ്, തുറന്നസ്ഥലം, ഇടർ.

തിട്ട - മേട്, കുന്ന്, തുരുത്ത്.

തിട്ടം - തീർച്ച, ഭാഗം, ക്രമം, ഭംഗി, നേര്, ധൈര്യം.

തിട്ട് - ശാപവചനം, ശകാരം, തിട്ട.

തിണ്ട് - മൺചുവര്, തിണ്ണ, ചരക്കുകെട്ട്, വരമ്പ്, തിണ്ട്, തലയണ.

തിണ്മ - അഹങ്കാരം, അപകടം, കട്ടി, ഐശ്വര്യം.

തിഥം - സ്നേഹം, അഗ്നി, വർഷകാലം, സമയം.

തിന്തിഡം - കോൽപ്പുളി, മരപ്പുളി.

തിമി - മീൻ, മീനംരാശി, ഒരിനം വലിയ മത്സ്യം, ഒരു വൃക്ഷം.

തിമിതം - നൃത്തം, മധുരശബ്ദം, നനഞ്ഞത്.

തിമിരം - തുരുമ്പ്, അന്ധത, ഇരുട്ട്, ഒരു നേത്രരോഗം.

തിമ്മിരിട്ട് - ദുസ്സാമർത്ഥ്യം, ശ്വാസം മുട്ടൽ, വിഷമാവസ്ഥ.

തിര - തിരശ്ശീല, അല, ചുരുൾ, തോക്കിന്റെ ഉണ്ട, വയ്ക്കോൽപിരി, മയിൽപ്പീലി.

തിരണ - തിണ്ണ, കയ്യാല, വരമ്പ്.

തിരസ്കരണം - മറ, നിന്ദ, ഉപേക്ഷിക്കൽ.

തിരസ്കരണി - മൂടുപടം, ഒരിനം വിദ്യ, തിരശ്ശീല,

തിരി - തിരശ്ശീല, മെഴുകുതിരി, കുരുമുളകിന്റെ പൂവ്, തീപ്പെട്ടിക്കൊള്ളി, വളവ്, ചുറ്റുക.

തിരിപ്പൻ - ചതിയൻ, ഏഷണിക്കാരൻ, ഒരിനം കൃത്രിമ മുടി.

തിരിപ്പ് - പിരിയാണി, പമ്പരം, ഉപായം, ചുറ്റൽ, മാറ്റം.

തിരിവ് - അറിവ്, മാറ്റം, വളവ്, കറക്കം, മോശം എന്നു തള്ളപ്പെട്ടത്, കള്ളനാണയം.

തിരീടം - പൊന്ന്, കിരീടം, ചുവന്ന പാച്ചോറ്റി.

തിരുകുറ്റി - ചുഴിക്കുറ്റി, മെതിക്കാനുള്ള ഉപകരണം.

തിരുക്ക് - അടപ്പ്, കട്ടർ (പെൻസിൽവെട്ടി), വക്ക്, പ്രേരിപ്പിക്കൽ, കണ്ണ്, ആഭരണങ്ങളിൽ തിരുകി കയറ്റുന്ന ആണി.

തിരുദേവി - പൂവാങ്കുറുന്തൽ, ശ്രീദേവി.

തിരുമഞ്ചനം - നീരാട്ട്, അഭിഷേകം, അഭിഷേകതീർത്ഥം.

തിരുമാൽ - രാജാവ്, വിഷ്ണു.

തിരുമെയ്യ് - ശരീരം, വിഷ്ണുക്രാന്തി.

തിരോധാനം - തിരശ്ശീല, അന്തർദ്ധാനം, ഉടുപ്പ്, ഒരു നരകം.

തിര്യക്ക് - മനുഷ്യൻ ഒഴിച്ചുള്ള ജന്തുക്കൾ, ചാഞ്ഞും ചെരിഞ്ഞും നടക്കുന്നവൻ, അചരലോകം.

തിലം - എള്ള്, മറുക്, വലത്തെ ശ്വാസകോശം, ഒരളവ്.

തിലകം - തൊടുകുറി, പല്ലവി, മൂത്രാശയം, കാരൂപ്പ്, കർപ്പൂരതുളസി, മയിലെള്ള്, തൊടുകുറി, ശ്രേഷ്ഠമായത്, മഞ്ചാടിമരം, കറുത്ത മറുക്, പല്ലവി, ശ്വാസകോശം

തിലപർണ്ണം - ചന്ദനം, തിരുവട്ടപ്പശ, ഒരു പർവ്വതം, എള്ളില, രക്തചന്ദനം, സരളവൃക്ഷം.

തിലപുഷ്പം - എള്ളിൻപൂവ്, വ്യാഘ്രനഖം.

തിഷ്യ - നെല്ലി, പ്രകാശം, പൂയം നക്ഷത്രം, ജാതൻ.

തിഷ്യം - കലിയുഗം, പൗഷമാസം, പൂയംനക്ഷത്രം.

തിള - കുമിള, പ്രകാശം, തിളപ്പ്, കിടങ്ങ്.

തിറ - ഉപഹാരം, കരം, ഒരു അനുഷ്ഠാനകല, ചുരുൾ.

തിറം - മിടുക്ക്, കഴിവ്, ബലം, ഐശ്വര്യം, അഴക്, നിശ്ചയം, ഉടമസ്ഥ, കപ്പം, ആധിക്യം, കാരണം.

തിറമ - നന്മ, ധൈര്യം, സാമർത്ഥ്യം, ശക്തി.

തിറൽ - ഗുണം, കാരണം, ജയം, പ്രകാശം, ധൈര്യം, കഴിവ്, പക, യുദ്ധം.

തീക്കരി - പുല്ലിൽ പിടിച്ച തീ, തീക്കൊള്ളി, തീ കത്തിത്തീർത്ത കരി.

തീക്കുഴി - അടുപ്പ്, ആഴി, പട്ടട.

തീക്ഷ്ണം - കുരുമുളക്, എരിവ്, ഉഷ്ണം, ഇഞ്ചി, പീഡ, തിടുക്കം, മരണം, കുന്തുരുക്കം, കർപ്പൂരതുളസി, ആയുധം, ലോഹം, യുദ്ധം, ഉരുക്ക്, ഇരുമ്പ്, വസ്ത്രം, കടലുപ്പ്, കായം, ചെവിയം.

തീക്ഷ്ണകണ്ടകം - മുള്ളുള്ള ഒരു വൃക്ഷം, അടമരം, വെൾവേലം, ഉമ്മത്ത്, കറിമുള്ളി, മുള, ഉമ്മത്ത്, വെൾ വേലം.

തീക്ഷ്ണഗന്ധ - മുരിങ്ങ, ചിറ്റേലം, വെൾവയമ്പ്, വയമ്പ്, കരിങ്കടുക്, അടപതിയൻ, ഇലക്കള്ളി.

തീക്ഷ്ണതൈലം - മദ്യം, ചെഞ്ചല്യം, കടുക്, ചതുരക്കള്ളിയുടെ കറ.

തീക്ഷ്ണമൂലം - നറുവയമ്പ്, മുരിങ്ങ, കരിമുരിങ്ങ.

തീക്ഷ്ണരസം - മുള്ളങ്കി, വെടിയുപ്പ്, രസം.

തീക്ഷ്ണോത്ഥം - ഇഞ്ചി, തിപ്പലി, കുരുമുളക്, ചുക്ക്, മുളകുപൊടി.

തീക്ഷ്ണാംശു - സൂര്യൻ, അഗ്നി, ഉരുക്ക്.

തീട്ടുക - ചൂണ്ടുക, അടിക്കുക, മിനുക്കുക, കോതുക, മൂർച്ചയുണ്ടാക്കുക, എഴുതുക, ചിത്രം വരയ്ക്കുക.

തീട്ടൂരം - രാജകീയമായ അനുവാദം കാണിക്കുന്ന കത്ത്, രാജശാസന, ദാനം, ഖരീത്ത.

തീൻപണ്ടം - ഭക്ഷണസാധനം, വയറ്, ആമാശയം.

തീയം - മാധുര്യം, ദ്വീപ്, മദ്യം.

തീരം - കര, നികടം, ഒരുതരം ശരം, തകരം, ഈയം.

തീര് - തീർച്ച, പറ്റുചീട്ട്, വില പറ്റിക്കൊണ്ടുള്ള പൂർണ്ണമായ വസ്തു കൈമാറ്റം.

തീരുവ - ചുങ്കം, തീർപ്പ്, തവണ, ശിക്ഷാവിധി.

തീർത്ഥം - പുണ്യജലം, ഗംഗാദി ജലം, കടവ്, പുണ്യസ്ഥലം, വിശുദ്ധജലം, പരമ്പരാഗത ശാസ്ത്രം, വേദാദ്ധ്യയനം, യാഗം, അഗ്നി, ഉപസ്ഥം, ആർത്തവം, ഉപായം, ഉല്പത്തി, അഗ്നി, രോഗനിർണ്ണയം.

തീർത്ഥകരൻ - ദാനശീലൻ, വിഷ്ണു, തീർത്ഥങ്കരൻ, സന്ന്യാസി.

തീർത്ഥപാദൻ - വിഷ്ണു, ശിവൻ, സന്ന്യാസി, പുണ്യപാദൻ.

തീർപ്പ് - തീറാധാരം, നിശ്ചയം, കോടതിവിധി, കർഷകപ്പണിക്കാർക്കുള്ള കൂലി.

തീർവ്വ് - തീരൽ, തീറ്, തീരുവ.

തീവ്രം - ചെങ്കടുക്, തുളസി, കടുകുരോഹിണി, മീൻകണ്ണിക്കറു.

തുക - കൂവനൂറ്, സംഖ്യ, മൊത്തം.

തുകൾ - പൂമ്പൊടി, ധൂളി.

തൂകിരിക - കളഭം, ചിത്രം, തൂലിക.

തംഗ - ശമീവൃക്ഷം, കൂവനൂറ്, ആട്ടുനാറി വേള.

തുംഗം - ചൂണ്ടപ്പന, പുന്ന, കാണ്ടാമൃഗം, കൊടുമുടി, ഉയരം, ശ്രേഷ്ഠത, സിംഹാസനം.

തുംഗൻ - ബുധൻ, ബുദ്ധിമാൻ, ശിവൻ, ഉന്നതൻ.

തുംഗി - മഞ്ഞൾ, ഉച്ചഗ്രഹം, രാത്രി, കാട്ടുതുളസി.

തുംഗീരൻ - ശിവൻ, ചന്ദ്രൻ, സൂര്യൻ, ശ്രീകൃഷ്ണൻ.

തുച്ഛം - ശൂന്യത, പതിര്, നിസ്സാരമായ വസ്തു.

തുടി - സ്പന്ദം, വെള്ളത്തിൽ തട്ടൽ, വലിപ്പം, കൊട്ടം, ചിറ്റേലം.

തുടുപ്പ് - പങ്കായം, പൂങ്കുല, ചക്കയുടെ ഞെട്ട്, ചെടിയുടെ നാമ്പ്, മാറെല്ലിന്റെ അറ്റം, ഉഴുന്ന ഒരു രീതി.

തുണർ - കൂട്ടം, പൂങ്കുല, തീവ്രത, പൂങ്കൊത്ത്.

തുണി - ചോതി നക്ഷത്രം, ജവുളി, ഉടയാട, വ്യക്തത.

തുണ്ട് - നഷ്ടം, രസീത്, കുറിമാനം, തോർത്ത്, കഷണം.

തുണ്ഡം - തുമ്പിക്കൈ, മുഖം, പന്നിയുടെ മൂക്ക്, ചുണ്ട്, വായ്, പക്ഷിയുടെ കൊക്ക്, തുന്ദി.

തുണ്ഡീരം - തൊണ്ടിപ്പഴം, തൊണ്ടമണ്ഡലം, കാഞ്ചീപുരം.

തുത്തി - തുരുത്തി, തേമൽ പ്രസവം കഴിഞ്ഞ സ്ത്രീകളുടെ അടിവയറ്റിൽ കാണുന്ന വരകൾ, ഒരു വൃക്ഷം.

തുത്ഥം - അഗ്നി, മയിൽനൃത്തം, നീലത്തുരിശ്.

തുനി - ദുഃഖം, കോപം, വെറുപ്പ്, വൃക്ക, ധൈര്യപ്പെടുക, നദി.

തുന്തിരി - കോപം, കുസൃതി.

തുന്നം - ഛിന്നം, തുന്നൽ, ഒരു മരം.

തുന്ദി - വയറ്, പൊക്കിൾ, കുടവയർ.

തുപ്പൻ - ചാരൻ, ബലവാൻ, കുറ്റാന്വേഷകൻ, സുബ്രഹ്മണ്യൻ.

തുമ്പി - ആന, വണ്ടി, തുമ്പിക്കൈ, ഒരിനം പക്ഷി.

തുമ്പ് - തെളിവ്, അറ്റം, വിവേകം, കയറ്, ബട്ടൺ, ബുദ്ധി, നാര്, തേർച്ച.

തുംബ - പാൽപ്പാത്രം, കറവപ്പശു, നെല്ലി, പാൽച്ചുര.

തുയരം - വേദന, ആപത്ത്, ദുഃഖം.

തുയിൽ - വസ്ത്രം, മരണം, ഉറക്കം, തുയിർ.

തുയ്യം - വെടിപ്പ്, തികവ്, മേന്മ, പരിശുദ്ധി.

തുരം - ചുമതല, വേഗം, തുയരം, മാളം.

തുരംഗം - മനസ്സ്, കുതിര, അശ്വതി നക്ഷത്രം.

തുരംഗി - അമുക്കിരം, കാട്ടിലന്ത, പെൺ കുതിര, ഒരുരാഗം, കുതിര ക്കാരൻ.

തുരപ്പ് - ചിപ്പില, തുരങ്കം, ഓവ്, മരപ്പൊത്ത്.

തുരവ് - ഖനി, തുരങ്കം, കുഴി.

തുരി - ശക്തി, കാഹളം, പെൺകു തിര, ചിത്രകാരന്റെ തൂലിക, പാവാറ്റി, കൈത്തറിയുടെ ഓടം.

തുരുക്ക - കുങ്കുമം, കസ്തൂരി, കാട്, തുരിക്കം.

തുല - തുല്യത, ത്രാസ്, തുലാം, തുലായന്ത്രം, ദൂരം.

തുല്പ് - വിരോധം, തെളിവ്, സംശയം.

തുഷാരം - തണുപ്പ്, മൂടൽമഞ്ഞ്, ഹിം, ചീനക്കർപ്പൂരം.

തുള - പൊത്ത്, തെറ്റ്, സുഷിരം.

തുറ - മലമ്പാത, സങ്കേതം, നില വറ, വകുപ്പ്, കടപ്പുറം, തുറമുഖം.

തുറം - നികുതി, വിഷയം.

തുറട് - പ്രയാസം, ആപത്ത്, കുടക്ക്.

തുറവ് - തുറമുഖം, വാതിൽ, വ്യക്തത, സന്ന്യാസം, തുറന്നിരി ക്കുന്ന അവസ്ഥ.

തുറുവ - അടപ്പ്, ഒരിനം മരച്ചീനി, കല്ലുംപതിരും നീക്കാത്ത നെല്ല്.

തുറ്റ് - ചോറ്, ഭക്ഷണം, തിങ്ങിനി റഞ്ഞ അവസ്ഥ.

തൂക്കം - ഉറക്കം, ലംബാവസ്ഥ, ഭാരം, ത്രാസ്സ്, തൂങ്ങിക്കിടക്കുന്നത്, തൂക്കണം.

തൂക്ക് - തൂക്കിലിടൽ, തൂക്കുമരം, ഭാരം, തൂക്കിയിടൽ, ഋജുവായ ദിശ, ചെങ്കുത്ത്.

തൂണം - തൂണ്, ആവനാഴി.

തൂണി - അമരി, പടുകരുണ, അമ്പുറ, ഒരുരോഗം, ഒരു ധാന്യ ളവ്.

തൂബര - നപുംസകൻ, മോഴ ക്കാള, മീശയില്ലാത്തവൻ.

തൂമ - നന്മ, ശുദ്ധി, വെണ്മ, പൂർ ണ്ണത.

തൂയം - അറ്റം, പരിശുദ്ധി.

തൂരി - ഉമ്മത്ത്, തൂലിക, ഒരിനം വാദ്യം.

തൂല - പഞ്ഞി, വിളക്കിലെ തിരി, പരുത്തിച്ചെടി.

തൂലം - അന്തരീക്ഷം, ആകാശം, വായു, ഉമ്മത്ത്, പഞ്ഞി, പുൽ ക്കൂട്ടം.

തൂലി - അമരി, ബ്രഷ്, പഞ്ഞി, വിളക്കിലെ തിരി.

തൂലിക - പേന, പക്ഷിത്തൂവൽ, ചിത്രകാരന്റെ ബ്രഷ്, അമരി, പഞ്ഞിമെത്ത, വിളക്കിലെ തിരി.

തൂലിനി - പേന, തിരുതാളി, ഇ ലവ്.

തൂളി - ചെതുമ്പൽ, ഒരിനം മത്സ്യം, ഉമി, പൊടി.

തൃണം - നാന്മുകപ്പുല്ല്, നിസ്സാര വസ്തു, പുല്ല്.

തൃണഗ്രാഹി - വൈഡൂര്യം, ഇന്ദ്ര നീലക്കല്ല്.

തൃണദ്ധ്വജം - മുള, കരിമ്പന.

തൃണദ്രുമം - കരിമ്പന, ഈന്തപ്പ ന, പൂക്കൈത, കുടപ്പന, ചിറ്റീന്ത, കമുക്, തെങ്ങ്, ഒറ്റത്തടി വൃക്ഷം.

തൃണരാജൻ - കരിമ്പ്, തെങ്ങ്, കരിമ്പന, ഈന്തപ്പന.

തൃപത്ത് - വലിയകുട, ചന്ദ്രൻ.

തൃപലം - രത്നം, കല്ല്.

തൃഷ - മേത്തോന്നി, ദാഹം, അധി കമായ ആഗ്രഹം, കാമദേവന്റെ പുത്രി.

തൃഷ്ണ - അത്യാഗ്രഹം, ദാഹം, ആഗ്രഹം.

തെങ്ങൻ - പൊണ്ണൻ, മലമ്പാമ്പ്, ഒരിനം ചേന.

തെണ്ടം - ദണ്ഡ്, ദണ്ഡം, ഉപദ്രവം, ശിക്ഷ, പ്രായശ്ചിത്തം.

തെണ്ടല്ക്കാരൻ - ദേഹണ്ഡക്കാരൻ, രോഗി, ഭിക്ഷക്കാരൻ, കരം പിരിവുകാരൻ.

തെന്നൽ - തെക്കൻകാറ്റ്, ഇളം കാറ്റ്, തെന്നുക.

തെയ്യം - ദൈവം, ഭാഗ്യം.

തെളി - തെളിഞ്ഞ വെള്ളം, ശുദ്ധി, പ്രസന്നത, മൃഗങ്ങളെ നയിക്കൽ.

തെളിക്കുക - പ്രകാശിപ്പിക്കുക, നടത്തുക, മേയ്ക്കുക, നിർമലമാക്കുക, കാടുവെട്ടി നിരപ്പാക്കുക, വേട്ടയ്ക്കു വിളിക്കുക.

തെളിവ് - ബോധം, പ്രകാശം, വ്യക്തത, അറിവ്, സത്യം വെളിപ്പെടുത്തുന്ന വസ്തു, ഉത്സാഹം,

തെള്ളി - ഒരുതരം പശ, ഒരുതരം മത്സ്യം, ആന, തെള്ളിയെടുത്ത പൊടി

തെഴി - മുഴക്കം, ശബ്ദം.

തെറ്റ് - പിഴ, ലക്ഷ്യം പിഴയ്ക്കൽ, കുറ്റം, ഭംഗം, പിന്നൽമുടി, തെറ്റാലിയിൽ കല്ല് വച്ചു പ്രയോഗിക്കുന്നത്.

തേം - കള്ള്, തേൻ, മാധുര്യം.

തേക്കം - ഓക്കാനം, തിര കരയ്ക്കു വന്നടിക്കൽ, നെടുവീർപ്പ്, അയവിറക്കൽ, ഉഗ്രമായ കോപപ്രകടനം, തേകിയൊഴിക്കൽ.

തേങ്ങൽ - കിതപ്പ്, വിങ്ങിക്കരയൽ, നെടുവീർപ്പ്, വെള്ളത്തിന്റെ ഓളം തല്ലൽ.

തേജനം - മുള, മൂർച്ച വരുത്തൽ, മുഞ്ജപ്പുല്ല്, പ്രകാശിക്കൽ, അമ്പൊട്ടൽ, അമ്പിൻ മുന, വാൾ മുന.

തേജിനി - കുടുമ, മഞ്ഞൾ, പെരുംകുരുമ്പ, വലിയ വാലുഴവം.

തേജം - നെയ്യ്, എരിവ്, മൂർച്ച, ശോഭ, സ്വർണ്ണം മിനുക്കൽ.

തേജസ്സ് - ശോഭ, തലച്ചോറ്, സ്വർണ്ണം, ഭ്രൂണം, ശുക്ലം, പിത്തം, ഓജസ്സ്, കീർത്തി, ചൈതന്യം, അഗ്നിജ്വാല, സൂര്യൻ, ചൂട്, മജ്ജ, ബലം, കുതിരയുടെ വേഗം.

തേജോവതി - ആനത്തിപ്പലി, അഗ്നിദേവന്റെ രാജധാനി, തേജസ്സുള്ളവൾ.

തേട്ടം - സമ്പാദ്യം, വേട്ട, അന്വേഷണം, അതിയായ ആഗ്രഹം.

തേർച്ച - തുടർച്ച, വർദ്ധന, പിന്തുടർച്ചാവകാശം, രേഖ, സാക്ഷി, അനുഭവം.

തേവൽ - തേകൽ, കൊതി.

തേവാങ്ക് - മടിയൻ, അസാധാരണ ജന്തു, വിരൂപി.

തേവാങ്കം - മേലുടുപ്പ്, പട്ടുതുണി, കുട്ടിസ്രാങ്ക്, മടി.

തേള - ഹൃദയം, കരൾ, നെഞ്ച്, തെകിള.

തേറൽ - വിശ്വാസം, കള്ള്, തേൻ, അറിവ്, ധാരണ, തെളിഞ്ഞ അവസ്ഥ, ഇളുവാ, വർദ്ധന, പുഷ്ടി, ശിശുക്കളുടെ മധുരാലാപം.

തേറ്റം - അറിവ്, ബലം, ആശ്വാസം, വർദ്ധന, ധൈര്യം, പശ്ചാത്താപം.

തൈജസൻ - ദൈവം, ബലവാൻ, ഒരുതരം ആത്മാവ്.

തൈജസം - ലോഹം, ജീവശക്തി, ഉരുക്കുനെയ്യ്, സൂക്ഷ്മമായ പദാർത്ഥാംശം, അഹങ്കാരം.

തൈജസി - ശതാവരി, പ്രകാശമയമായ, ഈശ്വരഭക്തി, അത്തിത്തിപ്പലി.

തൈലപർണ്ണി - വെൺചന്ദനം, അറബിക്കുന്തുരുക്കം, തിരുവട്ടപ്പശ, ഹരിചന്ദനം.

തൈലഫലം - താന്നി, ഓടമരം, എള്ള്.

തൊങ്ങൻ - വഷളൻ, അലസൻ, കള്ളൻ.

തൊട - തുട, പുറമതിൽ, പൂമാല, കയറ്, അമ്പ്, ചുവർപ്പുറത്തെ നീണ്ട ഉത്തരം.

തൊടുപ്പ് - ഒരു നൂൽക്കഴി, മരത്തൊട്ടി, ചക്കയുടെ ഞെട്ട്, തുടർച്ച, കലപ്പ, കരിമ്പ് മുതലായ ചെടികളുടെ മുട്ട്.

തൊട്ടി - തൊട്ടിൽ, കിണറ്റിൽ നിന്നും വെള്ളം തേകാനുപയോഗിക്കുന്ന പാത്രം, വിറകുപുര, വേലി, പുല്ക്കൂട്.

തൊണ്ടൻ - ഭോഷൻ, അടിമ, വൃദ്ധൻ, പല്ലക്കു ചുമക്കുന്നവൻ, ഒരുതരം പയർ, നീചൻ.

തൊണ്ടലം - കുറുഞ്ഞി, നിലപ്പന.

തൊണ്ടി - മോഷ്ടിക്കപ്പെട്ട വസ്തു, കള്ള്, കൊവ്വ, ഒരിനം കടൽമീൻ, വൃദ്ധ, ഒരു വള്ളിച്ചെടി, ഒരിനം മരം.

തൊണ്ട് - പുറന്തൊലി, ചകിരി, തേങ്ങയുടെ പുറംതൊലി, കന്നുകാലികളുടെ കഴുത്തിൽ കെട്ടിയിടുന്ന മുറിത്തടി, സേവനം, അടിമ, പഴമ.

തൊണ്ണ് - തൊണ്ട, മോണ.

തൊത്ത് - പൂക്കളുടെയോ ഇലകളുടെയോ കുല, മുലക്കണ്ണ്, മൊട്ട്, കുരുമുളകുകൊടിയിൽ മുളകുമണി പറ്റിച്ചേർന്നിരിക്കുന്ന തണ്ട്.

തൊന്തി - കുടവയറ്, കുടവയറൻ.

തൊപ്പ - തൂങ്ങിക്കിടക്കുന്നത്, ജട, മുള്ള്, തടി.

തൊരടി - തുടരി, ഉപദ്രവം.

തൊള്ള - വലിയ ഒച്ച, പോട്, തൊണ്ട, മൃഗങ്ങളെ പിടിക്കാനുള്ള വല, കെണി.

തൊഴുകൈ - ഒരു ഔഷധസസ്യം, കൂപ്പു കൈ (അഞ്ജലി).

തൊഴുമ്പ് - നീചകർമ്മം, വൃത്തികേട്, ദാസ്യപ്രവൃത്തി.

തോക - വാൽ, ചിറക്, സ്ത്രീ, മയിൽപ്പീലി, വിരുതുകൊടി.

തോകം - ശോകം, അല്പം, പുത്രൻ, പുത്രി, കുട്ടി, പാൽ.

തോകകം - വേഴാമ്പൽ, ശിശു.

തോക് - കീരി, വാല്.

തോക്മം - പച്ച യവം, പച്ചനിറം, മേഘം, ചെവിപ്പീ.

തോട്ടി - ആനയെ നിയന്ത്രിക്കാൻ പാപ്പാൻ ഉപയോഗിക്കുന്ന ഉപകരണം, തോട്ട, മലിനവസ്തുക്കൾ മാറ്റുന്ന ജോലിക്കാരൻ.

തോത് - മാനദണ്ഡം, നിരക്ക്, അളവ്, അളവിന്റെ ഏകകം.

തോത്രം - ആനവളർ, കന്നുകാലികളെ അടിക്കാനുള്ള വടി, ഗദ.

തോദനം - കുത്തിത്തുളയ്ക്കൽ, തോത്രം.

തോമരം - ഇരുമ്പുപാര, വേൽ, പീലിക്കുന്തം, ചാട്ടുകുന്തം.

തോയം - വെള്ളം, ഇരുവേലി, പൂരാടം നക്ഷത്രം, കടൽ.

തോയദം - കാർമേഘം, നെയ്യ്, മുത്തങ്ങ, കാർമേഘം.

തോയാകരം - ജലാശയം, കടൽ, കുളം, കിണർ.

തോയുക - നനയുക, മുങ്ങുക, കൂടിച്ചേരുക, ഉണ്ടായിരിക്കുക, വർദ്ധിക്കുക.

തോരണം - കമാനം, തൂൺ, കൊടിക്കൂറ, കഴുത്ത്, ഒരു നഗരം, തൊണ്ട, വിതാനം.

തോഴം - തൊറ്റംപാട്ട്, ഉത്ഭവം, പ്രത്യക്ഷപ്പെടൽ, തോന്നൽ, തൊഴുത്ത്, ദോഷം.

തോറ്റം - തോന്നൽ, സ്തോത്രം, പൊറുപ്പിക്കൽ, പിറപ്പ്, ശക്തി, സൃഷ്ടി, ആവേശം, കാഴ്ച, രൂപം.

തൗല്യം - ഭാരം, തുല്യത.

ത്യാഗം - ഔദാര്യം, ദാനം, ഉപേക്ഷിക്കൽ.

ത്രപ - യശസ്സ്, സങ്കോചം, ചാരിത്ര്യശുദ്ധിയില്ലാത്ത സ്ത്രീ.

ത്രപു - കാരീയം, വെളുത്തീയം, ഒരു നരകം.

ത്രയി - വേദം മൂന്നു വസ്തുക്കളുടെ സമൂഹം, ബുദ്ധി, ഭർത്തൃസന്താനങ്ങളോടു കൂടിയവൾ.

ത്രസം - ഹൃദയം, ജംഗമം, കാട്.

ത്രസനം - ഭയം, അസ്വസ്ഥത, കമ്പനം, തുടിപ്പ്.

ത്രാണം - കവചം, രക്ഷ, രക്ഷിക്കപ്പെട്ടത്.

ത്രാപുഷം - വെള്ളി, വെളുത്തീയം, വെളുത്തീയം കൊണ്ടുണ്ടാക്കപ്പെട്ടത്.

ത്രാസം - ഭയം, സഞ്ചാരീ ഭാവങ്ങളിൽ ഒന്ന്, കഷ്ടത, രത്നത്തിന്റെ ന്യൂനത.

ത്രികകുത്ത് - വിഷ്ണു, ബ്രഹ്മാവ്, ത്രികുടപർവ്വതം, ഏറ്റവും ഉല്കൃഷ്ടമായത്.

ത്രികണ്ടം - ഒരിനം മത്സ്യം, ചതുരക്കള്ളി, ചെറിയെരിഞ്ഞിൽ.

ത്രികോണം - ഉപസ്ഥം, മുക്കോണം, വൻകൊട്ട, മൂലത്രികോണരാശി.

ത്രിഗർത്ത - മുത്ത്, ഒരിനം വിട്ടിൽ, സ്ത്രീ, കുടല.

ത്രിഗുണ - മായ, ദുർഗ്ഗ, മൂന്നുഗുണങ്ങളുള്ള.

ത്രിദലം - പ്ലാശ്, കൂവളം.

ത്രിദശം - സ്വർഗ്ഗം, മുപ്പത്.

ത്രിപഥം - സ്വർഗ്ഗം, കർമ്മം, ജ്ഞാനം, ഉപാസന എന്നീ മൂന്നു മാർഗ്ഗങ്ങൾ, മുക്കവല.

ത്രിപർണ്ണി - കാട്ടുപരത്തി, പെരുങ്കുരുമ്പ, മൂവില.

ത്രിപാദം - ജ്വരം, മുക്കാലി.

ത്രിപുട - പേരേലം, ചിറ്റേലം, ത്രികോല്പക്കോന്ന, മഴമുല്ല, ദുർഗ്ഗ, ഒരു താളം.

ത്രിപുടം - ഉള്ളങ്കൈ, അമ്പ്, ത്രിപുടതാളം, ചെറിയ ഞെരിഞ്ഞിൽ.

ത്രിപുടി - ആവണക്ക്, ത്രികോല്പക്കൊന്ന, കുടകപ്പാലയരി.

ത്രിമാത്രികം - പ്ലുതം, മൂന്നുമാത്രകളുള്ള ഓംകാരം.

ത്രിയാമ - അമരി, യമുന, നീലക്കല്ല്, മഞ്ഞൾ, രാത്രി.

ത്രിവിക്രമൻ - സൂര്യൻ, ശിവൻ, വിഷ്ണു.

ത്രിവേണു - തേരിന്റെ തൂണ്, സന്ന്യാസിയുടെ ദണ്ഡ്, മൂന്നു കൊടികെട്ടിയ രഥം.

ത്രിശങ്കു - ഒരു നക്ഷത്രം, പൂച്ച, ശിവൻ, വേഴാമ്പൽ, വെട്ടുക്കിളി, മിന്നാമിനുങ്ങ്, ഹരിശ്ചന്ദ്രന്റെ പിതാവ്.

ത്രിശീർഷൻ - ശിവൻ, വിശ്വരൂപൻ, ഒരു രാക്ഷസൻ.

ത്രുടനം - സ്പന്ദനം, പിളർക്കൽ.

ത്രുടി - ചിറ്റേലം, നാശം, വാക്കുമാറ്റം, സംശയം, മുറിക്കൽ, നഷ്ടം, കുറവ്, വാക്കുമാറ്റം, സൂക്ഷ്മമായത്.

ത്രേത - യുഗങ്ങളിലൊന്ന്, ത്രയം, ത്രേതാഗ്നി, മൂന്നു ചേർന്നുള്ളത്,

ത്രോടി - കൊക്ക്, ഒരിനം പക്ഷി, തോടിമീൻ, ചെറുകുമിഴ്, മീനിന്റെ ചുണ്ട്, പക്ഷികളുടെ ചുണ്ട്.

ത്ര്യക്ഷരൻ - വിവേകമുള്ളവൻ, വംശാവലി രചിക്കുന്നവൻ, ഘടകൻ.

ത്ര്യക്ഷി - നാളീകേരം, ശിവൻ.

ത്ര്യംബകം - ശിവന്റെ വില്ല്, ചെമ്പ്, ഗോദാവരിയുടെ ഉത്ഭവസ്ഥാനം, തേങ്ങ.

ത്വക്ക് - എലവങ്ങം, ശരീരത്തിന്റെ പുറംപട്ട, സ്പർശേന്ദ്രിയം, മരവുരി.

ത്വക് പുഷ്പം - രോമാഞ്ചം, പുഴുക്കടി.

ത്വക്സാരം - ചണം, മുള, ഇലവങ്ങം.

ത്വഗ്ജം - രക്തം, രോമം.

ത്വഷ്ടാവ് - ബ്രഹ്മാവ്, വിശ്വകർമ്മാവ്, ശില്പി, ആദിത്യൻ, ഒരു പ്രജാപതി.

ത്വാഷ്ട്രി - സരണ്യു, ചിത്തിര നക്ഷത്രം, ചെറിയ ബ്രഹ്മി.

ത്വിട്ട് - ഇച്ഛ, സംഭാഷണം, കീഴ്നടപ്പ്, അധികാരം, കോപം, പ്രകാശരശ്മി, സൗന്ദര്യം, തിളക്കം.

ഥ

ഥം - മംഗളം, ഭയം, പർവ്വതം, ഭക്ഷിക്കൽ, രക്ഷണം, ആപത്സൂചന.

ദ

ദംഭം - കപടം, പാപം, അഹങ്കാരം, വജ്രായുധം.

ദംഭനം - വഞ്ചന, വ്യാജം.

ദംശം - കാട്ടീച്ച, വിഷപ്പല്ല്, കവചം, ന്യൂനത, അവയവം, കടി, മുറിവായ്, സന്ധി, കൊത്ത്.

ദംശകം - പട്ടി, കാട്ടീച്ച, ഈച്ച.

ദംശനം - കുപ്പായം, കടി, കവചം.

ദംഷ്ട്രി - എലി, കടുവ, പന്നി, പാമ്പ്.

ദക്ഷം - ദുശ്ശീലം, വലതുഭാഗം, സാമർത്ഥ്യം, പൂവൻകോഴി, മൂഢത, ശക്തി, നിശ്ചയബുദ്ധി.

ദക്ഷിണ - ഭക്ത്യാദരപൂർവ്വം അർപ്പിക്കുന്ന ഉപഹാരം, കറവപ്പശു, തെക്കെ ദിക്ക്, അനുകൂലമായ.

ദക്ഷിണൻ - കാപട്യമില്ലാത്തവൻ, ശിവൻ, അനുകൂലിക്കുന്നവൻ, വിഷ്ണു, വിവേകമുള്ളവൻ, സമർത്ഥൻ.

ദക്ഷിണാവർത്തം - ദക്ഷിണേന്ത്യ, വലംപിരി ശംഖ്, സൂര്യന്റെ, തെക്കോട്ടു തിരിഞ്ഞത്, ദക്ഷിണാപഥം.

ദണ്ഡം - രോഗം, പിഴ, പട്ടാളക്കാരുടെ നിര, സൈന്യം, കുടക്കാൽ, താമരവളയം, തുമ്പിക്കൈ, തണ്ട്, കുതിര, ശരീരം, തടവ്, നൂറായിരം, ശിക്ഷ, വടി.

ദണ്ഡകാഷ്ഠം - ഗദ, വടി.

ദണ്ഡധരൻ - രാജാവ്, കോൽക്കാരൻ, കുശവൻ, ശിക്ഷാധികാരി, കാലൻ, സന്ന്യാസി, ഭീമൻ.

ദണ്ഡഭൃത്ത് - രാജാവ്, വടിക്കാരൻ, കാലൻ, കുശവൻ.

ദണ്ഡയാത്ര - വിവാഹഘോഷയാത്ര, യുദ്ധയാത്ര, അകമ്പടി നടപ്പ്.

ദണ്ഡാരം - വില്ല്, വണ്ട്, ചങ്ങാടം, മദയാന, കുശവന്റെ ചക്രം.

ദണ്ഡി - രാജാവ്, മക്കിപ്പൂവ്, സന്ന്യാസി, വള്ളക്കാരൻ, ശിവൻ, വടി കൈയിലുള്ളവൻ.

ദണ്ഡ് - ഗദ, വടി, ഒരു സേനാവ്യൂഹം, ഒരു വലിയ സംഖ്യ.

ദധി - വസ്ത്രം, തൈര്, തിരുവട്ടപ്പശ.

ദന്തം - മലഞ്ചരിവ്, പല്ല്, ആനക്കൊമ്പ്, വള്ളിക്കുടിൽ, മുപ്പത്തിരണ്ടെന്ന സംഖ്യ, അമ്പിൻ മുന, ഒരു തരം വീണ.

ദന്തധാവനം - പല്ലുതേപ്പ്, ഇലഞ്ഞി, കരിങ്ങാലി വൃക്ഷം.

ദന്തശഠം - കടുത്തപുളിരസം, വൈരപ്പുളി, ജോനകനാരകം, ചെറുനാരകം, വിളാർമരം.

ദന്തായുധൻ - ആന, പന്നി.

ദഭ്രം - സമുദ്രം, ദുഃഖം, അല്പം.

ദമം - വീട്, മക്കിപ്പൂവ്, ചെളി, പ്രായശ്ചിത്തം, അടക്കം, കിക്ഷ, ഭവനം, ദണ്ഡോപായം, ദണ്ഡിപ്പിക്കൽ.

ദമൻ - ബുദ്ധൻ, വിഷ്ണു, ദമയന്തീസോദരൻ, മരുത്തന്റെ പൗത്രൻ.

ദമനം - വധം, മക്കിപ്പൂവ്, ശിക്ഷ, അടക്കൽ, കൊടുവേലി, കുരുക്കുത്തിമുല്ല, ഇന്ദ്രിയനിഗ്രഹം.

ദമനകം - ഉലുവ, മക്കിപ്പൂവ്, കൊഴുന്ത്.

ദരം - ഗുഹ, പൊക്കിൾ, വിഷം, വിള്ളൽ, ഭയം, അല്പം, ശംഖ്, കീറൽ, കുഴി, പ്രവാഹം.

ദരണി - നീർച്ചുഴി, ഒഴുക്ക്, തിര.

ദരത്ത് - മ്ലേച്ഛജാതി, അധോമുഖമായ സ്ഥലം, നദീതീരം, ഭയം, ഹൃദയം, പർവ്വതം.

ദരദം - ചായില്യം, ഭയം, ഒരിനം സർപ്പം.

ദരശ് - മോടി, വേഷം, ശുഭനിമിത്തം.

ദർദ്ദരീകം - തവള, മേഘം.

ദർദ്ദുരം - തവള, നറുനെല്ല്, പുല്ലാങ്കുഴൽ, ഭേരീനാദം, ഗ്രാമസമൂഹം, ഒരുതരം അഭ്രം, തെക്ക് മലയപർവ്വതത്തോടു ചേർന്ന ഒരു പർവ്വതം.

ദർപ്പം - അഹങ്കാരം, കസ്തൂരി, ചൂട്, പാപം.

ദർവ്വൻ - രാക്ഷസൻ, ഉപദ്രവകാരി.

ദർവ്വടൻ - ദ്വാരപാലകൻ, പൊലീസ് ശിപായി, രക്ഷകൻ.

ദർവ്വരീകം - കാറ്റ്, തീ, ഒരു വാദ്യോപകരണം.

ദർവ്വി - കൈ, മരമഞ്ഞൾ, പാമ്പ്, മരത്തവി.

ദർശനം - കാഴ്ച, അമാവാസി ദിവസം, ദൃക്സാക്ഷ്യം, സാന്നിദ്ധ്യം, സ്വപ്നം, ഉദ്ദേശ്യം, ബുദ്ധി, തത്ത്വജ്ഞാനം.

ദർശകൻ - ഗുരു, വിദ്വാൻ, വഴികാട്ടി, ദ്വാരപാലകൻ, പരിശോധകൻ.

ദർശനം - കാഴ്ച, കണ്ണ്, കണ്ണാടി, കാഴ്ചദ്രവ്യം, ദിക്ക്, ബുദ്ധി, ധർമ്മം.

ദലം - ഇതൾ, തളിരില, പകുതി, സമൂഹം, കൂമ്പാരം, അർത്ഥം, ദ്രവ്യം, സേനാവിഭാഗം, വാൾമുന, തമാലപത്രം, കൂട്ടിച്ചേർപ്പ്.

ദലപം - ശാസ്ത്രം, ആയുധം, സ്വർണ്ണം.

ദലാഢകം - നാകപ്പൂവ്, കടൽനുര, കുരുക്കുത്തിമുല്ല, ആനച്ചെവി, കടൽനാക്ക്, കൊടുങ്കാറ്റ്, ആനയുടെ ചെവി, കിടങ്ങ്.

ദല്ഭം - പാപം, ചതി, വണ്ടിച്ചക്രം.

ദല്മി - വജ്രം, ശിവൻ, ഇന്ദ്രന്റെ ആയുധം, കുതിര, കാട്, വേദന, പനി, കാട്ടുതീ, ചൂട്.

ദവഥു - കോപം, ഉൽക്കണ്ഠ, അഗ്നി, ചൂട്.

ദശ - മാംസം, അവസ്ഥ, വിളക്കിന്റെ തിരി, ജീവിതത്തിൽ നവഗ്രഹങ്ങൾ ഓരോന്നും ആധിപത്യം സ്ഥാപിക്കുന്ന അവസ്ഥ, പത്ത്, കർമ്മഫലം, ധാരണ, ഭാഗ്യം, മനഃസ്ഥിതി.

ദശനം - കവചം, പല്ല്, കടി.
ദശനോച്ഛിഷ്ടം - നെടുവീർപ്പ്, ചുണ്ട്, ചുംബനം.
ദശാനം - ജീവിതാവസാനം, ദശയുടെ അവസാനം, തിരിയുടെ അറ്റം.
ദസനം - പിരിച്ചുവിടൽ, ദൂരെക്കളയൽ, പാഴാക്കൽ, ക്ഷയം, ഏറ്.
ദസ്മൻ - കള്ളൻ, അഗ്നി, യജ്ഞം നടത്തുന്നവൻ.
ദസ്യു - ശത്രു, ഭൃത്യൻ, കള്ളൻ, മ്ലേച്ഛൻ, അസുരൻ.
ദസ്രം - കഴുത, അശ്വതി നക്ഷത്രം, തണുപ്പുകാലം.
ദഹനം - തേക്കിട, പ്രാവ്, ചേരുമരം, മൂന്ന് എന്ന സംഖ്യ, കാർത്തിക നക്ഷത്രം, കൊടുവേലി, ദഹിപ്പിക്കൽ.
ദഹരൻ - എലി, ആൺകുട്ടി, ഇളയസഹോദരൻ.
ദാ - രക്ഷണം, പ്രദാനം ചെയ്യൽ, ചൂട്, പശ്ചാത്താപം.
ദാംഭികം - മലങ്കാര, കൊക്ക്.
ദാംഭികൻ - കള്ളസന്ന്യാസി, ചതിയൻ, അഹങ്കാരി.
ദാക്ഷായണി - ദിതി, കദ്രു, വിനത, അദിതി, തക്ഷപുത്രി, പാർവ്വതി.
ദാക്ഷിണ്യം - യോജിപ്പ്, സാമർത്ഥ്യം, പക്ഷാപാതം, ഔദാര്യം, ദയ, സൗശീല്യം
ദാഢകം - ആനക്കൊമ്പ്, പല്ല്, തേറ്റ.
ദാഢ - കൂട്ടം, ആഗ്രഹം, തേറ്റ, വലിയപല്ല്, ആനക്കൊമ്പ്.
ദാത്യൂഹം - മേഘം, നത്ത്, നീർക്കാക്ക, വേഴാമ്പൽ.
ദാത്രം - ദാനം, ഓഹരി, കോടാലി, ചതുരുപായങ്ങളിൽ രണ്ടാമത്തേത്, അരിവാൾ
ദാനം - കൈമാറൽ, സമ്മാനം, ആനയുടെ മദജലം, കൊടുക്കൽ, നിരപ്പ്, ഛേദനം, കൈക്കൂലി, രക്ഷ, പഠിപ്പിക്കൽ, മേച്ചിൽ, ഔദാര്യം.
ദാനു - കാറ്റ്, ഐശ്വര്യം, തൃപ്തി, ദാതാവ്, പരാക്രമി, തീയ്, സമ്മാനം, ഒരു തുള്ളി, അഭിവൃദ്ധി.
ദാന്തം - മക്കിപ്പൂവ്, ഇണങ്ങിയ കാള, അടക്കിയത്.
ദാമം - കയറ്, നാട, രേഖ, മാല, അരപ്പട്ട, ലോകം, കൂട്ടം.
ദായം - ഓഹരി, കുടുംബസ്വത്ത്, സ്ത്രീധനം, നഷ്ടം, വിതരണം, പങ്ക്, അവകാശം, പാരമ്പര്യം, മേന്മ.
ദായബന്ധു - സഹോദരൻ, സമാവകാശി.
ദാരം - ഭാര്യ, കീറൽ, വിടവ്, മിഥുനം രാശി, ഉഴുതനിലം.
ദാരദം - സമുദ്രം, ചായില്യം, രസം, ഒരുതരം വിഷം.
ദാരിക - വേശ്യ, മകൾ, വിടവ്, ചീന്ത്.
ദാരു - ദേവതാരു, ദാനശീലൻ, ശില്പി, ഉദാരശീലൻ, ചിത്രമെഴുത്തുകാരൻ, പിത്തള, താഴ്, പഞ്ചലോഹമുള്ള കല്ല്, ഔഷധം.
ദാരുഗർഭ - മലവാഴ, മരപ്പാവ.
ദാരുജം - മദ്ദളം, ചെണ്ട, തടികൊണ്ടുള്ള ബിംബം.
ദാരുണം - ഭയാനകരസം, കൊടുവേലി, താരണം, ഒരു കുഷ്ഠം, കടുപ്പം.
ദാർദ്ദുരം - അരക്ക്, വെള്ളം, വലംപിരിശംഖ്, തവളയുടെ കടി.
ദാർവ്വി - മഞ്ഞൾ, മരമഞ്ഞൾ, കൊഴുപ്പ്, ചട്ടുകം, ദേവതാരം.
ദാവം - കുതിര, പനി, കാട്, കാട്ടുതീ, തീ.

ദാസി - വേശ്യ, ഭൃത്യ, ഭരണി നക്ഷത്രം, കരിങ്കുറിഞ്ഞി, മുൾക്കുറിഞ്ഞി, വേദിക, അകമ്പടിക്കാരി.
ദാഹകം - ചേരുമരം, തീയ്, വായു, കൊടുവേലിച്ചെടി.
ദിക്കരൻ - ശിവൻ, അരുണൻ, ചെറുപ്പക്കാരൻ.
ദിക്ക് - ദിശ, സ്ഥലം, അഭിപ്രായം, സൂചന, സന്ദർഭം, ധാരണം.
ദിഗന്തരം - അന്തരീക്ഷം, വിദൂര സ്ഥലം, ചക്രവാളം.
ദിഗംബരൻ - നഗ്നസന്ന്യാസി, ശിവൻ, സുബ്രഹ്മണ്യൻ, വസ്ത്രം ധരിക്കാത്തവൻ.
ദിഗംബരി - നഗ്ന, ദുർഗ്ഗ.
ദിഗ്ദ്ധു - കഥ, ലേപനദ്രവ്യം, എണ്ണ, തീയ്, വിഷംതേച്ച അമ്പ്.
ദിതി - വിഭജനം, ഔദാര്യം, മുറിക്കൽ, ഒരു വാസ്തുദേവത, ദക്ഷപുത്രി.
ദിദ്യു - സ്വർഗ്ഗം, ആകാശം, അമ്പ്.
ദിനകരതനയൻ - കർണ്ണൻ, സുഗ്രീവൻ, ശനി, കാലൻ, സൂര്യന്റെ പുത്രൻ.
ദിനപ്രണി - എരിക്ക്, സൂര്യൻ.
ദിവം - വനം, സ്വർഗ്ഗം, പകൽ, ആകാശം, കാട്ടുകാക്ക.
ദിവാകരം - കാക്ക, സൂര്യകാന്തിപ്പൂവ്, ചുമന്നപൂവുള്ള എരിക്ക്.
ദിവാന്ധം - മൂങ്ങ, വവ്വാൽ, ഒരു നേത്രരോഗം, നത്ത്.
ദിവോകസ്സ് - ആന, ദേവൻ, തേനീച്ച, വേഴാമ്പൽ, മാൻ.
ദിവ്യ - അഭൗമമായ, ഒരു പക്ഷി, ഒരു അപ്സരസ്സ്, ശതാവരി, യവം, പെരുംജീരകം, കടുക്ക, മഹാമേദ, മുരാമാഞ്ചി, ബ്രഹ്മി, കാട്ടുപാവൽ, വിശുദ്ധം.
ദിവ്യം - ദൈവത്വമുള്ളത്, ഹരിചന്ദനം, സ്വർഗ്ഗം, ശപഥം, ഇലവർഗ്ഗം, ശതാവരി, മഹാമേദ, ഹരീതകി, കാർക്കോടകി, യവം, പന്നി.
ദിവ്യചക്ഷുസ്സ് - അന്ധൻ, ജ്യോത്സ്യൻ, കുരങ്ങ്, ജ്ഞാനദൃഷ്ടി.
ദിവ്യൻ - ദേവസംബന്ധിയായ പുരുഷൻ, യമൻ, തത്ത്വജ്ഞാനി, ദേവൻ, വിശുദ്ധൻ. അമാനുഷൻ,
ദിവ്യവസ്ത്രം - സൂര്യകാന്തി, സൂര്യപ്രകാശം, പരിപാവന വസ്ത്രം.
ദിഷ്ടം - ഭാഗ്യം, വിധി, കാലം, മരമഞ്ഞൾ, ഉദ്ദേശ്യം, ആജ്ഞ, ഒരു നാട്യാലങ്കാരം.
ദിഷ്ടതി - ഭാഗ്യക്കേട്, താൽപര്യം, ആവശ്യം.
ദിഷ്ടി - ഭാഗ്യം, സന്തോഷം, നിർദ്ദേശം, ശുഭസന്ദർഭം.
ദീദിവി - അഗ്നി, ആഹാരം, സ്വർഗ്ഗം, വ്യാഴഗ്രഹം, ബൃഹസ്പതി.
ദീധിതി - രശ്മി, പ്രകാശം, വിരൽ, ജാമാതാവ്.
ദീനം - രോഗം, മസൂരിരോഗം, തകരവൃക്ഷം, ക്ലേശം, ദാരിദ്ര്യം.
ദീപകം - ദീപനാളം, പരുന്ത്, തിളങ്ങുന്ന വസ്തു, ദീപകാലങ്കാരം, കുങ്കുമം, ജീരകം, മയിലോശിക, അയമോദകം, പരുന്ത്, കുങ്കുമം, ഒരു രാഗം.
ദീപനം - ദഹനക്രിയ, ഉത്തേജനം, തകര, കുങ്കുമം, പൊന്നാവീരം, വലിയ വെളുത്തുള്ളി, ജ്വലിപ്പിക്കൽ.
ദീപവൃക്ഷം - ചരളം, ദേവതാരം, വിളക്കുമരം, ഏഴിലംപാല.
ദീപാന്ധം - പ്രാവ്, പെരുച്ചാഴി.

ദീപിക - വിളക്ക്, കരിഞ്ജീരകം, തീക്കൊള്ളി, ചൂട്ട്, ചന്ദ്രിക, ഒരു രാഗം.

ദീപ്ത - ജ്വലിക്കുന്ന, ചർമ്മലന്ത, ചെറുപുന്ന, മേന്തോന്നി.

ദീപ്തം - ജ്വലിച്ചത്, നാരം, സിംഹം, ഒരു നാസാരോഗം, സ്വർണ്ണം, പെരുങ്കായം, വെള്ളോട്, ഒരു ദുഃശകുനം.

ദീപ്ത - അഗ്നി, ആ കാവ്യദോഷം, പ്രകാശം, സൗന്ദര്യം, വെള്ളോട്.

ദീർഘം - നീളമുള്ള, ചൂണ്ടപ്പന, ശരക്കോൽ, ദീർഘസ്വരം, ഉന്നതമായ, ശരക്കോൽ, ഒട്ടകം.

ദീർഘച്ഛദം - തേക്ക്, കരിമ്പ്.

ദീർഘദർശി - കഴുകൻ, കരടി, തത്ത്വജ്ഞൻ, മുഹമ്മദ് നബി, മൂങ്ങ.

ദീർഘനാദം - കോഴി, ശംഖ്, നായ്, നീണ്ടു നില്ക്കുന്ന ശബ്ദം.

ദീർഘപത്ര - പൂക്കൈത, നറുമഞ്ഞൾ, ഡോ, മൂവില, തുമ്പ.

ദീർഘപത്രിക - കറ്റുവാഴ, വെൾവയമ്പ്, മൂവില, വെള്ളതഴുതാമ.

ദീർഘപാദപം - തെങ്ങ്, പന, കവുങ്ങ്.

ദീർഘായുസ്സ് - ജീവകം, ഇലവ്, കാക്ക, വടക്കുകിഴ്കെ കോണ്, മാർക്കണ്ഡേയൻ.

ദീർഘിക - വലിയ കുളം, നെടുംകേണി, കറിക്കായം, ഗാലറി.

ദുഗ്ദ്ധം - പാല്, വൃക്ഷങ്ങളുടെ കറ.

ദുന്ദുഭി - സൂര്യൻ, പെരുമ്പറ, ഒരസുരൻ, വരുണൻ, കൃഷ്ണൻ.

ദുന്ദുമാരം - പൂച്ച, പുക, പുഴു.

ദുരഗ്ഗം - പർവ്വതം, കിടങ്ങ്, കോട്ട, ക്ലേശം, ഗുഗ്ഗുലു, ദുർഗ്ഗമത്വം.

ദുർഗ്ഗതി - നരകം, ദുഃഖം, ദാരിദ്ര്യം, ദുർവ്വിധി, ദുഷിച്ചമാർഗ്ഗം.

ദുർദ്ധരം - രസം, ചേരുമരം, ഇടവകം, വഹിക്കാൻ പ്രയാസമുള്ളത്.

ദുശ്ച്യരം - കരടി, കാക്ക.

ദുഷ്ട് - അഴുക്ക്, ദോഷം, നിന്ദ്യമായത്.

ദുഃസ്ഥം - നായ, കോഴി

ദൂതി - പഞ്ചവർണ്ണക്കിളി, കൂട്ടിക്കൊടുപ്പുകാരി, ദൂതുപറയുന്നവൾ.

ദൂരദർശി - കഴുകൻ, ബുദ്ധിമാൻ, ദൂരദർശിനി.

ദൂഷിക - കൺപീള, തൂലിക, പെൻസിൽ, ഒരിനം നെല്ല്.

ദൂഷ്യം - പഞ്ഞി, കൂടാരം, വിഷം, ദോഷം, വസ്ത്രം.

ദൃക്ക് - കണ്ണ്, നോട്ടം, അറിവ്, പര്യവേക്ഷണം.

ദൃഢം - ഉരുക്ക്, കോട്ട, ഏലവാലുകം, ഉറപ്പുള്ളത്.

ദൃതി - മത്സ്യം, മേഘം, തുകൽ, കാളയുടെ താട.

ദൃശി - പ്രകാശം, കണ്ണ്, ശാസ്ത്രം, കാഴ്ച.

ദൃഷ്ടാന്തം - സാക്ഷി, ശാസ്ത്രം, ഉദാഹരണം, ഒരു വലിയ സംഖ്യ.

ദൃഷ്ടി - കാഴ്ച, കണ്ണ്, നോട്ടം, അറിവ്, ധ്യാനം, ശ്രദ്ധ, ആശയം, ബുദ്ധി, പ്രകാശം, ആദരം.

ദെണ്ണം - ദുഃഖം, മനക്ലേശം, ദണ്ഡം, രോഗം, അദ്ധ്വാനം.

ദേവം - മേഘം, കളി, രസം, ദേവതാരം, ജ്ഞാനേന്ദ്രിയം.

ദേവത - ഉമ്മത്ത്, ദേവവിഗ്രഹം, ജ്ഞാനേന്ദ്രിയം, ദേവയോനിയായ, പിശാച്, ദിവ്യശക്തി.

ദേവൻ - ബ്രാഹ്മണൻ, രാജാവ്, ഇന്ദ്രൻ, കാമുകൻ, സവർഗ്ഗവാസിയായവൻ, വിഗ്രഹം, ദുർമ്മൂർത്തി.

ദേവനം - സ്തുതി, അഭിലാഷം, ചൂതുകളി, വിനോദം, പകിട, തിളക്കം, താമര, ഉദ്യാനം, നിദ്ര, ഗതി, വിലാപം, വിജയേച്ഛ, തൊഴിൽ.

ദേവമണി - മേദ, മഹാമേദ, കൗസ്തുഭം, സൂര്യൻ, കുതിരയുടെ ചുഴി.

ദേവവൃക്ഷം - ഗുഗ്ഗുലു, ഏഴിലാംപാല, മന്ദാരം.

ദേവി - ദുർഗ്ഗ, ദിവ്യസ്ത്രീ, ദേവസ്ത്രീ, മാന്യസ്ത്രീ, പ്രഭ്വി, ശ്രേഷ്ഠതയുള്ളവൾ, ചോനകപ്പുല്ല്, പെരുന്തുമ്പ, നിലച്ചുര, സരസ്വതി, അഗശി, കടുക്ക, മൂവില, കാട്ടുപാവൽ, പാട, ശ്രീപാർവ്വതി.

ദേശം - സ്ഥലം, രാജ്യം, കരം, പ്രവിശ്യ, വിഭാഗം.

ദേശന - സൂചിക, ആജ്ഞ, ഉപദേശം.

ദേശികൻ - സഞ്ചാരി, ഗുരു, മാർഗ്ഗദർശി, ദേശപരിചയം ഉള്ളവൻ.

ദേഹം - വ്യക്തി, ശരീരം, പിണ്ഡം, ആകൃതി.

ദേഹകോശം - തൊലി, ചിറക്, ശരീരാവരണം.

ദേഹഭൃത്ത് - ജീവൻ, മനുഷ്യൻ, ജീവി, ശിവൻ.

ദൈന്യം - അവമാനം, അല്പത്വം, ദാരിദ്ര്യം, ദീനക.

ദൈവം - വിധി, ഈശ്വരൻ, ദിവ്യശക്തി, ദേവൻ, ദൈവതീർത്ഥം.

ദൈവത - ഗുണശീലം, സൗഭാഗ്യം, വിജയം, സമ്പത്ത്.

ദൈവതം - വിഗ്രഹം, ദേവസമൂഹം, ഈശ്വരൻ, ദൈവത.

ദോഷം - ആക്ഷേപം, ആപത്ത്, രോഗം ത്രിദോഷം, ദുർഗ്ഗുണം, ദുരാചാരം, പാപം, പ്രദോഷം, ഇരുട്ട്.

ദോഹം - പാൽ, കറക്കൽ, നേട്ടം, പാൽപ്പാത്രം, തൃപ്തി, വിജയം, ലാഭം ഉണ്ടാക്കൽ.

ദൗഹൃദം - ഇച്ഛ, വ്യാക്കൂൺ, ഗർഭം, ദുസ്സ്വഭാവം.

ദ്യു - ശോഭ, ആകാശം, പകൽ, അഗ്നി, മൂർച്ഛ, തിളക്കം.

ദ്യുക്ഷൻ - ഇന്ദ്രൻ, വരുണൻ, അഗ്നി, സോമൻ, അര്യമാവ്.

ദ്യുചരം - ഗ്രഹം, പക്ഷി.

ദ്യുതി - ദീപ്തി, ഓജസ്സ്, ശോഭ.

ദ്യുമണി - ശിവന്, സൂര്യൻ, എരിക്ക്.

ദ്യുമനം - ശക്തി, ഉത്സാഹം, ദീപ്തി, മഹത്ത്വം, ഐശ്വര്യം.

ദ്രോയതം - ചൂട്, പ്രകാശം, സൂര്യപ്രകാശം.

ദ്യോതിസ്സ് - നക്ഷത്രം, പ്രകാശം.

ദ്രപ്സം - തീപ്പൊരി, മോര്, തുള്ളി, ചന്ദ്രൻ, കൊടിക്കൂറ.

ദ്രവണം - ഓട്ടം, ഉരുകൽ, അലിയൽ, ഇറ്റുവീഴൽ.

ദ്രവന്തി - നീർവാളം, നദി, എലിച്ചെവി, വലിയ ദന്തി.

ദ്രവരസം - പശ, അരക്ക്, സത്ത്.

ദ്രവിണം - സമ്പത്ത്, ശക്തി, പദാർത്ഥം, സത്ത്, ജംഗമവസ്തു.

ദ്രവ്യം - പിച്ചള, സ്വർണ്ണം, ലഹരി പാനീയം, പണയവസ്തു പഞ്ചഭൂതങ്ങൾ, വസ്തു.

ദ്രാപം - ആകാശം, ചെളി.

ദ്രാവം - വേഗം, ദ്രുതഗതി, ചൂട്, ദ്രവീകരണം, പറക്കൽ.

ദ്രാവകം - കാന്തം, പശ, ചന്ദ്രകാന്തം, പൊൻകാരം, മെഴുക്, ദ്രവം.

ദ്രുഘണം - കോടാലി, കാട്ടുചമ്പകം, മുൾത്തടി, കൊട്ടുവടി.

ദ്രോണം - കുടം, തേൾ, തുമ്പ, തവള, ഇലക്കുമ്പിൾ മരപ്പാത്രം, ഒരളവ്, കാവതിക്കാക്ക.

ദ്രോണി - തോണി, മരത്തൊട്ടി, മലയിടുക്ക്, വാഴ, അമരിവേലിപ്പ രുത്തി, ഒരിനം ഉപ്പ്.
ദ്വാദശാംശു - വ്യാഴഗ്രഹം, ബൃഹ സ്പതി.
ദ്വന്ദ്വം - ഇരട്ട, യുഗ്മം, രഹസ്യം, സംശയം, ഒരു സമാസം, മുഥുനം രാശി, മത്സരം, കോട്ട.
ദ്വാരം - വഴി, സുഷിരം, വാതിൽ, വിടവ്.
ദ്വാരബലിഭുക്ക് - കാക്ക, കൊക്ക്, കുരുവി.
ദ്വികം - ചക്രവാകം, കാക്ക.
ദ്വിജ - ചെഞ്ചീര, പെൺമപക്ഷി, ബ്രാഹ്മണ സ്ത്രീ, അരേണുകം.
ദ്വിജൻ - ക്ഷത്രിയൻ, ചന്ദ്രൻ, വൈശ്യൻ, ബ്രാഹ്മണൻ, പക്ഷി.
ദ്വിജരാജൻ - ഗരുഡൻ, ചന്ദ്രൻ, ബ്രാഹ്മശ്രേഷ്ഠൻ.
ദ്വിധാഗതി - ഞണ്ട്, മുതല.
ദ്വിജപതി - ചന്ദ്രൻ, ഗരുഡൻ, ബ്രാഹ്മണൻ, കർപ്പൂരം.
ദ്വിപക്ഷം - രണ്ടുവശം, വിഷമ ഘട്ടം, ഒരുമാസം.
ദ്വിരദാശനം - സിംഹം, അരയാൽ.
ദ്വിഷത - വെറുപ്പ്, ശത്രുത, വൈരാഗ്യം.
ദ്വീപം - താക്കോലം, ദ്വീപ്, പുലി ത്തോല്, അഭയസ്ഥാനം.
ദ്വീപി - പുല, വഴുതിന, കടുവ.
ദ്വീപ്യൻ - രുദ്രൻ, വ്യാസൻ, ദ്വീപിൽ വസിക്കുന്നവൻ.
ദ്വൈതം - രണ്ടെന്നഭാവം, ദ്വൈത വനം, സംശയം, ഭിന്നഭാവം, ദ്വൈത വാദം, ഒരു വനം, അജ്ഞാനം.
ദ്വൈധ്യം - ഭിന്നത, കാപട്യം, ചതി, കള്ളം.

ധ

ധട - ത്രാസ്, ത്രാസിലെ അളവു സൂചി, തുലാംരാശി.

ധനഞ്ജയൻ - അർജ്ജുനൻ, അഗ്നി, പാതാളവാസി, വിഷ്ണു, ഒരു സർപ്പം.

ധനി - യുവതി, ധനവാൻ, ഉടമസ്ഥൻ, കൊത്തമ്പാലരി.

ധനിക - ഞാഴൽ, ഭാര്യ, ഗുണവതി, യുവതി, സമ്പന്ന.

ധനു - ധാന്യപ്പുര, ധനുമാസം, വില്ല്, മണൽത്തിട്ട, ഒരളവ്, മുരൾമരം, ധാന്യസമൂഹം.

ധനുർവൃക്ഷം - അരയാല്, മുള, ചേരമരം, ധന്വനം.

ധന്യ - ഭാഗ്യവതി, നെല്ലി, ആയ, നാസ്തികൻ.

ധന്വം - മഴവില്ല്, മരുഭൂമി, ധനുരാശി.

ധന്വി - വില്ലാളി, ഇലഞ്ഞി, ശിവൻ, അർജ്ജുനൻ, വിഷ്ണു, ധനുരാശി, നീർമരുത്, ചെങ്കൊടിത്തൂവ.

ധമൻ - കൃഷ്ണൻ, ചന്ദ്രൻ, യമൻ, ബ്രഹ്മാവ്.

ധമനി - തൊണ്ട, കുഴൽ, രക്തക്കുഴൽ, മഞ്ഞൾ.

ധര - ഭൂമി, ഗർഭാശയം, മജ്ജ.

ധരം - വാൾ, പർവ്വതം, പഞ്ഞിക്കൂട്ടം.

ധരണം - എടുക്കൽ, ചിറ, ലോകം, ആലംബം, സ്ത്രീയുടെ ധനം, ധരിക്കുന്നത്.

ധരണി - ഭൂമി, കഴുക്കോൽ, നിലം, ഇലവ്.

ധരണീധരം - ആമ, ദിക്ഷജം, പർവ്വതം.

ധരണീഭൃത്ത് - ആദിശേഷൻ, പർവ്വതം, രാജാവ്.

ധർത്രം - ആലംബം, യാഗം, നന്മ, ഗൃഹം, ശ്രേയസ്സ്.

ധർമ്മം - ഭിക്ഷ, യാഗം, ഭക്തി, പ്രകൃതി, ബുദ്ധമതനിയമം, അവകാശം, കീഴ്വഴക്കം, നിയമം.

ധർമ്മണം - പാമ്പ്, ധന്വനം.

ധർമ്മൻ - ആത്മാവ്, ചമൻ, ഇന്ദ്രൻ, വിഷ്ണു, ധർമ്മപുത്രൻ.

ധർമ്മപത്തനം - കുരുമുളക്, യമപുരി.

ധർമ്മരാജൻ - യമൻ, ബുദ്ധൻ, യുധിഷ്ഠിരൻ, ധർമ്മിഷ്ഠനായ രാജാവ്.

ധർഷം - ഡംഭം, പരിഭവം, പീഡനം, നിയന്ത്രണം, നിന്ദനം, ധിക്കാരം, ധീരത, തളർത്തൽ, അക്ഷമ, ഭൂഷണം, ഉപദ്രവം, ചാരിത്ര്യദൂഷ്യം.

ധർഷണം - പരിഭവം, അഹങ്കാരം, വിരോധം, ദ്രോഹം, കൈയേറ്റം, ലൈംഗികവേഴ്ച, ധൈര്യം, മൈഥുനം.

ധവൻ - ഭർത്താവ്, തെമ്മാടി, വഞ്ചകൻ, പുരുഷൻ.

ധവളം - വെളുപ്പുനിറം, ശംഖ്, ഒരിനം പ്രാവ്, ചീനക്കർപ്പൂരം, നീർമരുത്, വെളുത്ത കുരുമുളക്.

ധാകം - കാള, പാത്രം, കലവറ, ചോറ്, തോണി, തൂണ്.

ധാത്രി - ഭൂമി, മാതാവ്, ആയ, നെല്ലി, വളർത്തമ്മ, സൂതികർമ്മിണി.

ധാനം - പെട്ടി, പാത്രം, ഇരിപ്പിടം.

ധാന്യം - നെല്ല്, ചാമ, പയറ്, കൊത്തമ്പാലരി, നാല് എള്ളിട.

ധാന്യകല്ക്കം - തവിട്, ഉമി, വയ്ക്കോൽ.

ധാമം - പ്രഭാവം, ഇരിപ്പിടം, നിയമം, രൂപം, ശരീരം, സൈന്യം, ദേഹം, ശോഭ, കീർത്തി, വർഗ്ഗം, ചന്ദനം, നഗരം, പരമപദം, സൈന്യം, ജനനം.

ധാര - പ്രവാഹം, കടം, വംശപരമ്പര, ഐകരൂപ്യം, സേനാനിര, കീർത്തി, മഞ്ഞൾ, രാത്രി, ചെവിയുടെ അഗ്രം, ജലം, ഭൂമി, ക്ഷീരക, കോളി, നാവ്, ചക്രം, വേല്, മലയുടെ അരിക്, വകുപ്പ്, സമൂഹം.

ധാരം - പെരുമഴ, താണസ്ഥലം, അതിര്, ആലിപ്പഴം, കടം, ഒരുതരം കല്ല്.

ധാരക - ഉപസ്ഥം, ക്ഷീണം, തൂണ്, ഒരു കാലയളവ്.

ധാരണ - അറിവ്, മനസ്സാന്നിദ്ധ്യം, സുനിശ്ചിതത്വം, കടം, ധൈര്യം, ഉറപ്പ്, ഓർമ്മ.

ധാരണി - വരിസൈഥര്യം, ഭൂമി, ധമനി, ധരിക്കുന്നവൾ.

ധാരാങ്കുരം - മഴത്തുള്ളി, ആലിപ്പഴം, കത്രു സൈന്യത്തെ അവഗണിച്ചുകൊണ്ടുള്ള പ്രയാണം.

ധാരാടം - കുതിര, മദയാന, ചക്രവാകം, മേഘം.

ധാരിണി - ഭൂമി, വഹിക്കുന്നവൾ, ഇലവ്, അഗ്നിമിത്രന്റെ മഹിഷി.

ധാവനി - പെരുമല്ലി. ഈരില, കണ്ടകാരി ചുണ്ട, കിലുകിലുപ്പ, ഓരില, അലക്കു കമ്പനി, കഴുകാനും മറ്റുമുള്ള സ്ഥലം.

ധീഷണ - ബുദ്ധി, ഭാഷണം, പ്രശംസ, അറിവ്, കിണ്ണം, വാക്ക്.

ധീഷണൻ - ഗുരു, ബുദ്ധിമാൻ, വ്യാഴഗ്രഹം, ബൃഹസ്പതി.

ധീഷ്ണ്യം - സ്ഥലം, ശക്തി, നക്ഷത്രം, കൊള്ളിമീൻ, പാർപ്പിടം.

ധീ - ബുദ്ധി. മനസ്സ്, ഭക്തി, കല, ആശയം, അറിവ്, ഉദ്ദേശ്യം.

ധീതി - ഭക്തി, പാനം, ചിന്ത, ദാഹം.

ധീരൻ - ധൈര്യശാലി, വിദ്വാൻ, ബലി, ബുദ്ധൻ, സൈഥര്യമുള്ളവൻ, ധീഷണശാലി.

ധീവരി - മീൻകുട്ട, മുക്കുവസ്ത്രീ, ചൂണ്ട.

ധൂർ - ആണി, ഭാരം, നുകം, കൊടുമുടി, മുൻവശം, സ്മരണം, കൈവിരൽ, തീപ്പൊരി, പ്രതിഫലനം.

ധൂകം - സമയം, കാറ്റ്.

ധൂനനം - കുലുക്കം, കാറ്റ്.
ധൂമം - ആവി, പുക, മൂടൽമഞ്ഞ്, ധുമകേതു, ഗോതമ്പ്, മേഘം, കൊള്ളിമീൻ, ഛർദ്ദി, ഒരു ഉപഗ്രഹം.
ധൂമകേതു - ഉല്ക്ക, അഗ്നി, സൂര്യൻ, അഗ്ന്യുല്പാതം, നാശകാരി.
ധൂമജം - മുത്തങ്ങ, മേഘം.
ധൂമിക - പുക, മൂടൽമഞ്ഞ്, ആവി.
ധൂർത്തം - ഉമ്മത്ത്, ഗുഗ്ഗുലു, അടവിക്കച്ചോലം, വിളയുപ്പ്, ഇരുമ്പിൻകിട്ടം, പീഡനം, അടവിക്കച്ചോലം.
ധൂർത്തകൻ - കുറുക്കൻ, ചതിയൻ, തെമ്മാടി.
ധൂലികദംബം - വേപ്പ്, തൊടുകാര, പൊടിക്കടമ്പ്, നീർമാതളം.
ധൂസരം - ഒട്ടകം, കഴുത, പ്രാവ്, കാട്ടുകുരികിൽ, ധൂളിയുടെ നിറം.
ധൂളി - പൊടി, പൂമ്പൊടി, നിസ്സാരൻ, ഒരു വലിയസംഖ്യ, മുള്ളിലവിൻ, ശോഭനല്കുന്നത്.
ധൃതവ്രതൻ - ഇന്ദ്രൻ, വരുണൻ, ധൃതനിഷ്ഠയുള്ളവൻ, അഗ്നി.
ധൃതി - തിടുക്കം, വഹിക്കൽ, സംതൃപ്തി, ഒരു യോഗം, ഛന്ദസ്സുകളിൽ ഒന്ന്.
ധൃത്വാവ് - വിഷ്ണു, ബ്രഹ്മാവ്, സൽഗുണം, കടൽ, സമർത്ഥൻ, ആകാശം.
ധേനു - ഭൂമി, പശു, കറവപ്പശു, മൃഗജാതിയിലെ പെണ്ണ്.
ധേനുക - പിടിയാന, ചുരിക, സമ്മാനം, പശു, പെൺമൃഗം.
ധോരണി - പാരമ്പര്യം, പരിചയം, നിര, വഴി, വിളംബരം, ക്രമം, ഡംഭ്, ഒഴുക്ക്.
ധൗതം - വെള്ളി, കഴുകൻ, അലക്കിയവസ്ത്രം, കുളി.
ധൗതി - ഊറ്റ്, കഴുകൽ, ഒരുതരം യോഗാഭ്യാസം.
ധ്യാനം - മനസ്സുകൊണ്ടുള്ള ആരാധന, ഒരേകാര്യത്തെക്കുറിച്ചു ചിന്തിക്കൽ, അഷ്ടാംഗയോഗങ്ങളിൽ ഒന്ന്.
ധ്യാമാവ് - ധ്യാനം, പ്രകാശം അളവ്.
ധ്രുവം - താറാവ്, പേരാൽ, തൂണ്, ധ്രുവനക്ഷത്രം, കെട്ട്, ആകാശം, സ്വർഗ്ഗം, മൂക്കിന്റെ അറ്റം, കാലം.
ധ്രുവകം - തൂണ്, നക്ഷത്രപഥം.
ധ്രുവൻ - ഒരു നക്ഷത്രം, ബ്രഹ്മാവ്, ശിവൻ, വിഷ്ണു.
ധ്വജം - കൊടിമരം, കൊടിചിഹ്നം, ജനനേന്ദ്രിയം, പന, അടയാളം, ശിശ്നം, കരിമ്പന, അഭിമാനം.
ധ്വജി - തേര്, പർവ്വതം, ബ്രാഹ്മണൻ, മയിൽ, മദ്യവില്പനക്കാരൻ, കുതിര, കൊടിയേന്തുന്നവൻ.
ധ്വനി - നാദം, മുഴക്കം, ശബ്ദം, സ്വനം, പദം, ഇടിനാദം, സൂചന, ആന്തരാർത്ഥം.
ധ്വംസം - നഷ്ടം, നാശം, പതനം.
ധ്വര - സായിപ്പ്, യജമാനൻ.
ധ്വാംക്ഷം - കാക്ക, വീട്, നീർക്കാക്ക, കൊക്ക്, നിന്ദ്യം,.

ന

നക - പ്രകാശം, ആഭരണം, പല്ല്, രത്നം, കപ്പിത്താൻ.

നകുലി - കീരിവള്ളി, മാഞ്ചി, പെൺകീരി, ഇലവ്, കുങ്കുമം.

നക്തം - ഇരുട്ട്, രാത്രി, മഞ്ഞൾ, ഒരുവ്രതം.

നക്തഞ്ചരൻ - ഊമൻ, പൂച്ച, രാക്ഷസൻ, കള്ളൻ, മൂങ്ങ, പിശാച്.

നക്തഞ്ചരം - പൂച്ച, മൂങ്ങ, ഗുഗ്ഗുലു.

നക്രം - ചീങ്കണ്ണി, മുതല, ഒരു വാദ്യം, വൃശ്ചികം രാശി, മൂക്ക്.

നഖദാരം - കഴുകൻ, പരുന്ത്, നഖംവെട്ടി.

നഖി - സിംഹം, കടുവ, പെരുച്ചാഴി, മുൾമരം, നഖമുള്ളവൻ, നാഗുണം.

നഗം - പർവ്വതം, സർപ്പം, ഏഴെന്ന സംഖ്യ, വൃക്ഷം.

നഗഭിത്ത് - കാക്ക, മഴു, ഇന്ദ്രൻ, കല്ലൂർവഞ്ചി, സുബ്രഹ്മണ്യൻ.

നഗൗകം - പക്ഷി, കാക്ക, എട്ടടിമാൻ, സിംഹം.

നങ്ങ - മാന്യസ്ത്രീ, സുന്ദരി, ചെറിയ പെൺകുട്ടി.

നച്ചം - വിഷം, ലക്ഷ്യം.

നഞ്ചം - അമരി, നഞ്ച്.

നട - അമ്പലം, കാല്, കല്പടവ്, വഴി, കേറാനുള്ള പടി, മുൻപതിവ്, നടക്കൽ, മുൻകാലം.

നടം - വേഴൽ, മലങ്കാര, അഭിനയം, അശോകം, പലകപ്പയ്യാനി.

നടത്തം - പതിവ്, സഞ്ചാരം, നടക്കുക.

നടപ്പ് - നടക്കൽ, ആചാരം, പെരുമാറ്റം, വർത്തമാനകാലം, അംഗീകാരം, പ്രചാരം, തൊഴിൽ.

നടി - നാട്യവിദ്യ അഭ്യസിച്ചവൾ, നാടകത്തിലെ പ്രധാനവേഷക്കാരി, നങ്ങ്യാര്, രംഗോപജീവിനി, പവിഴക്കൊടി, നറുനീണ്ടി, മനയോല.

നടുവൻ - ചിട്ടിമുമ്പൻ, യമൻ, മദ്ധ്യസ്ഥൻ, നടുക്കുള്ളവൻ.

നടുവ് - അരക്കെട്ട്, മദ്ധ്യഭാഗം, ജാമ്യം, നീതി.

നതം - തകരം, വളഞ്ഞത്, നമസ്കാരം.

നദം - ഒഴുക്ക്, സമുദ്രം മേഘം, കുതിര, കടൽ, ആറ്.

നദനു - മേഘം, ശബ്ദം, യുദ്ധം, സിംഹം.

നദീജം - നീർമരുത്, ആറ്റമര, നീർക്കടമ്പ്, താമര, സ്രോതോഞ്ജനം.

നന്ത് - ശംഖ്, അഭിവൃദ്ധി, നത്ത.

നന്ദ - ശുഭതിഥി, സുഖം, ദുർഗ്ഗാദേവി, ഐശ്വര്യം, ചെറിയ മൺകുടം, ഭർത്താവിന്റെ സഹോദരി, കപില വർണ്ണമുള്ള പശു.

നന്ദം - തവള, നന്തുണി, ഓടക്കുഴൽ, ആനന്ദം.

നന്ദി - ഉപകാരസ്മരണ, പുത്രൻ, ശിവന്റെ കാള, മംഗലപാഠകൻ, പ്രിയം, സന്തോഷം, വിഷ്ണു, ശിവൻ, പടകുരുണ, പേരാൽ, ഇടവംരാശി, ഉഴുന്ന്, നന്തിയാർവട്ടം.

നന്ദകം - തവള, വാൾ, ആനന്ദം, കൃഷ്ണന്റെ വാൾ.

നന്ദനം - ഒരു താളം, ചരളം, തവള, ആനന്ദം, നന്ദനവനം.

നന്ദനൻ - രാജാവ്, വാഹനമായ കാള, ഉഴുന്ന്, പേരാല്, ഇടവംരാശി, പെരുഞ്ഞാവൽ, കല്ലാല്, പുത്രൻ, സന്തോഷം.

നന്ദിനി - ദുർഗ്ഗ, അരേണുകം, കടുക്ക, പുത്രി, നാത്തൂൻ, നന്ദിനിപ്പശു, (കാമധേനുവിന്റെ പുത്രി), ഗംഗാനദി, തുളസി.

നന്ദിവൃക്ഷം - പൂവരശ്, പടുകുരണ, അരയാൽ, ആട്ടുകൊട്ടപ്പാല്.

നഭശ്ചരം - മേഘം, വായു, പക്ഷി.

നഭസം - സമുദ്രം, ആകാശം, മഴക്കാലം, അന്തരീക്ഷം.

നഭസ്സ് - മേഘം, ജലം, ആകാശം, മൂടൽമഞ്ഞ്, നീരാവി, ഗന്ധം, കടൽ, മഴക്കാലം, ആവണിമാസം, താമരവേര്, നീരാവി, മണം, മൂക്ക്, കോളാമ്പി.

നഭാകം - ആകാശം, ഇരുട്ട്, മേഘം.

നഭോമണി - എരുക്ക്, സൂര്യൻ.

നമേരു - ചരളം, രുദ്രാക്ഷമരം, സുരപുന്നാഗം.

നമ്പി - നടൻ, പൂജാരി, അമ്പലവാസി, വൈഷ്ണവാചാര്യൻ, വിശ്വസിക്കുന്നവൻ.

നമ്പ് - നാമ്പ്, പങ്കായം, പൂജാകാര്യം, ആശ.

നമ്രത - കൂന്, വിനയം, വളവ്.

നയം - ന്യായം, മാന്യത, തത്ത്വം, ഉദ്ദേശം, മാധുര്യം, കൊതി, മലിവ്, ദയവ്, അറിവ്, കർത്തവ്യം, സിദ്ധാന്തം.

നയപ്പ് - മാധുര്യം, സ്നേഹം, പ്രശംസ, മലിവ്, അദ്ധ്വാനം, ക്ഷീണം.

നരൻ - മനുഷ്യൻ, ഈശ്വരൻ, പുരുഷൻ, അർജ്ജുനൻ, ഒരു യക്ഷൻ.

നരി - നരിച്ചീർ, പുലി, കുറുക്കൻ, കടുവ.

നർദ്ദിതം - ചൂതേറ്, അലർച്ച, ഒരിനം ചൂതുകുരു.

നർമ്മം - മൈഥുനം, താടി, മുലക്കണ്ണ്, കളി.

നർമ്മര - ഗുഹ, ഉലയിലെ തുരുത്തി, മദ്ധ്യവയസ്ക, ത്രികോല്പക്കൊന്ന.

നലം - നന്മ, ചുക്ക്, താമര, സുഗന്ധം, ഭംഗി, ക്ഷേമം, ഉയർച്ച, ചുമപ്പുനിറം, സ്നേഹം.

നലദം - പൂന്തേൻ, രാമച്ചം.

നവം - കാക്ക, പുതുമ, ചെമന്ന, തഴുതാമ, ഒൻപത്, ആഘോഷം, പ്രശംസ.

നവാന്നം - പുത്തരിയൂണ്, പുത്തരി, ചോറൂണ്.

നവീരം - വാൾ, മല, മീശ, ഉച്ചി, മയിൽ.

നസ്തം - മൂക്കുപ്പൊടി, മൂക്ക്, കുടിലത.

നഹുഷം - പാമ്പ്, തകരം.

നളദം - തേൻ, ചെമ്പരത്തിപ്പൂവ്, രാമച്ചം, മാഞ്ചി.

നളി - എട്ടുകാലി, കൂട്ടം, അഹങ്കാരം, പെരുമ, അകലം, തേൾ, പവിഴക്കൊടി, മനയോല.

നളിനം - താമര, പെരുംക്ലാവ്, വെള്ളം, അമരി, വണ്ടാരംകോഴി.

നറവം - പാല്, തേൻ, കുങ്കുമം, വാസന.

നാകം - ആകാശം, സ്വർഗ്ഗം, ശബ്ദം, മേഘം, ഒരു വൃക്ഷം.

നാകു - പുറ്റ്, പെൺമീൻ, എരുമ, ഇളമ, പർവ്വതം,

നാകുലി - ചെവിയം, കീരിവള്ളി, ചെമന്ന, അക്കരംകൊല്ലി.

നാഗം - പാമ്പ്, വത്സനാഭം, മുത്തങ്ങ, ആന, ശ്രാവ്, കുരങ്ങ്, കുറിയാട്, കാരിയം, പുന്നമരം, വെളുത്തീയം, വെറ്റിലക്കൊടി, സിന്ദൂരം, മേഘം.

നാഗദന്തി - ഔഷധഗുണമുള്ള ഒരു കുറ്റിച്ചെടി, വേലിപ്പരുത്തി, കാട്ടുവെള്ളരി, വേശ്യ.

നാഗരൻ - സമർത്ഥൻ, പ്രഭാഷകൻ, നഗരവാസി, ഭർത്തൃസഹോദരൻ.

നാഗരികം - ഒരു വൃത്തം, വിവേകം, പരിഷ്കാരം, കൃത്രിമമോടി, ചുക്ക്, കാപട്യം, സാമർത്ഥ്യം.

നാഗര്യം - മിടുക്ക്, പരിഷ്കാരം, നഗരജീവിതം.

നാഗവാരികം - മയിൽ, ഗരുഡൻ, ആനത്തലവൻ, രാജകീയഗജം.

നാഗാന്തകം - സിംഹം, മയിൽ, കീരി, ഗരുഡൻ.

നാഗാരാതി - മയിൽ, സിംഹം, ഗരുഡൻ, കാട്ടുപാവൽ, കീരി.

നാഗിനി - നാഗദന്തി, വെറ്റിലക്കൊടി, നാഗസ്ത്രീ, നേർവാളം, തിരുതാളി, പിടിയാന.

നാട്ടം - അന്വേഷണം, ആഗ്രഹം, ലക്ഷ്യം, കണ്ണ്, വാൾ.

നാട്യം - 64 കലകളിലൊന്ന്, വെറും ഭാവം, വ്യാജം, അഭിനയം, നടന്റെ വേഷം, ആംഗ്യം.

നാഡി - ഞരമ്പ്, കുഴൽ, നാഡീവ്രണം, മീൻകണ്ണിക്കറുക, തണ്ട്, നാഡീജ്യോത്സ്യം, ചെപ്പടിവിദ്യ, നാഴിക.

നാഡിക - 24 മിനിറ്റ്, തണ്ട്, രശ്മി, നാഡി, കുഴൽ, നാഴിക, വ്രണം, നാഡീവ്രണം.

നാണയം - രൂപ, നടപ്പ്, സമ്മതം, ബഹുമാനം, പ്രശസ്തി, വിശ്വസനീയത, നാണ്യം.

നാത്ത്റൻ - ശിവൻ, മുനി.

നാഥൻ - ഇച്ഛിക്കുന്നവൻ, ഭർത്താവ്, രാജാവ്, ഉടമസ്ഥൻ,.

നാദേയം - അഞ്ജനം, ആറ്റുവഞ്ചി, വഞ്ചി, ഇന്തുപ്പ്, പൂഴമൂഞ്ഞ, ആറ്റുമീൻ, കുരുവിക്കരിമ്പ്.

നാന്തകം - വിഷ്ണുവിന്റെ വാൾ, ഭദ്രകാളിയുടെ വാൾ, വാൾ.

നാന്ദി - സന്തോഷം, തുടക്കം, ഐശ്വര്യം, നാന്ദീശ്രാദ്ധം.

നാഭി - പൊക്കിൾ, ക്ഷത്രിയൻ, കേന്ദ്രം, കസ്തൂരി, വണ്ടിച്ചക്രത്തിന്റെ കുടം (ആരക്കാലുകൾ ചേരുന്ന ഭാഗം) സ്നേഹിതൻ ബന്ധു.

നാമ്പ് - കൂമ്പില, അറ്റം, ചിരവ നാക്ക്.

നായം - ഉപായം, നീതി, നിയന്ത്രിക്കൽ.

നായകൻ - രാജാവ്, ഭടൻ, നായകൻ, ശിവൻ.

നാരം - ജനക്കൂട്ടം, കാളക്കുട്ടി, വെള്ളം, പായൽ, ചുക്ക്, വെള്ളത്തിൽ ജീവിക്കുന്ന പക്ഷി, ജ്ഞാനം, മനുഷ്യശരീരം, നരകം.

നാരായണി - ഗംഗാദേവി, ലക്ഷ്മീദേവി, പീതചന്ദനം, ശതാവരി, ദുർഗ്ഗാദേവി.

നാരി - ഒരുവൃത്തം, സ്ത്രീ, ഭാര്യ, കള്ള്, തേൻ,

നാലാമിടം - ഉദയരാശിയുടെ നാലാംരാശി, വീട്, പരദേവത, ഭവനദേവത.

നാവടക്കം - ക്ഷുദ്രം, മൗനം.

നാവ്യം - പുതുമ, വള്ളക്കടവ്.

നാശം - മരണം, വിപത്ത്, ക്ഷയിക്കൽ, ഉപേക്ഷിക്കൽ.

നാസ - ശബ്ദം, മൂക്ക്, ആനയുടെ തുമ്പിക്കൈ, കട്ടിളയുടെ മുകളിലുള്ള കുറുമ്പടി.

നാസിക - മൂക്ക്, അശ്വിനിനക്ഷത്രം, തുമ്പിക്കൈ, നാസാദാരു, പൂമുഖം.

നാഹം - മലബന്ധം, ബന്ധനം.

നാളം - തണ്ട്, അരിതാരം, പൊക്കിൾക്കൊടി, വേഴൽ, തണ്ടൻചീര, കുഴൽ, താമരവളയം, വേഴൻ, തോട്, ജ്വാല, കൈപ്പിടി.

നാളികം - മീറ, കുഴൽവാദ്യം, പോത്ത്.

നാളീകം - താമരപ്പൂവ്, അമ്പ്, കുന്തം, കമണ്ഡലു, ഏറുകാന്തം.

നാൾ - നക്ഷത്രം, ദിനം, കാലം.

നികരം - കൂട്ടം, സാരം, തക്കസമ്മാനം, കെട്ട്, കൂമ്പാരം, നിധി, തുല്യത.

നികായം - സമൂഹം, ലക്ഷ്യം, ഭവനം, നഗരം, ശരീരം, ഇടം, ലക്ഷ്യം.

നികാരം - പൊലി, അപകാരം, ചതി, ശകാരം, ശണ്ഠ, കൊല, കീഴടക്കൽ, അപമാനിക്കൽ, പനി, അപരാധം.

നികാശം - കാഴ്ച, സാമീപ്യം, ചക്രവാളം, തുല്യത.

നികൃതി - ശാഠ്യം, നീചകർമ്മം, നീക്കം, ചതി, അപരാധം, ഭൂമി, ദാരിദ്ര്യം, ദുർബുദ്ധി, അഷ്ടവസുക്കളിൽ ഒരാൾ.

നികേതനം - ക്ഷേത്രം, വീട്, ചുവന്നുള്ളി, നഗരം.

നിഗസം - ചങ്ങല, വിലങ്ങ്, ആനയുടെ കാൽച്ചങ്ങല.

നിഗമം - പ്രതിജ്ഞ, ഊഹം, ഗതാഗതം, വേദവാക്യം, തർക്കശാസ്ത്രം, അങ്ങാടിത്തെരുവ്, തലസ്ഥാനം.

നിഗമനം - യാത്ര, തീരുമാനം, ഊഹം, വേദവാക്യം, ഏകോപനം.

നിഗരണം - വിഴുങ്ങൽ, തൊണ്ട, ഹോമധൂമം.

നിഗ്രഹം - അതിര്, കൊല, കൈപ്പിടി, നിയന്ത്രണം, രോഗം, പരിഹരിക്കൽ, ശകാരം,വാദത്തിലുള്ള ന്യൂനത, അനിഷ്ടം, നാശം.

നിചുളം - നീർക്കടമ്പ്, വഞ്ചിമരം, നീർപ്പരുത്തി, മേൽമുണ്ട്, ആറ്റുവഞ്ചി, നീർപ്പരുത്തി.

നിത്തം - നില, നിത്യം, നൃത്തം.

നിദർശനം - കാണിച്ചുകൊടുക്കൽ, കാഴ്ച, തെളിവ്, മാതൃക, വിവരണം, രീതി.

നിദാനം - മുഖ്യകാരണം, രോഗകാരണം, കയറ്, അവസാനം, ശുദ്ധത, പതിവ്.

നിദേശം - കല്പന, ഉപദേശം, വൃത്താന്തം, അയൽ, പാത്രം, സന്ദേശം.

നിധാനം - നിധി, വയ്പ്, പാത്രം, ആശ്രയം, വിശ്രമസ്ഥാനം, സൈന്യം, രത്നം, കലവറ, തീരുമാനം, നിയമം.

നിധി - നിക്ഷേപം, ഇരിപ്പിടം, സ്വർണ്ണം, സുശീലൻ, വിഷ്ണു, സമുദ്രം, ഖജനാവ്.

നിപാതം - വീഴ്ച, ഏറ്, ഇറക്കം, താഴ്ത്തൽ, മരണം, യാദൃച്ഛികസംഭവം.

നിബന്ധം - കെട്ട്, മഹോത്സാഹം, ഗ്രന്ഥരചന, മൂത്രബന്ധം, നിരോധം, വിലങ്ങ്, പാട്ട്, കാരണം, സംക്ഷേപം, വസ്തുദാനം, മേൽവയറുവീർപ്പ്.

നിഭം - തുല്യം, വ്യാജം, പ്രകാശം, പ്രത്യക്ഷത, നടിപ്പ്, കൗശലം, ചതി.

നിഭാലനം - മനോഭാവം, ആത്മജ്ഞാനം, ഉണർവ്വ്, കാഴ്ച.

നിമിം - കുറ്റി, ആണി, പിടരി.

നിമിത്തം - കാരണം, ലക്ഷ്യം, അടയാളം, ലക്ഷണം, ശകുനം.

നിമീലനം - മരണം, കണ്ണടയ്ക്കൽ, ഗ്രഹണകാലം.

നിംബതരു - മുരിക്ക്, വേപ്പ്, പവിഴമല്ലി.

നിയതി - ദൈവം, ഭാഗ്യം, പൂർവ്വജന്മപാപപുണ്യങ്ങൾ, തലയിലെഴുത്ത്, മതാചാരങ്ങൾ, നിയമം.

നിയമനം - ഏർപ്പെടുത്തൽ, കെട്ടൽ, ഭരണം, ക്രമം, വണക്കം,.

നിയമം - അംഗീകാരം, വ്രതം, കർത്തവ്യം, സന്തോഷശൗചാദികൾ, കീഴടക്കൽ, തടസ്സം, ചട്ടം, ക്രമം, നിശ്ചയം, ഏർപ്പാട്, ഇണക്കൽ, പ്രതിജ്ഞ.

നിരഞ്ജനം - നിർമ്മലം, നിറവ്, മോക്ഷം, വെളിപ്രദേശം.

നിരീക്ഷണം - നല്ലവണ്ണമുള്ള നോട്ടം, ഗാഢമായ പര്യാലോചന, പ്രതീക്ഷണം, ഗ്രഹങ്ങളുടെ ദൃഷ്ടി.

നിരൂഢി - നിശ്ചയം, പരിചയം, പ്രസിദ്ധി, തെളിവ്.

നിരൂപണം - വിമർശനം, നിശ്ചയം, കാഴ്ച, വിചാരം.

നിരൂപം - നിർണ്ണയം, തർക്കം, ജീർണ്ണത, രാജകല്പന.

നിരൃതി - അഷ്ടദിക്പാലകന്മാരിൽ ഒരാൾ, ജീർണ്ണത, ആപത്ത്, നരകദേവത, ശാപം, അശുഭമുഹൂർത്തം.

നിരോധം - തടസ്സം, അപ്രിയം, നാശം, വിരോധം, ഉപദ്രവം, അമർച്ച, ഇച്ഛാഭംഗം, വിനാശം.

നിർഘടം - ആൾക്കൂട്ടമുള്ള സ്ഥലം, സൂചിക, ചന്ത, നിഘണ്ടു.

നിർഘാതം - ഭൂകമ്പം, നാശം, ചുഴലിക്കാറ്റ്, ഇടിമുഴക്കം.

നിർഝരം - അരുവി, ഉമിത്തീ, വെള്ളച്ചാട്ടം, ആന, സൂര്യന്റെ കുതിരകളിൽ ഒന്ന്.

നിർണ്ണേകം - കുളി, പ്രായശ്ചിത്തം, കഴുകൽ.

നിർദ്ദേശം - വിവരണം, ആജ്ഞ, പ്രസ്താവന, സൂചന, വ്യവസ്ഥിതി, സമീപസ്ഥലം.

നിർബ്ബന്ധം - പിടിവാശി, മത്സരം, ഞെരുക്കം, അലട്ട്, ശാഠ്യം.

നിർഭേദം - സമഭാവന, വിടവ്, കീറൽ.

നിർമ്മന്ഥദാരു - അരണി, കടക്കോൽ.

നിർമ്മോകം - തോല്, ആകാശം, കവചം.

നിര്യാണം - മരണം, കയറ്, ഇരുമ്പ്, പുറപ്പാട്, മോക്ഷം.

നിര്യാസം - കഷായം, പശ, ചാറ്, കുഴമ്പ്.
നിര്യൂഹം - കഷായം, നാഗദന്തി, വാതിൽ, ശിരോഭൂഷണം.
നിർവ്വചനം - വ്യാഖ്യാനം, പഴഞ്ചൊല്ല്, നിഘണ്ടു, മൗനം, സൂചീപത്രം.
നിർവ്വാണം - മോക്ഷം, യോജിപ്പ്, ശാന്തി, ആശ്വാസം, മോക്ഷം, ശാന്തമായ അഗ്നി, ആനയുടെ കുളി.
നിർവ്വാദം - നിന്ദ, തർക്കമില്ലായ്മ, അപവാദം, കിംവദന്തി.
നിർവ്വാഹം - കഴിവ്, ഉപായം, പ്രവർത്തിക്കൽ.
നിർവൃതി - പരമാനന്ദം, മരണം, പൂർത്തി, മോക്ഷം, സ്വാതന്ത്ര്യം, തൃപ്തി.
നിർവ്വേദം - ദുഃഖം, വെറുപ്പ്, ലജ്ജ, നിരാശ, സുഖക്കേട്.
നിർഹാരം - മലമൂത്രവിസർജ്ജനം, ഉന്മൂലനം, പുറത്താക്കൽ, പ്രേതം ദഹിപ്പിക്കാനായി വെളിക്കെടുക്കൽ, സ്വകാര്യസ്വത്ത്.
നില - സ്ഥൈര്യം, പദവി, കാരണം, തൂണ്, താവളം, സ്വഭാവം, സാമ്യം, ആശ്രമം, ആധാരം, ദ്വാരം, തൊഴിൽ.
നിലം - കണ്ടം, തറ, ഭൂമി.
നിലപേറ് - മോക്ഷം, ഉറപ്പ്, മാനം.
നിലയം - ഭവനം, അമ്പലം, വീട്, അസ്തമയം, പ്രളയം.
നിവാതം - വസതി, കാറ്റില്ലായ്മ, ശാന്തത, വാസസ്ഥാനം.
നവീതം - പുതപ്പ്, ഉത്തരീയം, മൂടുപടം.
നിവൃത്തി - പരിഹാരം, ശാന്തി, മോക്ഷം, പിന്മാറൽ.
നിവേശം - വിവാഹം, നഗരം, കുടിവയ്പ്പ്, അലങ്കാരം, സൈന്യവ്യൂഹം, പകർപ്പ്, ഭവനം, പ്രവേശം.
നിശ - മഞ്ഞൾ, രാത്രി, സ്വപ്നം.
നിശാകരം - കർപ്പൂരം, പൂവൻകോഴി.
നിശാചരം - പിശാച്, പാമ്പ്, മൂങ്ങ, വവ്വാൽ, കുറുക്കൻ.
നിശാചരൻ - കള്ളൻ, രാക്ഷസൻ, പിശാച്, ശിവൻ.
നിശാപതി - കർപ്പൂരം, ചന്ദ്രൻ.
നിശാമണി - കർപ്പൂരം, നക്ഷത്രം, മിന്നാമിനുങ്ങ്, ചന്ദ്രൻ.
നിശ്ചയം - ഉറപ്പ്, സ്ഥിരമായ അഭിപ്രായം, പ്രമേയം, ഒരു അർത്ഥാലങ്കാരം.
നിഷംഗി - വില്ലാളി, ഖഡ്ഗപാണി, ആവനാഴി.
നിഷദ്യ - ചന്ത, പീടിക, ചെറിയ കട്ടിൽ.
നിഷേകം - സ്രവണം, അശുദ്ധി, തളിക്കൽ.
നിഷ്കം - അല, പൊൻതൂക്കം, സ്വർണ്ണം, സ്വർണ്ണപ്പാത്രം, ദീനാരം.
നിഷ്കുടം - വയൽ, അന്തഃപുരം, ഗൃഹാരാമം, വാതിൽ, മരപ്പൊത്ത്.
നിഷ്കൃതി - പ്രത്യുപകാരം, രോഗശമം, കൊല, ദുർന്നടപടി, വിഭജിക്കൽ, പ്രായശ്ചിത്തം, ക്ഷമ, ശമനം, ശാഠ്യം.
നിഷ്ക്രിയൻ - മടിയൻ, ആത്മാവ്, ബ്രഹ്മം.
നിഷ്ഠീവം - ഛർദ്ദി, തുപ്പൽ, ഉമിനീര്.
നിഷ്ഠൂരത - കാഠിന്യം, ക്രൂരത, പാരുഷ്യം.
നിഷ്ഫല - വന്ധ്യ, മച്ചിപ്പശു, വിത്തില്ലാത്തത്, അർത്ഥമില്ലാത്ത പദം.
നിസർഗ്ഗം - ദാനം, സ്വഭാവം, സൃഷ്ടി, മലവിസർജ്ജനം, പരസ്പരം കൈമാറൽ, ത്യജിക്കൽ.
നിസ്തനി - ഉരുള, ഗുളിക.

നിസ്താരം - ഉപായം, മോചനം, കടക്കൽ, കടം വീട്ടൽ.

നിസ്യന്ദനം - ഒലിപ്പ്, ഒഴുക്ക്, ഇറ്റിറ്റുവീഴ്ച, ഫലം, സിദ്ധി, ഉച്ചരിക്കൽ.

നിസ്രവം - പ്രവാഹം, ഉറവ്, കഞ്ഞി.

നിസ്സാരം - കൂട്ടം, സാരമില്ലായ്മ, ശഖോടവൃക്ഷം.

നിഹനനം - ആഘാതം, കൊല.

നിഹാക - കൊടുങ്കാറ്റ്, ചീങ്കണ്ണി, നീരുടുമ്പ്, ഗംഗയിലെ മുതല.

നിഹ്നവം - ചതി, സംശയം, മറയ്ക്കൽ, ദുഷ്ടത, ഒഴികഴിവ്, പ്രായശ്ചിത്തം, ശാഠ്യം, രഹസ്യം, സന്ദേഹം, ദൗഷ്ട്യം, വ്യാജം.

നിഴൽ - ഛായ, തണൽ, പ്രതിബിംബം, സദൃശ്യം, ആശ്രയം.

നിറ - ത്രാസ്, പൂർണ്ണത, ഐശ്വര്യം, തുലാംരാശി, നിറയ്ക്കൽ.

നിറം - വർണ്ണം, ശോഭ, സ്വരഭേദം, ബഹുമാനം, തെളിവ്, പാട്ടിന്റെ ഓരോ സ്വരഭേദം, നന്മ.

നീകം - മേഘം, തവള.

നീചം - കുറിയത്, അടവിക്കച്ചോലം, ജാതകപ്പൊരുത്തമില്ലായ്മ.

നീഡം - ഖിടഖ, സ്ഥലം, പക്ഷിക്കൂട്, ഗുഹ, വണ്ടിയുടെ അടിഭാഗം.

നീധ്രം - ഇറമ്പ്, ചന്ദ്രൻ, തൂവാനപ്പലക, രേവതി നക്ഷത്രം.

നീപം - നീർക്കടമ്പ്, ഉച്ചമലരി, കടമ്പ്, ഉത്തൃട്ടാതി നക്ഷത്രം, പൂവരശ്.

നീപ്പ് - പിരിവ്, ത്യാഗം, വേർപാട്.

നീരജം - രാമച്ചം, താമര, കൊട്ടം, കഴനായ്, മുത്ത്.

നീരദം - മുത്തങ്ങ, മേഘം.

നീരാഴി - സമുദ്രം, കുളം, പടർന്നു വളരുന്ന ചെടി.

നീര് - വെള്ളം, ചാറ്, മൂത്രം, മഹോദരം എന്ന രോഗം.

നീരെട്ടി - നീർവ്വാളം, മരവെട്ടി.

നീരേറ്റം - മഹോദരം, വേലിയേറ്റം, ജലദോഷം, വെള്ളപ്പൊക്കം.

നീർദ്ധാര - കാളയുടെ ലിംഗം, ജലധാര, മൂത്രവിസർജ്ജനം.

നീല - ആകാശവർണ്ണം, കരിഞ്ചീരകം, കറുത്തതഴുതാമ, അരക്ക്, അമരി, കരിങ്കുറുഞ്ഞി.

നീലം - ഒരു വർണ്ണം, കാരുപ്പ്, ഇന്ദ്രനീലക്കല്ല്, താലീസപത്രം, നീലാദ്രി, സൗവീരാഞ്ജനം, കരിമരം, മരതകക്കല്ല്, പേരാൽ, നീലാദ്രി.

നീലകം - കരിമാൻ, പഞ്ചലോഹം, ഉരുക്ക്, വേങ്ങമരം, നീലക്കയ്യോന്നി.

നീലകണ്ഠം - മുള്ളങ്കി, മയിൽ, വേങ്ങ, വണ്ടാരങ്കോഴി, കാർവണ്ട്, തത്ത, കാട്ടുകക്ക, കരിങ്കുരുകിൽ.

നീലാംഗു - പുഴുജാതി, കണിയട്ട, കുറുക്കൻ, കാർവണ്ട്, പുഷ്പം.

നീലജം - ഉരുക്ക്, പഞ്ചലോഹം.

നീലതാലം - പച്ചിലമരം, ഈന്തപ്പന.

നീലപത്രം - കരിവേങ്ങ, കറുത്ത ആമ്പൽ, താളീമാതളം, മുപ്പരപ്പൻ പുല്ല്.

നീലപുഷ്പം - വിഷ്ണുക്രാന്തി, കരിഞ്ചണ്ണ, കരിങ്കുരുഞ്ഞി, കറുത്ത മലയമുക്കി.

നീലഭം - മേഘം, ചന്ദ്രൻ, വണ്ട്.

നീലലോഹിതം - കടുംനീലനിറം, അകിൽ, ഊതനിറം.

നീലാംഗം - കാട്ടുകാക്ക, വണ്ടാരങ്കോഴി, കരിഞ്ഞാറൽ പക്ഷി.

നീലി - യക്ഷി, ശ്രീപാർവ്വതി, കറമ്പി, കറുത്ത ഈച്ച, കരിമ്പായൽ, ശ്രീപാർവ്വതി, യക്ഷി, ഒരു രോഗം.

നീലിക - ഉരുക്ക്, കരിനൊച്ചി, അമരി, പഞ്ചലോഹം.

നീവരം - കച്ചവടം, വാസസ്ഥലം, ജലം, ചളി, നാട്.

നീറ് - ഒരുതരം ഉറുമ്പ്, പൊടി, ഭസ്മം.

നീഴൽ - വേദന, വായു, നിഴൽ.

നുതമ്പ് - അദ്യം, ചോറ്.

നുതി - സ്തുതി, പ്രശംസ, ആരാധന, അറ്റം, തല, ബുദ്ധികൂർമ്മത.

നൂൽ - അരഞ്ഞാണ്, നാരുപിരിച്ചുണ്ടാക്കുന്ന ഇഴ, ശിശ്നം, വസ്ത്രം, ഗ്രന്ഥം, മാറാല, താലി കോർത്തിടുന്ന മാല.

നൂറ് - ചുണ്ണാമ്പ്, പൊടി, ധാന്യമാവ്, പത്തുപത്തുചേർന്ന സംഖ്യ.

നൂറ്റുമാല - ചിലന്തിവല, കുടുക്ക്, വലിയ അപകടം.

നൃതു - പുഴു, നർത്തകൻ, ഭൂമി, നീളം.

നൃപപ്രിയ - മാവ്, പൂക്കൈത, കാട്ടുപേരീത്ത.

നൃഷദനം - യാഗശാല, മനുഷ്യവസതി, ആൾക്കൂട്ടം.

നെഞ്ചുറപ്പ് - ശക്തി, ധൈര്യം, അഹങ്കാരം, നെഞ്ചിലെ മാംസപേശികളുടെ ദൃഢത.

നെയ്തൽ - നെയ്യാമ്പൽ, നാനിലങ്ങളിൽ ഒന്ന്, കടൽവാരം, വിയോഗം, ഒരു വലിയ സംഖ്യ, ചെങ്ങഴിനീർക്കിഴങ്ങ്.

നെറി - ഭംഗി, ന്യായം, നന്മ മുറ സമ്പ്രദായം, നീതി മര്യാദ, ചൊവ്വ്.

നേട്ടം - ലാഭം, സമ്പാദ്യം, ജയം.

നേതാവ് - നായകൻ, ഗുരു, ഉടയക്കാരൻ, സൂത്രധാരൻ, പ്രധാന കഥാപാത്രം, വിഷ്ണു.

നേത്രം - കണ്ണ്, നക്ഷത്രസമൂഹം, രഥം, വൃക്ഷച്ചുവട്, നേർത്ത പട്ടുതുണി, കടകോൽച്ചരട്.

നേത്രി - നായിക, നദി, ലക്ഷ്മീദേവി, മർമ്മം.

നേമം - അന്നം, കാലം, വേര്, ഋതു, നാട്യം, പകുതി, മുകൾഭാഗം, ഓഹരി, ചതി, അതിര്, കുഴി.

നേമി - ഭൂമി, വിളുമ്പ്, മിന്നൽ, കടൽ, ചക്രായുധം, വിഷ്ണു, മോതിരം, ചക്രവാകം, നെല്ലിപ്പലക, തൊടുകാര.

നേർ - സത്യം, കരാർ, തുല്യം, മെലിഞ്ഞ, ഭംഗി, സത്യവാചകം.

നേശം - വാത്സല്യം, സ്നേഹം.

നേറ്റി - സത്യം, പഴക്കം, അനുഭവം, ചൊവ്വ, നെറി.

നൈഗമം - സദാചാരം, ഉപായം, നിർവ്വഹിക്കൽ.

നൈദേശികൻ - ശിഷ്യൻ, ഭൃത്യൻ, സാമന്തൻ.

നൈരൃതി - തെക്കുപടിഞ്ഞാറേ ദിക്ക്, ശ്രീദുർഗ്ഗ, നരകദേവത.

നൊയ്മം - നിസ്സാരത, ബലഹീനത, കൃശത.

നോക്ക് - വിചാരം, നോട്ടം, കണ്ണ്, പ്രയത്നം, കാഴ്ച.

ന്യക്കാരം - നിന്ദ, ധിക്കാരം, അവഗണന.

ന്യായം - ഔചിത്യം, ആചാരം, രീതി, ചട്ടം, ക്രമം, മര്യാദ, സാദൃശ്യം, കോടതിവിധി.

ന്യാസം - മുദ്ര, പണയം, ഏല്പിക്കൽ, മുദ്രപതിപ്പിക്കൽ, ഉപേക്ഷിക്കൽ.

ന്യുബ്ജം - വളഞ്ഞവാൾ, ന്യഗ്രോധം, വൈരപ്പുള്ളി, നാരങ്ങ.

ന്യൂനം - അംഗഭംഗം, ന്യൂനചിഹ്നം, കുറവ്, താണസ്ഥിതി.

പ

പം - മുട്ട, ഇല, വായു, സ്വർണ്ണം.

പകടം - വർണ്ണം പകരൽ, മോടി കാട്ടി വഞ്ചിക്കൽ, വർണ്ണാഭം.

പകടി - വിദൂഷകൻ, കർമ്മം, പരിഹാസം, പ്രകൃതി നിയമം.

പകപ്പ് - അദ്ഭുതം, വിരോധം, ഭിന്നത, പരിഭ്രമം.

പകരം - ഒന്നിനു പകരം മറ്റൊന്ന്, അഴക്, പ്രകാശം, പ്രതിഫലം, പ്രതിക്രിയ, മാറ്റം.

പകർച്ച - ഒന്നിൽ നിന്നും മറ്റൊന്നിലേക്ക് പകർന്ന് വെക്കുന്ന ഭക്ഷണസാധനം, സംക്രമം, ഭാവഭേദം, മാറ്റം.

പകലവൻ - സൂര്യൻ, എരിക്ക്.

പകഴി - അമ്പ്, ഒരിനം മത്സ്യം, പിളർന്ന, നല്ല.

പകിട - വഞ്ചന, വൃഷണം, ചൂതുകളിക്കാനുള്ള കുരു.

പകിടി - വലിയ തലപ്പാവ്, കൈക്കൂലി, താടി, പഞ്ചന, ഉപായം, നേരമ്പോക്ക്.

പകിട്ട് - ആഡംബരം, മിരട്ട്, ഉപായം, വഞ്ചന.

പകുതി - പാതി, പങ്ക്, പ്രകൃതി, തുക്കുടി.

പകുപ്പ് - വകുപ്പ്, പങ്ക്.

പക്കം - തിഥി, വശം, ചിറക്, ഊര്, വീട്, സംഘം, രാജസേവകർക്ക് ഭക്ഷണം കൊടുക്കുന്ന സ്ഥലം. ഒര ളവു പാത്രം, ധാന്യത്തിന്റെ ഒരളവ്.

പക്ക - വശം, ഊര്, ചിറക്, വീട്, സംഘം.

പക്കണം -ദേശം, കാട്ടാളപ്പുര.

പക്കറ - വികൃതവേഷം, തുണിസഞ്ചി, പോക്കറ്റ്.

പക്ക് - പക്കം, വണ്ണം, പുറം.

പക്വ - പഴുത്ത, നശിക്കാറായ, ലോകപരിചയമുള്ള.

പക്വം - പഴം, ഋതുവാകൽ, അന്നം, പാകം വന്നത്.

പക്വരസം -പഴച്ചാറ്, മദ്യം.

പക്ഷം - തോൾ, പക്ഷിയുടെ ചിറക്, ചേർച്ച, വശം, ഇഷ്ടം, കൂട്ടം, വംശം, വീട്, സ്നേഹം, അതിർത്തി, അയൽ, പ്രതിപദം മുതൽ വാവുവരെയുള്ള 15 ദിവസം,

ശരീരം, അവയവം, പ്രത്യുത്തരം, വിരോധം, പ്രതിബന്ധം, ചുവര്.

പക്ഷചരൻ - ഒറ്റയാൻ, ചന്ദ്രൻ, പരിചാരകൻ.

പക്ഷജൻ - ഒരു മേഘം, ചന്ദ്രൻ.

പക്ഷധരൻ - പക്ഷി, ആന, ചന്ദ്രൻ.

പക്ഷപാതം - കക്ഷിചേരൽ, ഇഷ്ടം, ചിറകടി, സ്നേഹാധിക്യം.

പക്ഷപാളി - ചിറക്, ഒളിവാതിൽ.

പക്ഷസ്സ് - ഒരുഭാഗം, കതകിന്റെ പാളി, സേനാവ്യൂഹം, ചിറക്, വണ്ടിയുടെ പാർശ്വഭാഗം.

പക്ഷി - അമ്പ്, ശിവൻ, ചിറകുള്ളത്.

പക്ഷിണി - അമ്പ്, പെൺപക്ഷി.

പക്ഷിപതി - ഗരുഡൻ, ജഡായു, സമ്പാതി.

പക്ഷ്മം - താമരയല്ലി, കൺപീലി, ചിറക്, നൂലിന്റെ തുമ്പ്.

പക്ഷ്യൻ - കൂട്ടുകാരൻ, അനുചരൻ.

പങ്കം - നാണക്കേട്, അഴുക്ക്, ചെളി, പാപം, തൈലം, കുഴമ്പ്, സമൂഹം.

പങ്കഗ്രാഹം - മുതല, മകരമത്സ്യം.

പങ്കജം - താമര, വണ്ടാരങ്കോഴി.

പങ്കജിനി - താമര, താമരപ്പൊയ്ക, താമരത്തണ്ട്, താമരക്കൂട്ടം.

പങ്കപ്പാട് - അപമാനം, ദുരിതം, ഉപദ്രവം.

പങ്കാരം - അണ, കരിമ്പായൽ, കോണിപ്പടി.

പങ്കിലം - ചളിപ്രദേശം, കളഭം, കറിക്കൂട്ട്, തോണി,

പംക്തി - നിര, കൂട്ടം, പന്തി, ഒരു വൃത്തം, ഭൂമി, തലമുറ, ഒരു ഛന്ദസ്സ്.

പംഗു - മുടന്തുള്ളവൻ, ശനി.

പംഗുഗ്രാഹം - ചീങ്കണ്ണി, മകരമത്സ്യം, മുതല, മകരംരാശി.

പചതൻ - അഗ്നി, ഇന്ദ്രൻ, സൂര്യൻ.

പചി - പ്രാണവായു, അഗ്നി, പാകപ്പെടുത്തൽ.

പചു - പശയുള്ള, നനവുള്ള, ഇളയ, പുതിയ.

പച്ച - ശുദ്ധമായത്, പച്ചനിറം, മരതകക്കല്ല്, തുളസ്, സ്വത്ത്, പയറ്, ശുദ്ധജലം, അസഭ്യം, ഐശ്വര്യം, ജീവൻ, നാഗരികമല്ലാത്തത്, കഥകളിയിലെ ഒരു വേഷം.

പച്ചക്കല്ല് - മരതകക്കല്ല്, ചുടാത്ത കല്ല്.

പച്ചപ്പടം - കമ്പിളി, കോടിപ്പുടവ.

പഞ്ച - അഞ്ച്, പഞ്ഞം.

പഞ്ചകം - അഞ്ചെണ്ണം ചേർന്നത്, യുദ്ധഭൂമി, ഒരു ശുദ്ധികലശം, 24 കടലാസു കൂടിയ ഒരു അടുക്ക്.

പഞ്ചജനൻ - ശംഖിന്റെ രൂപത്തിലുള്ള ഒരസുരൻ, ആത്മാവ്, മനുഷ്യൻ, തപൻ.

പഞ്ചജനീനൻ - വിദൂഷകൻ, നടൻ.

പഞ്ചഥം - കുയിൽ, കാക്ക.

പഞ്ചഥു - കാലം, കുയിൽ.

പഞ്ചപാത്രം - ശ്രാദ്ധത്തിനുള്ള പാത്രം, ശ്രാദ്ധം, ജലപാത്രം.

പഞ്ചഭൂതി - പഞ്ചഭൂതം, മൺകൊതി, പെൺകൊതി, ജന്തു.

പഞ്ചമം - സപ്തസ്വരങ്ങളിൽ അഞ്ചാമത്തേത്, കുയിൽ, അനുനാസികം, സാമർത്ഥ്യം, അഴക്, മൈഥുനം.

പഞ്ചമി - അഞ്ചാമത്തെ തിഥി, പറച്ചി, പാർവ്വതി, പാഞ്ചാലി, അഞ്ചാമത്തെ വിഭക്തി.

പഞ്ചമുഖം - ഒരായുധം, അഞ്ചുമുനയുള്ള അസ്ത്രം, സിംഹം.

പഞ്ചമുഖൻ - ശിവൻ, സിംഹം.

പഞ്ചലോഹം - അമ്പത്തൊന്ന്, ഒരു കൂട്ടുലോഹം, വെള്ളോട്.

പഞ്ചവീജം - കക്കരി, താളിമാതളം, പച്ചനിറമുള്ള കക്കരി.

പഞ്ചശതം - നൂറ്റിയഞ്ച്, അഞ്ഞൂറ്.

പഞ്ചശാഖം - ആന, കൈപ്പടം.

പഞ്ചാഗ്നി - നാലുപുറവും തീയും മുകളിൽ സൂര്യനും കൂടിയത്. ദക്ഷിണാഗ്നി.

പഞ്ചാംഗം - നാളും മറ്റും അറിയാനുള്ള പുസ്തകം, അഞ്ചു പുള്ളികളുള്ള കുതിര, അസ്തിവാരം, വൃക്ഷത്തിന്റെ തൊലി, ഇല, പൂവ്, കായ്, വേര് ഇവ അഞ്ചും ചേർന്നത്, ആമ, ജാതകം, പുരോഹിതന്റെ പ്രവൃത്തി.

പഞ്ചാരി - ഒരു താളം, ഒരുതരം തുണി, ചൂതുപടം.

പഞ്ചാംഗുലം - ആവണക്ക്, അഞ്ചുവിരലുകളുള്ളത്.

പഞ്ചാനനം - സിംഹം, ഒരു രുദ്രാക്ഷം.

പഞ്ചായുധൻ - വിഷ്ണു, കാമദേവൻ.

പഞ്ചാസ്യൻ - ശിവൻ, സിംഹം.

പഞ്ജരം - സ്വർണ്ണം, പക്ഷിക്കൂട്, ശരീരം, സ്ഥലം, കലിയുഗം, വാരിയെല്ല്, അസ്ഥികൂടം.

പഞ്ജി - പഞ്ചാംഗം, പഞ്ഞി, പട്ടോല, വരിച്ചാർത്ത്, രജിസ്റ്റർ.

പഞ്ജിക - ഒരു സ്വർണ്ണനാണയം, യമന്റെ കണക്കുപുസ്തം, വ്യാഖ്യാനം, മാസിക, പത്രിക, വർത്തമാനപ്പത്രം.

പട - പരിവാരം, സൈന്യം, യുദ്ധം, വഴക്ക്, ആയുധം, കൽത്തളം.

പടം - പാമ്പിൻ പത്തി, ചിത്രം, തുണി, ചലച്ചിത്രം, മേല്ക്കൂര, പാമ്പിൻചട്ട, തിരശ്ശീല, ക്യാൻവാസ്, കൈയിന്റെയോ കാലിന്റെയോ പരന്ന ഭാഗം, കാറ്റാടി.

പടകം - പാളയം, തിരശ്ശീല, പഞ്ഞിത്തുണി.

പടകാരൻ - പടം വരയ്ക്കുന്നവൻ, നെയ്ത്തുകാരൻ.

പടക്കൊട്ട് - ബാന്റുവാദ്യം, യുദ്ധഭേരി.

പടങ്ങ് - കൊടി, പടങ്ങുതടി, മേല്ക്കുടി, കൂടാരം, കൈക്കോൽ, ഇല്ലാത്തകാര്യം പറയൽ.

പടച്ചോറ് - യുദ്ധത്തിനുപോകുമ്പോൾ സൈനികർക്കു നല്കുന്ന സദ്യ, പടച്ച ചോറ്.

പടത്തായം - ചതിവ്, കൃത്രിമം, തന്ത്രം.

പടനായകൻ - ഭടൻ, പടയാളി, സേനാപതി.

പടന്ന - ഉപ്പളം, പരന്ന പ്രദേശം, വലിയ മൺവെട്ടി.

പടപ്പ് - വീട്ടുവളപ്പ്, തൊഴുത്ത്, മരുതനിലം, സൃഷ്ടി, നിവേദ്യച്ചോറ്, ജനങ്ങൾ, നെയ്ത്തുതറിയിലെ മുൻതടി, മെത്ത.

പടമുഖം - മുൻപട, യുദ്ധാരംഭം.

പടയണി - കോലാഹലം, ദേവന്മാരുടെ കോലം കെട്ടിയുള്ള തുള്ളൽ, സൈന്യവിന്യാസം.

പടയോട്ടം - തോറ്റോട്ടം, സൈന്യങ്ങളുടെ ആക്രമണം.

പടർപ്പ് - പടർച്ച, പൊന്ത, പടപ്പ്.

പടൽ - പടങ്ങ്, പടർപ്പ്, നിരപ്പില്ലാത്ത പല്ലിത്തടി, ഒരിനം വാഴ, സസ്യങ്ങൾക്കു പടരാനുള്ള പന്തൽ, വാടുന്നത്.

പടല - വാഴക്കുലയിൽ ചേർന്നു നില്ക്കുന്ന കായകളുടെ കൂട്ടം, നിര, കൂട്ടം, സമൂഹം, പൂമാല, മുടി ചീകാനുള്ള ചീപ്പ്.

പടലം - സമൂഹം, മൂടുപടം, മൂടി, കുട, വൃക്ഷം, തണ്ട്, അദ്ധ്യായം, സമൂഹം, അഭ്രകം, മേല്പ്പുര, പരിവാരം.

പടലി - വൃക്ഷം, കുല, കൂട്ടം, പൂപ്പാതിരി മരം.

പടവാർത്ത - കിംവദന്തി, സംഭാഷണം, തർക്കിക്കൽ, കുഞ്ഞുങ്ങളുടെ വാക്കുകൾ.

പടവാസം - കൂടാരം, അരപ്പട്ട, ഉള്ളുടുപ്പ്.

പടവീട് - ആയുധപ്പുര, രാജധാനി, പാളയം.

പടാച്ചി - ചപ്പടാച്ചി, മുഖസ്തുതി, ഭീഷണി.

പടി - ചവിട്ടുപടി, തൂക്കാനുള്ള കട്ടി, യാത്രാക്കൂലി, ആഭരണങ്ങളും മറ്റും അളക്കുന്നതിനിടുന്ന പടി, പരന്ന ആകൃതി, കൂടാരം, ചെറുകുമിഴ്, മലം പുള്ള്, കയറ്, തിരശ്ശീല, തുണിയുടെ വിളുമ്പ്, ഭൂമി, സ്ഥലം.

പടിമ - പ്രതിമ, സാമർത്ഥ്യം, പുളിപ്പ്, പൗരുഷ്യം.

പടിയുക - മരിക്കുക, ചരിയുക, ശീലമാക്കുക.

പടിവം - വ്രതം, വടിവ്, ശരീരം, ഭാവം, പ്രതിമ.

പടിവ് - കീഴ്വഴക്കം, ഉള്ളടക്കം, പതിവ്, ശീലം.

പടീരം - ചന്ദനം, മേഘം, വയൽ, ചെമപ്പുനിറം, പന്ത്, മുള്ളങ്കി, കരിങ്ങാലി, മുറം, കൂവനൂറ്, വയറ്, ജലദോഷം, ഉയരം, അരിപ്പ്.

പടു - നിപുണൻ, അഴുകിയ, ഉപ്പ്, കൈപ്പൻ, പടവലം, ചീനക്കർപ്പൂരം, കൂൺ, ഭൂതാങ്കുശം, കുളം, കള്ള്.

പടുക്ക - കിടക്കുന്ന സ്ഥലം, വഴിപാട്, കിടക്ക, അശുദ്ധമായ വസ്ത്രം.

പടുതി - അവസ്ഥ, നടപ്പ്, കിടപ്പ്, സ്വഭാവം.

പടുത്വം - മിടുക്ക്, ബലം.

പടുനിലം - ശ്മശാനം, ജലമില്ലാത്ത പ്രദേശം, വിളയില്ലാത്ത നിലം.

പടുമുള - കള്ളം, മുളയിലേ കരിഞ്ഞ ചെടി, തനിയേ കിളിർത്തു വരുന്ന മുള.

പടുവൻ - മദ്യം വില്ക്കുന്നവൻ, ഒരു രോഗം.

പടുവാക്ക് - ഗദ്യം, വീൺവാക്ക്, നീചഭാഷ.

പടോടജം - കൂടാരം, കൂൺ.

പടോലം - പടവലം, ചിപ്പി, ഒരു തരം തുണി.

പട്ട - നാട, ഓലമടൽ, മരത്തിന്റെ തൊലി, വാറ്, ഇരുമ്പുചുറ്റ്, അരപ്പട്ട, പട്ട്, ചാരായം.

പട്ടം - പദവി, കിരീടം, ഉത്തരീയം, നഗരം, കെട്ട്, ബന്ധം, കാറ്റത്തുറപ്പിക്കുന്ന ഒരു കളിക്കോപ്പ്, ഒരിനം പരിച, പ്രമാണം, തലപ്പാവ്, വംശം.

പട്ടട - ചുടുകാട്, ചിത, പട്ടുകൊണ്ടുള്ള ഒരു ആവരണം.

പട്ടബന്ധം - അരക്കച്ച, ചൂടൽ.

പട്ടയം - ആധാരം, ഒരുതരം കുന്തം.

പട്ടാങ്ങ് - സത്യം, ശാസ്ത്രം, നിശ്ചയം.

പട്ടാണി - ഒരുതരം പയറ്, ഒരു തരം കടല്, മുഹമ്മദീയരിൽ ഒരു വർഗ്ഗം.

പട്ടാളം - സൈന്യം, കൂട്ടം, ശിപായിമാരുടെ കൂട്ടം.

പട്ടി - നായ്, പൗരുഷമില്ലാത്തവൻ, പരാശ്രയത്താൽ ജീവിക്കുന്നവൻ, തൊഴുത്ത്, ജോലിസ്ഥലം, കൂലി, ആൾപ്പാർപ്പു കുറഞ്ഞ ഗ്രാമം, ചെമന്ന പാച്ചോറ്റി.

പട്ടിക - ഓടുമേയുന്നതിനായി കഴുക്കോലിൽ തറയ്ക്കുന്ന കനംകുറഞ്ഞ തടി, ക്രമമായി എഴുതിയ കുറിപ്പ്, മാനനഷ്ടം, മലങ്കവുങ്ങ്, ചെമന്ന പാച്ചോറ്റി.

പട്ടിണി - ദാരിദ്ര്യം, ഉപവാസം, ഒരു ചടങ്ങ്.

പട്ടോല - എഴുതുവാൻ പാകപ്പെടുത്തിയ ഓല, പതിവുകണക്ക്, രാജശാസനം.

പഠനം - അഭ്യാസം, വായന, പ്രസ്താവിക്കൽ.

പണ - വയൽ, വെടിപ്പാക്കിയ പുരയിടം, പന്തി, മുരശ്, പിഴ, കല്ലുവെട്ടാങ്കുഴി.

പണം - പഴയ ഒരു സ്വർണ്ണനാണയം, വില, പന്തയം, മൂല്യം, പണയം, പ്രതിഫലം, സ്വത്ത്, കരാർ, കട, ചൂത്, കരം, വ്യവസ്ഥ.

പണവ - പിശാച്, കഴുകൻ, കാവൽ മാടം.

പണവം - കടുന്തുടി, മുരശ്, മിഴാവ്.

പണസം - പനസം, കച്ചവടച്ചരക്ക്.

പണായം - സ്തുതി, ഇടപാട്, ചന്തസ്ഥലം, പണയം, ചൂതുകളി, കീർത്തി.

പണി - തൊഴിൽ, പ്രയത്നം, ക്ലേശം, കൗശലം, നായന്മാരിൽ ഒരു വിഭാഗത്തിന്റെ സ്ഥാനപ്പേർ, നടപ്പ്, ആഭരണം, നിർമ്മിക്കൽ, ഉപായം, കട, ലുബ്ധൻ, ഭക്തിശൂന്യൻ, ദേവശത്രു, ദുർമ്മാർഗ്ഗക്കാരൻ, മൊഴി, ആജ്ഞ, സർപ്പം,

പണിക്കർ - ആശാൻ, ശൂദ്രൻ, ക്ഷുദ്രക്കാരൻ.

പണ്ടം - ആഭരണം, ധനം, ഭക്ഷണവസ്തു, പണയം, കച്ചവടച്ചരക്ക്, വയറ്റിനുള്ളിലെ കുടലും ആമാശയവും.

പണ്ടാരം - ഖജനാവ്, ഹിന്ദുക്കളിൽ ഒരു ജാതി, പരദേശി, ശൈവഭിക്ഷു, വസൂരിവന്നു ചത്തവന്റെ ശവം.

പണ്ടാരി - സന്ന്യാസി, ഒരു താണജാതിക്കാരൻ, ഖജാൻജി, കപ്പൽ, കാവല്ക്കാരൻ.

പണ്ടി - കുടവയറ്, ആന, ശരീരം, വണ്ടി, രോഹിണി നക്ഷത്രം.

പണ്ടിക - വില്പനച്ചരക്ക്, സദ്യ, ഉത്സവം.

പണ്ഡിതൻ - ക്ഷുരകൻ, വിദ്വാൻ, വൈദ്യൻ.

പണ്ഡിതം - ധൂപം, സമർത്ഥം, വൈദ്യം, അറബിക്കുന്തുരുക്കം.

പണ്യം - കച്ചവടം, കച്ചവടച്ചരക്ക്, വില.

പതം - മാർദ്ദവം, നെല്ലുകൊയ്യുന്നവർക്കു കൊടുക്കുന്ന വിഹിതം, ശാന്തത, സമയം, ക്രമം, താഴ്മ, മുറ, ഇളംപുല്ല്, ഒപ്പം, നേർമ്മ, ഇറക്കം, ചിറക്, പതനം, പദം.

പതകം - നിന്ദ, പാതകം, വിവാദം, ഒരു പട്ടിക.

പതഗം - പക്ഷി, പാറ്റ.

പതംഗം - പാറ്റ, ഈച്ച, പക്ഷി, പട്ടം, തീപ്പൊരി, പിശാച്, അമ്പ്, എരിക്ക്, പൂച്ച, നീരിരിപ്പ്, തേനീച്ച, രസം.

പതംഗൻ - ശ്രീകൃഷ്ണൻ, പിശാച്, ആൺപക്ഷി, സൂര്യൻ.

പതടി - ഉമി, പതിര്, ഒരു ജാതി വില്ല്.

പതത്രം - ചിറക്, വാഹനം.

പതത്രി - കുതിര, ശരീരം, പക്ഷി.

പതനം - വീഴ്ച, അധഃപതനം, നാശം, മരണം, അസ്തമയം, കുറയൽ, ഉറക്കം, നടക്കല്ല്, ഗർഭസ്രാവം.

പതമം - വിട്ടിൽ, പക്ഷി, ചന്ദ്രൻ.
പതസൻ - പക്ഷി, ശലഭം, ചന്ദ്രൻ.
പതാക - കൊടി, അടയാളം, സൗഭാഗ്യം, ഒരു മുദ്രക്കൈ, സ്ഥായിയായ കഥയിലെ ഉപകഥ, നാടകാംഗം.
പതി - ഭർത്താവ്, മലമുകളിലെ ഗൃഹം, ഭൂമി, നഗരം, ഞാറ്, ക്ഷേത്രം, പ്രഭു, യജമാനൻ, പതുങ്ങിയിരുപ്പ്, അനക്കം, നാട്,
പതിതത്വം - ഭ്രഷ്ട്, അധഃപതനം.
പതിനാറ് - ഒരു മരണാനന്തര ചടങ്ങ്, പത്തും ആറും കൂട്ടിയ സംഖ്യ.
പതിവ് - ശീലം, സാധാരണ സ്ഥിതി, ചട്ടം, രജിസ്റ്റർ, തീരുമാനിക്കപ്പെട്ട ചെലവ്, വഴക്കം, പള്ളം.
പതിമരം - പല്ലിത്തടി, കട്ടിളപ്പടി.
പതിയൻ - പതിഞ്ഞ സ്വഭാവക്കാരൻ, നിന്ദ്യൻ, അയഞ്ഞ ശർക്കര, പരവൻ.
പതിയാൻ - അലക്കുകാരൻ, തെങ്ങുകയറ്റക്കാരൻ, എണ്ണയാട്ടുന്നവൻ, പരവൻ, ദേവീക്ഷേത്രത്തിലെ പൂജാരി.
പതിര് - അകത്തു കാമ്പില്ലാത്ത ധാന്യം, ഗൗരവമില്ലാത്തവൻ, പാഴായത്.
പതിറ്റടി - പത്തടി ദൂരം, പത്തു ചുവട്, നാലുമണിച്ചെടി.
പതുക്കം - വിനയം, മാർദ്ദവം, അമർച്ച, ഞെരിപ്പ്, ഒളിപ്പ്.
പതുമ - മാർദ്ദവം, ശാന്തത, വഴങ്ങൽ, പ്രതിമ, പത്മ.
പതേരം - കുഴി, പക്ഷി, ഒരുതരം അളവ്.
പത്താംഗം - ചപ്പങ്ങം, രക്തചന്ദനം.
പത്തനം - പട്ടണം, രാജധാനി നില്ക്കുന്ന സ്ഥലം, വീട്, മൃദംഗം.
പത്തൽ - വേലിക്കമ്പ്, മുസ്ലീം സ്ത്രീകളുടെ ഒരാഭരണം.
പത്തായപ്പുര - തെക്കിനി, നെൽപ്പുര, ഇരുനിലപ്പുര.
പത്തി - നിര, സൈന്യത്തിന്റെ ഒരു വിഭാഗം, പാമ്പിന്റെ ഫണം, ആനയുടെ നടപ്പ്, വരാന്ത, കൈത്തലം, ഇല, പത്രം, വീരൻ, കാലാൾ.
പത്തിരി - ഒരു പലഹാരം, കുതിര, അമ്പ്, പക്ഷി, ഇല, ഭദ്രകാളി, കൊത്തളം, പാദം, ജാതിപത്രി.
പത്ത് - ഒരു സംഖ്യ, പാദം, വയൽ, ചെലവ്.
പത്ഥ്യ - ഇഷ്ടം, കടുക്ക, കാട്ടുപാവൽ, വഴി, ചെറിയ വെള്ളരി.
പത്ഥ്യം - യോഗ്യത, മുതിര, ഇന്തുപ്പ്, കടുക്കാമരം, ഇഷ്ടം.
പത്മ - മഞ്ചട്ടി, ഇലവങ്ങപ്പൂവ്, ചെറുതേക്ക്, മഹാലക്ഷ്മി, തിരുതാളി, ഒരു തടാകം.
പത്മകം - ആനയുടെ പതകരി, പതുമുഖം, കൊട്ടം, ആസനവിശേഷം, പത്മവ്യൂഹം.
പത്മഗർഭൻ - ബ്രഹ്മാവ്, ശിവൻ, വിഷ്ണു, സൂര്യൻ.
പത്മൻ - ശ്രീരാമൻ, ആന, ബ്രഹ്മാവ്, ഒരസുരൻ.
പത്മപത്രം - പുഷ്കരമൂലം, താമരയില, സ്ഥലപദ്മം.
പത്മപാണി - ബ്രഹ്മാവ്, വിഷ്ണു, സൂര്യൻ.
പത്മം - താമരപ്പൂ, നവനിധികളിൽ ഒന്ന്, പതകരി, ഷഡ്പദചക്രം, വെളുത്തീയം, പതുമുകം, ഒരുതരം സർപ്പം, ആന, ചോതിനക്ഷത്രം, താമരയുടെ ആകൃതിയിലുള്ള ഒരു സൈന്യവ്യൂഹം.
പത്മസ്നുഷ - ലക്ഷ്മി, ഗംഗ, ദുർഗ്ഗ.

പത്മാക്ഷൻ - സൂര്യൻ, സുന്ദരൻ, വിഷ്ണു.

പത്മിനി - താമരപ്പൊയ്ക, താമര വളയം, പിടിയാന,

പത്രം - കടലാസ്, വർത്തമാന പ്പത്രം, ഇല, കത്തി, മുദ്രപ്പത്രം, തകിട്, പട്ടം, കൊടുകുറി, വാളിന്റെ വായ്ത്തല, എഴുത്ത്, പച്ചില, വാഹനം, പഞ്ഞിക്കീറ്റ്, പക്ഷി, കൂവളം, കത്രിക.

പത്രപുഷ്പം - കൊഴുന്ത്, തുളസി.

പത്രരഥം - അമ്പ്, പക്ഷി, ചക്ര വാകം.

പത്രാംഗം - പതുമുകം, രക്തച ന്ദനം, പത്തംഗം, ഭൂർജ്ജമരം.

പത്രാസ് - ആഡംബരം, ശൃംഗാരം, അഹംഭാവം.

പത്രി - പക്ഷി, വൃക്ഷം, പർവ്വതം, പരുന്ത്, അമ്പ്, തേര്, കുതിര, ജാതി പത്രി, മക്കിപ്പൂവ്, എഴുത്ത്, പച്ച.

പത്രിക - ഇല, ജാതിപത്രി, പര സ്യം, എഴുത്തോല, വർത്തമാന പ്പത്രം.

പഥം - വഴി, യാത്ര, എത്താവുന്ന ദൂരം, പ്രവർത്തനക്രമം.

പഥികൻ - വിരഹി, വഴിയാത്രക്കാ രൻ.

പദം - കാൽച്ചുവട്, കാൽപ്പാട്, ശ്ലോകത്തിന്റെ ഒരടി, ചിഹ്നം, തറ, ഗൃഹം, രശ്മി, വസ്തു, വ്യാജം, വർഗ്ഗമൂലം, രക്ഷ, വാസസ്ഥാനം, വഴി, കീർത്തി, പഞ്ചസാര, പദം, സംബന്ധിച്ച.

പദകം - പദവി, കാലടി, പതക്കം.

പദന്യാസം - പദപ്രയോഗം, കാൽ വെയ്പ്, കാല്പാട്.

പദഭഞ്ജിക - രജിസ്റ്റർ, പഞ്ചാംഗം.

പദവിധി - ഛന്ദശാസ്ത്രം, ശബ്ദ രചന.

പദാരം - തോണി, കാലിലെ പൊടിമണ്ണ്.

പദിക - കാലാൾപ്പട, പദാഗ്രം, ഒരു വിഭാഗം മാത്രമുള്ള.

പദ്ധതി - മാർഗ്ഗം, അനുഷ്ഠാന ക്രമം, വഴി, വരി, ജാതിനാമം.

പനി - ഒരു രോഗം, മഞ്ഞ്, തണുപ്പ്, പ്രിയപ്പെട്ടത്.

പനച്ച - കൊഴുപ്പ്, പശ, പനച്ചി (മരം).

പനയേറി - പനകയറുന്നവൻ, ഒരിനം മസൂരി, ഒരുതരം മത്സ്യം.

പനസ - പെൺകുരങ്ങ്, ദേഹത്തു ണ്ടാകുന്ന മുള്ളുപോലുള്ള ഒരുരോ ഗം, ഒരു രാക്ഷസി.

പനസം - പ്ലാവ്, ചക്ക, മുള്ള്.

പനിനീർ - മഞ്ഞുവെള്ളം, ഒരു വാസനത്തൈലം, അരിച്ച ജലം.

പനുവൽ - പഞ്ഞിനൂൽ, പാട്ട്, ശാസ്ത്രം, ചൊല്ല്.

പന്തം - ഒരു കോലിൽ തുണിചുറ്റി എണ്ണ ഒഴിച്ച് തീ കൊളുത്തിയെടു ക്കുന്നത്, പൈനിന്റെ കറ, കൈവി ളക്ക്, അഴക്, ചേർച്ച, സ്നേഹം.

പന്തൽ - തണ്ണീർപ്പന്തൽ, ചുമരി ല്ലാത്ത താല്ക്കാലികപ്പുര, ബന്തർ.

പന്തി - വരി, നിര, ക്രമം, മുറ, ഭംഗി, വഴി, കൂട്ടം, ഭാഗം.

പന്ത് - ഉണ്ട, ചുരുൾ, കുന്ദുകം, ചതി, ഉല, കെട്ട്, അക്കം രേഖപ്പെ ടുത്തിയ കളിച്ചീട്ട്, പംക്തി.

പന്ഥാവ് - വഴി, പ്രവർത്തന പദ്ധതി, മാർഗ്ഗം.

പന്ന - ഒരിനംവള്ളി, കീറിപ്പറിഞ്ഞ, ചൂടം, മീശ, തറി, താണ.

പന്നകം - ഇല, പല്ലക്കിന്റെ മൂടി, വള്ളത്തിന്റെ മൂടി.

പന്നഗം - പാമ്പ്, പുതുമുകം, കാരീയം.

പന്നഗ ശയനൻ - വിഷ്ണു, വള്ളക്കാരൻ.
പന്നഗി - നാഗതാളി, പെൺപാമ്പ്.
പന്നൽ - അന്വേഷണം, ചൊല്ല്, പന്നാസ്, വെറ്റിലക്കൊടി.
പപി - സൂര്യൻ, ചന്ദ്രൻ.
പമ്പ - ഒരുനദി, ഒരിനം വാദ്യം, ഒരു കളി.
പയണം - മരണം, യാത്ര.
പയൻ - ഒരു വൃക്ഷം, ഫലം.
പയസ് - പാൽ, വെള്ളം, ശുക്ലം, അമൃതം, ആഹാരം, ശക്തി, രാത്രി, പൂരാടം നക്ഷത്രം, തൈര്, കിങ്ങിണിപ്പാല, എരുമ, ക്ഷീരകാകോളി.
പയസ്വിനി - കറവപ്പശു, പെണ്ണാട്, നദി, അടപതിയൻ, ക്ഷീരകാകോളി, രാത്രി, മുതക്ക്, പാൽച്ചുര, ഒരു നാഡി.
പയറ്റ് - സൂത്രം, ആയുധാഭ്യാസം.
പയിക്കം - വിശപ്പ്, ഭിക്ഷ, ഹീനത, ഒന്നായിച്ചേരൽ.
പയിമ്പ - വയറ്, ഗർഭപാത്രം, ഭാണ്ഡം.
പയോദം - മുത്തങ്ങ, മേഘം.
പയോധരം - മുത്തങ്ങ, കടൽ, നാളീകേരി, മേഘം, മുല, കരിമ്പ്.
പയ്യവൻ - അഗ്നി, വിശപ്പുള്ളവൻ, ബ്രഹ്മാവ്, സ്രഷ്ടാവ്, കർത്താവ്.
പയ്യ് - വിശപ്പ്, പശു.
പരം - സ്വർഗ്ഗം, പരലോകം, ശ്രേഷ്ഠമായത്, പിന്നീടുള്ളത്, മോക്ഷം, ഒരുപാടകലെ.
പരക്ഷേത്രം - അന്യശരീരം, അന്യന്റെ വയൽ, അന്യന്റെ ഭാര്യ.
പരഞ്ജം - വാൾത്തല, തൈലയന്ത്രം, ഇന്ദ്രന്റെ വാൾ.
പരണം - കവർച്ച, പട്ടുവസ്ത്രം.
പരത്തുക - നിവർത്തുക, പ്രചരിപ്പിക്കുക, വ്യാപിപ്പിക്കുക, നിരത്തുക.
പരത്വം - ശ്രേഷ്ഠം, ഈശ്വരത്വം, വ്യത്യാസം.
പരദേവത - പരാശക്തി, കുടുംബദേവത.
പരദേശി - ഭിക്ഷു, അന്യദേശത്തുള്ളവൻ.
പരപുരുഷൻ - വിഷ്ണു, മറ്റൊരുവൻ, അന്യസ്ത്രീയുടെ ഭർത്താവ്, ഒളിപുരുഷൻ.
പരപുഷ്ട - വേശ്യ, ഇത്തിൾ, കുയിൽപ്പേട.
പരപ്പ് - ലോകം, പ്രചാരം, കടൽ, വിസ്താരം.
പരബ്രഹ്മം - പരമാത്മാവ്, യാതൊന്നുമറിഞ്ഞുകൂടാത്തവൻ.
പരഭാഗം - അന്യന്റെ ഓഹരി, പലവർണ്ണങ്ങൾ കലർന്നുള്ള ശോഭ, ഭാഗ്യം, ശിഷ്ടം.
പരമഗതി - മോക്ഷം, ഈശ്വരൻ.
പരമണ്ഡലം - സ്വർഗ്ഗം, ശത്രുരാജ്യം, പരദേശം, ഉത്തമദേശം.
പരമാനന്ദം - പരമാത്മാവ്, ഭാഗ്യം, ആനന്ദം.
പരമേശ്വരൻ - ശിവൻ, വിഷ്ണു, പരബ്രഹ്മം, ഇന്ദ്രൻ.
പരമേശ്വരി - ഭദ്രകാളി, ശ്രീപാർവ്വതി.
പരമേഷ്ഠി - ഗരുഡൻ, അഗ്നി, പ്രജാപതി, അദ്ധ്യാത്മഗുരു, ബ്രഹ്മാവ്, വിഷ്ണു, ശിവൻ.
പരൽ - കല്ലുപ്പ്, കവടി, ചെറിയ മീൻ, വിത്ത്.
പരവ - പരപ്പ്, നൃത്തം, കടൽ, മഹാലക്ഷ്മി, ഒരു ചെടി, നൃത്തം.
പരവശത - രോഗം, ക്ഷീണം, ദാരിദ്ര്യം, വേവലാതി.
പരശു - കോടാലി, വെൺമഴു, ഒരസുരൻ.

പരുശുധരൻ - ഗണപതി, ശിവൻ, വിറകുവെട്ടുകാരൻ, പരശുരാമൻ.

പരസ്ത്രീ - വേശ്യ, അന്യന്റെ ഭാര്യ, മറ്റൊരുത്തി.

പരാകം - ഒരുരോഗം, യാഗകർമ്മം, 12 രാപ്പകലുള്ള ഉപവാസം, യാഗത്തിനുപയോഗിക്കുന്ന ഒരിനം വാൾ.

പരാക്രമം - ശക്തി, ഉത്സാഹം, പ്രയത്നം, ആക്രമിക്കൽ, വീര്യം.

പരാഗം - പൊടി, പൂമ്പൊടി, ചന്ദനം, ഗ്രഹണം, കീർത്തി.

പരാഗമിക്കുക - ചുറ്റുക, മരിക്കുക, വ്യാപിക്കുക, തിരിച്ചുവരുക.

പരാഞ്ജം - വാൾമുന, നുര, ചക്ക്.

പരാധീനം - ദാരിദ്ര്യം, കഷ്ടത, പരാശ്രയം.

പരാപര - പരാശക്തി, ആദിയും അന്തവുമായ, മുമ്പും പിമ്പുമുള്ള.

പരാഭവം - നാശം, അവമാനം, തോൽവി, വേർപാട്.

പരാമർശം - വിചാരം, തീർപ്പ്, ബാധ, വില്ലുകുലയ്ക്കൽ, ഗ്രഹണം, സൂചന.

പരായണം - പരമ്പരാചാരം, സാരം, പ്രധാനലക്ഷ്യം, ഏകാഗ്രഭക്തി, രാശിമണ്ഡലം, മോക്ഷം, ആസക്തിസ്ഥാനം.

പരാരുകം - പാറ, കല്ല്.

പരാവിദ്ധൻ - വിഷ്ണു, കുബേരൻ.

പരാശരം - ഒരു ധർമ്മശാസ്ത്രം, ഒരു പുരാണം.

പരാസം - വെളുത്തീയം, കല്ലെറിഞ്ഞാൽ പോകുന്ന ദൂരം, തകരം.

പരി - അഴകുള്ള ഒരു ഉപസർഗ്ഗം, കുതിര, ആന, വഴി, പഞ്ഞി, വലിപ്പം, മായം, ഗതി, ഭംഗി.

പരികരം - മെത്ത, സമൂഹം, പുരുഷാരം, കട്ടിൽ, ആരംഭം, പരിവാരം, വിധി, ഒരു അലങ്കാരം, കാപ്പ്.

പരികർമ്മം - ഒരുക്കം, ശുശ്രൂഷ, ഒരു ഗണിതക്രിയ.

പരികാംക്ഷിതൻ - സന്ന്യാസി, ഭക്തൻ.

പരികൂടം - കോട്ട, തടസ്സം, കിടങ്ങ്.

പരിക്ക് - കേടുപാട്, തഴമ്പ്, പ്രതിക്രിയ, ബുദ്ധിമുട്ട്.

പരിക്കോൽ - അങ്കുശം, ചാട്ട.

പരിക്ഷയം - ഒരുരോഗം, നാശം, നഷ്ടം, ക്ഷീണം.

പരിക്ഷേപം - ചുറ്റിനടപ്പ്, എറിയൽ, പരിത്യാഗം, മതിൽവേലി, കിടങ്ങ്, ജ്ഞാനേന്ദ്രിയം.

പരിഗ്രഹം - കൈക്കൊള്ളൽ, ഭാര്യ, കുടുംബം, വിവാഹം, ആലിംഗനം, സമ്മാനം, സഭ, സമ്മതം, അന്തഃപുരം.

പരിഘം - ഇരുമ്പുലക്ക, കൂടം, കുറ്റി, സാക്ഷ, കൊല, വാസസ്ഥലം.

പരിചയം - അഭ്യാസം, പഴക്കം, അറിവ്, അടയാളം, ശേഖരം.

പരിചാരിക - ഭൃത്യ, വെപ്പാട്ടി, മലര്, ശുശ്രൂഷിക്കുന്നവൾ.

പരിച - ഗുണം, രീതി, തുല്യത, ഭംഗി, പെരുമ, സമ്മാനം, ദാനം, സ്വഭാവം, യോഗ്യത.

പരിണാമം - രൂപാന്തരപ്രാപ്തി, ഫലം, പക്വത, അവസാനം, പൂർണ്ണവളർച്ച, ഒരു അലങ്കാരം, ഒരു വൃത്തം.

പരിണായകൻ - ഭർത്താവ്, നേതാവ്.

പരിതപിക്കുക - ചൂടുപിടിക്കുക, ദുഃഖിക്കുക.

പരിതാപം - പശ്ചാത്താപം, വലിയ ദുഃഖം, കൊടും ദാഹം.

പരിദാനം - ഭക്തി, കൈമാറ്റം, കൈക്കൂലി.

പരിധി - പരിവേഷം, ചന്ദ്രന്റെ ഉപഗ്രഹം, ചമത, ചുറ്റളവ്, വേലി, തേരുരുൾ, ചക്രവാകം, ചക്രായുധം, ചക്രവാളം, ആവരണം.

പരിധാനം - ഉടുമുണ്ട്, വായന, വസ്ത്രധാരണം.

പരിധായം - പിൻഭാഗം, പാത്രം, പരിവാരം.

പരിധി - വേലി, ആവരണം, ചക്രവാകം, ചക്രായുധം, പരിവേഷം, ചമത, സമുദ്രം, തേരുരുൾ, ചുറ്റളവ്, അതിര്.

പരിനാമം - ക്ഷേമം, പ്രശസ്തി.

പരിപവനം - മുറം, ചേറൽ, പാറ്റൽ, കാറ്റുപിടിക്കൽ.

പരിപാകം - ശരിയായ പക്വത, ശരിയായ വേവ്, പാകത, പൂർണ്ണത, സാമർത്ഥ്യം.

പരിപൂർണ്ണദശ - മരണം, മോക്ഷം.

പരിപ്ലവം - നീന്തൽ, വള്ളം, കുളി, ക്രൂരത, ഇളക്കം, വെള്ളപ്പൊക്കം, പൊന്തിനില്പ്.

പരിബർഹം - രാജചിഹ്നം, പരിവാരം, ധനം, വീട്ടുസാമാനം.

പരിഭവം - സങ്കടം, മുഷിച്ചിൽ, അവമാനം, നിന്ദ, ഇടിവ്, തോല്വി.

പരിഭ്രമം - തിടുക്കം, വെപ്രാളം, തെറ്റ്, പരിഭ്രമണം.

പരിമളം - സൗരഭ്യം, സംഭോഗം, ഒരു വൃത്തം, പണ്ഡിത സദസ്സ്.

പരിയം - പരിസരം, ദാസ്യം, വേശ്യയുടെ കൂലി, വധുവിനു വേണ്ടി നല്കുന്ന ധനം.

പരിരത്ഥ്യാ - വഴി, പെരുവഴി, തെരുവ്.

പരിലേഖം - രൂപരേഖ, ചിത്രം, സ്കെച്ച്, ചതുരംഗക്കളം.

പരിവട്ടം - കിരീടം, തലപ്പാവ്, വിജയം, സമ്മാനം, നാലു ചുറ്റുള്ള റാട്ട്, വസ്ത്രം, രാജാക്കന്മാർ ധരിക്കുന്ന വസ്ത്രം.

പരിവർത്തനം - തോറ്റോടൽ, ലോകനാശം, സംവത്സരം, വസ്ത്രം, മാറ്റം, യുഗാവസാനം, കാലഗതി, പ്രതിഫലം, ഭവനം, അദ്ധ്യായം.

പരിവാദം - വീണയുടെ കമ്പി, നിന്ദ, അപവാദം.

പരിവാപം - കൊയ്ത്ത്, ക്ഷൗരം, തടാകം, ഉറകൂടിയ പാൽ, പരിജനം, വീട്ടുസാമാനം, ചിതറൽ, കുളം, വറുത്ത ധാന്യം.

പരിവ് - ദുഃഖം, സ്നേഹം, ചരിവ്.

പരിവൃത്തി - ഒന്നുകൊടുത്ത് മറ്റൊന്നു വാങ്ങൽ, ചുറ്റും വളയൽ, അവസാനം, പരിവർത്തിക, ഒരു അലങ്കാരം, ഗ്രഹങ്ങളുടെ ചുറ്റിത്തിരിയൽ, തിരിച്ചു വരവ്, പ്രാവശ്യം.

പരിവേദനം - അതിവേദന, സമ്പാദ്യം, വിവാദം, വിവാഹം, വിലാപം, പൂർണ്ണജ്ഞാനം, ബുദ്ധി, മുൻകരുതൽ.

പിരവേഷ്ടനം - ചുറ്റളവ്, മുടി, പരിധി, ചുറ്റിക്കെട്ടൽ.

പരിവ്യാധം - ചെറുകൊന്ന, വേഴൽ.

പരിശ്രയം - യോഗം, കൂട്ടം, പഥികർക്കുള്ള ആശ്രമം, അഭയസ്ഥലം.

പരിസരം - അതിര്, ചുറ്റുപാട്, വക്ക്, ഭാഗം, നിയമവിധി, വീതി, മരണം.

പരിസ്പന്ദം - കുളി, വസ്ത്രാഭരണാദി ചമയം, പൂചൂടൽ, തുടിപ്പ്.

പരിസ്രവം - നദി, ഒഴുക്ക്, പ്രസവം.

പരിഹസ്തം - കൈവള, മോതിരം.

പരിഹാരം - പ്രായശ്ചിത്തം, പിടിച്ചുപറി, തള്ളിക്കളയൽ, നീക്കുപോക്ക് പൊതു പ്രദേശം.
പരീരണം - ആമ, വടി, ഉടുപ്പ്.
പരു - ശരീരത്തിൽ ഉണ്ടാകുന്ന കുരു, മുട്ട്, പർവ്വതം, സമുദ്രം, അങ്കുരം, അവയവം.
പരുമം - കട്ടി, വലിപ്പം, നിതംബം, കവചം, അരപ്പട്ട, വിരിപ്പ്, കുതിര ജീനി.
പരുവം - പക്വത, പാകം, അവസരം, യൗവനം, വയസ്സ്, സന്ധി, വാവ്, സൂര്യസംക്രമം, ഋതു.
പരുസ്സ് - അംഗം, മുള, ചേർപ്പ്.
പർജ്ജന്യം - മുത്തങ്ങ, മഴ, കാർമേഘം, മേരു.
പർണ്ണം - ചമത, പച്ചില, വെറ്റില, പ്ലാശ്, ചിറക്, ഇല, തൂവാല.
പർണ്ണാലം - മൺവെട്ടി, തോണി, ദ്വന്ദ്വയുദ്ധം.
പർണ്ണാസം - താമര, അലങ്കരണം, ചെറുതുളസി, ജലമദ്ധ്യത്തിലുള്ള ഗൃഹം.
പർണ്ണി - ചീട്ട്, മൂവില, വൃക്ഷം, തുണ്ട്.
പർദ്ദം - കൊടുങ്കാറ്റ്, അധോവായു, തിങ്ങിവളരുന്ന തലമുടി.
പർപ്പം - വീട്, ഇളമ്പുല്ല്, പരപ്പനാട്, പംഗുപീഠം.
പര്യങ്കം - ശയ്യ, പല്ലക്ക്, വീരാസനം, മേൽവസ്ത്രം.
പര്യണം - ഓട്ടം, പലായനം, കുതിരജീനി.
പര്യന്തകം - ദൂരം, അതിർത്തി, ചുറ്റൽ, സീമ, ചുറ്റുപാട്, വശം.
പര്യയം - പരിവൃത്തം, കാലമാറ്റം, വണ്ടിച്ചക്രം, പര്യായം, അശ്രദ്ധ, കുഴപ്പം, മാറ്റം.
പര്യയണം - കടിഞ്ഞാൺ, പൊതുനിരത്ത്.
പര്യവരോധം - വിരോധം, മുടക്കം, തടവ്.
പര്യാപ്തി - അവസാനം, ലബ്ധി, അലംഭാവം, നിറവ്, സമ്പാദ്യം, ത്രാണി, രക്ഷിക്കൽ.
പര്യായം - ഒരേ അർത്ഥമുള്ള പദം, ഒരു അലങ്കാരം, അവസരം, ഗതി, ഉണ്ടാക്കൽ, ഗുണം, ചുഴല്ച്ച.
പര്യാസനം - വധം, അവസാനം, വീഴ്ച, കറക്കം.
പർവ്വം - മുട്ട്, സന്ധി, അദ്ധ്യായം, വാവ്, സൂര്യസംക്രമം, ഏണിപ്പടി, ഉത്സവം, മഴക്കാലം, പാട്ട്, ഗ്രന്ഥവിഭാഗം, ക്ഷണം, ക്ലിപ്തകാലം.
പർവ്വതം - മല, ഒരിനം ചീര, വൃക്ഷം, ഏഴ് എന്ന സംഖ്യ, ഒരിനം മത്സ്യം, പാറ, കുന്ന്.
പർവ്വയോനി - കരിമ്പ്, വേഴാമ്പൽ.
പർശു - പരശു, മഴു, വാരിയെല്ല്, ആയുധം.
പല - പാട, പലക, പലത്.
പലങ്കഷ - അരക്ക്, ഗുൽഗുലു, ഈച്ച, കുമ്പിൾമരം, ഞെരിഞ്ഞിൽ, ചെറിയ അമര.
പലലം - മാംസം, എള്ളുണ്ട, പിണ്ണാക്ക്, ചേറ്, ഒരിനം വറ്റൽ.
പലവം - പഴം, ഉമി, മീൻകുട്ട.
പലാഗം - ആമ, ചീങ്കണ്ണി, ഒരു മത്സ്യം.
പലാശം - പ്ലാശ്, പച്ചില, ഇല, പച്ച നിറം, മാംസം, മഗധ രാജ്യം, ചെറുകച്ചോലം.
പലിഘം - ഭിത്തി, സ്ഫടികം കൊണ്ടുള്ള ജലപാത്രം, പടിവാതിൽ, ഭിത്തി, തൊഴുത്ത്.
പലിതം - വാർദ്ധക്യം, നര, ചേറ്, ചേലേയം, ചൂട്, ചീകി അലങ്കരിച്ച മുടി, അറബിക്കുന്തിരിക്കം.

പലിശ - വട്ടി, ലാഭം, പണം കടം കൊടുത്തു ലഭിക്കുന്ന ആദായം.

പല്ലവം - തളിര്, മൊട്ട്, കൈവള, ചപലത, വസ്ത്രാഞ്ചലം, വിലാസം, പുൽക്കൊടി, പ്രണയം, ഒരു ദേശം, ചെഞ്ചായം.

പല്ലിവിതം - കോലരക്ക്, മൊട്ടിട്ടത്.

പല്ലി - ഗൗളി, ഗൃഹം, വികൃത പല്ലുള്ളവൾ, വണ്ടി, നഗരം, പഞ്ചസാര, ഗ്രാമാർദ്ധം.

പല്ല് - ദന്തം, താക്കോൽ പുച്ഛം, നങ്കൂരത്തിന്റെ നാക്ക്, അറപ്പുവാളിന്റെ കൂർത്തഭാഗം.

പവം - ചാണകം, മുറം, പാറ്റൽ, ജനനം, ജീവിതം, ലോകം, പാപം, ശുദ്ധി.

പവനം - ജലം, അരിപ്പ്, പവിത്രം, ശുദ്ധിയാക്കൽ, ചൂള, കുശവന്റെ ആല, വായു.

പവനൻ - വായു, ഗാർഹ പത്യാഗ്നി, വിഷ്ണു.

പവി - വജ്രം, ഇന്ദ്രന്റെ വജ്രായുധം, കുന്തമുന, അമ്പ്, അഗ്നി, കരിമ്പ്, ടയർ.

പവിത്രം - ദർഭ, ജലം, അർഘ്യപാത്രം, പൂണൂൽ, നെയ്യ്, തൈര്, അരിപ്പ, മുറം, മഴ, അസ്ത്രം, ചാണകം, പൂത്തിലഞ്ഞി, എള്ള്, തേൻ, ദർഭകൊണ്ട് കൈയ്യിലിടുന്ന മോതിരം.

പവിത്രകം - കയറ്റുവല, മീൻകൂട്, മക്കിപ്പൂവ്, അരയാൽ, പച്ചനിറമുള്ള ദർഭ, അത്തിയാൽ.

പശ - കൊഴുപ്പ്, ഈർപ്പം, ദയ, അരക്കുപോലെ ഒട്ടുന്ന വസ്തു, ലാഭം, ശക്തി.

പശിമ - നനവ്, മണ്ണിന്റെ ഫലപുഷ്ടി, മാർദ്ദവം, ഇളമ, അഴക്, സൗഖ്യം.

പശുപതി - ഇടയൻ, ശിവൻ, പശുക്കളുടെ ഉടമസ്ഥൻ.

പസ്ത്യൻ - ഗുരു, മനുഷ്യൻ.

പളക് - കുറ്റം, ഭോഷ്ക്, ജലം.

പളു - കനം, അവസരം, ലക്ഷ്യം, സമയം, അടയാളം.

പള്ള - ഉദരം, ഗുഹ, ഉൾഭാഗം, ഘോരമായ കാട്, വയറുചാടിയ ജന്തു, പടല.

പള്ളം - കുഴി, തോട്ടം, നടുതല, താഴ്ച, നഷ്ടം.

പള്ളി - ബുദ്ധവിഹാരം, എഴുത്തുകളരി, ക്രിസ്ത്യാനികളുടെയും മുസ്ലീങ്ങളുടെയും ദേവാലയം, ഗ്രാമം, കുടിൽ, സ്ഥലം.

പള്ളിഞായൽ - ഞാറ്റടി, ഒരിനം നെല്ല്, പാക്കുനിലം.

പഴക്കം - പരിചയം, കാലതാമസം, പയറ്റ്, പഴകിയ അവസ്ഥ.

പഴവൻ - വൃദ്ധൻ, കാരണവൻ.

പഴി - പാപം, പക, പൊളി, കുറ്റം.

പഴു - ചട്ടം, പിശാച്, വാരിയെല്ല്.

പഴുവം - കൂട്ട്, സമൂഹം, കാട്.

പറ - ഒരളവുപാത്രം, ഒരു വാദ്യം, വട്ടം, ചൂണ്ടക്കോൽ, ചന്ദ്രബിംബം.

പറന്തല - പർക്കളം, ചുടുകാട്, പാഴ്ഭൂമി.

പറവ - പക്ഷി, ചിന്ത, ഉൽക്കണ്ഠ.

പറി - അപഹരണം, ശരീരം, സ്വർണ്ണം, വൃഷണം.

പറ്റം - കൂട്ടം, കനം, കറ്റ, വീക്കം, നന്ദി.

പറ്റിക്കുക - ഒട്ടിക്കുക, കത്തിക്കുക, ചതിക്കുക, കൂട്ടിച്ചേർക്കുക, സാധിക്കുക.

പറ്റ് - സ്നേഹം, പരിചയം, മൂർച്ച, മുഖപരിചയം, വർദ്ധന, കൂട്ടം, വയൽ, സഹായം, ബന്ധു, ലഹരി പിടിത്തം, കാര്യം, ആഗ്രഹം.

പാംസു - പാപം, വളം, അഴുക്ക്, ഭീമസേനകർപ്പൂരം, ഭൂസ്വത്ത്, പൊടിയുപ്പ്, ചാണകം, പൊടി.

പാംസുലൻ - ദുരാചാരൻ, സ്ത്രീലോലൻ, ശിവൻ.

പാകൻ - കുതിരക്കാരൻ, പാകം വന്നവൻ, കുട്ടി, പാകാസുരൻ, ആനക്കാരൻ.

പാകുടം - ചുങ്കം, കാഴ്ച, രാജഭോഗം

പാക്ക് - അടയ്ക്കാ, പാകൽ, കളിയടയ്ക്ക, കെട്ടിടത്തിന്റെ മുകൾ നില, സഞ്ചി.

പാക്യം - കഷായം, വെടിയുപ്പ്, നൈട്രജൻ വാതകം.

പാങ്ങ് - കഴിവ്, സഹായം, പരിഹാരം, ധനം, സ്നേഹം, അവസരം, അഴക്.

പാചകം - അഗ്നി, പാകംചെയ്യൽ, പിത്തം, ഉദരത്തിൽ ദഹനമുണ്ടാക്കുന്ന ദ്രാവകം.

പാചനം - പുളിരസം, ചെമന്ന ആവണക്ക്, തപസ്സ്, ദഹനം, അഗ്നി, കഷായം, പ്രായശ്ചിത്തം, പൊൻകാരം.

പാച്ചൽ - ഒഴുക്ക്, ചാട്ടം, കൈയ്യേറ്റം, ഓട്ടം, അനുസരണക്കേട്.

പാഞ്ചജന്യം - ശംഖ്, വേഴൽ, അഗ്നി, വിഷ്ണുവിന്റെ ശംഖ്.

പാട - നേർത്ത തൊലി, ശവമഞ്ചം, മുളമ്പാട, നെയ്പ്പാട, പാടവള്ളി.

പാടം - കോടിത്തുണി, വയൽ, വിസ്താരം, വെറ്റില, മുടിമാല, തെരുവ്.

പാടകം - ഒരുവാദ്യം, കാൽച്ചിലമ്പ്, മുഴുച്ചാൺ, ചൂതേറ്, കല്പടവ്, ഗ്രാമാർദ്ധം, തീരം.

പാടല - ചെമന്ന, പശു, പാതിരിമരം, കല്ലുപതിച്ച വള, ദുർഗ്ഗാദേവി.

പാടലം - കുങ്കുമം, കുതിര, ചെന്നെല്ല്, പതുമുകം, ഇളം ചുമപ്പുനിറം.

പാടലി - കള്ള്, മുഷ്കവൃക്ഷം, വെൺപാതിരിമരം.

പാടവം - ആരോഗ്യം, സാമർത്ഥ്യം.

പാടി - കുറുന്തോടി, ഗണിതം, ഒരു രാഗം, ചേരി, നഗരം, തെരുവ്, സേന, കവചം.

പാടീരം - ചന്ദനം, അരിപ്പ, മേഘം, വെളുത്തീയം, മുള്ളങ്കി, കൂവ, നൂറ്, വിളനിലം, ചല്ലടം, ജലദോഷം.

പാട് - ക്ലേശം, മുറിവിന്റെയും മറ്റും കല, ബുദ്ധിമുട്ട്, സ്വാധീനം, അവസ്ഥ, അടയാളം, സാദ്ധ്യത, അവസരം, പ്രാപ്തി, മര്യാദ, സംഭവം, കടമ, പങ്ക്, ചൊവ്വ്, അസ്തമയം.

പാട്ടം - കരാർ, കുത്തക, തോട്ടം, കൂലി, മേഘം, മഴച്ചാറൽ, വാടക.

പാട്ടമ്മ - പാട്ടുകാരി, നങ്ങ്യാർ.

പാട്ടി - മുത്തശ്ശി, വിധവ, സഞ്ചി, കിഴവി, പതിച്ചി.

പാഠം - പഠിക്കാനുള്ള ഗ്രന്ഥഭാഗം, പഠനം, വായന, വേദപാഠം, അറിവ്.

പാഠകൻ - വാഗ്മി, പാഠകക്കാരൻ, ഗുരു, വിദ്യാർത്ഥി.

പാഠി - വിദ്യാർത്ഥി, പഠിച്ചിട്ടുള്ളവൻ, ബ്രാഹ്മണൻ, കൊടുവേലി.

പാഠീനം - മീൻ, കൊടുവേലി, ഗുഗ്ഗുലു.

പാണം - കച്ചവടം, ചൂതാട്ടം, കൈസ്തുതി.

പാണി - കൈപ്പടം, ചന്ത, കുളമ്പ്, പാട്ട്, അഴക്, ഒരിനം വാദ്യം, കൂത്ത്.

പാണിക - തവി, തുഴ.

പാണു - പാട്ട്, കൊതുമ്പ്, കൂമ്പാള.

പാണ്ടി - ഒരുദേശം, കുടാരവണ്ടി, ചങ്ങാടം, പൊങ്ങുതടി, കുട്ടികളുടെ

ഒരു കളി, കപ്പലിന്റെ അടിമരം.
പാണ്ടീയം - ഉഴവ്, കാള.
പാണ്ഡരം - വെൺമ, വിളർച്ച, കർപ്പൂര തുളസി, വെളുത്തത്, കുരുക്കുത്തി മുല്ല, കാവിമണ്ണ്.
പാണ്ഡു - വെളുപ്പും കറുപ്പും സമാസമം ചേർന്ന നിറം, വെള്ളാന, പാണ്ഡരഫലി, വിളർച്ച, കാട്ടുഴുന്ന്, ലവലി, പാണ്ഡവരുടെ പിതാവ്.
പാണ്ഡുമുത്ത് - എഴുത്തുകല്ല്, ഒരുരത്നം, വെള്ളമണ്ണ്.
പാണ്ഡുരം - കർപ്പൂരതുളസി, ഞമ, വെളുപ്പ്, ശ്വേതകുഷ്ഠം, കാട്ടുഴുന്ന്.
പാതം - വീഴ്ച, നാശം, തോല്വി, ഏറ്, രാഹു, ആക്രമണം, പതനം, പാദം.
പതംഗി - സുഗ്രീവൻ, യമൻ, ബാലി, ശനി, വൈവസ്വതമനു, കർണ്ണൻ.
പാതി - പകുതി, ഭർത്താവ്, പക്ഷി, പതിക്കുന്ന.
പാതിത്യം - വീഴ്ച, ഭ്രഷ്ട്.
പാതിലി - മൺപാത്രം, വല, കുരുക്ക്.
പാതു - സൂര്യൻ, കാവൽ, പങ്ക്.
പാത്തി - വെള്ളച്ചാല്, തടം, മൂത്രനാളി, തോണി, തോക്കിന്റെ പിടി, ഓളത്തിനു മദ്ധ്യേയുള്ള കുഴി.
പാത്രം - കിണ്ണം, യോഗ്യം, മന്ത്രി, കാരണഭൂതം, ഭാജനം, ആജ്ഞ, നദീതടം, ഇല, ശരീരം, ആഢകം, നവവധുവിനു സമ്മാനിക്കുന്ന ഏഴുതരംപാത്രം.
പാത്രടം - കുടം, കീറിയ മുണ്ട്.
പാത്രടീരം - അഗ്നി, കാക്ക, ലോഹപാത്രം, കങ്കപ്പക്ഷി, മൂക്കിള, അഗ്നി.
പാത്രി - പാത്രം, ഉല, ദുർഗ്ഗ, നെരിപ്പോട്.
പാത്രേബഹുളൻ - ശാപ്പാട്ടുരാമൻ, വഞ്ചകൻ, ഉണ്ണാറാകുമ്പോൾ അടുത്തുകൂടുന്നവൻ.
പാഥൻ - സൂര്യൻ, അഗ്നി.
പാഥസ്സ് - അന്നം, ആകാശം, ജലം, വായു.
പാഥോജം - ശംഖ്, താമര.
പാഥോദം - മുത്തങ്ങ, മേഘം.
പാദം - കാല്, ശ്ലോകത്തിന്റെ ഒരു വരി, ഭാഗം, ചുവട്, മലയടിവാരം, തൂണ്, പര്യന്തപർവ്വതം, ഒരടി, കാൽഭാഗം, മരച്ചുവട്.
പാദചതുരം - ആട്, അരയാൽ, മണൽത്തിട്ട, ആലിപ്പഴം.
പാദപം - വൃക്ഷം, തോപ്പ്, പാദപീഠം.
പാദമൂലം - ഉപ്പൂറ്റി, മലയുടെ ചുവട്, വിനയപൂർവ്വകമായ സംസാരം.
പാദാസം - മെതിയടി, ചവിട്ടുപലക.
പാന - ഒരുതരം വലിയപാത്രം, പാനകൊട്ടിപ്പാടുന്ന പാട്ട്, ഒരു ഭാഷാവൃത്തം, വാറ്റുകലം, ജ്ഞാനപ്പാന.
പാനം - കുടിക്കൽ, പാലനം, നിരീക്ഷിക്കൽ, കുടിനീരിറക്കൽ, കുടിക്കാനുള്ള പാത്രം, ശ്വാസം, പാനകം, തോട്.
പാനൽ - കുതിര, കടൽ, വയൽ, കള്ള്, വെറ്റി.
പാനി - നീർശർക്കര, കുടിവെള്ളം, കുടിയൻ, മൺപാത്രം.
പാന്തൽ - ദുഃഖം, ചെളിയുള്ള സ്ഥലം, പതുങ്ങൽ.
പാന്ഥൻ - സൂര്യൻ, വഴിപോക്കൻ.
പാപൻ - ദുഷ്ടൻ, പാപഗ്രഹം
പാപ്പാ - ശിശു, പാവ, പോപ്പ്.

പാപ്പാൻ - ആനക്കാരൻ, ബ്രാഹ്മണൻ, ബ്രാഹ്മണവേഷത്തിൽ യാചിച്ചു നടക്കുന്നവൻ.

പാമരൻ - മൂഢൻ, നീചൻ, രാജാവിനു തുണയായിട്ടുള്ളവൻ, നിസ്സഹായൻ.

പാമരം - കപ്പലിലെ കൊടിമരം, നീചത്വം, മൂഢത, നിസ്സഹായത.

പാംശു - പൊടി, വളം, പാപം, ഭൂസ്വത്ത്, കരയ്ക്കിറക്കിയ വസ്തു, പർപ്പടകപ്പുല്ല്, തീണ്ടാരിയായവൾ, പൊടിയുപ്പ്

പായന - മൂർച്ചകൂട്ടൽ, കുടിപ്പിക്കൽ.

പായസം - മധുരാന്നം, അമൃതം, പാൽ, തിരുവട്ടപ്പശ, ഒരിനം എണ്ണ, പയസ്സിൽ ഉണ്ടാക്കിയത്.

പായിദ് - ലാഭം, രൊക്കം പണം, സഹായിക്കാനുള്ള ശേഷി.

പായുക - ഒലിക്കുക, പാടുണ്ടാകുക, ശക്തിയായി ഒഴുകുക, മുട്ടുക, ചാടുക.

പായ്യം - ത്രാസ്, തൊഴിൽ, വെള്ളം, അളവുപാത്രം.

പാര - ഖണ്ഡിക, ഒരു ആയുധം, കോച്ചാട്ട, ഉപദ്രവം, ഒരിനം മത്സ്യം, വകുപ്പ്.

പാരണം - ഉപവാസസമാപനം, തൃപ്തി, വായന, മേഘം, സാധിക്കൽ, പൂർണ്ണപാഠം.

പാരശവം - പരശു, മുത്ത്, ഇരുമ്പ്.

പാരശവൻ - പരസ്ത്രീ പുത്രൻ, വാരിയർ.

പാരാട്ട് - ലാളന, പ്രശംസ, വിസ്തരിക്കൽ.

പാരാപതം - മാടപ്രാവ്, ചെറുനാരകം.

പാരാവതം - പ്രാവ്, പർവ്വതം, കുരങ്ങ്.

പാരി - ഭൂമി, കട്ടിൽ, ചങ്ങല, പൂമ്പൊടി, കൂജ, പാർക്കുഴ, തൂതപ്പാത്രം, നേർത്ത തുണി, ആനയുടെ കാലിൽ കെട്ടുന്ന കയർ.

പാരിജാതം - മുരിക്ക്, പവിഴമല്ലിക, ഒരു ദേവവൃക്ഷം, സുഗന്ധം.

പാരിപന്ഥികൻ - കള്ളൻ, ശത്രു.

പാരിപ്ലവം - വള്ളം, നീന്തൽ, ഇളക്കം, അസ്വസ്ഥത.

പാരിപ്ലവ്യം - അമളി, ഇളക്കം, വിറയൽ.

പാരിഭദ്രം - വേപ്പ്, മുരിക്ക്, ദേവതാരം, ചരളം, കൊട്ടം.

പാരിഷദൻ - ഭൃത്യൻ, പരിജനം, സഭാംഗം.

പാരിഹാര്യം - ഗ്രഹണം, വള, പിടിച്ചെടുക്കൽ.

പരീരണം - ആമ, വടി, പട്ടുവസ്ത്രം, ഉപ്പ്.

പാര് - ഭൂമി, ലോകം, വലിപ്പം.

പാരു - അഗ്നി, സൂര്യൻ, മരുന്ന്, എരിക്ക്.

പാരുഷ്യം - പരുഷത, കടുപ്പ്, കറ്റവാഴ, വ്യാഴഗ്രഹം, അകിൽ, അപ്രിയവചനം, ഇന്ദ്രന്റെ തോട്ടം.

പാർക്കുക - കാണുക, ഗ്രഹിക്കുക, ചിന്തിക്കുക, താമസിക്കുക, ഒളിക്കുക.

പാർട്ടി - സംഘം, വിരുന്ന്.

പാർത്ഥിവം - ഭൂമി, ഭൂമിയിൽ നിന്നു കിട്ടുന്ന വസ്തു, മൺപാത്രം, ശരീരം, തകരം, ഘനപദാർത്ഥം, തുവരുപ്പ്.

പാർത്ഥിവി - സീത, ലക്ഷ്മി.

പാർപ്പരം - ഒരു പിടിയരി, ചാമ്പൽ, ക്ഷയരോഗം, കദംബപുഷ്പത്തിന്റെ അല്ലി.

പാർപ്പ് - വാസം, പക്ഷിക്കുഞ്ഞ്, തവള, ശ്രാദ്ധം, വിചാരം, മത്സ്യക്കുഞ്ഞ്.

പാർവ്വതം - കരിവേപ്പ്, വേപ്പ്, വാലുഴവം, വാലുലുവ.

പാർവ്വതി - ശൈവപത്നി, ദ്രൗപദി, കാവിമണ്ണ്, ഇടച്ചി, മലന്തിപ്പല്ലി, കരിങ്കറുക, ഈന്തിൽ, അരുവി, തുവരിമണ്ണ്, അഗരി, താതിരി, ചെറിയ അടപതിയൻ.

പാർവ്വതേയം - അഞ്ജനക്കല്ല്, മലയുകമരം, പർവ്വതിയെ സംബന്ധിച്ചത്.

പാർശ്വം - വശം, സമീപം, വഞ്ചന, വിലാപ്പുറം.

പാർശ്വികൻ - കൂട്ടുകാരൻ, ചെപ്പടി വിദ്യക്കാരൻ, ക്ഷുദ്രക്കാരൻ.

പാർഷ്ണി - ഉപ്പൂറ്റി, വേശ്യ, കുന്തി, അന്വേഷണം, വിജയേച്ഛ, ചവിട്ട്, വെളിഭാഗം.

പാല - പാലുള്ള ഒരു വൃക്ഷം, ചുടുകാട്, പാഴ്ഭൂമി, ചിരണ്ടിയ നാളികേരം, ഒരുതരം നെല്ല്, ബോട്ട്, കടൽ, തൽക്കാലവിരഹം.

പാലം - ആറിന്റെ ഇരുകരയും ബന്ധിപ്പിക്കുന്ന പാലം, ഭൂമി, നീട്ടൽ, കോളാമ്പി, നെറ്റി, കുതിര.

പാലകൻ - കുതിരക്കാരൻ, രക്ഷിക്കുന്നവൻ, രാജാവ്, വാക്കുപാലിക്കുന്നവൻ.

പാലക്യം - കുന്തുരുക്കം, ചെഞ്ചീര.

പാലാഘ്നം - കൂൺ, കുടപ്പുല്ല്.

പാലി - ഒരു പ്രാചീന ഭാഷ, പാലുള്ളമരം, പാളി, കാതിന്റെ അഗ്രം, മുന, പുള്ളി, പാലം, മടിത്തട്ട്, ചുറ്റളവ്, കുടം, പേൻ, ചന്തി, ചതുരക്കുളം, മീശയുള്ള സ്ത്രീ.

പാലിന്ദി - തുമ്പ, നാല്ക്കോല്പക്കൊന്ന.

പാല് - ക്ഷീരം, പകുതി, കാലം, പക്ഷം, ദേശം, സ്ഥാനം, അവസ്ഥ, ചാറ്, മരങ്ങളുടെ കറ, വെൺമ.

പാല്പീത്ത് - പാൽക്കട്ടി, ഒരു ചടങ്ങ്.

പാവം - സാധു, ദുഷ്കർമ്മ, നരകം, ധ്യാനം.

പാവകം - കുരങ്ങ്, കൊടുവേലി, മുഞ്ഞ, മൂന്ന് എന്ന സംഖ്യ, കയുമ്പ, ഒരു വൃക്ഷം, വിഴാൽ.

പാവകൻ - വരുണൻ, അഗ്നി, വിഷവൈദ്യൻ, സന്ന്യാസി, പരശുരാമൻ.

പാവനം - പരിശുദ്ധം, തപസ്സ്, ശുദ്ധീകരിക്കൽ, പ്രായശ്ചിത്തം, അഗ്നി, അറബിക്കുന്തുരുക്കം, കൊട്ടം, ജലം, രുദ്രാക്ഷം, ചാണകം.

പാവനൻ - അഗ്നി, വിഷ്ണു, ഭീമൻ, ഹനുമാൻ, വേദവ്യാസൻ, പരിശുദ്ധൻ, സിദ്ധൻ.

പാവ് - നൂലു ചുറ്റുന്ന റാട്ട്, ഒരളവ്, (ഒരു മാറുനീളം) നേർത്തവസ്ത്രം, ശർക്കര, പഞ്ചസാര ഇവ ഉരുക്കിയ ദ്രാവകം.

പാശം - കയറ്, ഭക്തി, സംഖ്യ, ചൂതുകുരു, സമൃദ്ധി, കെണി, ബന്ധം, അഴക്.

പാശനം - കയറ്, വല, കുരുക്ക്.

പാശി - ഒരുതരം പളുങ്ക്, വരുണൻ, വേട്ടക്കാരൻ, യമൻ, നായ്, പായൽ, പക്ഷികളെ പിടിക്കുന്നവൻ.

പാശുപതം - ശിവന്റെ ഒരു അസ്ത്രം, ഒരു ഉപനിഷത്ത്, വെളുത്ത എരിക്ക്, താർതാവൽ, കൊക്കു മന്താരം.

പാഷാണം - കല്ല്, വിഷം.

പാസ്സ് - കടത്തുചീട്ട്, പാത, ജയം, അനുവാദം.

പാള - കമുകിന്റെ പൂക്കുലയെ പൊതിഞ്ഞിരിക്കുന്ന പോള, പതിർ, തൊട്ടി, ശ്രാകിന്റെ ഈരൽ.

പാളയം - കൂടാരം, സൈന്യം, പടവീട്, നഗരം, വന്യമൃഗസങ്കേതം, താവളം.

പാളി - അടുക്ക്, ചീന്ത്, അരിക്, വരി, മുന, ബാഹ്യകർണ്ണം, മടിത്തട്ടം, ചെറ, പാലം, സ്തുതി, പുസ്തകത്താൾ, കുടം, തൊട്ടി, കൂട്ടം.

പാഴി - വാക്ക്, ക്ഷേത്രം, കുളം, സന്ന്യാസാശ്രമം, ശത്രുരാജ്യം, ആഴി, എലിമാളം, കൃഷിസ്ഥലം, തരിശ്.

പാഴ് - നഷ്ടം, വിടവ്, ഇട, കുറ്റം, കൊള്ളരുതാത്തത്.

പാറ - കഠിനശില, കല്ല്, ചെറിയ തിട്ട, ഉറപ്പ്, ഒരിനം മത്സ്യം, വെള്ളാരൻ കല്ല്, ചീങ്കണ്ണിപ്പാറ.

പാറൽ - ചാറ്റൽ മഴ, പൊതിക്കാള, പൊടിയരി, ചങ്ങാടം, പാറുന്നത്.

പാറുക - വിടരുക, നശിക്കുക, ചിതറുക, പറക്കുക, ചാറുക, നീന്തുക.

പിംഗ - ഗോരോചന, ദുർഗ്ഗ, കായം, നാഡി, മഞ്ഞൾ, ഞാൺ, കൂവനൂറ്, കുങ്കുമം, മഞ്ഞയും ചുമപ്പും കലർന്ന.

പിംഗം - പോത്ത്, എലി, ഒരുനിറം, പെരുങ്കായം, ഇരുവേലി, അതിതാരം.

പിംഗചക്ഷു - കുരങ്ങ്, ഞണ്ട്, മഞ്ഞനിറമുള്ള കണ്ണ്.

പിംഗളൻ - ശിവൻ, അഗ്നി, കുബേരൻ, കുരങ്ങ്, ഒരുനാഗം.

പിംഗല - നല്ല പിച്ചള, സ്വർണ്ണനിറമുള്ളവൾ, ഒരു നാഡി, ചെറുപുന്ന, ഗോരോചന, മഞ്ഞൾ, ഇരുവൂൾമരം, നത്ത്, ഒരു വേശ്യ.

പിംഗലം - കുബേരന്റെ നവനിധികളിലൊന്ന്, പിച്ചള, പിംഗളവർണ്ണം, മൂങ്ങ, കുരങ്ങ്, കീരി, ഒരുതരം പാമ്പ്, സ്വർണ്ണം, അഗ്നി, അതിതാരം, ഇരുവേലി,

പിംഗംലൻ - കുബേരൻ, ശിവൻ, അഗ്നി, കുരങ്ങ്, ഒരു നാഗം.

പിംഗാക്ഷൻ - ശിവൻ, അഗ്നി, കുരങ്ങൻ, ഒരസുരൻ.

പികു - മുറുക്കം, ശക്തി, ഞെരുക്കം.

പിചു - തുണി, പഞ്ഞി, കുരുപ്പരുത്തി, മൂന്നു കുഴഞ്ചുകൂടിയത്, ഒരുതരം കുഷ്ഠം, ഭൈരവന്റെ എട്ടുമുഖങ്ങളിലൊന്ന്.

പിച്ച - ഭിക്ഷ, കാലുറയ്ക്കാത്ത കുഞ്ഞുനടപ്പ്, ആശ്ചര്യം, വാഴ, ഇരുവൂൾ, ഇലവിൻപശ, ഒരുതരം മാല, പച്ചക്കല്ല്.

പിച്ചലം - നീർക്കടമ്പ്, പഞ്ഞി, നീർക്കാക്ക, കാഞ്ചിമരം.

പിച്ഛ - വാഴ, ഉമിനീർ, നിര, കവചം, കൂട്ടം, പാക്ക്, കാലിന്റെ വണ്ണ, എട്ടി, ഇലവിൻമരം, പാമ്പിന്റെ വിഷം, കഞ്ഞി, കുയിൽപ്പേട.

പിച്ഛം - പുച്ഛം, മയിൽപ്പീലി, തുമ്പ്.

പിച്ഛില - ഉറച്ചതൈര്, വാർത്ത കഞ്ഞിവെള്ളം, സൂപ്പ്, എരുമ, ഇലവുമരം, വയൽച്ചുള്ളി, അഗശി.

പിഞ്ഛം - ചിറക്, തൂവൽ, ചൂഡ, മയിൽപ്പീലി, ഒരു ലത.

പിഞ്ജ - അസ്വസ്ഥമായ, പഞ്ഞി, ഉപദ്രവം, വധം, മഞ്ഞൾ, കാൽ, അരിതാരം.

പഞ്ജം - നാശം, വധം, ശക്തി, കൂട്ടം.

പിഞ്ജനം - പഞ്ഞി കടയാനുള്ള ഉപകരണം, വധം. ചായം പൂശൽ.

പിഞ്ജരം - സ്വർണ്ണം, ഗോരോചനം, അസ്ഥിക്കൂട്, പക്ഷിക്കൂട്, നാകപ്പൂവ്, അരിതാരം.

പിട – പെൺപക്ഷി, കോലുകൊണ്ടുള്ള അടി, പെൺമാൻ.

പിടകം – കുരു, പരു, കുമിള, കൂട, പൂത്താലം, ധാന്യപ്പുര, ഇന്ദ്രപതാകയിലെ അലങ്കാരം.

പിടാക – പ്രദേശം, ഗ്രാമം, ഗ്രാമസമൂഹം, സ്നേഹം, ബന്ധുത്വം.

പിടാരൻ – പാമ്പുപിടിയൻ, ബ്രാഹ്മണരിൽ ഒരുവർഗ്ഗം, കുറവൻ, ആചാര്യൻ, ശക്തിപൂജക്കാരൻ, പാട്ടുകാരൻ.

പിടാരം – വിഷവൈദ്യം, വൈദ്യനിഘണ്ടു.

പിടി – മുഷ്ടി, ഓർമ്മ, ദൃഢത, സഹായം, ഒട്ടകപ്പെണ്ണ്, പെൺപന്നി, പിടിയാന, ശാഠ്യം, ഒരുപലഹാരം, പിടിക്കാനുള്ള ഭാഗം.

പിടിത്തം – പിടിച്ചുവയ്ക്കൽ, വാശി, പരിചയം, ഇഷ്ടം, അറിവ്.

പിട്ട – എലിക്കാട്ടം, ആനപ്പിണ്ടം, വീങ്ങിയ വൃഷണം.

പിട്ട് – പുട്ട് (പലഹാരം), ശേഷിപ്പ്, മിരട്ട്, തട്ടിപ്പ്, കള്ളത്തരം കൊണ്ടു കേമത്തം നടിക്കൽ.

പിഠരകം – കലം, ചട്ടി, കടകോൽ, മുത്തങ്ങ.

പിണ – നുകത്തിൽ കെട്ടുന്ന കാള, ഇണ, കുറ്റം, ചേർച്ച, കെട്ട്, ജാമ്യം, ഇച്ഛാഭാഗം, ഉടമ്പടി, ഏർപ്പാട്, മാൻപേട, പൂമാല.

പിണക്കം – തർക്കം, മത്സരം, വിരോധം, യോജിപ്പില്ലായ്മ.

പിണർ – മിന്നൽപ്പിണർ, ചതവ്, നുകം, മുഴുപ്പ്, പരുപരുപ്പ്, ഞൊറ്റുപിടി, കൂട്ടിക്കെട്ട്, കട്ടയാകൽ, പിണർപുളി.

പിണർപ്പ് – വിസ്ഫോടനം, പരു, കൊഴുപ്പ്.

പിണി – പിശാച്, ബന്ധം, സ്നേഹം, തറിയിലെ നൂൽപ്പിണി, പിന്നൽ, രോഗം, ആപത്ത്, ഭൂതബാധ, ഗർഭം.

പിണ്ടം – ഉരുള, ഉണ്ട, ആനപ്പിണ്ടം, ശരീരം, ദോഷം, ഗർഭക്കുരു, കൂമ്പാരം.

പിണ്ടി – വാഴത്തടയുടെ അകത്തെ കാമ്പ്, കൊത്ത്, മാവ്, അശോകം, മുള, ആനയുടെ മലം, പുണർതം നക്ഷത്രം.

പിണ്ഡം – ഉരുള, നറുമ്പശ, സാമ്പ്രാണി, ഇരുമ്പ്, ശമ്പളം, ഉപജീവനം, ഭക്ഷണം, മാംസം, ശരീരം, കൂട്ടം, വല്ലം, എള്ളിൻ പിണ്ണാക്ക്, കുന്തുരുക്കം, വെണ്ണ.

പിണ്ഡകം – കുന്തുരുക്കം, കാൽവണ്ണ, പിശാച്, ഉരുള.

പിണ്ഡപുഷ്പം – താമരപ്പൂ, അശോകം, ചെമ്പരത്തിപ്പൂ.

പിണ്ഡാരൻ – ഇടയൻ, ഭിക്ഷു.

പിണ്ഡി – പിണ്ഡം വയ്ക്കുന്നവൻ, ചോറുരുള, ഉരുണ്ടവസ്തു, അശോകം, കാൽവണ്ണ, വീട്, ചുരയ്ക്ക, ഇരിപ്പിടം.

പിണ്ഡീതകം – കാട്ടുചീര, കർപ്പൂരതുളസി, മലങ്കാര.

പിണ്ഡീരം – കടൽനുര, താളിമാതളം.

പിണ്യാകം – കായം, കുങ്കുമം, കുന്തുരുക്കം, പിണ്ണാക്ക്.

പിതിർ – പൊടി, പൂമ്പൊടി, തീപ്പൊരി, ചാറൽ, നിമിഷം, ഞൊടി, അത്ഭുതകർമ്മം.

പിതിരുക – ചിതറുക, ഉതിരുക, പരക്കുക, മനം കലങ്ങുക.

പിതൃഗൃഹം – ശ്മശാനം, അച്ഛന്റെ വീട്.

പിതൃതീർത്ഥം - ഗയ, പിതൃക്കളെ ഉദ്ദേശിച്ചു വലംപുറം ഒഴിക്കുന്ന ജലം, അപസവ്യം.

പിതൃപ്രിയം - കരിവേപ്പ്, കയ്യോന്നി, അകത്തി.

പിതൃഭോജനം - ഉഴുന്ന്, അച്ഛന്റെ ഊണ്.

പിതൃവനേചരൻ - ശിവൻ, പിശാച്.

പിതൃസൂ - അച്ഛന്റെ അമ്മ, സന്ധ്യാരാഗം.

പിത്തം - ത്രിദോഷങ്ങളിലൊന്ന്, ഒരു രോഗം, പിത്തരസം.

പിത്തക്കാരൻ - ദേഷ്യക്കാരൻ, പിത്തമുള്ളവൻ, പിച്ചൻ.

പിത്താരി - അരക്ക്, പർപ്പടകപ്പുല്ല്, വെൺചന്ദനം.

പത്ര്യം - ഉഴുന്ന്, തേൻ, മകം നക്ഷത്രം, പിതൃതീർത്ഥം.

പിധാനം - ഉറ, മൂടി, പുതപ്പ്, മറ.

പിൻ - മൊട്ടുസൂചി, ആണി, അനുജൻ, പിന്നിൽ.

പിനദ്ധ - കവചം ധരിച്ച, തുളയ്ക്കപ്പെട്ട, ബന്ധിക്കപ്പെട്ട.

പിനാകം - ശിവന്റെ വില്ല്, ത്രിശൂലം, വടി, മണിമാല, പൊടിപടലം, ഒരിനം അഭ്രകം.

പിന്നാംകുഴി - കിടങ്ങ്, കിണറ്.

പിനനി - ഇളയമ്മ, അനുജത്തി.

പിന്നുക - പിരിക്കുക, മുടയുക, ഇടറുക, പറയുക, തഴുകുക, വേർപെടുക.

പിപീലിം - എറുമ്പ്, ഒരുതരം സ്വർണ്ണം.

പിപ്പലം - ജലം, മുലക്കണ്ണ്, അരയാൽ, ആലിൻപഴം, മൈഥുനം, ഇത്തിയാൽ, കൂട്ടിലടയ്ക്കാത്ത പക്ഷി.

പിരചം - തേനീച്ച, മദ്യം, പൂന്തേൻ, പൂമ്പൊടി.

പിരാൻ - ശിവൻ, പ്രഭു, യജമാനൻ, അരചൻ.

പിരി - ചുരുൾ, കിറുക്ക്.

പിരിവ് - വേർപെടൽ, ശാഖ, വളവ്, പിരിഞ്ഞു കിട്ടിയ സംഖ്യ.

പിരിക്കുക - മുറുക്കം വരുത്തുക, തീകെടുത്തുക, വേർപെടുത്തുക, കയർപിരിക്കുക, പറിക്കുക, ശേഖരിക്കുക, വസൂലാക്കുക.

പിരിവ് - ശാഖ, വളവ്, ഞെളിവ്, പിരിഞ്ഞുകിട്ടിയ സംഖ്യ, വേർതിരിവ്.

പിലിറ്റുക - ചുരത്തുക, കുലുക്കുഴിയുക, തൂവുക.

പിശവ് - തെറ്റ്, അബദ്ധം, പിശകുക.

പിശാചി - നറുമ്പശ, പിശാചസ്ത്രീ.

പിശി - കടംകഥ, ചോറ്, മാഞ്ചി, കള്ളം.

പിശിട് - കൊത്ത്, തൊണ്ട്, പീര, പിണ്ണാക്ക്.

പിശിതാശിനി - രാക്ഷസി, ചെന്നായ്.

പിശുനം - ചതി, കാക്ക, മഞ്ഞൾ, രക്തചന്ദനം, ക്രൂരത, തകരം, പഞ്ഞി, കുങ്കുമം.

പിശുനൻ - ക്രൂരൻ, നുണയൻ, ദുഷ്ടൻ, കാക്ക.

പിഷ്ടം - കാരീയം, ചൂർണ്ണം, അരിമാവ്.

പിഷ്ടകം - അപ്പം, എള്ളുണ്ട, പിട്ട്, ശുക്ലം, ഒരു നേത്രരോഗം.

പിള്ള - കുട്ടി, നായന്മാരുടെ ഒരു സ്ഥാനപ്പേര്, ചെറിയത്, കണക്കപ്പിള്ള, വെള്ളാളൻ, പാവ, മൃഗങ്ങളുടെ കുട്ടി.

പിള്ളയാർ - മകൻ, ഗണപതി, പെരുവയറൻ.

പിഴ - തെറ്റ്, കുറ്റം, അനീതി, വ്യഭിചാരം.

പിഴം - ഉത്സവം, വിരുന്ന്.

പിഴ - ഫൈൻ, തെറ്റ്, കുറ്റം, അനീതി, വ്യഭിചാരം.

പിഴം - ഉത്സവം, വിരുന്നൂട്ട്.

പിഴി - മദ്യം, ഞെക്കൽ.

പിഴുകൽ - ഭ്രഷ്ട്, മുടക്കം, ഭ്രംശം.

പിഴുക്കൽ - പിശുക്കൻ, ജാതിഭ്രഷ്ടൻ, സ്ഥാനഭ്രഷ്ടൻ.

പിഴുക്ക് - വേലക്കാരൻ, അഴുക്ക്, പിഴുക്ക, പിട്ട, ദുഷ്കീർത്തി.

പിറ - ജനനം, ഒരാഭരണം, ചന്ദ്രക്കല.

പിറക്കം - ഉയർച്ച, പ്രകാശം, മരക്കൊമ്പ്.

പിറങ്ങുക - തിളങ്ങുക, നിറഞ്ഞു തുളുമ്പുക, പൂർണ്ണമാവുക, ഉയരുക, ശബ്ദിക്കുക.

പിറുക്ക് - കീടം, കൊതുക്, തവള, കീഴ്ശ്വാസം.

പീ - മലം, അഴുക്ക്, ചാണകം, ചെവിപ്പീ, പെരുമരം.

പീക്ക് - എച്ചിൽ, പിഴുക്ക്, പിശുക്ക്.

പീഞ്ഞ - വീഞ്ഞമരം, പീഞ്ഞവള്ളി.

പീടിക - കട, മാപ്പിളവീട്, അങ്ങാടി, പൂന്തോട്ടം, ആഭരണപ്പെട്ടി.

പീട് - പിണ്ണാക്ക്, എച്ചിൽ, ദുഃഖം, പിശക്, താഴ്ച, ക്ഷാമം, തരിശുനിലം, വലിപ്പം, ബലം.

പീഠകം - ഉദ്യോഗം, ഇരിപ്പിടം.

പീഡ - ബാധ, രോഗം, ദയ, മർദ്ദനം, ദുഃഖം, ഉപദ്രവം, കുട്ട, ചരളം, ശിരോഭൂഷണം.

പീഡനം - ശല്യപ്പെടുത്തൽ, ഗ്രഹിക്കൽ, കുട്ട, ശിരോലങ്കാരം, നൊമ്പരം, മെതി, നശിപ്പിക്കൽ.

പീതം - മഞ്ഞനിറം, മഞ്ഞൾ, സ്വർണ്ണം, കസ്തൂരി, പീതചന്ദനം, അരിതാരം, താമരയല്ലി, പുഷ്പരാഗം, ഒരിനം ചാന്ത്.

പീതകം - ചന്ദനം, കുങ്കുമം, അശോകം, മഞ്ഞൾ, പിച്ചള, തേൻ, മഞ്ഞക്കടമ്പ്, മഞ്ഞക്കുറുഞ്ഞി, മുള്ളങ്കി, സ്വർണ്ണം.

പീതകാവേരം - പിച്ചള, കുങ്കുമം.

പീതദാരു - ചരളം, മരമഞ്ഞൾ, മഞ്ഞക്കടമ്പ്, ദേവതാരം.

പീതനം - മരമഞ്ഞൾ, കുങ്കുമം, അമ്പഴം, അരിതാരം, ഇത്തിയാൽ.

പീതപുഷ്പം - ചെമ്പകം, വലിയ കുമ്പളം, കാക്കുരവൃക്ഷം, കർണ്ണികാരം, മഞ്ഞപ്പൂവുള്ള മുൾക്കുറുഞ്ഞി.

പീതരോഹിണി - കുമിഴ്, പീതർമണി.

പീതവർണ്ണം - മഞ്ഞനിറം, പീതചന്ദനം, മെഴുക്, മഞ്ഞക്കടമ്പ്.

പീതസാരം - ഗോമേദകം, അഴിഞ്ഞിൽ, പുഷ്പരാഗം, ഹരിചന്ദനം, അറബിക്കുന്തുരുക്കം.

പീതാംബരൻ - വിഷ്ണു, കൃഷ്ണൻ, നടൻ, സന്ന്യാസി.

പീതി - പാനം, മദ്യശാല, തുമ്പിക്കൈ, കുതിര.

പീതു - അഗ്നി, ആനത്തലവൻ, സൂര്യൻ.

പീഥം - വെള്ളം, അഗ്നി, സ്വർണ്ണം, മൂങ്ങ, കാക്ക, കാലം.

പീയൂഷമഹസ്സ് - കരപ്പൂരം, ചന്ദ്രൻ.

പീയൂഷം - അമൃതം, പാൽ.

പീരം - മുലപ്പാൽ, വീര്യം, ധൈര്യം, വളർച്ച.

പീര - പിശക്, ചണ്ടി, തേങ്ങാക്കൊത്ത്, പീച്ചിൽ, ഒരിനം ചുരവള്ളി.

പീലി - കണ്ണിന്റെ രോമം, വയ്ക്കോൽ, പനങ്കുരുത്തോല, മല, സ്വർണ്ണം, ആലവട്ടം, മയിലിന്റെ വാലിലെ തൂവൽ, ചാളത്തടി, നീർച്ചാൽ, വെൺകൊറ്റക്കുട.

പീലു - അണു, ഒരുതരം കൃമി, അമ്പ്, പൂവ്, ആന, പ്രാണി, ഉള്ളംകൈ, അസ്ഥിക്കൂട്ടം, പനങ്കൂട്ടം.

പീവാരം - പശു, പെൺകാളി, മൂവില, ശതാവരി, യുവതി.

പുംഖം - അമ്പ്, കഴുകൻ, അമ്പിന്റെ കട,

പുംഗവൻ - ദേവൻ, ഗുരു, കാള, ശ്രേഷ്ഠൻ.

പുക - ധൂമം, നീരാവി, മൂടൽമഞ്ഞ്, നാശം, ദുഃഖം, നരകം, ദൂരം.

പുകച്ചിൽ - മനോവേദന, ആവി, ഉഷ്ണം, മൂടൽ, നിറപ്പിഴ, നീറ്റൽ, തെളിവില്ലായ്ക.

പുകര് - കൊക്ക്, മേഘവർണ്ണം, പ്രകാശം, ഭംഗി, പുള്ളി, ആനയുടെ പതകരി, കുറ്റം, കറ, ശുക്രൻ, ജീവൻ, അരുവി, ചോറ്.

പുകൽ - കൊയ്ത്ത്, ജയം, കേൾവി, ആനന്ദം, വാക്ക്, ആഗ്രഹം, ഇരിപ്പിടം, പ്രവേശം, തുണ, ഉപായം.

പുകവ് - ഊണ്, ആരോഹണം, പ്രവേശം.

പുകാർ - കാവേരിപ്പട്ടണം, നദീമുഖം, കാർമേഘം, മൂടൽമഞ്ഞ്, കപിലനിറം.

പുകിൽ - ആർഭാടം, കോലാഹലം, കൊയ്ത്ത്, കുഴപ്പം, നനവ്, ഒരു വൃക്ഷം.

പുകുതി - കൂൺ, വഴി, വരമ്പ്, വീടിന്റെ മുൻവാതിൽ, ബുദ്ധി.

പുക്കാർ - ശബ്ദം, ശണ്ഠ, പരാതി.

പുങ്കൻ - ഭീരു, മൂഢൻ.

പുച്ഛം - നിന്ദ, നിസ്സാരം, തേൾ, വാൽ, അറ്റം, പിഞ്ഛം, വാൽനക്ഷത്രം.

പുച്ഛതലം - വാൽ, ഗുദം, പിൻഭാഗം.

പുഞ്ച - വരണ്ടനിലം, നെൽക്കൃഷിസ്ഥലം, മേടമാസത്തിൽ കൊയ്യുന്ന നെല്ല്.

പുട - ഉടുതുണി, അടി, യുദ്ധം, ദിക്ക്, ഭൂമി, മാളം, പാർശ്വം.

പുടം - പുഷ്പവൃതി, മുടി, പെട്ടി, കിണ്ണം, ഗുഹ, കുത്തില, കുതിരക്കുളമ്പ്, നീറ്റുമുറ, കൺപോള, മടക്ക്, ജാതിക്ക, കുഴിമുത്തങ്ങ.

പുടകം - ജാതിക്ക, താമര, മടക്ക്, കുത്തില, കുഴിയില്ലാത്തപാത്രം.

പുടഭേദം - ഭവനം, തലസ്ഥാനം, നീർച്ചുഴി, നദിയുടെ വളവ്, ഒരു വാദ്യം.

പുടി - കോണകം, കടല, ആച്ഛാദനം.

പുടികം - പേരേലം, കക്ക, ഏലത്തരി.

പുടി - കൂമ്പിയ, മുട്ടിയ, അരച്ച, കൂട്ടിത്തയ്ക്കപ്പെട്ടത്.

പുടിത - കൈമുട്ട്, ഉള്ളങ്കൈ, ഇരുകരങ്ങളും ചേർത്തുണ്ടാക്കുന്ന കുഴി.

പുട്ടിൽ - കുട, ആവനാഴി, ഉമി, തോട്, മുറ, വില്ലറ.

പുണരി - തിരമാല, ശബ്ദം, കടൽ.

പുണർ - ആലിംഗനം, പുണർതം നക്ഷത്രം.

പുണർപാമ്പ് - ഇണചേരുന്ന പാമ്പ്, കൃഷ്ണസർപ്പം.

പുണൽ - നദി, ജലം.

പുണ്ഡരീകം - താമര, വെൺതാമര, ഒരു ജാതി കരിമ്പ്, വെൺകൊറ്റക്കുട, കടുവ, കഴുകൻ, പുലി,

സിംഹം, വണ്ട്, ജലം, മാവ്, വെളുത്തനിറം, ഒരിനം കുഷ്ഠം, ഒരു ജാതി സർപ്പം, അഗ്നി, ജലപാത്രം, നെറ്റിക്കുറി, പട്ടുനൂൽപ്പുഴു.

പുണ്ഡരീകൻ - വിഷ്ണു, അഗ്നി, ആന, സിംഹം.

പുണ്ഡ്രം - നെറ്റിക്കുറി, വെൺതാമര, നീലക്കരിമ്പ്, ഇത്തിയാൽ, പുഴു, ഇത്തിവേലി, കുരുക്കുത്തിമുല്ല, കൊടുവേലി.

പുണ്ഡ്രകം - കുരുക്കുത്തിമുല്ല, മയിലെള്ള്, ജാതിക്കുറി.

പുണ്ണ് - വ്രണം, മുറിവ്, വടു, ചത, ഹൃദയവേദന.

പുണ്യ - പരിശുദ്ധമായ, ഗംഗ, തുളസി, വാലുഴവം.

പുണ്യം - പരിശുദ്ധം, ശുഭകർമ്മം, സുകൃതം, പശുത്തൊട്ടി, വെള്ളം.

പുണ്യജനം - സുകൃതജനം, യക്ഷൻ, രാക്ഷസൻ.

പുണ്യദർശനം - കാട്ടുകാക്ക, പുണ്യക്ഷേത്രദർശനം.

പുണ്യാഹം - ശുദ്ധികർമ്മം, ശുഭദിവസം, മന്ത്രത്താൽ ശുദ്ധമാക്കിയ ജലം.

പുത - ദേഹം പുതയ്ക്കൽ, ചവറ്, മറവ്, വാതിൽ, ശരീരം, ചതുപ്പ്, പുതുമ, പുരമേച്ചിൽ, പുറത്തെ വസ്ത്രം.

പുതം - ചാട്ടം, മേഘം, കുതി, കഴിവ്, സൗകര്യം, പൊരുത്തം.

പുതയൻ - ഒരിനം പുല്ല്, ഈറൻ നിലം.

പുതയ്ക്കുക - ശരീരം തുണികൊണ്ടു മൂടുക, മറയ്ക്കുക, കുഴിച്ചിടുക.

പുതൽ - പുരികം, പുല്ല്.

പുതവ - വാതിൽ, കുടിലിന്റെ ചെറ്റ, ഒരിനം പുല്ല്.

പുതുമ - അദ്ഭുതം, നേരമ്പോക്ക്, കൗശലം, പുതുക്കം.

പുത്തൻ - പുതിയ വസ്തു, ഒരു നാണയം, നല്ലത്.

പുത്തലി - പാവ, ആൾരൂപം, വിഗ്രഹം, ദർഭപ്പുല്ലുകൊണ്ടുണ്ടാക്കിയ ഉരു.

പുത്തില്ലം - പുതിയ വീട്, നായന്മാരിൽ ഒരു വിഭാഗക്കാർ.

പുത്രകം - രോമം, പാവ, എട്ടടിമാൻ, വീട്ടിൽ.

പുത്രകൻ - കള്ളൻ, ആൺകുട്ടി.

പുത്രദ - തിരുതാളി, അമുക്കുരം, ഒരു മരുന്നുവള്ളി.

പുത്രാദിനി - പെൺപുലി, പുത്രജഗ്ദ്ധി.

പുത്രി - ദുർഗ്ഗ, മകൾ, പുത്രകാമേഷ്ടി.

പുത്രിക - ആനക്കൊമ്പു കൊണ്ടുണ്ടാക്കിയ പാവ, ദുർഗ്ഗ, പകർപ്പ്, പുത്രി.

പുദ്ഗലം - ആത്മാവ്, പരമാണു, ശരീരം.

പുന - ജലം, നദി, അഴക്, അലങ്കാരം, വസ്ത്രം, പുതുമ, സംഭോഗം, ചേർച്ച.

പുനം - പൊത്ത്, പുനം നമ്പൂതിരി, വനം, കൃഷിസ്ഥലം (പറമ്പ്).

പുനഃ - പിന്നെ, എന്നാൽ, വീണ്ടും, അപ്രഥമം.

പുനയുക - ഒരുങ്ങുക, സ്തുതിക്കുക, ബന്ധിക്കുക, സംയോഗം ചെയ്യുക, വിജയിക്കുക.

പുനർഭവം - നഖം, പുതിയജന്മം, ചെമന്ന തമിഴാമ.

പുനർവ്വസു - ശിവൻ, വിഷ്ണു, പുണർതം നക്ഷത്രം, അഭിജിത്തു മഹാരാജാവിന്റെ പുത്രൻ.

പുനൽ - വെള്ളം, പൂരാടം നക്ഷത്രം, ഒഴുക്ക്, ഇരുവേലി, നദി, ചോർപ്പ്.
പുനിതം - പരിശുദ്ധി, പുണർതം നക്ഷത്രം.
പുനതൻ - ഈശ്വരൻ, ബുദ്ധൻ, ജിനൻ.
പുനിർ - വണ്ട്, പുതുമ, തേൻ, ശുദ്ധി ചെയ്ത മണ്ണ്.
പുന്തി - ബുധൻ, ബുദ്ധി.
പുന്നാഗം - ജാതിക്ക, വെള്ളാമ്പൽ, വെളുത്ത ആന, പുന്നമരം.
പുന്മ - തുച്ഛത, ക്ഷുദ്രത, ദുഃഖം, മങ്ങൽ, അശുദ്ധി, കുറ്റം, നീചത്വം, മറവി, ദാരിദ്ര്യം.
പുമാൻ - പുരുഷൻ, രക്ഷിക്കുന്നവൻ, പരിശുദ്ധമാക്കുന്നവൻ.
പുര - വീട്, കിഴക്ക്, ഗംഗ, മുരാമഞ്ചി, കോട്ട.
പുരം - വീട്, കൊട്ടാരം, ശരീരം, നഗരം, കോട്ട, അന്തഃപുരം, പാടലീപുത്രം, ഗുഗ്ഗുലുമരം, തൊലി, കലവ, പുഷ്പപുടം, എണ്ണയകിൽ, പെരുമുത്തങ്ങ.
പുരഞ്ജ്ജനി - അറിവ്, ബുദ്ധി.
പുരന്ദരം - കേട്ടനക്ഷത്രം, ചെവിയം.
പുരന്ദരൻ - ശിവൻ, അഗ്നി, വിഷ്ണു, ഇന്ദ്രൻ, കള്ളൻ.
പുരന്ധ്രി - പതിവ്രത, വീട്ടമ്മ, മാന്യസ്ത്രീ.
പുരയിടം - വീട്, പറമ്പ്, പുരവെയ്ക്കാനായ അതിരുതിരിച്ച സ്ഥലം.
പുരവി - ആനയെ കെട്ടുന്ന സ്ഥലം, ദാനം, രക്ഷണം, വയൽ, കുതിര.
പുരസ്കരിക്കുക - ഒരുക്കുക, നായകനാക്കുക, അംഗീകരിക്കുക, പൂർത്തിയാക്കുക, കുറ്റപ്പെടുത്തുക.
പുരളി - വഴക്ക്, കോട്ട, കളരി, ചതി, പുരളിമല, വടക്കൻ കോട്ടയം.
പുരാണം - ഒരു നാണയം, പഞ്ചലക്ഷണങ്ങളോടുകൂടിയ ഗ്രന്ഥം, പഴങ്കഥ.
പുരാണൻ - വൃദ്ധൻ, ഈശ്വരൻ, പണ്ടേയുള്ളവൻ.
പുരാണപുരുഷൻ - വിഷ്ണു, വൃദ്ധൻ.
പുരി - കോട്ട, രാജധാനി, നഗരം, ശരീരം, രാജാവ്, നദി, ചുരുണ്ട.
പുരു - സ്വർഗ്ഗം, പൂമ്പൊടി, ഒരു രാക്ഷസൻ, പഴയ, മനുവിന്റെ പുത്രൻ.
പുരുരാഗം - ദൃഢാനുരാഗം, നല്ല ചെമപ്പ് നിറം.
പുരുഷം - പുന്ന, ശിവന്റെ ഒരു മുഖം, കണ്മണി, ഒരാൾപ്പൊക്കം, മഹാമേരു, കണ്ണ്.
പുരുഷൻ - വിഷ്ണു, ആത്മാവ്, മനുഷ്യൻ, ആൺപ്രജ, സ്നേഹിതൻ, ഭർത്താവ്, ബ്രഹ്മാവ്, സാംഖ്യമതക്കാരൻ.
പുരുഷവാക്ക് - മൈന, തത്ത.
പുരുഷവാഹനൻ - ഗരുഡൻ, കുബേരൻ.
പുരോഗന്താവ് - നായ്, നേതാവ്.
പുരോഡാശം - ജുഹു, മന്ത്രവിശേഷം, ഹോമശേഷം, ഹോമദ്രവ്യം, സോമരസം.
പുരോഭാഗം - മുൻഭാഗം, അസൂയ, കുറ്റം കണ്ടുപിടിക്കൽ.
പുല - വ്യഭിചാരം, പൊയ്യ്, നാറ്റം, (ചത്തപുല, പെറ്റപുല), വിസ്താരമുള്ള, അശൗചം, പുലയജാതിയെ സംബന്ധിച്ച.
പുലം - കന്നുകാലികളെ തീറ്റുന്നിടം, ഇന്ദ്രിയം, ഉണർവ്വ്, വേദം, ദിക്ക്, മേട്, തുമ്പ്, രോമാഞ്ചം, വയൽ.
പിലകി - വലിയ കടമ്പ്, പുലയി.
പുലൻ - അറിവ്, വയൽ, ഇന്ദ്രിയം.

പുലർ - ഉപജീവനം, അഭിവൃദ്ധി, പ്രഭാതം.

പുലവൻ - കവി, സന്ന്യാസി, വിദ്വാൻ.

പുലവ് - ദുഃഖം, നാറ്റം, പ്രണയകോപം, വെറുപ്പ്.

പുലാഹൻ - ബ്രഹ്മാവിന്റെ മാനസപുത്രന്മാരിൽ ഒരാൾ, ഒരു ഗന്ധർവ്വൻ.

പുലാഹം - കട്ടച്ചോറ്, പതിര്, ചുറുക്ക്, കഞ്ഞിത്തെളി, ചുരുക്കം, വറ്റ്.

പുലിനഖം - ഒരു കണ്ഠാഭരണം, ഒരു ആയുധം, പുലിയുടെ നഖം.

പുലിയുകരി - കറ്റവാഴ, ഒരു മരുന്ന്.

പുല്പ് - ആറ്റിലെ തുരുത്ത്, പുളിനം, സഞ്ചയം.

പുല്ല - വെളുപ്പ്, താമരപ്പുല്ല്.

പുല്ലം - കാള, ഇടവംരാശി, ശകാരം, പുഷ്പം.

പുല്ലച്ചൻ - നീചൻ, ഒരു താണജാതി.

പുല്ലൻ - ഒരു വിഷപ്പാമ്പ്, നിസ്സാരൻ, ഒരിനം മത്സ്യം, പുല്ലങ്കടി.

പുല്ലരി - മേച്ചിൽക്കരം, ചാമയരി, പഞ്ഞപ്പുല്ലിന്റെ അരി.

പുല്ലൂരി - ഇത്തിക്കണ്ണി, ഒരുജാതി പാമ്പ്, കണങ്കാൽ.

പുഷ്കരം - താമര, വെള്ളം, ആകാശം, തുമ്പിക്കൈയുടെ പുച്ഛം, അമ്പ്, പുഷ്കരമൂലം, കരണ്ടി, മൃത്തകല, ഭേരി, മദ്യലഹരി, ഗ്രഹങ്ങളുടെ ഒരു അശുഭയോഗം, ഒരു ജാതിപാമ്പ്, കൊട്ടം, പൊയ്ക, വണ്ടാരങ്കോഴി, വാളുറ, കൂട്, വാളിന്റെ പരന്നഭാഗം.

പുഷ്കരൻ - കൃഷ്ണൻ, വിഷ്ണു, ശിവൻ, സൂര്യൻ, നളന്റെ സഹോദരൻ, ഒരു ബ്രാഹ്മണൻ.

പുഷ്കരിണി - പിടിയാന, ഓരിലത്താമര, തീർത്ഥക്കുളം, താമരയുള്ള കുളം.

പുഷ്കലം - ഒരുവാദ്യം, മഹാമേരു, ഒരളവ്, പ്രളയകാലത്തെ ഒരു മേഘം.

പുഷ്കലകം - താഴ്, ആപ്പ്, കസ്തൂരി മൃഗം.

പുഷ്കലൻ - മേരുപർവ്വതം, ശിവൻ, ഭരതന്റെ ഒരു പുത്രൻ.

പുഷ്ടി - വണ്ണം, ശക്തി, പോഷണം, അമുക്കിരം, സമ്പത്ത്.

പുഷ്ടിക - കാക്ക, ഞവണ്ണി.

പുഷ്പം - പൂവ്, ഒരു നേത്രരോഗം, പുഷ്യരാഗം, അനുരാഗം, പുഷ്പകവിമാനം, ശ്വാസകോശം, ആർത്തവരക്തം.

പുഷ്പകം - രാവണന്റെ വിമാനം, പുഷ്പം, വെള്ളോട്, പിച്ചളക്ലാവ്, ഇരുമ്പുകിണ്ണം, പുഷ്പകാസീനം, കാരിയം, രസാഞ്ജനം, രക്തവള.

പുഷ്പകാലം - തീണ്ടാരി, വസന്തം.

പുഷ്പദന്തൻ - സൂര്യൻ, വായുകോണിലെ ആന, ഒരു ശിവഭൃത്യൻ.

പുഷ്പഫലം - വലിയ കുമ്പളങ്ങ, പ്ലാവ്, വിളാർമരം.

പുഷ്പകരജസ്സ് - പൂമ്പൊടി, കുങ്കുമം.

പുഷ്പരസം - പനിനീർ, പൂന്തേൻ.

പുഷ്പപലകം - ആപ്പ്, മൊട്ടുസൂചി, കുറ്റി, പുഷ്യലകം.

പുഷ്പഹീന - പൂക്കാത്ത മരം, പേറൊഴിഞ്ഞവൾ.

പുഷ്പാജീവൻ - പൂക്കച്ചവടക്കാരൻ, മാലകെട്ടുന്നവൻ, പൂകൊണ്ടു ജീവിക്കുന്നവൻ.

പുഷ്പാഞ്ജനം - പിച്ചളയുടെ ക്ലാവ്, കുസുമാഞ്ജനം.

പുഷ്പാഞ്ജലി - ഒരു കരമുദ്ര, കൈനിറച്ച് പൂക്കൾ, പുഷ്പാർച്ചന.

പുഷ്പിക - ശുക്ലം, ഇത്തിൾ, പല്ലിലെ അഴുക്ക്, അദ്ധ്യായത്തിന്റെ ഉള്ളടക്കം, സംക്ഷേപിക്കുന്ന അവസാനവാക്യം.

പുഷ്യം - കലിയുഗം, പൂയം നക്ഷത്രം, പൗഷമാസം.

പുസ്തകം - ഗ്രന്ഥം, എഴുത്തുകോപ്പി, ചകിണി.

പുളകം - രോമാഞ്ചം, കമ്പിളിപ്പുഴു, കുങ്കുമം, പൊന്നരിതാരം, വിശിഷ്ടരത്നം, വീഞ്ഞുകുപ്പി, ആനയ്ക്കു തിന്നാൻ കൊടുക്കുന്ന ചോറുരുള, രത്നത്തിന്റെ വെട്ട്.

പുളപ്പ് - അഹങ്കാരം, വളയൽ, കാമവികാരം.

പുളിച്ചി - ഒരു വൃക്ഷം, പുളിയന്റെ സ്ത്രീ, ഒരിനം മാവ്.

പുളിനം - നദിക്കര, മണൽത്തിട്ട.

പുളിയൻ - പുളിയുള്ള, പുല്ലൻ, പുലയൻ, പുളിന്ദൻ.

പുള്ളടി - പക്ഷിയുടെ കാലടയാളം, അടയാളം, ഏണി, താളപ്രമാണം, വെള്ളിക്കോലിൽ തൂക്കം കാണിക്കുന്ന അടയാളം, ഒരു ഔഷധി.

പുള്ളി - അടയാളം, കുത്ത്, ശൂന്യം, തടവുകാരൻ, കൊലപ്പുള്ളി, മതിപ്പും പേരുമുള്ളവൻ, വ്യക്തി, സൈന്യം.

പുള്ള് - ഒരുപക്ഷി, നിമിത്തപ്പക്ഷി, ഒരു കന്നുകാലി രോഗം, വണ്ട്, ശിശുക്കളെ ബാധിക്കുന്ന ഒരു രോഗം, മധുരപാനീയം.

പുള്ളുവം - ചതി, കള്ളം.

പുഴ - ചെറുനദി, കാട്ടുവഴി, ഊടുവഴി, പൊളിഞ്ഞവേലി, വിടവ്, ചെറുവാതിൽ, തുള, കുഴൽ.

പുഴക്കൈ - നദിയുടെ ശാഖ, ആന, തോട്.

പുഴക്കം - മൂടോടെ മറിയൽ, മാറ്റൊലി.

പുഴു - കൃമി, കീടം, അരിപ്പുഴു, കമ്പിളിപ്പുഴു, തൊപ്പപ്പുഴു, ഓലപ്പുഴു.

പുഴുങ്ങുക - വേവിക്കുക, ഉഷ്ണിക്കുക, കോപിക്കുക, വാടുക.

പുഴുതി - പൂമ്പൊടി, പൂഴി.

പുറം - മറുവശം, മുതുക്, പടിഞ്ഞാറ്, ഭാഗം, വീട്ടിന്റെ ഭിത്തി, കക്ഷി, കരമൊഴിവുനിലം, എതിർവശം, കൂടുതൽ, പുരാതന തമിഴ്സാഹിത്യവിഭാഗങ്ങളിലൊന്ന്.

പുറങ്കാട് - പുറത്തെകാട്, ചുടുകാട്.

പുറപ്പാട് - ഒരുക്കം, മിച്ചമുള്ള വരുമാനം, യാത്രതുടങ്ങൽ, കഥകളിയിൽ തോടയം കഴിഞ്ഞുള്ള പ്രാരംഭഭാഗം.

പുറമ്പട - പിമ്പട, പുറമെ പുരട്ടുന്ന മരുന്ന്.

പുറയില്ലി - മിഞ്ചാമ്പുറം, കിളിവാതിൽ.

പുറവായി - പടിഞ്ഞാറ്, വരാന്ത, വെളി.

പുറ്റ് - ചിതലുണ്ടാക്കുന്ന മൺകൂന, ഉണങ്ങിയ ചലം, പുറ്റുപോലുള്ളത്, തല, എഴുത്ത്.

പൂകം - നേരം, ഇരുട്ട്, വിടവ്, കഴുകൻ, പ്ലാവ്.

പൂഗം - അടയ്ക്ക, കമുക്, സ്വഭാവം, യോജിപ്പ്, കാട്ടരയാൽ.

പൂങ്കവി - ചെങ്കല്ല്, പൊൻകാമി.

പൂങ്കുയിൽ - കുയിൽ, ചിത്രശലഭം.

പൂച്ചൂട്ടി - ഒരിനം ചെറിയമീൻ, ഒരിനം ആഭരണം, തലയിലെ ഒരുതരം അടയാളം.

പൂജ്യൻ - ഗുരു, ശ്വശുരൻ, ബൃഹസ്പതി, പൂജിക്കപ്പെടാൻ യോഗ്യതയുള്ളവൻ.

പൂഞ്ഞാൻ - നിലംപൂച്ച, മാനത്തുകണ്ണിമത്സ്യം, ഒരിനം പുല്ല്, സുഗന്ധക്കൂട്ട്.

പൂട്ടകം - രഹസ്യം, ചതി, നാട്യം, കള്ളപ്പണി.

പൂട്ട് - പിട്ട്, താഴ്, വിലങ്ങ്, ബന്ധനം, ഉഴവ്, ആലിംഗനം, അടുക്ക്, കൊളുത്ത്, അടപ്പ്, ആപത്ത്, ആമ, ഞാൺ, ഗുസ്തിമുറയിൽ ഒരു തരം പിടിത്തം.

പൂണാഞ്ചി - ഏത്താപ്പ്, പൂണൂൽ.

പൂണാരം - മാല, അലങ്കാരം, വലിയകാര്യം.

പൂണി - ആവനാഴി, എരുത്, വയറ്, ഉഴവുകൂലി.

പൂണ് - കവചം, വൃത്തം, ഉലക്കപ്പൂണ്, ചൂരൽവടി, മനോഹരം.

പൂൺപ് - ചുറ്റ്, കാഞ്ചി, കെട്ട്, നൂൽ, ആഭരണം, അലങ്കാരം.

പൂതം - ഭൂതം, സത്യം, വെളുത്ത ദർഭ, ശംഖ്, ശുദ്ധിയുള്ളത്, വയ്യങ്കത.

പൂതന - കടുക്കാമരം, നറുമാഞ്ചി, ദുർദ്ദേവത, ഒരു യോഗിനി, ശ്രീകൃഷ്ണൻ വധിച്ച ഒരു രാക്ഷസി.

പൂതി - ആഗ്രഹം, ദുർഗ്ഗന്ധം വമിക്കുന്ന, ശുദ്ധി, നാന്മുകപ്പുല്ല്, ചേറ്, ഒരു നരകം.

പൂതിഗന്ധം - ഗന്ധകം, ദുർഗ്ഗന്ധം, കറുത്ത കാട്ടുതുളസി, വെളുത്തീയം, ഓടൽ.

പൂതികം - വെരു, ഉങ്ങ്, ആവിമരം.

പൂതിമേദം - കരിവേലം, പീനാറി.

പൂത്ത് - പൂക്കാലം, ചുടുകാട്, തീണ്ടാരി.

പൂന്തി - പുങ്ങുമരം, പൂന്തുക, ഒരു പലഹാരം.

പൂപ്പരുത്തി - പൂവരശ്, ചെമ്പരത്തി.

പൂമുഖം - പ്രസന്നമായ മുഖം, സ്വീകരണമുറി, വള്ളിക്കുടിൽ.

പൂയം - വണ്ട്, പൂയംനക്ഷത്രം, ചലം, നിന്ദ്യവസ്തു.

പൂയൽ - ഉച്ചശബ്ദം, യുദ്ധം, ദ്വേഷം.

പൂരം - നിറയ്ക്കുന്നത്, മാതളം, കർപ്പൂരം, പഴുതാരം, കൂട്ടം, വെള്ളപ്പൊക്കം, കയം, ഒരുപലഹാരം, ഒരു ഉത്സവം, പടയണി.

പൂരകം - മരപ്പുളി, ശ്രാദ്ധപിണ്ഡം, പ്രാണായാമത്തിന്റെ ഒരു ഘട്ടം, മാതളനാരകം.

പൂരണം - സമുദ്രം, ചെറി, പാലം, തിരിപ്പൻ, ഗുണനം, മഴ, ഇഴ, വിഷ്ണുതൈലം, കുഴിമുത്തങ്ങ, ഇലവ്, നിറയ്ക്കൽ.

പൂരണി - ദുർഗ്ഗ, ഭൂമി, വനം, ഇലവ്, ഊടുനൂല്.

പൂരായം - വിശേഷം, പൊളി, താല്പര്യം, ശോധന, വിചിത്രവസ്തു, വെടിപറച്ചിൽ.

പൂരി - ഞാൺ, കുറ്റി, ഒരു പലഹാരം, പപ്പരപ്പുളി, ഒരു സുഷിരവാദ്യം.

പൂർണ്ണം - ജലം, ഒരു കരമുദ്ര, നിറഞ്ഞത്.

പൂർണ്ണകം - പൂവൻകോഴി, നിറഞ്ഞ പാത്രം, കാട്ടുകാക്ക, ഒരു വൃക്ഷം.

പൂർത്തം - പൂർത്തീകരണം, നിറവേറ്റൽ, രക്ഷണം, സൽക്കർമ്മം.

പൂർവ്വം - മുൻഭാഗം, കിഴക്കുദിക്ക്, ഒന്നാമത്തേത്, പണ്ടത്തെ പാരമ്പര്യം.

പൂർവ്വജൻ - ജ്യേഷ്ഠൻ, മൂത്തമകൻ, പൂർവ്വികൻ.

പൂർവ്വപക്ഷം - വെളുത്ത പക്ഷം, വാദിയുടെ അന്യായം, ആദ്യമായി ഉന്നയിക്കപ്പെടുന്ന എതിർവാദം.

പൂർവ്വപുരുഷൻ - പിതാവ്, പിതാമഹൻ, ബ്രഹ്മാവ്, പൂർവ്വികൻ.

പൂർവ്വികം - ഉദ്ഭവം, പൂർവ്വാഹ്നം, മുൻകാലം.

പൂലസ്യം - അരക്കച്ച, പൂക്കച്ച.

പൂലുവൻ - അടിമ, പുള്ളുവൻ.

പൂവട്ട - കഷണ്ടി, പൂപ്പാത്രം.

പൂവൻ - പക്ഷികളിൽ ആൺ, പൂവ്, പൂപ്പ്, വിളവ്, ധാന്യം, ബ്രഹ്മാവ്, കാമദേവൻ, കായ്ക്കാത്തമരം, ഒരിനം വാഴ, ഒരിനം കഞ്ചാവ്.

പൂവൽ - മനോഹരമായ, ചെമപ്പ്, പൂക്കൽ, ഈർപ്പം, ചെമ്മണ്ണ്, പതിര്, പിഞ്ച്, പൂവോടുകൂടിയ കായ്.

പൂവ് - പുഷ്പം, വിടർച്ച, താമര, വിളവ്, ആർത്തവം, ഒരുനേത്രരോഗം, ഒരു വലിയ സംഖ്യ.

പൂശുക - അടിക്കുക, തേയ്ക്കുക, കുമ്മായമിടുക, ചായം തേയ്ക്കുക, അണിയുക, അഭിഷേകം ചെയ്യുക.

പൂഷാവ് - സൂര്യൻ, എരിക്ക്, രാത്രിയുടെ പതിനഞ്ചു മുഹൂർത്തങ്ങളിൽ നാലാമത്തേത്.

പൂള - ഇലവ്, കപ്പ, മരക്കിഴങ്ങ്, ഉപസ്ഥം, പുളിച്ച.

പൂളം - പൊളി, പൂവരശ്.

പൂഴി - തുരുമ്പ്, ഭൂമി, പൂമ്പൊടി, ഭസ്മം, പൂഴിനാട്.

പൃഥം - ഉള്ളങ്കൈ, ഒരുപിടി.

പൃഥിവീപതി - യമൻ, രാജാവ്.

പൃഥു - കരിഞ്ചീരകം, കറിക്കായ മരത്തിന്റെ ഇല, വിഷ്ണു, അഗ്നി, ആട്, വിസ്താരമുള്ളത്, സൂര്യവംശത്തിലെ ഒരു രാജാവ്, ശിവൻ, കറിക്കായം.

പൃഥുകം - ശിശു, അവിൽ, പാളി.

പൃഥുല - തടിച്ചവൾ, പെരുങ്കായം.

പൃഥ്വി - ഭൂമി, പെരുങ്കായം, കരിഞ്ചീരകം, വെളുത്ത തഴുതാമ, പേരേലം, ഒരു വൃത്തം, അദിതി, ആദ്യശക്തി.

പൃദാകു - ചെറിയ പുലി, ആന, കടുവ, തേൾ, പാമ്പ്, ഒരു വൃക്ഷം.

പൃശ്നി - പാൽ, മുണ്ടൻ, രശ്മി, കുടപ്പായൽ, ജേവകി, മേഘം, ഓരിലഭൂമി, പശു.

പൃഷ്ടി - അന്വേഷണം, രശ്മി, സ്പർശനം.

പൃഷ്ഠം - ചന്തി, മലമുകൾ, പിൻഭാഗം, പുസ്തകത്തിന്റെ പുറം പേജ്, വീടിന്റെ മേല്പുര, ഉപരിതലം.

പൃഷ്ഠചക്ഷുസ്സ് - ഞണ്ട്, കരടി.

പൃഷ്ടശൃംഗി - കാട്ടാട്, പോത്ത്, നപുംസകം, ഭീമസേനൻ.

പൃഷ്ണി - രശ്മി, കാലിന്റെ പുറവടി, അത്യല്പശരീരൻ.

പെട - പെണ്ണ്, അടി, ഒരിനം പുല്ല്.

പെട്ട - ഇരട്ട, ഇണ, പിട, പെണ്ണ്, സംഭരിച്ച കഷണ്ടി.

പെട്ടൻ - കള്ളൻ, നുണയൻ.

പെട്ടി - വട്ടി, അറ, ഒരിനം നെല്ല്.

പെൺ - ഭാര്യ, പെൺകുട്ടി, സ്ത്രീ.

പെൺഗ്രഹം - ചന്ദ്രൻ, ശുക്രൻ, രാഹു.

പെണ്ണരശ് - പെൺമൂപ്പ്, രാജ്ഞി.

പെണ്ണ് - സ്ത്രീ, ഭാര്യ, കന്യക, സഹോദരി, ഭൃത്യ, കറ്റാർവാഴ, സസ്തനി.

പെയർ - ഖ്യാതി, പേര്, ശപഥം, വലിപ്പം, അർത്ഥം.

പെരുനീർ - കടൽ, മലം, മനുഷ്യ മൂത്രം.

പെരുപ്പം - വർദ്ധന, ശ്രേഷ്ഠത, മേന്മ, വലിപ്പം, കനം.

പെരുമ - വലിപ്പം, മഹത്ത്വം, ബഹുത്വം, കായബലം.

പെറുമതി - വില, ത്രാണി, ബഹുമതി.

പേ - പിശാച്, കയ്പ്പുള്ള, പട്ടിയെ ബാധിക്കുന്ന ഒരു രോഗം, നുര, മേഘം, ശമ്പളം.

പേക്രാന്തം - ഭ്രാന്ത്, ക്രമക്കേട്, ഭംഗിയില്ലായ്മ.

പേചകം - മൂങ്ങ, വാതിൽ, പേൻ, മേഘം, മെത്ത, ആനയുടെ വാലിന്റെ അറ്റം.

പേടകം - പെട്ടകം, കുട്ട, സഞ്ചി, സമൂഹം, കൂട.

പേടി - ഭയം, കുട്ട, പെട്ടകം, വിലങ്ങ്.

പേത്വം - അമൃതം, തേൻ, നെയ്യ്.

പേന - തൂലിക, പ്രേതം, ലുബ്ധൻ.

പേപ്പർ - കലാസ്, പത്രം, രേഖകൾ, പ്രബന്ധം.

പേമൊഴി - നിന്ദാവാക്ക്, ഭ്രാന്തന്റെ വാക്ക്, ശകാരം.

പേയ് - ഭ്രാന്ത്, പിശാച്, ദുർന്നടത്ത.

പേയ - കഞ്ഞി, കഷായം, കുടിക്കാത്ത.

പേയി - ഭ്രാന്ത്, പിശാച്, അടിയാന്മാരുടെ ദൈവം.

പേരം - വിഗ്രഹം, ദേഹം, രൂപം,

പേരു - സൂര്യൻ, അഗ്നി, കടൽ, മേരു

പേര് - നാമം, കീർത്തി, ആൾ, വെറും നാട്യം.

പേരു - കടൽ, അഗ്നി, സൂര്യൻ, മേരു.

പേർക്കുക - പകർക്കുക, തർജ്ജമ ചെയ്യുക, കുഴിച്ചെടുക്കുക, വേർപെടുത്തുക, ഉടയ്ക്കുക, ചിന്തിക്കുക, ആരായുക, ചലിക്കുക, തിരിച്ചുവരുക.

പേർവഴി - ക്രമപ്രകാരം എഴുതിയ പുസ്തകം, തലമുറ, ആൾ.

പേലം - ഗതി, കഷണം, വൃഷണം, ബീജം, ചെറിയ ഭാഗം.

പേശസ്സ് - പൊന്ന്, രൂപം, പ്രകാശം, ആഭരണം.

പേശി - മാംസപിണ്ഡം, മുട്ട, മേഘനാദം, ഗർഭപിണ്ഡം, മാഞ്ചി, ഓടക്കുഴൽ, ചെരിപ്പ്, ആയുധങ്ങളുടെ ഉറ, തൊണ്ട്, ഇന്ദ്രന്റെ വജ്രായുധം, ഒരിനം വാദ്യം, തുണി.

പേഷണി - തിരികല്ല്, അമ്മിപ്പിള്ള, അരകല്ല്.

പേഷി - വൈരം, ഇടിവാൾ.

പേഴ - പെട്ടി, കുട്ട.

പേറ് - പ്രസവം, ലാഭം, ഭാഗ്യം, ഫലം, ഭാരം.

പൈ - പശു, വിശപ്പ്, പായിമ്പ, വയറ്, പാമ്പിന്റെ പത്തി, പച്ച, പുതുമ, അഴക്, ശക്തി, യൗവ്വനം, ചെറിയ.

പൈക്കം - ക്ഷാമം, ഹീനത, പഞ്ഞം, പിച്ച, ധർമ്മം, വിശപ്പ്.

പൈത്യം - കിറുക്ക്, ഭോഷത്തം, പിത്തം.

പൈന്തൻ - പോക്കിരി, നല്ലവൻ, ഓമന.

പൈന്തൊളി - പൊൻവള, സ്ത്രീ, അഴകുള്ളവൾ.

പൈമ്പ - ആമാശയം, വലിയ സഞ്ചി.

പൊകിട് - മല, കുമിള, തെങ്ങിൻ പൂവിന്റെ അല്ലി, താമരയല്ലി, പൊക്കിൾ.

പൊക്കം - ഉന്നതി, കള്ളം, കുറ്റം, താഴ്ച, നഷ്ടം, സമൃദ്ധി.

പൊക്കൻ - ഒരുരോഗം, അഴകുള്ളവൻ, ഒരുതരം വെള്ളരിക്ക, ഒരിനം ഈച്ച.

പൊക്കണി - ഉരൽ, പാനപാത്രം, വിരിഞ്ഞ പൊക്കിൾ.

പൊക്കളം - കുമിള, പാത.

പൊങ്ങൽ - പൊങ്കാല, തിളയ്ക്കൽ, മഞ്ഞച്ചോറ്, അടുക്കള, സമൃദ്ധി, പൊങ്ങച്ചം.

പൊച്ച - കുടവയറ്, പോച്ച, പുഴുക്കൂട്, കാട്, ഗുദം, ഉപസ്ഥം.

പൊടി - രത്നം, നാസാചൂർണ്ണം, ചെറിയകുട്ടി, തരി.

പൊടിപ്പ് - രോമാഞ്ചം, സന്താനം, നാമ്പ്, തൊങ്ങൽ.

പൊട്ട് - അടയാളം, ബഹുമാനം, നെറ്റിക്കുറി, ആഭരണം, പുള്ളി, നുറുക്ക്, പൊട്ടൽ, മൂക്കാത്തകായ്, തീരെ ചെറുത്.

പൊണ്ണൻ - തടിയൻ, ഭീരു, കുടവയർ, ഭോഷൻ, ഒരുജാതി, വാഴ.

പൊതി - ചുമട്, നിധി, മൂടിക്കെട്ടിയ വസ്തു, മുള, ആവരണം, 10 ഇടങ്ങഴി, പൊതിച്ചോറ്, പൊതിയൽ, അമ്പലം, ഓലക്കുട, പൊതുശാല, ഭഗവതി.

പൊതിര് - അഴുകൽ, കേട്, ഭയം, വീക്കം, പതർ, ചീച്ചൽ, നൂലച്ചൽ, കുതിർക്കൽ.

പൊതുമ്പ് - പൂന്തോട്ടം, ചോല, കുറുങ്കാട്, പൊത്ത്.

പൊത്തൻ - ദ്വാരം, വിടവ്, ന്യൂനത.

പൊത്ത് - പോട്, ദ്വാരം, വയറ്, ഒരു കൈയ്യളവ്, ചെമ്പോത്ത്, മൂട്.

പൊന്ത - കുറ്റിക്കാട്, ജട, ദേഹം, തടിച്ചത്.

പൊന്തി - കുറുവടി, ഗദ, ഒരിനം വാൾ, വലിപ്പം, ശരീരം, പൊന്തൻ തടി, തലപ്പന്തുകളിയിലെ മദ്ധ്യസ്ഥൻ.

പൊന്നാരം - മുഖസ്തുതി, കൊഞ്ചൽ, പൊന്മാല, സൗന്ദര്യം.

പൊന്ന് - സ്വർണ്ണം, ഒരു നാണ്യം, പണം, പ്രിയപ്പെട്ടത്, വിലകൂടിയ വസ്തു, അഴക്.

പൊന്മല - മഹാമേരു, ഹിമവാൻ, അസ്തഗിരി, ത്രിപുരങ്ങളിൽ ഒന്ന്.

പൊന്മുടി - ഒരു സ്ഥലനാമം, പട്ടക്കാരുടെ തൊപ്പി, പൊന്നിൻകിരീടം.

പൊമ്മൽ - ചോറ്, നിറവ്, വർദ്ധന.

പൊയ് - വ്യാജം, കുരള, മായ.

പൊയ്ത്ത് - യുദ്ധം, ചതി, പിൻവാങ്ങൽ, ഇച്ഛാഭംഗം.

പൊരിച്ചിൽ - ദാഹം, അത്യുഷ്ണം, വരവ്.

പൊരുത്തം - ചേർച്ച, ആശിർവാദം, അഴിമുഖം.

പൊരുനൻ - രാജാവ്, പടത്തലവൻ.

പൊരുൾ - ധനം, അർത്ഥം, വിഷയം, കാരണം, ഇതൾ, മോക്ഷം, ദൈവം, സൂചന, ഐശ്വര്യം, സാരം, വസ്തു.

പൊലി - വർദ്ധന, മെതിച്ചുകൂട്ടിയ നെല്ല്, സമ്മാനം, പ്രകാശം.

പൊലിപ്പം - വലിപ്പം, നിറവ്.

പൊലിമ - ഭംഗി, വലിപ്പം, വർദ്ധന, നാശം, സമൃദ്ധി, നേരമ്പോക്ക്.

പൊലിവ് - ശോഭ, പൊലിമ, പലിശ, കെടുതി, പൊലിക്കപ്പെട്ടതുക.

പൊല്ലാപ്പ് - ദോഷം, പിണക്കം.

പൊളി - തൊലി, പലക, അപ്പം, മുകളിലത്തെ പാളി. കള്ളം, അറ്റ കുറ്റം.

പൊളുക്ക - ചകിരി, പൊളി, കല്ലും തടിയും മറ്റും ചെത്തിയ തുണ്ട്.

പൊള്ള - ഓട്ടയായ, ഉണങ്ങിയ, മുള, തൊണ്ട, ദ്വാരം, ഒരു വള്ളി, പുലയത്തലവൻ, കുമിള.

പൊള്ള് - പൊളി, പ്രശംസ, കുമിള, കേടുപിടിച്ച മുള, പൊള്ള യായ.

പൊഴി - ദ്വാരം, വയൽവരമ്പ്, മട, ചെറിയ ആറ്റുവായ്, സമുദ്രത്തിനും കായലിനും ഇടയ്ക്കുള്ള മണൽ ത്തിട്ട.

പൊഴിൽ - ഉദ്യാനം, ചോല, രാജ്യം, പൊയിൽ, താണഭൂമി.

പൊഴുത് - പ്രഭാതം, സൂര്യൻ, കാലം, മുഹൂർത്തം, ഇട, അമാ വാസി.

പൊറ - ഭാരം, മല, ഭൂമി.

പൊറാട്ട് - നടിപ്പ്, നേരമ്പോക്ക്, ഒരിനം കളി, വിദൂഷകന്റെ അനു കരണം.

പൊറി - കുടുക്ക്, തോണി, ഐശ്വര്യം, തേമൽ, അടയാളം, എഴുത്ത്, ഇന്ദ്രിയം, അറിവ്.

പൊറുക്കുക - ക്ഷമിക്കുക, ശമി ക്കുക, സഹിക്കുക, ഉപജീവി ക്കുക, താമസിക്കുക.

പൊറുതി - ഭാര്യ, സഹശയനം, ചെലവ്, ക്ഷമ, രക്ഷ, പാർപ്പിടം, ശമനം, ഉപജീവനം.

പൊറ്റ - ജടവേര്, ഉയർന്നഭൂമി, അടുക്ക്, കരക്കണ്ടം, വ്രണത്തിൽ ചലവും ചോരയും ഉണങ്ങിയുണ്ടാ കുന്ന കട്ട, കല്ലുകളുള്ള.

പൊറ്റ് - തിലകം, പൊത്ത്, തല യിൽ എണ്ണ തേയ്ക്കൽ.

പോക്കണം - ലജ്ജ, വിനയം, മാനം, കുട്ടിച്ചോറ്.

പോക്കടം - കഴിവ്, ഉപായം, നഷ്ടം, തള്ളുമരം, മരത്തുണ്ട്, ആശ്രയസ്ഥാനം.

പോക്കിരി - തെമ്മാടി, അഗതി.

പോക്ക് - ഗതി, യാത്ര, ദ്രവ്യം, നാശം, അവസാനം, അതിസാരം, ഉപജീവനമാർഗ്ഗം.

പോഞ്ചി - നാരങ്ങാവെള്ളം, പാള ത്തൊപ്പി, പാളസഞ്ചി, തേയില പ്പാത്രം.

പോടഗളം - ആറ്റുദർഭ, നായിങ്ക ണ്ണ, വേഴല്പുല്ല്, ഒരിനം മത്സ്യം.

പോണി - ചക്കക്കുരുവിന്റെ തൊലി, വാഴപ്പോള, തകരപ്പാത്രം.

പോണ്ടൻ - മലം, ആമപ്പലക, അമാലൻ.

പോണ്ടി - വാഴപ്പോള, കുതിര യുടെ വൃഷണം, കഞ്ഞികുടിക്കാ നുള്ള തട.

പോതം - ബോധം, നാമ്പ്, അസ്തിവാരം, വസ്ത്രം, ചങ്ങാടം, മരക്കലം, മൃഗങ്ങളുടെ കുട്ടി.

പോതിക - ചേതകുപ്പ്, വശളച്ചീര.

പോത്രം - പന്നിയുടെ തേറ്റ, കൊഴു മുന, തോണി, വസ്ത്രം, വജ്രാ യുധം.

പോന്ത് - പല്ലി, പന, കീറ്.

പോർവ - തേൻ, കവചം, പുതപ്പ്.

പോള - കൺപോള, വാഴപ്പോള, കൊതുമ്പ്, മുടി, നേർത്തതകിട്, നീർക്കുമിള, ഇലപ്പോള.

പോളം - നീലക്കടമ്പ്, നറുമ്പശ, തീപ്പൊള്ളൽ, ഒരിനം ചെറിയപരു.

പോളി - ബോളി, കൊക്ക്.

പോറ - ഭോഷൻ, കൊതി, ഭക്ഷ ണപ്രിയൻ.

പൗണ്ട് - പവൻ, റാത്തൽ, ഉടമസ്ഥരില്ലാത്ത കന്നുകാലികളെ അടച്ചിടുന്ന സ്ഥലം.

പൗണ്ഡ്രകം - ഭീമസേനന്റെ ശംഖ്, ഒരു ദേശം, ഒരിനം കരിമ്പ്, നെറ്റിക്കുറി.

പൗരുഷം - ആണത്തം, ശുക്ലം, സന്താനോല്പാദനശക്തി, പുരുഷലിംഗം, ആൾപ്രമാണം, നാഴികവട്ടക.

പൗലസ്ത്യൻ - ചന്ദ്രൻ, രാവണൻ, വിഭീഷണൻ, കുബേരൻ.

പൗവം - നുര, കുമിള, കൊടുങ്കാറ്റ്, ഒരു നരകം.

പ്രകരം - വശീകരം, ബഹുമാനം, ചെണ്ട്, അഭ്യാസം, അകിൽ, കൂട്ടം, സഹായം.

പ്രകരണം - വകുപ്പ്, സന്ദർഭം, പ്രതിപാദനം കൂടുതലുള്ള പ്രവൃത്തി.

പ്രകരി - ചതുഷ്പഥം, നടന്റെ വേഷം, ഗാനവിശേഷം, പ്രകരിക, തുറന്ന സ്ഥലം.

പ്രകർഷണം - അധികാരം, ശ്രേഷ്ഠം, ആധിക്യം, ശക്തി, സാർവ്വതികത.

പ്രകർഷണം - മേന്മ, കാലതാമസം, ആകർഷണം.

പ്രകണ്ഡം - വൃക്ഷം, പ്രശസ്തം, തായ്ത്തടി. ഭുജത്തിന്റെ മുകൾവശം.

പ്രകാരം - രീതി, വിധം, വിശേഷം, വ്യത്യാസം, സാദൃശ്യം, നിരക്ക്, അകിൽ.

പ്രകാശം - ശോഭ, വെളിച്ചം, കീർത്തി, ചിരി, അദ്ധ്യായം, സ്വർണ്ണക്കണ്ണാടി, സ്ഫടികം, ഓട്, പിച്ചള, ജ്ഞാനം, തേജസ്, ഗുണം, വ്യാഖ്യാനം, തുറന്നസ്ഥലം.

പ്രകാശനം - പ്രദർശിപ്പിക്കൽ, പ്രകാശം, പ്രകാശിപ്പിക്കൽ, അച്ചടിച്ച് പ്രസിദ്ധപ്പെടുത്തൽ.

പ്രകീർണ്ണം - പ്രകരണം, അനുബന്ധം, വ്യാപ്തി.

പ്രകീർണ്ണകം - അദ്ധ്യായം, വെഞ്ചാമരം, കവടി, കുതിര, ആവിമരം.

പ്രകൃതി - പ്രപഞ്ചം, സ്വഭാവം, ആകൃതി, സ്വാഭാവികത, കാരണം, പഞ്ചഭൂതം, ഒരു ഛന്ദസ്സ്, ഗുഹ്യപ്രദേശം, ആകൃതി.

പ്രകോഷ്ഠം - നടുമുറ്റം, കൈത്തണ്ട്, കട്ടളയുടെ ഒരു ഭാഗം.

പ്രക്രമം - സഞ്ചാരം, വാദവിഷയം, ക്രമപാഠം, ചുവട്, ആരംഭം, അവസരം.

പ്രക്രിയ - കർമ്മം, പ്രവൃത്തി, രാജചിഹ്നം, അധികാരം, ആചാരം, രീതി, അദ്ധ്യായം, വിധം.

പ്രക്ഷേപം - ഏറ്, നിശ്ചയം, കല്ക്കം, ഓഹരി, ഇടയ്ക്ക് ചേർത്തത്.

പ്രഖ്യാതി - സ്തുതി, കീർത്തി, സ്പഷ്ടത,

പ്രഗല്ഭത - ബുദ്ധിശക്തി, മഹത്ത്വം, തോന്ന്യാസം, സാമർത്ഥ്യം.

പ്രഗ്രഹം - കനിവ്, രശ്മി, ഗ്രഹിക്കൽ, കടിഞ്ഞാൺ, ബന്ധനം, തടസ്സം, ചട്ടം, കൊന്നമരം.

പ്രഗ്രീവം - ചൗക്ക, കുതിരാലയം, കിളിവാതിൽ, വൃക്ഷാഗ്രം, മദയാന, ക്രീഡാഗൃഹം.

പ്രഘണം - ഇരുമ്പുഗദ, മുഖപ്പ്, ചെമ്പുപാത്രം, വരാന്ത.

പ്രചണ്ഡം - കഠിനത, കണവീരം, ഭയങ്കരം, ദുസ്സഹം.

പ്രചലാകം - പാമ്പ്, ഓന്ത്, ധനുർവിദ്യ, മയിലിന്റെ വാൽ.

പ്രചാരം - ഉപയോഗം, പരക്കൽ, വഴി, നടപടി, സഞ്ചാരം.

പ്രചാലനം - ബദ്ധപ്പാട്, ക്ഷോഭം, ചലിപ്പിക്കൽ.

പ്രച്ഛർദനം - ഉത്തരീയം, മറച്ചുവയ്ക്കൽ, പൊതിയൽ, ആച്ഛാദനം.

പ്രജ - ജനം, സന്തതി, ശുക്ലം, ഗർഭപിണ്ഡം, ജനനം.

പ്രജനനം - പ്രസവം, പുരുഷലിംഗം, ശുക്ലം, ഉപസ്ഥം, സന്താനം, ജനനം.

പ്രജാപതി - സൂര്യൻ, രാജാവ്, പുരുഷലിംഗം, പിതാവ്, വിഷ്ണു, യാഗം, ചിത്രശലഭം, ഇന്ദ്രൻ, വിശ്വകർമ്മാവ്, ബ്രഹ്മാവ്.

പ്രജ്ഞാനം - അറിവ്, ബുദ്ധി, ബ്രഹ്മം, അടയാളം.

പ്രണദം - അലർച്ച, നിലവിളി, മുരൾച്ച, സീല്ക്കാരശബ്ദം, ഒരു കർണ്ണരോഗം.

പ്രണയം - പ്രേമം, ഭക്തി, യാചന, വിശ്വാസം, നമിക്കൽ, പഴക്കം, മോക്ഷം, വിവാഹം.

പ്രണയി - ഭർത്താവ്, കാമുകൻ, അപേക്ഷകൻ, ഭക്തൻ, സ്നേഹിതൻ.

പ്രണാളം - കുഴൽ, ജലനിർഗ്ഗമനമാർഗ്ഗം, പരമ്പര, പദ്ധതി, തുടർച്ച.

പ്രണിധി - ശ്രദ്ധ, യാചന, പ്രതിജ്ഞ, ചാരൻ, പകരക്കാരൻ.

പ്രണേതാവ് - നായകൻ, ഗുരു, കർത്താവ്, ഗ്രന്ഥകാരൻ, നിർമ്മിക്കുന്നവൻ.

പ്രതതി - വ്യാപ്തി, പരപ്പ്, വള്ളി.

പ്രതാനം

ഇളംകമ്പ്, വള്ളി, നാമ്പ്, പരപ്പ്, ഒരുതരം പക്ഷപാതം.

പ്രതാനം - നാമ്പ്, പറ്റുവള്ളി, ഇളംകമ്പ്, വ്യാപ്തി.

പ്രതാപം - യശസ്സ്, പൗരുഷം, എരിക്ക്, ഓജസ്സ്, വെയിൽ.

പ്രതി - എതിരാളി, പകർപ്പ്, മറുപടി, പരിഹാരം, നിയമം.

പ്രതികഷൻ - പ്രമാണി, ദൂതൻ.

പ്രതികൃതി - പ്രതിബിംബം, പൂജാബിംബം, ചിത്രം, നിരോധം.

പ്രതിഗ്രഹം - ദാനം വാങ്ങൽ, കോളാമ്പി, വിവാഹം, പിൻപട, ആനുകൂല്യം, ശ്രവണം, സംഭാവന.

പ്രതിഘം - എതിർപ്പ്, കോപം, തടസ്സം, തളർച്ച, യുദ്ധം.

പ്രതിജ്ഞ - ശപഥം, ആജ്ഞ, നിശ്ചയം, വാഗ്ദാനം.

പ്രതിനാഹം - കൊടിക്കൂറ, മലബന്ധം.

പ്രതിനിധി - ജാമ്യക്കാരൻ, പണയം, പ്രതിബിംബം.

പ്രതിപത്തി - ആഭിമുഖ്യം, നേട്ടം, ശ്രദ്ധ, സമ്മതം, കീർത്തി, ഉയർച്ച, അറിവ്, ബുദ്ധി, സമ്മതം.

പ്രതിപാദനം - വിവരണം, ഉപദേശം, ആരംഭം, ദാനം, അറിയിപ്പ്, ചുമതലപ്പെടുത്തൽ.

പ്രതിപുരുഷൻ - പ്രതിമ, പ്രതിനിധി.

പ്രതിബിംബം - ഛായ, നിഴൽ, പ്രതിമ.

പ്രതിബന്ധകം - മുള, മരക്കൊമ്പ്, തടവ്, പ്രതിബന്ധിക്കുന്നത്.

പ്രതിബോധം - ബുദ്ധി, ഓർമ്മ, പഠിപ്പിക്കൽ, ശാസിക്കൽ.

പ്രതിഭ - ജന്മവാസന, ധീരത, ശോഭ, അഞ്ചാമത്തെ രാശി, പ്രതിബിംബം.

പ്രതിഭാനം - പ്രകാശം, വിശ്വാസം, ഉണർവ്വ്, ബുദ്ധിശക്തി, പ്രത്യുല്പന്നമതിത്വം.

പ്രതിഭാസം - സംഭവം, തോന്നൽ, കാഴ്ച, മിഥ്യാഭാവം, സാദൃശ്യം.
പ്രതിമ - തുല്യത, ദേവവിഗ്രഹം, അടയാളം, ഒരളവ്, സാദൃശ്യം, ആനയുടെ കൊമ്പുകൾക്കിടയിലുള്ള ഭാഗം.
പ്രതിയത്നം - ആഗ്രഹം, അടിമപ്പെടുത്തൽ, അറിവ്, പ്രതികാരം, പൂർത്തിയാക്കൽ, തമ്മിൽ കൂടിച്ചേരൽ, ഗുണാധാനം.
പ്രതിയോഗം - സംയോഗം, എതിർപ്പ്, മറുമരുന്ന്, പ്രതിവിധി.
പ്രതിവചനം - മറുപടി, മാറ്റൊലി.
പ്രതിവിധി - പ്രായശ്ചിത്തം, വിരോധം, തടയാനുള്ള മാർഗ്ഗം.
പ്രതിശ്രയം - വാഗ്ദാനം, യാഗശാല, ഭവനം, സഹായം, സഭ.
പ്രതിഷ്ഠ - വിഗ്രഹപ്രതിഷ്ഠ, കീർത്തി, ഭൂമി, താമസിക്കൽ, ബലമുള്ള സ്ഥാനം, ഒരു ഛന്ദസ്സ്, സ്ഥലം.
പ്രതിസരം - കൈവള, അലങ്കാരം, രക്ഷാസൂത്രം, പിൻപട, പ്രഭാതം, നികുതി.
പ്രതിസൂര്യകം - ഓന്ത്, ഗൗളി.
പ്രതിഹനിക്കുക - കൊല്ലുക, തോല്പിക്കുക, വീഴ്ത്തുക, എതിർക്കുക, വെറുക്കുക.
പ്രതിഹാരം - ദ്വാരം, പരിഹാരം, വാതിൽ, ഉച്ചാടനം.
പ്രതിഹാസം - അലരി, പകരമുള്ളചിരി, കണവീരം.
പ്രതീകം - ശരീരം, ഓഹരി, മുൻഭാഗം, പ്രാതികൂല്യം, പ്രതിബിംബം, വിരുദ്ധമായത്.
പ്രതീതി - അറിവ്, തോന്നൽ, കീർത്തി, സന്തോഷം, സമീപിക്കൽ, ബഹുമാനം.
പ്രതീനാഹം - തടസ്സം, കൊടി, മലബന്ധം.
പ്രതോദം - ചവണ, ചാട്ട, ഒരുനരകം, ആനയെ അടിക്കാനുള്ള കമ്പ്.
പ്രത്യക്ശ്രേണി - നാഗദന്തി, കടലാടി.
പ്രത്യയം - ശബ്ദവിശേഷം, ശപഥം, ശ്രുതി, കാരണം, ജ്ഞാനം, ആചാരം, വിശ്വാസം, നിശ്ചയം.
പ്രത്യവായം - വേർപാട്, പ്രതിബന്ധം, കുറ്റം, പാപം, ഇച്ഛാഭംഗം.
പ്രത്യാഖ്യാനം - ശകാരം, നിഷേധം, വിസമ്മതം, ഖണ്ഡനം.
പ്രത്യാദേശം - നിഷേധം, കല്പന, ശകാരം, മുന്നറിവുകൊടുക്കൽ, റിപ്പോർട്ട്.
പ്രത്യായനം - വിശ്വാസം ജനിപ്പിക്കൽ, ധ്വനനം, അസ്തമയം, സ്ഥാപിക്കൽ.
പ്രത്യുപാഖ്യാനം - പ്രസംഗം, ഉപന്യാസം, മറുപടി.
പ്രഥനം - യശസ്സ്, ചിതറൽ, യുദ്ധം, വ്യാപ്തി, വർദ്ധന, പ്രസിദ്ധപ്പെടുത്തൽ.
പ്രഥിമ - വിസ്താരം, മഹത്ത്വം, വലുപ്പം.
പ്രദരം - പിളർപ്പ്, ശരം, ഒരു രോഗം, ഉടവ്, വിടവ്.
പ്രദർശനം - പ്രദർശിപ്പിക്കൽ, കാഴ്ച, വിവരണം, ഉദാഹരണം, ദീർഘദർശനം, ബോധനം.
പ്രദാനം - ദാനം, സമ്മാനം, വഴിപാട്.
പ്രദിക്ക് - ആജ്ഞ, ദിക്ക്, കോണ്.
പ്രദേശനം - സമ്മാനം, ഉപദേശം, ചൂണ്ടിക്കാണിക്കൽ.
പ്രദോഷം - അസ്തമയസന്ധ്യ, കുറ്റം, ലഹള, ത്രയോദശി, പ്രകൃതിവിക്ഷോഭം.

പ്രധനം - നാശം, യുദ്ധം, യുദ്ധത്തിൽ കൊള്ളയടിച്ച ധനം, കീറിപ്പറിക്കൽ.

പ്രധാനം - ശ്രേഷ്ഠം, നപുംസകം, ബുദ്ധി, ജ്ഞാനം, പരമാത്മാവ്, പ്രകൃതി.

പ്രപാ - കിണറ്, തണ്ണീർപ്പന്തൽ, ജലസംഭാരം.

പ്രപഞ്ചം - ലോകം, ഉപായം, വിസ്താരം, സമൃദ്ധി, അപഗ്രഥനം, ഘോഷം, വിപരീതഭാവം, മായാപ്രയോഗം.

പ്രപതനം - വീഴ്ച. പറക്കൽ.

പ്രപഥം - വിസ്തൃതമായ തെരുവ്, ദൂരയാത്ര.

പ്രപാതം - വീഴ്ച, വെള്ളച്ചാട്ടം, തീരം, മലയുടെ ചെരിവ്, ഇന്ദ്രിയസ്ഖലനം, പുറപ്പാട്.

പ്രപുണ്ഡരീകം - ഒരിനം കുഷ്ഠം, കല്ത്താമര.

പ്രബന്ധം - കെട്ട്, ഉപന്യാസം, ഏർപ്പാട്, ഒരുക്കം, വാക്യരചന.

പ്രബലം - തളിര്, ശക്തിയാർന്നത്.

പ്രബുദ്ധൻ - വിദ്വാൻ, ഋഷി, ബോധമുള്ളവൻ.

പ്രബോധകൻ - ആചാര്യൻ, സൂര്യൻ, ഉണർത്തുന്നവൻ.

പ്രഭ - ശോഭ, ദുർഗ്ഗ, അളകാപുരി, ഛായാദേവി, കുയിൽ, ഒരുവൃത്തം.

പ്രഭദ്രം - മുരിക്ക്, വേപ്പ്.

പ്രഭവം - ഉത്ഭവം, ജന്മകാരണം, മഹത്ത്വം, ഉത്ഭവസ്ഥാനം, സംവത്സരചക്രത്തിലാദ്യത്തേത്.

പ്രഭാകരൻ - അഗ്നി, സൂര്യൻ, ചന്ദ്രൻ, ശിവൻ, സമുദ്രം, പ്രഭാകരമത സ്ഥാപകൻ.

പ്രഭാഷണം - വ്യാഖ്യാനം, പ്രസംഗം.

പ്രഭു - ശ്രേഷ്ഠൻ, മേലധികാരി, ഇന്ദ്രൻ, രാജാവ്, ബ്രഹ്മാവ്, വിഷ്ണു, ശിവൻ, ധനികൻ, ഭർത്താവ്, രസം.

പ്രഭൂതി - സമൃദ്ധി, ഉല്പത്തി, ഐശ്വര്യം.

പ്രമ - ആധാരം, അളവ്, അളക്കാനുള്ള തോത്, പരമാർത്ഥജ്ഞാനം.

പ്രമഥ - കുടുക്ക, വ്യസനം, മഥിക്കുന്നത്.

പ്രമദം - ഉമ്മത്ത്, സന്തോഷം.

പ്രമയം - മരണം, വധം, നാശം.

പ്രമാണം - ആധികാരികത്വം, വേദം, വിശ്വാസം, ചട്ടം, സത്യം, തെളിവ്, യഥാർത്ഥജ്ഞാനം, ശാസ്ത്രം, ഹേതു, അതിർത്തി.

പ്രമാദം - ഓർമ്മക്കേട്, അബദ്ധം, തെറ്റ്, മൂഢത, വളരെ പ്രാധാന്യമുള്ളത്, ആഘോഷം, യാദൃച്ഛികസംഭവം, അശ്രദ്ധ.

പ്രമീതി - വ്യാധി, നാശം, മരണം.

പ്രമീള - മയക്കം, ഉറക്കം, ആലസ്യം, സ്ത്രീകൾക്കു മാത്രമുള്ള ഒരു രാജ്യത്തെ രാജ്ഞി.

പ്രമൃതം - കൃഷി, മരണം.

പ്രമോദനം - നല്ലവാസന, സന്തോഷം, സുഖം.

പ്രയതി - യത്നം, ഉദ്ദേശം, ദാനം, കാഴ്ച.

പ്രയുത്സു - യോദ്ധാവ്, കാറ്റ്, സന്ന്യാസി, ഇന്ദ്രൻ, മുട്ടനാട്.

പ്രയസ്സ് - ആഹാരം, യാഗം, ആനന്ദം.

പ്രയാഗം - കുതിര, യാഗം, പ്രയാഗ.

പ്രയോഗം - പ്രവൃത്തി, ചികിത്സ, ഏറ്, ഉപായം, കടംകൊടുക്കൽ, ക്ഷുദ്രം ചെയ്യൽ, കുതിര, യുദ്ധത്തിനായുള്ള ഉത്സാഹം, നടപ്പിലിരിക്കുന്ന ഭാഷാരീതി.

പ്രയോജനം - ഉപകാരം, ആവശ്യം, പ്രവൃത്തി, ഹേതു.

പ്രലംബം - പൂമാല, സ്ത്രീകളുടെ മുല, വെളുത്തീയം, ശാഖ, ഗാഥ, കുമ്പളങ്ങ, തൂങ്ങിക്കിടക്കുന്ന വസ്തു.

പ്രലംഭം - ചതി, ലാഭം, ലഭിച്ചത്.

പ്രവചനം - ദിവ്യവചനം, കഥനം, വ്യാഖ്യാനം, പ്രഖ്യാപനം, വാഗ്മിത, നല്ല വാക്ക്.

പ്രവണത - താല്പര്യം, താഴ്മ, ചരിവ്, കുനിവ്.

പ്രവരം - ശ്രേഷ്ഠം, കുലം, വിളി, അങ്കവസ്ത്രം, സന്തതി, ഒരിനം ചെറുപയറ്, കാരകിൽ, ഒരു അഗ്നിമന്ത്രം.

പ്രവഹം - കാറ്റ്, വെള്ളം, ജലപാത്രം, പ്രവാഹം, നഗരത്തിൽ നിന്നുള്ള പുറപ്പാട്.

പ്രവഹണം - മഞ്ചൽ, ദീർഘദർശി, വിവരിച്ചുപറയുന്നവൻ.

പ്രവാഹം - വെള്ളത്തിന്റെയും മറ്റും നിരന്തരമായ ഒഴുക്ക്, വേഗമുള്ള കുതിര, വ്യാപാരം, തുടർച്ച, നിരന്തരഗതി.

പ്രവാളം - പവിഴം, തളിര്, വീണത്തണ്ട്, ഒരു മൃഗം.

പ്രവിചയം - അന്വേഷണം, പരീക്ഷ.

പ്രവിദാരണം - യുദ്ധം, കലഹം, കൂട്ടം, തുമൂലം, പിളർക്കൽ.

പ്രവേണി - മിടഞ്ഞുകെട്ടിയ മുടി, ദീപ്രവാഹം, ആനപ്പുറത്തുവിരിക്കുന്ന കമ്പിളി, ആനലായം,

പ്രവേശം - അകത്തുകടക്കൽ, വാതിൽ, സംക്രമം, ഗൃഹപ്രവേശം, രംഗ പ്രവേശം, ആവേശം, റവന്യു വരവ്.

പ്രവേഷ്ടം - കൈത്തണ്ട്, ആനയുടെ മോണ, ആനപ്പുറത്തെ വിരിപ്പ്.

പ്രവ്രജ്യ - വാനപ്രസ്ഥം, സന്ന്യാസയോഗം, ചുറ്റിസഞ്ചാരം.

പ്രശസ്തം - ശ്രേഷ്ഠം, ജീരകവും മറ്റും വറുത്തിട്ട കറി, പരസ്യമായ.

പ്രശസ്തി - മേന്മ, സ്തുതി, വിവരണം, സ്തുതിപാടൽ.

പ്രശാന്തി - ശമനം, സമാധാനം, വിശ്രമം, വിരാമം, അജ്ഞാനദൂരീകരണം.

പ്രശ്നം - വാദവിഷയം, ചോദ്യം, ശകുനം, ഗ്രന്ഥവിഭാഗം.

പ്രശ്രയം - മര്യാദ, വിനയം, സ്നേഹം.

പ്രഷ്ഠൻ - ശ്രേഷ്ഠൻ, നായകൻ, മുന്നിൽ ഗമിക്കുന്നവൻ.

പ്രസംഗം - വിസ്തരിച്ചു പറയൽ, ചേർച്ച, സംഗമം, താല്പര്യം, വിഷയം, പ്രസ്താവം, ഹൗഹം, സന്ദർഭം, ചർച്ച, അദ്ധ്യാപനം, പാഠകം പറച്ചിൽ, ഉപന്യാസം, ഗൂഢരതി, മൈഥുനം.

പ്രസക്തി - സ്നേഹം, കാര്യം, ലാഭം, വ്യാപ്തി, താല്പര്യം, സംബന്ധം, ചേർച്ച.

പ്രസരം - വ്യാപ്തി, പ്രേമം, സാമർത്ഥ്യം, സമയം, ഇരുമ്പുശരം, യുദ്ധം, കൂട്ടം, ഒഴുക്ക്, വരിനെല്ല്.

പ്രസവം - സന്തതി, ഫലം, ഒഴുക്ക്, പേറ്, ഉല്പാദനം, പൂവ്, ഉൽപ്പത്തിസ്ഥാനം.

പ്രസഹം - സഹനം, ആലിംഗനം, തോല്പിക്കൽ, തടഞ്ഞുനിർത്തൽ, ഇരതേടുന്ന മൃഗം.

പ്രസാദം - തെളിവ്, പ്രസന്നത, സന്തോഷം, ദയ, അനുഗ്രഹം, ആനുകൂല്യം, അനുസരണം, ദേവോച്ഛിഷ്ടം.

പ്രസിതം - ചലം, പൂയം.

പ്രസിതി - ബന്ധനം, പരമ്പര, വ്യാപ്തി, കയറ്, വല, ആക്രമണം.

പ്രസു - അമ്മ, വാഴ, പടരുന്ന വള്ളി, പെൺകുതിര.

പ്രസൂതി - സന്തതി, ഫലം, മാതാവ്, ജനനം, ദക്ഷപത്നി, കശ്യപപത്നി.

പ്രസൂനം - പുഷ്പം, മൊട്ട്, കായ്.

പ്രസൃതം - വെള്ളം കൊള്ളത്തക്കവണ്ണം പിടിച്ച കൈ, രണ്ടു പലം, വാൾമുനകൊണ്ടു കുത്തൽ.

പ്രസേകം - തളിക്കൽ, ഒഴുക്ക്, നനവ്, സ്നിഗ്ദ്ധത, സ്ഖലനം, ഛർദ്ദി, തവിയുടെ കുഴിഞ്ഞ ഭാഗം.

പ്രസ്തരം - രത്നം, കല്ല്, നിരപ്പുള്ള തറ, പൂമെത്ത, ഖണ്ഡിക, ദർഭവിരിപ്പ്.

പ്രസ്താരം - കുറ്റിക്കാട്, ചവറ്, പൂർണ്ണതല്പം, വിരിക്കൽ, മെത്ത, പട്ടിക, മൈതാനം.

പ്രസ്ഥം - 32പലം, തടം, മൈതാനം, ഒരു അളവ്, മലയുടെ മുകൾപ്പരപ്പ്.

പ്രസ്ഥാനം - യാത്ര, പദ്ധതി, ഘോഷയാത്ര, അയപ്പ്, സംഘടിത പ്രവർത്തനം.

പ്രസ്ഫുരണം - തിളക്കം, വിറയൽ, വലുതാകൽ.

പ്രസ്ഫോടനം - അരിപ്പുകൊട്ട, പിളർക്കൽ, വിസ്ഫോടനം, മുറം, മെതി, വിശദീകരണം.

പ്രസ്രവണം - പാൽ, തൂമ്പ്, വിയർപ്പ്, വെള്ളച്ചാട്ടം, മൂത്രമൊഴിപ്പ്, മാല്യവാൻ (പർവ്വതം), പ്രസവണാചലം.

പ്രസ്വാപം - സ്വപ്നം, ഉറക്കം, ഉറക്കം വരുത്തുന്ന ഒരു ദിവ്യാസ്ത്രം.

പ്രഹാണി - കുറവ്, നഷ്ടം, ത്യാഗം.

പ്രഹാരം - ഇടി, അടി, ചവിട്ട്, വധം.

പ്രഹേണകം - സദ്യ, പിട്ട്.

പ്രഹേള - നേരമ്പോക്ക്, താന്തോന്നിത്തം, ശൃംഗാരാഭിനയം, അഴിഞ്ഞനടത്തം.

പ്രളയം - കല്പാവസാനമുള്ള ലോകനാശം, മരണം, മോഹാലസ്യം, വെള്ളപ്പൊക്കം, ഒരു വലിയ സംഖ്യ.

പ്രാകാമ്യം - അഷ്ടകാര്യങ്ങളിൽ ഒന്ന്, തോന്ന്യാസം, നീചബുദ്ധി.

പ്രാഖര്യം - എരിവ്, മൂർച്ച, ദുഷ്ടത, ഉത്സാഹം.

പ്രാഘാതം - ശണ്ഠ, യുദ്ധം.

പ്രാംഗണം - ന്യായസ്ഥലം, ഒരു വാദ്യം, അങ്കണം.

പ്രാചിക - കാട്ടീച്ച, പെൺപരുന്ത്, കൊതു.

പ്രാചീനം - മുമ്പുള്ളത്, കിഴക്കോട്ട്, വേലി, മതിൽ.

പ്രാണാദം - ജലം, രക്തം.

പ്രാണൻ - ജീവൻ, ശക്തി, പരമാത്മാവ്, സാരം, പഞ്ചവായുക്കളിലൊന്ന്.

പ്രാണനം - ശ്വസനം, തൊണ്ട, ജലം.

പ്രാണയാത്ര - ശ്വസനം, ജീവിതം, കാലക്ഷേപം.

പ്രാണരന്ധ്രം - മൂക്ക്, വായു.

പ്രാണി - കീടം, ജീവി, മനുഷ്യൻ.

പ്രാതികാമി - ഭൃത്യൻ, ദൂതൻ.

പ്രാതിഹാര്യം - വാതിൽ കാക്കൽ, ഇന്ദ്രജാലം.

പ്രാന്തദുർഗ്ഗം - പേട്ട, ഉപഗ്രാമം, അതിരിലുള്ള കോട്ട.

പ്രാന്തരം - തണലില്ലാത്തവഴി, കാട്ടുപ്രദേശം, വൃക്ഷത്തിന്റെ പോത്, പിൻവശം.

പ്രാപ്തരൂപൻ - സുന്ദരൻ, വിദ്വാൻ.

പ്രാപ്തി - സാമർത്ഥ്യം, ഭാഗ്യം, കഴിവ്, ലാഭം, ചേർച്ച, പങ്ക്, ഉല്പത്തി, പ്രവേശം, അഷ്ടൈശ്വര്യങ്ങളിലൊന്ന്.

പ്രാഭൃതം - കാഴ്ചദ്രവ്യം, ദാനം, കൈക്കൂലി, നൈവേദ്യം,.

പ്രാമാണികം - സത്യം, ആണ, മുഖ്യമായത്, പ്രമാണം സംബന്ധിച്ചത്.

പ്രാമാദ്യം - തെറ്റ്, ആടലോടകം, ലഹരി.

പ്രായം - ജീവാവസ്ഥ, മരണം, അനശനദീക്ഷ, വർദ്ധന, വലിപ്പം.

പ്രാർത്ഥന - അപേക്ഷ, സ്തുതി, ഹർജി, നേർച്ച, വ്യവഹാരം.

പ്രാവരം - വേലി, ഒരു രാജ്യം, മേൽവസ്ത്രം, മറ.

പ്രാവൃഷേണ്യം - കടമ്പ്, കുടകപ്പാല, സമൃദ്ധി, വർഷകാലത്തുണ്ടായത്.

പ്രാവൃഷ്യം - വൈഡൂര്യം, കുടകപ്പാല, കടമ്പ്.

പ്രാശം - ആഹാരം, കുന്തം,

പ്രാശ്നികൻ - ജഡ്ജി, മദ്ധ്യസ്ഥൻ, പ്രശ്നക്കാരൻ, ചോദ്യകർത്താവ്.

പ്രാസകം - കുന്തം, പകിട.

പ്രാസാദം - മാളിക, ദേവാലയം, ഒരു മന്ത്രം, കാഴ്ചക്കാർക്കിരിക്കാനുള്ള ഉയർന്നതറ.

പ്രിയ - മഴമുല്ല, ഞാവൽ, വള്ളിമുല്ല, പ്രേയസി, ഭാര്യ, കാമുകി, സ്ത്രീ, ചിറ്റേലം, മദ്യം, വാർത്ത.

പ്രിയം - ഇഷ്ടമായത്, ദയ, സുഖം, മുള്ളുചേമന്തി, പ്രേമം, ഹിതമായ വാർത്ത, വസ്തുക്കളുടെ ദൗർല്ലഭ്യം.

പ്രിയംകരി - വലിയ അടപതിയൻ വെളുത്ത കണ്ടകാരിച്ചുണ്ട, അമൃതം.

പ്രിയംഗു - കുങ്കുമം, കടുകുരോഹിണി, ചെങ്കടുക്, തിന, ഞാവൽ, തിപ്പലി.

പ്രിയകം - കമ്പിളിമാൻ, തേനീച്ച, വേങ്ങമരം, കുങ്കുമം, നീർക്കടമ്പ്, ഞാവൽ.

പ്രിയദർശനം - തത്ത, പഴമൂൺപാല, പ്രിയന്റെ ദർശനം, പ്രിയവസ്തുവിന്റെ ദർശനം, ഒരുതരം ഈന്തൽ.

പ്രിയവാദിനി - പ്രിയംവദ, പഞ്ചവർണ്ണക്കിളി.

പ്രീതി - സന്തോഷം, സുഖം, സ്നേഹം, കനിവ്, കാമദേവന്റെ ഒരു പത്നി, 27 യോഗങ്ങളിലൊന്ന്.

പ്രുഷ്വം - വർഷകാലം, നീർത്തുള്ളി.

പ്രേക്ഷ - ആട്ടം, കൂത്ത്, നൃത്തദർശനം, പര്യാലോചന, ബുദ്ധി.

പ്രേക്ഷണം - കണ്ണ്, കാഴ്ച.

പ്രേഖം - ഊഞ്ഞാൽ, സഞ്ചാരം, ഒരുതരം നടത്ത, ഒരുതരം കെട്ടിടം.

പ്രേഖണം - ഊഞ്ഞാൽ, സഞ്ചാരം, സങ്കേതജടിലമല്ലാത്ത ലഘുവായ ഏകാങ്കനാടകം.

പ്രേതം - മൃതദേഹം, ദുർദ്ദേവത, പരേതാത്മാവ്.

പ്രേതശുദ്ധി - പിണം, കഴുകൻ, പുലകുളി.

പ്രേതി - മരണം, ഭക്ഷണം, ഓട്ടം.

പ്രേഷം - മർദ്ദനം, പ്രേരിപ്പിക്കൽ, പീഡ.

പ്രൈഷം - ഭ്രാന്ത്, വിധി, മർദ്ദനം, പ്രേരണം, ആജ്ഞ.

പ്രൈസ് - സമ്മാനം, വില.

പ്രോഥം - കടിപ്രദേശം, ഭയം, കുതിരയുടെ മൂക്ക്, പഴന്തുണി, കുഴി, പന്നിയുടെ മൂക്കും വായും, അശ്വഭ്രമണം, ഗർഭസ്ഥ ശിശു.

പ്രോഷ്ഠം - കാള, നാല്ക്കാലി, മത്സ്യം, കരിമീൻ.

പ്രോഹം - ആനച്ചുവട്, തർക്കം, സന്ധി.

പ്രൗഢി - പൂർണ്ണ വളർച്ച, മോടി, ധീരത, ഗാംഭീര്യം, ഉയർന്ന അവസ്ഥ, അഹമ്മതി, ധീരത.

പ്ലക്ഷം - ഇത്തവൃക്ഷം, അരയാൽ, സപ്തദീപുകളിൽ ഒന്ന്, ഒളിവാതിൽ.

പ്ലവം - ഇളക്കം, മീൻ, കുറിയാട്, തവള, പ്രേരിപ്പിക്കൽ, കുഴി മുത്തങ്ങ, ഇത്തിമരം, കാക്കപ്പനച്ചി, നീന്തൽ, ചാട്ടം, പൊങ്ങുതടി, കപ്പൽ.

പ്ലവംഗം - മാൻ, കുരങ്ങ്, തവള.

പ്ലവകം - തവള, കുരങ്ങ്, അത്തിയാൽ.

പ്ലവഗം - നെന്മേരിവാക, നീർക്കോഴി, കുരങ്ങ്, തവള, കല്ലാൽ.

പ്ലാവനം - അലക്ക്, കുളി, പ്രവാഹം.

പ്ലീഹാരി - കൊഴിഞ്ഞിൽ, ചെമ്മരം.

പ്ലുതം - മുയൽ, കുതിരയുടെ ഗതിവിശേഷം, വെള്ളപ്പൊക്കം.

പ്ലോതം - തുണി, നാട.

പ്സാ - ഭക്ഷണം, വിശപ്പ്.

ഫ

ഫടം - ഫണം, പുല്ല്.

ഫണി - സർപ്പം, രാഹു, നാഗതാളി, കർപ്പൂരതുളസി, പതഞ്ജലി മഹർഷി.

ഫണിഭുക്ക് - മയിൽ, ഗരുഡൻ.

ഫണിലത - വെറ്റിലക്കൊടി, വാൽമുളക്.

ഫർഫരീകം - കൈപ്പടം, മാർദ്ദവം, ഇളംകമ്പ്.

ഫലം - കായ്, പ്രതിഫലം, ഫലവൃക്ഷം, സന്താനം, മലങ്കാരം, കുടകപ്പാല, പലക, വൃഷണം, ഋതുരക്തം, ത്രിഫല, കൊഴുവ, തക്കോലം, മുന, ജാതിക്ക, ഫലകം, ഉൽപ്പന്നം, പ്രയോജനം, ലാഭം, പുണ്യം.

ഫലകം - പരിച, എഴുത്തോല, പലക, ഉള്ളംകൈ, ആസനം, നെറ്റിയുടെ അസ്ഥി, തീണ്ടാരി, നാഗപ്പൂവ്, ലാഭം, താമരയല്ലി.

ഫലകീ - ബെഞ്ച്, ചന്ദനമരം.

ഫലപാകം - നീർനെല്ലി, പഴുത്തകായ, പെരുംപ്ലാവ്.

ഫലഭൂമി - സ്വർഗ്ഗം, നരകം, വിളഭൂമി.

ഫലിതം - നേരമ്പോക്ക്, ഫലം, കായ്ക്കുന്ന മരം, ഫലിക്കുന്ന വാക്ക്, പൊളിഞ്ഞത്.

ഫലിനം - പ്ലാവ്, കായ്ച്ചുനില്ക്കുന്ന മരം, ഫലമുള്ള വസ്തു.

ഫലോദയം - ആനന്ദം, ശിക്ഷ, ലാഭം, സ്വർഗ്ഗം, ഫലിക്കൽ.

ഫല്ഗു - നിസ്സാരമായ, വസന്തം, ഗയയിലെ ഒരു നദി, കാട്ടത്തി, അസത്യവാക്ക്, ചെമന്നപൊടി.

ഫല്ഗുത - ഉപയോഗശൂന്യത, ഭംഗി, താഴ്മ.

ഫസല് - ദാനശീലം, വിളവ്.

ഫാലം - നെറ്റി, ഉഴുതവയൽ, പരുത്തിത്തുണി, മാതളനാരകം, കൂട്ടം, പരിച, അമ്പിന്റെ മുന, കൊഴുവ്.

ഫൂൽക്കാരം - ചീറ്റൽ, നിലവിളി, നെടുവീർപ്പ്, ഫൂ എന്ന ശബ്ദം.

ഫേനം - ഉമിനീർ, പത, നുര, കടൽ, നാക്ക്, കടൽനുര.

ഫേനവാഹി - അരിക്കാനുള്ള തുണി, വജ്രായുധം.

ഫേരവൻ - കള്ളൻ, കുറുക്കൻ, പിശാച്, ചതിയൻ.

ബ

ബകൻ - കുബേരൻ, ശാപ്പാട്ടു രാമൻ, കള്ളൻ, ഒരു രാക്ഷസൻ.

ബകുരം - കാഹളം, ഇടിവാൾ, മേഘമൂർത്തി.

ബഡവ - പെൺകുതിര, ബ്രഹ്മണി, അശ്വതി.

ബദരം - ലന്തമരം, ലന്തക്കുരു, പഞ്ഞിക്കുരു, ദേവസർപ്പകം, ഒരു തൂക്കം.

ബദരി - ഇലന്ത, ബ്രഹ്മി, പഞ്ഞി, തുടരി, ബദരീനാഥം.

ബന്ദി - അടിമ, തടവുകാരൻ, രാജാക്കന്മാരെ സ്തുതിച്ചു പാടുന്നവൻ, ബന്ധനം, വന്ദി, പിച്ചളവള.

ബന്ധം - കെട്ട്, നേർച്ച, കാരണം, തടവ്, വിലങ്ങ്, ഘടന, സന്ധി, ചിറ, കർമ്മബന്ധം, നിർമ്മാണം, പണയം, ചെറ, സ്പർശം, ശരീരം.

ബന്ധകം - അണക്കെട്ട്, വ്യസനം, ഏർപ്പാട്, തടവ്, ജാമ്യം, കൈമാറ്റം, കെട്ടുകുറ്റി.

ബന്ധകി - വേശ്യ, മച്ചി, പിടിയാന, അടിമപ്പെണ്ണ്.

ബന്ധനം - കെട്ട്, ചങ്ങല, തണ്ട്, ചെറ, ജയിൽ, പാലം, സ്നായു, പശുക്കയറ്, തടവിലിടൽ.

ബന്ധു - ചാർച്ചക്കാരൻ, സ്നേഹിതൻ, ഭർത്താവ്, ഗുരു, രക്ഷകൻ, സഹോദരൻ, മാതാവ്, ഉച്ചമലരി, സ്വാജാതിക്കാരൻ.

ബന്ധുരം - മനോഹരം, അരയന്നം, പിണ്ണാക്ക്, ഉപസ്ഥം, കൊക്ക്, ഉച്ചമലരി, വേങ്ങ, വിഴാൽ, വളഞ്ഞത്.

ബന്ധൂരം - ഗർത്തം, ദ്വാരം, മനോഹരമായ ശബ്ദം.

ബംഭരം - വണ്ട്, ഈച്ച, അഗ്ന്യസ്ത്രം.

ബഭ്രു - തടിച്ച, കീരി, അഗ്നി, ഒട്ടകം, ശിവൻ, വിഷ്ണു, തൂപ്പുകാരൻ, ചെമ്പൻതലമുടിക്കാരൻ, കുരാൽനിറം, വേഴാമ്പൽ.

ബരം - ഇരുവേലി, ഇഞ്ചി, കുങ്കുമം, ഇലവർങ്ങം.

ബർബ്ബരം - ഒരിനം തുളസി, ചെറുതേക്ക്, നായർവെണ്ണ, ഒരുവാദ്യം, ഒരു ദേശം.

ബർഹം - ഇല, മയിൽപ്പീലി, ചിറക്, ഇതൾ, പരിവാരം, തൂവൽ.

ബർഹി - മയിൽ, അഗ്നി, കുശ, കൊടുവേലി, തുണിയാങ്കം.

ബർഹിണം - മയിൽ, തകരം, ഗോതമ്പ്.

ബർഹിസ്സ് - അഗ്നി, യാഗം, ശോഭ, കുശ, ആകാശം, ജലം.

ബലം - ശക്തി, ദൃഢത, സൈന്യം, സാമർത്ഥ്യം, ശുക്ലം, വീര്യം, രക്തം, ശരീരം, കാക്ക, തളിര്, മുള, നീർമാതളം, ചേരുമരം, നറുമ്പശ.

ബലജം - നഗരവാതിൽ, വയൽ, ധാന്യം, യുദ്ധം, മജ്ജ, സൗന്ദര്യം.

ബലദം - കാള, ജീവകം.

ബലപതി - ഇന്ദ്രൻ, സേനാപതി.

ബലഭദ്രിക - കറ്റവാഴ, ബ്രഹ്മി, കന്യക.

ബലഹാവ് - ഇന്ദ്രൻ, കഫം, ബലദേവൻ.

ബലാകം - നായിക, വെള്ളിൽ പക്ഷി.

ബലാഢ്യം - ചെറുപയറ്, ഉഴുന്ന്.

ബലി - ചാത്തം, ബലമുള്ളവൻ, സിംഹം, കാള, പോത്ത്, പന്നി, കുരങ്ങ്, ഭടൻ, കഫം, ഉഴുന്ന്, പാമ്പ്, ഒട്ടകം, കപ്പം, മഹാബലി, അന്നദാനം, ഞൊറി.

ബലിപുഷ്ടം - കൊക്ക്, കാകൻ.

ബല്യ - വലിയ, ഊരകം, ഗിഗുജി, പ്രസാരിണി, അമുക്കുരം.

ബല്യം - ശുക്ലം, ഗോതമ്പ്.

ബഹദൂർ - പ്രഭു, പ്രതാപശാലി, വീരൻ, ധീരൻ, ഒരു സ്ഥാനപ്പേര്.

ബഹളം - ലഹള, അരിക്കാടി, ബഹുത്വം, ഒരിനം കരിമ്പ്.

ബഹുകം - നത്ത്, ഞണ്ട്, എരിക്ക്, നീർക്കാക്ക.

ബഹുഗന്ധം - കുന്തുരുക്കം, എലവങ്ങം, കറുവ.

ബഹുപത്ര - തുളസി, ചെറുവഴുതിന, കറ്റവാഴ, കുറുഞ്ഞി, കിണികിണിപ്പാല, കരിങ്കച്ചോലെ, വലിയ ശതാവരി.

ബഹുപത്രം - ഉള്ളി, അഭ്രകം, ചേരുമരം.

ബഹുപുഷ്പം - വേപ്പ്, മുരിക്ക്.

ബഹുപ്രജം - എലി, പന്നി.

ബഹുഫല - വെള്ളരി, ചെറുവഴുതിന, മണിത്തക്കാളി, കാട്ടുഴുന്ന്, കിഴുകാനെല്ലി, കാട്ടത്തി.

ബഹുമാർഗ്ഗ - വേശ്യ, ഗംഗ.

ബഹുരൂപം - ഓന്ത്, ചെഞ്ചല്യം, പല്ലി, തലമുടി.

ബഹുരൂപൻ - ശിവൻ, വിഷ്ണു, കാമദേവൻ, ബ്രഹ്മാവ്, സൂര്യൻ.

ബഹുല - പേരേലം, ചിറ്റേലം, ഏലം, കാർത്തിക നക്ഷത്രം, പശു, നീലഅമരി.

ബഹുലം - കറുത്തപക്ഷം, ധാരാളമുള്ളത്, ആകാശം, കൊടുവേലി, വെളുത്ത കുരുമുളക്.

ബഹുവീര്യം - ചെറുചീര, താന്നി, ഇലവ്, കർപ്പൂര തുളസി.

ബഹുളി - സാഹസം, ഭ്രാന്ത്, തിടുക്കം, അടക്കമില്ലായ്മ.

ബഹ്വപത്യം - എലി, പന്നി.

ബാഢവേയം - കാള, കുതിര.

ബാണം - വാണം, അമ്പ്, മുഞ്ഞാപ്പുല്ല്, അഗ്നി, ശബ്ദം, മിന്നൽ,. അകിട്, മുഞ്ഞപ്പുല്ല്, കൊഴിഞ്ഞിൽ, നീലക്കുറിഞ്ഞി.

ബാദരം - പഞ്ഞികൊണ്ടുള്ള തുണി, ഇലന്ത, ജലം, പട്ട്, വലംപിരിശംഖ്, കരുപ്പരുത്തി,.

ബാധ - ദുഃഖം, രോഗം, ഉപദ്രവം, പിശാചുബാധ, ആപത്ത്, തടവ്, ദുർദ്ദേവത, കേട്.

ബാർഹസ്പത്യം - ഒരു നീതിശാസ്ത്രഗ്രന്ഥം, ധർമ്മം, പൂയം നക്ഷത്രം, ബൃഹസ്പതിയെ സംബന്ധിച്ചത്.

ബാല - പെൺകുട്ടി, തേങ്ങ, മഞ്ഞൾ, മുല്ല, ചിറ്റേലം, കറ്റവാഴ, കുറുഞ്ഞി, ഒരിനം കത്തി.

ബാലം - തലമുടി, ഇരുവേലി, വാല്, ആനവാൽ, തെങ്ങ്, പയിൻ മരം, വയസ്സുള്ള ആന, ചെറിയ കുതിര.

ബാലകം - മോതിരം, വള, തലമുടി, ആനവാൽ, കുതിരവാൽ, ഇരുവേലി.

ബാലൻ - ആൺകുട്ടി, അഞ്ചുവയസ്സുള്ള ആന, മൂഢൻ, വാലൻ.

ബാലവാതം - ഇളം കാറ്റ്, ഒരുതരം വാതരോഗം.

ബാലിക - പെൺകുട്ടി, മണൽ, ചിറ്റേലം, ഇലകളുടെ മർമ്മര ശബ്ദം.

ബാലിശ്യം - അറിവില്ലായ്മ, ബാല്യം.

ബാലൂക - കർപ്പൂരം, വെള്ളരി, ചരൽ, മണൽ, വയൽ.

ബാല്ഹകം - കായം, കുങ്കുമം.

ബാഷ്പം - നീരാവി, മൂടൽമഞ്ഞ്, കണ്ണീർ, ഇരുമ്പ്.

ബാഹം - കുതിര, ബാഹു.

ബാഹു - കൈ, മൃഗങ്ങളുടെ മുൻകാൽ, കതകിന്റെ കട്ടിളക്കാൽ.

ബാഹുകൻ - കിളരം കുറഞ്ഞവൻ, കുരങ്ങ്, നളന്റെ ഒരു പേര്.

ബാഹുപാശം - ആലിംഗനം, ഒരു യുദ്ധമുറ.

ബാഹുലം - ആധിക്യം, അഗ്നി, കരത്രാണം, കാർത്തികമാസം.

ബാഹുശാലി - ശിവൻ, ഭീമൻ.

ബിഡാലം - പൂച്ച, കണ്ണിലെ കൃഷ്ണമണി.

ബിഡാലകം - അരിതാരം, പൂച്ച, നേത്രഗോളം, കണ.

ബിന്ദു - പൂർണ്ണവിരാമം, നീർത്തുള്ളി, പല്ലുകൊണ്ടുള്ള പാട്, തിരുനെറ്റി, കുകിലം, അർത്ഥപ്രകൃതികളിലൊന്ന്, ആനയുടെ പതസരി, പൂജ്യം, നിർണ്ണായകഘട്ടം.

ബിംബം - പ്രതിശരീരം, ഛായ, പ്രതിബിംബം, ഉപമേയം, പല്ലി, മുകുരം, കുടം, ഉരുണ്ടവസ്തു, കോവൽപ്പഴം.

ബിംബകം - ചന്ദ്രബിംബം, സൂര്യബിംബം, തൊണ്ടിപ്പഴം.

ബിലം - ഗുഹ, വിടവ്, പൊത്ത്, വഞ്ചി, പാതാളം, യോനിക്കുഴി, പുറത്തേക്കുള്ള വഴി.

ബിലവാസം - എലി, കീരി.

ബിലേശയം - തവള, പെരുച്ചാഴി, പാമ്പ്, എലി.

ബില്ലം - കുഴി, ആലവാലം, പെരുങ്കായമരം.

ബിസലം - മുള, മൊട്ട്.

ബിസിനി - താമര, ബിസതന്തു, താമരപ്പൊയ്ക.

ബീജം - വിത്ത്, ശുക്ലം, ബിജക്ഷരം, സത്യം, കാരണം, പാത്രം, വള്ളിമാതളം, ബീജഗണിതം, കലവറ.

ബീജകോശം - കർണ്ണിക, വൃഷണം.

ബീജപുഷ്പം - മക്കിപ്പൂവ്, വള്ളിമാതളം, കർപ്പൂരതുളസി.

ബീജി - പിതാവ്, സൂര്യൻ, ബീജകോശം, ഉല്ാദകൻ, വിതയ്ക്കുന്നവൻ, വിത്തുള്ള.

ബീഭത്സം - ഒരു നരകം, നവരസങ്ങളിലൊന്ന്.

ബുക്കം - ഹൃദയം, ആട്, സമയം, രക്തം.

ബുത്ത് - വിഗ്രഹം, ഭൂതം, തടിമാടൻ.

ബുദ്ധി - ഉപദേശം, തിരിച്ചറിയാനുള്ള ഇന്ദ്രിയം, മനസ്സാന്നിദ്ധ്യം, നിശ്ചയാത്മകത്വം.

ബുദ്ബുദം - ക്ഷണികവസ്തു, നീർക്കുമിള.

ബുധൻ - ദേവൻ, ഒരുഗ്രഹം, വിദ്വാൻ, ബുധനാഴ്ച.

ബുധഭാരതി - സംസ്കൃതഭാഷ, വിദ്വാന്മാരുടെ വാക്ക്.

ബുധ്നം - അടിത്തട്ട്, ശരീരം, വേര്.

ബുഷം - പതിര്, തൈർക്കട്ട, ധനം, ഉണക്കച്ചാണകം, ജലം.

ബുസ്തം - ചകിണി, ഞെട്ട്, വറുത്തമാംസഖണ്ഡം.

ബൃംഹിതം - ഗർജ്ജനം, ചിന്നം വിളി.

ബൃശി - പർണ്ണശാല, വൃഷി, മെത്ത.

ബൃഹതി - ചെറുവഴുതിന, മഹത്ത്വമുള്ളവൾ, ഒരിനം വീണ, പുത്തരിച്ചുണ്ട, കണ്ടകാരിച്ചുണ്ട, ഒരുതരം പുതപ്പ്.

ബൃഹതിക - നാരദന്റെ വീണ, പുറങ്കുപ്പായം, ചെറുവഴുതിന, കണ്ടകാരിച്ചുണ്ട, മേൽപ്പുടവ, ചെറക്കുഴി, തുച്ചവാൾ.

ബൃഹത്ത് - തടിച്ച, സമൃദ്ധമായ, വലിയ, പൂർണ്ണമായി വളർന്ന, വിപുലമായ.

ബൃഹത്ഫല - പേച്ചുര, വലിയ പടവലം, വലിയ കുമ്പളം, പെരുഞ്ഞാവൽ.

ബൃഹദ്ദലം - ചുവന്ന പാച്ചോറ്റി, ഈന്തപ്പന.

ബൃഹദ്വീജം - തെങ്ങ്, അമ്പഴം.

ബൃഹന്നളം - വലിയ വേഴൽ, ഭുജം.

ബൃഹസ്പതി - ഗണപതി, ദേവന്മാരുടെ ഗുരു, വ്യാഴഗ്രഹം.

ബേഡ - വള്ളം, ബോട്ട്.

ബൈജികം - ബീജസംബന്ധമായത്, തളിര്, ആത്മാവ്, ഒരിനം എണ്ണ, ഉല്പത്തികാരണം.

ബോധം - അറിവ്, ഉണർവ്വ്, വികാസം, വിചാരം, നാമം.

ബോധക്കേട് - മോഹാലസ്യം, അറിവില്ലായ്മ.

ബോധനം - ഉണർത്തൽ, ധൂപനം, പടിപ്പിക്കൽ, അറിവ്.

ബോധി - അരയാൽ, ഗൗതമബുദ്ധൻ, കോഴി, പരിപൂർണ്ണജ്ഞാനം.

ബോലം - തക്കോലം, തേൻ, നെയ്യ്, നറുമ്പശ.

ബൗദ്ധൻ - ബുദ്ധമതക്കാരൻ, നിരീശ്വരൻ, മാപ്പിള.

ബ്രധ്നം - ദിവസം, കുതിര, എരിക്ക്, വേര്, അമ്പിന്റെ മുന.

ബ്രഹ്മം - സത്യം, മോക്ഷം, ആഹാരം, ധനം, സ്തോത്രം, ബ്രഹ്മണശക്തി, ഒരു യാഗം, വേദം, തപസ്സ്.

ബ്രഹ്മചാരി - ജ്ഞാനം സമ്പാദിക്കുന്നവൻ, ശിവൻ, വിവാഹം ചെയ്യാത്തവൻ, കാട്ടരയാല്, പൂണൂലിട്ട വേദം, അഭ്യസിക്കുന്നവൻ.

ബ്രഹ്മജ്ഞൻ - വിഷ്ണു, യോഗി, സ്കന്ദൻ.

ബ്രഹ്മണ്യൻ - വിഷ്ണു, ശനി, വേദജ്ഞൻ, സുബ്രഹ്മണ്യൻ.

ബ്രഹ്ദണ്ഡം - ചെറുതേക്ക്, ഒരുതരം യോഗദണ്ഡം, ബ്രാഹ്മണശാപം, ഒരു മാന്ത്രികായുധം.

ബ്രഹ്മൻ - സൂര്യൻ, ഭക്തൻ, ബ്രഹ്മാവ്, ബ്രാഹ്മണൻ, വേദജ്ഞൻ, ശിവൻ, ബൃഹസ്പതി.

ബ്രഹ്മപുത്രി - സന്ധ്യാദേവി, പന്നിക്കിഴങ്ങ്, സരസ്വതീദേവി, സരസ്വതീനദി, ചെറുതേക്ക്.

ബ്രഹ്മവാദി - ബ്രഹ്മചാരി, വേദാന്തി.

ബ്രഹ്മവൃക്ഷം - പ്ലാശ്, അത്തിയാല്, ഉദുംബരം.

ബ്രഹ്മസൂത്രം - പൂണൂൽ, ഒരു വേദാന്തഗ്രന്ഥം.

ബ്രഹ്മാണി - ദുർഗ്ഗ, സരസ്വി, ബ്രാഹ്മീദേവി, അരേണുകം, ഒരുതരം പിച്ചള.

ബ്രഹ്മി - ഒരു ഔഷധച്ചെടി, ചെറുതേക്ക്, വിഷ്ണു, ബ്രഹ്മത്തെ സംബന്ധിച്ചത്.

ബ്രാഹ്മം - അഷ്ടവിവാഹങ്ങളിൽ ഒന്ന്, പെരുവിരൽ മുരട്, രോഹിണി നക്ഷത്രം, രസം, ബ്രഹ്മമുഹൂർത്തം, രാജധർമ്മം, വേദാദ്ധ്യയനം, ബ്രഹ്മാവിന്റെ ഒരു സംവത്സരം.

ബ്രാഹ്മണി - ബ്രാഹ്മണസ്ത്രീ, ചോനകപ്പുല്ല്, പിച്ചള, ബുദ്ധി, അരണ, പല്ലി, ഒരുതരം ഉറുമ്പ്.

ബ്രാഹ്മി - സരസ്വതി, ദുർഗ്ഗ, കഥ, ആചാരം, രോഹിണി നക്ഷത്രം, വാക്ക്, ആട്ടുനാറിവേള, മീനങ്ങാണി, പന്നിക്കിഴങ്ങ്.

ബ്രൂശ - കുഞ്ചം, തൂലിക.

ഭ

ഭക്തം - ഭജിക്കപ്പെടുന്നത്, പൂജ, പങ്ക്, ചോറ്.

ഭക്തി - സ്നേഹത്തോടുകൂടിയ വണക്കം, സേവ, ശ്രദ്ധ, അലങ്കാരം, വേർപാട്, ക്രമം, പങ്കിടൽ.

ഭഗം - സ്ത്രീയുടെ ഗുഹ്യം, പ്രയത്നം, ശ്രേഷ്ഠത, കാമം, സൗന്ദര്യം, ഐശ്വര്യം, ഉത്രം നക്ഷത്രം, എരിക്ക്, വീര്യം.

ഭഗവതി - ദുർഗ്ഗ, ബഹുമാന്യയായവൾ, മസൂരി.

ഭഗിനി - സഹോദരി, ഭാഗ്യവതി, സ്ത്രീ.

ഭജനം - സേവ, പങ്കുവെയ്പ്, കൈവശാനുഭവം.

ഭഞ്ജിക - ഒടിഞ്ഞഭാഗം, ചെറുതേക്ക്.

ഭടൻ - ഭൃത്യൻ, പടയാളി, മ്ലേച്ഛൻ.

ഭട്ടാരകൻ - സൂര്യൻ, രാജാവ്, മുനി, മീമാംസകൻ, ദേവൻ, അഭിവന്ദ്യൻ.

ഭട്ടിനി - വെപ്പാട്ടി, ബ്രാഹ്മണപത്നി, രാജസ്ത്രീ.

ഭണ്ഡനം - യുദ്ധം, കവചം, ദുഷ്ടത.

ഭണ്ഡി - ശില്പം, തിര, മഞ്ചട്ടി, നെന്മേനിവാക.

ഭണ്ഡിലൻ - വീരൻ, ശില്പി, ദൂതൻ.

ഭദ്ര - സുരക്ഷിതമായ, സുഭദ്ര, പശു, നറുനീണ്ടി, അമരി, മംഗളസ്വരൂപിണി.

ഭദ്രം - മംഗളം, ചതുരക്കള്ളി, ദേവതാരം, ശൂന്യം, കാള, ആന, കടമ്പ്, കരിങ്കുമിൽ, മുത്തങ്ങ, മേരുപർവ്വതം, വിസ്താരം, ഉറപ്പ്, നല്ലത്, ഒരിനം കാക്ക, പൊന്ന്.

ഭദ്രകം - ദേവതാരം, ഒരിനം പയറ്, ഒരു വൃത്തം, പെരുമുത്തങ്ങ.

ഭദ്രൻ - ശിവൻ, മംഗലൻ, കാള, കപടശാലി.

ഭന്ദിലം - ഐശ്വര്യം, ചന്ദനം.

ഭയം - പേടി, രോഗം, ആപത്ത്, മുള്ളുചേമന്തിപ്പൂവ്.

ഭയാനകൻ - കടുവ, രാഹു, ഭയങ്കരൻ.

ഭരം - ഭാരം, ചുമതല, ആധിക്യം, അതിശയം.

ഭരടൻ - ഭൃത്യൻ, കുശവൻ.

ഭരതൻ - അഗ്നി, അപരിഷ്കൃതൻ, നെയ്ത്തുകാരൻ, ശ്രീരാമസോദരൻ, നടൻ, പർവ്വതവാസി.

ഭരു - സ്വർണ്ണം, ശിവൻ, വിഷ്ണു, യജമാനൻ, സമുദ്രം, ഭർത്താവ്.

ഭർഗ്ഗം - വഞ്ചന, ഉപായം, ശോഭ.

ഭർത്സന - ശാപം, ശകാരം, ഭീഷണിവാക്ക്, നിന്ദാവാക്ക്.

ഭർമ്മം - പൊക്കിൾ, പൊന്ന്, ശമ്പളം, ഒരുനാണയം.

ഭല്ലം - കരടി, ആൾക്കുരങ്ങ്, മഴുവമ്പ്, ചേരുമരം.

ഭല്ലൂകം - നായ്, കരടി, വലിയ പലകപ്പയ്യാനി.

ഭവം - സുഖം, ഐശ്വര്യം, നോട്ടം, ലോകം, സംസാരം, ഉണ്മ, നിലനില്പ്പ്, ലോകം, ശ്രേഷ്ഠത, പതിനൊന്നാമിടം.

ഭവനം - വീട്, സ്വഭാവം, ജനനം, വയൽ.

ഭവിക - ക്ഷേമം, നന്മ, ഭാഗ്യം, മംഗളം.

ഭവിഷ്യത്ത് - ഫലം, ഭാവി.

ഭവ്യം - ശുഭം, ഫലം, അസ്ഥി, ഉണ്മ, വൈരപ്പുളി, ഭാവി, വിനയം.

ഭസത്ത് - മാംസം, സൂര്യൻ, കാലം, ചങ്ങാടം, പ്ലവം, പുഷ്പം, കുളക്കോഴി.

ഭസ്മകം - വിഴാൽ, വെള്ളി, സ്വർണ്ണം, ദഹനക്കുറവ്.

ഭസ്മതൂലം - മഞ്ഞ്, പൊടിപറക്കൽ, ഗ്രാമസമൂഹം.

ഭസ്മശായി - ശിവൻ, നായ്.

ഭള്ള് - അഹങ്കാരം, അസത്യം, അതിസ്തുതി.

ഭാഗം - വശം, വിധി, ഹരണഫലം, നാലിലൊന്ന്, ഡിഗ്രി, ഓഹരി.

ഭാഗധേയം - ജന്മാന്തര കർമ്മം, ഭാഗ്യം, ഭാഗം, കരം.

ഭാജനം - പാത്രം, ഇരിപ്പിടം, ഹരണക്രിയ, പങ്ക് അനുഭവിക്കൽ.

ഭാജി - ഭൃത്യൻ, കഞ്ഞി.

ഭാടി - കൂലി, വാടക, കുലടയുടെ സമ്പാദ്യം.

ഭാണ്ഡം - മാറാപ്പ്, ആഭരണം, നദീതടം, സഞ്ചി, പെട്ടി, തൊട്ടി, വാദ്യം, വ്യാപാരസാധനം, വൃക്ഷം, കുതിരയുടെ ചമയക്കോപ്പ്.

ഭാണ്ഡകം - ചെറുപാത്രം, ഭാണ്ഡം, വ്യാപാരസാധനം.

ഭാണ്ഡി - കത്തിക്കൂട്, മഞ്ചട്ടി.

ഭാണ്ഡിനി - വട്ടി, പെട്ടി.

ഭാതി - പ്രകാശം, ജ്ഞാനം.

ഭാനം - തോറ്റം, കാഴ്ച, പ്രകാശം.

ഭാനു - സൂര്യൻ, ദിവസം, രാജാവ്, എരിക്ക്, സുന്ദരി, രശ്മി, ശിവൻ.

ഭാരം - ചുമട്, കനം, ചുമതല, കഠിന പ്രയത്നം, ആധിക്യം.

ഭാരതൻ - അഗ്നി, അർജ്ജുനൻ, ഭാരതീയൻ, നടൻ, ഭാരതശാസ്ത്രജ്ഞൻ.

ഭാരതി - സരസ്വതി, ബ്രഹ്മി, കാടപ്പക്ഷി, നാട്യവിദ്യ, ഒരുവൃത്തം, വാക്ക്.

ഭാരവി - ഒരു മഹാകവി, തുളസി.

ഭാർഗ്ഗവം - ആന, ഒരു രാജ്യം, ഒരു ഉപപുരാണം, ഭാർഗ്ഗവൻ, ജമദഗ്നി മഹർഷി, വില്ലാളി, ശിവൻ, ശുക്രൻ, പരശുരാമൻ, മാർക്കണ്ഡേയൻ.

ഭാർഗ്ഗവി - കറുക, ദേവയാനി, മഹാലക്ഷ്മി, ശ്രീപാർവ്വതി.

ഭാലം - ശോഭ, നെറ്റി, ഇരുട്ട്.

ഭാലാങ്കം - അറപ്പുവാൾ, ആമ, ചെങ്കവരിമീൻ.

ഭാവം - നാട്യം, അവസ്ഥ, ഉല്പന്നവസ്തു, രീതി, ഗർഭപാത്രം, താല്പര്യം, സ്വഭാവം, ജ്ഞാനേന്ദ്രിയം, ഭക്തി, ചലനം, ഉണ്മ, നിശ്ചയബുദ്ധി.

ഭാവന - സങ്കല്പം, അന്വേഷണം, സൃഷ്ടി, നിർണ്ണയനം, ധ്യാനം, ബഹുമാനം, ഓർമ്മ, പ്രത്യക്ഷജ്ഞാനം, പൂ കൊണ്ട് അലങ്കരിക്കൽ.

ഭവാടൻ - നടൻ, ഭക്തൻ, വിടൻ.

ഭാമാവസ്ഥ - ശാന്തി, സന്ധി, ഉദയം, ശബളത്വം.

ഭാവി - വരാനുള്ള കാലം, അഴകുള്ള ഭാവം.

ഭാവിതം - രസക്കറി, സുഗന്ധതൈലം, സങ്കല്പിതം, ഗുണനഫലം, പ്രാപിക്കപ്പെട്ടത്.

ഭാവിനി - വേശ്യ, സുന്ദരി.

ഭാവുകം - ശ്രേയസ്സ്, മംഗളം, ശൃംഗാരഭാഷ.

ഭാവുകൻ - സഹൃദയൻ, സഹോദരീഭർത്താവ്.

ഭാഷ - ആകൃതി, ആശയവിനിമയോപാധി, വാക്കിന്റെ അധിഷ്ഠാന ദേവത, ദയാജിപ്പ്, രൂപം, മാതിരി, നിർവ്വചനം.

ഭാഷാന്തരം - തർജ്ജമ, അന്യഭാഷ.

ഭാഷ്യം - ഭാഷണം, വിശദമായ വ്യാഖ്യാനം.

ഭാസം - നായ്, ശോഭ, സങ്കല്പം, പശുത്തൊഴുത്ത്, പൂവൻകോഴി, കഴുകൻ, രശ്മി.

ഭാസൻ - ഒരു കവി, നായ്, കഴുകൻ.

ഭാസന്തം - ചെമന്ന പൂവുള്ള എരിക്ക്, ഒരിനം കഴുകൻ, നക്ഷത്രം.

ഭാസന്തൻ - ചന്ദ്രൻ, സൂര്യൻ.

ഭാസുരം - കൊട്ടം, സ്ഫടികം.

ഭാസ്കരം - എരിക്ക്, സ്വർണ്ണം.

ഭാസ്കരൻ - സൂര്യൻ, വീരൻ, ശിവൻ, അഗ്നി.

ഭാസ്വരം - ദിവസം, ചുവന്ന എരിക്ക്, പകൽ.

ഭാസ്സ് - ശോഭ, മഹത്ത്വം, ധാവള്യം, ആഗ്രഹം, പ്രതിബിംബം.

ഭിക്ഷു - സന്ന്യാസി, യാചകൻ, ശ്രാവണി, വയൽച്ചുള്ളി.

ഭിത്തി - ചുമര്, തുണ്ട്, വിടവ്, പായ്, കുറ്റം, അവസരം, കഷണം.

ഭിത്തിക - ചുവര്, തട്ടി, ഗൗളി, കോളൻ എന്ന ചിഹ്നം.

ഭിദ - കൊത്തമല്ലി, വ്യത്യാസം, പിളർപ്പ്.

ഭിദകം - വജ്രം, ഇടിവാൾ, ഇന്ദ്രന്റെ വജ്രായുധം, വാൾ.

ഭിദുരം - ഇത്തിയാൽ, വജ്രം, വജ്രായുധം.

ഭിന്ദിപാലം - കവണ, ഏറുകുന്തം, വെടിയുണ്ട, ഈട്ടി, ചാട്ടുളി.

ഭിന്നം - അംശം, കഷണം, പൂവ്, കള്ള്, ഭിന്നസംഖ്യ, രത്നങ്ങളിലുള്ള കേട്, പരാജയം, ഹർജി.

ഭിഷക്ക് - വൈദ്യൻ, വിഷ്ണു, ആടലോടകം, മരുന്ന്, ബുദ്ധൻ.

ഭിഷ്ജ്യം - ചികിത്സ, പരിഹാരം.

ഭീതി - ഭയം, വിറയൽ, ആപത്ത്.

ഭീമ - ഭയങ്കരമായ, വലിപ്പമേറിയ, ഗോരോചന, ദുർഗ്ഗ, ചാട്ട, ഒരു നദി.

ഭീമൻ - തടിയൻ, ഭീമസേനൻ, ഭയങ്കരൻ, ശിവൻ, പരമാത്മാവ്, ദമയന്തിയുടെ പിതാവ്.

ഭീരു - ഭയമുള്ളവൻ, വ്ളാങ്ക്, വെള്ളി, ആട്ടിൻപെട, പഴുതാര, ശതാവരി, നിഴൽ, പുലി, കടുവ, കുറുക്കൻ, കണ്ടകാരിച്ചുണ്ട.

ഭീരുകം - കടുവ, പുലി, കാട്, മൂങ്ങ, മരക്കൂട്ടം, നീലക്കരിമ്പ്, കുറുക്കൻ, കരടി, വെള്ളി.

ഭീഷ്മൻ - ഭീഷ്മർ, ശിവൻ, പിശാച്, ഭയങ്കരൻ, ശിവൻ, രാക്ഷസൻ.

ഭുക്തി - ഭക്ഷണം, അതിര്, കൈവശാൻ, ഭവം, അപഹാരം.

ഭുജം - കൈ, തീരം, മരക്കൊമ്പ്, ത്രികോണത്തിന്റെയും ചതുരത്തിന്റെയും മറ്റും വശം, തുമ്പിക്കൈ, മരക്കൊമ്പ്, വളവ്, ഭൂർജ്ജം.

ഭുജംഗമം - ആയില്യം, കാരീയം, ഭുജഗം.

ഭുജംഗാഹാവ് - ഗരുഡൻ, കീരി, മയിൽ.

ഭുജിഷ്യ - ദാസി, വേശ്യ, തോഴി.

ഭുജ്യം - ആഹാരം, അഗ്നി, യാഗം, പാത്രം.

ഭുവനം - ലോകം, വെള്ളം, വാസസ്ഥാനം, ജീവി, സ്വർഗ്ഗം, പതിനാലെന്ന അക്കം.

ഭൂകം - ഗുഹ, ഇരുട്ട്, കാലം, വസന്തം, ദ്വാരം.

ഭൂക്ഷിത്ത് - രാജാവ്, പന്നി.

ഭൂകേശം - കരിംപായൽ, പേരാൽ, അരയാൽ.

ഭൂച്ഛായ - രാഹു, ഭൂമിയുടെ നിഴൽ, ഇരുട്ട്.

ഭൂജന്തു - ആന, മണ്ണെര, പിശാച്, സംഭവിച്ചു കഴിഞ്ഞത്, ദേവത, ബാധ, ജനം, ലോകം, കൃഷ്ണപക്ഷം, ജന്തു, വസ്തു, സത്യം.

ഭൂതകം - ചന്ദനത്തടി, കർപ്പൂരം.

ഭൂതകേശി - വെളുത്ത തുളസി, മാഞ്ചടി, നറുമാഞ്ചി, കരിനൊച്ചി, വെളുത്തനൊച്ചി.

ഭൂതാഘ്നം - ഒട്ടകം, വെളുത്തുള്ളി, ഭൂർജ്ജമരം.

ഭൂതൻ - പുത്രൻ, ഭക്തൻ, ശിവൻ.

ഭൂതനാശനം - രുദ്രാക്ഷം, കടുക്, കുരുമുളക്, ചേരുമരം, പെരുങ്കായം.

ഭൂതപതി - തുളസി, ശിവൻ, അഗ്നി.

ഭൂതവൃക്ഷം - താന്നിമരം, നറുവരി, പലകപ്പയ്യാനി.

ഭൂതാത്മാവ് - ശരീരം, ജീവാത്മാവ്, ബ്രഹ്മാവ്, ശിവൻ, യുദ്ധം, പഞ്ചഭൂതം, വിഷ്ണു.

ഭൂതി - ഐശ്വര്യം, ഭസ്മം, ധനം, ഭാഗ്യം, ഭംഗി, നാളുകപ്പുല്ല്, വിഷ്ണു, പൊരിച്ചമാംസം, കൊതി, വൃദ്ധി, വൈശ്യൻ.

ഭൂതികം - നിലവേപ്പ്, ചന്ദനം, കർപ്പൂരം, നാന്മുകപ്പുല്ല്, പൂതണക്കപ്പുല്ല്, കുറാശാണി.

ഭൂധരം - 7 എന്ന സംഖ്യ, പർവ്വതം.

ഭൂഭൃത്ത് - രാജാവ്, ആദിശേഷൻ, പർവ്വതം, വിഷ്ണു, ആദികൂർമ്മം.

ഭൂമി - പഞ്ചഭൂതങ്ങളിലൊന്ന്, ഭൂലോകം, മണ്ണ്, ദേശം, ഇരിപ്പിടം, പാത്രം, നാവ്, വിഷയം.

ഭൂമിക - നാട്യാലങ്കാരം, ഭൂമി, പ്രദേശം, മുഖവുര, പീഠിക, പശ്ചാത്തലം, എഴുത്തുപലക.

ഭൂമിജൻ - ഭൂപുത്രൻ, കുജൻ, നരകാസുരൻ, മനുഷ്യൻ.

ഭൂമിസ്പൃക്ക് - വൈശ്യൻ, മനുഷ്യൻ, കള്ളൻ, അന്ധൻ, മുടന്തൻ.

ഭൂരി - പെരുകിയ, ഇന്ദ്രൻ, പൊന്ന്, ബ്രാഹ്മണൻ, വിഷ്ണു, ബ്രഹ്മാവ്, ശിവൻ.

ഭൂരുണ്ഡി - വേനൽപ്പച്ച, വേലിപ്പരുത്തി.

ഭൂവാസി - മനുഷ്യൻ, അമ്പലവാസി.

ഭൂശയം - മുയൽ, പാമ്പ്, ഉടുമ്പ്, ഭൂമിയിൽ കിടക്കുന്നത്.

ഭൂഷ - അലങ്കാരം, രത്നം, ആഭരണം.

ഭൃംഗം - വണ്ട്, ഇലങ്ങം, വിടൻ, ധൂർത്തൻ, കയ്യോന്നി, വേട്ടാവളിയൻ, കടന്നൽ, പൊൻകിണ്ടി, അഭ്രകം, കുടുമച്ചാത്തൻ.

ഭൃംഗാരം - സ്വർണ്ണപ്പാത്രം, പൊൻപിടിമൊന്ത, കയ്യോന്നി, ഇലവങ്ങപ്പൂവ്.

ഭൃംഗാഹ്വം - ജീരകം, കയ്യോന്നി.

ഭൃംഗി - പെൺവണ്ട്, പേരാൽ, അതിവിടയം, ശിവന്റെ ഒരു പാർഷദൻ.

ഭൃഗു - പരശുരാമൻ, ശ്രീകൃഷ്ണൻ, ശുക്രൻ, ജമദഗ്നി, മലഞ്ചെരിവ്, പീഠഭൂമി, ശിവൻ.

ഭൃതി - ഭരണം, വാടക, ശമ്പളം, കൂലി, ആഹാരം, രക്ഷണം, അടിമത്തം, മുതൽ.

ഭേകം - തവള, മേഘം, മുത്തങ്ങ, കുറിയാട്.

ഭേഡം - ചങ്ങാടം, മുട്ടാട്.

ഭേദം - വ്യത്യാസം, വിഭജനം, അകല്ച്ച, കുറവ്, ഉത്തമം, വർഗ്ഗം, ഭേദോപായം (ചതുരുപായങ്ങളിലൊന്ന്).

ഭേദി - മലശോധന, ഞെരിഞ്ഞാമ്പുളി.

ഭേദ്യം - രോഗം, നാമം, ദണ്ഡപ്രയോഗം, ഭേദ്യരാഗം.

ഭേരുണ്ഡം - ഗർഭധാരണം, ഭയങ്കരം, ഒരു പക്ഷി.

ഭേഷജം - ഔഷധം, പരിഹാരം, ജലം, ചതി, പിശാചുബാധ.

ഭൈരവി - ഭദ്രകാളി, ഭയങ്കരി, ഒരു രാഗം.

ഭൈഷജം - ഔഷധം, കാടപ്പക്ഷി.

ഭോക്താവ് - ഭർത്താവ്, ഭുജിക്കുന്നവൻ, കൈവശക്കാരൻ, വിഷ്ണു, രാജാവ്, കാമുകൻ.

ഭോഗം - സംഭോഗം, സന്തോഷം, കൂലി, പാമ്പിന്റെ പത്തി, പാമ്പ്, ശരീരം, കൈവശാവകാശം, സദ്യവട്ടം, സമ്പത്ത്.

ഭോഗപാലൻ - മണവാളൻ, കുതിരക്കാരൻ, യുവാവ്.

ഭോഗലാഭം - ക്ഷേമം, പലി.

ഭോഗവത്ത് - പാമ്പ്, പർവ്വതം, നൃത്തഗാനാഭിനയങ്ങൾ.

ഭോഗി - സർപ്പം, രാജാവ്, വിഷയാസക്തൻ, സുഖി, ഗ്രാമത്തലവൻ, ക്ഷുരകൻ, നാഗതാളി, ആയില്യം നക്ഷത്രം.

ഭോജനം - ധനം, ഭക്ഷണം, അനുഭവം.

ഭോജ്യം - ഭക്ഷണ സാധനം, ലാഭം, കലവറ, അനുഭോഗം.

ഭൗതികം - മുത്ത്, ചേരുമരം, നീണ്ടകാഹളം.

ഭൗമം - ജലം, ഉവരുപ്പ്, ആകാശം, പ്രകാശം.

ഭംഗം - തടസ്സം, തോല്വി, കേട്, തടവ്, വളവ്, ദ്വാരം, ചുളുക്കൽ, കഞ്ചാവുചെടി, വക്രോക്തി, ഓളം, വിള്ളൽ, നിരാശ, ഭയം, നാശം, ചതി, പരമ്പര.

ഭംഗി - അഴക്, മോടി, വിനയം, വളവ്, ഉടവ്, പരമ്പര, തിരമാല, വിഭാഗം, മുഖസ്തുതി, ക്രമം.

ഭംഗുര - ആറിന്റെ തിരിവ്, ഞാഴൽ, ചണവിത്ത്, ചതിയനായ.

ഭ്രംശം - വീഴ്ച, അധഃപതനം, അഭാവം, ഓട്ടം.

ഭ്രമം - ചുറ്റൽ, കറക്കം, തെറ്റിദ്ധാരണ, ബോധക്കേട്, ഉറവ, നീർച്ചുഴി, ചാണക്കല്ല്, കുശവന്റെ ചക്രം, വിസ്മയം, തിരികല്ല്, കുഴപ്പം.

ഭ്രമണം - യാത്ര, പ്രദക്ഷിണം, തലചുറ്റൽ, ചലനം.

ഭ്രമരം - വണ്ട്, തേനീച്ച, അരക്ക്, കുശവച്ചക്രം, വെളുത്ത ഒരുതരം തേൻ, ഒരു ഹസ്തമുദ്ര.

ഭ്രമരകം - നെറ്റിയിലെ കുറുനിര, പമ്പരം, ജലം, നീർച്ചുഴി, വണ്ട്, കുശവന്റെ ചക്രം, തേനീച്ച, കളിപ്പന്ത്, കാവിമണ്ണ്.

ഭ്രാതൃവ്യൻ - ശത്രു, സഹോദരന്റെ പുത്രൻ.

ഭ്രാന്തം - ഉമ്മത്ത്, ഭ്രമണം.

ഭ്രാന്തൻ - ഭോഷൻ, മദഗജം, ഭ്രമിച്ചവൻ.

ഭ്രാമം - തെറ്റ്, ഭ്രമണം, മിഥ്യാഭ്രമം.

ഭ്രാമരം - ഒരു തരം തേൻ, ചുഴലി, ഒരുഗ്രാമം, ഒരു രതിബന്ധം, ഒരിനം കളി.

ഭ്രാഷ്ടം - പ്രകാശം, വറകലം.

ഭ്രേഷം - വീഴ്ച, ചേതം, നടക്കൽ.

മ

മകരന്ദം - പൂന്തേൻ, തേനീച്ച, കുയിൽ, താമരയല്ലി, കുരുക്കുത്തി മുല്ല, ഒരുതരം മാവ്.

മകരം - ഒരിനം വലിയ മത്സ്യം, തിമിംഗലം, മുതല, ആറാമത്തെ മലയാളമാസം, കാമദേവന്റെ കൊടിയടയാളം, വരുണന്റെ വാഹനം, ഇലഞ്ഞി, താന്നിമരം, ഒരു പർവ്വതം.

മകരാലയം - 4 എന്ന സംഖ്യ, സമുദ്രം.

മകരി - സമുദ്രം, പാമ്പിന്റെ രണ്ടാമത്തെവിഷപ്പല്ല്, ഒരു രാക്ഷസി, പെൺമുതല, ഒരു ശിരോലങ്കാരം.

മകുടം - ശിരോഭൂഷണം, മുകൾ ഭാഗം, പ്രധാനസ്ഥാനം നല്കുക.

മകുരം - മൊട്ട്, ഒരിനം മുല്ല, മുകുരം, കുലാലചക്രം, കറക്കാനുപയോഗിക്കുന്ന വടി.

മകൂലകം - മൊട്ട്, ഇലഞ്ഞി, ചെറിയ നാഗദന്തി.

മക്ക് - ആശാരിമാർ ഉപയോഗിക്കുന്ന ഒരു തരം പശ, പതിര്, ഭോഷൻ, മാന്ദ്യം.

മഘം - സപ്ത ദ്വീപുകളിൽ ഒന്ന്, മകം നക്ഷത്രം, ഭാഗ്യം, സൗഖ്യം, ദാനം, ഒരു അങ്ങാടി മരുന്ന്.

മഘവാവ് - ഊമൻ, ഇന്ദ്രൻ, വ്യാസൻ.

മങ്കലം - വിവാഹം, മംഗലം, മൺകലം.

മങ്കിതം - ചോര, ചലം, മങ്ങൽ.

മങ്കുൽ - രാത്രി, മേഘം, ആകാശം.

മചകം - മയക്കം, മങ്ങൽ.

മചക് - കറുപ്പ്, ഇരുൾ, വണ്ടിമഷി, മയക്കം, കടലിൽ ദിക്കറിയാതെ വരുന്ന ഇടം.

മച്ചം - സ്വർണ്ണത്തിന്റെ മാറ്ററിയാനായി അതിൽ നിന്നെടുത്ത ഒരു ഭാഗം, മറുക്, മുന, മാതൃക, മത്സ്യം.

മച്ച് - പലകപാകിയ മേൽത്തട്ട്, അറമേൽനില, അഹംഭാവം, അഴുക്ക്.

മജ്ജാജം - ഭൂമിജ, ഗ്ഗുലുലു, ശുക്ലം.

മഞ്ചം - മെത്ത, കട്ടിൽ, തട്ട്, പ്രസംഗപീഠം, ഏറുമാടം, മേട.

മഞ്ചിക - കസേര, വലിയ കുട്ട, മരത്തൊട്ടി, ധാന്യം സൂക്ഷിക്കുന്ന അറ.

മഞ്ച് - മഞ്ഞ്, മേഘം, അഴക്, ഇളമ, രത്നം, കട്ടിൽ, ആനയുടെ മൂക്ക്.

മഞ്ജ - നുര, വള്ളി, പൂങ്കുല, പെണ്ണാട്.

മഞ്ജരി - പൂങ്കുല, വള്ളി, ഒരു ഭാഷാവൃത്തം, തളിര്, മുത്ത്, മയിലെള്ള്, നിര, തുളസി.

മഞ്ജിമ - സ്നേഹം, അഴക്.

മഞ്ജുനാശി - ദുർഗ്ഗ, സുന്ദരി, ശചി.

മഞ്ജുളം - നീർക്കാക്ക, വള്ളിക്കുടിൽ, കരിമ്പായൽ, കിണർ.

മഞ്ജുഷ - പൂക്കുട, മഞ്ചട്ടി, കല്ല്, വലിയ കുട്ട, ആഭരണപ്പെട്ടി.

മട - ഓവ്, ചിറ, വരമ്പ്, ദ്വാരം, മാളം, വിടവ്, വെള്ളച്ചാൽ, പുലിമട, ചോറ്, പൊള്ളയായ.

മടക്കം - തോല്വി, വളവ്, പിൻവാങ്ങൽ, തിരിച്ചുവരവ്.

മടങ്ങ് - തവണ, മടക്ക്, ഗുണം, സമയം, രോഗം, ഉഴവ്.

മടം - അഴക്, ഊട്ടുപുര.

മടമ്പ് - മാട്, കുതികാൽ, മൂച്ചിയില്ലായ്മ.

മടവ - യുവതി, കടമ്പുവൃക്ഷം, ഒരിനം മത്സ്യം.

മടി - അലസത, ലജ്ജ, ഉത്സംഗം, സംശയം, മുണ്ടുടുക്കുമ്പോൾ ഇളിയിൽനിന്ന് വെളിയിലേക്കിടുന്ന കോന്തല, മടക്ക്, അകിട്.

മടു - മാധുര്യം, പൂന്തേൻ, ഇച്ഛാഭംഗം, നീർമട, കുളം.

മട്ട - മുട്ടാളൻ, ഓലമടൽ, വളവില്ലാത്ത ശാഖ, ഒരുതരം അളവ്, ഒരിനം പാമ്പ്, ബുദ്ധിയില്ലായ്മ.

മട്ടം - അതിര്, അളവുകോൽ, നിരപ്പ്, ആനക്കുട്ടി, വാഴക്കന്ന്, നിശ്ചയം, കരിമ്പിൻ തൈ, സ്വർണ്ണത്തിന്റെ മാറ്റ്.

മട്ടി - മട്ട്, ഭോഷൻ, ദേവകദളി വാഴ, ഭംഗിയില്ലായ്മ, വശക്കേട്.

മട്ട് - അതിര്, അളവ്, തേൻ, കള്ള്, മണ്ടി, ക്രമം, നടപ്പ്, പ്രകൃതി.

മഠം - ആശ്രമം, ബ്രാഹ്മണഭവനം, ക്ഷേത്രം, കാളവണ്ടി, അറ, കന്യാസ്ത്രീമഠം.

മഠി - ആശ്രമം, മുറി.

മണം - വിവാഹം, ഗന്ധം, സുഗന്ധം, ദുർഗ്ഗന്ധം, മേന്മ, പ്രസിദ്ധി.

മണി - രത്നം, അഴക്, ആഭരണം, കൃസരി, കിലുങ്ങാനുള്ള ഉപകരണം, നാഴികമണി, വൃഷണം, കുടം, സ്ഫടികം, ശബ്ദം, കൈയുടെ കുഴ.

മണിക്കാരൻ - രത്നപ്പണിക്കാരൻ, പാർവ്വത്യകാർ, മണിയടിക്കുന്നവൻ.

മണിത്തരി - വൃഷണം, മുഷ്കം.

മണിബന്ധം - വിരൽമുട്ട്, ഗണനയന്ത്രം, മണിക്കെട്ട്, രത്നങ്ങൾ ബന്ധിക്കൽ.

മണിമാല - രത്നമാല, ഒരു വൃത്തം, സൗന്ദര്യം, പ്രകാശം.

മണീചം - ചന്ദ്രകാന്തം, പൊന്മാൻ, രത്നം, പൂവ്, കൈ, മുത്ത്.

മണ്ട - ശിരോഭാഗം, ഉടച്ചധാന്യം, കുഴച്ച, തല, അഗ്രഭാഗം, മൺപാത്രം, ഭിക്ഷാപാത്രം, തലയോട്.

മണ്ഡ - നെല്ലി, മദ്യം.

മണ്ഡം - തൈർവെള്ളം, തവള, അലങ്കാരം, കൊഴുപ്പ്, തെളിരസം, പുളിപ്പ്, മദ്യം, നുര, വെളുത്താവണക്ക്.

മണ്ഡകം - അന്നജം, റൊട്ടി, മണ്ഡകപ്പക്ഷി.

മണ്ഡയന്തം - ആഭരണം, അലങ്കാരം, ആഹാരം, വനിതാസംഘം.

മണ്ഡലം - നാല്പത്തൊന്നു ദിവസക്കാലം, നിലഭേദം, വൃത്തം, തവള, നായ, ശർക്കരയുണ്ട, ക്ഷിതിജം, വണ്ടി, പരിവേഷം, സംസ്ഥാനം, കൂട്ടം, പലഹാരം.

മണ്ഡലി - വൃത്താകാരമായ, പെരുമ്പാമ്പ്, ഭൂമി, വൃത്തം, കറുക, സൂര്യൻ, പൂച്ച, നായ, മരപ്പട്ടി, കൂട്ടം, പേരാൽ.

മണ്ഡൂകപർണ്ണി - മഞ്ചട്ടി, തൊഴുകണ്ണി, കുടകൻ, കൊഴുപ്പ.

മണ്ഡൂകി - പെൺതവള, ബ്രാഹ്മി, മുന്തിരി, കുലട, തൊഴുകണ്ണി, മഞ്ചട്ടി.

മണ്ണൻ - ദുർബുദ്ധി, പടുവാഴ, ചെറിയ മുതല, അഞ്ചാംപനി.

മണ്ണാൻ - വണ്ണാൻ, ചിലന്തി.

മതം - ഇഷ്ടം, സമ്മതം, അറിവ്, വിശ്വാസം, നിരപ്പാക്കൽ, സിദ്ധാന്തം, ധർമ്മം.

മതംഗം - മേഘം, ആന, ഒരു പർവ്വതം.

മതി - ബുദ്ധി, തൃപ്തി, ചന്ദ്രൻ, മാസം, ആദരം, ഉപദേശം, വിലമതിപ്പ്, ഭാവം, ഇച്ഛ.

മതിദ - ശിഗുഡി, ചെറുപുന്ന.

മതിഭ്രമം - പ്രമാദം, ഭ്രാന്ത്, തെറ്റിദ്ധാരണ.

മതിയം - നട്ടുച്ച, മാസം, ചന്ദ്രൻ, കണിശം, ചുഴിക്കുറ്റി, നടുവ്.

മൽകുണം - മോഴ, പോത്ത്, കാൽച്ചട്ട, മുട്ട, തെങ്ങ്.

മത്തം - കുയിൽ, പോത്ത്, ഉമ്മത്ത്.

മത്തഗാമിനി - വേശ്യ, സുന്ദരി.

മത്തത - സന്തോഷം, ലഹരി, മയക്കം.

മത്തൻ - ഭ്രാന്തൻ, മദിച്ചവൻ, മദിച്ച ആന, പോത്ത്, മത്തങ്ങ.

മത്തവാരണം - മദയാന, കൂടാരം, ചുറ്റുമതിൽ, മേൽമാളിക, നിര്യൂഹം.

മത്ത് - ലഹരി, കടകോൽ, ഉമ്മത്ത്, കുമ്മായം കൂട്ടുന്നതിനുള്ള ഇടിക്കടി.

മത്സരം - അസൂയ, വിരോധം, അത്യാഗ്രഹം, അഹങ്കാരം, കലഹം, കോപം, സോമരസം, കൊതുക്, ജയിച്ചു മേന്മ നേടാനുള്ള ഉദ്യമം.

മത്സ്യം - മീൻ, വിഷ്ണുവിന്റെ ഒന്നാമത്തെ അവതാരം, ഒരു രാശി.

മത്സ്യഗന്ധ - നീർത്തിപ്പലി, മീനങ്ങാണി, സത്യവതി, മീൻകണ്ണിക്കറുക.

മത്സ്യജാലം - മീൻവല, മീൻകൂട്ടം.

മത്സ്യണ്ഡിക - പഞ്ചസാര, മീൻകണ്ണിക്കറുക, കല്ക്കണ്ടം.

മത്സ്യവേധനം - നീർക്കാക്ക, ചൂണ്ടൽ.

മത്സ്യാക്ഷി - ബ്രഹ്മി, മീൻകണ്ണി, മണിത്തക്കാളി, നീർത്തിപ്പലി, സോമവള്ളി.

മഥനം - കലക്കൽ, മുഞ്ഞ, പഞ്ഞി, അരപ്പ്, വധം, അരണി.

മഥി - വായു, കടകോൽ, ഇടിവാൾ, ശിശ്നം.

മദം - ഭ്രാന്ത്, ലഹരി, അഹങ്കാരം, മദജലം, അത്യാഹ്ളാദം, കസ്തൂരി, യൗവ്വനം, കാമാധിക്യം, ശുക്ലം, കോപം.

മദഗന്ധ - മദ്യം, ഏഴിലംപാല, അഗശി.

മദനം - വസന്തം, കാമപീഡ, തേനീച്ച, ഉമ്മത്ത്, വണ്ട്, മെഴുക്, ഇലഞ്ഞി, കരിങ്ങാലി, കാക്ക, മക്കിപ്പൂവ്, ചരളം, മലങ്കാര, അഴിഞ്ഞിൽ.

മദനശലാക - വാജീകരണൗഷധം, പഞ്ചവർണ്ണക്കിളി, കുയിൽപ്പേട.
മദനി - കസ്തൂരി, അതിമുക്തം, മദ്യം, താതിരി, വെരു, അരേണുകം.
മദരാഗൻ - കുടിയൻ, കാമദേവൻ, പൂവൻ കോഴി.
മദാഢ്യം - മാവ്, കരിമ്പന, കടമ്പ്.
മദാരം - ഉമ്മത്ത്, പന്നി, ഒരു സുഗന്ധദ്രവ്യം, മദയാന.
മദിര - ദുർഗ്ഗ, മദ്യം, ഒരു വൃത്തം, വരുണന്റെ പത്നി.
മദോൽക്കടം - മാടപ്രാവ്, മദയാന.
മദ്ഗു - നീർക്കാക്ക, യുദ്ധക്കപ്പൽ, മരപ്പട്ടി, ജാതിഭ്രഷ്ടൻ, ഒരിനം സർപ്പം.
മദ്ധ്യം - നടുവ്, ഇട, അരക്കെട്ട്, ഉൾഭാഗം, ഇടത്തരം, ഇടസമയം, താളങ്ങളിൽ ഒന്ന്, വിരാമം.
മദ്ബഹ - പൂജാമണ്ഡപം, ബലിപീഠം, മദ്യഗന്ധം.
മദ്രം - സന്തോഷം, മംഗളം, ഒരു രാജ്യം.
മധു - തേൻ, പാൽ, മദ്യം, ശർക്കര, വെള്ളം, അശോകം, അടപതിയൻ, ഇരട്ടിമധുരം, വസന്തം, മധുമാസം, ഒരസുരൻ.
മധുകം - ഇരട്ടിമധുരം, ഒരുപക്ഷി, ഇരിപ്പ്, തകരം, വെളുത്തീയം.
മധുകരം - വണ്ട്, തേനീച്ച, മധുരനാരങ്ങ, കയ്യോന്നി, തിരുനാമപ്പാല.
മധുകരൻ - വിടൻ, വണ്ടത്താൻ.
മധുജ - ഭൂമി, കൽക്കണ്ടം, തേൻ ചേർത്തുണ്ടാക്കുന്നത്.
മധുദ്രം - വണ്ട്, തേനീച്ച, കരിമ്പ്, ചെമ്മുരിങ്ങ, ഇരിപ്പവൃക്ഷം.
മധുപർണ്ണി - പന്നിക്കിഴങ്ങ്, മധുരമാതളം, അമരി, കുമിഴ്, കിണികിണിപ്പാല, ചിറ്റമൃത്.
മധുപുഷ്പം - നാഗദന്തി, അശോകം, ഇലഞ്ഞി, നീരിരിപ്പ്, ഗിരീഷം.
മധുയഷ്ടിക - ഇരട്ടിമധുരം, കരിമ്പ്.
മധുരം - ഇനിപ്പ്, മനോഹം, തണ്ടൻചീര, നീരിരിപ്പ്, വെളുത്തീയം, മധുരനാരകം, തുടരി, പ്ലാവ്, അരി, ജീരകം, വിഷം, മധുരപാനീയം.
മധുരസ - വീഞ്ഞ്, പെരുങ്കുരുമ്പ, കുമിഴ്, മുന്തിരിങ്ങാപ്പഴം, കിണികിണിപ്പാല, ശതകുപ്പ.
മധുരാമ്ലകം - അമ്പഴം, നാരകം.
മധൂക - ഇരിപ്പപ്പൂ, വണ്ട്, ഇരട്ടിമധുരം.
മധൂളി - മാവ്, തേൻ, മധുരമാതളനാരകം, ഇരട്ടിമധുരം, വലിയ മുന്തിരി.
മന - നമ്പൂതിരിഭവനം, ഭാര്യ, ഇല്ലം, മറക്കുട.
മന - മനയോല, മാഞ്ചി, മനസ്സ്.
മനനം - ഓർമ്മ, ധ്യാനം, ധാരണ, വിചാരം, ബുദ്ധി.
മനവ് - ശംഖം, മണി.
മനസ്വി - ശരഭം, ധീരചിത്തൻ, ബുദ്ധിമാൻ, നിർമ്മലമനസ്കൻ.
മനസ്വിനി - ദുർഗ്ഗ, സതി, കുരുട്ടുപാവൽ, പ്രൗഢ, ചന്ദ്രമാതാവ്.
മനസ്സ് - ഹൃദയം, അറിവ്, പ്രാണൻ, ബുദ്ധി, സങ്കല്പം, ആഗ്രഹം, ഇഷ്ടം, അഭിപ്രായം.
മനിച്ചം -വേലക്കാരൻ, അടിമ, പ്രാതിനിദ്ധ്യം, ആൾപ്പേർ.
മനീഷ - ആശയം, ഇച്ഛ, ബുദ്ധി.
മനോജ്ഞ - സുന്ദരി, ചടച്ചി, കരിഞ്ചീരകം, കാട്ടുപാവൽ, കറുത്തകടഭി, മനയോല, രാജപുത്രി, മദ്യം, പിച്ചകം.

മനോരമ - സുന്ദരീ, സ്ത്രീ, ഒരു വൃത്തം, ഹിമവാന്റെ പത്നി.

മന്തവ്യം - വിചാരം, മതം.

മന്ത്രം - രഹസ്യം, ഉപദേശം, രാജ്യതന്ത്രം, കാര്യാലോചന, ഗൂഢമായ ഉപായം, വേദം, അത്ഭുതഫലപ്രദമെന്നു വിശ്വസിക്കപ്പെടുന്ന ശബ്ദസമൂഹം.

മന്ത്രജ്ഞൻ - ബ്രാഹ്മണൻ, മന്ത്രി, പുരോഹിതൻ, ഗൂഢപുരുഷൻ, മന്ത്രം പഠിച്ചവൻ.

മന്ഥം - കൊല, കടച്ചിൽ, മത്ത്, കണ്ണിലെ പീള, സൂര്യരശ്മി.

മന്ഥരം - തലമുടി, കോപം, നിധി, മന്ഥര പർവ്വതം, കോട്ട, തടസ്സം, മാൻ, ഒച്ച്, വൈശാഖമാസം, കായ്, കടകോൽ, പുതുവെണ്ണ.

മന്ഥാനം - വൻകൊന്ന, കടകോൽ.

മന്ദം - പതുക്കെ, ലോകനാശം, ഉത്സാഹമില്ലാത്ത ആന.

മന്ദഗതി - മന്ദബുദ്ധി, പതിഞ്ഞ നടപ്പ്.

മന്ദടം - മുരിക്ക്, മന്ദാരവൃക്ഷം.

മന്ദത - ക്ഷീണം, മാന്ദ്യം, കുറവ്, മൂഢത.

മന്ദൻ - യമൻ, മടിയൻ, ശനി, മൂഢൻ, ഉത്സാഹമില്ലാത്ത ആന.

മന്ദരം - കണ്ണാടി, മന്ദാരവൃക്ഷം, മുത്തുമാല, മുരിക്ക്, സ്വർഗ്ഗം, മന്ദാര പർവ്വതം.

മന്ദസാനൻ - ജീവൻ, അഗ്നി.

മന്ദാകം - സ്തുതി, ഒഴുക്ക്.

മന്ദാക്രാന്ത - ഒരുവൃത്തം, പതുക്കെ കരയുന്നവൾ, പതുക്കെ മുന്നോട്ടു വരുന്നവൾ.

മന്ദാരം - മുരിക്ക്, ഇരുളടഞ്ഞ അവസ്ഥ, എരിക്ക്, കല്പവൃക്ഷങ്ങളിലൊന്ന്.

മന്ദിരം - ഭവനം, നഗരം, പാളയം, ദേവാലയം, സമുദ്രം, കാൽമുട്ടിലെ കുഴി.

മന്ദുര - മെത്ത, കുതിരപ്പന്തി, ലായം.

മന്ദ്രം - മേഘനാദം, പെരുമ്പറശബ്ദം, താണസ്വരം, ഒരു വിശേഷജാതി, ആന, മുറുമുറുപ്പ്.

മന്നം - തുറന്നസ്ഥലം, ചാരായക്കട, തൂവലുകളുടെ ഭാഗം.

മന്നത്തം - വഞ്ചന, മോഷണം, ഉപായം, മന്നന്റെ ഭാവം, മൂഢത, ദുശ്ശീലം, പരിഹാരം.

മന്നൽ - വിവാഹം, ചന്ത, വാസന, നെടുത്തെരുവ്.

മന്ന് - ഭൂമി, ഒരു തൂക്കം, സഭാതലം, കാളീക്ഷേത്രം, വിധിപ്രഖ്യാപിക്കുന്ന സ്ഥലം.

മന്മഥം - വിളാർമരം, കാമം, മാവ്.

മന്യ - ജ്ഞാനം, പിടലി, പിൻകഴുത്തിലെ ഞരമ്പ്.

മന്യു - ക്ലേശം, കോപം, യാഗം, അഹങ്കാരം, അഗ്നി, ശിവൻ, അനർത്ഥം.

മയം - പതം വന്നത്, ലാഭം, അഴക്, ഒട്ടകം, സമൃദ്ധി, കോവർകഴുത, ആന, കുതിര.

മയക്കം - അല്പനിദ്ര, ബോധക്ഷയം, ലഹരിമൂലം, ഉണ്ടാകുന്ന ബോധക്കേട്, തളർച്ച, സന്ധ്യ, വഞ്ചന, വശീകരണം.

മയടം - പർണ്ണകാല, പുൽക്കട്ടിൽ.

മയൻ - അസുരന്മാരുടെ ശില്പി, കുതിര, മഠയൻ.

മയൽ - പിശാച്, മയക്കം, മയ്യൽ.

മയിമ്പ് - മയങ്ങുന്ന സമയം, പങ്കായം.

മയില - മീനമാസം, ഒരു വൃക്ഷം, കറുപ്പും വെളുപ്പും കലർന്ന നിറം, ഇരുവാച്ചി, അഴുക്ക്, മീനമാസം.

മയൂഖം - രശ്മി, ശോഭ, ജ്വാല, പ്രകാശം, കിരണം, നാഴികവട്ട യുടെ സൂചി.

മയൂരം - മയിൽ, വലിയ കടലാടി, കോഴിപ്പൂവ്, തുത്ഥാഞ്ജനം.

മയൂരി - പല്ലി, ഉടുമ്പ്, മയിൽപേട, ചെഞ്ചീര.

മയ്യൽ - വേദന, ദുഃഖം, ഇരുട്ട്, സന്ധ്യ മയക്കം, ക്ഷീണം, മോഹം, കേട്, വശീകരണം, കറുപ്പ്, മഷി.

മരക്കാൽ - വൃക്ഷം, ഉപ്പളം, മര ത്തൂൺ, ചോതി നക്ഷത്രം, ഒരള വ്, മുടന്തന്റെ വടി.

മരാളം - അരയന്നം, വിളക്കുമഷി, മേഘം, വണ്ട്, ആന, കുതിര, കുള ക്കോഴി, മാതളത്തോപ്പ്.

മരീചി - കാനൽ ജലം, സൂര്യൻ, പ്രകാശകണം, ശോഭ, രശ്മി, ശ്രീകൃഷ്ണൻ, ലുബ്ധൻ, സപ്തർ ഷികളിൽ ഒരാൾ.

മരു - മരുഭൂമി, മല, കർപ്പൂരതുള സി, പാറ.

മരുങ്ങ് - ഇണക്കം, സ്നേഹം, ഭംഗി, പുലയസ്ത്രീ, കക്ഷി, വശം, ഇട.

മരുത്ത് - വായു, പ്രാണൻ, ചോന കപ്പുല്ല്, ചോതി, ദേവൻ.

മരുത്വാൻ - ഇന്ദ്രൻ, മേഘം, ഹനു മാൻ.

മരുൽസഖൻ - അഗ്നി, ഇന്ദ്രൻ.

മരുന്ന് - ഔഷധം, മദ്യം, പരി ഹാരം, വെടിമരുന്ന്.

മരുവകം - കൊക്ക്, കടുവ, പുലി, മലങ്കാര, മണിക്കജ്ഞകം, കർപ്പൂ രതുളസി, സമുദ്രപ്പച്ച.

മരുവകൻ - പുലി, രാഹു, ഭയങ്ക രൻ.

മരൂകം - തവള, മയിൽ, കലമാൻ.

മർക്കടം - കുരങ്ങ്, ചിലന്തി, കൊക്ക്, ഒരു വിഷം, ഒരു രതി ബന്ധം.

മർക്കര - പാത്രം, ഗുഹ, മച്ചി, പൊള്ള.

മർദ്ദനം - ധ്വംസനം, അടി, പീഡനം, ഞെരുങ്ങൽ, പൊടിക്കൽ, അരപ്പ്, കലക്കൽ, ചതയ്ക്കൽ, തിരുമ്മൽ.

മർമ്മം - ശരീരസന്ധി, രഹസ്യം, സാരമായ കാര്യം, ഗൂഢാർത്ഥം.

മര്യം - ആൺകുതിര, ഒട്ടകം.

മര്യൻ - മനുഷ്യൻ, ചെറുപ്പക്കാ രൻ, കാമുകൻ.

മര്യാദ - നീതിപൂർവ്വമായ നടപടി, മാനം, വിനയം, അതിര്, വഴി, നിയ മം, തീരം.

മലം - അമേദ്ധ്യം, ഊറയ്ക്കിട്ട തോൽ, കറ, കർപ്പൂരം, കടൽ നാക്ക്, തുരുമ്പ്, അഴുക്ക്, പാപം.

മലനം - കൂടാരം, പൊടിക്കൽ, കെട്ടൽ.

മലയം - കടുവ, മലനാട്, മലയ പർവ്വതം, പർവ്വതപാർശ്വം, ഇന്ദ്രന്റെ ഉദ്യാനം.

മലയൻ - മലയിൽ വസിക്കുന്ന വൻ, അപരിഷ്കൃതൻ, കടുവ.

മലയെരുമ - കാട്ടിലെ എരുമ, എരു മച്ചെടിയുടെ താളി (എരുത്താളി).

മലരി - വെള്ളത്തിലെ ചുഴി, മലർന്ന പൂവ്, ഊറ്റുവെള്ളം.

മലിനം - അഴുക്ക്, വെൺകാരം, മോര്, താമര, മുളക്, കുറ്റം, കറുപ്പ്, പാതകം.

മലിമ്ലുചം - കൊതുക്, മലമാംസം, കാറ്റ്, പുക, അഗ്നി, മഞ്ഞ്, കൊടു വേലി, പഞ്ചയജ്ഞങ്ങൾ ഉപേ ക്ഷിച്ച ബ്രാഹ്മണൻ.

മല്ലം - താമരപ്പൂവ്, കവിൾത്തടം, മനോഹരം, കൃഷി, ചിരട്ടപ്പാത്രം,

കപ്പ്, തലയോട്ടി, ഒരിനം മത്സ്യം, ബലം.

മല്ലകം - എണ്ണപ്പാത്രം, വിളക്കു കാൽ, വിളക്കുമരം, ചിരട്ടപ്പാത്രം, പല്ല്, ആനവാർപ്പൻ.

മല്ല് - വർദ്ധന, ബലം.

മല്ലാരി - ശിവൻ, ശ്രീകൃഷ്ണൻ, ഒരു മേളം, ഒരു രാഗിണി.

മല്ലി - കൊത്തമല്ലി, മുല്ല, വെളു ത്തനായ്, പഞ്ഞിമരത്തിന്റെ പശ.

മസനം - അളക്കൽ, പീഡനം, പൊടിക്കൽ, തൂക്കൽ.

മസുര - ചണംപയർ, വ്യഭിചാ രിണി.

മസ്കരം - മുള, ഗതി, ജ്ഞാനം.

മസ്കരി - സന്ന്യാസി, ചന്ദ്രൻ, ജ്ഞാനി.

മസ്സാൽ - പഴമൊഴി, ഉപമ, കഥ.

മഹം - യാഗം, പോത്ത്, ഉത്സവം, കാന്തി, നേർച്ച.

മഹകൻ - വിഷ്ണു, ശ്രേഷ്ഠൻ, മഹാൻ.

മഹത്ത് - വലിപ്പം, ഒട്ടകം, ബുദ്ധി, ബ്രഹ്മം, രാജ്യം,

മഹത്ത്വം - പെരുമ, വലിപ്പം, പ്രാധാന്യം, മഹിമ, ഉല്ക്കർഷം.

മഹസ്സ് - തേജസ്സ്, ശോഭ, യാഗം, മഹത്ത്വം, ശക്തി, ജലം, ഉത്സവം.

മഹാംഗം - ഒട്ടകം, പന്നിയെലി, ഞെരിഞ്ഞിൽ (വലുത്).

മഹാകച്ഛം - പർവ്വതം, കടൽ.

മഹാകായം - വലിയശരീരം, പെരുങ്കായം, ആന, ഒട്ടകം.

മഹാകാലം - കാഞ്ഞിരം, വളരെ ക്കാലം, ഒരിനം ചുര.

മഹാഗന്ധം - ഹരിചന്ദനം, ആറ്റു വഞ്ചി, നറുംപശ, കുടകപ്പാല.

മഹാച്ഛദം - കുപ്പച്ചേമ്പ്, ദേവതാളി.

മഹാദ്രുമം - കരിമ്പന, അരയാൽ, വലിയ വൃക്ഷം.

മഹാധനം - ശ്രേഷ്ഠമായ ധനം, കൃഷി, വൻപിച്ച കവർച്ചമുതൽ, സ്വർണ്ണം, അറബിക്കുന്തുരുക്കം.

മഹാധാതു - സ്വർണ്ണം, രസം, ശിവൻ, മേരു.

മഹാനന്ദ - നദി, മത്സ്യം.

മഹാനന്ദം - ഉത്സവം, സുഖം, പര മാനന്ദം.

മഹാനാദം - പെരുമ്പറ, വലിയ നാദം, ഒട്ടകം, ആന, സിംഹം, ശംഖം, ചെവി, മേഘം.

മഹാനിംബം - കറിവേപ്പ്, ആര്യ വേപ്പ്.

മഹാപാത്രം - കരിമ്പന, തെങ്ങ്, തേക്കുമരം, കുപ്പച്ചേമ്പ്.

മഹാപ്രഭു - രാജാവ്, ശിവൻ, വിഷ്ണു, ഇന്ദ്രൻ, മഹർഷി, വലിയ പ്രഭു.

മഹാഫലം - കൂവളം, തെങ്ങ്, കണ്ണൻചേമ്പ്, വലിയ ഉകമരം, പ്ലാവ്, അധികഫലം നല്കുന്നത്.

മഹാബലം - ഈയം, കല്ലാല്, കരി മ്പന, പച്ചിലമരം, മുള, മുതല, കൊടുങ്കാറ്റ്.

മഹാബിലം - ആകാശം, കുടം, ഹൃദയം, വലിയപൊത്ത്.

മഹാമദം - വലിയ അഹങ്കാരം, മദ യാന.

മഹാമാത്രൻ - മന്ത്രി, ആനക്കാ രൻ, ധനവാൻ.

മഹാമായ - ശ്രീപാർവ്വതി, ദുർഗ്ഗ, മഹാലക്ഷ്മി, പ്രകൃതി, ഗംഗ, ലോകമായ.

മഹാമിര - പകർച്ചവ്യാധി, ദുർഗ്ഗ, നീർക്കൊമ്പ്.

മഹാമുനി - മഹർഷി, ബുദ്ധൻ, അഗസ്ത്യൻ, വ്യാസൻ, രുദ്രാ ക്ഷം, അകത്തി, കൊത്തമ്പാലരി.

മഹായാത്ര - മരണം, ദീർഘയാത്ര.

മഹായോഗി - ശിവഭക്തൻ, പൂവൻകോഴി, വിഷ്ണു.

മഹാരജതം - സ്വർണ്ണം, ഉമ്മത്ത്.

മഹാരസം - കരിമ്പ്, രസം, കഞ്ഞിവെള്ളം, കാടി, നീർമുത്തങ്ങ, ഈന്തപ്പഴം.

മഹാലയം - ക്ഷേത്രം, ആശ്രയം, വലിയവീട്, ബ്രഹ്മലോകം, തീർത്ഥസ്ഥലം.

മഹാവീരൻ - കുയിൽ, ഗരുഡൻ, വെള്ളക്കുതിര, വജ്രായുധം, സിംഹം, കണവീരം.

മഹാവീരൻ - സിംഹം, വലിയവീരൻ, ഹനുമാൻ, വിഷ്ണു, ഒരു മുനി.

മഹാവൃക്ഷം - തെങ്ങ്, ചതുരക്കള്ളി.

മഹാശംഖം - ഒരു വലിയ സംഖ്യ, നെറ്റിയിലെ അസ്ഥി, വലിയ ശംഖ്, നവനിധികളിലൊന്ന്.

മഹാശ്വേത - പാൽമുതക്ക്, ദുർഗ്ഗ, വെള്ളപ്പഞ്ചാര, വെളുത്ത കടഭി, സരസ്വതി.

മഹാസഹ - വാടാമല്ലിക, പെരുങ്കാണം, കാട്ടുഴുന്ന്, വാടാക്കുറുഞ്ഞി.

മഹി - മണ്ണ്, ഭൂമി, ബുദ്ധി, ഒരു രാജ്യം, പശു, വലിപ്പം, ഒരുനദി, ക്ഷേത്രത്തിന്റെ പാദം.

മഹിസ്ഥകം - കീരി, എലി, ഭാരതണ്ടിൽ കെട്ടുന്ന കയറ്.

മഹിള - സ്ത്രീ, കാമുകി, ആദരിക്കപ്പെടുന്നവൾ, ഞാഴൽ.

മഹീജം - വൃക്ഷം, ഇഞ്ചി.

മഹേന്ദ്രൻ - പ്രമാണി, ഒരു പർവ്വതം, വിഷ്ണു, ദേവേന്ദ്രൻ.

മഹേശി - പിച്ചള, ദുർഗ്ഗ, പാർവ്വതി.

മഹോദയം - മോക്ഷം, ഐശ്വര്യം, തേൻ ചാർത്ത മോർ, കുബേരനഗരി, കന്യാകുബ്ജം, വലിയ ഉയർച്ച.

മഹോന്നരം - പന, കവുങ്ങ്, ഉയർന്ന നില.

മഹൗഷധി - ഉള്ളി, ചുക്ക്, അതിവിടയം, കറുക, പന്നിക്കിഴങ്ങ്, ബ്രഹ്മി, വെളുത്ത കണ്ടകാരിച്ചുണ്ട, കടുകുരോഹിണി, മുക്കുറ്റി.

മഴമ - ഇളപ്പം, ചെറുപ്പം, പുതുമ, കുട്ടി.

മഴൽ - സംഭ്രമം, മയക്കം, വ്യാമോഹം, ഇളയത്.

മറ - തിരശ്ശീല, രഹസ്യം, കക്കൂസ്, അടയാളം, നിഴൽ, മങ്ങിയ നിറം, വേദം.

മറം - സമ്മതക്കേട്, ക്രൂരത, യുദ്ധം, പാപം, കൊല, യമൻ, വീര്യം.

മറൽ - മറവി, മയക്കം, മറം, യമൻ, മരണം, പക, പോര്, കുറ്റം.

മറവ് - മറ, നിഴൽ, ഒളിപ്പ്, മൂടി, മറഞ്ഞിരിക്കുന്ന അവസ്ഥ.

മറി - തിരിവ്, ശരത്ക്കാലം, ഉരുളൽ, സന്തതി, ഒരിനം ആട്, ഇളമാൻ, കല, വഞ്ചന, ചെറിയ ജന്തു, തിര, തവണ.

മറിച്ചൽ - രഹസ്യം, കിഴക്ക്, വഞ്ചന, മാറ്റം, വീഴ്ച, അഭിപ്രായം, കീഴ്മേലാകൽ.

മറിച്ചുഴിവ് - നീർച്ചുഴി, വട്ടം ചുറ്റൽ, ചുരുണ്ടതലമുടി, ശിരസ്സിലെ ചുഴി.

മറിപ്പ് - കടംവാങ്ങൽ, തടവ്, പാറാവ്, ഉപദ്രവം.

മറിമായം - വ്യാജം, വലിയമായം, ഇന്ദ്രജാലം.

മറു - മറുക്, അടുത്തത്, മറ്റൊന്ന്, കറ, മറുപിള്ള, കുറ്റം, വ്യാജം, തഴമ്പ്.

മറുകാൽ - ഊന്ന്, കൈത്തോട്.
മറുതല - പക, ശത്രു, മറുവശം, മറ്റേത്തല.
മറുനായ് - പിശാച്, നികൃഷ്ടൻ, ഒരു ജാതി കീരി.
മറുമരുന്ന് - പ്രതിവിധി, പ്രത്യൗഷധം.
മറ്റം - താണഭൂമി, ആറ്റരികിലുള്ള വയൽ, മേച്ചിൽ സ്ഥലം.
മാ - അമ്മ, ലക്ഷ്മി, മറുപിള്ള, സമ്പത്ത്, സൗന്ദര്യം, അളവ്, ജ്ഞാനം, കുതിര, വയൽ, മൃഗം, ഇരുൾ, മാവ്, വലിപ്പം, അരുത്.
മാംഗല്യം - വിവാഹം, ശുഭം, ഭാഗ്യം, ഭവ്യത, ഒരുതരം പായൽ, അനുഗ്രഹം.
മാംസം - ഇറച്ചി, പുഴു, കാലം.
മാംസളം - മാംസമുള്ളത്, ഉഴുന്ന്, തണ്ണിമത്തൻ.
മാകന്ദി - നെല്ലി, കാലിക്കൊടിക്കിഴങ്ങ്, ഒരു മൂലശാകം.
മാകലി - ചന്ദ്രൻ, മാതലി.
മാക്ഷികം - മക്കീരക്കല്ല്, തേൻ.
മാഗധം - ജീരകം, തിപ്പലി, കാരുപ്പ്, മഗധയെ സംബന്ധിച്ചുള്ളത്.
മാഗധി - ഒരു നദി, തിപ്പലി, മഗധരാജപുത്രി, ഒരു ഭാഷ, ചിറ്റേലം, പന്നിക്കിഴങ്ങ്.
മാച് - മാച്ച്, അഴുക്ക്, പാപം, ഉണക്കമത്സ്യം.
മാച്ച് - കറ, അഴുക്ക്, മറുപിള്ള, പാപം, വഞ്ചന, കുറ്റം.
മാട - പോത്ത്, ഒരുജാതി പശു, ഒരു സ്വർണ്ണനാണയം.
മാടം - കുടിൽ, മാളിക, പലക്കുടി, കാവൽപ്പുര, തട്ടി, പിച്ചാത്തിയുടെ മൂർച്ചയില്ലാത്തവശം.
മാടൻ - ഭോഷൻ, ഭയങ്കരരൂപിയായ ഒരു ദേവത, ഒരു ഗ്രാമദേവത.
മാടമ്പി - ഇടപ്രഭു. കരയിൽ പ്രധാനി, ഒരു തരം വിളക്ക്, മാടനമ്പി, ഈഴവരിൽപ്പെട്ട ഒരു ജാതി.
മാട് - പശു, കാള മുതലായവ, ഭോഷൻ, കൈയാല, കുന്ന്, മടമ്പ്, വെട്ടുകത്തിയുടെ മൂർച്ചയില്ലാത്ത വശം.
മാട്ടം - മൺചെറ, കള്ളുകുടം, ചെറയിടൽ, ക്ഷുദ്രപ്രയോഗം, വേലികെട്ടൽ.
മാഠരൻ - ബ്രാഹ്മണൻ, ശൗണ്ഡികൻ, വ്യാസൻ, യമൻ.
മാഢി - ഇളന്തളിര്, ദുഃഖം, ദാരിദ്ര്യം, കോപം, ഇരട്ടപ്പല്ല്, ഇലയിലുള്ള ഞരമ്പ്, ഞെരുക്കം, വസ്ത്രത്തിലെ കര.
മാണം - വാഴയുടെ കിഴങ്ങ്, നിതംബം, കീർത്തി, പൂർണ്ണത.
മാണവകൻ - ബാലൻ, മൂഢൻ, മുണ്ടൻ, ബ്രഹ്മചാരി.
മാണാക്കൻ - ശിഷ്യൻ, വരന്റെ തോഴൻ.
മാണി - ബ്രാഹ്മണബാലൻ, വാഴക്കൂമ്പ്, ശിശ്നം, ബ്രഹ്മചാരി, ഒരു പുരുഷനാമം.
മാണിക്കം - ചെമപ്പുകല്ല്, പാമ്പിന്റെ പത്തി, വിശിഷ്ടവസ്തു, ആമ്പലിന്റെ അല്ലി.
മാൺപ് - അഴക്, കീർത്തി, മയങ്ങൽ, മഹിമ, മാമ്പ്.
മാതംഗം - ആന, ശ്രേഷ്ഠമായത്, അശ്വത്ഥം.
മാതംഗി - പിടിയാന, ചണ്ഡാലസ്ത്രീ, ശ്രീപാർവ്വതി.
മാതർ - കാമം, അഴക്.
മാതവം - വസന്തം, മദ്യം, വൈകാശിമാസം.
മാതാ - അമ്മ, മാഞ്ചി, കറ്റുവാഴ, എലിച്ചെവി, മഹാശ്രാവണി, കാട്ടുവെള്ളരി.

മാതാവ് - അമ്മ, മഹാലക്ഷ്മി, ശ്രീപാർവ്വതി, കറ്റവാഴ, കാട്ടു വെള്ളരി, മസൂരി, ദുർഗ്ഗ, പശു, ആകാശം, രേവതി, ഭൂമി, എലി ച്ചെവി.

മാത് - ദേവി, സ്ത്രീ, മാതാവ്, ലാവണ്യം.

മാതുലാനി - അമ്മായി, കഞ്ചാവ്, ചെറുകമ്പുനെല്ല്, ചണവിത്ത്.

മാതൃക - അസ്സൽ, തരം, മുറ, മൂല പ്രകൃതി, ദേവി, ദൃഷ്ടാന്തം, അമ്മ, അമ്മൂമ്മ, വളർത്തമ്മ, അകാരാദ്യ ക്ഷരം, അനുകരണീയമായ.

മാത്ര - ക്ഷണം, കൈഞൊടിക്കാ നുള്ള സമയം, അഘം, അണു, അളവ്, ഉപകരണം, ആഭരണം, ഇന്ദ്രിയവൃത്തി, അഹോരാത്രം, ഗുളിക, കുണ്ഡലം, അളവ്, ഉപക രണം.

മാത്രം - മുഴുവൻ, തനിച്ച്, ഇടം, ഘനം, അളവ്, ദൈർഘ്യം.

മാധവം - തേൻ, വസന്തർത്തു, തേൻപോലുള്ള മധുരം, ഒരിനം ചെറുപയറ്, മധുകാലം, തേൻകൊ ണ്ടുണ്ടാക്കിയത്.

മാധവി - സുഭദ്ര, ഒരിനം മദ്യം, കുരുക്കുത്തിമുല്ല, മഹാലക്ഷ്മി, മധുരനാരകം, തുളസി, ദുർഗ്ഗ, പുരു ഷന്മാർക്കു സ്ത്രീകളെ കൂട്ടിക്കൊ ടുക്കുന്നവൾ.

മാധുരി - മദ്യം, മാധുര്യം, തേൻ, ശോഭ, ഒരുതരം കുഴൽ, വാദ്യം.

മാൻ - ഒരു മൃഗം, മേന്മ, ജയം, മയക്കം, രാജാവ്.

മാനം - ആകാശം, കീർത്തി, അഭി മാനം, ബഹുമാനം, തന്നത്താൻ പൂജിക്കൽ, ഗൗരവം, അളക്കൽ, പ്രണയകലഹം, സാദൃശ്യം, പത്താ മിടം.

മാനചിത്രം - ഭൂപടം, പ്ലാൻ.

മാനൽ - മയക്കം, ചേർച്ച, ജയം.

മാനവൻ - മനുഷ്യൻ, മഹാൻ, രാജാവ്, ബാലൻ, മാനമുള്ളവൻ.

മാനസം - മനസ്സ്, ദേവനദി, വലിയ പന്തൽ, മൗനാനുവാദം, ഒരിനം ഉപ്പ്, മാനുഷം, മാനസസരസ്സ്.

മാനി - അഭിമാനി, മാനമുള്ളവൻ, കോപി, സിംഹം.

മാനിത - ആദരം, ഗർവ്വം, മാനി ത്വം, അഭിമാനിയുടെ അവസ്ഥ.

മാനിഭം - അഭിമാനം, ബഹുമതി, മാന്യമായ പെരുമാറ്റം.

മാനിയം - മാനുഷ്യം, ബഹുമതി, കരമൊഴിവായി കിട്ടിയ നിലം.

മാനുഷം - മനുഷ്യപ്രയത്നം, പ്രീമിയം, അമ്മയുടെ മുലപ്പാൽ, മനുഷ്യവർഗ്ഗം.

മാനുഷത - ആൾക്കൂട്ടം, മനുഷ്യ സ്വഭാവം, പുരുഷത്വം.

മാന്തർ - മനുഷ്യർ, ആൺമക്കൾ.

മാന്തല - മകയിരം നക്ഷത്രം, മാനിന്റെ തല.

മാന്തി - മാമരം, ചെറിയ ചിരവ.

മാന്ദ്യം - ജളത്വം, ദുഃഖം, രോഗം, മന്ദത, ഉത്സാഹമില്ലായ്മ.

മാപ്പിള - മണവാളൻ, മരുമകൻ, സുറിയാനി ക്രിസ്ത്യാനി, മുഹമ്മ ദീയൻ.

മാപ്പ് - ഭൂപടം, ക്ഷമ, ഒഴികഴിവ്.

മാമകൻ - മാതുലൻ, ലുബ്ധൻ.

മാമാതം - മഹാമാസം, ഗർവ്വം, വിലാസം, പുതുമ, വലിയകളി.

മാമൂൽ - പരമ്പരാചാരങ്ങൾ, പഴക്കം, കൈക്കൂലി, രീതി.

മാമ്പ് - വാഴക്കൂമ്പ്, മാമ്പേട്ട മത്സ്യം, അലങ്കാരത്തൊങ്ങൽ.

മായ - മഹാമായ, മൂലപ്രകൃതി, ചതി, മായാവിദ്യ, ദുഷ്ടത, ദോഷം,

മനുഷ്യബുദ്ധി, മഹാലക്ഷ്മി, സൃഷ്ടിപ്പ്, അവിദ്യം, ഗയ എന്ന നഗരം.

മായം - വാഞ്ചന, കളവ്, കൺകെട്ടുവിദ്യ, മായത്തരം, മങ്ങൽ, കൗശലം, വേഷപ്പകർച്ച.

മായാപുരി - പിച്ചള, ശരീരം, ഹരിദ്വാരം.

മായാവി - കൺകെട്ടുകാരൻ, ചതിയൻ, പൂച്ച, ഒരു അസുരൻ.

മായൂരി - വലിയ കടലാടി, അയമോദകം.

മായ്വ് - മരണം, മറവ്, ഇല്ലാതാകൽ.

മാരം - ഉമ്മത്ത്, കൊല, അനുരാഗം, കാള, വിഷം, തടസ്സം.

മാരകം - വലിയ തടസ്സം, മാരകസ്ഥാനം, പകർച്ചവ്യാധി, കൊല്ലുന്നത്, പരുന്ത്, ചായില്യം.

മാരണം - കൊല, ഒരുതരം വിഷം, വലിയ ഉപദ്രവം, വിഷനാശനം.

മാരൻ - ഭർത്താവ്, കാമദേവൻ, ഒരു ദേവൻ.

മാരായം - വന്ദനം, നന്മ, സുഖം.

മാരി - മഴ, മസൂരിരോഗം, ദുർഗ്ഗ, നാശം, പകർച്ചവ്യാധി, ആപത്ത്, ശല്യം, കള്ള്, നീര്, മേഘം.

മാരീചം - വഞ്ചന, തക്കോലം, കടല, മോഹാലസ്യം, മുളകുകൊടികളുടെ കൂട്ടം.

മാരുണ്ഡം - ചാണകം, റോഡ്, പാമ്പിന്റെ മുട്ട.

മാരുതം - കർപ്പൂരതുളസി, തുമ്പിക്കൈ, വായു, മരുത്തുക്കളുടെ ലോകം, ചോതി നക്ഷത്രം.

മാർഗ്ഗം - വഴി, രീതി, ഉപായം, അന്വേഷണം, മതം, കസ്തൂരി, ഗുദം, തോട്, മര്യാദ, മുറിവിന്റെ പാട്.

മാർഗ്ഗണം - സ്നേഹം, യാചന, അമ്പ്, അന്വേഷണം.

മാർഗ്ഗികൻ - വേടൻ, വഴിപോക്കൻ.

മാർഗ്ഗോപദേശകൻ - നേതാവ്, മതാചാര്യൻ.

മാർജ്ജൻ - വിഷ്ണു, വെളിത്തേടൻ.

മാർജ്ജന - ചെണ്ടയുടെ ശബ്ദം, ചെണ്ടയുടെ തോൽവാറ്, ശുദ്ധിയാക്കൽ.

മാർജ്ജനി - ബ്രഷ്, ചൂൽ, അഷ്ടയോഗിനികളിൽ ഒരുവൾ.

മാർജ്ജാരം - പൂച്ച, മരപ്പട്ടി, ഓടമരം, വെരു, ഒരിനം കൊടുവേലി.

മാർജ്ജാരീയൻ - ശരീരം ശുദ്ധി ചെയ്യുന്നവൻ, പെൺപൂച്ച, ശൂദ്രൻ, ശുക്രൻ.

മാർത്താണ്ഡം - എരിക്ക്, പന്നി, ഒരുപുരാണം.

മാർത്തികം - മൺകട്ട, ഒരിനം കലം.

മാർദ്ദവം - ശാന്തത, മൃദുത്വം, ക്ഷീണം, വഴങ്ങുന്ന ശീലം.

മാൽ - ദുഃഖം, ഇരുട്ട്, കുഴപ്പം, മനഃക്കം, മേഘം, തളർച്ച, കറുപ്പ്, കയർവല, ഉറി.

മാല - പൂമാല, കഴുത്തിലിടുന്ന ആഭരണം, പംക്തി, ഒരുവൃത്തം, ഇരുട്ട്, ചോനകപ്പുല്ല്, രാത്രി, സന്ധ്യ, കൊട്ടാരം, ഭംഗി.

മാലം - വയൽ, ചതി, പർവ്വതം, ഉയർന്നതറ, ഗ്രാമാന്തത്തിലുള്ള കാട്.

മാലകം - വേപ്പുമരം, പൂമാല, ചിരട്ട, ഓരിലത്താമര.

മാലക്കാലം - സന്ധ്യ, വസന്തം.

മാലി - ഒരു ദ്വീപ്, മാലകെട്ടുന്നവൻ, മാലധരിക്കുന്നവൻ, തോട്ടക്കാരൻ, ആറ്റിനടുത്തുള്ള ഭൂമി.

മാലിക - മാലയെസംബന്ധിച്ച, മദ്യം, നിര, എള്ള്, വരി, കഴുത്തി ലണിയുന്ന ആഭരണം, പുത്രി, ഒരു പക്ഷി, രാജധാനി.

മാലിനി - പൂക്കാരന്റെ പത്നി, ദുർഗ്ഗ, ആകാശഗംഗ, ചമ്പാനഗരി, ഗംഗ, ആട്ടുനാറിവേള, മേത്തോന്നി, ചെങ്കൊടിത്തൂവ, വിഭീഷണന്റെ മാതാവ്.

മാലിന്യം - കളങ്കം, അഴുക്ക്, പാപം, കറ, കറുപ്പ്, ഉപദ്രവം.

മാലുമി - കപ്പിത്താൻ, അദ്ധ്യാപ കൻ, അമരക്കാരൻ, കപ്പലിന്റെ അമരം.

മലൂരം - വിളാർമരം, കൂവളം.

മാവ് - മാങ്ങയുണ്ടാകുന്ന വൃക്ഷം, ധാന്യങ്ങളുടെ പൊടി, ഒരളവ്, മാച്ച്.

മാശി - കുംഭമാസം, മാഘമാസം, മാശം, മേഘം, പുതുവരമ്പ്.

മാസപ്പടി - ശമ്പളം, സ്കൂൾഫീ സ്, ഒരു ഉദ്യോഗം.

മാസൂൽ - ഭൂനികുതി, ധാന്യം, വിളവ്.

മാഹിനം - ശക്തി, രാജ്യം.

മാഹേന്ദ്രം - മഴവില്ല്, ഒരു അസ്ത്രം, കിഴക്കുള്ളത്.

മാഹേന്ദ്രി - പശു, ഇന്ദ്രാണി, കിഴ ക്കുദിക്ക്, കാട്ടുവെള്ളരി.

മാളി - കള്ളമുറി, മാളം, ഗൂഢ സ്ഥലം, ഗുഹ, വിടവ്.

മാഴ - മാമരം, സ്വർണ്ണം, അഴക്, ഐശ്വര്യം, ഭോഷ്ക്.

മാഴൻ - മൂഢൻ, സുന്ദരൻ.

മാഴ്കൽ - ക്ഷീണം, മടി.

മാറാട്ടം - ചതി, മാറ്റം, ക്രമക്കേട്.

മാറാപ്പുകാരൻ - ആക്രി, യാത്ര ക്കാരൻ.

മാറ് - നെഞ്ച്, മാറ്റം, എതിര്, ഭാര്യ ക്കുള്ള ദാനം.

മാറ്റം - സ്ഥലമാറ്റം, മറുവടി, വാക്ക്, വ്യത്യാസം, കൈമാറ്റം, പക, എതിര്, ആൾമാറാട്ടം.

മാറ്റി - ചതിയൻ, ശത്രു, നിർഭാ ഗ്യൻ, വീഴ്ചക്കാരൻ.

മിക - മിക്കവാറും, ദുഃഖം, കേട്.

മികുതി - ആധിക്യം, ബാക്കി, പൂർണ്ണത, ശ്രേഷ്ഠത, വർദ്ധന, കൂട്ടം, ലാഭം.

മിച - ചോറ്, മേട്, ഉയർച്ച, ദാരിദ്ര്യം.

മിച്ചം - ലാഭം, ബാക്കി, ആവശ്യ ത്തിലധികമുള്ളത്.

മിഞ്ചാരം - വൈദ്യുതി, മിച്ചം, മിച്ച വാരം.

മിഞ്ചാപ്പ് - എച്ചിൽ, മിച്ചം.

മിട - കെട്ട്, മുടിച്ചിൽ, ഞെരുക്കൽ, പക്ഷികളുടെ തീൻസഞ്ചി.

മിടമ - മേന്മ, വീര്യം, സാമർത്ഥ്യം.

മിടൽ - ശക്തി, മിടുക്ക്.

മിടറ് - വിഴുങ്ങൽ, തുള്ളി, തൊണ്ട, കഴുത്ത്, കീഴ്വായ്.

മിടി - അടി, വലി, തട്ട്, പയറ്, ചെറിയ കായ്, മിടിപ്പ്, ദാരിദ്ര്യം.

മിടില - തൊണ്ട, പാനം.

മിട്ടാൽ - ചെറ, തിട്ട, തീരം.

മിട്ടിൽ - പുഴു, ഉപ്പുമാങ്ങ, നീറ്റട യ്ക്ക, തവളക്കുഞ്ഞ്.

മിതി - നിർണ്ണയനം, ജ്ഞാനം, അളവ്, തെളിവ്, തൂക്കം, കുതിപ്പ്, മെതി.

മിത്ര - തോഴി, മൈത്രേയമുനി യുടെ മാതാവ്.

മിഥുനം - ഇണ, സംയോഗം, സന്ധി.

മിദ്ധം - മടി, മയക്കം, അജാഗ്രത.

മിനുക്കം - ശോഭ, തിളക്കം, മാർദ്ദവം.

മിന്നൽ - ഉളുക്ക്, പ്രകാശം, ഇടിവാൾ.

മിന്ന് - മിന്നൽ, കെട്ടുതാലി.

മിരുതം - ശവം, മരണം.

മിലനം - കൂടൽ, ചേരൽ.

മിശി - കൊച്ചമ്മ, നിവൃത്തി, ജടാമഞ്ചി, കാട്ടുചതകുപ്പ, ചെറിയ കുരുവിക്കുരുമ്പ്.

മിശ്രം - കലർപ്പ്, കുഴപ്പം, ആന, ഒരു കാവ്യദോഷം, ഗദ്യപദ്യങ്ങൾ കൂടിച്ചേർന്നത്.

മിഷ്ടാന്നം - പായസം, തൃപ്തിയായ ഭോജനം, മധുരരസം, മിഠായി.

മിസി - മാഞ്ചി, അയമോദകം, കാട്ടുചതകുപ്പ, യജമാനത്തി.

മിഹിക - കർപ്പൂരം, മഞ്ഞ്, അഞ്ജീർ, വദാമ.

മിഹിരം - വായു, എരിക്ക്, മേഘം.

മിഹിരൻ - ചന്ദ്രൻ, സൂര്യൻ, വായു വൃദ്ധൻ.

മിറ - അനക്കം, ദുഃഖം, സംഭ്രമം, ഉത്സാഹിപ്പിക്കൽ.

മീഢം - യുദ്ധം, മൂത്രം.

മീത് - തുല്യത, മുകൾഭാഗം, ആദ്യഫലം.

മീൻ - മത്സ്യം, മിന്നൽ, നക്ഷത്രം, മീനംരാശി.

മീരം - കടൽ, അതിർത്തി, പർവ്വതവിഭാഗം, പാനീയം.

മീളി - കാലൻ, രാജാവ്, പിശാച്, യുവാവ്.

മുകട് - തുമ്പി, പർവ്വതാഗ്രം, മുഖവട്ടം, വീടിന്റെ മുകൾഭാഗം, ഉച്ചി, തല.

മുകത്തൽ - ചുംബിക്കൽ, വാവ്, മണപ്പിക്കൽ.

മുകപ്പ് - വീടിന്റെ മുൻവശം, മുഖച്ചിത്രം, കടുപ്പം, മുകൾഭാഗം.

മുകരി - മുല്ല, മുല്ലപ്പൂവ്, പൂക്കൈത.

മുകുടം - അഗ്രം, കിരീടം, പർവ്വതശിഖരം.

മുകുന്ദം - കുബേരന്റെ നവനിധികളിലൊന്ന്, കുന്തുരുക്കം, ഒരുരത്നം, രസം, ഒരുതരം ഭേരിവാദ്യം.

മുകുരം - മുഖക്കണ്ണാടി, മുകുളം, ഇലഞ്ഞി, ലന്തമരം, താന്നിമരം, കുശവൻ, കലംമെനയുന്ന യന്ത്രത്തിന്റെ പിടി.

മുകുളം - മൊട്ട്, ശരീരം, ആത്മാവ്, ഒരു കരമുദ്ര.

മുക്കണ്ണി - ത്രികോണ്, നാളികേരം, ശ്രീപാർവ്വതി.

മുക്കാടി - മുക്കുവല, കടത്ത്, മുക്കുവക്കുടി.

മുക്കാട് - മൂടുപടം, മുക്കവല, തിരശ്ശീല.

മുക്കാലി - മൂന്നുകാലുള്ള പീഠം, അഗ്നി, കുറ്റക്കാരെ ശിക്ഷിക്കുന്നതിനുള്ള ഒരുപകരണം.

മുക്ക് - മൂല, അഗ്രം, മുടുക്ക്, പങ്കായം, പിടിപ്പിക്കുന്ന കുറ്റി, കൈമുക്ക്, സുഷിരവാദ്യങ്ങളിലൊന്ന്, പ്രയാസമുള്ള കാര്യങ്ങൾ ചെയ്യുമ്പോൾ പുറപ്പെടുവിക്കുന്ന ശബ്ദം.

മുക്ത - മോചിപ്പിക്കപ്പെട്ടത്, മുത്ത്, ഗണിക, അരത്ത.

മുക്താഫലം - ലവലിക്കായ്, കർപ്പൂരം, മുത്തുമണി.

മുഖം - ആരംഭം, ദ്വാരം, പക്ഷിയുടെ ചുണ്ട്, തലയുടെ മുൻഭാഗം, ദിക്ക്, അയിനി, അറ്റം, വേദം, വഴി, പഞ്ചസന്ധികളിലൊന്ന്.

മുഖപടം - നെറ്റിപ്പട്ടം, മൂടുപടം.

മുഖപാഠം - ആദ്യപാഠം, കാണാപ്പാഠം.

മുഖഭംഗം - നാണക്കേട്, തോല്‌വി, മുഖത്തുകിട്ടുന്ന അടി.

മുഖഭൂഷണം - താംബൂലചർവ്വണം, താംബൂലം, വെളുത്തീയം.
മുഖരം - കാക്ക, വലിയ ശബ്ദം, ശംഖ്.
മുഖവിഷ്ഠ - പാറ്റ, നരിച്ചീറ്, കൂറ.
മുഖാഗ്നി - ഹോമാഗ്നി, കാട്ടുതീ, ശവം ദഹിപ്പിക്കാനായി ആദ്യം വെക്കുന്ന തീ, ഒരിനം പിശാച്, ബ്രാഹ്മണൻ.
മുഖേന - മുഖംകൊണ്ട്, മുഖാന്തം, ഒത്താശയോടെ.
മുഖ്യം - പ്രധാനം, സാരമായ കാര്യം, വേദപാരായണം.
മുചുടി - ഞൊടി, കൊടിൽ, മുഷ്ടി.
മുച്ചി - ഉച്ചി, ഉച്ചിയിലെ മുടി, മുഖം.
മുട - അഴുക്ക്, നാറ്റം, മൂട, കെട്ട്.
മുടം - ഏന്ത്, സങ്കോചം, വളവ്, കുറ്റം.
മുടക്കം - തടസ്സം, മുടന്ത്, ഒഴിവ്, ഉപേക്ഷ, ചെലവ്, വിരോധം, മുടക്കോല.
മുടന്ത - മുടന്തുള്ളവൻ, ശനി, അരുണൻ.
മുടല - ശക്തി, നാറ്റം, ഉണ്ട, വലിപ്പം.
മുടി - തലയിലെ രോമം, കിരീടം, കുടുമ്മ, തല, തലക്കെട്ട്, തുളസിച്ചെടി, ഞാറ്റുകെട്ട്, മുകളറ്റം.
മുടിച്ചൽ - സഞ്ചികെട്ടൽ, നാശം, കെട്ട്.
മുടിമാല - ശ്രേഷ്ഠമായത്, തലമുടിയിലണിയുന്ന മാല, മേലറ്റം.
മുടിയേറ്റ് - ഭദ്രകാളീ ക്ഷേത്രത്തിലെ ഒരുത്സവം, കിരീടധാരണം.
മുടിൽ -മത്സ്യക്കുഞ്ഞ്, തവളക്കുഞ്ഞ്, പുല്പ്പടർപ്പ്, വാസം.
മുടിവ് - അവസാനം, നാശം, ധൂർത്ത്, പൂർത്തി.
മുടുക് - ഒരുതരം പൊൻവള, മുറപ്പെണ്ണ്, കരിമ്പും മറ്റും കെട്ടുന്നതിനുള്ള ചരട്.
മുടുക്ക് - ഇടവഴി, മുടുക്കം, കോൺ, നിർബ്ബന്ധിക്കൽ.
മുടുവൽ - ചെന്നായ്, നായ്.
മുട്ടം - ചരിവ്, ഗ്രാമം, കീറാൻ പ്രയാസമുള്ള തടി, കടലിലോ കായലിലോ ജലത്തിലേക്കു തള്ളി നില്ക്കുന്ന കുന്ന്.
മുട്ടൻ - മുട്ടാട്, മുട്ടം, മുട്ടാപ്പോക്കുകാരൻ, തടിയൻ.
മുട്ടാക്ക് - മൂടി, മൂടുപടം, തലയിൽ തുണിയിട്ടു മറയ്ക്കൽ.
മുട്ടി - വിറകുതടി, ആയുധപ്പിടി, ചുരുട്ടിയ കൈ, മുട്ടുക, തട്ട, കരുവാന്റെ ചുറ്റിക, ഉണ്ടക്കല്ല്, കള്ളെടുക്കുന്ന പാത്രം, എല്ല്.
മുട്ട് - കുറവ്, നാശം, തടവ്, കൈമുട്ട്, കാൽമുട്ട്, ഇല്ലായ്മ, ഊന്നുകാൽ, പുലിമുട്ട്, അടപ്പ്, ചേർപ്പ്, വരമ്പു മുറിഞ്ഞു കിടക്കുന്ന സ്ഥലം.
മുട്ടുകാരൻ - ചെണ്ടക്കാരൻ, പാട്ടുകാരൻ, പണത്തിനു ഞെരുക്കമുള്ളവൻ.
മുട്ടുപാട് - മുട്ടുമറിപ്പ്, അത്യാവശ്യം, വിടാപ്പിടി.
മുണ്ട - കൈയിലെ മാംസപേശി, മുണ്ടവള്ളി, തോൾ.
മുണ്ടം - വെട്ടിക്കീറിയ മരം, കട്ടിപിടിച്ച മലം.
മുണ്ടി - കുറിയവൾ, മുണ്ടിനീര്, കൊറ്റി, മൊട്ടത്തലയൻ, നാവികൻ.
മുണ്ടകം - ഒരിനം നെല്ല്, പൂക്കൈത, മുൾച്ചെടി, കള്ള്, താമര, നെറ്റി.
മുണ്ഡ - വിധവ, ഭിക്ഷുകി, മൊട്ടയടിച്ചവൾ, മഞ്ചട്ടി, മഹാശ്രാവണി, ശ്രാവണി.

മുണ്ഡം - മൊട്ടയടിച്ച തല, നെറ്റി, തല, ഇരിമ്പ്, കപാലം, നറുമ്പശ, തായ്മരം.

മുണ്ഡൻ - ക്ഷുരകൻ, ഒരസുരൻ, രാഹു.

മുണ്ഡി - ക്ഷുരകൻ, ശിവൻ, മാന്താമൻ, കഷണ്ടിക്കാരൻ, ബൗദ്ധസന്ന്യാസി, അടയ്ക്കാമണിയൻ, മൊട്ടയടിച്ചവൻ.

മുതക്ക് - ഔഷധവള്ളി, ചത്ത മൃഗം.

മുതൽ - ചരക്ക്, ഈശ്വരൻ, ധനം, ആരംഭം, ആകെയുള്ള തുക, കോൾവില, ചക്കയുടെ ആണ്ട.

മുതലാളി - ധനവാൻ, മൂലധനം ഉള്ളവൻ, ഉടമ, വലിയ കച്ചവടക്കാരൻ.

മുതുമ - മൂപ്പ്, പഴമ, പഴമൊഴി.

മുത്തൻ - വൃദ്ധൻ, മുക്തൻ, ശിവൻ, ബുദ്ധൻ.

മുത്തം - പ്രിയം, ചുംബനം, കൊഞ്ചൽ.

മുത്തമ്മ - അമ്മൂമ്മ, അമ്മയുടെ മൂത്തസഹോദരി, അച്ഛന്റെ ജ്യേഷ്ഠ ഭാര്യ.

മുത്താച്ചി - മുത്തശ്ശി, നടവിത്ത്, ഒരുതരം പൊക്കൻ, കായുടെ ഉണങ്ങിയ തോട്.

മുത്തി - വൃദ്ധ, അമ്മൂമ്മ, ഒരുദേവത.

മുത്ത് - നവരത്നങ്ങളിലൊന്ന്, വിത്തുമണി, വസൂരിക്കുരു, ശ്രേഷ്ഠമായ വസ്തു, സന്തോഷം, മുത്തം, സുഖം.

മുദിരം - തവള, മുത്തങ്ങ, മേഘം, ഒരുതരം മുല്ല.

മുദിരൻ - സ്ത്രീലമ്പടൻ, പ്രിയൻ.

മുദ്ഗം - മൂടി, നീർക്കാക്ക, ചെറുപയറ്.

മുദ്ഗരം - ഇരുമ്പുലക്ക, ചുറ്റിക, മുൾത്തടി, വൈരപ്പുളി, മൊട്ട്, ഒരു ജാതി മുല്ല.

മുദ്ര - അച്ച്, അടയാളം, അച്ചടി, ബഹുമതി, മുദ്രക്കൈ, യോഗികളുടെയും മറ്റും കടുക്കൻ, രഹസ്യം, അളവ്.

മുദ്രണം - മുദ്രവയ്പ്, അച്ചടി, അടയ്പ്.

മുദ്രിക - പവിത്രം, മുദ്രപ്പത്രം, കൈകൊണ്ടുള്ള അഭിനയം, മുദ്രയുള്ള നാണയം, ശാസ്ത്രവിശേഷം, മോതിരം, മുദ്രപ്പത്രം.

മുന - കൂർത്ത അറ്റം, മൂർച്ച, മുനക്കുരുവ്, പക, കോന്തുരുത്ത്.

മുനി - ബുദ്ധൻ, തപസ്വി, ചിത്രരഥന്റെ മാതാവ്, ഭരതമുനി, അകത്തി, മുരൾമരം, മാവ്, ഏഴ് എന്ന സംഖ്യ.

മുന്ന - ചേച്ചി, ചേട്ടൻ, പഴമ, മുന്നേ.

മുന്നം - വിചാരം, കുറിപ്പ്, ഹൃദയം, ആദ്യം, സിംഹം, ഒരു വൃക്ഷം.

മുന്നൂറ്റവൻ - പാണൻ, വേലൻ, 1,300 നായർ ഭടന്മാരുടെ നേതാവ്.

മുമ്പ് - പണ്ട്, പെരുമ, നിശ്ചയം, മുമ്പാകെ, മുൻഭാഗം, ആദ്യം.

മുപ്പുരം - അടിമകളുടെ ശ്മശാനം, തോപ്പ്, ത്രിപുരന്മാരുടെ മൂന്നുപുരം.

മുര - വലിയ, ചന്ദ്രഗുപ്തന്റെ മാതാവ്, മുരാമാഞ്ചി, മുരൾ, നറുമ്പശ.

മുരച് - പല്ലിന്റെ മോണ, ഒരുവാദ്യം, ഉതൃട്ടാതി നക്ഷത്രം.

മുരജം - മിഴാവ്, മുരജബന്ധം, മൃദംഗം, യുദ്ധഭേരി.

മുരജഫലം - പിലാവ്, ചക്ക.

മുരൺ - ശാഠ്യം, ശക്തി, കാഠിന്യം, എതിർപ്പ്, മഹത്ത്വം.

മുരയൽ - കഷ്ടപ്പാട്, ദുഃഖം, ക്ഷീണം.

മുരൽ - ഓവ്, തൂമ്പ്, ഒരിനം മത്സ്യം.

മുരുക് - ഇളമ, ഞമഞ്ഞി, വാസന, അഴക്, കാതിലണിയുന്ന ഒരാഭരണം, അകിൽ, കള്ള്, തിരുവിഴാ, എഴുന്നിരിപ്പ്.

മുരുത്ത് - മരപ്പട്ട, നട്ടെല്ല്.

മുരുപ്പ് - വരമ്പ്, കരിമ്പായൽ, പരുപരുപ്പ്, തോലിന്റെ പരുപ്പുള്ള പുറം.

മുർമ്മുരം - ഗോമൂത്രത്തിന്റെ ഗന്ധം, ഉമിത്തീയ്.

മുല്ല - മല്ലിക, നാരായത്തിന്റെ മുനയില്ലാത്ത ഭാഗം, വിദ്വാൻ, ഗുരു, സത്യം ചെയ്യുന്നവൻ.

മുവന്തി - ത്രിസന്ധ്യ, സായാഹ്നസന്ധ്യ.

മുശു - മാന്യൻ, നാറ്റം, ഒരിനം മത്സ്യം.

മുഷി - മൂശ, മോഷണം, മുഷിഞ്ഞ.

മുഷ്കൻ - കള്ളൻ, മുഷ്കുള്ളവൻ, ഗർവ്വിഷ്ഠൻ, അതിക്രമക്കാരൻ, ശാഠ്യക്കാരൻ.

മുഷ്ക് - അതിക്രമം, ഗർവ്വ്, ശക്തി, സാമർത്ഥ്യം.

മുഷ്ടി - ചുരുട്ടിപ്പിടിച്ച കൈ, മോഷണം, മുട്ടം, മുഴം, പിടിനെല്ല്, കൈപ്പിടിയിൽ കൊള്ളുന്ന അളവ്, പുതിയ എഴുത്തോല, തട്ടാന്റെ ചെറിയ ചുറ്റിക, മുഷ്കവൃക്ഷം, സംക്ഷേപം, പുരുഷലിംഗം.

മുസലം - ബലരാമന്റെ ഗദ, ഇരുമ്പുലക്ക.

മുസലി - മുതലിയാർ, ബലരാമൻ, ശിവൻ, മൗലവി, ഗൗളി, കുഴിയമ്മി, നിലപ്പന, എലിച്ചെവി.

മുസലിക - ഉടുമ്പ്, പല്ലി, ഓന്ത്.

മുഹൂർത്തം - നല്ല നേരം, ഘോഷം, സദ്യ, കുറച്ചുസമയം, രണ്ടുനാഴിക.

മുള - കദരം, ആണി, ഇല്ലി, നാമ്പ്, ദണ്ഡായുധം, മേല്പുര.

മുളരി - കാട്, മുൾച്ചെടി, വിറക്, താമര, നെരിപ്പോട്.

മുളവ് - മുള്ളൻപന്നി, മുളയ്പ്.

മുള്ളി - മുൾച്ചെടി, ഒരുജാതിമത്സ്യം, താമരപ്പൂ, ഒരിനം ചൂണ്ട.

മുഴ - പരു, തുടിപ്പ്, മലയിലെ ഗുഹ, ശരീരത്തിലുണ്ടാകുന്ന വീക്കം.

മുഴക്കം - ഇടി, മാറ്റൊലി, പ്രകമ്പനം ഉണ്ടാക്കുന്ന ശബ്ദം, ആരാവാരം, പെരുമ്പറ ശബ്ദം.

മുഴക്കോൽ - ആശാരിയുടെ അളവുകോൽ, ഒരു നക്ഷത്രസമൂഹം.

മുഴി - മുഷിപ്പിക്കൽ, ഏപ്പ്, സന്ധിബന്ധം, മിഴി.

മുഴിപ്പ് - ദുഃഖം, കോപം, മുഷിപ്പ്, ഭുജം.

മുറ - വ്യവസ്ഥ, ചട്ടം, കർത്തവ്യം, നിലവിളി, പ്രാവശ്യം, മര്യാദ, ആചാരം, ഭംഗി, ഓരോരുത്തരും മാറിമാറി വേലചെയ്യുന്ന ഏർപ്പാട്.

മുറകേട് - കുഴപ്പം, അനൗചിത്യം, ക്രമക്കേട്.

മുറണ്ട് - ചീത്തസ്വഭാവം, ശാഠ്യം.

മുറി - അറ, ചിട്ടി, ദേശത്തിന്റെ ഒരു ഭാഗം, വ്രണം, കഷണം, സ്ത്രീകൾ ഉടുക്കുന്ന വസ്ത്രം.

മുറുക്കം - നിർബ്ബന്ധം, അമർത്തൽ, ഇറുക്കം, അത്യാവശ്യം.

മുറുക്ക് - കെട്ട്, അരപ്പട്ട, ഒരു പലഹാരം, ബലമായ പിടുത്തം, മുറുക്കാൻ ഉപയോഗിക്കുന്നത്.

മുറുവൽ - ആഭരണം, പുഞ്ചിരി, പല്ല്.

മുറ്റ് - കനം, സമൃദ്ധി, ഞെരുക്കം, തിങ്ങിയ.

മുറ്റും - അത്യധികം, ആകെ, അശേഷം, മാത്രം, വീണ്ടും.
മൂകം - ശബ്ദിക്കാത്തത്, ഒരു പിശാച്, മത്സ്യം.
മൂകൻ - നിശ്ശബ്ദൻ, ഊമ, കൂമൻ, ദരിദ്രൻ, ഒരു ദേവൻ, ഒരസുരൻ.
മൂക്കൻ - മൂർഖൻ, നീണ്ട മൂക്കുള്ളവൻ, മീൻകൊത്തി.
മൂങ്കിൽ - മുള, ഒരിനം വാഴ.
മൂച്ചി - മുത്തി, മാവുമരം, ശ്വാസം പിടിപ്പ്, മൂച്ച്.
മൂട - ധാന്യക്കൂമ്പാരം, ചിപ്പം, മൂടക്കുഞ്ഞ്, അരിച്ചാക്ക്.
മൂടൽ - മങ്ങൽ, മഴക്കാറ്,മറവ്, മാന്ദ്യം, മൂടി, വിഡ്ഢിത്തം.
മൂടാപ്പ് - മറ, തിര, മൂടാക്ക്, മന്താരം, കൂറാപ്പ്.
മൂട് - വേര്, ചൂള, ആസനം, മൂടി, ചക്കിനുമേൽ കെട്ടുന്ന പുര, ഇരുമ്പു കെട്ടിയ അഗ്രം.
മൂട്ട - ചാക്ക്, ഭാണ്ഡം, ചാക്കുകെട്ട്.
മൂന്നാമൻ - ജാമ്യക്കാരൻ, മൂന്നാമത്തവൻ, മദ്ധ്യസ്ഥൻ.
മൂപ്പ് - വാർദ്ധക്യം, വിളവ്, മൂപ്പന്റെ സ്ഥാനം, കാരണവസ്ഥാനം.
മൂരി - എരുത്, കാളക്കുട്ടി, പഴമ, പെരുമ, വലിയ തിരമാല, ശരീരം മരവിപ്പ്.
മൂരുക - നീട്ടുക, വിരിക്കുക, ചെത്തുക, കൊയ്യുക, കീറുക, മൂർച്ച വരുത്തുക.
മൂർച്ഛനം - ബോധക്കേട്, കാമദേവന്റെ ഒരു അസ്ത്രം, വളർച്ച, ഒരു സ്വരഭേദം.
മൂർത്തി - വസ്തു, പ്രതിമ, ശരീരം, ആളുടെ രൂപം, സൗന്ദര്യം, കാഠിന്യം, ശിവൻ, പിശാച്, മൂർദ്ധാവ്.
മൂർദ്ധവേഷ്ടനം - കിരീടം, തലപ്പാവ്.
മൂർദ്ധാവ് - നെറ്റി, തല, പ്രമാണി, അഗ്രഭാഗം, മുന്നണി, പാദം.
മൂല - ഗൂഢസ്ഥലം, കോണ്, വീട്, മൂലം നക്ഷത്രം, ശതാവരി, മുള്ളങ്കി, മുരട്, ഗുദം, ചേന, ആരംഭം, പ്രധാനനഗരം, പുഷ്കരമൂലം, തിപ്പലി, വേര്, ഇന്ദ്രജാലം, ആദി സാക്ഷി.
മൂലഭാഷ - മുഖ്യഭാഷ, ആദി മൊഴി.
മൂലസ്ഥാനം - ശ്രീകോവിൽ, രാജധാനി, ആകാശം, വായു, ദൈവം, അടിസ്ഥാനം.
മൂലി - കാരണഭൂതൻ, പല്ലി, വൃക്ഷം.
മൂലികൻ - സന്ന്യാസി, കിഴങ്ങ്.
മൂല്യം - ശമ്പളം, മൂലധനം, നിമിത്തം, വില.
മൂഷ - എലി, മൂശ, പുല്ല്, പെരുച്ചാഴി.
മൂഷം - മൂശ, എലി, ജന്നൽ.
മൂഷകം - കൂട്ടം, വൃഷണം, വെൺപാതിരി, വൃക്ഷം.
മുഷ്കൻ - തടിയൻ, കള്ളൻ, ഗർവ്വിഷ്ഠൻ, അതിക്രമക്കാരൻ.
മുഷ്ടി - മുഴം, പിടി, ചുരുട്ടിപ്പിടിച്ച കൈ, മോഷണം, സംക്ഷേപം, മുഷ്കകവൃക്ഷം, പുരുഷലിംഗം, പുതിയ എഴുത്തോല, മുട്ടം, ഒരു കൈപ്പിടിയിൽ കൊള്ളാവുന്ന അളവ്.
മുസലി - ഗൗളി, നിലപ്പന, കുഴിയമ്മി, ശിവൻ, ബലരാമൻ, എലിച്ചെവി, മുസ്ലിം പുരോഹിതൻ, മുതലിയാർ.
മുസലിക - പല്ലി, ഓന്ത്, ഉടുമ്പ്.
മുഹിരൻ - കാമദേവൻ, ഭോഷൻ.
മുഹൂർത്തം - സദ്യ, ഘോഷം, കുറച്ചുനേരം, രണ്ടുനാഴിക, നല്ലനേരം.

മുള - കൂമ്പ്, ഇല്ലി, കദരം, ആണി, മേല്പുര, ദണ്ഡായുധം.

മുളങ്കായൽ - ചൂരൽ, മുളങ്കാട്.

മുളരി - കാട്, മുൾച്ചെടി, താമര, വിറക്, നെരിപ്പോട്.

മുളവ് - മുൾച്ചെടി, ഒരിനം ചുണ്ട, താമരപ്പൂ, ഒരുജാതി മത്സ്യം.

മുള്ള് - ത്രാസിന്റെ സൂചി, കുത്തുവാക്ക്, വൃക്ഷലതാദികളിലെ കൂർത്ത അവയവം, ഭക്ഷണം കഴിക്കാനുള്ള ഒരുപകരണം, കുട്ടികൾക്ക് തൊണ്ടയിലുണ്ടാകുന്ന ഒരു രോഗം.

മുഴ - പരു, തടിപ്പ്, മലയിലെ ഗുഹ, നിരപ്പിൽനിന്നു പൊന്തി ഗോളാകൃതിയിൽ കാണപ്പെടുന്ന ഭാഗം.

മുഴക്കം - പ്രകമ്പനം ഉണ്ടാക്കുന്ന ശബ്ദം, ഇടി, മാറ്റൊലി, പെരുമ്പറയുടെ ശബ്ദം, ആരവാരം.

മുഴക്കോൽ - ആശാരിയുടെ അളവുകോൽ, ഒരു നക്ഷത്രസമൂഹം.

മുഴിപ്പ് - ദുഃഖം, കോപം, ഭുജം.

മുഴു - പൂർണ്ണം, അടപ്പ്, മുയ്യു, മത്സ്യം.

മുഴുപ്പ് - പൂർത്തി, വണ്ണം, വലിപ്പം, നിബിഡത, തീർച്ച.

മുറ - ക്രമം, ചട്ടം, ഭംഗി, ആചാരം, കർത്തവ്യം, മര്യാദ, പ്രാവശ്യം, നിലവിളി, എട്ടുദിവസം.

മുറി - അറ, ചിട്ടി, കഷണം, വ്രണം.

മുറുവൽ - പുഞ്ചിരി, പല്ല്, ആഭരണം.

മുറ്റ് - കനം, സമൃദ്ധി, ഞെരുക്കം, പൂർണ്ണമായ, മുഴുവനും.

മുറ്റും - ആകെ, അശേഷം, വീണ്ടും, അത്യധികം, മാത്രം,

മൂകൻ - കൂമൻ, ഊമ, ദരിദ്രൻ, ഒരു ദേവൻ, ഒരസുരൻ.

മൂക്കൻ - മൂർക്കൻപാമ്പ്, മീൻകൊത്തി, നീണ്ട മൂക്കുള്ളവൻ.

മൂങ്കിൽ - ഒരിനം വാഴ, മുള.

മൂച്ചി - മൂച്ച്, മാവുമരം, മുത്തി.

മൂച്ച് - ശ്വാസം, അഹങ്കാരം.

മൂടൽ - മങ്ങൽ, മൂടി, മാന്ദ്യം, വിഡ്ഢിത്തം, മഴക്കാറ്, മറവ്.

മൂടാപ്പ് - മറ, മന്താരം, മൂടാക്ക്, തിര, കൂരാപ്പ്.

മൂട്ട - ചോരകുടിക്കുന്ന ഒരു ദുർഗ്ഗന്ധജീവി, ചാക്ക്, ഭാണ്ഡം.

മൂന്നാമൻ - മദ്ധ്യസ്ഥൻ, മൂന്നാമത്തവൻ, ജാമ്യക്കാരൻ.

മൂപ്പൻ - കാരണവൻ, വയസ്സൻ.

മൂരൽ - കൊയ്ത്ത്, ചിരി, ചോറ്, പല്ല്.

മൂരി - കാളക്കുട്ടി, പഴമ, പെരുമ, വലിയ, തിരമാല, എരുത്, ശരീരം മരവിപ്പ്.

മൂർച്ച - വായ്ത്തല, മുറിയുമാറുള്ള അവസ്ഥ, നിശിത ബുദ്ധി, കൊയ്ത്തുകാലം.

മൂർച്ഛനം - മോഹാലസ്യം, കാമദേവന്റെ ഒരസ്ത്രം, വളർച്ച, ഒരു സ്വരഭേദം, രസവും ഗന്ധകവും ചേർത്തു നീറ്റി ഭസ്മമുണ്ടാക്കൽ.

മൂർത്തി - ശരീരം, വസ്തു, പ്രതിമ, ശിവൻ, സൗന്ദര്യം, പിശാച്, മൂർദ്ധാവ്, ആളുടെ രൂപം.

മൂർദ്ധാവ് - നെറ്റി, തല, അഗ്രഭാഗം, മുന്നണി, പ്രമാണി, പാദം.

മൂല - ഗൂഢസ്ഥലം, കോണ്, വീട്, ശതാവരി, മുള്ളങ്കി, മൂലം നക്ഷത്രം.

മൂലം - ഗുദം, ഇന്ദ്രജാലം, ആദിസാക്ഷി, മുതൽദ്രവ്യം, വർഗ്ഗമൂലം, ചേന, ആരംഭം, പ്രധാനനഗരം, പുഷ്കരമൂലം, തിപ്പലി, വേര്, മുരട്, ആദികാരണം, അടിസ്ഥാനഗ്രന്ഥം.

മൂലജം - മൂലം നക്ഷത്രത്തിൽ ജനിച്ചത്, കിഴങ്ങ്, പച്ച ഇഞ്ചി.
മൂലപദാർത്ഥം - പഞ്ചഭൂതം, തത്ത്വവസ്തു.
മൂലഫലദം - ശീമപ്ലാവ്, പ്ലാവ്.
മൂലഭാഷ - മുഖ്യഭാഷ, ആദി മൊഴി, ഏതുഭാഷയിൽ നിന്നാണോ തർജ്ജമ ചെയ്യപ്പെട്ടത് ആ ഭാഷ.
മൂലസ്ഥാനം - ശ്രീകോവിൽ, രാജ ധാനി, ആകാശം, വായു, ദൈവം, അടിസ്ഥാനം.
മൂലിക - വേര്, കഞ്ചാവ്.
മൂല്യം - വില, കൂലി, മൂലധനം, നിമിത്തം, വിലയ്ക്കുവാങ്ങിയ വസ്തു.
മൂഷ - മൂശ, പെരുച്ചാഴി, പുല്ല്.
മൂഷികൻ - എലി, കള്ളൻ.
മൂള - ബുദ്ധി, തലച്ചോറ്.
മൃഗം - മാൻ, നാലുകാലുള്ള സ്ത നജീവികൾ, മകരം, മകയിരം നക്ഷത്രം, കസ്തൂരി, ഒരുതരം ആന, മാർഗ്ഗശീർഷം, ചന്ദ്രമണ്ഡല ത്തിലുള്ള കറുപ്പ്.
മൃഗനാഭി - കസ്തൂരിമാൻ, കസ് തൂരി, കസ്തൂരി മൃഗത്തിന്റെ സഞ്ചി.
മൃഗപതി - സിംഹം, വ്യാഘ്രം.
മൃഗയു - നായാടി, കടുവ, ബ്രഹ്മം, കുറുക്കൻ, ബ്രഹ്മാവ്.
മൃഗരാജൻ - സിംഹം, കടുവ, ചന്ദ്രൻ.
മൃഗവ്യാധൻ - ശിവൻ, നായാടി.
മൃഗാങ്കൻ - ശിവൻ, വായു, ചന്ദ്രൻ.
മൃഗാദനൻ - സിംഹം, കഴുത പ്പുലി, ചെന്നായ്.
മൃഗി - മാൻപേട, പക്ഷവാതം, അപസ്മാരം, മൃഗങ്ങളുടെ ജന യിത്രി.
മൃഡീകം - മത്സ്യം, മൃഗം.
മൃതം - മരണം, ഇരന്നുവാങ്ങിയ ആഹാരം, ശവം, വിഷം.
മൃതകം - ശവം, മരണം, പുല.
മൃതാലകം - തുവര, പടിക്കാരം, ഉവർമണ്ണ്.
മൃത്യു - കാലൻ, മരണം, വിഷ്ണു, ബ്രഹ്മാവ്, മായ, കാളി, കാമദേ വൻ, ശനി.
മൃത്യുഫല - മുള, വാഴ.
മൃദംഗം - ഒരു വാദ്യോപകരണം, മുളവടി, ശബ്ദം.
മൃദുച്ഛദം - കുടപ്പന, ഭൂർജ്ജമരം, വേഴൽ, കുക്കുരവൃക്ഷം, മലയുക മരം, ചെറിയ ഇത്ത.
മൃദുഫലം - തേൻതെങ്ങ്, വിക ണ്ടകം, കരീരം, പരൂഷകം, വയ്യങ്ക തക്.
മൃദ്വി - മുന്തിരി, ശാന്തശീല, മൃദു വായ അംഗങ്ങൾ ഉള്ളവൾ.
മൃധം - അലക്ഷ്യം, അനാദരം, ശത്രു, യുദ്ധം.
മൃഷ്ടം - ലേപം, മൃഷ്ടാന്നം, കുരു മുളക്, മാർജ്ജനം ചെയ്യപ്പെട്ടത്.
മൃഷ്ടി - സ്പർശനം, വെടിപ്പ്, ഭക്ഷണമൊരുക്കൽ.
മെച്ചം - മേന്മ, അത്ഭുതം, മേത്ത രം, തീർച്ച.
മെതിയം - തുഴ, മതിയം, വാതിൽ പ്പടി, അഴിയും മറ്റും ഉറപ്പിച്ചു നിർ ത്തുന്ന തടിക്കഷണം.
മെത്ത - ശയ്യ, ഏത്തം, വെണ്മാടം.
മെയ് - ശരീരം, സത്യം, വ്യഞ് ജനം.
മെയ്മ - ഉണ്മ, സത്യം, വിചാരം.
മെയ്യുര - ആണ, സത്യം.
മെഴുപ്പ് - പ്രകാശം, തട്ടിപ്പ്, മൃദുത്വം.
മേഖല - കാഞ്ചി, പൂണൂൽ, നിതംബം, വാൾപ്പട്ട, അരവാൾ,

ഓരില, നർമ്മദാനദി, മലഞ്ചെരിവ്, വാല്ക്കച്ച.

മേഖലി - ശിവൻ, ബ്രഹ്മചാരി.

മേഘം - ആകാശത്തു കൊള്ളുന്ന കാറ്, അഭ്രം, കൂട്ടം, മുത്തങ്ങ.

മേഘകുസുമം - മിന്നൽ, തകര.

മേഘനാദം - ഇടിമുഴക്കം, പ്ലാശ്, ചെറുചീര.

മേഘപുഷ്പം - ആലിപ്പഴം, ആറ്റുവഞ്ചി, മഴവെള്ളം, ശ്രീകൃഷ്ണന്റെ തേർക്കുതിര.

മേഘവർണ്ണ - ആറ്റുഞാവൽ, അമരി.

മേചകം - പീലിക്കണ്ണ്, കറുത്ത നിറം, മുലക്കണ്ണ്, കുതിരയുടെ കുഞ്ചിരോമം, കരിമുരിങ്ങ, സൗവീരാഞ്ജനം, മേഘം, ഇരുട്ട്, പുക, കുന്തുരുക്കം.

മേഥി - ഉലുവ, ആണി, തൂണ്.

മേദം - കൊഴുപ്പ്, പാച്ചോറ്റി.

മേദിനി - ഭൂമി, നിഘണ്ടു, മേദ.

മേധ്യ - വിഷ്ണുക്രാന്തി, പെണ്ണാട്, വെളുത്തവയമ്പ്, വന്നി, വലിയ വാലുഴവം, ചെറുപുന്ന.

മേധ്യം - യവം, കരിങ്ങാലി, ആട്.

മേനി - ദേഹം, ഭംഗി, രൂപം, മാർദ്ദവം, ശ്രേഷ്ഠത, നന്മ, തൊഴുത്ത്, മുഖസ്തുതി, വച്ചുപറച്ചിൽ, ശരാശരിവസ്തു, നിരക്ക്, മാതിരി, നിറം, ഉയർന്ന നില.

മേന്മ - വലുപ്പം, ശ്രേഷ്ഠത, സ്ഥാനം, ഉൽക്കർഷം.

മേരു - ഉത്തരധ്രുവം, മഹാമേരു പർവ്വതം, ഋഷഭന്റെ മാതാവ്.

മേല - മഷി, അമരി, മേള, സംഗം, വയ്യ.

മേലെരി - അഗ്നികുണ്ഡം, കടുത്ത വ്യാമോഹം, ഹോമത്തിനുള്ള വിറക്.

മേൽഗതി - മോക്ഷം, ഉയർന്ന നില.

മേൽത്തട്ട് - മാളിക, കപ്പലിന്റെയും മറ്റും മേൽഭാഗം, മച്ച്.

മേല്പാടം - ആദ്യപാഠം, കൃഷിചെയ്യാവുന്ന സ്ഥലം, ഉയർച്ചയുള്ള കണ്ടം.

മേല്വരവ് - ഫലം, വർദ്ധന, കൂടുതൽ വരവ്.

മേവൽ - പാർപ്പ്, യോജിപ്പ്, ആഗ്രഹം, സ്ഥിരപ്പെടുത്തൽ.

മേവുക - ഭരിക്കുക, സ്ഥിരപ്പെടുത്തുക, പാർക്കുക, സ്നേഹിക്കുക, പരിചയിക്കുക.

മേഷം - തകര, മുട്ടാട്, മേടമാസം.

മേഷി - മാഞ്ചി, പെണ്ണാട്, തൊടുകാര.

മേഹം - ആട്, മൂത്രം, പ്രമേഹരോഗം.

മേഹനം - മൂത്രദ്വാരം, മൂത്രം, മൂത്രമൊഴിക്കൽ, പുരുഷലിംഗം.

മേളം - ഉത്സവം, ആഘോഷം, ചന്ത, സന്തോഷം, കൂടിച്ചേരൽ, സംഗീതോപകരണങ്ങളുടെ ശബ്ദം താളനിസാരിയായി ഒത്തുചേരൽ.

മേളാങ്കം - സന്തോഷം, ഉല്ലാസം, കോലാഹലം.

മേഴ - കാടി, കഞ്ഞി.

മേഴി - കലപ്പ, കലപ്പയുടെ കൈപ്പിടി.

മൈ - മഷി, അഞ്ജനം, കുറ്റം, മേധം, ജലം, കറുത്തനിറം.

മൈത്തൽ - മിടുക്ക്, ജാഗ്രത, വേല.

മൈത്രം - ഗുദം, നക്ഷത്രം, ബന്ധുത്വം, അനിഴം നക്ഷത്രം, ജന്മനക്ഷത്രം തൊട്ട് ഏഴാമത്തെ നക്ഷത്രം.

മൈത്രൻ - കരുണയുള്ളവൻ, ശുദ്ധബ്രാഹ്മണൻ, സ്നേഹിതൻ.

മൈധാവകം - ജ്ഞാനം, ബുദ്ധി ശക്തി.

മൈന്തന - ബാലൻ, മകൻ, ശിഷ്യൻ, ബലവാൻ.

മൈമ്മ - മലടി, വന്ധ്യയായ എരുമ.

മൈയം - തഞ്ചം, മദ്ധ്യം.

മൈലിന്ദം - വണ്ട്, തേനീച്ച.

മൊച്ചൻ - വലിയവൻ, വൃദ്ധൻ, ആട്ടിന്റെ മുശു, നച്ചെലി.

മൊഞ്ചൻ - ബലവാൻ, മിടുക്കൻ, രസികൻ, വേഗം കോപിക്കുന്നവൻ.

മൊഞ്ച് - അഴക്, കോപം.

മൊട്ട - മാപ്പിള, ബ്രാഹ്മണവിധവ, ചിരച്ചതല, മുട്ട.

മൊട്ട് - അരിമ്പ്, മുല്ലമൊട്ട്, മൂർച്ച യില്ലാത്ത അറ്റം.

മൊളി - പൊളി, വൃക്ഷത്തിന്റെ കരിന്തൊലി, മൊരി.

മൊഴി - ഭാഷ, ചൊല്ല്, വാക്ക്, തെളിവ്, വിവാഹമോചനം, അവ കാശം.

മോകം - മോഹം, മോചനം, പാമ്പിന്റെ പടം, മൃഗത്തിന്റെ തോല്.

മോകർ - ചിത്രവേലക്കാരൻ, മോഹർ.

മോക്ഷം - സംസാരസാഗരത്തിൽ നിന്നുള്ള മോചനം, പാടലീവൃക്ഷം, സ്വർഗ്ഗീയ സുഖം, മോചനം.

മോഘ - വിഴാൽ, ഇലവ്, പൂപ്പാ തിരി.

മോഘത - മടി, ത്യജിക്കൽ, വ്യർത്ഥമായ പരിശ്രമം.

മോചം - പ്ലാവ്, വാഴ, കരിമുരിങ്ങ.

മോചകം - വാഴ, മോക്ഷം, സന്ന്യാസം, മുഷ്കവൃക്ഷം, ഇല വിൻപശ.

മോടി - ഉല്ലാസം, ആഡംബരം, ഭംഗി, വെടിപ്പ്, കൺകെട്ടുവിദ്യ, നേരമ്പോക്ക്, ദുർഗ്ഗ.

മോട് - ശാഠ്യം, വലുപ്പം, മുകൾ ഭാഗം.

മോദം - പരിമളം, ലഹരി, സന്തോ ഷം, അമ്പഴം.

മോദിനി - കസ്തൂരി, കാട്ടുമുല്ല, മദ്യം, അയമോദകം.

മോന്ത - മുഖം, മൊന്ത, നീണ്ട മൂക്ക്.

മോരടം - മോര്, പെരുങ്കുരുമ്പ, ചണം, പുതിയ പശുവിൻ പാൽ.

മോശം - തെറ്റ്, മൂഢത, ദാരിദ്ര്യം, ചതി, അപകടം, കുറവ്, കുറ്റം.

മോഹം - പിഴ, മായ, ദുഃഖം, വ്യാകുലത, ബോധക്കേട്, അറിവി ല്ലായ്മ.

മോറ - താടി, മോഹർ, മുഖക്കയറ്.

മൗലി - കിരീടം, ശിരസ്സ്, ഭൂമി, മദ്യം, അശോകം, ശ്രേഷ്ഠമായ വസ്തു.

മം - വെള്ളം, സുഖ്യം, ആനന്ദം.

മംഗല - പതിവ്രത, കറുക, മഞ്ഞൾ, ലക്ഷ്മി, പാർവ്വതി, വിവാ ഹിത, ദുർഗ്ഗ.

മംഗലം - അനുഗ്രഹം, ഭാഗ്യം, ശുഭ ശകുനം, മഞ്ഞൾ, ക്ഷേമം, വിവാ ഹം, പുരാതനാചാരം, കാർത്തിക, നക്ഷത്രം.

മംഗല്യം - സ്വർണ്ണം, താലി, സൗഖ്യം, ചന്ദനം, അകിൽ, കൂവളം, സിന്ദൂരം, അരയാൽ, ഉറുഞ്ചി, ജീ വകം, നീരീരിപ്പ്, ചെറുപയറ്, തൈര്, പവിത്രജലം.

യ

യം - കീർത്തി, വണ്ടി, യവം, വായു, സംഭോഗം, യ ഗണം.

യക്ഷം - പൂജ, പിശാച്, മന്ത്രം, യാഗം, നായ്.

യജതൻ - ചന്ദ്രൻ, ശിവൻ, പൂജാരി.

യജ്ഞം - യാഗം, അഗ്നി, പൂജ, ഭക്തി.

യജ്ഞൻ - ഇന്ദ്രൻ, അഗ്നി, ആത്മാവ്, ആരാധകൻ.

യജ്ഞാംഗം - അത്തിമരം, കരിങ്ങാലി, വെളുത്തദർഭ, കൃഷ്ണൻ.

യതി - തപസ്വി, വിരാമം, ഹിമമനുഷ്യൻ, എത്ര.

യത്നം - ഉദ്യമം, ഉത്സാഹം, പ്രയാസം, കൃത്യനിർവ്വഹണം.

യന്ത്രം - ഉപദ്രവകാരി, തന്ത്രശാലി, ഏഷണിക്കാരൻ, യന്ത്രം ഉള്ളവൻ.

യമം - കാക്ക, കടിഞ്ഞാൺ, ഉപരതി, ജോടി, അടക്കൽ.

യമൻ - ശനി, കൂട്ടുകാരൻ, സാരഥി, കാലൻ.

യയി - യാഗാശ്വം, മേഘം, ശിവൻ.

യവകം - പടുതോര, നൈട്രജൻ വാതകം, യവക.

യവനം - ഗോതമ്പ്, അറബിക്കുതിര, അറബിക്കുന്തുരുക്കം, ഗ്രീക്കുദേശം.

യവനേഷ്ടം - കുരുമുളക്, വേപ്പ്, കാരീയം, ചണ്ണമുള്ളങ്കി.

യവഫലം - ചെമന്നുള്ളി, കല്ലാൽ, മുള, കടുകപ്പാല, ജടാമാഞ്ചി.

യവാഗ്രജം - കുറാശാണി, യവക്ഷാരം.

യവാനി - ജീരകം, കുറാശാണി, അയമോദകം, ചീത്തയായ യവം.

യശസ്വിനി - കീർത്തിയുള്ളവൾ, കീരിവള്ളി, ഋദ്ധി, കാട്ടുപരുത്തി, മറിക്കുന്നി.

യഷ്ടി - ഗദ, തൂണ്, വടി, വള്ളി, ചരട്, ഉലക്ക, ഇരട്ടിമധുരം, കരിമ്പിൻതണ്ട്, ഭോഷൻ, ഭുജം.

യാജം - ആഹാരം, ചോറ്, ബലി.

യാജ്ഞികം - പ്ലാശ്, ദർഭപ്പുല്ല്, അരയാൽ, ചെങ്കരിങ്ങാലി.

യാതു - കാറ്റ്, ദുർമ്മന്ത്രവാദം, രാക്ഷസൻ, സമയം, യാത്രക്കാരൻ.

യാതുധാനൻ - മായാവി, രാക്ഷസൻ, പിശാച്.

യാത്ര - ഘോഷയാത്ര, സഞ്ചാരം, ദേശാടനം, ദേശാചാരം, കാലക്ഷേപം, സഞ്ചാരമാർഗ്ഗം, യാത്രക്കളി.

യാദവി - കുന്തി, ഉമ, ദുർഗ്ഗ, യാദവസ്ത്രീ.

യാദസ്സ് - ശുക്ലം, ജലം, നദി, ജലജന്തു.

യാമവതി - രാത്രി, മഞ്ഞൾ.

യാമി - പുത്രി, സഹോദരി, കുലസ്ത്രീ, ഭാര്യ, തെക്കുദിക്ക്.

യാമ്യം - ചന്ദനം, ഭരണിനക്ഷത്രം, തെക്കുദിക്ക്.

യായാവരൻ - ഭിക്ഷു, യോഗി, ജരൽക്കാരു മഹർഷി.

യാർഡ് - ഗജം, ശാല, മുറ്റം.

യാവകം - പടുതോര, മുതിര, അരക്ക്, ചെമ്പഞ്ഞിച്ചാറ്.

യുക്തം - ഔചിത്യം, നുകം, ബന്ധം, യോജിച്ചത്.

യുഗം - നുകം, തലമുറ, ഋദ്ധി, ചതുർയുഗങ്ങളിലൊന്ന്, ജോടി.

യുഗ്മകം - നദീസംഗമം, ഇരട്ട, മിഥുനം രാശി.

യുതകം - മുറത്തിന്റെ വക്ക്, സൗഹൃദം, ജോടി, ഒരിനം ഉടയാട.

യുദ്ധം - സംഘർഷം, ദ്വന്ദ്വയുദ്ധം, മത്സരം, ഗ്രഹയുദ്ധം.

യുധാനൻ - ക്ഷത്രിയൻ, ശത്രു, യോദ്ധാവ്.

യൂണിയൻ - സംഘടന, ഐക്യം, സംയുക്തമായത്.

യൂതകം - സഖ്യം, സംശയം, സ്ത്രീധനം, ജോടി.

യൂഥം - എണ്ണം, സൈന്യം, രാശി, പറ്റം, ആൾക്കൂട്ടം.

യൂപകം - കാട്ടരയാൽ, യൂപം, ഒരിനം തടി.

യോക്ത്രം - കയർ, അമിക്കയറ്, ബന്ധിക്കുന്നത്.

യോഗം - കലർപ്പ്, ചേർപ്പ്, കൂടിച്ചേരൽ, സംഭോഗം, ഭാഗ്യം, യോഗവിദ്യ, യോഗദർശനം.

യോഗി - ഋഷി, ശിവൻ, വിഷ്ണു, അർജ്ജുനൻ, ബുദ്ധൻ, യാജ്ഞവാല്ക്യൻ, മാതളനാരകം, ഇന്ദ്രജാലക്കാരൻ.

യോഗിനി - സന്ന്യാസിനി, നായകി, ജയ, ദുർഗ്ഗ, പിശാചി, ദുർമന്ത്രവാദിനി, മാർജ്ജതി, കർപ്പൂരതിലക, കൗമുദിക.

യോഗേശ്വരൻ - സിദ്ധൻ, ശ്രീകൃഷ്ണൻ, ശിവൻ.

യോഗ്യം - ചന്ദനം, പാൽ, ഋദ്ധി, വാഹനം, കാട്ടുമുതിര, ഒരു യാഗം.

യോഗ്യത - ചേർച്ച, സാമർത്ഥ്യം, മാന്യത.

യോജനം - മാർഗ്ഗം, സംഭരിക്കൽ, നിർമ്മാണം, കൂട്ടിച്ചേർക്കൽ, ഉദ്ദേശം എട്ടുമൈൽ ദൂരം.

യോജനഗന്ധ - സീത, കസ്തൂരി, സത്യവതി.

യോത്രം - കെട്ട്, കയറ്, നുകത്തിൽ കാളയെ പൂട്ടാനുള്ള കയറ്.

യോനി - സ്ത്രീകളുടെ ഗുഹ്യപ്രദേശം, ഉത്ഭവം, ഗർഭപാത്രം, വിശ്രമസ്ഥലം, തൊഴുത്ത്, കുടുംബം, ജാതി, വിത്ത്, ഖനി, ചെമ്പ്, ജലം.

യോഷിത - ഭാര്യ, സ്ത്രീ.

ര

രകം - സ്ഫടികം, പെരുമഴ, വരാന്ത, സൂര്യകാന്തം.

രക്തം - ചോര, കുങ്കുമം, സിന്ദൂരം, ചെമ്പ്, ജലം, ചായില്യം, കുയുംബമരം, നീർക്കടമ്പ്, കടുംചെമപ്പ്, നീർനെല്ലി, ഉച്ചമലരി.

രക്തകം - ഉച്ചമലരി, നീർനെല്ലി, പത്തങ്ങം, ചോര, ചെങ്കുറിഞ്ഞി, ചെമന്ന ആവണക്ക്, രക്തം.

രക്തചന്ദനം - ചെമന്ന ചന്ദനം, പത്തംഗം, കുങ്കുമം, പതിമുകം.

രക്തപുഷ്പം - ഉച്ചമലരി, മുരിക്ക്, പുന്ന, അകത്തി, എരിക്ക്, കൊക്കുമന്ദാരം.

രക്തരേണു - കോപിഷ്ഠൻ, ചായില്യം, പ്ലാശിൻപൂവ്, പുന്ന.

രക്തവർഗ്ഗം - കുയുമ്പപ്പൂവ്, അരക്ക്, താളി, മാതളം.

രക്താക്ഷം - പോത്ത്, മാടപ്രാവ്, ചകോരം.

രക്താംഗം - മൂട്ട, കുങ്കുമം, പവിഴം, രക്തചന്ദനം.

രക്ഷ - ഭദ്രത, മോചനം, തുണ, അരക്ക്, രക്ഷാകവചം.

രങ്കൻ - തെണ്ടി, ദരിദ്രൻ, രങ്കനാഥൻ.

രംഗം - നാട്യഗൃഹം, അരങ്ങ്, തട്ട്, നിറം, സദസ്സ്, യുദ്ധഭൂമി, സഭാമന്ദിരം, കടത്ത്, വെളുത്തീയം, വിനോദം, ദേവാലയം.

രംഗചരൻ - മല്ലൻ, നടൻ.

രംഗണം - നൃത്തം, ആട്ടം.

രംഗഭൂമി - യുദ്ധക്കളം, പ്രവർത്തനരംഗം, അരങ്ങ്, നാട്യഗൃഹം.

രംഹസ്സ് - എടുത്തുചാട്ടം, വേഗത, വേഗം.

രജതം - വെള്ളി, മുത്തുമാല, വെളുപ്പ്, സ്വർണ്ണം, ദന്തം, രക്തം, കൈലാസം, നക്ഷത്രവ്യൂഹം.

രജനി - രാത്രി, മരമഞ്ഞൾ, അമരി, മഞ്ഞൾ, കരിങ്കച്ചോലം, അരക്ക്, ദുർഗ്ഗ.

രജനീചരൻ - കള്ളൻ, ചന്ദ്രൻ, രാക്ഷസൻ.

രജസാനു - മേഘം, ആത്മാവ്, ഹൃദയം.

രജസ്സ് - രജോഗുണം, ആർത്തവരക്തം, പൊടി, പാപം, കുറ്റം,

പൂച്ചെടി, മേഘം, വായു, ആവി, കൃഷിസ്ഥലം.

രജ്ജു - വലച്ചരട്, താലി, കയറ്, പിന്നിയ തലമുടി.

രഞ്ജനം - അനുനയിപ്പിക്കൽ, രക്തചന്ദനം, നാണൽപ്പുല്ല്.

രഞ്ജനി - മഞ്ഞൾ, അമരി, കൂയുമ്പപ്പൂവ്.

രണം - യുദ്ധം, അനക്കം, യുദ്ധാങ്കണം, ഫിഡിലിന്റെ വില്ല്.

രണാരണം - കൊതുക്, ഖേദം, ആഗ്രഹം.

രണ്ടാമൻ - സഹായി, രണ്ടാംസ്ഥാനക്കാരൻ, രണ്ടാമത്തെയാൾ.

രണ്ഡ - വിധവ, ദുർഗ്ഗ, എലിച്ചെവിയൻ.

രതി - വിഷയാസക്തി, ആനന്ദം, സംതൃപ്തി, രതിക്രീഡ, ആസ്വാദനം, കാമദേവന്റെ പത്നി.

രതിഗൃഹം - യോനി, വേശ്യാലയം, വിനോദസങ്കേതം.

രത്നിധി - സമുദ്രം, മഹാമേരു, വാലാട്ടിപ്പക്ഷി, വിഷ്ണു.

രത്നി - മുഷ്ടി, മുഴങ്കൈ, കൈമുട്ട്, ഒരളവ്.

രഥം - യുദ്ധത്തിനുപയോഗിക്കുന്ന ഒരു വാഹനം, അവയവം, വേഴൽ, ശരീരം, പാദം, തൊടുകാര.

രഥൻ - ശൂരൻ, നായകൻ, വീരൻ.

രഥാംഗം - ചക്രവാകപ്പക്ഷി, കുശച്ചക്രം, വണ്ടിച്ചക്രം.

രദം - തേറ്റ, പല്ല്, മുറിക്കൽ, ആനക്കൊമ്പ്, മുപ്പത്തിരണ്ടെന്ന സംഖ്യ.

രദനം - തേറ്റ, പല്ല്, മുറിക്കൽ.

രന്തു - പാത, നദി.

രന്ധ്രം - വിടവ്, സമയം, കുറ്റം, ഗുഹ, ന്യൂനത, അവസരം.

രപസ് - കേട്, പാപം, കുറ്റം.

രഭസം - ശക്തി, തീവ്രാഭിലാഷം, കോപാധിക്യം, ആനന്ദം, സാഹസിക്യം.

രഭസ്സ് - വേഗം, ശക്തി, തള്ളിച്ച, സാഹസം.

രമകൻ - നർമ്മസുഹൃത്ത്, സ്നേഹിതൻ, കാമുകൻ, രമിപ്പിക്കുന്നവൻ.

രമണം - ആനന്ദം, കാമലീല, അരക്കെട്ട്, വൃഷണം, കറിയുപ്പ്, കഴുത.

രമണൻ - കാമദേവൻ, ഭർത്താവ്, കാമുകൻ, അരുണൻ.

രമതി - പ്രിയൻ, കാമദേവൻ, സമയം, സ്വർഗ്ഗം.

രംഭ - വാഴ, വ്യഭിചാരിണി, അലർച്ച, ശ്രീപാർവ്വതി, വിലാസിനി.

രംഭം - മുള, വടി, പൊടി, താങ്ങ്, അലർച്ച.

രമ്യം - ചമ്പകം, ശുക്ലം, കൊക്കുമരം, മനോഹരം.

രയം - തീക്ഷ്ണത, ദ്രുതഗതി, വേഗം, അത്യുത്സാഹം, സാഹസികത.

രയിഷ്ഠൻ - കുബേരൻ, ബ്രാഹ്മണൻ, അഗ്നി, സമ്പന്നൻ.

രല്ലകം - ഇമ, കമ്പിളി, ഒരിനം മാൻ.

രവം - ശബ്ദം, അലർച്ച, ഓരിയിടൽ, മൂളൽ, നിലവിളി.

രവണം - ഒട്ടകം, കുയിൽ വാലാട്ടിപ്പക്ഷി, വെള്ളോട്, ലവണം, കരച്ചിൽ.

രവി - സൂര്യൻ, അഗ്നി, പർവ്വതം, നായകൻ, പന്ത്രണ്ട് എന്ന സംഖ്യ.

രവിതനയൻ - യമൻ, ശനി, സുഗ്രീവൻ, കർണ്ണൻ, വൈവസ്വതമനു.

രവിരത്നം - സൂര്യകാന്തം, മാണിക്യം.

രശ്മി - കിരണം, ഇമ, കയറ്, കടി ഞ്ഞാൺ, അളവുകോൽ, ചാട്ട, സ്വാദ്.

രസം - സപ്തധാതുക്കളിൽ ഒന്ന്, ഇഷ്ടം, വിഷം, നീര്, ജലം, നറു മ്പശ, മരുന്നിനുള്ള വീര്യം, കാവ്യ ത്തിന്റെ ജീവൻ, വെളുത്തീയം.

രസക്കേട് - നീരസം, വിരസത, അരുചി, വെറുപ്പ്.

രസജം - പഞ്ചസാര, ശർക്കര, രക്തം.

രസനം - സ്വർണ്ണം, വെള്ളി, നില വിളി, അരത്ത, നാവ്, രുചി, കഫം, കിലുകിലുക്കം, ഇടിമുഴക്കം.

രസപതി - ചന്ദ്രൻ, ശൃംഗാരരസം, രാജാവ്.

രസഭംഗം - വിരസത, രസക്കേട്, സ്വാദില്ലായ്മ, നീരില്ലായ്മ, തടസ്സം നേരിടൽ, ഇഷ്ടക്കേട്.

രസവത്ത് - സ്വാദ്, ഹൃദ്യത.

രസസ്ഥാനം - ശയനമുറി, ചായില്യം.

രസായനം - മോര്, തിപ്പലി, വിഷം, രസത്തിന്റെ ഇരിപ്പിടം.

രസാല - മുന്തിരി, കറുക, നാങ്ക്, രസാള.

രസാലം - കോതമ്പ്, ചാണപ്പുളി, വിഴാൽ, അറബിക്കുന്തുരുക്കം, കരിമ്പ്, തേന്മാവ്, പ്ലാവ്, നറുമ്പശ.

രസാളം - പുളിങ്കുഴമ്പ്, രസാലം, മാവ്, തേന്മാവ്, ഒരിനം കരിമ്പ്.

രസികം - കുതിര, ആന, വണ്ടാര ങ്കോഴി.

രസിതം - വീഞ്ഞ്, ശബ്ദം, ഇടി മുഴക്കം.

രസൂൽ - നബി, ദേവദൂതൻ.

രസോത്തമം - പാൽ, ചെറുപയർ, രസം.

രസ്നം - വിഷം, വസ്തു.

രഹസ്സ് - ഏകാന്തത, വിജന സ്ഥലം, സ്വകാര്യ സ്ഥലം.

രഹാടൻ - മന്ത്രി, പിശാച്.

രാഗം - സ്നേഹം, നിറം, അനു കമ്പ, മനോവികാരം, സൗന്ദര്യം, ചെമ്പഞ്ഞിച്ചാറ്, രജോഗുണം, പശ്ചാത്താപം.

രാഗൻ - സൂര്യൻ, രാജാവ്.

രാഗി - പഞ്ഞപ്പുല്ല്, വിഷയലമ്പ ടൻ, കാമുകൻ.

രാജൻ - മുഖ്യൻ, ശ്രേഷ്ഠൻ, രാജാവ്.

രാജന്യൻ - രാജാവ്, ക്ഷത്രിയൻ, അഗ്നി, പുരുഷശ്രേഷ്ഠൻ.

രാജപുത്രൻ - ക്ഷത്രിയൻ, ബുധൻ, രാജകുമാരൻ, രജപുത്രൻ.

രാജപുത്രി - നച്ചെലി, രാജാവിന്റെ മകൾ, പേച്ചുര, അരേണുകം, പിച്ചകം.

രാജപ്പട്ടം - കിരീടം, രാജത്വം.

രാജരാജൻ - ചക്രവർത്തി, വൈശ്രവണൻ, ഈശ്വരൻ.

രാജവൃക്ഷം - ഈന്തപ്പന, കൊന്ന, വൃക്ഷങ്ങളുടെ രാജാവ്.

രാജസ്വം - നികുതി, പണ്ടാരവക.

രാജാ - ചന്ദ്രൻ, രാജാവ്, കർപ്പൂരം.

രാജാവ് - അരചൻ, ക്ഷത്രിയൻ, പൃഥ്വു, യക്ഷൻ, യുധിഷ്ഠിരൻ, ചന്ദ്രൻ, ഇന്ദ്രൻ, കർപ്പൂരം.

രാജി - ഇടതൂർന്നുള്ള വൃക്ഷ സമൂഹം, കരാർ, പരസ്പരസമ്മ തം, പംക്തി, കൂട്ടം, കരിങ്കടുക്, രാജിവയ്ക്കൽ.

രാജിക - വയൽ, ശോഭയുള്ളത്, നിര, ഒരു ധാന്യം.

രാജീവം - താമര, കരിങ്കൂവളം, വണ്ടാരങ്കോഴി, പരൽമീൻ.

രാജേഷ്ടം - രാജാന്നം, വാഴ.

രാജ്ഞി - രാജഭാര്യ, പിച്ചകം, കരിങ്കടുക്, പിച്ചള, വെള്ളോട്, അമരി, സൂര്യന്റെ പത്നി.

രാടി - യുദ്ധം, പക്ഷി.

രാത്രം - അറിവ്, ജ്ഞാനം, രാത്രി.

രാധ - ശ്രീകൃഷ്ണന്റെ പ്രേമപാത്രമായ ഒരു ഗോപിക, വിശാഖനക്ഷത്രം, വൈശാഖമാസം, മിന്നൽ, നെല്ലി, വിജയം, വിഷ്ണുക്രാന്തി, ഐശ്വര്യം.

രാധം - ഐശ്വര്യം, ദയ, വൈശാഖമാസം.

രാധസ്സ് - അന്നം, ധനം, ദാനം, കാരുണ്യം, അധികാരം.

രാഭസ്യം - വേഗത, രൂക്ഷഭാവം, ആനന്ദം.

രാമം - കറുത്തത്, കുഷ്ഠം, ചീര, പച്ചില, കുതിര.

രാമൻ - രാമായണത്തിലെ നായകൻ, സുന്ദരൻ, വരുണൻ, പരശുരാമൻ, ബലരാമൻ.

രാമിലൻ - കാമദേവൻ, ഭർത്താവ്, കാമുകൻ, ഒരു കവി.

രായണം - ഒച്ചപ്പെടുത്തൽ, വേദന.

രാവം - ശബ്ദം, അലർച്ച, വിവാഹം.

രാശി - കൂമ്പാരം, സമൂഹം, രാശിചക്രം, ഒരു പഴയ നാണയം.

രാഷ്ട്രം - രാജ്യം, ഉപദ്രവം, രാജ്യത്തെ ജനസമുദായം.

രാഹിത്യം - ദാരിദ്ര്യം, ഇല്ലായ്മ, ശൂന്യത.

രിക്തം - ഒഴിവ്, ശൂന്യം, നടക്കാവ്, ആകാശം, മണൽക്കാട്, ഒന്നുമില്ലാത്തത്.

രിക്ഥം - ധനം, പിന്തുടർച്ചാവകാശം, സ്വർണ്ണം.

രിക്ഷ - ഈര്, പേച്ചുട്ട, സൂര്യരശ്മിയിലെ അണു.

രിംഖ - ഇച്ഛാഭംഗം, നർത്തനം, മിന്നാമിനുങ്ങ്, ഇഴച്ചിൽ, പിച്ചനടപ്പ്.

രിംഗിതം - അലയടി, ചലനം, ഗതി.

രിപ്രം - അഴുക്ക്, പാപം.

രിഷ്ടം - ദൗർഭാഗ്യം, വിപത്ത്, വാൾ, ഭാഗ്യം, പുളിയിഞ്ചി.

രീജ്യ - ലജ്ജ, ശകാരം, നിന്ദ.

രീതി - പിച്ച, രേഖ, നിര, പുഴ, ഓട്, അതിര്, ഇരുമ്പിലെ തുരുമ്പ്.

രുക്ക് - കുഷ്ഠം, വേദന, രോഗം, കൊട്ടം.

രുക്മം - ഇരുമ്പ്, സ്വർണ്ണം, നാകപ്പൂവ്, ഉമ്മത്ത്.

രുചകം - വയറ്, പല്ല്, പ്രാവ്, ക്ഷാരം, മാതളനാരകം, തുവർച്ചിലയുപ്പ്, വെളുത്താവണക്ക്, പൊന്മാര.

രുചി - നിറം, സ്വാദ്, ഭംഗി, രശ്മി, ശോഭ, അത്യാസക്തി, ഗോരോചന.

രുചിര - മുള്ളങ്കി, വെള്ളി, കുങ്കുമം, ഇലവങ്ങാപ്പൂവ്, ഭംഗിയുള്ളത്.

രുച്യൻ - ഭർത്താവ്, പ്രിയൻ.

രുജ - കൊട്ടം, കുഷ്ഠം, രോഗം, നാശം, ദുഃഖം, പെണ്ണാട്.

രുട്ട് - രുഷ, കോപം.

രുണ്ഠനം - ഗതി, മുടന്ത്, നിരോധനം, മോഷണം.

രുതം - പക്ഷികളുടെ കൂജനശബ്ദം, കരച്ചിൽ, പാട്ട്.

രുദ്രപത്നി - കുടുക്ക, ദുർഗ്ഗ, പാർവ്വതി, ചെറുചണത്തിന്റെ വിത്ത്.

രുദ്രപ്രിയ - കടുക്ക, പാർവ്വതി.

രുദ്രാവാസം - കാശി, കൈലാസം, ചുടലക്കളം.

രുധിരം - ചോര, കുങ്കുമം, ഒരുരത്നം, രക്തവർണ്ണം.

രുഷ്ടി - പരിഭവം, അപരാധം, ആവണക്ക്.

രുഹകം - ദ്വാരം, വിടവ്, ഗുഹ.

രൂക്ഷം - തീക്ഷ്ണം, മുളക്, ചേരു മരം, വൃക്ഷം.
രൂഢി - വർദ്ധന, ഉറപ്പ്, പ്രസിദ്ധി, ഉല്പത്തി, മുളപൊട്ടൽ.
രൂപം - ദൃശ്യം, സാദൃശ്യം, മാതൃക, ലക്ഷണം, ആകൃതി.
രൂക്ഷണം - വ്യാപ്തി, പൂശൽ, മൂടൽ, അലങ്കാരണം, പൊടിക്കൽ.
രേകം - വിരേചനം, സംശയം, തവള, സ്വർണ്ണം.
രേകൻ - നീചൻ, ഹീനൻ.
രേക്ക് - രേഖ, പൂവിതൾ, പൂച്ച്.
രേഖ - പരമ്പര, അതിര്, എഴുത്ത്, വര, ന്യൂനചിഹ്നം, പ്രമാണം.
രേചകം - ഒരുതരം ഉപ്പ്, മയിലെ ള്ള്, വയറിളക്കാനുള്ള ഔഷധം, അഴിഞ്ഞിൽ, കമ്പിപ്പാല, ചവർ ക്കാരം, നേർവാളം.
രേണു - പൂമ്പൊടി, പൊടി, ഒരു മരുന്ന്, പ്രസേനജിത്ത്.
രേതം - നെയ്യ്, ജലം, ശുക്ലം, രസം.
രേതസ്സ് - ബീജം, പ്രവാഹം, സന്താനം, പാപം, രസം.
രേത്രം - ശുക്ലം, അമൃതം, രസം, സുഗന്ധപ്പൊടി.
രേവ - നർമ്മദാനദി, രതി, ദുർഗ്ഗ, അമരി.
രേവടം - ചുഴലിക്കാറ്റ്, വാഴയ്ക്കാ, മുളവടി, കാട്ടുപന്നി, പിരിയൻ ശംഖ്.
രൈവതൻ - ശിവൻ, ഒരസുരൻ, ചതുർദ്ദശമനുക്കളിലൊരാൾ, ഒരു രാജാവ്.
രോകം - ദ്വാരം, പ്രകാശം, വള്ളം, ഗുഹ, കപ്പൽ, രൊക്കം, മാറ്റം.
രോഗാഘ്നം - വൈദ്യം, മരുന്ന്.
രോചകം - വിശപ്പ്, വാഴപ്പഴം, പിശാ ച്, ദീപനൗഷധം, ഒരുതരം ഉള്ളി.
രോചന - സുന്ദരി, ഗോരോചന, ചെങ്ങഴിനീർ.
രോചനി - ചെറുകപ്പുല്ല്, നെല്ലി, മനയോല, മുളയരി, ചെന്താമര, കമ്പിപ്പാല.
രോഡിക - പിട്ട്, അപ്പം.
രോധം - തട, ഉപരോധം, അണ, അമ്പ്, ചിറ.
രോധസ്സ് - ചിറ, തീരം, കുത്തനെ യുള്ള ഭിത്തി.
രോപം - അമ്പ്, ദ്വാരം, ഗുഹ, ബുദ്ധിയുടെ ഒരു കലക്കം.
രോമം - ശരീരത്തിൽ നാരുപോലെ വളരുന്നത്, ദ്വാരം, കുറ്റിച്ചിറക്, ജലം, നിസാരവസ്തു.
രോമശം - പന്നി, ആട്, മാഞ്ചി, പച്ചില.
രോഷണം - ഉരകല്ല്, രസം, ഉവർമണ്ണ്.
രോഹം - ഉയർച്ച, മൊട്ട്, ആരോ ഹണം.
രോഹിണി - നാലാമത്തെ നക്ഷത്രം, മിന്നൽ, ധമനി, മരമ ഞ്ഞൾ, മഞ്ചട്ടി, കടുക്ക, കുമിഴ്, കടുകുരോഹിണി, ചേച്ചുര, നല്ലപ ശു, ചെറുകുമിഴ്.
രോഹിതം - കുങ്കുമം, രക്തം, ചെങ്കവരിമാൻ, കുറുനരി, ഇന്ദ്രന്റെ വില്ല്, ഒരു മർമ്മം.
രൗദ്രം - നവരസങ്ങളിൽ ഒന്ന്, ചൂട്, തണുപ്പുകാലം, ഉഗ്രം, തിരു വാതിര നക്ഷത്രം, ഒരു മുഹൂർത്തം.
രൗദ്രത - ഉഷ്ണം, ക്രൂരത, രുദ്രനെ സംബന്ധിച്ചത്.
രൗഹിണേയൻ - ബലരാമൻ, ശനി, ബുധൻ.

ല

ലക്ഷം - നൂറായിരം കൂടിയത്, പ്രത്യക്ഷഭാവം, ലാക്ക്, അടയാളം, ഒരിനം ചെറുനാരങ്ങ.

ലക്ഷണം - അടയാളം, നിർവ്വചനം, ഗുണവിശേഷം, പ്രമാണം, പ്രഭാവം, രോഗസൂചന, മര്യാദ, പേര്, നാട്യം, വണ്ടാരങ്കോഴി, ശകുനം.

ലക്ഷ്മി - വിഷ്ണുവിന്റെ പത്നി, വൃദ്ധി, ഞാഴൽ, അഴക്, ഋദ്ധി, ശോഭ, ഐശ്വര്യം, മഞ്ഞൾ, തിരുതാളി, മുത്ത്.

ലക്ഷ്മീപതി - വിഷ്ണു, രാജാവ്, കവുങ്ങ്, ഇലവങ്ങപ്പൂവ്.

ലക്ഷ്മീപുത്രൻ - കുതിര, ലവൻ, കുശൻ, കാമദേവൻ.

ലക്ഷ്യം - അടയാളം, തെളിവ്, വഞ്ചന, ലാക്ക്, നൂറായിരം, ലാക്ഷണികാർത്ഥം.

ലഘു - ഭാരമില്ലാത്ത, തകരം, രാമച്ചം, ജോനകപ്പുല്ല്, നിസാരം.

ലഘുത - കനക്കുറവ്, എളിമ, ചാപല്യം, ഗൗരവമില്ലായ്മ, ലഘുവായ സ്ഥിതി.

ലങ്ക - രാവണന്റെ നഗരം, വേശ്യ, മൂന്നുദളമുള്ള കടല, വെളുത്ത നറുനീണ്ടി, ലങ്കാലക്ഷ്മി, ശാഖ.

ലങ്കർ - ലങ്കോട്ടി, നങ്കൂരം, കയറ്, പെൻഡുലം.

ലംഗം - സംഗമം, ചേർച്ച, മുടന്ത്.

ലംഘനം - കയറ്റം, അതിക്രമം, ഉപവാസം, അനാദരിക്കൽ.

ലഞ്ച - കൈക്കൂലി, സമ്മാനം.

ലഞ്ജ - ലക്ഷ്മി, പ്രവാഹം, ഉറക്കം, സ്വൈരിണി.

ലഞ്ജം - വാൽ, പാദം, അരക്കെട്ടിൽ, തിരുകുന്ന ചേലാഞ്ചലം.

ലടഭ - നെറ്റിച്ചുഴി, കുതിര, ചീവൽ, കഴഞ്ചി, കുയുമ്പമരം.

ലണ്ഡം - ആനപ്പിണ്ടം, അമേദ്ധ്യം.

ലത - വള്ളി, വെങ്കറുക, മുത്തുമാല, ജോനകപ്പുല്ല്, കൃശാംഗി, ചാട്ട.

ലതാതരു - തെങ്ങ്, മരുത്, മധുരനാരകം, കരിമ്പന.

ലതായാവകം - പവിഴം, നാമ്പ്.

ലംഫം - കുതി, ചാട്ടം.

ലംബം - ലംബരേഖ, വണ്ടാരക്കോഴി, കൈക്കൂലി, ഞാന്നുകിടക്കൽ.

ലംബകർണ്ണം - രണഗീതപ്പക്ഷി, പരുന്ത്, കഴുത, ആട്, ആന, അഴിഞ്ഞിൽ.

ലംഭം - ലാഭം, നിന്ദ, ശകാരം, കണ്ടുമുട്ടൽ.

ലയം - ദ്രാവണം, നാശം, മൂർച്ഛ, ആലിംഗനം, വാസസ്ഥലം, വിരാമം, വിശ്രമം, ഉരുകൽ, രാമച്ചം.

ലയനം - ലയിക്കൽ, സംഗമം.

ലലനം - കൊഞ്ചൽ, ശിശു, ലീല, ചെഞ്ചല്യം, പയിൻമരം, മുരൾമരം.

ലലന്തി - ഓന്ത്, ഗൗളി, നീളമുള്ള മാല.

ലലാമം - തൊടുകുറി, പ്രമാണം, അടയാളം, നെറ്റിപ്പട്ടം, കുതിര, കൊടിമരം, വാക്ക്, പംക്തി.

ലവം - അല്പം, നഷ്ടം, ഒരു ഡിഗ്രി, കൊയ്ത്ത്, രോമം, ജാതിക്ക, ചീവൽപ്പക്ഷി.

ലവണം - ഉപ്പുകാരം, ഇന്തുപ്പ്, ഉപ്പുരസം, കടൽ.

ലവനം - കൊയ്ത്ത്, അരിവാൾ.

ലസിക - ഉമിനീര്, ചലം, കരിമ്പിൻനീര്.

ലളനം - ഉല്ലാസം, ലലനം, നാവു നീട്ടൽ, കൊഞ്ചൽ.

ലാക്ക് - ഉന്നം, താക്ക്, അടയാളം, പൂട്ട്.

ലാഘവം - ലഘുത്വം, അശ്രദ്ധ, സാമർത്ഥ്യം, വേഗം, ഉന്മേഷം, ആശ്വാസം, നിസ്സാരത, അനാദരം, അന്തസ്സില്ലായ്മ.

ലാംഗലി - തെങ്ങ്, നീർതിപ്പലി, മേത്തോന്നി, പാമ്പ്, ബലഭദ്രൻ, മറിക്കുന്നി.

ലാജം - മലര്, നനച്ചധാന്യം, രാമച്ചം.

ലാടം - കുതിരയുടെ കാലിൽ വച്ചുതറയ്ക്കുന്ന ഇരുമ്പുപോള, വസ്ത്രം, കുറ്റം, കുട്ടികളുടെ ഭാഷ, നവദോഷങ്ങളിൽ ഒന്ന്, സിന്ധ്കടൽത്തീരം.

ലാപം - പ്രലപനം, സംസാരം.

ലാലസ - അതിയായ ആഗ്രഹം, ഖേദം, ഗർഭിണിയുടെ ആഗ്രഹം, ആസ്ഥ, അഭ്യർത്ഥന.

ലാവണം - ഉപ്പുരസം, ഉപ്പ്, പട്ടാളക്കാരുടെ പേരുവിവരപ്പട്ടിക.

ലാവണ്യം - സൗന്ദര്യം, ഉപ്പുരസം.

ലാവം - മുറിക്കൽ, കാട, മീവൽപ്പക്ഷി.

ലാസകം - മയിൽ, മുകളിലത്തെ നിലയിലുള്ള മുറി, ആലിംഗനം.

ലാസം - നൃത്തം, വിനോദം, ഉദയം, തിളക്കം, വിലസൽ.

ലിംഗം - അടയാളം, രോഗലക്ഷണം, കപടവേഷം, സൂക്ഷ്മശരീരം, ശിവലിംഗം.

ലിംഗി - ആന, ഈശ്വരൻ, കപടവേഷധാരി, ബ്രഹ്മചാരി, ലിംഗാരാധകൻ.

ലിപി - അക്ഷരമാല, ലിഖിതം, എഴുത്ത്, ലേപനം.

ലീല - ഉല്ലാസം, ക്രീഡ, വേഷം, വിനോദം, വിലാസം.

ലുബ്ധൻ - പിശുക്കൻ, വേടൻ, ആകാംക്ഷയുള്ളവൻ, അക്രമി.

ലൂത - ഉറുമ്പ്, ചിലന്തി.

ലൂനകം - വ്രണം, വർഗ്ഗം, മൃഗം, മുറിവ്.

ലൂഷണം - വധം, ഭൂഷണം, കൊള്ള.

ലേഖ - മുദ്ര, രേഖ, ചന്ദ്രലേഖ, അരിക്, ശിഖ.

ലേഖകൻ - എഴുത്തുകാരൻ, ദേവൻ, ചിത്രകാരൻ.

ലേഖ്യം - ലേഖനം ചെയ്യപ്പെട്ടത്, കൈയെഴുത്ത്, പ്രമാണം, രേഖ, ശിലാരേഖ.

ലേലിഹാനൻ - പാമ്പ്, ശിവൻ.

ലേശം - കണം, അല്പം, അണു, ചെറിയ അംശം.

ലേഹ്യം - ഒരായുർവ്വേദ ഔഷധം. അമൃത്, ഭക്ഷ്യം.

ലോകം - നാട്ടുകാർ, സമുദായം, നാട്ടാചാരം, ദൃശ്യമണ്ഡലം, ഭൂതലം, ജനസമൂഹം, പ്രപഞ്ചം.

ലോക്യം - മര്യാദ, സൗജന്യം.

ലോചകം - പുരികം, കൺമിഴി, നെറ്റിപ്പട്ടം, വാഴ, നീലവസ്ത്രം, ഒരാഭരണം, പാമ്പിൻചട്ട, ചുളുങ്ങിയ തൊലി.

ലോതം - ഉപ്പ്, കവർച്ച, കണ്ണീർ, ചിഹ്നം.

ലോപം - കുറവ്, നാശം, ഛേദനം, വിട്ടുകളയൽ, തിരോധാനം, സന്ധികളിൽ ഒന്ന്.

ലോരം - കുറവ്, അഭാവം, ഉപേക്ഷ, ലംഘനം, ഭേദിക്കൽ, കവർച്ച, ലോപസന്ധി.

ലോഭം - അത്യാഗ്രഹം, പിശുക്ക്, പണക്കൊതി.

ലോമം - വാൽ, രോമം.

ലോമശ - വയമ്പ്, കിലുകിലുപ്പ്, ഊരകം, കാകോളി, ജടാമാഞ്ചി, ആൾക്കുരങ്ങ്, കുറുനരി.

ലോലംബം - വണ്ട്, തേനീച്ച.

ലോഷ്ടം - മൺകട്ട, ഇരുമ്പുകിട്ടം, ഓട്.

ലോഹം - ഉരുക്ക്, വെള്ളോട്, ശസ്ത്രം, രക്തം, അകിൽ, പഞ്ചലോഹങ്ങൾ.

ലോഹിതം - രക്തവർണ്ണം, ബ്രഹ്മപുത്രാനദി, കമ്പിപ്പാല, പത്തങ്ങം, ചോര, ചെമ്പ്, ഹരിചന്ദനം.

ലോഹിതകം - പത്മരാഗം, മാണിക്യം, പിച്ചള, ചൊവ്വാഗ്രഹം, ചെന്നെല്ല്.

ലോഹിനി - ഒരു രക്തധമനി, കലം, ഇരുമ്പുപാത്രം, ചെമന്നവൻ.

വ

വംശം - സന്തതിപരമ്പര, ഗോത്രം, കരിമ്പ്, നട്ടെല്ല്, ഓടക്കുഴൽ, മുള, ജാതി, തറവാട്.

വംശി - ഓടക്കുഴൽ, തൂക്കം, രത്ന ധമനി, കുഴൽ.

വംശ്യൻ - കുടുംബാംഗം, ശിഷ്യൻ, പിൻഗാമി, പൂർവ്വികൻ.

വക - ശ്രദ്ധ, ഉപാധി, കാരണം, കൂട്ടം, സമ്പത്ത്.

വകം - കൊക്ക്, കൊക്കുമന്താരം, വഞ്ചി, വഴി, കാറ്റ്, കുതിര.

വകുപ്പ് - പിരിവ്, പങ്ക്, ഖണ്ഡം, വിഭാഗം.

വക്കണ - വനകണ, വങ്കണ, കുറ്റി മുൾച്ചെടി.

വക്കാണം - വഴക്ക്, യുദ്ധം, കൊല, വ്യവഹാരം.

വക്ക് - വൃക്ക, അരിക്, ചണനാര്, തൊലി ഉപായം, വഴി, ഉപജീവന മാർഗ്ഗം.

വക്ത്രം - മുഖം, വായ്, അമ്പിന്റെ മുന, ആരംഭം, അനുഷ്ടുപ്പ് വൃത്തം.

വക്രതുണ്ഡം - കഴുകൻ, തത്ത.

വക്രാഗ്രം - നഖം, വാൾ.

വഗ്നു - ശബ്ദം, വാചാലൻ, നില വിളി.

വങ്കി - കൈവള, കഠാര.

വങ്ക് - കഴുതപ്പുലി, മാളം.

വംഗം - കുയിൽ, ഈയം, ബംഗാൾ, കുരുപ്പരുത്തി, തക്കാളി, വഴുതിന.

വംഗജം - പിച്ചള, സിന്ദൂരം.

വചം - വയമ്പ്, വചനം, തത്ത, സംഭാഷണം.

വചനം - ഉച്ചാരണം, ചുക്ക്, പാഠം, വാക്ക്, വാക്യം.

വചസ്സ് - വാക്ക്, വയമ്പ്, ഉപദേശ വാക്യം, ആജ്ഞ, സംസാരം.

വജ്രം - കാടി, ഉരുക്ക്, നെല്ലിക്ക, എള്ളിൻ പൂവ്, ഇടിവാൾ, ചതുര ക്കള്ളി, ഇരുവേലി.

വജ്രദന്തം - പന്നി, എലി.

വജ്രപാണി - മൂങ്ങ, ഇന്ദ്രൻ.

വജ്രമണി - വജ്രം, വൈരം.

വജ്രരദം - പന്നി, എലി.

വജ്രാംഗം - പാമ്പ്, ചതുരക്കള്ളി.

വജ്രി - ഇന്ദ്രൻ, ഊമൻ, ബുദ്ധ സന്ന്യാസി.

വഞ്ചകം - കുറുക്കൻ, കീരി, വെരു, ചതി.

വഞ്ചഥം - കുയിൽ, ചതിയൻ.

വഞ്ചി - വലിയവള്ളം, മുള, വഞ്ചിപ്പെട്ടി.

വഞ്ജുളം - അശോക മരം, ആറ്റുവഞ്ചി, ഓരിലത്താമര, കൊടുകാര.

വടം - വണ്ണമുള്ള കയർ, മാല, പൂജ്യം, വടകം, കവടി, പേരാൽ.

വടരം - പാട്, കോഴി, പാമ്പ്, കടകോൽ, തലപ്പാവ്.

വടവ - എരുമ, പെണ്ണാന, പെൺകുതിര.

വടി - പ്രഹരം, അരിപ്പ, വടിക്കൽ, കുറുവടി, ഗുളിക, കയറ്, വരച്ചരട്, പേരാൽ, ചീപ്പ്, വടിവ്.

വടിവ് - ഭംഗി, ആകൃതി, ഒഴുക്ക്, കൈയക്ഷരഭംഗി.

വടു - ബ്രഹ്മചാരി, വണ്ട്, അരിമ്പാറ, തഴമ്പ്, കാൽച്ചുവട്.

വടുകൻ - ഭോഷൻ, ദാസൻ, ജോനകൻ, തെലുങ്കൻ, പന്ന്യൻ, ബ്രഹ്മചാരി.

വട്ട - വഴി, പന്ത്, പശമരം, കിണ്ണം.

വട്ടം - വൃത്തം, ചുറ്റ്, മട്ട്, തവണ, ആരംഭം, കോപ്പ്, ദല്ലാൾപ്പണം, പൊൻവില.

വട്ടാരം - വലയം, വൃത്തം, നെല്ലിൻകൂമ്പാരം, മേഖല.

വട്ടി - ലാഭം, പലിശ, കിഴിവ്, കൂട, വയറ്.

വട്ടിൽ - വഴി, വട്ടി.

വട്ട് - ഭ്രാന്ത്, ഭ്രാന്തൻ, ഗോലി, വട്ടുകളി, പരന്നഔഷധ ഗുളിക.

വഠരം - ജലപാത്രം, കുടം.

വഡവ - ദാസി, വേശ്യ, അശ്വിനി, പെൺകുതിര, ബ്രാഹ്മണസ്ത്രീ.

വണ്ടം - ഓഹരി, ഭാഗം, കത്തിപ്പിടി.

വണ്ടൻ - ദുഷ്ടൻ, അവിവാഹിതൻ, മുണ്ടൻ, ബലവാൻ.

വണ്ടാലം - തൂമ്പ, മത്സരം, വഞ്ചി.

വണ്ടി - വണ്ടി, വീർത്തവയറ്, വാഹനം.

വണ്ട് - കുറ്റം, കൈവള, ശംഖം, അമ്പ്, പൂക്കളിൽ നിന്നും തേൻകുടിക്കുന്ന വണ്ട്.

വണ്ഠരം - സ്തനം, മേഘം, നായ്, മുളംകൂമ്പുറ, കയർ.

വണ്ഡാലം - വള്ളം, മത്സരം, തൂമ്പ.

വർണ്ണം - പുഷ്ടി, തടി, വടിവ്, നിറം, നന്മ, അഴക്.

വതക്കം - കോട്ടം, വാട്ടം, മ്ലാളന.

വതി - ചേറ്, വഴി.

വതുവ - വിവാഹം, വാസന.

വത്ത - പതിവ്, ബത്ത, ഇളവ്.

വത്സം - സ്തനം, നെഞ്ചിടം, കിടാവ്.

വദനം - വായ്, മുഖം, മുൻഭാഗം.

വധം - കൊല, താഡനം, പക്ഷവാതം, ഗുണനം, തേജോവധം.

വധുക - വധു, യുവതി, പുത്രന്റെ ഭാര്യ.

വനം - തോട്ടം, തടി, ജലം, മരപ്പാത്രം, ഉറവ, വാസസ്ഥലം, ഉദ്യാനം, കൂട്ടം.

വനചരം - കുരങ്ങ്, കാട്ടാന, വന്യമൃഗം.

വനച്ഛാഗം - കാട്ടാട്, പന്നി.

വനജ - മഹാലക്ഷ്മി, ചന്ദനവൃക്ഷം, കാട്ടിഞ്ചി.

വനജം - മുത്തങ്ങ, ആന, കാട്ടുമാതളം, നീലത്താമര, തുമ്പൂണി.

വനവാസി - എരുമക്കിഴങ്ങ്, കാട്ടാളൻ, മഹർഷി, കാവതിക്കാക്ക.

വനശ്വാവ് - വെരുക്, കടുവ, കുറു ക്കൻ, പുലി.
വനസ്പതി - യാഗക്കുറ്റി, സ്തംഭം, താപസൻ, സോമലത, ഒരു കാട്ടു വൃക്ഷം.
വനി - അഗ്നി, ആഗ്രഹം, മേഘം, വാനപ്രസ്ഥനായ ബ്രാഹ്മണൻ.
വനിത - ഭാര്യ, സ്ത്രീ, വെപ്പാട്ടി.
വനു - ശത്രു, ഹിംസകൻ.
വനൗകസ്സ് - കുരങ്ങ്, മുനി, കാട്ടു മൃഗം.
വൻ - വലിയ, വരുണൻ, കടൽ, വായു, രാഹു, കടുവ.
വന്ദനം - തൊഴീൽ, വണക്കം, പൂജിക്കൽ, നമസ്കാരം.
വന്ദ്രം - ഐശ്വര്യം, ശ്രേയസ്സ്.
വന്ധ്യ - കായ്ക്കാത്ത, ഫലമി ല്ലാത്ത, സാദ്ധ്യമല്ലാത്ത, മച്ചി, കാട്ടു പാവൽ.
വന്നി - തീ, ബ്രഹ്മചാരി, പൊങ്ങച്ചം പറയുന്നവൻ.
വൻപത്തം - വലുപ്പം, വമ്പ്.
വൻപൻ - ധീരൻ, ധനവാൻ, ബല വാൻ, പൊങ്ങച്ചക്കാരൻ.
വന്മ - വലിപ്പം, വൻപ്, മഹത്ത്വം.
വന്യം - കാട്ടിലുണ്ടായത്, കിരാ തചന്ദനം, വെളുത്ത ചേന, കുഴി മുത്തങ്ങ, കാട്ടുമൃഗം.
വപ - വിതയ്ക്കുന്ന, അന്തർഭാഗ ത്തുള്ള കുടൽ, ഓട്ട, ചിതൽപ്പുറ്റ്, കുടലിലെ തൊലി.
വപനം - വിത, ശുക്ലം, നെയ്ത്ത്, ക്ഷൗരകർമ്മം.
വപുസ്സ് - ശരീരം, വടിവ്, സൗന്ദ ര്യം, സ്വഭാവം, സാരം.
വപ്രം - കൃഷിസ്ഥലം, മൺകോ ട്ട, ചാരുമതിൽ, ഗോപുരവാതിൽ, മൺകൂന, നദീതീരം, കാരിയം, കൊടുമുടി, കുന്നിൻ ചരിവ്, കിടങ്ങ്.
വപ്രി - വയൽ, കടൽ, മൺകുന്ന്, ദുർഗ്ഗതി.
വമനം - പഞ്ചകർമ്മങ്ങളിൽ ഒന്ന്, ഛർദ്ദി, ചണം, വേദന.
വമി - രോഗം, അഗ്നി, ചതിയൻ, ഛർദ്ദി.
വമ്പ് - പുതുമ, വാസന, മുള, ശണ്ഠ, മുളം കുറ്റി, ആടിന്റെ കുട ലിന്റെ ഒരുഭാഗം.
വയം - ഞങ്ങൾ, പറവ, വശം, ഭൂമി, ജലം, ഇച്ഛ, ശക്തി.
വയണം - സ്ഥിതി, വിവരണം, വക.
വയസ്ഥ - സ്നേഹിത, കടുക്ക, നെല്ലി, മീനങ്ങാണി, ലന്തമരം, ബ്രഹ്മി, കാകോളി, സോമവള്ളി.
വയുനം - ജ്ഞാനം, ചട്ടം, ബുദ്ധി, തെളിച്ചം, മാർഗ്ഗം, ക്ഷേത്രം.
വയ്യകം - ഭൂമി, വാഹനം, തേര്.
വരം - അനുഗ്രഹം, വരമ്പ്, അതിർത്തി.
വരച്ചൽ - വരയ്ക്കൽ, വിളമ്പൽ, പട്ടിണി, ചുളിവ്.
വരണം - വിവാഹം, വരികവേണം, തിരഞ്ഞെടുപ്പ്, അർച്ചന, പുത യ്ക്കൽ, ഒട്ടകം, പാലം, വൃക്ഷം.
വരണ്ഡം - പുൽക്കൂട്ടം, വരാന്ത, സമൂഹം.
വരണ്ഡകം - ഭിത്തി, അമ്പാരി, മുഖക്കുരു, മണൽക്കുന്ന്, വയ് ക്കോൽത്തുറു.
വരം - അനുഗ്രഹം, തിരഞ്ഞെടുപ്പ്, സമ്മാനം, ആഗ്രഹം, ധർമ്മം, ചുറ്റൽ, കുങ്കുമം, കുരുകിൽ, സ്ത്രീ ധനം.
വരവർണ്ണിനി - ഉത്തമസ്ത്രീ, സ്ത്രീ, ലക്ഷ്മി, മഞ്ഞൾ, ഗോരോ ചന, കോലരക്ക്.

വരാംഗം - തല, ഗുഹ്യപ്രദേശം, പച്ചക്കറുവ, ആന, അഴകുള്ള ഭാഗം, സുന്ദരരൂപം.

വരാഹം - പന്നി, കാള, ചീങ്കണ്ണി, മുട്ടാട്, മേഘം, പന്നിക്കിഴങ്ങ്, മുത്തങ്ങ, ശ്രേഷ്ഠദിവസം.

വരി - നിര, കാളയുടെ വൃഷണം, വരിനെല്ല്, പ്രമാണം, കടൽ, ശതാവരി, സൂര്യപുത്രി.

വരിവസിതം - സേവ, പൂജ, ശുശ്രൂഷ.

വരിശ - മുറ, നിര, ഭംഗി, ആദരം.

വരിഷ്ഠം - കാട, ചെമ്പ്, കുരുമുളക്.

വരുണം - ജലം, സമുദ്രം, ആകാശം, നീർമാതളം.

വരുതി - റിപ്പോർട്ട്, സമ്മതം, ഉത്തരവ്.

വരുത്തം - പ്രയാസം, വരിപ്പ്, ഉപദ്രവം, സുഖമില്ലായ്മ.

വരൂഥം - തേരിനെ മൂടുന്ന ശീല, കവചം, ഭവനം, രക്ഷ, കുടുംബം, കുയിൽ, കൂട്ടം, കാലം.

വർക്കത്ത് - ശ്രീത്വം, ഗുണം, നന്മ, ലക്ഷണം, വെടിപ്പ്.

വർച്ചസ്കം - ശക്തി, ശോഭ, മലം.

വർച്ചസ്സ് - ആകൃതി, ഓജസ്സ്, ഉന്മേഷം, ശുക്ലം, മലം, നിറം.

വർണ്ണം - ജാതി, നിറം, അക്ഷരം, ശ്രുതി, ചായം, നന്മ, സ്തുതി, വസ്ത്രം, ഭാവം, കുങ്കുമം, അനുരാഗം, സുഗന്ധലേപനം.

വർണ്ണാടൻ - ചായമിടുന്നവൻ, പ്രിയൻ, ഭാര്യയെക്കൊണ്ട് ഉപജീവനം നടത്തുന്നവൻ, ഗായകൻ.

വർണ്ണിക - ചായം, തൂലിക, ചാക്ക്, നടന്റെ വേഷം.

വർണ്ണിനി - മഞ്ഞൾ, സ്ത്രീ.

വർണ്ണ്യം - ഉപമേയം, കുങ്കുമം, പ്രശംസനീയം.

വർത്തകം - കാടപ്പക്ഷി, കുതിരക്കുളമ്പ്, വെള്ളോട്, കച്ചവടം, തൊഴിൽ.

വർത്തനം - തൊഴിൽ, ജീവിതക്രമം, ജീവനം, പാർപ്പ്, ഇരിപ്പ്, വഴി, ചുറ്റൽ.

വർത്തനി - വഴി, കൺപോള, വണ്ടിച്ചക്രം, സ്തോത്രം, വട്ടി.

വർത്തി - സ്ഥിതിയെട്ടുന്ന, ചുരുൾ, വര, ചന്ദനക്കൂട്ട്, സുഗന്ധദ്രവ്യം, മായാദീപം, തൊണ്ടമുഴ, മെഴുകുതിരി.

വർത്തുളം - വൃത്തം, പന്ത്, ചക്രം, പൊൻകാരം, ചക്രം, ചണമുള്ളങ്കി, പയർ.

വർദ്ധം - ഛേദനം, വർദ്ധനം, സിന്ദൂരം, കറുത്തീയം, ചെറുതേക്ക്.

വർദ്ധന - വൃദ്ധി, ധനം, ആധിക്യം.

വർദ്ധമാനം - മുടി, ആവണക്ക്, മധുരമാതളം.

വർമ്മം - അഭയം, തോൽ, മർമ്മം, പടച്ചട്ട.

വര്യൻ - ശ്രേഷ്ഠൻ, കാമദേവൻ.

വർവ്വരം - കറുത്ത ചെറുതുളസി, ചെറുതേക്ക്, നറുമ്പശ, ചായില്യം, ചുരുൾമുടി.

വർഷം - മഴ, സംവത്സരം, രാജ്യം, ഭൂവിഭാഗം, മേഘം, ഇന്ദ്രിയസ്ഖലനം, കരിഞ്ചീരകം.

വർഷാഭൂ - തവള, തവിഴാമ, ഇന്ദ്രഗോപം.

വർഷ്മാവ് - അളവ്, ശരീരം, തലം, ഉയരം, സൗന്ദര്യം, നട്ടെല്ല്, സുന്ദരരൂപം.

വലം - ബലത്തഭാഗം, ഘോഷയാത്ര, പ്രദക്ഷിണം, വലതുഭാഗം, സൈന്യം, ശക്തി ജയം, കാക്ക.

വലച്ചൽ - ദാരിദ്ര്യം, നഷ്ടം, കഷ്ടത, ആലസ്യം, ക്ഷീണം.

വലജം - സസ്യങ്ങളുള്ള കണ്ടം, സുന്ദരരൂപം, ധാന്യസമൂഹം, രാജധാനി, മജ്ജ, വാതിൽ.

വലനം - സംഭ്രമം, ശമനം, ഭ്രമണം.

വലാസകം - കുയിൽ, തവള.

വലാഹകം - പർവ്വതം, മേഘം, മുത്തങ്ങ, വലാക.

വലി - പ്രയത്നം, വലിവ്, തീവണ്ടി, ശ്വാസം വലി, ചുളിവ്, ഗന്ധകം, ഇറമ്പ്, മടക്ക്.

വലിപ്പം - ഡംഭം, വണ്ണം, പ്രഭാവം, പുഷ്ടി.

വലിമ - ശക്തി, വലിപ്പം, വലിവ്, മഹത്ത്വം.

വലിമ്പ് - ഇറമ്പ്, സഞ്ചി, കീശ.

വലിവ് - ആഗിരണം, ഒഴുക്ക്, ശ്വാസം മുട്ട്.

വല്ക്കം - വൃക്ഷത്തിന്റെ തോൽ, മത്സ്യത്തിന്റെ ചെതുമ്പൽ, ഖണ്ഡം, ഇനാമൽ, മരവുരി.

വല്ഗുകം - വില, ചന്ദനം, വനം.

വല്ലം - ഒരുതരം വലിയ കൊട്ട, പാടം, വയറ്, വാഴ, മുടി, പതിരുകളയൽ, ഒരു തൂക്കം.

വല്ലന്തി - ആപത്ത്, ദോഷം, വല്ലായ്മ.

വല്ലഭൻ - പ്രധാനപ്പെട്ട ഇടയൻ, ശക്തൻ, ഇടയൻ, പ്രമാണി, ഭർത്താവ്, സമർത്ഥൻ.

വല്ലയം - തുരങ്കം, ദ്വാരം, വയറ്, ചാട്ടുകുന്തം.

വല്ലരി - ഉലുവ, വള്ളി, പൂക്കുല.

വല്ലായ്മ - ദോഷം, അസുഖം, അഭംഗി, ദുഷ്ടത, നാണക്കേട്.

വല്ലി - വള്ളി, ഭൂമി, യുവതി, അയമോദകം, ഇടച്ചേരി, കാല് വിലങ്ങ്.

വല്ലൂരം - വിജനസ്ഥലം, വള്ളിക്കുടിൽ, പൂങ്കുല, കുറ്റിക്കാട്.

വശം - ശീലം, വേശ്യാഭവനം, തന്റേടം, നിയന്ത്രണം, ആഗ്രഹം.

വശ്യൻ - അടിമ, ഭൃത്യൻ, ആശ്രിതൻ, വിധേയൻ.

വസതി - രാത്രി, മഞ്ഞൾ, വീട്, ഇരിപ്പിടം.

വസനം - വീട്, അരഞ്ഞാൺ, വസ്ത്രം, പച്ചില, വാസം.

വസു - അഗ്നി, സ്വർണ്ണം, രശ്മി, സൂര്യൻ, ജലം, ചീര, കുബേരൻ, അവിട്ടംനക്ഷത്രം, ധനം, ദ്രവ്യം.

വസ്കം - അപേക്ഷ, ഗമനം, പ്രയത്നം.

വസ്തം - വക്ക്, ആട്, ഭവനം.

വസ്തു - സംഗതി, സാധനം, സ്വത്ത്, കാതൽ.

വസ്നം - സമ്പത്ത്, വസ്ത്രം, ശമ്പളം, മരണം, വില, പാർപ്പിടം, തൊലി.

വഹം - വാഹനം, കൈ, കുതിര, കാറ്റ്, പെരുവഴി, ആണാട്.

വഹതി - കാറ്റ്, കാള, സ്നേഹിതൻ, നദി.

വഹ്നി - അഗ്നി, കുതിര, സോമലത, ആചാര്യൻ, ചേരുമരം, ജഠരാഗ്നി.

വഹ്നിശിഖ - തീജ്ജ്വാല, ഞാഴൽ, അത്തിത്തിപ്പലി, താതിരി.

വള - കൈയിലണിയുന്ന ആഭരണം, പാമ്പിന്റെ ചട്ട, വളയം, ശംഖ്, ഉരുട്ടിയെടുത്ത ചാണകം.

വളം - ഉരം, ഐശ്വര്യം, കാക്ക, ബലം, മണ്ണിര, തഴപ്പ്, അഴക്.

വളര് - വളർന്ന, ആനവളർ, കാട്, വലിയവള്ളം, മലയണ്ണാൻ.

വളുതം - കളവ്, കള്ളം.

വള്ളിയം - ഊത്തുകുഴൽ, വള്ളം, മുളക്, മെഴുക്.

വഴക്കം - പൂർവ്വാചാരം, കൂറ്, ഒതുക്കം, വിനയം, കീഴടക്കം, വണക്കം, പഴക്കം.

വഴി - പാത, മുറ, ഉപായം, മതം, സന്മാർഗ്ഗം, കാരണം, പിന്തുടർച്ച, നിർവ്വാഹം.

വഴുതൽ - ഉപേക്ഷ, തെറ്റൽ, മറവ്. രക്ഷ, ക്ഷമ.

വഴുക്ക് - മെഴുക്ക്, എണ്ണ, മറവി, നിണം.

വറം - ഉണക്ക്, ക്ഷാമം, ബുദ്ധിമുട്ട്, ദുർഭിക്ഷം, ക്ഷാമം.

വറുതി - ഉണക്ക്, ക്ഷാമം, അനാവൃഷ്ടി, ദാരിദ്ര്യം, ചൂട്.

വാക - ഒരു വൃക്ഷം, ജയം, ഭംഗി, തപസ്സ്, ഒരു മത്സ്യം.

വാകു - അഴക്, തോൾ, സാമർത്ഥ്യം.

വാക്ക് - വചസ്സ്, ചൊല്ല്, ഭംഗി, വാഗ്ദാനം, പൂർണ്ണത, സരസ്വതി, ഭാഷ, വശം.

വാഗരം - ചെന്നായ്, ബഡവാഗ്നി, ഉരകല്ല്, തടസ്സം, നിശ്ചയം.

വാഗരൻ - ഋഷി, ധീരൻ, വിശുദ്ധൻ, പണ്ഡിതൻ.

വാങ്ക് - കഠാരി, കത്തി, ബാങ്ക്, ബഞ്ച്, പ്രാർത്ഥന നടത്തുമ്പോഴുള്ള വിളി.

വാചകം - ഗദ്യം, ഉള്ളടക്കം, വർത്തമാനം, ശാസ്ത്രത്തിലെ ശബ്ദം.

വാചനം - വായന, പ്രതിപാദനം, ഉച്ചാരണം, പറച്ചിൽ.

വാചാ - വാക്ക്, സംസാരം, ശപഥം, വേദപാഠം.

വാച്യം - കുറ്റം, അഭിധേയം, വാചകപ്പൊരുൾ.

വാജം - വേഗം, ജലം, ധനം, ആഹാരം, പന്തയം, യുദ്ധം, യാഗം, നെയ്, അമ്പിനു വേഗം കൂട്ടാനായി അതിന്റെ കടയ്ക്കൽ ഉറപ്പിക്കുന്ന തൂവൽ.

വാജി - കുതിര, പക്ഷി, അമ്പ്, ആടലോടകം, ഇന്ദ്രൻ, ബൃഹസ്പദി, വാജസേനയിൽപ്പെട്ടവൻ.

വാജിനം - മത്സരം, ബലം, വീര്യം, പാൽപ്പാട.

വാട - ദുർഗ്ഗന്ധം, കിടങ്ങ്, ഇടച്ചേരി, തെരുവ്, വഴി, വാരി.

വാടം - വഴി, ഇടുപ്പ്, വളവ്, ഉദ്യാനം, പുരയിടം, തെരുവ്, മൺകോട്ട, തവണ.

വാടി - ഉദ്യാനം, വഴി, വീട്, പ്രതിരോധനില, തൊട്ടാവാടി.

വാടിക - പൂങ്കാവനം, വീടിരിക്കുന്ന സ്ഥലം, കുറുന്തോട്ടി, കറിക്കായം.

വാണം - അമ്പ്, അഗ്നി, റോക്കറ്റ്, അമ്പൊട്ടൽ.

വാണി - ഭാഷ, നെയ്ത്ത്, വാക്ക്, സരസ്വതി, ഭാഷണം.

വാണിനി - ദൂതി, വേശ്യ, നർത്തകി, കൗശലക്കാരി.

വാതകം - ആവി, ചെമ്പ്, നീരാരൽ, തുവരപ്പയറ്.

വാതപുത്രൻ - ഭീമൻ, ചതിയൻ, ഹനുമാൻ.

വാതമൃഗം - കീരി, പെരുമാൻ.

വാതരായണം - അമ്പ്, ക്രകചം, ചരളം, കൊടുമുടി, ഒരു ശരപ്പാട്.

വാതരൂഷം - മഴവില്ല്, കൈക്കൂലി, കൊടുങ്കാറ്റ്.

വാതളം - കാറ്റ്, കടല, ചണപ്പയറ്.

വാതായനം - കൂടാരം, പൂമുഖം, കുതിര, കിളിവാതിൽ.

വാതാരി - കമ്പോളം, കരിമരം, ചെറുതേക്ക്, നൊച്ചി, ചേന, ശതാവരി, വിഴാൽ.

വാതി - ചന്ദ്രൻ, കാറ്റ്, സൂര്യൻ.

വാതം - കാറ്റ്, വാതകം, ത്രിദോഷങ്ങളിൽ ഒന്ന്, ഒരു രോഗം, വാദം.

വാദം - മറുപടി, തർക്കം, ചർച്ച, വ്യാഖ്യാനം, കേൾവി, സിദ്ധാന്തം.

വാദീശൻ - പണ്ഡിതൻ, ഋഷി, വിദ്വാൻ.

വാനം - ആകാശം, സുഗന്ധം, പുല്പായ്, ഉണക്കപ്പൂവ്, ജീവിതം, ചുവരിലെ വിടവ്, മഴ.

വാനകം - സ്വർഗ്ഗം, ആകാശം.

വാനപ്രസ്ഥം - വാനപ്രസ്ഥന്റെ ആശ്രമം, പ്ലാശ്, മല്ലിക, ഇരിപ്പവൃക്ഷം.

വാനരേന്ദ്രൻ - ഹനുമാൻ, സുഗ്രീവൻ, ബാലി.

വാനീരം - ആറ്റുവഞ്ചിമരം, കൊട്ടം, മേഖലപ്പുല്ല്, ചൂരൽ.

വാപം - വിത, ക്ഷൗരം, നെയ്ത്ത്.

വാമം - ഇടതുവശം, ധനം, പാമ്പ്, ചീര, മനോഹരം, ദുഷ്ടത, അകിട്, പ്രതികൂലം, കാമം.

വാമനദേവൻ - സുന്ദരൻ, ശിവൻ, ഒരു മഹർഷി.

വാമൻ - കള്ളൻ, മുണ്ടൻ.

വാമി - പെൺനരി, പിടിയാനക്കുട്ടി, പെൺകഴുത, പെൺകുതിര.

വായിക്കൽ - വായിക്കൽ, വാദനം.

വായുഗുല്മം - ചുഴലിക്കാറ്റ്, ഒരു തരം വയറ്റുനോവ്, നീർച്ചുഴി.

വായ്പ് - വളർച്ച, പ്രേമവായ്പ്, ഐശ്വര്യം, ലാഭം.

വാരകി - എതിരാളി, ഇലകൾ മാത്രം ഭക്ഷിക്കുന്ന സന്ന്യാസി, സമുദ്രം, ശുഭലക്ഷണങ്ങളുള്ള കുതിര.

വാരം - ആഴ്ച, അവസരം, ദിവസം, സമീപസ്ഥലം, പടിവാതിൽ, കൂടെക്കൂടെ, ചേമ്പും മറ്റും നടുന്നതിന് കിളച്ചുണ്ടാക്കുന്ന സ്ഥലം, മലയുടെ ചായ്‌വ്, ക്ഷേത്രങ്ങളിൽ വച്ചുള്ള ഒരു അടിയന്തിരം, വേദോച്ചാരണം, കടൽ.

വാരണം - ആന, പടച്ചട്ട, തടസ്സം, ഒഴിവാക്കൽ.

വാരള - പാത്ത, അന്നപ്പേട, കടന്നൽ.

വാരാഹി - പെൺപന്നി, ഭൂമി, നിലപ്പന, പന്നിക്കിഴങ്ങ്.

വാരി - വെള്ളം, വാരിയെല്ല്, അലക്, കടൽ, ആനക്കുഴി, സരസ്വതി, അടിമ, വാക്ജലകുംഭം, ഐശ്വര്യം, വിളവ്, വരമ്പ്, ധാന്യം, വാതിൽ.

വാരിജം - താമര, ഉപ്പ്, കക്ക, ഇലവങ്ങപ്പൂവ്.

വാരിനാഥം - മേഘം, സർപ്പങ്ങളുടെ വാസസ്ഥാനം, മുത്തങ്ങ,

വാരീന്ദ്രൻ - വരുണൻ, വിഷ്ണു, സമുദ്രം.

വാരുണം - ജലം, കടൽ, പടിഞ്ഞാറേദിക്ക്, നവമേഘങ്ങളിലൊന്ന്, ഒരുതരം കുഷ്ഠം.

വാരുണി - ഒരു തരം മദ്യം, വരുണന്റെ പത്നി, പടിഞ്ഞാറേദിക്ക്, ചതയം നക്ഷത്രം, ഉപനിഷദ്വിദ്യ, അഗസ്ത്യൻ, കരിങ്കറുക, കാട്ടുവെള്ളരി, കരിങ്കറുക.

വാർച്ച - ഒഴുക്ക്, വാല്ച്ച, പ്രമേഹം, ചോർച്ച.

വാർത്ത - വൃത്താന്തം, കേൾവി, കച്ചവടം, പാർപ്പ്, നിത്യവൃത്തി, ദിവസം, വിഷയം.

വാർത്തം - സൗഖ്യം, പതിര്, സാമർത്ഥ്യം.

വാർത്തികൻ - ചാരൻ, ദൂതൻ, വൈശ്യൻ.

വാർദ്ദം - മുത്തങ്ങ, മേഘം.

വാർദ്ദരം - വലംപിരിശംഖ്, പാട്ട്, ഭാഷണം, മാങ്ങയണ്ടി, ജലം, അകിൽ, കുഞ്ചിരോമം.

വാൽ - നാൽക്കാലികൾക്ക് പിന്നിൽ നീണ്ടു കിടക്കുന്ന രോമാവൃതമായ അവയവം, പുച്ഛം, തുപ്പൽ, വെണ്മ, ഇളമ, മികവ്,

വാലി - ഉടുമ്പ്, നെടുവാലി, ബാലി.

വാലുക - ചോരുക, പൊടി, കർപ്പൂരം, ചരൽ, മണൽ, വയൽത്തിട്ട.

വാശി - ശാഠ്യം, വട്ടം, തോത്, പന്തയം, രോഗശമനം, വ്യത്യാസം, ചേര്, അഗ്നി, കൊടുവേലി, വാക്ക്, ഭൂഷണം, അലർച്ച, ആയുധം, വെല്ലുവിളി.

വാശിത - പിടിയാന, ഭാര്യ, പശു, സ്ത്രീ.

വാശ്രം - ദിവസം, പാർപ്പിടം, പശു, ചാണകം, നാൽക്കവല.

വാസം - താമസം, ഭവനം, കഴുത, വാസന, വസ്ത്രം.

വാസകം - വസ്ത്രം, ഊഴം, ചീര, ആടലോടകം.

വാസതേയി - രാത്രി, മഞ്ഞൾ, ഭവനം.

വാസനം - സുഗന്ധം വരുത്തൽ, പെട്ടി, പാത്രം, അറിവ്, വസ്ത്രം, മൂടി, ഒരു യോഗാസനം.

വാസന്തം - മയിലെള്ള്, മലങ്കാര, ഒട്ടകം, കുയിൽ, മൃഗശാപം, തെന്നൽ, താന്നി, വസന്തോത്സവം, വസന്തമല്ലിക.

വാസന്തി - കുരുക്കുത്തിമുല്ല, കുറുമുഴി, ദുർഗ്ഗ, ഗണികാരി, തിപ്പലി, മദനോത്സവം, പാതിരിപ്പൂവ്.

വാസവി - വ്യാസന്റെ മാതാവ്, ബാലി, ജയന്തൻ, അർജ്ജുനൻ.

വാസു - വിഷ്ണു, പുനർവസു, കന്യക, വാസുദേവൻ, ആത്മാവ്.

വാസുര - സ്ത്രീ, പിടിയാന, ഭൂമി, രാത്രി.

വാഹം - കുതിര, വായു, കാള, പോത്ത്, വണ്ടി, സേന.

വാഹസം - പെരുമ്പാമ്പ്, മട, നീരാരൽ, നദീതീരം.

വാളം - വാൾ, സ്വർണ്ണശലാക, ഇരുമ്പുപാളം.

വാഴ്വ് - അനുഗ്രഹം, ആശിർവാദം, സൗഖ്യം, ഐശ്വര്യം, ജീവിതം, പാർപ്പ്, പ്രകാശം, വർദ്ധന.

വാറ് - ചീന്ത്, തോൽവാറ്, ദൈർഘ്യം, ആധിക്യം, ഭംഗി.

വികടം - വിരോധം, മാറ്റം, അപകടം, ക്രൂരത, പരുപരുപ്പ്, ദുർഘടത.

വികല്പം - സംശയം, തെറ്റ്, ആശങ്ക, അനിശ്ചിതത്വം.

വികാശം - പ്രകാശം, ഉല്ലാസം, സന്തോഷം, സുഖാനുഭവം, ഏകാന്തത, സ്വർഗ്ഗം, അത്യാഗ്രഹം, ആകാശം.

വികിരം - കുശപ്പുല്ല്, മണൽ, കിണറ്, പക്ഷി, തുണ്ട്.

വികിരണം - പ്രസരണം, എറിക്ക്, വധം, റേഡിയേഷൻ.

വികൃതി - കുസൃതി, രോഗം, വിലക്ഷണത, പേടി, ദുർബുദ്ധി, രോഗം, മദ്യം, അശുഭം, മരണലക്ഷണം.

വിക്രമം - കാലടി, പരാക്രമം, ആക്രമണം.

വിക്രമി - പരാക്രമി, സിംഹം, ശക്തൻ, വിഷ്ണു.

വിക്രയം - വില്പന, കച്ചവടം.

വിക്രാന്തം - സിംഹം, പരാക്രമം, ചുവട്, പാദവിക്ഷേപം, ഒരു രത്നം.

വിക്രിയ - കോലം, ലംഘനം, വികാരം, വികൃതി, ദോഷം, വൈകല്യം, രോഗം.

വിക്ഷവം - ശബ്ദം, തുമ്മൽ, ചുമ.

വിക്ഷേപണം - ആട്ടൽ, സംഭ്രമം, ഏറ്, ചിതറൽ, കുഴപ്പം

വിഗാനം - നിന്ദ, അപവാദം.

വിഗ്രഹം - കലഹം, ശരീരം, വിസ്താരം, ആകൃതി.

വിഘാതം - വധം, തടവ്, നാശം, അടി, തടസ്സം.

വിങ്ങളം - വേർപാട്, തിരിവ്, ചതി.

വിചിത്രം - നാനാവർണ്ണം, വെള്ളരി, ആശ്ചര്യം, അശോകം, മനോഹരണം, മയിലെള്ള്.

വിചേഷ്ടിതം - ആംഗ്യം, ദുരാലോചന, പ്രവൃത്തി, വികൃതി, പരിശ്രമം.

വിച്ഛേദം - ഖണ്ഡം, ഗ്രന്ഥഭാഗം, മുറിവ്, തടസ്സം, വേർപാട്, നാശം.

വിജനനം - പ്രസവം, പ്രജനനം, ജനനം.

വിജയ - മുഞ്ഞ, കറുക, ദുർഗ്ഗ, അഷ്ടമി, ത്രയോദശി, കൃതീയ, കഞ്ചാവ്, കരിങ്കറുക.

വിജ്ഞാപനം - അദ്ധ്യാപനം, അപേക്ഷ, അറിവ്, പരസ്യം, അഭ്യർത്ഥന.

വിടങ്ങ് - പൗരുഷം, സൗന്ദര്യം, കൊടുംകൈ, നീണ്ട ഉത്തരം.

വിടർ - കാട്, പൊളി, കീറ്റ്, വിടവ്.

വിടുതൽ - മോചനം, അയപ്പ്, അനുവാദം, ഒഴിവുദിവസം.

വിടുതി - മോചനം, മാപ്പ്, ഉത്തരവ്, അകലം.

വിടം - കരിങ്ങാലി, വിളയുപ്പ്, എലി, മധുര നാരകം.

വിഡംബം - ചതി, പീഡനം, പരിഹാസം, നാട്യം.

വിണ്ണ് - ആകാശം, മേഘം, സ്വർഗ്ഗം.

വിതംസം - ചങ്ങല, കയറ്, പക്ഷിക്കൂട്.

വിതതി - പരപ്പ്, നിര, വിസ്തൃതി, കൂട്ടം.

വിതർക്കം - സംശയം, അനുമാനം, തർക്കം, ഊഹം.

വിതാനം - മേല്ക്കട്ടി, വിസ്താരം, അവസരം, ബലി, വിശ്രമം, കൂട്ടം.

വിത്തി - വിവേകം, ലാഭം, സമ്പാദ്യം, അറിവ്, ഓർമ്മ, കാലക്ഷേപം.

വിത്തം - ഐശ്വര്യം, ജ്ഞാനം, ധനം.

വിത്ത് - വിതയ്ക്കാനുള്ള ധാന്യം, ബീജം, മൂലകാരണം, ശുക്ലം, വിദ്വാൻ.

വിഥുര - രാക്ഷസി, വിധവ, കള്ളി.

വിദഥം - ജ്ഞാനം, യാഗം, യുദ്ധം.

വിദാരം - യുദ്ധം, പിളർപ്പ്, വെള്ളപ്പൊക്കം.

വിദാരകം - കിണറ്, വജ്രക്ഷാരം, മണലിൽ കുഴിച്ചകുഴി.

വിദാഹം - മൂർച്ച, എരിവ്, കത്തൽ, നീർക്കെട്ടൽ.

വിദ്യ - തത്ത്വശാസ്ത്രം, ശാസ്ത്രം, വിജ്ഞാനം, ദുർഗ്ഗ, മന്ത്രവാദം, മായ, ആത്മജ്ഞാനം.

വിദ്രധി - വ്രണം, പരു, ഒരുരോഗം.

വിധം - വിധി, രീതി, കർമ്മം, ശമ്പളം.

വിധാതാവ് - ബ്രഹ്മാവ്, വിശ്വകർമ്മാവ്, കാമദേവൻ, മദ്യം.

വിധാനം - രചന, ഒരുക്കം, ഉപായം, രീതി, പീഡനം, സമ്പത്ത്, ചട്ടം, പ്രവൃത്തി, വിതാനം.

വിധി - സൗകര്യം, അനുഷ്ഠാനം, തലയിലെഴുത്ത്, കല്പന, വൈദ്യൻ, വിഷ്ണു, സൃഷ്ടി, നിയമം.

വിധു - കർപ്പൂരം, രാക്ഷസൻ, വായു, കുബേരൻ, ചന്ദ്രൻ, വിഷ്ണു, ബ്രഹ്മാവ്, പ്രായശ്ചിത്ത കർമ്മം.

വിധുരം - ദുഃഖം, പരിഭ്രമം, പരുങ്ങൽ, വേർപാട്.

വിനിപാതം - മരണം, വീഴ്ച, നരകം, നഷ്ടം, ആപത്ത്, നാശം, വേദന, അപമാനം, സംഭവം, ബുദ്ധിമുട്ട്.

വിനിയോഗം - പെരുമാറ്റം, പ്രയോഗം, പ്രതിബന്ധം, വേർപാട്, ഉപേക്ഷിക്കൽ.

വിനീയം - കിട്ടം, പാപം, കാലുഷ്യം.

വിനോദം - ആനന്ദം, ചെപ്പടിവിദ്യ, നേരമ്പോക്ക്.

വിന്ത - ആശ്ചര്യം, നിധിക്കുടം, കൗശലപ്പണി, പഠിപ്പ്.

വിന്ദു - വിന്തു, ജ്ഞാനശീലൻ, പുള്ളി, തുള്ളി, ശുക്ലം, അനുസാരം, പാണ്ട്.

വിന്യാസം - രചന, നിക്ഷേപം, സഞ്ചരിക്കൽ, വിന്യസിക്കൽ.

വിപത്ത് - ദുർവ്വിധി, തോല്വി, ആപത്ത്, മരണം.

വിപര്യയം - സ്വാദ്, വിപത്ത്, വൈഷമ്യം, കർമ്മഫലം, ഫലം, ദഹനം.

വിപുലം - മേരു, ഹിമവാൻ, വലിപ്പം.

വിപ്രകാരം - ദുഷ്ടത, നിന്ദ, അപമര്യാദ.

വിപ്രതിപത്തി - സംശയം, വൈരുദ്ധ്യം, അനിഷ്ടം, പൊരുത്തക്കേട്.

വിപ്രൻ - വിദ്വാൻ, ബ്രാഹ്മണൻ, ബുദ്ധിമാൻ, പുരോഹിതൻ.

വിപ്രലപ്തം - തർക്കം, വാദം, വിലാപം.

വിപ്രലംഭം - വഞ്ചന, നൈരാശ്യം, വിരഹം.

വിപ്രലാപം - വഴക്ക്, കരച്ചിൽ, വാഗ്വാദം, വാഗ്ദാനലംഘനം.

വിപ്ലവം - എതിർപ്പ്, കലാപം, ആപത്ത്, കുഴപ്പം, പ്രക്ഷോഭണം, പൊന്തിക്കിടപ്പ്.

വിഭാഗം - പ്രദേശം, പ്രകരണം, പങ്കുവെയ്പ്, വകുപ്പ്, വേർപാട്.

വിഭാവരി - കുലട, രാത്രി, മേദ, മഞ്ഞൾ, ശ്രീപാർവ്വതി, വായാടി പ്പെണ്ണ്.

വിഭാവസു - എരിക്ക്, ചന്ദ്രൻ, സൂര്യൻ, കർപ്പൂരം, കൊടുവേലി, അഗ്നി.

വിഭു - ശിവൻ, ഭൃത്യൻ, കാലം, ആകാശം, ആത്മാവ്, ദിക്ക്, പ്രഭു, വിഷ്ണു.

വിഭൂതി - സൃഷ്ടി, ഭസ്മം, ഐശ്വര്യം, വലുപ്പം, ശക്തി, ധനം.

വിഭ്രമം - ഭ്രമം, ചാഞ്ചല്യം, അസ്വസ്ഥത, പരിഭ്രമം, ശൃംഗാര ചേഷ്ട.

വിമർദ്ദനം - യുദ്ധം, ഗ്രഹണം, ആലിംഗനം, തിരുമ്മൽ.

വിമർശനം - ചർച്ച, വിമർശനം, പര്യാലോചന, ഗുണദോഷ വിചിന്തനം.

വിമംല - അഭ്രകം, നിർമ്മലം, മാക്കീരക്കല്ല്.

വിമാനം - രാജധാനി, കുതിര, അളവ്, അപമാനം, രഥം, രോഹിണി നക്ഷത്രം.

വിമുക്തി - വേർപാട്, വിമോചനം, മോക്ഷം.

വിമോഹം - അജ്ഞാനം, മോഹാലസ്യം, ഓർമ്മക്കേട്, തീവ്രമോഹം.

വിയം - സ്തുതി, ഉടൽ, പെരുമ, വിശാലത, അഭിമാനം, ആജ്ഞ.

വിയമം - വേദന, ദുഃഖം, തടവ്, സുഖക്കേട്.

വിയൽ - കാട്, ദൂരം, സ്വർണ്ണം, പെരുമ.

വിരഹം - ഏകാന്തത, പരത്യാഗം, വിയോഗം, അസാന്നിദ്ധ്യം.

വിരഹം - വിരക്തി, ഇഷ്ടക്കേട്, നിറംമാറ്റം.

വിരാട് - സൗന്ദര്യം, ക്ഷത്രിയൻ, ശരീരം.

വിരാധം - ഉപദ്രവം, അസഹ്യത, തടസ്സം, എതിർപ്പ്.

വിരാമം - സ്വാസ്ഥ്യം, വിരാമസ്വനം, വിശ്രമം, അവസാനം.

വിരി - മുടി, ജീനി, മറ, നറുവരി, പന്തൽ, വിരിപ്പ്.

വിരിവ് - വീതി, വിടർച്ച, വിസ്താരം, വിള്ളൽ.

വിരുത് - സമ്മാനം, കൗശലം, കഴിവ്, ബഹുമതി.

വിരുദ്ധം - കുറ്റം, തടസ്സം, വിരോധം, വിപരീതഭാവം.

വിരോധം - യുദ്ധം, ദ്വേഷം, തടവ്, ആപത്ത്, പിണക്കം.

വിലയം - നാശം, ലയനം, അസ്തമയം, പ്രളയം.

വിലാലം - യന്ത്രം, ബിഡാലം, ആയുധം.

വിലാസി - അഗ്നി, പാമ്പ്, ശിവൻ, കാമദേവൻ, വിഷ്ണു, സ്ത്രീലമ്പടൻ.

വിലേശയം - പാമ്പ്, എലി, മുള്ളൻ.

വിലോപം - കുറവ്, നാശം, സംഹാരം, നഷ്ടം, അപഹരണം.

വിലോമം - വിപരീതം, നായ്, പാമ്പ്, ദോളായന്ത്രം.

വില്ലങ്കം - വഴക്ക്, മത്സരം, തടസ്സം, വ്യവഹാരം.

വില്ലി - വീരഭദ്രൻ, വേടൻ, വില്ലാളി, കാമദേവൻ.

വില്ല് - പ്രകാശം, ധനുമാസം, മഴവില്ല്.

വിവക്ഷ - വിചാരം, ആഗ്രഹം, അർത്ഥം, അഭിപ്രായം.

വിവധം - കുറ്റം, കാരണം, ദ്വാം, വിസ്താരം, വാർത്ത, വ്രണം, ഏകാന്തസ്ഥലം.

വിവർത്തനം - മൊഴിമാറ്റം, പ്രദക്ഷിണം, തിരിച്ചുവരവ്.

വിവശത - അസ്വാധീനം, പരവശത, സുഖക്കേട്.

വിവസ്വാൻ - അരുണൻ, സൂര്യൻ, ദേവൻ.

വിവാദം - തർക്കം, നിലവിളി, വഴക്ക്, വാദപ്രതിവാദം.

വിവൃതി - വ്യാഖ്യാനം, പ്രകാശനം, വിശദീകരണം.

വിവൃത്തി - ഭ്രമണം, വികാസം, തുറക്കൽ.

വിവേഗം - തിരിച്ചറിവ്, വിവേചനം, പരിഗണന, വിവേചന ശക്തി.

വിവേചനം - തിരിച്ചറിയൽ, പര്യാലോചന, പരിശോധന.

വിശ - ജനത, ഗോത്രം, വർഗ്ഗം, ഏത്തം, സ്നായു, എലിക്കെണി, മുളത്തടി.

വിശം - വിഷം, താമരവളയം, നിത്യച്ചെലവ്.

വിശകലനം - ഖണ്ഡനം, ചിതറൽ, നുറുക്കൽ.

വിശയം - വിഷയം, സംശയം, ശരണം, ഭവനം.

വിശല്യ - ഞാഴൽ, ചിറ്റമൃത്, നാഗദന്തി, മേത്തോന്നി.

വിശസനം - കഠിനദുഃഖം, കൊല.

വിശാലാക്ഷൻ - വിഷ്ണു, സുന്ദരൻ, ഗരുഡൻ, ശിവൻ.

വിശാലാക്ഷി - സുന്ദരി, ശ്രീപാർവ്വതി, നാഗദന്തി.

വിശിഖ - ക്ഷൗരക്കത്തി, സൂചി, പെരുവഴി, കട്ടപ്പാര, തൂമ്പ.

വിശിപം - ഗൃഹം, അമ്പലം, കൊട്ടാരം.

വിശേഷം - ജാതി, അവയവം, വർഗ്ഗം, അസാധാരണത്വം, പ്രത്യേകത, വ്യത്യാസം, വർണ്ണനം.

വിശേഷണം - ഭേദകം, വർഗ്ഗം, വ്യാവർത്തകധർമ്മം.

വിശ്രം - പ്രകാശം, മാംസം, ശോഭ.

വിശ്രംഭം - കുശലപ്രശ്നം, ആശ്ലേഷം, രഹസ്യം, സ്നേഹം, വിശ്വാസം, വധം.

വിശ്രുതി - പ്രസിദ്ധി, കീർത്തി, ഒഴുക്ക്.

വിശ്ലേഷം - വിടവ്, വിയോഗം, യോജിപ്പില്ലായ്മ, ലുപ്തചിഹ്നം.

വിശ്വം - ചുക്ക്, അശോകം, പ്രപഞ്ചം, അശേഷം.

വിശ്വകദ്രു - നീചൻ, ശബ്ദം, നായാട്ടുപട്ടി.

വിശ്വകർമ്മാവ് - ബ്രഹ്മാവ്, സൂര്യൻ, പരമാത്മാവ്.

വിശ്വാത്മാവ് - പരബ്രഹ്മം, ബ്രഹ്മാവ്, ഈശ്വരൻ.

വിഷം - വെള്ളം, താമരവളയം, കടുത്തപക, ദുരുദ്ദേശ്യം, വിനാശകവസ്തു.

വിഷഘ്നം - വിഷഹരമായ വസ്തു, താന്നി, ചെമ്പകം, കാട്ടുതുളസി, ചെറുചീര, നീലക്കടമ്പ്, വെൺകൊടിത്തൂവ.

വിഷമം - അസാധാരണത്വം, ദുർഘടസ്ഥിതി, ഒരു അലങ്കാരം, നിരപ്പില്ലായ്മ.

വിഷയം - ഭവനം, ഗോളം, സങ്കേതം, ലക്ഷ്യം, ശുക്ലം, സുഖം, രാജ്യം, ലോകവ്യവഹാരം.

വിഷാണം - കൊട്ടം, പന്നിയുടെ തേറ്റ, കൊമ്പ്.

വിഷ്കംഭം - കുറ്റി, പരപ്പ്, സാക്ഷ, പർവ്വതം, വ്യാസം.

വിഷ്ടം - വ്യാസം, ഉത്തരം, വിട്ടം.

വിഷ്ടംഭം - കാലുവയ്പ്, തടസ്സം, ശരീരസ്തംഭനം, മലമൂത്രബന്ധം.

വിഷ്ടരം - വൃക്ഷം, പീഠം, കസേര, വ്യാപനശീലം, ഒരുപിടി ദർഭപ്പുല്ല്.

വിഷ്ടി - വ്യാപ്തി, ശമ്പളം, പ്രവൃത്തി, വെപ്പുപണി.

വിഷ്ണു - ത്രിമൂർത്തികളിൽ ഒരാൾ, അഗ്നി, ഭക്തൻ, തിരുവോണം, സൂര്യൻ, വേദവ്യാസൻ.

വിഷ്ണുപദം - വിഷ്ണുവിന്റെ കാൽ, ആകാശം, പാൽക്കടൽ, താമര, വൈകുണ്ഠം.

വിസരം - വ്യാപനം, കൂട്ടം, കൂമ്പാരം, നിർക്ഷമനം.

വിസർഗ്ഗം - സ്വരത്തിനുശേഷം അർദ്ധകാരം പോലെ ഉച്ചരിക്കുന്നത്, ദാനം, സൃഷ്ടി, ദക്ഷിണായനം, ഏറ്, ദീപ്തി, മോക്ഷം.

വിസാരം - മത്സ്യം, ഒഴുക്ക്, തടി, ഇഴഞ്ഞുനടപ്പ്.

വിസൂരിത - പനി, ജ്വരം.

വിസ്തരം - പരപ്പ്, വിസ്താരം, അകലം, കൂട്ടം, വിരിപ്പ്, സമൃദ്ധി, ഇരിപ്പിടം.

വിസ്താരം - വ്യാസം, മഹത്ത്വം, വലുപ്പം, വീതി, പരപ്പ്, വിചാരണം, കുറ്റിച്ചെടി.

വിസ്രംസം - ഒഴുക്ക്, കെട്ടഴിക്കൽ, വീഴ്ച, വിരേചനൗഷധം.

വിസ്രവണം - വാറ്റ്, വാർച്ച, ഒഴുക്ക്, ശർക്കരച്ചാരായം.

വിസ്സ് - പക്ഷി, കടിഞ്ഞാൺ, വീശം, കുതിര, ഒരു തൂക്കം.

വിഹഗം - അമ്പ്, പക്ഷി, ഔഷധി, മേഘം.

വിഹംഗൻ - ഗ്രഹം, സൂര്യൻ, ചന്ദ്രൻ.

വിഹതി - ഹിംസ, താഡനം, തോല്‌വി, ചങ്ങാതി, നാശം, കൂട്ടുകാരൻ.

വിഹനനം - വധം, താഡനം, തടസ്സം, വിരോധം.

വിഹായസ്സ് - ആകാശം, അന്തരീക്ഷം, പക്ഷി.

വിഹാരം - വിനോദം, സംഭോഗം, സ്വൈരസഞ്ചാരം, വ്യതിയാനം, ഉദ്യാനം, തോൾ, വികാസം.

വിഹിതം - വീതം, വിധി, ആജ്ഞ, നിർദ്ദേശം.

വിഹൃതി - കളി, വിനോദം, വിഹരണം.

വിഹേഠം - കേട്, ദുഃഖം, പീഡ.

വിളക്കം - ലോഹങ്ങൾ ഉരുക്കിച്ചേർക്കൽ, ക്ഷൗരകർമ്മം, തെളിവ്, ശോഭ, വെടിപ്പ്.

വിളരി - ഇളമ, വെണ്മ, കൊഴുപ്പ്, നിണം.

വിളിമ്പ് - കൺപോള, വക്ക്, അരിക്, കര.

വിറൽ - ജയം, വീര്യം, വലി.

വീകം - മനസ്സ്, കാറ്റ്, പക്ഷി, ശീമപ്പൂട്ട്, മോതിരം.

വീക്ക് - ഇടി, അടി, ആണി, കൂത്ത്.

വീക്ഷണം - കണ്ണ്, കാഴ്ച, നോട്ടം, കാണൽ.

വീംഖ - നായ്ക്കൊരുണ സന്ധി, നൃത്തം, ഗതി, അഭിവൃദ്ധി.

വീചി - ഓളം, കിരണം, തിര, സുഖം, അല്പം, അവകാശം, അപഭ്രംശം.

വീതി - വ്യാപ്തി, കുതിര, പ്രകാശരശ്മി, ഉല്പാദനം, മാറ്റം, നീക്കം, ഗതി, ഭക്ഷണം.

വീത് - വീച്ച്, വിസ്താരം, വീതി, നെയ്ത്തുകാരന്റെ അച്ചുതട്ടം.

വീഥി - പന്തി, നിര, പാത, വഴി, തെരുവ്.

വീധ്രം - അഗ്നി, കാറ്റ്, ആകാശം, വായു.

വീര - ദുഃഖം, പീര, ഒരു വൃക്ഷം, വീര്യമുള്ള, മികച്ചത്, കടൽ.

വീരം - ഇഞ്ചി, കുരുമുളക്, നീർമരുത്, തകര, കഴഞ്ചി, പന്നിക്കിഴങ്ങ്, ചെറുചീര.

വിരതരു - ചേരമരം, കൂവളം, നീർമരുത്, വയൽച്ചുള്ളി.

വീരൻ - പരാക്രമശാലി, വിഷ്ണു, ഭീഷ്മർ, നടൻ, ഭർത്താവ്, പുത്രൻ, അഗ്നി.

വീര്യം - വീരത, ഓജസ്സ്, ധാതുപുഷ്ടി, ബലം, രേതസ്സ്.

വീവധം - ചുമട്, വീഥി, റോഡ്, ഭാരം, കാവ്, കാവടി, ധാന്യശേഖരം.

വീഴ്ച - നാശം, കുറ്റം, തോല്‌വി തെറ്റ്, അധഃപതനം, മരണം.

വീറ് - ധൈര്യം, ചുണ, ശക്തി, വൈരം, എരിവ്, മരുന്നിന്റെ വേഗം, വൈരാഗ്യം, വാശി.

വീറ്റം - വിഭാഗം, കീറ്, വളവ്, വേർപാട്.

വൃകം - ചെന്നായ്, കുറുക്കൻ, നായ്, കാക്ക, മൂങ്ങ, എലി, കലപ്പ.

വൃക്ഷാദനം - ഉളി, അരയാൽ, പേരാൽ, മുരൾമരം, കോടാലി.

വൃക്ഷാമ്ലം - പുളിങ്ങ, ചാണപ്പുളി, അമ്പഴം, മരപ്പുളി.

വൃജനം - ചുരുണ്ട മുടി, യുദ്ധം, ശക്തി, രോമം, ദുഷ്ടത, ആകാശം, വയൽ.

വൃജിനം - ദോഷം, പാപം, ദുഷ്ടത, ചതി, ദുഃഖം.

വൃതി - തിരഞ്ഞെടുപ്പ്, മറവ്, വളച്ചുകെട്ട്, വേലി, ആവരണം, അന്വേഷണം.

വൃത്തം - വട്ടം, വൃത്താന്തം, ചരിത്രം, വർത്തമാനം, ആമ, പപ്പടം, നിയമം, വട്ടപ്പുല്ല്, കർത്തവ്യം.

വൃത്തപുഷ്പം - നെന്മേനിവാക, കടമ്പ്, കുബ്ജകം, മുകുരം, വാനീരം.

വൃത്താന്തം - വർത്തമാനം, വിശ്രമം, സമയം, സംഭവം, ഗുണം, വാർത്ത, കഥ, ഏകാന്തത, ബുദ്ധി, നടപടി, അവസരം.

വൃത്തി - ശുചിത്വം, പ്രവൃത്തി, വ്യാഖ്യാനം, നടപടി, വിവരണം, ചുറ്റളവ്, രചനാരീതി, വർത്തനം, ഉപജീവനം.

വൃത്രം - മേഘം, ശബ്ദം, ചക്രം, ഇരുട്ട്, പർവ്വതം.

വൃദ്ധി - കയറ്റം, ഐശ്വര്യപ്രാപ്തി, സമ്പത്ത്, അഭിവൃദ്ധി, വളർച്ച, പലിശ, ഛേദനം, വേലിയേറ്റം.

വൃന്ദ - തുളസി, രാധിക.

വൃന്ദം - സമൂഹം, കൂട്ടം, നൂറുകോടി, ഗണം.

വൃശം - എലി, ആടലോടകം, ഇഞ്ചി.

വൃഷം - കാള, നീതി, ധർമ്മം, വീര്യം, എലി, കുതിര, മയിൽപ്പീലി, ശ്രേഷ്ഠം, ആടലോടകം, ബലം, ശുക്ലം, ഇടവമാസം.

വൃഷൻ - ശ്രീകൃഷ്ണൻ, ദേവേന്ദ്രൻ, ശത്രു, കാമദേവൻ, കായികാഭ്യാസി, ശക്തൻ.

വൃഷഭൻ - കാള, ഇടവം, ശുക്ലം, വീര്യം, ബലം, ആടലോടകം, കുതിര, എലി, മയിൽപ്പീലി, സുകൃതം, നീതി, ശ്രേഷ്ഠൻ.

വൃഷലൻ - ശൂദ്രൻ, ദുഷ്ടൻ, ഭ്രഷ്ടൻ, പാപി, ചന്ദ്രഗുപ്തൻ.

വൃഷാകപായി - സ്വാഹാ, സൂര്യപത്നി, ശതാവരി, അപേതിയൻ, ലക്ഷ്മീദേവി.

വൃഷാവ് - ഉത്തമൻ, ആടലോടകം, ദുഃഖം, ദേവേന്ദ്രൻ, കാള, കുതിര, കർണ്ണൻ.

വൃഷ്ടി - വർഷം, മഴ, മഴപൊഴിയൽ, ചൊരിച്ചിൽ.

വൃഷ്ണി - ശ്രീകൃഷ്ണൻ, വായു, അഗ്നി, മേഘം, രശ്മി, മുട്ടാട്, പാഷണ്ഡൻ.

വെകിളി - സാഹസികത, ഭ്രാന്തം, തിടുക്കം, ഇളക്കം.

വെക്കൽ - നീറ്റൽ, ചൂട്, വേവ്, വയ്ക്കുക

വെടി - കരിമരുന്നു പ്രയോഗം, ധൂപം, കണ്ണ്, ഇടി, ഭയം, വെടിവെയ്പ്, പൊളിവചനം.

വെടുപ്പ് - സ്വച്ഛത, നന്മ, കുറ്റമില്ലായ്മ, വൃത്തി, ചിട്ട, സ്വച്ഛത.

വെട്ട് - താഡനം, ഇടി, വ്രണം, മുറിവ്.

വെണ്മ - ധവളത, കീർത്തി, വെടുപ്പ്, ശോഭ, മൃദുത്വം.

വെതിർ - ചെകിട്, കോപം, കലക്കം, മുള, ക്ഷോഭം.

വെപ്പം - പരിഭ്രമം, വെമ്പൽ, ഭയം, ആഗ്രഹം.

വെപ്പ് - നിർമ്മാണം, കാൽവെപ്പ്, മല, ചട്ടം, ഒറ്റിനടീൽ.

വെമ്പൽ - സംഭ്രമം, ഭയം, ഇതി കർത്തവ്യതാമൂഢത, വ്യഗ്രത, ചുക്കിച്ചുളുങ്ങിയ പഴം.

വെണ്മ - കടുപ്പം, കോപം, ചൂട്, പരാക്രമം, ആഗ്രഹം.

വെയിൽ - സൂര്യൻ, സൂര്യരശ്മി, സൂര്യപ്രകാശം.

വെയ്റ്റ് - മഹത്ത്വം, ഗൗരവം, പടി, മാനം, ചുമട്, കാര്യസാം, തൂക്കം.

വെശ - വേഗം, തൊള്ള, ബലം, കെണി, മുളത്തടി, താങ്ങ്.

വെളി - ആകാശം, കാട്ടുചേന, തെളിവ്, വെളിമ്പ്രദേശം, തരിശുഭൂമി.

വെളിവാതിൽ - ജാലകം, വാതായനം, കിളിവാതിൽ.

വെളിവ് - വെണ്മ, പ്രകാശം, സുബോധം.

വെള്ള - വെണ്മ, മദ്യം, കുമ്മായം, ശുക്ലം, ചക്രം, കാശ്, ധവളവർണ്ണം, മുട്ടയുടെ വെള്ളക്കരു.

വെള്ളാട്ടി - വെപ്പാട്ടി, ദാസി, പതിച്ചി.

വെള്ളായ്മ - ആധിപത്യം, കൃഷി, ധർമ്മം.

വെറി - കലഹം, ഉന്മാദം, മദ്യലഹരി, മദ്യം, ചൂട്, ഹാലിളക്കം, ദുർഭിക്ഷത, വെയിൽ.

വെറുപ്പ് - നിന്ദ, വിദ്വേഷം, അറപ്പ്, ജുഗുപ്സ.

വെറുമ്പോതി - ദരിദ്രൻ, എമ്പോക്കി, എരപ്പാളി.

വേകടൻ - രത്നവ്യാപാരി, യുവാവ്, ആട്ടക്കാരൻ, കരകൗശലപ്പണിക്കാരൻ, വിദൂഷകൻ.

വേഗം - വേഗത, നിമിഷം, മുട്ടൽ, സംഘട്ടനം, ആനന്ദം, വ്യഗ്രത, പ്രവേഗം.

വേട - വേനൽ, കാമം, ആഗ്രഹം.

വേണി - മുടിക്കെട്ട്, ഒഴുക്ക്, കൃഷ്ണാനദി, ദേവതാളി, പ്രവാഹം.

വേണു - ഓടക്കുഴൽ, മുള, വേഴൽ, ഒരു രാജാവ്.

വേത - വേദന, ദുഃഖം, രസവാദം, വേധ.

വേതനം - പ്രതിഫലം, വെള്ളി, തൊഴിൽ, വൃത്തി.

വേ്രതം - പഞ്ഞി, വടി, ചൂരൽ.

വേദഗർഭൻ - വേദജ്ഞൻ, ബ്രഹ്മാവ്, വിഷ്ണു.

വേദനം - ദുഃഖം, നേട്ടം, ജ്ഞാനം, അറിയിപ്പ്, വിവാഹം, ദാനം, ധനം, അപേക്ഷ, അറിവ്.

വേദസ്സ് - ലാഭം, നേട്ടം, സ്വത്ത്, ജ്ഞാതാവ്.

വേദി - സരസ്വതി, ഗുരു, ബ്രഹ്മാവ്, ജ്ഞാനി, പണ്ഡിതൻ, പീഠം, മുദ്രമോതിരം, അരങ്ങ്.

വേദിക - പരിശുദ്ധമായ ചുറ്റുപാടോടുകൂടിയ തറ, കാലുള്ള പീഠം, ബലിക്കല്ല്, ക്ഷേത്രത്തിനുചുറ്റും ഭിത്തിയോടുചേർന്ന് വിളക്കുവയ്ക്കാനായി ഉണ്ടാക്കിയിട്ടുള്ള മരക്കൂട്, വള്ളിക്കുടിൽ, ഒരു സുഗന്ധവസ്തു.

വേധകം - ഉണങ്ങിയ കൊത്തമ്പാലരി, കർണ്ണമേഘം, ധാന്യം, കർപ്പൂരം, കച്ചോലം, ഞെരിഞ്ഞാമ്പുളി, ചെവിപ്പീ, ഒരു നരകം, ഒരു കർണ്ണാഭരണം.

വേധസ്സ് - ബ്രഹ്മാവ്, വിഷ്ണു, പണ്ഡിതൻ, സൂര്യൻ, ശിവൻ, ബൃഹസ്പദി, എരിക്ക്.

വേന്തൻ - രാജാവ്, സൂര്യൻ, ചന്ദ്രൻ, വ്യാഴദേവൻ.
വേരം - ബേരം (ശരീരം), തക്കാരി വഴുതിന, ചേമ്പ്, കുങ്കുമം, മഞ്ഞൾ, ശരീരം.
വേര് - ചുവട്, കിഴങ്ങ്, അസ്തി വാരം, മുരട്, ഭൂകാണ്ഡം, തിപ്പലി.
വേർപാട് - വിയോഗം, അകല്ച്ച.
വേൽ - ആയുധം, മുള, ശൂലം, ഒരു വൃക്ഷം.
വേല - തൊഴിൽ, ഒഴുക്ക്, സമയം, ഏറ്റം, മോണ, വാക്ക്, സുഖമരണം, സമുദ്രം, ആറ്റുമട്ടം, തീരം, അതിര്.
വേലം - തോപ്പ്, തോട്ടം.
വേല്ലം - വിറയൽ, ഗതി, വിഴാൽ മരം.
വേല്ലനം - പ്രകമ്പനം, വിറയൽ, ഇളക്കം.
വേല്ലിതം - കമ്പനം, ഗതി, വിറയൽ.
വേവൽ - കോപം, വരൾച്ച, ചൂട്.
വേശം - വേഷം, ശമ്പളം, വസ്ത്രം, ഭവനം, പ്രവേശനദ്വാരം, വേശ്യാഗൃഹം, അലങ്കാരം.
വേഷ്ടം - വേലി, പുതപ്പ്, തലപ്പാവ്, ചുരയ്ക്കാ, തിരുവട്ടാപ്പശ, മുത്തങ്ങാ, പയിനെണ്ണ.
വേഷ്ടനം - ചുറ്റൽ, ഗുഗ്ഗുലു, കാത്, നെറ്റിപ്പട്ടം, മുടി, വളപ്പ്, തലപ്പാവ്.
വേൾ - യാഗം, കാമം, ഭൂമി, പുത്രൻ, വീരൻ, കുമാരൻ.
വേൾവി - കൃഷി, യാഗം, പൂജ, വേഴ്ച, ദാമ്പത്യം, വിവാഹം.
വൈകല്യം - ന്യൂനത, ക്ഷീണം, അഭാവം, പരിഭ്രമം.
വൈകൃതം - മാറ്റം, ദുർഘടാവസ്ഥ, വെറുപ്പ്, ദുർന്നിമിത്തം.
വൈക്ലബ്യം - നിരാശ, സംഭ്രമം, വിഷണ്ണത, പാരവശ്യം, തുമുലം, ദുഃഖം.
വൈഖാനസം - വാനപ്രസ്ഥം, തപസ്സ്, ഒരുവ്രതം, മത്സ്യം.
വൈചിത്ര്യം - ദുഃഖം, നൈരാശ്യം, അത്ഭുതം, വൈവിദ്ധ്യം, വിചിത്രത.
വൈണവം - മുളങ്കമ്പ്, മുളവടി, മുളനെല്ല്, ഇല്ലിക്കമ്പ്.
വൈതരണി - ദുർഘടം, പാതാള നദി, രാക്ഷസന്മാരുടെ മാതാവ്.
വൈദഗ്ദ്ധ്യം - കൗശലം, നൈപുണ്യം, സൗന്ദര്യം.
വൈദേഹി - സീത, മഞ്ഞൾ, തിപ്പലി, ഗോരോചന, പശു, ആറ്റുഞാവൽ.
വൈധർമ്മ്യം - നാസ്തികത്വം, വ്യത്യാസം, അധർമ്മം.
വൈബോധികൻ - വൈതാളികൻ, ദ്വാരപാലകൻ, വന്ദി, കാവല്ക്കാരൻ.
വൈഭവം - മഹത്ത്വം, ഐശ്വര്യം, ശ്രേഷ്ഠത, ശക്തി.
വൈയാത്യം - ധാർഷ്ട്യം, മര്യാദകേട്, നിർല്ലജ്ജത, അവിനയം.
വൈരം - ശത്രുത, വീരത, വിരോധം, വജ്രം.
വൈശസം - നാശം, കഷ്ടത, ദുരിതം, വധം, ദുഃഖം, പീഡനം, രോഗം.
വൈശദ്യം - വെണ്മ, വിശദത, പ്രസന്നത, പ്രകാശം, ശാന്തചിത്തത.
വൈഷമ്യം - ബുദ്ധിമുട്ട്, ഏകാന്തത, അനീതി, അസമാവസ്ഥ, കാഠിന്യം.
വൈഷ്ട്രം - വായു, സ്വർഗ്ഗം, ആകാശം, ലോകം.

വോഢാവ് - വഹിക്കുന്നവൻ, ഭർത്താവ്, സാരഥി, നായകൻ, ചുമട്ടു കാള.

വ്യക്തി - ഒരാൾ, വിശദത, രൂപസിദ്ധി, ലിംഗം, സ്ഫുടത, മൂർത്തി, വിഭജനം.

വ്യംഗം - ഉരുക്ക്, മറുക്, തവള.

വ്യതികാരം - അവസരം, സ്പർശം, സംഭവം, കാര്യം, ആലിംഗനം, വിപത്ത്.

വ്യതിക്രമം - അനാദരം, കുറ്റം, പാപം, വാമം, മാറ്റം, മറുപാട്, ഉപേക്ഷ.

വ്യത്യയം - തടസ്സം, ലംഘനം, വൈപരീത്യം, വൈരുദ്ധ്യം, പരസ്പരമാറ്റം.

വ്യത്യാസം - അന്തരം, ക്രമരാഹിത്യം, എതിർപ്പ്, വിപരീതഭാവം.

വ്യഥ - ദുഃഖം, വേദന, രോഗം, ഭയം, പീഡ, ദുരിതം.

വ്യധനം - വ്രണം, പ്രഹരം, പ്രഹരിക്കൽ.

വ്യപദേശം - വഞ്ചന, ഉപായം, വ്യാജം, ഒഴികഴിവ്, നാട്യം, വർഗ്ഗം, കുലം, കുടുംബം, മുന്നറിവ്, കൗശലം.

വ്യയം - ചെലവ്, ക്ഷയം, കുറവ്, നഷ്ടം, തടസ്സം, പാഴ്ച്ചെലവ്, നശിക്കൽ.

വ്യവസായം - ഉദ്യമം, അദ്ധ്വാനം, നിശ്ചയം, ഉപായം, പരിശ്രമം.

വ്യവസ്ഥ - ഉപാധി, ഉറപ്പ്, വിധി, നിശ്ചയം, അവസ്ഥ, ഏർപ്പാട്.

വ്യവസ്ഥിതി - വിധി, വ്യവസ്ഥ, ക്രമം, അവസ്ഥ, സ്ഥിരത, തീർപ്പ്, വ്യാപാരം, എതിർവാദം.

വ്യവായം - ശുദ്ധി, പ്രകാശം, തടസ്സം, മൈഥുനം, മറവ്, വേർപാട്.

വ്യസനം - വിഭജനം, പാപം, കുറ്റം, വായു, ലംഘനം, തോല്വി, നഷ്ടം, സങ്കടം, ഖേദം, വിപത്ത്.

വ്യളീകം - വ്യസനം, വഞ്ചന, വ്യാജം, കുറ്റം, അകാര്യം, അപ്രിയം, അനിഷ്ടവസ്തു.

വ്യാകുലത - ഭീതി, ദുഃഖം, മനോവേദന.

വ്യാകൃതി - ആകൃതിമാറ്റം, വ്യാഖ്യാനം, വ്യാകരണം, അപഗ്രഥനം, വിവരണം.

വ്യാക്രോശം - നിലവിളി, ശകാരം, ഭർത്സനം, ആക്രോശം.

വ്യാഘട്ടനം - മഥനം, ഉരസൽ, ഏറ്റുമുട്ടൽ, സംഘട്ടനം.

വ്യാഘാതം - നിഷേധം, തടസ്സം, അടി, ആഘാതം, പ്രക്ഷോഭം, അശുഭയോഗം.

വ്യാഘ്രം - പുലി, ഉങ്ങ്, ശ്രേഷ്ഠം, കടുവ, ചെമന്ന ആവണക്ക്.

വ്യാജം - കാപട്യം, നാട്യം, അസത്യം, സൂത്രം, കപടവേഷം, അനുകരണം.

വ്യാഡം - വന്യമൃഗം, പാമ്പ്, മാംസഭുക്കായ മൃഗം.

വ്യാധൻ - വേടൻ, ദുഷ്ടൻ, കിരാതൻ.

വ്യാപത്തി - മരണം, നാശം, ആപത്ത്, മുറിവേല്ക്കൽ.

വ്യാപാദം - വധം, ദ്രോഹചിന്ത, നശിപ്പിക്കൽ.

വ്യാപാരം - പ്രവൃത്തി, ഏർപ്പെടൽ, കച്ചവടം, ചേഷ്ട, പ്രയത്നം, തൊഴിൽ.

വ്യാമർദ്ദനം - സംഘർഷം, സമ്മർദ്ദം, ഏറ്റുമുട്ടൽ.

വ്യായതി - ഉറപ്പ്, നീളം, പരപ്പ്, ദൃഢത, ശക്തി.

വ്യാലം - പുലി, സിംഹം, പാമ്പ്, മുള്ളൻ പന്നി, കടുവ.

വ്യാസംഗം - വേർപാട്, നിസ്സംഗത, ആസക്തി, ബന്ധം.

വ്യാഹരണം - ഭാഷ, ഉച്ചാരണം, സംഭാഷണം, പ്രഭാഷണം, നർമ്മ ഭാഷണം.

വ്യുല്പത്തി - വിദ്യ, പാണ്ഡിത്യം, ജ്ഞാനം.

വ്യൂഹം - കൂട്ടം, ഘടന, വേർപാട്, യുക്തി, സൈന്യം.

വ്യോമം - ആകാശം, ജലം, സൂര്യ ക്ഷേത്രം, അന്തരീക്ഷം.

വ്യോമചാരി - ആകാശത്തുകൂടി സഞ്ചാരിക്കുന്ന, പക്ഷി, നക്ഷത്രം, ഗ്രഹം, ഗന്ധർവ്വൻ, ഋഷി, ദേവൻ, ബ്രാഹ്മണൻ,

വ്രജം - അമ്പാടി, കൂട്ടം, അഴിക്കൂട്, വിശ്രമസ്ഥലം, മേഘം, വഴി, പശു തൊഴുത്ത്.

വ്രജിനം - പാപം, ദുഃഖം, പാമ്പ്, തലമുടി.

വ്രണം - പുണ്ണ്, പരു, ചതവ്, കേട്, മുറിവ്.

വ്രതം - ഉപവാസം, അനുഷ്ഠാനം, ജീവിതരീതി, നിയമം.

വ്രശ്ചനം - ഛേദനം, കത്രിക, അരം, മുറിവ്.

വ്രാതം - കൂട്ടം, പകലത്തെ വേല, കായികപ്രയത്നം, കൈവേല.

വ്രീഡ - വിനയം, ലജ്ജ.

ശ

ശംബരം - വെള്ളം, സമ്പത്ത്, യുദ്ധം, മേഘം, കൊടുവേലി, നീർമരുത്, കരിമ്പന, പാച്ചോറ്റി, മുത്തങ്ങ, മിറമാൻ. ജാലം.

ശംബരി - വലിയദന്തി, ശതാവരി, എലിച്ചെവിയൻ, ആഭിചാരിണി, ഇന്ദ്രജാലം, മന്ത്രവാദിനി, മായ.

ശംഭം - വജ്രായുധം, ഉലക്കപ്പൂണ്.

ശംഭു - ശിവൻ, ബ്രഹ്മാവ്, വിഷ്ണു, മുനി, യവനപ്രമാണി, ഒരു ദൈത്യരാജൻ.

ശംഭുപ്രിയ - പാർവ്വതി, ദുർഗ്ഗ, നെല്ലി.

ശംസം - അപവാദം, ശാപം, പ്രശംസ, വിവരണം.

ശകടം - വണ്ടി, ചാട്, രോഹിണി നക്ഷത്രം, തൊടുകാര, ഭാരം, ഒരു ദുര്യോഗം, ആപ്പിന്റെ ആകൃതിയിലുള്ള സൈന്യവ്യൂഹം.

ശകലം - കഷണം, അംശം, മരവുരി, മീനിന്റെ ചെതുമ്പൽ.

ശകുനം - നിമിത്തം, കഴുകൻ, പക്ഷി, പ്രശ്നം.

ശകുലാദനി - കടുകുരോഹിണി, നീർത്തിപ്പലി, മാഞ്ചി, മണ്ണേര, ചെറുകുമിഴ്.

ശക്കരി - നദി, പശു, കാള, അരഞ്ഞാൺ, വിരൽ.

ശക്തി - ശേഷി, ബലം, ഊർജ്ജം, അധികാരം, ഗണപതി, ലക്ഷ്മീദേവി, പ്രകൃതി, ശൂലം, വാൾ, വേൽ, ചൂതുകുരു.

ശക്രം - മൂങ്ങ, നീർമരുത്, കുടകപ്പാല, തൃക്കേട്ടനക്ഷത്രം, പതിന്നാല് എന്ന സംഖ്യ.

ശക്വരി - പശു, അരഞ്ഞാൺ, വിരൽ, നദി, പതിന്നാലക്ഷരമുള്ള ഒരു ഛന്ദസ്സ്.

ശങ്ക - സംശയം, ആശ, ഭയം, ലജ്ജ, ആശങ്ക, അവിശ്വാസം.

ശങ്കരി - ശ്രീപാർവ്വതി, മഞ്ചട്ടി, വന്നി.

ശങ്കു - ശങ്കരൻ, മരക്കുറ്റി, തൂണ്, കൊളുത്ത്, ആണി, ആയുധം, ഇലയുടെ ഞരമ്പ്, അമ്പ്, ശിവൻ, പന്നി, പാപം, ചിതൽപ്പുറ്റ്, ഭയം.

ശംഖി - വിഷ്ണു, സമുദ്രം, ശംഖു വിളിക്കുന്നവൻ.

ശചി - ഇന്ദ്രാണി, കരണം, ഭക്തി, ശതാവരി, ചൊടിപ്പ്, സാമർത്ഥ്യം.

ശഠം - ഉരുക്ക്, കുങ്കുമം, ഉമ്മത്ത, തകരം.

ശഠത - ശാഠ്യം, മൂഢത, ദുഷ്ടത.

ശഠൻ - ചതിയൻ, മൂഢൻ, അലസൻ, മദ്ധ്യസ്ഥൻ.

ശണ്ഡം - നപുംസകം, അഴിച്ചുവിട്ട കാള, കാള, കട്ടിത്തൈര്.

ശതഘ്നി - ഒരു ആയുധം, പെൺതേൾ, ഒരു കണ്ഠരോഗം, തേക്കിട, ഉങ്ങ്.

ശതധൃതി - ഇന്ദ്രൻ, സ്വർഗ്ഗം, ബ്രഹ്മാവ്.

ശതപത്രം - മയിൽ, മരങ്കൊത്തി, കൊക്ക്, വണ്ടാരങ്കോഴി, പെരുന്തത്ത.

ശതപ്രദ - ഇടിവാൾ, മിന്നൽ, വിരാധന്റെ മാതാവ്, വജ്രായുധം.

ശതാക്ഷി - ദുർഗ്ഗ, ശതകുപ്പ, രാത്രി.

ശദ്രി - മേഘം, അർജ്ജുനൻ, മിന്നൽ, ആന, കല്ക്കണ്ടം.

ശപം - ശാപം, ശവം, ശപഥം.

ശപ്പൻ - അയോഗ്യൻ, മടിയൻ, നിസ്സാരൻ.

ശബരം - കൈ, ജലം.

ശബ്ദവിദ്യ - ഭാഷാവിജ്ഞാനം, വ്യാകരണം.

ശമം - സമാധാനം, ശാന്തത, കുറയ്ക്കൽ, പരിഹാരം, വിരാമം.

ശമനം - അവസാനം, വധം, സമാധാനം, മനശ്ശാന്തി.

ശമലം - കുറ്റം, മലം, പാപം, ചലം, വിപത്ത്.

ശംബരം - വെള്ളം, മേഘം, പർവ്വതം, മുത്തങ്ങ, കരിമ്പന, ജാലവിദ്യ, സമ്പത്ത്, കൊടുവേലി, യുദ്ധം.

ശംബലം - വഴിച്ചോറ്, കുടുംബം, തീരം, അസൂയ.

ശമ്മല - ശല്യം, ദുഃഖം, ചമ്മൽ, മേലോട്ടു തെറുത്തുകയറ്റിയ വസ്ത്രം.

ശയം - ഉറക്കം, ശകാരം, കൈയ്, പല്ലി, കട്ടിൽ, പെരുമ്പാമ്പ്, കുറ്റി.

ശയഥം - മരണം, മീൻ, കാട്ടുപന്നി, ഒരു തരം പാമ്പ്.

ശയാലു - മടിയൻ, കുറുനരി, നായ്, അലസനായവൻ, പെരുമ്പാമ്പ്.

ശയനം - കിടപ്പ്, ശയ്യ, സംഭോഗം, ഉറക്കം.

ശയ്യ - വിശ്രമം, നിദ്ര, കിടക്ക, കിടപ്പ്, കട്ടിൽ, ഭാര്യ, മെത്ത, രീതി ഗുണം, ഉറക്കം,

ശരം -മുറിവ്, അസ്ത്രം, ഉപദ്രവം, അമപ്പുല്ല്, ജലം, പാലിലെ പാട.

ശരണം - ഭവനം, അഭയം, ആശ്രമം, വധം.

ശരണി - വരി, വഴി, നിര, പാത.

ശരണ്ഡൻ - ചതിയൻ, നീചൻ, വിടൻ

ശരണ്യം - രക്ഷ, ക്ഷതം, ഭവനം.

ശരഭം - എട്ടടിമാൻ, ആനക്കുട്ടി, ശലഭം, ഒട്ടകം, വരയാട്, അഷ്ടപാത്ത്, വെട്ടുക്കിളി, വിട്ടിൽ.

ശരണ്യം - ഭവനം, അഭയസ്ഥാനം, രക്ഷ, കേട്.

ശരഭം - എട്ടടിമാൻ, ഒട്ടകം, വരയാട്, ആനക്കുട്ടി, ശലഭം.

ശരം - അമ്പ്, അമപ്പുല്ല്, ജലം, കേട്, സരം, വ്യാസാർദ്ധത്തിന്റെ ഒരു ഭാഗം, അഞ്ച് എന്ന സംഖ്യ.

ശരാവം - താലം, ഇടിഞ്ഞിൽ, ആഴം കുറഞ്ഞ കിണ്ണം, മൂടി, ഒരു അളവ്.

ശർമ്മം - സുഖം, ആനന്ദം, വീട്, സംരക്ഷണം,
ശർവ്വരി - രാത്രി, സ്ത്രീ, മഞ്ഞൾ.
ശര്യം - അമ്പ്, രാത്രി, വിരൽ, വടി.
ശലം - ഒട്ടകം, കുന്തം, വടി, മുള്ളങ്കോൽ.
ശലാക - ജന്നലഴി, കുടക്കമ്പി, കുറവടി, ഇരുമ്പുകമ്പി, കൊളുത്ത്, മൊട്ടുസൂചി, ഈന്തിൽ, വിരൽ, മലങ്കാര, പഞ്ചവർണ്ണക്കിളി.
ശല്ക്കം - ഖണ്ഡം, തൊലി, ചെതുമ്പൽ, മത്സ്യം, മരത്തോൽ, അംശം, ധാന്യമാവ്.
ശല്യം - അമ്പ്, കുന്തം, ചാട്ടുളി, മുള്ള്, കൂവളം, വേലി, അംഗവൈകല്യം, വിഷം, നിന്ദനം, ഉപദ്രവം, അപവാദം.
ശല്യകം - മുള്ളൻപന്നി, അമ്പ്, കുന്തം, ഉടക്കുളി, മലങ്കാര, മുള്ള്.
ശവം - മൃതദേഹം, ജലം.
ശശം - മുയൽ, ചന്ദ്രനിലെ കറുത്തപുള്ളി, നറുമ്പശ, പാച്ചോറ്റി.
ശശി - ചന്ദ്രൻ, പച്ചക്കർപ്പൂരം, മകയിരം നക്ഷത്രം.
ശശിപ്രഭം - മത്ത്, ആമ്പൽ.
ശഷ്പം - കരിങ്കറുക, ബോധക്ഷയം, പുല്ല്, ഇളംപുല്ല്.
ശസ്തം - സുഖം, മംഗളം, നന്മ, സന്തുഷ്ടി, പ്രശംസ, ശരീരം, അംഗുലീത്രാണം.
ശസ്ത്രം - കത്തി, ഇരുമ്പ്, വാൾ, ആയുധം, പ്രശംസ, ഉരുവിടൽ.
ശസ്യം - സസ്യം, ധാന്യം, ശ്രേഷ്ഠത, പാരായണം.
ശാകം - പഴഞ്ചൊല്ല്, ഇലക്കറി, ശക്തി, വമ്പ്, ചീര, സസ്യഭോജനം, ശാകദ്വീപം, നെന്മേനി വാക.
ശാകടം - കാള, ഞമ, നറുവരി, പച്ചക്കറിത്തോട്ടം, ശാകംഉള്ളേടം.
ശാഖ - വൃക്ഷത്തിന്റെ കൊമ്പ്, വേദത്തിന്റെ ഒരു ഭാഗം, പിരിവ്, കൈ, പട്ടിക, പത്രം, തായ്‌വഴി.
ശാങ്കരി - ശങ്കരന്റെ പുത്രൻ, അഗ്നി, ഗണപതി, സ്കന്ദൻ.
ശാടി - വസ്ത്രം, കഞ്ചുകം, കപ്പൽപ്പായ്, സാരി.
ശാണം - ഉരകല്ല്, ഒരു അളവ്, ചാണ, ചണവസ്ത്രം, അറപ്പുവാൾ, ചാക്കുതുണി.
ശാണി - ചാണ, ചണം, ഇംഗിതം, കുറാശാണി.
ശാതം - സന്തോഷം, ചാണയ്ക്കുവച്ച ആയുധം, ഉമ്മത്ത്, ചോറ്.
ശാന്ത - ക്ഷോഭമില്ലാത്ത, നെല്ലി, വന്നി, കരിങ്കറുക, അരേണുകം, ഋഷ്യശൃംഗന്റെ പത്നി.
ശാംഭവം - കർപ്പൂരം, ഗുഗ്ഗുലു, ദേവതാരം.
ശാരം - വായു, കാറ്റ്, ശബളവർണ്ണം, ചതുരംഗക്കളി.
ശാരംഗം - മയിൽ, തേനീച്ച, മാൻ, ആന, വേഴാമ്പൽ.
ശാരദ - മേഘം, ദുർഗ്ഗ, നറുനീണ്ടി, ഓരിലത്താമര.
ശാരി - ചൂത്, ചതി, ദർഭ, അമ്പ്, പഞ്ചവർണ്ണക്കിളി.
ശാരീരം - ജീവാത്മാവ്, പാട്ടുകാരന്റെ നാദം, മലം.
ശാൽക്കകം - പാൽപ്പത, കൽക്കണ്ട്, പഞ്ചസാര, മാംസക്കഷണം.
ശാർദ്ദൂലം - ശ്രേഷ്ഠം, കടുവ, പുലി, സിംഹം, ശരഭം, കൊടുവേലി, ഒരുവൃത്തം.
ശാല - വിശാലമായ മുറി, വേലി, സഭാമന്ദിരം, കൊത്തളം, ഭിത്തി, രാഗശാല.
ശാലാവൃകം - നായ്, പൂച്ച, മാൻ, കുറുനരി, ചെന്നായ്, കുരങ്ങ്.

ശാശ്വതൻ - വ്യാസൻ, ശിവൻ, നിത്യൻ, സൂര്യൻ.

ശാസന - ഭരണം, വിധി, ചട്ടം, ദാനപത്രം, രാജകീയ വിളംബരം.

ശാസ്താവ് - അയ്യപ്പൻ, രാജാവ്, ബുദ്ധദേവൻ, ശാസകൻ.

ശാസ്ത്രി - ഗുരു, ശാസ്ത്രജ്ഞൻ, വിദ്വാൻ, ഒരു ബിരുദം.

ശിക്ഷ - അദ്ധ്യാപനം, ദണ്ഡം, ഔചിത്യം, വിനയം, ദാനം, പൂർണ്ണത, അഭ്യാസം.

ശിഖണ്ഡം - മയിൽപ്പീലി, കുടുമ.

ശിഖണ്ഡി - വിഷ്ണു, അമ്പ്, മയിൽ, പൂവൻകോഴി, ദ്രുപദന്റെ ഒരു പുത്രൻ.

ശിഖരം - കൊടുമുടി, വൃക്ഷാഗ്രം, കക്ഷം, കുടുമ, രോമാഞ്ചം, മുല്ല മൊട്ട്, മാണിക്യം.

ശിഖി - അഗ്നി, കേതു, പർവ്വതം, കാള, വിളക്ക്, കുതിര, മയിൽ, വൃക്ഷം, ഉലുവ, ബ്രാഹ്മണൻ, നീരാരൽ, അമ്പ്.

ശിംഘാണം - കഫം, മൂക്കിള, പത, നുര, കണ്ണാടിപ്പാത്രം.

ശിപി - ജലം, പശു, രശ്മി, ചർമ്മം.

ശിഫ - താമരക്കിഴങ്ങ്, വേട്, മഞ്ഞൾ, മാഞ്ചി, മാതാവ്, നദി, ശതകുപ്പ.

ശിബിക - പല്ലക്ക്, പ്രേതമഞ്ചം, ഉയർത്തിക്കെട്ടിയിരിക്കുന്ന തറ.

ശിമി - വ്യവസായം, യത്നം, അദ്ധ്വാനം, ജോലി.

ശിരസ്സ് - തല, മുൻഭാഗം, അഗ്രം, വൃക്ഷത്തലപ്പ്, പ്രമാണി.

ശിരി - കൊലപാതകി, അമ്പ്, വെട്ടുക്കിളി, വാൾ.

ശില - കല്ല്, കന്മദം, കാവി, ചാണ, സിര, മനയോല, കർപ്പൂരം.

ശിലി - അമ്പ്, കട്ടിള, ഞാഞ്ഞൂൽ, പൂതണക്ക്, പെൺ തവള.

ശിലീമുഖം - വണ്ട്, തേനീച്ച, അമ്പ്, യുദ്ധം, മുലക്കണ്ണ്.

ശിവം - ശുഭം, ഭാഗ്യം, ജലം, ഉമ്മത്ത്, രസം, നെല്ലിക്ക, പൊൻകാരം, ഗുഗ്ഗുലു.

ശിവപ്രിയം - രുദ്രാക്ഷം, ഉമ്മത്ത്, സ്ഫടികം, കൊക്കുമന്താരം.

ശിശിരം - മഞ്ഞ്, ചന്ദനം, രാമച്ചം, തണുപ്പ്.

ശിശുകം - കൊഴുമീൻ, ചീങ്കണ്ണി, കുട്ടി.

ശീകരം - ചാറ്റൽമഴ, ചരളം, തണുപ്പ്, കാറ്റ്.

ശീട്ട് - കുറിമാനം, ചീട്ട്, ഹുണ്ടിപത്രം, നറുക്ക്.

ശീതം - തണുപ്പ്, വേപ്പ്, നറുവരി, എലവങ്ങം, കർപ്പൂരം, ജലദോഷം, ചളി, ജലം.

ശീതശിവം - കുന്തിരിക്കം, ഇന്തുപ്പ്, ചേലേയം, ചമത.

ശീതളം - തണുത്ത്, ജീരകം, ചമ്പകം, ചന്ദനം, രാമച്ചം, താമര, മുത്ത്, ഉന്മേഷം.

ശീമ - യൂറോപ്പ്, അതിര്, തെമ്മാടി, ദ്വീപം.

ശീർഷം - തല, തലപ്പാവ്, മുകളറ്റം, കാരകിൽ.

ശീലം - പതിവ്, അഴക്, സ്വഭാവം, പെരുമ്പാമ്പ്.

ശുകം - കിളി, കുങ്കുമം, പാച്ചോറ്റി, തലപ്പാവ്, കരിഞ്ചണ്ണ.

ശുക്രം - ബീജം, മദ്യം, അഗ്നി, സ്വർണ്ണം, ജലം, കൊടുവേലി.

ശുക്ലം - രേതസ്സ്, വെള്ളി, പുളിച്ച കാടി, പുതുവെണ്ണ.

ശുക്ഷി - അഗ്നി, പ്രകാശം, കാറ്റ്.

ശുചി - ശുദ്ധി, അഗ്നി, സൂര്യൻ, ശിവൻ, എരിക്ക്, നന്മ, സത്യസന്ധത.

ശുണ്ഡ - തുമ്പിക്കൈ, മദ്യം, വേശ്യ, താമരത്തണ്ട്.

ശുദ്ധം - ശുദ്ധി, കുരുമുളക്, ഇന്തുപ്പ്, വെളുത്തത്.

ശുദ്ധൻ - ശിവൻ, മൂഢൻ, ഭോഷൻ.

ശുദ്ധി - പാപപരിഹാരം, ദുർഗ്ഗ, വിരേചനം, തെളിച്ചം, തിരുത്ത്, പ്രകാശം, വെടിപ്പാക്കൽ.

ശുന്ധ്യു - കാറ്റ്, പെൺകുതിര, അഗ്നി, വായു.

ശുഭം - മംഗലം, സൗഖ്യം, നന്മ, ആട്, ജലം, മുത്ത്, ക്ഷേമം.

ശുഭാംഗി - സുന്ദരി, യക്ഷി, രതി, കുബേരന്റെ പത്നി.

ശുഭ്രം - വെളുപ്പ്, ശുദ്ധി, അഭ്രം, വെള്ളി, മേരുപ്പ്, ചന്ദനം.

ശൂരം - പന്നി, എരിക്ക്, കൊടുവേലി, പുലി, നായ്, കോഴി, സിംഹം.

ശൂലം - ചൂളച്ചി, വേശ്യ, ചീറ്റൽ.

ശൃഗാലൻ - ബീരു, കുറുക്കൻ, ശ്രീകൃഷ്ണൻ, കള്ളൻ.

ശൃംഗം - താമര, കുഴൽ, കൊമ്പ്, ഉയരം, അടയാളം, മഹിമ, കൊടുമുടി, ജീവകം.

ശൃംഗാരം - അലങ്കാരം, ചേർച്ച, സൗന്ദര്യം, ഇഞ്ചി, കാമം, മൈഥുനം, കരയാമ്പ്, സിന്ദൂരം.

ശൃംഗാരി - ആന, അലങ്കാരം, മാണിക്യം, കവുങ്ങ്, താംബൂലം, കാമുകൻ.

ശൃംഗി - ജീവകം, ശിവൻ, പോത്ത്, പർവ്വതം, ആന, വൃക്ഷം, സ്വർണ്ണം.

ശേഖരം - കിരീടം, നെറ്റിപ്പട്ടം, കൂമ്പാരം, ശിഖരം, കുടുമ, ഇലവങ്ങപ്പൂവ്.

ശേഖം - നിധി, സുഖം, പാമ്പ്, ധനം, ഉയരം, സോമലത.

ശേഷം - ബാക്കി, അവസാനം, നാശം, ആന, ഫലം, മരണം, ഉച്ഛിഷ്ടം.

ശൈലം - പർവ്വതം, കന്മദം, സാമ്പ്രാണി, ചേലേയം, മാക്കീരക്കല്ല്, അണ.

ശൈലേയം - സാമ്പ്രാണി, സിംഹം, മുരാമാഞ്ചി, വണ്ട്, ഇന്തുപ്പ്, തേനീച്ച.

ശൈവം - ശൈവമതം, കരിമ്പായൽ, ഉമ്മത്ത്, താർതാവൽ, കൊക്കുമന്താരം.

ശോഠൻ - മൂഢൻ, മടിയൻ, ദുഷ്ടൻ, വഞ്ചകൻ.

ശോണം - ചോര, ചുമപ്പ്, അഗ്നി, കുങ്കുമം, സിന്ദൂരം, ചെങ്കരിമ്പ്, ചെമന്ന കുതിര.

ശോണിതം - ചോര, രക്തചന്ദനം, ചെമപ്പ്, കുങ്കുമം.

ശോഥം - നീര്, വീക്കം, പരു.

ശോഭ - ഭംഗി, രശ്മി, പ്രകാശം, ജ്വാല, ആഭരണം, ഗോരോചന, സൗന്ദര്യം, മഞ്ഞൾ.

ശോഭനം - താമര, ഭംഗി, മംഗളം, പ്രകാശം, വിശേഷം.

ശോഷം - ഉണക്ക്, മെലിച്ചിൽ, വാട്ടം, രാജയക്ഷ്മാവ്.

ശൗചം - ശുദ്ധി വരുത്തൽ, സദാചാരം, യോഗ്യത, ബഹുമതി, സത്യം.

ശൗണ്ഡി - ഈഴവൻ, തിപ്പലി, ചെവിയം, ഒരുതരം ചെണ്ട.

ശൗരി - കൃഷ്ണൻ, ശൂരസേനന്റെ വംശത്തിൽ ജനിച്ചവൻ, വേങ്ങ.

ശ്യാമം - കറുപ്പുനിറം, മേഘം, ഇന്തുപ്പ്, കുയിൽ, ചാമ, ഉമ്മത്ത്, മുളക്, പച്ചനിറം.

ശ്യാമളം - കറുപ്പുനിറം, കുരുമുളക്, വണ്ട്, അരയാൽ, നീലക്കയ്യോന്നി.

ശ്യേനം - പരുന്ത്, ബലപ്രയോഗം, കുതിര, വെളുപ്പുനിറം.
ശ്രഥനം - മോചനം, പ്രയത്നം, കെട്ട്, കൊല.
ശ്രമം - അദ്ധ്വാനം, വേദന, പ്രയാസം, ദുഃഖം, ഡ്രിൽ, വിയർപ്പ്, തപസ്സ്, ക്ഷീണം.
ശ്രവം - ചെവി, സ്രവം, കീർത്തി.
ശ്രവണം - കേൾക്കൽ, ധനം, ചെവി, വേദം, കീർത്തി, പഠിത്തം.
ശ്രവസ്സ് - ചെവി, മന്ത്രം, ധനം, യശസ്സ്.
ശ്രാന്തി - ഗ്ലാനി, തളർച്ച, മാന്ദ്യം.
ശ്രീ - ഐശ്വര്യം, ലക്ഷ്മി, ശക്തി, പാർവ്വതി, നിധി, സൂര്യൻ, കീർത്തി.
ശ്രീത്വം - ശോഭ, ഭാഗ്യം, ഐശ്വര്യം, ശുചിത്വം, സമ്പത്ത്.
ശ്രീനികേതനം - ചെന്താമര, വൈകുണ്ഠം, സ്വർണ്ണം.
ശ്രീമത്ത് - ഭാഗ്യം, സിന്ദൂരം, അരയാൽ, ഇടവം, മഞ്ഞക്കടമ്പ്.
ശ്രീമാൻ - വിഷ്ണു, ശിവൻ, അരയാൽ, കുബേരൻ.
ശ്രേണി - വരി, ഏണി, തൊട്ടി, തെരുവ്, കൂട്ടം, ക്ലാസ്, വാണികസംഘം.
ശ്രേയസ്സ് - നന്മ, യശസ്സ്, മോക്ഷം, മുഹൂർത്തം, ശുഭം.
ശ്രേഷ്ഠൻ - ഉത്തമൻ, ബ്രാഹ്മണൻ, മുഖ്യൻ, കുബേരൻ, വിഷ്ണു, രാജാവ്.
ശ്രോതസ്സ് - തുമ്പിക്കൈ, ചെവി, ഒഴുക്ക്, ജ്ഞാനേന്ദ്രിയം.
ശ്ര്യാഹ്വം - താമര, കൂവളം.
ശ്ലാഘ - പ്രശംസ, അഭിലാഷം, സേവനം, ആത്മസ്തുതി.
ശ്ലികു - ദാസൻ, വിടൻ, ജ്യോതിഷം.
ശ്ലേഷ്മഘ്ന - കമ്പിപ്പാല, വള്ളിമുല്ല, കർപ്പൂരതുളസി, പൂക്കൈത.
ശ്ലോകം - പഴമൊഴി, യശസ്സ്, സ്തുതി, ഒരു പദ്യരൂപം.
ശ്വഭ്രം - ഗുഹ, സുഷിരം, നരകം.
ശ്വയഥു - നീര്, വീക്കം, വർദ്ധന.
ശ്വസനം - ശ്വസിക്കൽ, വായു, മലങ്കാര, ശ്വാസം.
ശ്വാപദം - ശ്വാവിന്റെ കാല്പാട്, മുള്ളൻ പന്നി, കടുവ, ഹിംസ്രമൃഗം, പാമ്പ്, പുലി.
ശ്വാസം - പ്രാണൻ, വീർപ്പ്, മരണശ്വാസം, വിനാഴിക, കാസശ്വാസം, ശ്വസിക്കൽ.
ശ്വേതം - വെളുപ്പ്, കവടി, വെള്ളി, ജീരകം, വെണ്മേഘം, ശംഖ്, വെൺചന്ദനം, കുലപർവ്വതം, വെള്ളെരിക്ക്.

ഷ

ഷണ്ഡാലി - വേശ്യ, തടാകം, ശകാരവാക്ക്.
ഷാഡബ - ഭാവം, രസം, സംഗീതം, ആറുസ്വരം മാത്രമുള്ള രാഗം.
ഷാൾ - സാൽവ, പുതപ്പ്, ഉത്തരീയം, അംഗവസ്ത്രം.
ഷീറ്റ് - വിരിപ്പ്, പാളി, താള്.
ഷെയർ - ഓഹരി, ഭാഗം, പങ്ക്, അംശം.

സ

സ്കഥി - വണ്ടിക്കാരൻ, തുട, തുട യെല്ല്.

സങ്കടം - ദുഃഖം, ദുർഘടമായ വഴി, ഖേദം, പ്രതിസന്ധി.

സങ്കല്പം - കല്പന, ശപഥം, വിചാരം, വിശ്വാസം, ആഗ്രഹം.

സങ്കേതം - അഭയസ്ഥാനം, അട യാളം, വിശ്രമസ്ഥലം, വ്യവസ്ഥ, കരാർ, സൂചന, മാമൂൽ.

സങ്കോചം - ലജ്ജ, ചുരുങ്ങൽ, കൂമ്പൽ, വിനയം, ആശങ്ക, വരൾച്ച.

സംക്ഷേപം - സാരാംശം, ചുരു ക്കൽ, ഞെരുക്കം, ആകത്തുക.

സംക്ഷോഭം - ശക്തമായ ഇളക്കം, ധിക്കാരം, ബഹളം.

സംഖ്യ - തുക, എണ്ണം, അക്കം, പര്യാലോചന, കണക്കെടുക്കൽ.

സംഗതി - സംഭവം, വസ്തുത, കൂട്ടുകെട്ട്, വിഷയം, യാഥാർത്ഥ്യം, കാര്യം.

സംഗരം - യുദ്ധം, കരാർ, വിഷം, അറിവ്, വിലപേശൽ.

സംഗീതി - സല്ലാപം, മേളം, പാട്ടു കച്ചേരി, സംഘഗീതം.

സംഗ്രഹം - സംയോഗം, നിയ ന്ത്രണം, ആകത്തുക, ലഘുവിവ രണം, നിയന്ത്രണം, വിവാഹം, ഔന്നത്യം, പരാമർശം.

സംഗ്രാമം - സൈന്യം, യുദ്ധം, ആൾക്കൂട്ടം.

സംഘട്ടനം - ഏറ്റുമുട്ടൽ, ആലിം ഗനം, യുദ്ധം, കലാപം

സംഘാതം - കൂട്ടം, ഏറ്റുമുട്ടൽ, അടച്ചുപൂട്ടൽ, കഫക്കെട്ട്, എല്ല്

സംയമം - വ്രതം, അടക്കം, ധ്യാനം, കാരുണ്യം, ഇന്ദ്രിയനി ഗ്രഹം.

സംയാനം - ഉത്തരീയം, പോക്ക്, സഹഗമനം, തീവണ്ടി

സംരംഭം - അഹംഭാവം, ആരംഭം, തിടുക്കം, ഉദ്യമം

സംലയം - പ്രളയം, ലയിക്കൽ, നാശം

സംവചനം - ചമയം, വസ്ത്രധാ രണം, അണിയൽ

സംവരം - പാലം, വെള്ളം, അണ, മറിമാൻ, ധനം

സംവർത്തനം - ഉരുള, ആണ്ട്, വർഷകാലമേഘം, ചുരുട്ടിയ ഇല, ഒരു കല്പം

സംവിത്തി - ഗ്രഹണം, ബുദ്ധി, ധാരണം, അനുസ്മരണം.

സംവിത്ത് - യുദ്ധം, അടയാളം, കൊടി, അറിവ്, ബുദ്ധി, ആചാരം, ഉടമ്പടി.

സംവൃത്തി - സംഭവം, അനുഭവം, നിർവ്വഹണം, രഹസ്യകാര്യം, അടപ്പ്.

സംസക്തി - സംഗം, ഗാഢബന്ധം, ഭക്തി, അടുപ്പം.

സംസ്തരം - യാഗം, മെത്ത, കട്ടിൽ, വിരിപ്പ്.

സംസ്ഥാനം - പൊതുവായ വാസസ്ഥലം, രാജധാനി, അവസ്ഥ, മരണം, രചന, ആകൃതി, ഭരണകൂടം, ജനസ്ഥാനം, നാല്ക്കവല, ഒരു പ്രത്യേക ഭരണത്തിൻ കീഴിലുള്ള പ്രദേശം.

സംസ്ഥിതി - സ്വഭാവം, സ്ഥിരത, ആകൃതി, സമാപനം.

സംഹതി - ഉരസൽ, ആനന്ദം, മത്സരബുദ്ധി, രോമാഞ്ചം.

സംഹാരം - പ്രളയം, സമാപ്തി, നരകം, കൂട്ടം.

സചനം - വന്ദനം, സഹായം, സേവനം

സഞ്ചാരിക - ജോടി, ദൂതി, മണം

സഞ്ജീവനം - പുനർജ്ജീവിപ്പിക്കൽ, നടുമുറ്റം, സഹജീവനം, നാലുകെട്ടുപുര, രത്നം.

സട - നാട, പിന്നിയ തലമുടി, ജട, കിരീടം, കുടുമ.

സതി - അനുസ്മരണം, സമ്മാനം, അവസാനം, സന്ന്യാസി, പതിവ്രത.

സൽക്കാരം - വിരുന്ന്, ഭക്തി, ശവസംസ്കാരം.

സത്ത് - ജലം, ഉണ്മ, സജ്ജനം, ചാറ്, സാം, പരമാർത്ഥം.

സത്ത്വം - സാരാംശം, സമ്പത്ത്, ഉണ്മ, സത്വഗുണം, ചൈതന്യം, പിശാച്, നിശ്ചയം, പ്രാണി, ബുദ്ധി.

സത്രം - വഴിയമ്പലം, സമ്പത്ത്, കാട്, ഭവനം, ആശുപത്രി, ഊട്ടുപുര, വഴിപാട്, ഔദാര്യം.

സദനം - ഭവനം, യമപുരം, യാഗശാല, ഇരിപ്പിടം, സദസ്സ്, ജലം, ക്ഷീണം, ആസ്ഥാനം.

സദാഗതി - മോക്ഷം, വായു, സൂര്യൻ, പരബ്രഹ്മം.

സദ്മം - ക്ഷേത്രം, ജലം, തൊഴുത്ത്, സ്ഥലം, വീട്, യുദ്ധം.

സനാതനി - ശ്രീലക്ഷ്മി, സരസ്വതി, പാർവ്വതി, ദുർഗ്ഗ.

സന്തതി - സന്താനം, കൂട്ടം, വംശം, പരമ്പര, വ്യാപ്തി, തുടർച്ച.

സന്താപം - ദുരിതം, ദുഃഖം, തപസ്സ്, ആത്മപീഡനം, കഠിനമായ ചൂട്.

സന്ദർശനം - കൂടിക്കാഴ്ച, ദൃശ്യം, നിരീക്ഷണം, അവലോകനം.

സന്ധാനം - അതിര്, ചേർപ്പ്, സമ്മേളനം, കൂട്ടുകെട്ട്, വെള്ളോട്, മദ്യം, പഴങ്കഞ്ഞി.

സന്ധി - ഉടമ്പടി, ചേർപ്പ്, മൈത്രി, സന്ധ്യ, മുട്ട്.

സന്ധില - കുഴി, ഖനി, ഗർത്തം.

സന്ധ്യ - അതിര്, സന്ധ്യാദേവി, അവസാനഘട്ടം.

സന്നതി - വിനയം, താഴ്ച, ദാക്ഷിണ്യം, കുറവ്, ചായ്വ്.

സന്നിധാനം - തിരുമുമ്പ്, സ്വീകരണം, സാമീപ്യം, സാന്നിദ്ധ്യം, ഇന്ദ്രിയവിഷയം.

സന്നിവേശം - പ്രവേശം, ചേർച്ച, കൂട്ടം, വെളിപ്രദേശം, പാർപ്പ്, അഭിനിവേശം.

സപ്തല - പിച്ചകം, ചർമ്മലത, തൂശിമുല്ല, പാതിരിവൃക്ഷം.

സപ്തി - നുകം, കുതിര, ചങ്ങാതി.

സബർ - സഹനം, ക്ഷമ, മാപ്പ്.

സഭ - ഭവനം, സഭാപർവ്വം, സമൂഹം, ന്യായാസനം.

സഭ്യൻ - കുലീനൻ, സദാചാരശീലൻ.

സമംഗ - മഞ്ചട്ടി, കുറുന്തോട്ടി, തീണ്ടാനാഴി.

സമഞ്ജസം - നീതിന്യായം, യോഗ്യത, സൂക്ഷ്മമമായ തെളിവ്, നിഷ്കർഷ.

സമജ്യ - കീർത്തി, സഭ, കൂട്ടം.

സമയം - കല്പന, ഉടമ്പടി, ആചാരം, കാലം, സൂചന, അവസാനം, വർഗ്ഗം, സമ്മതം, സംഭാഷണം, ശപഥം.

സമഷ്ഠില - വാതക്കൊടി, മാങ്ങാനാറി, വലിയചേന, ഒരുതരം ചീര.

സമാഗമം - വരവ്, മൈഥുനം, പ്രാപ്തി, ഒത്തുചേരൽ.

സമാധാനം - ധ്യാനം, മറുപടി, തൃപ്തിയാകൽ, സന്ദേഹനിവാരണം.

സമാധി - ഉറച്ചധ്യാനം, അടക്കം, മൗനം, ശവകുടീരം, ദുഃഖം, തപസ്സ്, ഏകാഗ്രത, ശക്തിപൂജ, പ്രതിജ്ഞ, ദോഷപരിഹാരം, ഒരു അലങ്കാരം, പിന്താങ്ങൽ.

സമാപനം - അവസാനം, വധം, നേട്ടം, അദ്ധ്യായം, കഠിനധ്യാനം.

സമാസനം - പടി, കാളവണ്ടി, ഒട്ടകം, വള്ളം, മാളിക, കുതിരവണ്ടി, ശിലാതലം.

സമാഹ്വയം - യുദ്ധം, മത്സരക്കളി, പോർവിളി.

സമിതി - യുദ്ധം, തുല്യത, സമാജം.

സമിഥം - സോമം, യുദ്ധം, അഗ്നി.

സമീക്ഷ - ധാരണ, മീമാംസാശാസ്ത്രം, ഗ്രഹണം, പൂർണ്ണമായ അന്വേഷണം.

സമീരം - വായു, പ്രേരണ, നിയോഗം, വന്നി.

സമീരണം - കാറ്റ്, ചോതിനക്ഷത്രം, ശ്വാസം, ഏറ്, കർപ്പൂരതുളസി.

സമുദായം - ക്ഷേത്രഭരണസമിതി, പ്രയത്നം, ഉത്സാഹം, പകൽ, സാകല്യം, കൂട്ടം, യുദ്ധം, റവന്യൂ, ശുഭലഗ്നം.

സമ്പത്ത് - ശുഭം, വൃദ്ധി, ഐശ്വര്യം, ശ്രേഷ്ഠത, വിജയം, ഭാഗ്യം, നിറവ്, മുതൽക്കൂട്ട്, ലാഭം.

സമ്പർക്കം - സംസർഗ്ഗം, കൂട്ടുകെട്ട്, മൈഥുനം, സ്പർശം, സമൂഹം.

സമ്മതി - ഇഷ്ടം, അനുസരണം, ആഗ്രഹം, കല്പന, അനുവാദം, ബോധം, വണക്കം, ഉടമ്പടി.

സമ്മാനം - ദാനം, ബഹുമാനം, അളവ്, സാദൃശ്യപ്പെടുത്തൽ.

സരകം - മദ്യദാനം, രത്നം, കുളം, മദ്യം, മുത്ത്, മുത്തുമാല, രത്നം, പാനപാത്രം, സ്വർഗ്ഗം.

സരണി - ഋജുരേഖ, പ്രസരണി, പാത.

സരണ്യ - യമൻ, മേഘം, കാറ്റ്, ഉറവ, ജലം, അഗ്നി.

സരസ്വതി - വിദ്യ, വാക്ക്, പശു, ദുർഗ്ഗ.

സരസ്വാൻ - സമുദ്രം, പോത്ത്, കായൽ, വായു, ഒരാറ്.

സരിത്ത് - ചരട്, ദുർഗ്ഗ, നദി, ചെറിയ പുഴ.

സർഗ്ഗം - സ്വഭാവം, പ്രകൃതി ധർമ്മം, നിശ്ചയം, ഉടമ്പടി, സമ്മതം, പ്രയത്നം, സൃഷ്ടി, അദ്ധ്യായം, ത്യാഗം, മോഹാലസ്യം, നിർമ്മാണം.

സർവ്വതോഭദ്രം - ദേവാലയവകഭേദം, മുള, വേപ്പുമരം, വിഷ്ണുവിന്റെ രഥം, ഗൂഢാർത്ഥവാക്ക്, ഇല്ലി, ഒരു അലങ്കാരം.

സർവ്വതോമുഖം - ആകാശം, വെള്ളം, അഗ്നി, സ്വർഗ്ഗം.

സർവ്വസാക്ഷി - അഗ്നി, ഈശ്വരൻ, വായു, ശിവൻ.

സവം - യാഗം, സന്തതി, പൂന്തേൻ, വെള്ളം.

സവനം - പുളികുടി, യാഗം, പ്രസവം, കർപ്പൂരം, കുളി.

സസ്യം - ചെടി, ധാന്യം, പച്ചക്കറി, വിളവ്.

സഹസ്സ് - പ്രകാശം, പരാക്രമം, ധനുമാസം.

സഹായം - ഗുണ, രക്ഷണം, ഉപകാരം, വിലക്കുറവ്, ദയ, ചക്രവാകം.

സഹാരം - മാങ്ങാ, മാവ്, പ്രപഞ്ചനാശം, പ്രളയം.

സാതി - നാശം, അവസാനം, തീവ്രവേദന, ദാനം.

സാദം - നാശം, ശുദ്ധി, ആലസ്യം, തളർച്ച.

സാദ്ധ്യം - കാര്യം, നിവൃത്തി, നിത്യയോഗങ്ങളിൽ ഒന്ന്, വെള്ളി, ഒരു മന്ത്രം, ഫലം.

സാധനം - വസ്തു, വധം, സേന, ഉപായം, നിർവ്വഹണം, ആയുധം, മാരണം, സ്നേഹം, ലിംഗം.

സാനു - താഴ്വര, സൂര്യൻ, മുള, കൊടുങ്കാറ്റ്, നിരത്ത്, കാട്, വിദ്വാൻ, പർവ്വതശിഖരം.

സാമന്തൻ - ഇടപ്രഭു, അയല്ക്കാരനായ രാജാവ്, ആശ്രിതൻ, നായകൻ.

സാമം - ചതുർവേദത്തിലൊന്ന്, ചതുരുപായങ്ങളിൽ ഒന്ന്, ശാന്തത, സ്തോത്രം.

സാമുദ്രം - കടലുപ്പ്, കടൽനാക്ക്, മറുക്.

സാരം - ചുരുക്കം, കഴമ്പ്, സത്ത്, മരത്തിന്റെ കറ, ചന്ദനം, ഇരുമ്പ്, സമ്പത്ത്, വെള്ളം, പർവ്വതം, തൈരിന്റെ പാട, കുങ്കുമം, വെണ്ണ, പനച്ചി.

സാരംഗം - പുള്ളിമാൻ, ആന, പക്ഷി, വസ്ത്രം, താമര, ചന്ദനം, മേഘം, രത്നം, വേഴാമ്പൽ, കർപ്പൂരം, സ്വർണ്ണം, കൂവളം, സിംഹം, കൂട.

സാരസം - താമരപ്പൂവ്, ആമ്പൽ, വെള്ളിൽപ്പക്ഷി, ഉടഞ്ഞാൺ, വണ്ടാരങ്കോഴി, സാരസനം.

സാലം - മതിൽ, കോട്ട, മുളപ്പൂമരുത്, പൈൻവൃക്ഷം, തേന്മാവ്, ഒരുതരം മത്സ്യം.

സാലാവൃകം - മാൻ, പട്ടി, കുരങ്ങ്, പൂച്ച, കുറുക്കൻ, ചെന്നായ്.

സാവനം - ഹോമാവസാനം, മുപ്പതുദിവസമുള്ള ഒരു മാസം, ഒരു സംവത്സരം, ഒരു പകൽമുഴുവനും.

സാവരം - ലോധ്രവൃക്ഷം, കുറ്റം, പാപം.

സാവിത്രൻ - സൂര്യൻ, ബ്രാഹ്മണൻ, വാസുദേവൻ, ശിവൻ, കണ്ണൻ, വസു.

സാവിത്രി - സൂര്യരശ്മി, ശ്രീപാർവ്വതി, ഗുരുകൃപ, ഗായത്രി,

യമുന, ഉപനയനം, ഭർത്താവുള്ള വൾ.

സാഹത്ത് - മണിക്കൂർ, യോഗ്യത, ബഹുമാനം, ഹോര.

സിംഹം - മൃഗരാജൻ, ചെമ്മുരിങ്ങ, ചിങ്ങംരാശി, ശ്രേഷ്ഠാർത്ഥവാച കം, ഇലഞ്ഞി, ചിങ്ങമാസം.

സിംഹളം - സിലോൺ എന്ന രാജ്യം, പിച്ചളം, ഇലവങ്ങത്തൊലി, വെളുത്തീയം.

സിംഹി - പെൺ സിംഹം, ആട ലോടകം, രാഹുവിന്റെ മാതാവ്, ചെറുവഴുതനങ്ങ.

സിക്ഥം - നീലം, ചോറ്, മെഴുക്, ഒരുരുളച്ചോറ്.

സിത - വെളുത്ത, സുന്ദരി, മുള്ള ങ്കി, മുതക്ക്, കാർകോകിൽ, മലയ മുക്കി, കൂവനൂറ്, നിലാവ്, വെങ്ക റുക.

സിദ്ധം - കടലുപ്പ്, ഋദ്ധി, ഒരു മരുന്ന്.

സിദ്ധൻ - മഹർഷി, മാന്ത്രികൻ, ദിവ്യൻ, ദീർഘദർശി.

സിദ്ധി - നിവൃത്തി, ദേവതാസിദ്ധി, ശുഭം, ലാഭം, കാട്ടുഴുന്ന്, നന്മ, ജയം.

സിന്ധു - സപ്തനദികളിലൊന്ന്, ആന, വരുണൻ, സമുദ്രം.

സിന്ധുജം - ഇന്തുപ്പ്, കുതിര, കർപ്പൂരം.

സീത - ജനകപുത്രി, മദ്യം, പാർവ്വതി, കലപ്പച്ചാല്, ഇന്ദ്രന്റെ ഭാര്യ.

സീമ - അതിര്, പറമ്പ്, വൃഷണം, വയൽ, തോള്, ശീമ.

സുകുമാരം - ചാമ, ചമ്പകം, കരിമ്പ്.

സുകൃതി - മംഗളം, വിദ്വാൻ, ഭാഗ്യ വാൻ, പുണ്യവാളൻ.

സുക്രതു - ശിവൻ, അഗ്നി, വരു ണൻ, സോമൻ, ഇന്ദ്രൻ, സൂര്യൻ.

സുഖം - ദുഃഖമില്ലായ്മ, സ്വർഗ്ഗം, ജലം, ക്ഷേമം, ആരോഗ്യം.

സുഗന്ധം - മണം, പച്ചില, കരി ഞ്ചീരകം, കിരാതചന്ദനം, കടല, ഗന്ധകം, തൂമ്പൂണി, പൂതണക്കല്ല്, കുന്തുരുക്കം, കരിഞ്ചണ്ണ, ചെമ്മു രിങ്ങ.

സുഗന്ധഷൾക്കം - ജാതിക്ക, ഇരു വേലി, കർപ്പൂരം, തക്കോലം, ഇല വങ്ങം, പാക്ക്.

സുഗന്ധികം - രാമച്ചം, സിംഹം, കരിഞ്ചീരകം, അറബിക്കുന്തുരു ക്കം, ഗന്ധകം, നറുഞ്ചെന്നെല്ല്.

സുഗ്രീവം - നല്ലകഴുത്ത്, ശംഖ്, അരയന്നം, വിഷ്ണുവിന്റെ കുതി ര, ഒരായുധം.

സുതൻ - പുത്രൻ, രാജാവ്, കുഞ്ഞ്.

സുതപസ്സ് - തീവ്രതപസ്സ്, വസു ദേവൻ, സൂര്യൻ, തപസ്വി.

സുദർശനം - വിഷ്ണുചക്രം, സ്വർണ്ണം, മേരുപർവ്വതം, അമരാ വതി.

സുദാമാവ് - കുചേലൻ, ഐരാ വതം, പർവ്വതം, മേഘം, ദാനശീ ലൻ, സമുദ്രം.

സുധ - അമൃത്, ഗംഗ, നെയ്യ്, മിന്നൽ, പൂന്തേൻ, ജലം, മദ്യം, കുമ്മായം, ചതുരക്കള്ളി, വെങ്കള്ളി, ചുണ്ണാമ്പ്, നെല്ലി.

സുധാഭൃതി - ചന്ദ്രൻ, യാഗം, കർപ്പൂരം.

സുധാസൂതി - ചന്ദ്രൻ, താമര, യാഗം, കർപ്പൂരം.

സുനാരം - പാമ്പിൻമുട്ട, കുരുവി, നായുടെ അകിട്.

സുന്ദരം - മനോഹരം, മയിലെള്ള്, ഗോമേദകം, മനോഹരം.
സുപർണ്ണ - കോഴി, ഗരുഡന്റെ മാതാവ്, താമരപ്പൊയ്ക.
സുപർവ്വാവ് - ദേവൻ, അമ്പ്, പുക, വാവ്, വെങ്കറുക, അഷ്ടമി, മുള.
സുപുഷ്പം - ഗ്രാമ്പു, മുരുക്ക്, നെന്മേനിവാക, ഇലവങ്ങം, നല്ല പൂവ്.
സുപ്തി - മരവിപ്പ്, ഉറക്കം, മയക്കം, സ്വപ്നം, സുഷുപ്തി, വിശ്വാസം, ബോധക്ഷയം, സ്തംഭം.
സുഫല - കുമ്പളങ്ങ, വാഴ, ചുര, കാട്ടുവെള്ളരി.
സുഭഗ - ഭാഗ്യവതി, കരിങ്കറുക, ചാഴൽ, മഴമുല്ല, മഞ്ഞൾ, കസ്തൂരി, തുളസി, കാട്ടുമുല്ല.
സുമം - പൂവ്, കർപ്പൂരം, ആകാശം.
സുമനസ്സ് - നിർമ്മലമായ മനസ്സോടുകൂടിയവൻ, വേപ്പ്, പിച്ചി, പണ്ഡിതൻ, ഗോതമ്പ്, ദേവൻ.
സുമുഖൻ - സുന്ദരൻ, ഗരുഡൻ, ഗണപതി, ശിവൻ, പണ്ഡിതൻ.
സുമ്നം - മന്ത്രം, രക്ഷണം, സന്തോഷം, സ്തോത്രം, യാഗം.
സുരംഗം - മാതളനാരങ്ങ, തുരങ്കം, ചെമ്മരം, ചായില്യം, ചുമന്നചായം.
സുരൻ - ദേവൻ, വിദ്വാൻ, സന്ന്യാസി, സൂര്യൻ.
സുരഭി - സുഗന്ധം, കടമ്പ്, പച്ച, ചന്ദനം, ഈന്തിൽ, മുല്ല, തൃച്ചട, വസന്തം, വെള്ളപ്പശു, ചാമ്പയ്ക്ക, കാമധേനു, ഗന്ധകം, മദ്യം, പൊന്ന്, ഭൂമി, തുളസി.
സുരസം - മാധുര്യം, നറുമ്പശ, തുളസി, ഗന്ധതൃണം, ഇലവങ്ങത്തൊലി, നൊച്ചി, ഗുഗ്ഗുലു.
സുരാർഹം - കുങ്കുമം, ഹരിചന്ദനം, പൊന്ന്.
സുരാസു - മദ്യപാനി, നാസ്തികൻ.
സുരേശൻ - വിഷ്ണു, ഇന്ദ്രൻ, ശിവൻ.
സുലോചനം - സുന്ദരമായ നേത്രം, കണ്ണട, മാൻ, ചകോരം.
സുവനം - കർപ്പൂരം, എരിക്ക്, കടലാടി.
സുവണ്ണം - പൊന്ന്, നല്ലനിറം, സമ്പത്ത്, ഉമ്മത്ത്, ഹരിചന്ദനം, കാരകിൽ, കൊന്ന, കണഗുഗ്ഗുലു, നാകപ്പൂവ്.
സുവർണ്ണകം - കൊന്നമരം, സ്വർണ്ണം, പിച്ചള.
സുവഹ - എളുപ്പത്തിൽ വഹിക്കാവുന്ന, നിലപ്പന, അരത്ത, തൃച്ചട, ഈന്തിൽ, വീണ, ചിറ്റരത്ത, കരിനൊച്ചി.
സുവേഷ്ടകം - മൂടി, ഉറ, നല്ല ആവരണം.
സുഷിരം - ദ്വാരം, മട, അഗ്നി, കുഴൽ.
സുഷീമം - സ്വർണ്ണം, ചന്ദ്രകാന്തക്കല്ല്, പാമ്പ്, തണുപ്പ്.
സൂകം - താമര, അമ്പ്, വായു.
സൂക്ഷ്മം - നേർത്ത, തേറ്റമരം, കൗശലം, കേവലസത്യം, ബുദ്ധിശക്തി, ശ്രദ്ധ, നോട്ടം.
സൂചകം - ആംഗ്യംകൊണ്ടറിയൽ, തുപ്പൽ, പൂച്ച, കാക്ക, സൂചി, ഒറ്റ്, നായ്, ആരംഭം.
സൂചകൻ - ഏഷണിക്കാരൻ, ദുഷ്ടൻ, ഗുരു, തന്ത്രശാലി, പിശാച്, ഒറ്റുകാരൻ.
സൂചി - തയ്ക്കുവാനുപയോഗിക്കുന്ന ചെറിയ ഇരുമ്പുകമ്പി, പട്ടിക, സൈന്യവ്യൂഹം, മുന, നടനം, പിരമിഡ്.

സൂചിമുഖം - സൂചിയുടെ മുന, പക്ഷി, ശംഖ്, വജ്രം, ഒരുഹസ്ത മുദ്ര.

സൂതൻ - തേരാളി, സൂര്യൻ, കർണ്ണൻ, ആശാരി.

സൂതി - പ്രസവം, ഉല്പത്തി സ്ഥാനം, സൂതിക, സന്തതി.

സൂത്രം - ചരട്, പൂണൂൽ, ചട്ടം, കമ്പി, കൗശലം, മംഗല്യച്ചരട്.

സൂദം - പാച്ചോറ്റി, വാറ്റ്, കിണറ്, വധം, സൂപ്പ്, പാപം, ചെളി.

സൂദനം - നാശം, ഏറ്, വധം, വാഗ് ദാനം, സമ്മതം.

സൂന - കൊല, തുമ്പിക്കൈ, പുത്രി, ഉപദ്രവം, നദി, രശ്മി, ഉണ്ണാക്ക്, മുണ്ടിനീര്, കച്ച, അര ഞ്ഞാണം.

സൂനു - സന്താനം, പുത്രൻ, എരിക്ക്, സൂര്യൻ, അനുജൻ.

സൂപം - പരിപ്പ്, പാത്രം, അമ്പ്, കറി.

സൂമം - ആകാശം, ജലം, സ്വർഗ്ഗം, പാൽ.

സൂരൻ - രാജാവ്, ചന്ദ്രൻ, വിദ്വാൻ, അഗ്നി, സൂര്യൻ, യുദ്ധവീരൻ.

സൂരി - കുന്തി, പണ്ഡിതൻ, കരി ങ്കടുക്, ആരാധകർ, ശ്രീകൃഷ്ണൻ, സൂര്യൻ, പുരോഹിതൻ.

സൂർമ്മി - വാർത്തുണ്ടാക്കിയ ലോ ഹപ്രതിമ, തൂൺ, ജ്വാല, ശോഭ.

സൃകം - താമര, കവണ, ഇടിവാൾ, അമ്പ്, വായു.

സൃദാകു - ഇടിവാൾ, അഗ്നി, വജ്രാ യുധം, വായു, മാൻ, നദി, സൂര്യ ബിംബം.

സൃഷ്ടി - നിർമ്മാണം, സ്വഭാവം, പ്രകൃതി, കലാവസ്തു.

സേതു - അണക്കെട്ട്, തടസ്സം, ഓങ്കാരം, ചാട്ടം, പാലം, രാമസേ തു, നീർമാതളം, അതിര്.

സേവ്യം - രാമച്ചംവേര്, വായു, സോമവള്ളി, കാർകോകിൽ, സോമ രസം, ആകാശം, കർപ്പൂരം, സ്വർഗ്ഗം, രശ്മി, കഞ്ഞി, അമൃത്, വെള്ളം, കുരങ്ങ്.

സോമൻ - ചന്ദ്രൻ, യമൻ, ശിവൻ, കുബേരൻ, വായു, സുഗ്രീവൻ.

സോമവല്ലി - കാർകോകിൽ, സോമവള്ളി, ബ്രഹ്മി, ചിറ്റമൃത്.

സൗകുമാര്യം - മാർദ്ദവം, അഴക്, യുവത്വം.

സൗഖ്യം - ക്ഷേമം, തൃപ്തി, സന്തോഷം, ആരോഗ്യം.

സൗഗന്ധികം - വെളുത്തചെങ്ങ ഴിനീർപ്പൂവ്, നീലത്താമര, ഗന്ധകം, മാണിക്യം, കരിങ്കൂവളം, കാവട്ട പ്പുല്ല്.

സൗജന്യം - സുജനഭാവം, സ്നേഹം, നന്മ, ഔദാര്യം, പരോപകാരതല്പ രത.

സൗഭാഗ്യം - വലിയഭാഗ്യം, ചായി ല്യം, ഐശ്വര്യം, സിന്ദൂരം, സൗന്ദര്യം.

സൗമ്യം - ശാന്തത, വെള്ളി, മുത്ത്, പാല്, സൂക്തം, സൗഗന്ധികം.

സൗരി - സൂര്യന്റെ പുത്രൻ, കണ്ണൻ, സുഗ്രീവൻ, യമൻ, ശനി, ഗംഗാനദി.

സൗഷ്ഠവം - ഭംഗി, തികവ്, മേന്മ, സൗന്ദര്യം, നന്മ.

സ്കന്ധം - സമൂഹം, യുദ്ധം, കഴു ത്ത്, അദ്ധ്യായം, ശരീരം, പഞ്ച സ്കന്ധം, വൃക്ഷത്തിന്റെ പ്രധാന ശാഖ.

സ്ഖലിതം - ബീജസ്രാവം, ഇടർച്ച, ധർമ്മച്യുതി, തെറ്റ്.

സ്തംഭം - തൂൺ, നിശ്ചലത, പെരുപ്പ്, തണ്ട്, ജഡത്വം, മരവിപ്പ്.

സ്തരം - മെത്ത, പാളി, കട്ടിൽ.

സ്തവകം - സ്തുതി, കൂട്ടം, പൂങ്കുല.

സ്തീർവ്വി - ജലം, പുല്ല്, രക്തം, ആകാശം, ഇന്ദ്രൻ.

സ്തൈമിത്യം - മരവിപ്പ്, കടുപ്പം, സ്തംഭനം, കാഠിന്യം, ഉറപ്പ്.

സ്തോമം - കൂട്ടം, ശിരസ്സ്, യാഗം, ധനം, സ്തോത്രം.

സ്ത്യാനം - കട്ടി, അമൃതം, മടി, വലുപ്പം, ശബ്ദം, മെഴുക്ക്.

സ്ഥവിരൻ - വൃദ്ധൻ, യാചകൻ, ബ്രഹ്മാവ്, ബൗദ്ധഭിക്ഷു.

സ്ഥാണു - ശിവൻ, തൂൺ, ചിതൽപ്പുറ്റ്, ജീവകം, കുന്തം, ശാഖകളില്ലാത്തമരം.

സ്ഥാനം - ശിവൻ, വിഭാഗം, സ്ഥലം, മുറ്റം, സ്ഥിതി, ശിവൻ, താമസം, തുല്യത, ഭവനം, അദ്ധ്യായം, നഗരം, സംബന്ധം.

സ്ഥിതി - നില, വിരാമം, പദവി, അതിർത്തി, ആദരം, അവസ്ഥ, നിശ്ചയം, മാസം, സ്ഥിരത, രക്ഷണം, ഭവനം, ക്ഷേമം.

സ്ഥിരം - ഉറപ്പ്, മോക്ഷം, പർവ്വതം, കാള, വൃക്ഷം.

സ്ഥൈര്യം - സ്ഥിരത, ക്ഷമ, ഉറപ്പ്, നിലനില്പ്.

സ്നിഗ്ദ്ധം - കട്ടി, മെഴുക്, ചരളം, അഴിഞ്ഞിൽ, ഉഴുന്ന്, പച്ചപ്പുഴു.

സ്നേഹം - ഇഷ്ടം, നനവ്, ഇന്ദ്രിയം, എണ്ണ, മമത, കൊഴുപ്പ്.

സ്പർശം - തൊടുക, രോഗം, അസുഖം, വായു, ദാനം, യുദ്ധം, സമ്മാനം, ആകാശം, സംയോഗം, സ്പർശമണി.

സ്പൃഹ - ആഗ്രഹം, ഇച്ഛ, സ്നേഹം, കൊതി, അസൂയ.

സ്ഫാരം - സമൃദ്ധി, മുഴ, കുമിള, വിങ്ങൽ, വിറയൽ, ഞാണൊലി.

സ്ഫാലം - അനക്കം, ഉരസൽ, തലോടൽ, വിറയൽ, തഴുകൽ.

സ്ഫൂർജ്ജം - ഇടിവാൾ, വജ്രായുധം, സമാഗമം, ഇടിവെട്ടുന്ന ശബ്ദം.

സ്ഫോടം - പരു, വികാസം, മുഴ, പൊട്ടൽ

സ്മരണ - ഓർമ്മ, ധ്യാനം, ഒരലങ്കാരം, ചിന്ത.

സ്മരദ്ധ്വജം - ഉപസ്ഥം, പുരുഷലിംഗം, യോനി, ഒരു മത്സ്യം, ഒരു വാദ്യം.

സ്മൃതി - ഓർമ്മ, ധ്യാനം, സദാചാരനിയമം, ആഗ്രഹം, ആചാരപദ്ധതി, ചിന്ത, ധാരണ, ന്യായശാസ്ത്രം.

സ്യന്ദം - രഥം, ദ്രുതഗമനം, ഒഴുക്ക്, ഉറവെടുക്കൽ.

സ്യന്ദനം - തേര്, ഒഴുക്ക്, പാച്ചിൽ, വെള്ളം, തൊടുകാര, ഉമിനീര്, വായു.

സ്യമികം - കാലം, മേഘം, ചിതൽപ്പുറ്റ്, ഒരു വൃക്ഷം.

സ്യൂമം - രശ്മി, ജലം, സുഖം.

സ്യോനം - രശ്മി, സുഖം, സഞ്ചി.

സ്രവണം - മൂത്രം, ഉറവ്, വാർച്ച, ഒഴുക്ക്, വിയർപ്പ്.

സ്രോതസ്സ് - ഒഴുക്ക്, ഇന്ദ്രിയം, ഉറവ, തുമ്പിക്കൈ, ഞരമ്പ്, ജലം, ഉത്ഭവസ്ഥാനം, നദി, കർണ്ണവള്ളി, തിര.

സ്വം - സമ്പത്ത്, ഐശ്വര്യം, ധനം, മുതൽ.

സ്വച്ഛം - നിർമ്മലമായത്, അഭ്രം, മുത്ത്, സ്ഫടികം.

സ്വത്വം - വ്യക്തിത്വം, മമത, തനതുസത്ത, ഉടമസ്ഥാവകാശം.

സ്വധ - പിതൃക്കൾക്കുള്ള ദാനം, മായ, ചാത്തം, തന്നിഷ്ടം, സ്വന്തം നിശ്ചയം, സ്വന്തം പങ്ക്.

സ്വൻ - ജ്ഞാതി, ആത്മാവ്, വിഷ്ണു, ചാർച്ചക്കാരൻ.

സ്വഭാവം - തന്റെ ഭാവം, പ്രകൃതി, ശീലം, സ്വരൂപം.

സ്വയംഭൂ - ബ്രഹ്മാവ്,സ്നേഹം, പരമാത്മാവ്, വിഷ്ണു, കാമൻ, സമയം.

സ്വരൂപം - സ്വഭാവം, രാജ്യം, ആകൃതി, പ്രകൃതി.

സ്വാദുരസ - മദ്യം, ഈത്തപ്പഴം, മുന്തിരിപ്പഴം, കാകോളി.

സ്വാപം - മടി, ഉറക്കം, അറിവില്ലായ്ക, സ്വപ്നം, ഒരു രോഗം.

സ്വാമി - ബ്രാഹ്മണൻ, ശിവൻ, യജമാനൻ, വിഷ്ണു, നാഥൻ, വാത്സ്യായമുനി, രാജാവ്, ഭർത്താവ്, ഗുരു, വിദ്വാൻ.

ഹ

ഹംസം - ശ്രേഷ്ഠം, അരയന്നം, പോത്ത്, വെള്ളി, പർവ്വതം, കുതിര, എരിക്ക്, അസൂയ, ജീവാത്മാവ്.

ഹംസൻ - ജ്ഞാനി, സൂര്യൻ, ശ്രേഷ്ഠൻ, ബ്രഹ്മാവ്, സന്ന്യാസി, കാമദേവൻ, വിഷ്ണു, ശിവൻ.

ഹക്ക - അവകാശം, ഈശ്വരൻ, പരമാർത്ഥം, നീതി.

ഹഠം - പീഡനം, കറുക, ദൃഢ പ്രതിജ്ഞ, ബലാൽക്കാരം.

ഹതം - ഹനിക്കപ്പെട്ടത്, നഷ്ടം, കൊല, പെരുക്കൽ, താഡനം.

ഹതി - തോല്വി, കൊല, നഷ്ടം, ഗുണനം, ഹനനം.

ഹഥം - മരണം, അടി, കൊല, ഇടി.

ഹനനം - ഗുണനം, കൊല, അടി, ഉപദ്രവം.

ഹനു - താടിയെല്ല്, വേശ്യ, മഞ്ഞൾ, ആയുധം, പവിഴക്കൊടി, രോഗം, മരണം.

ഹന്തു - പോത്ത്, മരണം, കാള, കൊല.

ഹരണം - മോഷണം, വിഭജിക്കൽ, കവടി, ചൂടുവെള്ളം, സ്വർണ്ണം, ബീജം, കൈ.

ഹരി - വിഷ്ണു, പച്ചനിറമുള്ള, ചന്ദ്രൻ, ഇന്ദ്രൻ, യമൻ, സൂര്യൻ, ശുക്രൻ, വായു, സിംഹം, സർപ്പം, കുരങ്ങ്.

ഹരിചന്ദനം - പീതചന്ദനം, രക്ത ചന്ദനം, നിലാവ്, കുങ്കുമം, താമര യല്ലി.

ഹരിണം - മാൻ, പാത്ത, അര യന്നം, വെള്ളനിറം, ചെമ്പ്.

ഹരിണി - മാൻപേട, മഞ്ഞൾ, സുന്ദരി, മഞ്ചട്ടി, മഞ്ഞമുല്ല, പച്ച നിറം, സ്വർണ്ണപ്രതിമ.

ഹരിത്ത് - ദിക്ക്, പച്ചിലനിറം, വിഷ്ണു, സൂര്യൻ, ചെറുപയറ്, മഞ്ഞൾ, സിംഹം, വേഗമുള്ള കുതിര.

ഹരിപ്രിയ - മഹാലക്ഷ്മി, തുളസി, ഈത്ത, ഭൂമി, ദ്വാദശി.

ഹരിപ്രിയം - കടമ്പ്, ശംഖ്, മഞ്ഞ ക്കയ്യോന്നി, രാമച്ചം, ഉച്ചമലരി, പീതചന്ദനം.

ഹരേണു - ലങ്ക, ഹരേണുകം, കടല, വട്ടച്ചണായി, ഉത്തമസ്ത്രീ.

ഹർമ്മ്യം - മാളിക, അടുപ്പ്, വലിയ കെട്ടിയം, പൊന്ന്.

ഹലാ - സഖി, മദ്യം, ഭൂമി, ജലം.

ഹലി - ആജ്ഞ, യാഗം, കല്പന, പ്രാർത്ഥന, പോർവിളി.

ഹവിസ്സ് - ജലം, ഹോമദ്രവ്യം, ശിവൻ, ഉരുക്കുനെയ്യ്, ഹോമം.

ഹസ്തം - കൂട്ടം, തുമ്പിക്കൈ, തെളിവ്, കൈ, കൈയൊപ്പ്, തുരുത്ത്, അത്തംനക്ഷത്രം, കൈപ്പട, സഹായം.

ഹസ്തസിദ്ധി - കൈപ്പുണ്യം, കൂലി, കൈച്ചുറുക്ക്, കൈവേല.

ഹാത്രം - മരണം, വധം, കൂലി.

ഹാനി - തോല്‌വി, ഉപേക്ഷ, നാശം, ആപത്ത്, അസാന്നിദ്ധ്യം, കുറവ്, നഷ്ടം.

ഹായനം - ജ്വാല, രശ്മി, സംവത്സരം, നെല്ല്.

ഹാരി - പാന്ഥസംഘം, തോല്‌വി, മുത്ത്, കുയിൽ, നഷ്ടം.

ഹാർദ്ദം - അർത്ഥം, സ്നേഹം, നിശ്ചയം, ദയ, വിചാരം.

ഹിംസ - ഉപദ്രവം, വധം, മോഷണം, ബലാൽക്കാരം.

ഹിംസീരം - പക്ഷി, പുലി, കടുവ.

ഹിംസ്രൻ - ഭീമൻ, ശിവൻ, കാലൻ, കൊല്ലുന്നവൻ.

ഹിങ്കാരം - പുലി, കടുവ, അലർച്ച.

ഹിണ്ഡനം - മൈഥുനം, ചുറ്റിനടപ്പ്, എഴുത്ത്, സഞ്ചാരം.

ഹിണ്ഡീരം - മാതളം, കടൽനാക്ക്, വഴുതിന, കടൽനുര.

ഹിമം - മഞ്ഞ്, രാത്രി, മുത്ത്, തണുപ്പ്, താമര, പുതുവെണ്ണ, രക്തചന്ദനം, ഹിമാലയപർവ്വതം.

ഹിരണ്യം - പൊന്ന്, കവടി, ഉമ്മത്ത്, ശുക്ലം, വെള്ളി, വിലയേറിയ വസ്തു.

ഹില്ലോലം - ഹിന്ദോളരാഗം, തിര, ഒരുരതിബന്ധം, ചാപല്യം.

ഹീനം - നിന്ദ്യത, കുറ്റം, അധമത്വം.

ഹീരം - രത്നമാല, വജ്രക്കല്ല്, പാമ്പ്, ഇടിവാൾ, കുങ്കുമം, വജ്രായുധം.

ഹുഡം - ഇരുമ്പുദണ്ഡ്, മുട്ടാട്, മേഘം, ഒരുതരം വേലി.

ഹൂണൻ - മ്ലേച്ഛൻ, യൂറോപ്പുകാരൻ, ഒരു മംഗോളിയൻ, വിഭാഗക്കാർ.

ഹൃതി - നാശം, ഹരണം, കവർച്ച.

ഹൃത്ത് - മനസ്സ്, രഹസ്യം, ഹൃദയം, നെഞ്ച്, സാരം.

ഹൃദയം - ദയവ്, മനസ്സ്, സ്നേഹം, വികാരം, മഹാമനസ്സ്, ശരീരത്തിനുള്ളിലെ ഒരവയവം.

ഹൃഷ്ടി - ജ്ഞാനം, ഹർഷം, ഗർവ്വം, സുഖം.

ഹേഡം - പുച്ഛം, അനാദരം, നിന്ദ.

ഹേതി - ആയുധം, പ്രകാശം, താഡനം, അഗ്നിജ്വാല, കേട്, സൂര്യരശ്മി.

ഹേതു - കാരണം, ഉപായം, ഉല്പത്തി, ഒരലങ്കാരം.

ഹേമം - മഞ്ഞ്, ഉമ്മത്ത്, സ്വർണ്ണം, കേസരപുഷ്പം, ജലം, നാഗപ്പൂവ്, മഞ്ഞുകാലം.

ഹേമാവ് - മഞ്ഞ്, സ്വർണ്ണം, ഹേമന്തകാലം, ബുധൻ, ഉമ്മത്ത്, ജലം.

ഹൈമവതി - പാർവ്വതി, എരുമ, ഗംഗ, കടുക്ക, ചുവന്ന മുന്തിരിങ്ങ.

ഹോമി - നെയ്യ്, അഗ്നി, ചേരുമരം, വെള്ളം, ഹോമിക്കുന്നവൻ.

ഹോര - ഒരുരാശിയുടെ പകുതി, മണിക്കൂർ, ലഗ്നം, രേഖ.

ഹ്രദം - രശ്മി, കയം, സാഗര ത്തിലെ ചുഴി.

ഹ്രാസം - കുറവ്, ചുരുങ്ങൽ, ശബ്ദം, ക്ഷയിക്കൽ, ചെറിയതുക.

ഹ്രിക - ലജ്ജ, അരക്ക്, അടക്കം, വെളുത്തീയം, ഭയം.

ഹ്വാനം - നിലവിളി, ആഹ്വാനം, ശബ്ദം, വിളി.

റ

റൂൾ - വ്യവസ്ഥ, ചട്ടം, ഭരണം.

ഗ്രന്ഥസൂചിക

1.	അസ്സീസി മലയാളം നിഘണ്ടു	പ്രൊഫ. ഇ.പി. നാരായണഭട്ടതിരി
2.	ശബ്ദസാഗരം	വാല്യം - 1
	,,	വാല്യം - 2
	,,	വാല്യം - 3
	,,	വാല്യം - 4
3.	ശബ്ദതാരാവലി	ശ്രീകണ്ഠേശ്വരം
3.	ഗുണ്ടർട്ട് നിഘണ്ടു	ഹെർമ്മൻ ഗുണ്ടർട്ട്
4.	മലയാളം മലയാളം നിഘണ്ടു	പ്രൊഫ. ഇ പി നാരായണ ഭട്ടതിരി
5.	മലയാളം ഇംഗ്ലീഷ് നിഘണ്ടു	പ്രൊഫ. എം ഐ വാരിയർ പ്രൊഫ. ഇ പി നാരായണഭട്ടതിരി കെ രാധാകൃഷ്ണ വാരിയർ
6.	ഇംഗ്ലീഷ് ഇംഗ്ലീഷ് മലയാളം നിഘണ്ടു	രാമലിംഗപിള്ള

www.ingramcontent.com/pod-product-compliance
Lightning Source LLC
LaVergne TN
LVHW060215051026
849517LV00005B/1409
* 9 7 8 9 3 9 4 7 5 3 0 5 1 *